सुधारित अभ्यासक्रमानुसार

महाराष्ट्र लोकसेवा आयोग

MPSC

राज्यसेवा मुख्य परीक्षा

सामान्य अध्ययन पेपर - ४

विज्ञान व तंत्रज्ञान विकास

डॉ. अनिल लचके
प्रा. जॉन्सन बोर्जेस

डायमंड पब्लिकेशन्स

महाराष्ट्र लोकसेवा आयोग : राज्यसेवा मुख्य परिक्षा
सामान्य अध्ययन पेपर-४
विज्ञान व तंत्रज्ञान विकास
डॉ. अनिल लचके, प्रा. जॉन्सन बोर्जेस

MPSC : Rajyasewa Mukhya Pariksha
Samanya Adhyayan Paper-4
Vidnyan Va Tantradnyan Vikas
Dr. Anil Lachake, Prof. Johnson Borges

पुनर्मुद्रण - २०१६

ISBN 978-81-8483-522-9

© डायमंड पब्लिकेशन्स

मुखपृष्ठ :
शाम भालेकर

प्रकाशक
डायमंड पब्लिकेशन्स
२६४/३ शनिवार पेठ, ३०२ अनुग्रह अपार्टमेंट
ओंकारेश्वर मंदिराजवळ, पुणे-४११ ०३०
☎ ०२०-२४४५२३८७, २४४६६६४२

info@diamondbookspune.com
www.diamondbookspune.com

प्रमुख वितरक
डायमंड बुक डेपो
६६१ नारायण पेठ, अप्पा बळवंत चौक
पुणे-४११ ०३० ☎ ०२०-२४४८०६७७

मनोगत

राज्यसेवा मुख्य परीक्षेतील सामान्य अध्ययनाच्या चौथ्या पेपरमधील 'विज्ञान-तंत्रज्ञान विकास' या घटकाच्या अभ्यासक्रमानुसार रचना केलेला हा संदर्भ ग्रंथ विद्यार्थ्यांना समर्पित करताना आम्हाला अतिशय आनंद होत आहे. राज्यसेवेच्या मुख्य परीक्षेच्या बदललेल्या अभ्यासक्रमानुसार सामान्य अध्ययनाच्या चौथ्या पेपरमध्ये अर्थशास्त्राबरोबरच 'विज्ञान व तंत्रज्ञान विकास' या घटकाचा समावेश करण्यात आला आहे. ४ सप्टेंबर २०१२ रोजी झालेल्या राज्यसेवा मुख्य परीक्षेतील चौथ्या पेपरमध्ये एकूण १५० प्रश्नांपैकी ४० प्रश्न हे विज्ञान-तंत्रज्ञान या घटकावर विचारले गेले. याच वस्तुस्थितीचा विचार करून या घटकावर स्वतंत्र अशा ग्रंथाची रचना करण्याचा हा एक प्रयत्न आहे.

विद्यार्थ्यांनी स्पर्धा परीक्षांचा अभ्यास करताना संकल्पना स्पष्टता (Conceptual Clearancy) अचूकता, मुद्देसूदपणा, गतिशीलता यावर भर देणे आवश्यक आहे. अभ्यास करताना वाचन-आकलन-तर्कक्षमता या त्रिसूत्रींचा अवलंब केल्यास विद्यार्थ्यांची संकुचित दृष्टी विशाल होते आणि तिचा परीक्षेत यशस्वी होण्यास फायदा होतो. कोणत्याही स्पर्धा परीक्षेचा अभ्यास करताना तो नेमका आणि अचूक करावा लागतो. या अचूकतेच्याजवळ जाण्यासाठी वरील त्रिसूत्री उपयुक्त ठरते. या त्रिसूत्रीतील सर्वात महत्त्वाचा आणि पहिला घटक म्हणजे सातत्याने केलेला पर्याप्त अभ्यास. दुसरा घटक म्हणजे आकलन शक्ती ज्याला इंग्रजीमध्ये 'Reading between the Lines' असे म्हणतात. या आकलन शक्तीद्वारे प्रश्नाचे योग्य उत्तर शोधणे सोपे जाते. तिसरा घटक म्हणजे तर्कक्षमता. दिलेल्या पर्यायांतून साधारणपणे अचूक उत्तराची निवड करताना याचा उपयोग होतो.

या त्रिसूत्रीचा संदर्भ घेऊनच या पुस्तकाची रचना करण्यात आली आहे. या पुस्तकात अभ्यासक्रमातील सर्व घटकांचे ६ प्रकरणांद्वारे सविस्तर विवेचन दिले गेले आहे. महत्त्वाच्या माहितीसाठी तक्त्यांचा उपयोग केला गेला आहे. तसेच प्रकरणाच्या शेवटी सराव प्रश्नसंच देण्यात आले आहेत. हे पुस्तक राज्यसेवेच्या मुख्य परीक्षेबरोबरच महाराष्ट्र लोकसेवा आयोगातर्फे घेतल्या जाणाऱ्या विविध स्पर्धा परीक्षांसाठी उपयुक्त ठरेल असा आमचा विश्वास आहे. वाचकांकडून सूचना आल्यास त्या स्वागतार्ह आहेत.

डॉ. अनिल लचके
प्रा. जॉन्सन बोर्जेस

डॉ. अनिल लचके

लेखक-परिचय

नाव : डॉ. अनिल लचके

शिक्षण : एम.एस्सी. (जीवरसायनशास्त्र), पीएच. डी. (रसायनशास्त्र).

शैक्षणिक अनुभव : ३६ वर्षांचा पुण्याच्या राष्ट्रीय रासायनिक प्रयोगशाळेत (एन.सी.एल.मध्ये) संशोधनाचा अनुभव. पुणे विद्यापीठाचे मान्यताप्राप्त मार्गदर्शक. अनेक विद्यार्थ्यांना पीएच.डी. पदवीसाठी मार्गदर्शन. अनेक संशोधन प्रकल्पात प्रत्यक्ष सहभाग.

शोध निबंध : जैवतंत्रज्ञान, सूक्ष्मजीवशास्त्र, जीवरसायनशास्त्र या विषयावरील ८० शोधनिबंध अव्वल दर्जाच्या आंतरराष्ट्रीय वैज्ञानिक नियतकालिकात प्रकाशित झाले.

मानद शिष्यवृत्ती : १९८४- युनोची 'यू.एन.डी.पी.' फेलोशिप.

इतर सन्मान अमेरिकेच्या युनिव्हर्सिटी ऑफ विस्कॉन्सिनमध्ये संशोधन करण्याची संधी.

१९८९-९०- ऑस्ट्रेलियाची 'ए.एम.एल.आर.डी.सी.' फेलोशिप. न्यू इंग्लंड युनिव्हर्सिटी (आर्मिडेल, न्यू साऊथ वेल्स) मध्ये संशोधन करण्याची संधी.

१९९९-'सर सी. व्ही. रामन रिसर्च फेलोशिप' फॉरेस्ट प्रॉडक्ट लॅबोरॅटरी, (यू.एस. डिपार्टमेंट ऑफ ॲग्रिकल्चर) मॅडिसन, विस्कॉन्सिन राज्य, येथे संशोधनासाठी संधी.

२००२- 'फेलो ऑफ महाराष्ट्र ॲकॅडमी ऑफ सायन्सेस' म्हणून निवड.

एका अमेरिकन पेटंटसह एकूण आठ पेटंट त्यांनी त्यांच्या संशोधनातून मिळवली आहेत. त्यांनी अमेरिकन प्रयोगशाळेत केलेल्या अव्वल दर्जाच्या संशोधनासाठी त्यांना तेथील शेतकी मंत्रालयातर्फे 'सर्टिफिकेट ऑफ ॲप्रिसिएशन' प्रदान करण्यात आले (१९९९).

विज्ञान प्रसार : वर्तमानपत्रे, मासिके यामध्ये दीडहजार विविध वैज्ञानिक विषयांवरचे लेख प्रसिद्ध केले. अनेक लेख आंतरराष्ट्रीय पुस्तकांमध्ये प्रसिद्ध. विद्यार्थी, शिक्षक आणि गृहिणींसाठी विपुल लेखन. आकाशवाणी पुणे केंद्र (प्रसारभारती) यांच्या सुमारे २०० विज्ञानविषयक कार्यक्रमात लेखन आणि प्रत्यक्ष सहभाग. विविध शाळा, महाविद्यालये, क्लब येथे विज्ञानविषयक शेकडो व्याख्याने. शालेय विद्यार्थ्यांसाठी आठ पुस्तके प्रसिद्ध. (त्यापैकी एका पुस्तकाला 'बाल-कुमार साहित्य पुरस्कार' मिळाला). तसेच त्यांना मराठीतून विज्ञानप्रसार केल्याबद्दल 'मो. वा. चिपळोणकर' पुरस्कार मिळाला (२००२). बाल विज्ञान चळवळ, स्वरूपवर्धिनी एक्स्प्लोरेटरी आणि विज्ञान-भारतीसाठी विज्ञानाचे विशेष कार्य.

प्रा. जॉन्सन बोर्जेस

लेखक–परिचय

नाव : प्रा. जॉन्सन बोर्जेस

शिक्षण : (B.E. Electrical)

प्रा. जॉन्सन एम. बोर्जेस हे अभियांत्रिकी शाखेचे पदवीधर (B.E. Electrical) असून डायमंडच्या संपादक मंडळाचे एक सदस्य आहेत. श्री. जॉन्सन यांचा संबंध जरी अभियांत्रिकी या शाखेशी असला तरीही त्यांचा इतर विषयांवरील लेखनाचा आवाका व्यापक असाच आहे. डायमंड सामाजिक ज्ञानकोशाच्या प्रमुख संपादकांपैकी एक असलेले जॉन्सन यांनी आपल्या वैशिष्ट्यपूर्ण अशा लेखनशैलीने डायमंड संपादक मंडळामध्ये एक विशेष असे स्थान निर्माण केले आहे.

अद्ययावत माहितीने परिपूर्ण लेखन ही त्यांच्या लेखनाची उल्लेखनीय अशी बाब आहे. त्यांची संपादित पुस्तके–

○ डायमंड सामाजिक ज्ञानकोश

○ डायमंड अर्थशास्त्रकोश

○ डायमंड भूगोल–पर्यावरणशास्त्रकोश

○ डायमंड क्रीडाज्ञानकोश

○ वस्तुनिष्ठ भूगोल

○ वस्तुनिष्ठ अर्थशास्त्र

○ वस्तुनिष्ठ शारीरिक शिक्षण

○ अर्थशास्त्रीय सिद्धान्त

○ Diamond Perfect Essays

○ Diamond Current Essays

○ Diamond Advanced Essays

○ Handbook of Letter Writing

अनुक्रम

१. ऊर्जा   १
    Energy

२. संगणक व माहिती तंत्रज्ञान   ४७
    Computer & Information Technology

३. अवकाश तंत्रज्ञान   १०९
    Space Technology

४. जैव तंत्रज्ञान   १५१
    Biotechnology

५. भारताचे आण्विक धोरण   १९३
    India's Nuclear Policy

६. आपत्ती व्यवस्थापन   २४१
    Disaster Management

●   सराव प्रश्नसंच   २८५

१

ऊर्जा
Energy

ऊर्जा हा मानवी जीवनाचा मूलाधार आहे. आपल्या अनुभवविश्वाचे कोणतेही अंग ऊर्जेशिवाय संभवतच नाही. ऊर्जेचे साम्राज्य विज्ञानाच्या सर्व शाखांत पसरले आहे. समाजावर आज ऊर्जेचा प्रभाव आहे तो तिच्या तांत्रिक आणि कल्पक आविष्कारामुळे. आर्थिक विकास साधायचा तर ऊर्जा हवीच. त्यामुळे जमीन, मनुष्यबळ आणि भांडवल या तीन पायाभूत गोष्टींबरोबर ऊर्जा या चौथ्या गोष्टीची आता मूलभूत गरजेत गणना झाली आहे, एवढी ती महत्त्वाची ठरली आहे. मानवाच्या दृष्टिकोनातून अन्न, वस्त्र व निवारा या तीन मूलभूत गरजांबरोबर ऊर्जा ही मानवाची चौथी मूलभूत गरज बनली आहे. वाढत्या लोकसंख्येच्या गरजेसाठी प्रत्येक देशाने आपापले ऊर्जास्रोत विकसित करणे ही काळाची गरज बनली आहे.

ऊर्जेची शास्त्रीय ओळख

व्याख्या : कोणतीही कृती करताना आवश्यक असणाऱ्या क्षमतेला किंवा शक्तीला 'ऊर्जा' असे म्हणतात, किंवा एखाद्या पदार्थात असलेली कार्य करण्याची क्षमता म्हणजेच त्या पदार्थाची ऊर्जा होय.

एकक : एखाद्या वस्तूची किंवा वस्तूंच्या प्रणालीची ऊर्जा म्हणजे त्यांच्याद्वारे होणारे कार्यच असते. याच कारणाने कार्याचे (Work) एकक हेच ऊर्जेचेपण एकक असते. SI (System International) एकक पद्धतीत ऊर्जेचे एकक न्यूटन-मीटर (N–m) असे आहे यालाच ज्यूल (J) असे म्हटले जाते. थोडक्यात, 1 Joule = 1 N–m. ऊर्जा ही अदिश (Scalar) राशी असून बीजगणितीय पद्धतीने तिची बेरीज करता येते.

ऊर्जेची विविध रूपे : ऊर्जा विविध रूपांत आढळते जसे, यांत्रिक, उष्णता, प्रकाश, ध्वनी, विद्युत चुंबकीय, रासायनिक, आण्विक, पवन, सौर इत्यादी. या सर्व प्रकारच्या ऊर्जेचे एकमेकांत रूपांतर करता येते. यांत्रिक ऊर्जा ही गतिज ऊर्जा (Kinetic Energy) व स्थितिज ऊर्जा (Potential Energy) या दोन प्रकारात आढळते.

गतिज ऊर्जा : पदार्थाच्या गतिमान अवस्थेमुळे पदार्थास प्राप्त झालेल्या ऊर्जेस गतिज ऊर्जा म्हणतात.

एखाद्या वस्तूने मिळवलेली गतिज ऊर्जा म्हणजे एखाद्या बलाने ती वस्तू एका ठराविक अंतरातून विस्थापित करण्यासाठी केलेले कार्य होय. गतिमान मोटर, बंदुकीतून निघालेली गोळी ही गतिज ऊर्जेची काही उदाहरणे आहेत.

स्थितिज ऊर्जा : पदार्थाच्या विशिष्ट स्थितीमुळे किंवा आकारामुळे त्यात जी ऊर्जा सामावलेली असते, तिला स्थितिज ऊर्जा म्हणतात. धरणात साठविलेले पाणी हे स्थितिज ऊर्जेचे उदाहरण आहे.

ऊर्जा अक्षय्यतेचा नियम (Law of Conservation of Energy) : या नियमानुसार ऊर्जा निर्माण करता येत नाही किंवा नष्ट करता येत नाही. तिचे एका प्रकारातून दुसऱ्या प्रकारात रूपांतर करता येते. तथापि, विश्वातील एकूण ऊर्जा सदैव अक्षय्य राहते.

आपण वापरत असलेल्या जीवाश्म इंधनांचा स्रोत लवकरच संपुष्टात येणार आहे, परंतु ऊर्जा अक्षय्यतेच्या नियमाप्रमाणे ऊर्जा कधीही संपूर्णपणे नष्ट होत नाही. याचाच अर्थ असा की या ऊर्जेचे रूपांतर झालेले असावे, परंतु, हा रूपांतरित भाग कुठेच दृष्टीस पडत नाही. ही न दिसणारी ऊर्जा पृथ्वीचे तापमान वाढविण्यास कारणीभूत ठरते; याचाच अर्थ आपण वापरलेली ऊर्जा पृथ्वीच्या वातावरणाद्वारे ग्रहण केली जाते. थोडक्यात, उपयोगी ऊर्जेचे निरुपयोगी ऊर्जेत रूपांतर होते.

विसाव्या शतकाच्या सुरुवातीला अल्बर्ट आइनस्टाइनने वस्तुमान (mass) व ऊर्जा यांच्यामधील सममूल्यतेचा संबंध दाखविला.

आइनस्टाइनच्या समीकरणानुसार $E = mC^2$

या सूत्रात C हा प्रकाशाचा वेग आहे. येथे m या वस्तुमानाचे ऊर्जेत रूपांतर होऊन मिळणाऱ्या ऊर्जेचे मूल्य या समीकरणाद्वारे मिळते. आण्विक ऊर्जा निर्मितीची प्रक्रिया आइन्स्टाइनच्या याच तत्त्वावर आधारलेली आहे.

ऊर्जा शक्ती (Power)

ज्या वेगाने कार्य होते अथवा ऊर्जा वापरली जाते, त्याला शक्ती म्हणतात. शक्तीचे परिमाण 'प्रति सेकंदाला (-) ज्यूल' असे असते. याच परिमाणाला 'वॉट' असे स्वतंत्र नाव आहे, म्हणून १ वॉट = १ ज्यूल / १ सेकंद. व्यवहारामध्ये जेव्हा आपण पाणी गरम करण्याचा हिटर वापरतो तेव्हा १००० वॉटचा हिटर १ सेकंदामध्ये १००० ज्यूल्स एवढी विद्युत ऊर्जा खर्च करतो.

शक्तीची काही परिमाणे खालीलप्रमाणे :

१ किलोवॉट (KW) = १००० वॉट

१ मेगावॉट (MW) = १० लाख वॉट ($१०^{६}$ वॉट)

१ गिगावॉट (GW) = १०० करोड वॉट ($१०^{९}$ वॉट)

१ टेरा वॉट (TW) = १ लाख करोड वॉट ($१०^{१२}$ वॉट)

१ अश्वशक्ती (HP) = ७४६ वॉट = ३/४ किलोवॉट

ऊर्जेचे व्यापारी परिमाण किलोवॉट तास (KWhr) असे असून १ किलोवॉट तास म्हणजे १ युनिट. आपली विजेची बिले ही या 'युनिट' परिमाणानुसारच बनवलेली असतात. १ युनिट (१ किलोवॉट तास) म्हणजे ३.६ दशलक्ष ज्यूल.

इंधने (Fuel)

ज्या पदार्थाचे ज्वलन केले असता त्यातून उष्णतेच्या स्वरूपात ऊर्जा मुक्त होते अशा पदार्थांना इंधने म्हणतात.

जीवाश्म इंधन - (Fossil Fuel)

लक्षावधी वर्षांपूर्वी भूपृष्ठाखाली गाडल्या गेलेल्या प्राण्यांच्या व वनस्पतींच्या अवशेषांमुळे जीवाश्म इंधने निर्माण झाली.

कोळसा, पेट्रोलिअम व नैसर्गिक वायू ही जीवाश्म इंधनांची उदाहरणे आहेत. यांची माहिती खालीलप्रमाणे :

(१) स्थायू इंधने (Solid Fuel) : लाकूड, कोळसा व कोक ही मुख्य स्थायू इंधने आहेत. कोळशाचे

हवाविरहित ज्वलन झाल्यास राहिलेल्या भागास 'कोक' म्हणतात. त्यात कार्बनचे प्रमाण ९० ते ९५% असून त्याचे धूरविरहित सहज ज्वलन होते. कोकची उष्णता निर्मितीक्षमता कोळशापेक्षा जास्त असते.

(२) द्रव इंधने (Liquid Fuel) : खनिज तेल अथवा पेट्रोलिअम व त्याची उत्पादने उदा. गॅसोलिन (पेट्रोल), केरोसिन, डिझेल इत्यादी. खनिज तेल हे 'हायड्रोकार्बन'चे मिश्रण आहे. खनिज तेलाचे भागश : ऊर्ध्वपतनाने शुद्धीकरण करून पेट्रोल, डिझेल, केरोसिन इ. इंधने मिळविली जातात.

(३) नैसर्गिक वायू (Natural Gas) : नैसर्गिक वायू हा जीवाश्म इंधनाचा एक प्रकार असून तो पेट्रोलिअम समवेत आढळतो. निव्वळ नैसर्गिक वायूची निर्मिती करणाऱ्यासुद्धा काही विहिरी आहेत. नैसर्गिक वायूमध्ये मुख्यत: मिथेन वायू आढळतो. तो सहजपणे जळतो व उष्णता निर्माण होते. सध्या नैसर्गिक वायूवर मोठा दाब देऊन त्यापासून द्रवरूप संपीडित नैसर्गिक वायू (Compressed Natural Gas) तयार करतात. हा द्रवरूप स्वरूपातील संपीडित (compressed) वायू दूरवर टँकरद्वारे नेला जाऊ शकतो.

(४) कृत्रिम वायू (Artificial Gas) : यामध्ये कोल गॅस, पेट्रोल गॅस, वॉटर गॅस आणि प्रोड्यूसर गॅस यांचा समावेश होतो. कोकचे भागश : ऊर्ध्वपतन करून कोलगॅस मिळवितात. पेट्रोलचे भंजन करून पेट्रोलगॅस मिळवितात. प्रोड्यूसर गॅसमध्ये ३०% कार्बन मोनॉक्साईड, ६०% नायट्रोजन व १०% अन्य वायू यांचे मिश्रण असते.

आजकाल सर्वसामान्य इंधन म्हणून वापरले जाणारे एल. पी. जी. हे पेट्रोलिअमपासून मिळवितात. यामध्ये द्रवरूप अवस्थेतील ब्युटेन आणि आयसोब्युटेन प्रचंड दाबाखाली सिलिंडरमध्ये भरलेले असते.

जैवइंधन (Biofuel)

जैववस्तुमानापासून मिळणारी जैवइंधने हे नवीकरणयोग्य ऊर्जास्रोत आहेत. इथेनॉल, जैवडिझेल आणि जैववायू यांचा जैवइंधनांमध्ये समावेश होतो.

(१) इथेनॉल : ऊस, शुगरबीट, तृणधान्ये यांच्यावर किण्वीकरणाची प्रक्रिया करून इथेनॉलची निर्मिती करता येते. या इंधनाचा सर्वात महत्त्वाचा उपयोग हा की हे इंधन पेट्रोलमध्ये मिसळून वापरता येते. यामुळे पेट्रोलच्या वापराला एक पर्याय उपलब्ध होतो.

(२) जैवडिझेल (Biodiesel) : जैवडिझेल हा नवीकरणयोग्य ऊर्जा स्त्रोत आहे. सोयाबीन, मका, जथ्रोफा (वन एरंड), करंजा व नागचंपा या वनस्पतींच्या बियांपासून मिळविलेल्या तेलाचा बायोडिझेल निर्मितीसाठी उपयोग होतो. भारतातील मोठ्या प्रमाणावर असलेल्या पडीक जमिनीपैकी १० टक्के जमिनीमध्ये जथ्रोफाची लागवड केल्यास मिळणाऱ्या बायोडिझेलचे उत्पादन हे वार्षिक ४० ते ५० लाख टन असेल आणि ते देशाच्या सध्याच्या डिझेलच्या गरजेपैकी १० टक्के आहे. देशातील सर्वात मोठा जथ्रोफा संशोधन प्रकल्प भावनगर (गुजरात) येथे असून तो 'सेंट्रल सॉल्ट अ‍ॅण्ड मरीन केमिकल्स' ही सरकारी संस्था व 'डॅमलर क्रिस्लर इंडिया लि.' यांच्या संयुक्त प्रयत्नातून जर्मनीच्या 'ओएन हॅम विद्यापीठा' च्या मदतीने राबविला जात आहे.

इंधनाचे कॅलरीमूल्य (Calorific Value of Fuel)

इंधनाचे कॅलरीमूल्य व प्रज्वलनांक हे दोन वैशिष्ट्यपूर्ण गुणधर्म आहेत. दोन इंधनांमधील कोणते इंधन चांगले हे दोन्हींपासून निर्माण होणाऱ्या उष्णतेची तुलना करून ठरविता येते. एक एकक वस्तुमानाच्या इंधनाच्या पूर्ण दहनामुळे मिळणाऱ्या उष्णतेच्या परिमाणास इंधनाचे कॅलरीमूल्य असे म्हणतात. ज्ञात वस्तुमानाचे इंधन जाळून कॅलरीमूल्य ठरविता येते. कॅलरीमूल्याचे SI एकक प्रणालीतील एकक आहे : ज्यूल प्रति किलोग्रॅम (Joule / kg).

काही महत्त्वाच्या इंधनांचे कॅलरीमूल्य खालील तक्त्यात दिले आहेत.

इंधनाचे नाव		कॅलरीमूल्य (Joule / kg)
(१)	कोळसा	२५-३३
(२)	लाकूड	१७
(३)	केरोसिन	४८
(४)	इथेनॉल	३०
(५)	हायड्रोजन	१५०
(६)	मिथेन	५५
(७)	ब्युटेन (L.P.G.)	५५
(८)	जैववायू	३५ - ४०

ऊर्जा स्रोत (Energy Sources)

राष्ट्राच्या आर्थिक विकासासाठी ऊर्जा अत्यावश्यक असते. विकासाची अवस्था ऊर्जेच्या दरडोई वापरावर ठरते. त्यामुळे देशाच्या औद्योगिक व आर्थिक विकासात ऊर्जेला महत्त्व प्राप्त झाले आहे, त्यासाठी ऊर्जा संसाधनांना महत्त्व प्राप्त झाले आहे.

ऊर्जा संसाधनांचे वर्गीकरण प्रामुख्याने पुढीलप्रमाणे केले जाते :

(अ) पारंपरिक ऊर्जा स्रोत Conventional energy sources

(ब) अपारंपरिक ऊर्जा स्रोत - Non - conventional energy sources

(अ) पारंपरिक ऊर्जा स्रोत :

देशातील विविध भागात लाकूड, लाकडी कोळसा व शेतातील टाकाऊ वस्तू ज्या प्रमाणात उपलब्ध असतील त्या प्रमाणात त्यांचा वापर केला जातो. या ऊर्जा संसाधनांचे अचूक मोजमाप करता येत नाही. भारतात दगडी कोळसा, खनिज तेल व नैसर्गिक वायू या ऊर्जा संसाधनांचा वापर केला जातो. ही ऊर्जा संसाधने कमी होणारी आहेत, त्यामुळे यांना क्षयक्षम किंवा नवीकरण अयोग्य (Non-renewable) ऊर्जा स्रोत म्हणतात. लाकूड, लाकडी कोळसा, दगडी कोळसा, केरोसीन, स्वयंपाकाचा गॅस (Liquid Petrolium Gas), डिझेल, पेट्रोल , नैसर्गिक वायू, इंधने ही सर्व क्षयक्षम ऊर्जा स्रोताची उदाहरणे आहेत. कोळसा, पेट्रोलियम (खनिज तेल) आणि नैसर्गिक वायू यासारखी जीवाश्म इंधने काही विशिष्ट परिस्थितीत काही लाख वर्षांपूर्वी निर्माण झाली. आजच्या या बदलत्या परिस्थितीत (इंधनांचा अतिवापर) ही जीवाश्म इंधने दुर्मीळ होत आहेत. जर या इंधनांचा सध्याच्या प्रमाणात वापर सुरू राहिला तर त्यांचे माहीत असलेले सर्व साठे लवकरच संपतील आणि हीच बाब नवीकरणयोग्य ऊर्जा स्रोतांचे महत्त्व अधोरेखित करते.

जीवाश्म इंधन (Fossil Fuel) :

खूप वर्षांपूर्वी प्राणी आणि वनस्पती यांचे अवशेष जमिनीत गाडले गेले. त्यावर वरच्या जमिनीचा प्रचंड दाब आणि आतील उष्णता यांचा परिणाम होऊन त्यांचे इंधनात रूपांतर झाले. अशा इंधनाला जीवाश्म इंधन म्हणतात. हे इंधन तयार होण्यासाठी लक्षावधी वर्षांचा काळ जावा लागतो, म्हणूनच जीवाश्म इंधनाचे साठे मर्यादित आहेत; त्यामुळे त्यांच्या योग्य वापराची आवश्यकता आता भासू लागली आहे.

जीवाश्म इंधन स्थायू, द्रव आणि वायू अशा तीन अवस्थांत पृथ्वीच्या गर्भात सापडते. त्यात कोळसा, खनिज तेल आणि नैसर्गिक वायू यांचा समावेश होतो.

१. दगडी कोळसा (Coal)

वनस्पतींच्या कार्बनीकरण प्रक्रियेने दगडी कोळसा तयार होतो. दगडी कोळशाची उपयुक्तता त्यामध्ये असणाऱ्या

कार्बनच्या प्रमाणानुसार ठरते. पीट (५०% पेक्षा कमी कार्बन), लिग्नाइट (६५ ते ७०% कार्बन), बिट्युमेनी (८५ ते ९०% कार्बन) आणि अँथ्रासाईट (९० ते ९५% कार्बन) हे दगडी कोळशाचे प्रमुख प्रकार असून भारतात बिट्युमेनी या प्रकारच्या कोळशाचे मोठे साठे अनुक्रमे झारखंड, ओडिशा,पश्चिम बंगाल, छत्तीसगढ आणि मध्य प्रदेशात आहेत. जगात दगडी कोळशाच्या उत्पादनात चीन व अमेरिकेनंतर भारताचा तिसरा क्रमांक लागतो. दगडी कोळशाचा वापर प्रामुख्याने औष्णिक वीज निर्मितीसाठी केला जातो. भारतातील एकूण ऊर्जेच्या ६७ टक्के ऊर्जा दगडी कोळशापासून प्राप्त केली जाते.

२. खनिज तेल (Mineral Oil) :

आधुनिक काळात विद्युत निर्मिती व इंधनासाठी खनिज तेलाचा वापर होतो. खनिज तेलापासून पेट्रोल, डिझेल, केरोसीन, मेण इत्यादी इंधने तयार केली जातात. पृथ्वीच्या पोटात जवळ जवळ २५००० मीटर इतक्या खोलीवर खनिज तेल सापडते. भारतात खनिज तेलाच्या उत्पादनाची सुरुवात प्रथम आसाम राज्यात झाली. खनिज तेलाचे सर्वात जास्त उत्पादन मुंबईजवळील समुद्रात 'मुंबई हाय' येथे होते. त्या खालोखाल गुजरात आणि आसाम राज्यात तसेच तमिळनाडू, आंध्रप्रदेश आणि अरुणाचल प्रदेश या राज्यात खनिज तेलाचे उत्पादन होते.

भारतात खनिज तेल शुद्धीकरणाचे एकूण १८ कारखाने असून ते खालीलप्रमाणे आहेत :

(१) पानिपत (हरयाणा), (२) मथुरा (उत्तर प्रदेश), (३) कोयाली (गुजरात), (४) जामनगर (गुजरात), (५)तुर्भे (महाराष्ट्र), (६) मुंबई हाय (महाराष्ट्र), (७) मंगळूर (कर्नाटक), (८) कोची (केरळ), (९) नागपट्टणम (तमिळनाडू), (१०) चेन्नई (तमिळनाडू), (११) विशाखापट्टणम (आंध्र प्रदेश), (१२) हल्दिया (पश्चिम बंगाल), (१३) कोलकाता (पश्चिम बंगाल), (१४) बरौनी (बिहार), (१५) बोंगाईगाव (आसाम), (१६) गुवाहाटी (आसाम), (१७) नुमालीगढ (आसाम), (१८) दिग्बोई (आसाम)

३. नैसर्गिक वायू (Natural Gas)

ऊर्जेचे एक महत्त्वाचे साधन म्हणून नैसर्गिक वायूचा मोठ्या प्रमाणावर उपयोग होतो. साामान्यपणे खनिज तेलाच्या क्षेत्रातच नैसर्गिक वायूदेखील सापडतो. आंध्र प्रदेश, महाराष्ट्र, गुजरात, आसाम, तमिळनाडू या राज्यांत आणि अंदमान व निकोबार बेटे येथे नैसर्गिक वायूचे साठे आहेत. तसेच कृष्णा व गोदावरी यांच्या खोऱ्यांतही नैसर्गिक वायूचे साठे आहेत. मुंबईहाय क्षेत्रात सर्वात जास्त नैसर्गिक वायूचे उत्पादन होते.

नैसर्गिक वायू हे वापरायला अतिशय सोईचे असे इंधन आहे. ते लवकर पेट घेते आणि त्यातून कोणताही स्थायू पदार्थ शिल्लक राहात नाही; शिवाय मुख्य स्रोतापासून नळाद्वारे त्याचे स्थलांतर करणे सहज शक्य असते. मुख्य म्हणजे नैसर्गिक वायूच्या ज्वलनावर नियंत्रण ठेवता येते. मिथेन (CH_4), इथेन (C_2H_6), प्रोपेन (C_3H_8), ब्यूटेन (C_4H_{10}) इत्यादी नैसर्गिक वायूंचे प्रकार आहेत.

वीज (Electricity)

आजच्या आधुनिक युगात वीज हा अतिशय महत्त्वाचा ऊर्जा स्रोत आहे.

पारंपरिक पद्धतीने वीज उत्पादन हे तीन प्रकारे केले जाते. हे तीन प्रकार खालीलप्रमाणे :

(१) जलविद्युत, (२) औष्णिक वीज, (३) अणुवीज

जलविद्युत ऊर्जा (Hydroelectric Power) :

वाहत्या पाण्याचा वापर करून जलविद्युत निर्मिती केली जाते. नदीवर धरणे बांधून वाहणारे पाणी अडविले जाते. या क्रियेत पाण्याची गतिज ऊर्जा स्थितिज ऊर्जेच्या स्वरूपात साठविली जाते. नंतर साठविलेले पाणी मोठ्या व बंद नलिकांद्वारे तळाशी असणाऱ्या टर्बाइन्सच्या पात्यावर पडते. जेव्हा पाणी टर्बाइन्सच्या पात्यावर पडते तेव्हा पाण्यात असणाऱ्या स्थितिज ऊर्जेचे गतिज ऊर्जेत रूपांतर होते. टर्बाइन्स प्रचंड वेगाने फिरू

लागतात. टर्बाइन्सच्या फिरण्यामुळे जनित्राद्वारे विद्युत ऊर्जा निर्माण केली जाते. जलविद्युत केंद्राच्या उभारणीमध्ये काही समस्या असतात. अशा प्रकारची केंद्रे काही मर्यादित ठिकाणीच उभारता येतात. जेव्हा धरण बांधले जाते तेव्हा मोठ्या प्रमाणावर जमीन पाण्याखाली जाते, यामुळे पुनर्वसनाची मोठी समस्या निर्माण होते. या समस्येवरील उपाय म्हणजे लघु किंवा अतिलघु जलविद्युत केंद्राची उभारणी करणे हा होय. अशा प्रकारची लघु विद्युत केंद्रे डोंगराळ भागात नदीवर उभारली जाऊ शकतात; अशा प्रकारचे भारतातील पहिले जलविद्युत केंद्र सन १८९७ मध्ये दार्जिलिंगमध्ये उभारले गेले. या संयंत्राची क्षमता होती १३० किलोवॉट.

औष्णिक वीज (Thermal Electricity) :

दगडी कोळसा, खनिज तेल व नैसर्गिक वायू या पारंपरिक संसाधनांचा उपयोग करून निर्माण केल्या जाणाऱ्या विजेस औष्णिक विद्युत म्हणतात. औष्णिक विद्युत केंद्रामध्ये वरील इंधने जाळून पाण्याची वाफ बनविली जाते व वाफेच्या टर्बाइन्सद्वारे जनित्रे चालवून वीज तयार केली जाते. भारतात एकूण वीजनिर्मितीपैकी ७० टक्के वीजनिर्मिती ही या प्रकारची आहे. भारतात ३०० पेक्षा जास्त औष्णिक वीज निर्मिती केंद्रे आहेत.

अणुवीज (Nuclear Electricity) :

अणुकेंद्रकावर न्यूट्रॉनचा मारा करून त्याचे विघटन केले जाते. या क्रियेत तयार होणाऱ्या प्रचंड ऊर्जेचा वापर वीजनिर्मितीसाठी केला जातो. अशी वीज मिळवण्यासाठी एक विशिष्ट प्रकारची संयंत्रणा उभारली जाते त्याला अणुभट्टी (Nuclear Reactor) असे म्हणतात.

(ब) अपारंपरिक ऊर्जा स्रोत : या संसाधनांमध्ये सूर्यप्रकाश, वारा, भरतीच्या लाटा, भूगर्भ औष्णिक ऊर्जा, जैविक वस्तुसंचय, जैववायु इत्यादींचा समावेश होतो. अपारंपरिक ऊर्जा संसाधने प्रदूषणमुक्त आणि पर्यावरणाचे (Ecological) संतुलन राखणारी आहेत; तसेच ही ऊर्जा स्रोत नूतनीक्षम असल्याने त्यांना अक्षय्यक्षम किंवा नवीकरणयोग्य (Renewable) ऊर्जा स्रोत असे म्हणतात.

१. पवनऊर्जा (Wind Energy) :

वाऱ्याच्या ऊर्जेचे विद्युत शक्तीमध्ये रूपांतर करण्यासाठी पवनचक्कीचा उपयोग केला जातो. पवनचक्कीची रचना मोठ्या विद्युत पंख्यासारखी असते.भक्कम पायावर आणि उंचीवर हा पंखा उभारला जातो. पात्यांची संख्या, त्यांची रचना आणि पवनचक्कीची जमिनीपासूनची उंची ही त्या ठिकाणच्या वाऱ्याच्या वेगावर अवलंबून असते. हवेच्या दाबामध्ये फरक निर्माण व्हावा अशा पद्धतीने पात्यांची रचना केलेली असते. हवेच्या दाबातील फरकामुळे पाती फिरतात. या घूर्णनगतीचा (Rotatory Motion) वापर विद्युत जनित्राचे आर्मेचर फिरविण्यासाठी केला जातो.

पवन ऊर्जा निर्मितीचे प्रमाण वाऱ्याचा वेग, दिशा तसेच प्राकृतिक रचनेवर अवलंबून असते. एखाद्याच पवनचक्कीमुळे मिळालेली विद्युत ऊर्जा अगदी कमी असते; म्हणून विस्तृत भूभागावर अनेक पवनचक्क्या उभारल्या जातात. यालाच पवनऊर्जाक्षेत्र (Wind Energy Farm) असे म्हणतात. या सर्व पवनचक्क्या युग्मित (Coupled) करून व्यापारी तत्त्वावर निर्मिती केली जाते.

भारतामध्ये पवन ऊर्जेच्या निर्मितीची सुरुवात १९९० मध्ये तमिळनाडू विद्युत मंडळाने तुतिकोरीन जवळ केली. डिसेंबर २०११ पर्यंत भारतातील पवन ऊर्जेची स्थापित क्षमता १६.०७८ गिगा वॉटस इतकी आहे. भारतामध्ये पवन ऊर्जेच्या निर्मितीमध्ये तमिळनाडूचा सर्वात प्रथम क्रमांक लागतो. देशातील एकूण स्थापित क्षमतेच्या ३०% क्षमता या राज्यात आहे. त्यानंतर उतरत्या क्रमाने गुजरात, महाराष्ट्र, कर्नाटक आणि राजस्थान ही राज्ये येतात. तमिळनाडूमधील पवनऊर्जा निर्मिती केंद्रे ही प्रामुख्याने कन्याकुमारी, तिरूनेलवेल्ली आणि तुतीकोरीन या तीन दक्षिणवर्ती जिल्ह्यांमध्ये आहेत.

सुझलॉन (Suzlon) ही भारतातील सर्वात मोठी पवनऊर्जा निर्मिती करणारी कंपनी असून तिची स्थापित

क्षमता ६.२ गिगा वॉटस इतकी आहे. विस्टास ही अजून एक मोठी कंपनी या क्षेत्रात कार्यरत आहे. भारतातील सर्वात मोठे पवनऊर्जाक्षेत्र महाराष्ट्रात सातारा जिल्ह्यातील वनकुसवडे येथे आहे. सुझलॉन कंपनीच्या या पवनऊर्जाक्षेत्राची क्षमता २५९ मेगावॉट्स इतकी आहे. पवनऊर्जा निर्मिती क्षमतेच्या दृष्टीने भारताचा जगात पाचवा क्रमांक लागतो. जागतिक पाच प्रमुख पवनऊर्जा निर्मिती करणारी राष्ट्रे खालीलप्रमाणे -

पवनऊर्जा निर्मिती क्षेत्रातील अग्रेसर देश

देश	स्थापित क्षमता
चीन	४४, ७३३ मेगा वॉट्स
अमेरिका	४०, १८० मेगा वॉट्स
जर्मनी	२७, २१५ मेगा वॉट्स
स्पेन	२०, ६७६ मेगा वॉट्स
भारत	१६, ०७८ मेगा वॉट्स

पवनऊर्जा निर्मिती क्षेत्रातील भारतातील अग्रेसर राज्ये

राज्य	क्षमता
तमिळनाडू	६,००७ मेगावॉट्स
गुजरात	२,८८४ मेगा वॉट्स
महाराष्ट्र	२,३१० मेगा वॉट्स
कर्नाटक	१,७३० मेगा वॉट्स
राजस्थान	१,५२४ मेगा वॉट्स
मध्य प्रदेश	२७५ मेगा वॉट्स
आंध्र प्रदेश	२०० मेगा वॉट्स
केरळ	३२ मेगा वॉट्स

भारताच्या एकूण विद्युत ऊर्जा निर्मितीमध्ये पवन ऊर्जा क्षेत्राचा वाटा १.६% इतका आहे.

२. समुद्राच्या लाटांपासून तयार होणारी ऊर्जा (Tidal Energy) :

समुद्र हा पाणी व ऊर्जा यांचा प्रचंड स्रोत आहे. समुद्रातील लाटांमुळे पाण्याची पातळी काही मीटर वाढते. लाटांमुळे वाढणाऱ्या किंवा कमी होणाऱ्या पाण्याच्या पातळीमुळे तयार होणाऱ्या ऊर्जेस भरती-ओहोटीची (Tidal) ऊर्जा म्हणतात. अशा लाटांमुळे वीज निर्मिती होऊ शकते. यासाठी ज्या ठिकाणी समुद्रकाठ अरुंद असतो त्या ठिकाणी एक लहान धरण बांधले जाते. भरतीच्यावेळी पाणी धरणात जाते व ओहोटीच्या वेळी तेच पाणी बाहेर पडते. धरणातून बाहेर पडणारे पाणी टर्बाइनवर सोडले जाते, त्यामुळे टर्बाइन फिरून विद्युत निर्मिती होते.

या ऊर्जानिर्मितीच्या मर्यादा खालीलप्रमाणे :

(१) मोठ्या प्रमाणावर वीज निर्मिती होत नाही.

(२) किनारपट्टीवर धरण बांधण्यास अनुकूल अशा जागा कमी असतात.

समुद्राच्या लाटांपासून तयार होणारी ऊर्जा ही एकूण तीन पद्धतींद्वारे मिळविली जाते. एका पद्धतीचे वर्णन वर केलेलेच आहे.

दुसऱ्या पद्धतीमध्ये समुद्रावरील लाटांपासून किंवा समुद्राच्या पाण्याच्या पातळीखाली निर्माण होणाऱ्या पाण्याच्या दाबातील फरकामुळे ऊर्जा निर्माण करता येते. यासाठी एका विशिष्ट तंत्रज्ञानाचा उपयोग केला जातो. भारतीय तंत्रज्ञान संस्था (Indian Institution of Technology) चेन्नई यांच्या अहवालानुसार भारताला लाभलेल्या ७५०० किमी. लांबीच्या समुद्रकिनाऱ्यापासून अंदाजे ४० गिगावॉट्स (GW) विद्युत ऊर्जा निर्माण केली जाऊ शकते. भारताने अशा प्रकारचा (Seas Surface Energy Harvesting Technology) पहिला संशोधनात्मक प्रकल्प तिरुअनंतपुरम जवळ बिझिन्जाम येथे उभारला आहे.

अशाप्रकारे ऊर्जा प्राप्त करण्यातील मुख्य समस्या म्हणजे या ऊर्जा संयंत्रांना होणारा मासेमारी व समुद्री परिवहनाचा अडथळा होय. सागरी ऊर्जा प्राप्त करण्याची तिसरी पद्धत ही 'सागरी औष्णिक ऊर्जा तंत्रज्ञाना'वर (Ocean Thermal Energy Technology) आधारलेली आहे. यामध्ये समुद्राच्या पाण्यामध्ये दडलेल्या स्वैर ऊर्जेला मुक्त करण्याचा प्रयत्न केला जातो. अशाप्रकारचे प्रायोगिक तत्त्वावर आधारलेले संयंत्र लक्षद्वीप बेटावरती सन २००५ मध्ये उभारले गेले, परंतु त्यामध्ये हवे तसे यश प्राप्त झाले नाही.

सागरी लाटांच्या माध्यमातून वीज निर्मिती (Ocean Waves Energy) :

वाऱ्यातील बरीच ऊर्जा ही समुद्राच्या लाटांमधील गतिज ऊर्जेमध्ये रूपांतरित होते. यापासून वीजनिर्मिती शक्य आहे. 'समुद्राच्या पाण्याच्या वर-खाली होणाऱ्या पातळ्या' या तत्त्वाचा उपयोग यात केला जातो. यामध्ये सिमेंट काँक्रीटच्या खोलीमध्ये पाणचक्की ठेवली जाते. समुद्राचे पाणी या खोलीच्या खालच्या भागातून आत शिरते व हवेला वर ढकलते. हवेच्या दाबामुळे पाणचक्की फिरते व जनित्राच्या साहाय्याने वीज निर्मिती करता येते. भारतातील केरळमधील विझिंजम येथे प्रायोगिक तत्त्वावर असा प्रकल्प उभारला गेला आहे. भारत सरकारच्या सागरी विकास खात्याने १५० मेगावॅट क्षमतेचा हा प्रकल्प प्रायोजित केला आहे. चेन्नई आय. आय. टी. तील सागर अभियांत्रिकी केंद्राशी संलग्न असलेल्या तरंग ऊर्जागारातर्फे आणि राज्य बंदर अभियांत्रिकी खात्यातर्फे तो चालविला जातो. त्यातील ८० किलोवॅट वीज केरळ राज्य विद्युत मंडळाला पुरवली जाते. या प्रकल्पाच्या वैज्ञानिकांचा असा दावा आहे की हा प्रकल्प हा अशा स्वरूपाचा एकमेव प्रकल्प असून तो विविधलक्षी आहे. समुद्राच्या लाटांमधील ताकद वापरून ऊर्जा निर्मिती करणे शक्य असते, मात्र यासाठी भरती आणि ओहोटीच्या लाटेत काही मीटर उंचीचा फरक असावा लागतो. जगातील पहिले सागरी ऊर्जा केंद्र फ्रान्समधील रान्स नदीवर वसवले आहे. लाट उठत असताना धरणाचे दरवाजे खोलून लाटेने पूर्ण उंची गाठल्यावर दरवाजे बंद केले जातात. त्यामुळे या धरण क्षेत्रात २३ चौरस किलोमीटरचे कुंड तयार होते. लाट पडली की पाणी धरणाबाहेर सोडले जाते. बाहेर पडणाऱ्या पाण्यापासून १३-१३ मेगावॅट क्षमतेची २४ जनित्रे फिरतात आणि सरासरी ३१० मेगावॅट वीज निर्माण होते. गोव्याच्या 'भारतीय समुद्र विज्ञान संस्थे'ने भारतात लाटेच्या शक्तीचा उपयोग करून वीजनिर्मिती कशी करता येईल याचा अभ्यास केला आहे. भारताच्या पश्चिम किनाऱ्यावरील कच्छचे रण, खंबायतचे आखात आणि पूर्व किनाऱ्यावर सुंदरबन क्षेत्रात लाटांचा उपयोग करून वीजनिर्मिती करण्यास मोठा वाव आहे असे आढळून आले आहे.

३. सागरी औष्णिक ऊर्जा (Ocean Thermal Energy) :

समुद्राच्या पृष्ठभागावरील तपमान हे सूर्यप्रकाशामुळे अधिक असते व समुद्राच्या खोलीवरील पाण्याचे तपमान हे अपेक्षाकृत अधिक असते; जर समुद्राच्या पृष्ठभागावरील आणि २ कि.मी. खोलीवरील पाण्याच्या तपमानात २० अंश सेल्सिअस इतका फरक असला तर सागरी औष्णिक ऊर्जा तंत्रज्ञाना (Ocean Thermal Energy Conservation

Plant) द्वारे विद्युत ऊर्जा प्राप्त केली जाऊ शकते. यामध्ये समुद्राच्या पृष्ठभागावरील तप्त पाण्याचा उपयोग अमोनियासारख्या द्रव्यांना उकळण्यासाठी केला जातो व यातून निर्माण होणाऱ्या वाफेद्वारे टर्बाइनच्या साहाय्याने विद्युत जनित्राद्वारे वीजनिर्मिती केली जाते. त्यानंतर समुद्राच्या खोलीतील थंड पाणी वर खेचून त्याचा उपयोग अमोनियाच्या वाफेचे पुन्हा द्रवीकरण करण्यासाठी केला जातो.

भारतासारख्या उष्णकटिबंधीय क्षेत्रामध्ये पाण्याच्या तपमानातील फरक हा २५ अंश सेल्सिअस किंवा त्यापेक्षा जास्त असू शकतो. यामुळेच या प्रकारच्या अभिनव अशा विद्युत निर्मितीसाठी भारतास पोषक वातावरण आहे.

४. भूगर्भ-औष्णिक ऊर्जा (Geothermal Energy)

काही विशिष्ट परिस्थितीत भूगर्भाच्या अंतर्गत भागातील उष्णता ऊर्जेचा स्रोत होऊ शकते. पृथ्वीचा अंतर्गत भाग अतिशय तप्त असतो. या उष्णतेद्वारे काही खडक वितळतात, यांनाच मॅग्मा म्हणतात. जेव्हा भूगर्भात काही बदल होतात तेव्हा मॅग्मा वर उचलले जातात आणि जमिनीच्या खालच्या थरात ते साचतात; अशा जागांना स्पॉट असे म्हणतात.

जेव्हा भूमिगत पाण्याचा या जागांशी संपर्क येतो तेव्हा पाण्याचे वाफेत रूपांतर होते. तयार होणारी वाफ प्रचंड दाबाखाली खडकात अडकून पडते. अशा स्पॉटपर्यंत छिद्रे पाडून नळीद्वारे निष्कर्षण (Extraction) केले जाते. या पद्धतीने निष्कर्षित केलेली वाफ विद्युत टर्बाइन (जनित्र) फिरविण्यासाठी वापरली जाते. गरम पाण्याच्या नैसर्गिक झऱ्यापासून (Hot Springs) सुद्धा भूगर्भ औष्मिक ऊर्जा मिळविता येते. भारतामध्ये या प्रकारची ऊर्जा मिळविण्याचे प्रयत्न हे सध्या तरी प्रायोगिक स्तरावरील आहेत. भारतात भूगर्भ-औष्मिक ऊर्जेची क्षमता असलेले ६ विभाग निश्चित केलेले आहेत. हे विभाग खालीलप्रमाणे :

(१) हिमालयीन विभाग, (२) अरवली पट्टा, नागा-लुशी पट्टा, पश्चिम किनारी पट्टा, स्पेन-नर्मदा पट्टा (३)अंदमान व निकोबार विभाग, (४) गुजरातमधील कॅम्बे खोरे, (५) सूरजकुंड, हजारीबाग आणि झारखंड विभाग, (६) द्वीपकल्पीय विभाग

५. सौर ऊर्जा (Solar Energy)

सूर्यामध्ये सातत्याने प्रचंड प्रमाणात उष्णता व प्रकाश यांच्या रूपात ऊर्जा निर्माण होते. ही ऊर्जा विद्युत चुंबकीय प्रारण (Electromagnetic Radiation) स्वरूपात असते. या ऊर्जेला सौर ऊर्जा असे म्हणतात. सूर्यापासून पृथ्वीला १.८×१०^{११} मेगावॅट इतकी ऊर्जा मिळते. पृथ्वीवर सध्याचा ऊर्जावापराचा वेग आणि भविष्यातील ऊर्जेची गरज यापेक्षा कितीतरी पटीने ही ऊर्जा जास्त आहे, म्हणून सध्याची ऊर्जेची गरज व भविष्यकाळातील ऊर्जेची गरज केवळ सौर ऊर्जाच भागवू शकेल म्हणूनच सौर ऊर्जा हा एक खात्रीलायक स्रोत आहे.

सौर ऊर्जेच्या वापराचे फायदे खालीलप्रमाणे आहेत :

(१) सौर ऊर्जा हा कधीही न संपणारा, अतिप्रचंड ऊर्जा स्रोत आहे.

(२) या ऊर्जेच्या वापराचा पर्यावरणावर कोणताही अनिष्ट परिणाम होत नाही.

तरीसुद्धा या ऊर्जेचा वापर करताना काही मर्यादा पडतात, त्या खालीलप्रमाणे :

(१) सौर ऊर्जा हा ऊर्जेचा क्षीण (dilute) स्रोत आहे. अगदी उष्ण कटिबंधाच्या भूप्रदेशात प्रति चौरस मीटर भूपृष्ठावर पडणारी सौर ऊर्जा ही १००० ज्यूल पेक्षाही कमी असते. पुरेशी सौर ऊर्जा मिळविण्यासाठी विस्तृत संकलक पृष्ठभागाची (solar panel) गरज असते. यामुळे सौर उपकरणांची किंमत वाढते.

(२) पृथ्वीच्या सूर्याभोवती होणाऱ्या परिभ्रमणामुळे ऋतू निर्माण होतात आणि ऋतूनुसार मिळणाऱ्या ऊर्जेचे प्रमाण बदलते. याचप्रमाणे पृथ्वीवर दिवस व रात्र होत असल्याने सौर ऊर्जेचे प्रमाण बदलत असते.

दिवसा सुद्धा मिळणाऱ्या ऊर्जेमध्ये वेळेनुसार (सकाळ ते संध्याकाळ) बदल घडत असतो. सौर ऊर्जेवर स्थानिक वातावरणाचा सुद्धा (ढगाळ हवामान, वादळी हवा इ.) परिणाम होतो.

सौर ऊर्जेचा वापर अधिक कार्यक्षमतेने करण्यासाठी नवीन तंत्रज्ञान विकसित करण्यात आले आहे. या तंत्रज्ञानामध्ये खालील उपकरणांचा समावेश होतो.

(१) सौर कुकर, (२) सौर घट (३) सौर शुष्कक, (४) सौर पंप, (५) सौर जलतापक,

या उपकरणांना सौर उपकरणे म्हणतात.

सौर उपकरणे :

(अ) Solar Cooker - सौर कुकर

सौरऊर्जा हा कधी न संपणारा अतिप्रचंड ऊर्जास्रोत आहे. सौरऊर्जा हा ऊर्जेचा स्वच्छ व प्रदूषणरहित स्रोत असून तिच्या वापराचा पर्यावरणावर काहीही अनिष्ट परिणाम होत नाही. सौरऊर्जेचा वापर अधिक कार्यक्षमतेने होण्यासाठी प्रचलित पद्धतीऐवजी नवीन तंत्रज्ञान विकसित करण्यात आले. त्यातील एक म्हणजे सौर कुकर, हा प्लॅस्टिक किंवा तंतुकाच (Fiber Glass) यासारख्या अवाहक पदार्थांपासून बनविलेला असतो. या पेटीच्या आतील भागास काळा रंग दिलेला असतो. त्यावर पडणाऱ्या प्रारणाच्या (सूर्यप्रकाश) ९८% भाग काळा रंग शोषून घेतो. या पेटीतील उष्णता बाहेर जाऊ नये म्हणून ही पेटी जाड अशा अवाहक पदार्थांपासून बनविलेली असते. त्याला काचेचे झाकण असते. काचेच्या झाकणामुळे पेटीच्या आतील उष्णता बाहेर पडू शकत नाही. वरील बाजूस बिजागिरीच्या साहाय्याने सपाट आरसा बसवलेला असतो. या सपाट आरशावर पडलेले सूर्यकिरण पेटीच्या अंतर्भागात परावर्तित होतात. या पेटीमध्ये अन्न शिजविण्यासाठी धातुनलिका किंवा धातूचा डबा ठेवलेला असतो. धातुनलिका किंवा धातूच्या डब्यास बाहेरून काळा रंग दिलेला असतो. आरशावर पडणारे सूर्यकिरण परावर्तित होऊन आतील भांड्यावर पडावेत आणि अन्न लवकर शिजावे, यासाठी आरशाची योजना केली जाते. भांड्याचा बाह्य पृष्ठभाग काळ्या रंगाने रंगविला जातो. सौर कुकरच्या अंतर्भागात १०० अंश ते १४० अंश इतके तापमान वाढू शकते. यासाठी हा सौर कुकर दोन तास उन्हामध्ये ठेवावा लागतो. या प्रकारचे कुकर मंद उष्मा ऊर्जा वापरून अन्नपदार्थ शिजविण्यासाठी केला जातो. उदा. तांदूळ, पालेभाज्या, डाळी, कडधान्ये इत्यादी.

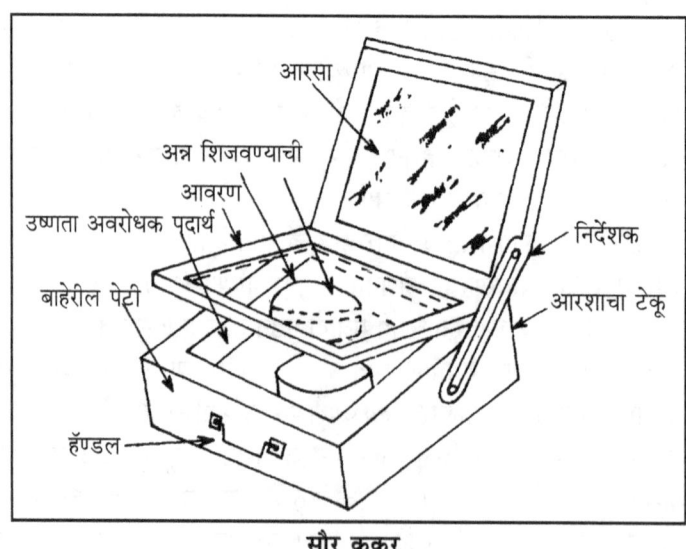

सौर कुकर

(ब) Solar Cell - सौर घट

सौर ऊर्जेचे विद्युत ऊर्जेत रूपांतर करणाऱ्या घटांना 'सौर घट' किंवा प्रकाश - विद्युत - घट म्हणतात.

आधुनिक सौर घट सिलिकॉनपासून बनविलेले असतात. सिलिकॉन हा सगळीकडे मोठ्या प्रमाणावर उपलब्ध आहे आणि तो पर्यावरणास घातक नाही. सिलिकॉनच्या पातळ थरापासून सौर घट बनवितात. प्रातिनिधिक स्वरूपाच्या 2 सें. मी. वर्ग आकाराच्या सौर घट पडणाऱ्या सौर ऊर्जेपासून 0.7 वॅट विद्युत निर्माण होते, म्हणून अनेक सौर घट एकत्रित केले जातात. वीज निर्माण करण्यासाठी या एकत्रितपणे जोडलेल्या सौर घट जुळणीच्या साखळीस 'सोलर पॅनेल' असे म्हणतात. ऊर्जेचा मुख्य स्रोत म्हणून सौर घटांचा वापर कृत्रिम उपग्रहासाठी करतात. रेडिओ किंवा दूरदर्शन प्रक्षेपण केंद्रापासून होणारे बिनतारी प्रक्षेपण (Wireless Transmission) यासाठी सौर घटांचा वापर करतात. वाहतूक दिवे व दुर्गम भागातील स्थानके यांना ऊर्जा पुरविण्यासाठी, तसेच गणकयंत्र (Calculators) व खेळणी यांमध्येसुद्धा सौर घटांचा वापर मोठ्या प्रमाणावर केला जातो. जलसिंचनासाठी पाणी खेचण्यासाठी वापरला जाणारा पंप, अतिशय दुर्गम भाग व खेडे प्रकाशित करण्यासाठी सौर घटांचा वापर करतात.

(क) सौर जलतापक (Solar Water Heater)

सौर जलतापक हा दोन मुख्य भागांचा बनलेला असतो; यातील एक भाग म्हणजे सपाट पृष्ठाचा संकलक (Flat Plate Collector) व दुसरा म्हणजे पाण्याचा साठा करण्यासाठी उष्णतारोधक आवरण असलेली टाकी.

सपाट पृष्ठाच्या संकलकामध्ये बाह्य बाजूने काळ्या रंगाने रंगविलेल्या वेटोळ्यांच्या आकारातील तांब्याच्या नळ्या असतात. त्यांच्यावर एक काचेचे झाकण असते. वेटोळ्यांच्या स्वरूपातील नळ्यांमुळे उष्णतेसाठी (सौर ऊर्जा ग्रहण करण्यासाठी) लागणारे पृष्ठीय क्षेत्र वाढते. थंड पाण्याच्या स्रोतासाठी एक टाकी उंचावर ठेवलेली असते. या टाकीचे खालचे टोक संकलकापेक्षा वरच्या पातळीवर असणाऱ्या टाकीस जोडलेले असते. तांब्याच्या नळीचे एक टोक या टाकीच्या तळाशी जोडलेले असते. दुसरे टोक टाकीच्या मध्यभागत जोडलेले असते. या टाकीतील पाणी सतत तांब्याच्या नळ्यांमधून वाहात असते. नळ्यांमधून पाणी वाहात असताना तांब्याच्या नळ्या सौर प्रारणांचे (Solar Radiation) शोषण करतात आणि पाणी गरम होते. गरम झालेले पाणी पुन्हा टाकीमध्ये जाते व त्याची जागा थंड पाणी घेते. अशाप्रकारे टाकीतील पाणी गरम होत जाते. गरम पाणी वजनाने हलके असल्याने ते टाकीच्या वरच्या भागात जाते. हे पाणी आपल्याला हवे तसे घेता येते.

सौर ऊर्जेचे विद्युत ऊर्जेत रूपांतर

सौर ऊर्जेचे खालील दोन पद्धतीने विद्युत ऊर्जेत रूपांतर केले जाते.

(१) सौर ऊर्जेच्या साहाय्याने पाणी उकळवून वाफ बनविली जाते आणि या वाफेच्या साहाय्याने वाफ चक्की (Turbine) द्वारे विद्युत जनित्र चालवून वीज मिळविली जाते.

(२) सौर पट्ट्या (Solar Panel) वापरून सौर ऊर्जेचे फोटो व्होल्टाईकच्या साहाय्याने विद्युत ऊर्जेत रूपांतर करणे.

(अ) सौर औष्णिक विद्युत केंद्र (Solar Thermal Power Station) :

अशा विद्युत केंद्रात दोन पद्धती वापरल्या जातात. यापैकी एका पद्धतीत अनेक आरशांनी मिळून बनवलेल्या विशिष्ट पद्धतीच्या रचनेवर सूर्यकिरण पाडून त्यातले परावर्तित किरण सौर भट्टीत ठेवलेल्या उष्णताशोषक उपकरणावर केंद्रित करतात. दुसऱ्या पद्धतीत एखाद्या नळातून उष्णता शोषू शकणारा वायू पाठवतात. नळकांड्याच्या आकाराचे परावर्तक एखाद्या सौर मळ्यात (Solar Farm) ठेवून त्यातून केंद्रित केलेले सूर्यकिरण वायूवाहक नळावर पाडतात.

अशा पद्धतीने सौर उष्णतेचे शोषण वायू करतो. सौर भट्टीचे उत्तम उदाहरण म्हणजे सौर मनोरा (Solar Tower). मनोऱ्यावर उंच ठिकाणी बाष्पक ठेवतात. त्याच्या सर्व बाजूंना आरसे उभे करून त्यावर पडणारे सूर्यकिरण परावर्तित होऊन मनोऱ्यावरील बाष्पकावर केंद्रित होतात, त्यामुळे बाष्पकातल्या पाण्याचे वाफेत रूपांतर होऊन वाफचक्की (Turbine) चालवितात. या वाफचक्कीला जोडलेल्या विद्युत जनित्राच्या साहाय्याने वीज उत्पन्न केली जाते. दुसऱ्या एका पद्धतीत, सौर मळ्यात (Solar Farm) परवलयाकार वृत्तचितीचे केंद्रक अथवा तत्सम समकेंद्रक ठेवून नायट्रोजन अथवा हिलियम वायू केंद्रक रचनेमध्ये ठेवलेल्या नळातून पाठवतात. केंद्रक रचनेतून मिळालेली उष्णता नळातून वाहणारा वायू (नायट्रोजन अथवा हिलियम) शोषून घेतो आणि मिठाच्या द्रावणात ५०० अंश सेल्सिअस तापमानास ही उष्णता साठवली जाते. याच उष्णतेच्या साहाय्याने वाफचक्की चालवून जनित्राच्या साहाय्याने वीज उत्पन्न केली जाते.

(ब) सौर फोटोव्होल्टाईक विद्युत केंद्र (Solar Photovoltaic Power Station) :

या पद्धतीत सौर पट्ट्या (Solar Panel) वापरून सौर ऊर्जेचे परस्पर विजेत रूपांतर करण्यात येते. ही पद्धत खर्चीक असून विद्युत साठवण करणे शक्य नसते. सौर पट्टी पद्धत, प्रकाशजन्य विद्युतवर अवलंबून असते. सौर पट्टीवर प्रकाशझोत पडला तर विद्युत प्रवाह सुरू होऊन त्याचा वापर सुरू होतो.

शुद्ध सिलिकॉनपासून उत्तम आणि कार्यक्षम सौरपट्ट्या बनवता येतात. अवकाशयानांना याच पद्धतीने वीज पुरवठा केला जातो. फोटोव्होल्टाईक सेलची एकंदर कार्यक्षमता ११ टक्के असते. या सेलच्या भारी किमतीमुळे मोठ्या प्रमाणावरील विद्युत निर्मितीसाठी त्याचा अजूनपर्यंत सार्वत्रिक प्रसार होऊ शकला नाही. यावर मात करण्यासाठी स्वस्त किमतीच्या धातूपासून अशा पट्ट्या तयार करण्याचे प्रयत्न केले जात आहेत. या पद्धतीचा उपयोग केलेली कमी क्षमतेची विद्युत केंद्रे सध्या अस्तित्वात आहेत.

सौर सेलचा वापर मुख्यत: सौर कंदील, सौर ट्यूबलाईट, गणकयंत्र, रेडिओ इ. विजेची छोटी उपकरणे यामध्ये केला जातो.

(क) सौर जैविक ऊर्जा (Solar Bio Energy) :

सौर ऊर्जेच्या साहाय्याने प्रकाश संश्लेषण कार्यक्षमतेने झाल्यामुळे लवकर वाढणारी झाडे, पिके वापरून उरलेल्या काटक्या-कचरा जाळून त्यापासून पाण्याची वाफ बनवता येते आणि औष्णिक केंद्राप्रमाणे वीज मिळविता येते; अशा वनस्पतींना ऊर्जा वनस्पती म्हटले जाऊ शकते, तसेच ही झाडे सौर ऊर्जेवर वारंवार वाढवता येत असल्याने ती पुनरुज्जीवित ऊर्जेच्या वर्गीकरणातही मोडतात.

अभ्यासकांना असे आढळून आले आहे की उष्ण प्रदेशात वाढणारी 'कसावा' ही वनस्पती खऱ्या अर्थाने ऊर्जा पीक आहे. या पिकातून ऊर्जासंपृक्त अशा अनेक गोष्टी तर मिळविता येतातच पण आर्थिक दृष्ट्या विचार केला तर खनिज तेलापासून मिळणाऱ्या ऊर्जेपेक्षाही ती स्वस्त पडते.

(ड) सौर हायड्रोजन जनित्र (Solar Hydrogen Generator) :

प्रकाश संश्लेषणाच्या (Photosynthesis) प्रक्रियेत सुधारणा करून साखर आणि पिष्टमय पदार्थाऐवजी पाणी, सूर्यप्रकाश आणि हिरव्या वनस्पतींपासून हायड्रोजन बनविण्यात वैज्ञानिकांना आता यश आले आहे. या पद्धतीने मिळवलेला हायड्रोजन साठवून ठेवतात आणि वीज उत्पादनासाठी इंधन म्हणून वापरतात. समुद्र शैवाल आणि सूक्ष्म जीवजंतू एकत्र करून त्याच्या प्रकाशसंश्लेषणातून हायड्रोजन मिळविता येतो. भविष्यासाठी ही एक आशादायक गोष्ट आहे. सूर्यप्रकाशाच्या साहाय्याने कृत्रिम रसायन वापरून पाण्याचे पृथक्करण करण्यात अमेरिकन शास्त्रज्ञांना प्रथमच यश मिळाले आहे. पाण्याच्या पृथक्करणातूनसुद्धा हायड्रोजन मिळवता येतो.

सौर ऊर्जानिर्मिती क्षेत्रातील अग्रेसर राज्ये Leading States in Solar Energy Sector in India

राज्य	क्षमता (मेगावॉट)	राष्ट्रीय टक्केवारी
गुजरात	६५४.८	६६.९
राजस्थान	१९७.५	२०.२
आंध्रप्रदेश	२१.८	२.२
महाराष्ट्र	२०	२
तमिळनाडू	१५	१.५
ओडिशा	१३	१.३
उत्तरप्रदेश	१२	१.२

(६) जैववस्तुमानापासून ऊर्जा (Energy from Biomass) :

जळाऊ लाकूड, शेतातील केरकचरा, लाकडाचे निरुपयोगी तुकडे, पाणवनस्पती, प्राण्यांपासून तयार झालेले टाकाऊ पदार्थ, घरांमधील सेंद्रिय पदार्थ, शहरी व औद्योगिक केरकचरा यांचा समावेश जैववस्तुमानात (Biomass) करता येतो.

तंत्रज्ञानातील प्रगतीमुळे या वस्तुमानाचा प्रभावी उपयोग करून वापरण्यायोग्य ऊर्जानिर्मिती करता येणे सुलभ झाले आहे.

जैववस्तुमानाचे ज्वलन करून ऊर्जा मिळविणे ही प्रत्यक्ष पद्धत आहे. स्वयंपाकासाठी वापरल्या जाणाऱ्या पारंपरिक चुलींची कार्यक्षमता १५% पेक्षा कमी असते. सध्या या चुलींची कार्यक्षमता वाढविण्याचा प्रयत्न केला जात आहे.

जैववस्तुमानापासून ऊर्जा मिळविण्याची दुसरी पद्धत म्हणजे अप्रत्यक्ष पद्धत. या पद्धतीत जैववस्तुमानाचे रूपांतर स्थायू, द्रव आणि वायू अशा सोईस्कर प्रकारात करून वापरले जाते. यासाठी (१) जैविक रूपांतरण व (२) रासायनिक रूपांतरण या दोन पद्धती वापरल्या जातात.

जैविक रूपांतर पद्धतीत आंबवणे (किण्वन) या पद्धतीचा समावेश होतो. उष्मा रूपांतरणासाठी मात्र जैववायू संयंत्राची (Biogas Plant) गरज असते. या पद्धतीत प्रोड्यूसर गॅस, नायट्रोजन, कार्बन मोनॉक्साईड, हायड्रोजन, कार्बन-डाय-ऑक्सईड, मिथेन या वायूंचे मिश्रण हे अंतिम उत्पादन असते.

जनावरांचे शेण आणि वनस्पतींचा पालापाचोळा वापरून मिथेनची निर्मिती करणारे जैववायू संयंत्र हे असेच नव्याने विकसित झालेले संयंत्र आहे.

हा जैविक वायू स्वयंपाकासाठी वापरता येतो. जर हे संयंत्र मोठे असेल तर त्यापासून पुरेशा प्रमाणात विद्युत ऊर्जेचीसुद्धा निर्मिती करता येते.

भारतातील काही शहरांमध्ये नागरी घन कचऱ्याचा सेंद्रिय भाग (ओला कचरा) जैविक वायूनिर्मिती प्रकल्प चालविण्यासाठी वापरला जातो.

जैवभारापासून (Biomass) जैववायूची निर्मिती ही संकल्पना नवी नाही. प्राचीन काळापासून त्यात प्रयोग होत आहेत. बायोगॅसमध्ये मिथेन आणि कार्बन-डाय-ऑक्साईड हे प्रमुख वायू असतात. त्यांचे प्रमाण साधारणपणे

६०% आणि ४०% एवढे असते. मिथेन हा ज्वलनशील तर कार्बन-डाय-ऑक्साईड ज्वलनाला मदत न करणारा वायू असतो, त्यामुळे बायोगॅस पूर्ण क्षमतेने जळत नाही. जर हे दोन वायू वेगळे केले तर शुद्ध स्वरूपातील मिथेन प्राप्त होऊन तो पूर्ण कार्यक्षमतेने जळतो. या शुद्ध मिथेनलाच बायोसीएनजी असे म्हणतात.

बायोमास गॅसिफायर (Biomass Gassifier) :

सेंद्रिय किंवा जीवाश्म पदार्थांपासून प्रोड्यूसर गॅस (कार्बन मोनोक्साईड ३०%, नायट्रोजन ६०% व अन्य वायू १०% यांचे मिश्रण) तयार करण्यासाठी बायोमास गॅसिफायर हे एक उपयुक्त तंत्रज्ञान आहे.

या तंत्रज्ञानात सेंद्रिय किंवा जीवाश्म पदार्थांचे एका भट्टीत नियंत्रित ऑक्सिजनच्या पुरवठ्याने किंवा वाफेच्या पुरवठ्याने उच्च तापमानात (७०० अंश सेल्सिअसपेक्षा जास्त) दहन केले जाते. या पद्धतीने तयार होणारा वायू हा अधिक कार्यक्षम असतो. औद्योगिक क्षेत्रात वीज उत्पादनासाठी ही पद्धत मोठ्या प्रमाणावर वापरली जाते. भारतासारख्या कृषिप्रधान देशात, जेथे एकूण ऊर्जेच्या ४० टक्के ऊर्जेची मागणी ही जैववस्तुमानापासून (Biomass) भागवली जाते - आणि ती सुद्धा अकार्यक्षमरीत्या वापर करून - तेथे बायोमास गॅसिफायर हे तंत्रज्ञान वरदानच ठरणार आहे. भारतातील 'टेरी' (The Energy and Resources Institute) या संस्थेने या संदर्भात नवीन तंत्रज्ञान विकसित केले असून त्यांनी विकसित केलेली बायोमास गॅसिफायर प्रणालीची क्षमता ३ किलोवॅट ते १०० किलोवॅट इतकी आहे. ही प्रणाली ग्रामीण भागासाठी उपयुक्त अशी आहे. ग्रामीण भागातील विविध कार्यांसाठी जसे पाणी खेचणारे पंप, मळणी करणारी यंत्रे इ. साठी ही प्रणाली एक वरदान ठरणार आहे.

नवीकरणयोग्य ऊर्जा निर्मितीसाठी लागणाऱ्या भांडवलाचा विचार केला तर बायोमास गॅसिफायर प्रणाली हा सर्वात स्वस्त पर्याय आहे. हे खालील तक्त्यावरून स्पष्ट होईल.

ऊर्जा स्रोत	भांडवली गुंतवणूक (दशलक्ष रुपये प्रती मेगावॅट)
सोलर फोटोव्होल्टाईक	३००-४००
लघु-जलविद्युत	४०-६०
पवन	४०-५०
बायोमास गॅसिफायर	२०-४०

Biogas - जैववायू

प्राणिजन्य व वनस्पतिजन्य टाकाऊ पदार्थांचे ऑक्सिडेशन करणारे सूक्ष्मजीव पाण्याच्या सान्निध्यात सहज विघटन घडवून आणतात व वायूचे मिश्रण तयार होते. या वायुमिश्रणास 'जैववायू' म्हणतात.

जैववायूंमध्ये मिथेन, कार्बन-डाय-ऑक्साईड, हायड्रोजन, हायड्रोजन सल्फाईड यांचे मिश्रण असते. जैववायू हे एक स्वच्छ दहन इंधन (Combustion Fuel) असून त्याचा वापर स्वयंपाकासाठी, पाणी व हवा तापविण्यासाठी आणि रस्ते व घरे प्रकाशित करण्यासाठी करतात. जैववायूचा वापर कृषियंत्रापासून यांत्रिक शक्ती मिळविण्यासाठी, पंपाच्या साहाय्याने पाणी उपसण्यासाठी व वीजनिर्मितीसाठी केला जातो.

भारतासारख्या कृषिप्रधान आणि समृद्ध पशुधन असलेल्या देशाच्या संदर्भात जैववायू निर्मितीचे विशेष महत्त्व आहे. जैववायू संयंत्राचे सारसंग्राहक (Digestor) व घुमट (Dome) हे दोन भाग असतात. घुमट धातूचा बनवलेला असून तो जैववायूवर तरंगतो. घुमट स्थिर किंवा तरंगणारे या प्रकारचे असतात. सारसंग्राहकाचा आकार विहिरीसारखा असून तो जमिनीखाली बांधलेला असतो. सारसंग्राहकात पाण्यात कालविलेला शेणाचा राळा (Slurry) टाकतात.

त्याच्या तळाशी दोन नळ्या जोडलेल्या असतात. त्यांतील एका नळीतून भरणा (शेणाचा राळा) सोडला जातो. दुसऱ्या नळीतून किण्वन प्रक्रियेमधून तयार होणारा सारवा (Sludge) काढता येतो. प्राण्यांच्या शेणात असणारे नत्र, स्फुरद व पोटॅशचे प्रमाण सारव्यात टिकून राहिल्याने त्याचा उत्तम खत म्हणून वापर केला जातो. सारसंग्राहकात राळ्यातील जैव वस्तुमानाचे, ऑक्सिडेशन करणारे अतिसूक्ष्म जीव पाण्याच्या सान्निध्यात सहज विघटन करतात. ही प्रक्रिया काही दिवस चालते व मिथेन, कार्बन-डाय-ऑक्साईड, हायड्रोजन व हायड्रोजन सल्फाईड वायूंचे मिश्रण तयार होते. हे वायूंचे मिश्रण झडप असलेल्या वायूवाहक नळीमार्फत बाहेर काढून इंधन म्हणून वापरतात. जैववायूत मिथेनचे प्रमाण ८०% असल्याने ते एक उत्तम इंधन असून ते धूर न करता जळते. कारखान्यात व घरांमध्ये जैववायूचा इंधन म्हणून वापर करतात.

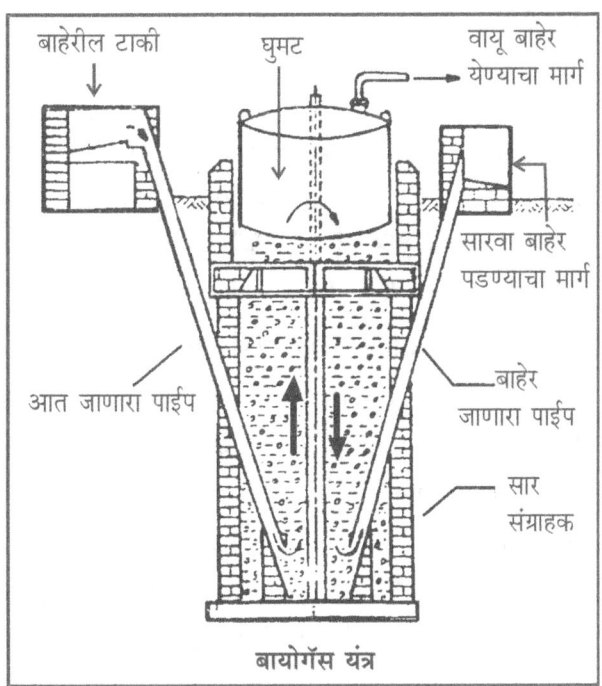

बायोगॅस यंत्र

कचऱ्यापासून जैविक ऊर्जेची निर्मिती

राष्ट्रीय पर्यावरण अभियांत्रिकी संशोधन संस्थे (NEERI) च्या माहितीनुसार १ टन ओल्या (घन) कचऱ्यापासून प्राणवायू विरहित प्रक्रियेद्वारे २६२ घन मी. जैववायू निर्माण करता येतो. शहरातील ओल्या कचऱ्यात हायड्रोकार्बन्सचे प्रमाण अधिक असते. त्यांच्या ज्वलनातून ऊर्जानिर्मिती केली जाते. कचऱ्यापासून ऊर्जा निर्मिती करणाऱ्या अशा प्रकल्पांसाठी सरकारी संस्थांना ५० टक्के तर खाजगी संस्थांना २५ टक्के अनुदान केंद्र शासनातर्फे दिले जाते. वाढत्या नागरिकीकरणामुळे शहरात मोठ्या प्रमाणावर घन कचरा निर्माण होत असल्याने त्याच्या विल्हेवाटीची मोठी समस्या निर्माण होत आहे. यासाठी विकसित तंत्रज्ञानाचा उपयोग करून ऊर्जा निर्मिती प्रकल्प उभारणे आर्थिक दृष्टीने सक्षम ठरते. पुणे महानगरपालिकेने ५ टन प्रतिदिन क्षमतेचे ११ विकेंद्रित बायोमिथेनेशन व ऊर्जा निर्मिती प्रकल्प उभारले आहेत. हा अशा प्रकारचा देशातील पहिला प्रकल्प आहे.

बगॅस सहवीज निर्मिती

यामध्ये साखर कारखान्यातील उसाच्या चिपाडांचा वीजनिर्मितीसाठी उपयोग केला जातो. अशा प्रकारच्या वीजनिर्मितीची क्षमता राष्ट्रीय पातळीवर ५००० मेगावॉट तर महाराष्ट्रात १२५० मेगावॉट इतकी आहे. सध्या भारतात ६३ ठिकाणी ५२६ मेगावॉट क्षमतेचे असे प्रकल्प कार्यरत असून, महाराष्ट्रात त्यांची संस्था २३ आहे.

केंद्रकीय ऊर्जा / अणु ऊर्जा (Nuclear Energy)

अणुऊर्जेची निर्मिती ही केंद्रकीय विखंडन (Nuclear Fission) आणि केंद्रकीय संमीलन (Nuclear Fusion) या दोन तत्त्वांवर आधारित आहे.

केंद्रकीय विखंडन (Nuclear Fission) :

इ. स. १९३९ मध्ये ऑटोहान व स्ट्रॉसमन या जर्मन शास्त्रज्ञांनी युरेनियम - २३५ वर औष्णिक न्यूट्रॉन्सचा मारा केला असता युरेनियम केंद्रकाचे विभाजन होऊन दोन केंद्रके तयार होतात हे सिद्ध केले. ही दोन केंद्रके प्रचंड वेगाने भिन्न दिशेने जातात, तसेच युरेनियमच्या केंद्रकाचे विभाजन होत असताना प्रचंड ऊर्जा मुक्त होते.

युरेनिअमसारख्या जड केंद्रकाचे (Heavy Nuclei) कमी वस्तुमान असलेल्या दोन केंद्रकांत विभाजन करून प्रचंड प्रमाणावर ऊर्जा उत्सर्जित होणाऱ्या या प्रक्रियेस केंद्रकीय विखंडन असे म्हणतात.

एका विखंडात २०० MeV (मेगा इलेक्ट्रॉन व्होल्ट) इतकी ऊर्जा निर्माण होऊ शकते.

युरेनियम - 235 $\left({}^{235}_{92}U \right)$ च्या केंद्रकीय विखंडनात सरासरी तीन न्यूट्रॉन्स् तयार होतात. हे तीन न्यूट्रॉन्स् आणखी तीन युरेनियम अनुकेंद्रके प्रवर्तित (Trigger) करतात आणि नऊ न्यूट्रॉन्स् उत्सर्जित करतात. हे नऊ न्यूट्रॉन्स् आणखी नऊ युरेनियम केंद्रकांचे विखंडन करतात आणि अशाप्रकारच्या सतत प्रक्रियेमुळे स्वयंनिर्मित विखंडन प्रक्रिया घडून येते. या प्रक्रियेस शृंखला अभिक्रिया (Chain Reaction) असे म्हणतात.

केंद्रकीय संमीलन (Nuclear Fusion) :

या संकल्पनेचे उत्तम उदाहरण म्हणून सूर्याचा उल्लेख करता येईल. सूर्याच्या अंतर्गत भागातील उच्च तापमानामुळे त्या ठिकाणी असणारे हायड्रोजन अणू प्रचंड वेगाने गतिमान होऊन एकमेकांमधील प्रतिकर्षी बलावर मात करतात. शेवटी त्यांचे हेलिअम केंद्रकांमध्ये एकत्रीकरण होते.

सूर्याच्या अंतर्गत भागात तयार होणाऱ्या हेलिअम (He) या नव्या केंद्रकाचे वस्तुमान दोन हायड्रोजन केंद्रकांच्या वस्तुमानाच्या बेरजेपेक्षा कमी असते. आइन्स्टाइनच्या सूत्रा ($E = mC^2$) नुसार वरील कमी झालेल्या वस्तुमानाचे ऊर्जेत रूपांतर होते.

ही ऊर्जा खालील सूत्रानुसार निर्माण होते.

ऊर्जा = कमी झालेले वस्तुमान × (प्रकाशाचा वेग)^2

$E = m \times C^2$

थोडक्यात, दोन कमी वस्तुमानांक असणारी (हलकी) केंद्रके एकत्र येऊन जड व स्थिर केंद्रक तयार होत असताना ऊर्जा निर्माण होणाऱ्या प्रक्रियेस केंद्रकीय संमीलन असे म्हणतात.

केंद्रकीय एकत्रीकरण प्रक्रियेत दोन लहान केंद्रकांच्या एकत्रीकरणामुळे ऊर्जा निर्माण होते. सध्या एकत्रीकरण अभिक्रिया सुद्धा नियंत्रित करता येतात आणि त्याद्वारे एकीकरण क्रियाधानी निर्माण केले जातात. एकत्रीकरण क्रियाधानी (Fusion Reactor) सुद्धा ऊर्जेचा एक स्रोत आहे. निसर्गत: समुद्राच्या पाण्यात सापडणाऱ्या एक

घनमीटर पाण्यातील सर्व ड्युटेरॉन एकत्र झाले तर १२×१०^{१} किलो ज्यूल इतकी ऊर्जा तयार होऊ शकते. असे संमीलन करण्यातील मुख्य समस्या ही की, यासाठी आवश्यक असणारे तापमान (10^{9} °c) पृथ्वीवर करणे अत्यंत अवघड असते. केंद्रकीय ऊर्जा मिळण्याचे दोन मार्ग आहेत -

(१) प्रजनक क्रियाधानी (Breeder Reactor)

(२) केंद्रकीय संमीलन (Nuclear Fusion)

प्रजनक क्रियाधानी

अशा क्रियाधानीमध्ये युरेनियम 235 (235_{U}) वर न्यूट्रॉनचा मारा केला जातो व त्याचे विखंडन होते व मोठ्या प्रमाणावर ऊर्जा निर्माण होते. यामध्ये न्यूट्रॉनचा वेग मंदायकाच्या (Moderator) साहाय्याने कमी केला जातो. यानंतर अशा कमी वेगाच्या न्यूट्रॉनचा मारा पुन्हा युरेनियम - 235 च्या केंद्रकावर केला जातो. अशाप्रकारे नियंत्रित शृंखला अभिक्रिया (Controlled Chain Reaction) चालू राहते. अशा अभिक्रियांवर आधारित क्रियाधानीस ज्वालक क्रियाधानी (Burner Reactor) म्हणतात.

युरेनियम 234, 235, 238 यापैकी युरेनियम 238 हा विखंडनक्षम पदार्थ नसून ऊर्वर पदार्थ आहे. न्यूट्रॉनचा मारा केल्यानंतर U - 238 चे रूपांतर विखंडनक्षम प्लुटोनियम (239_{pu}) मध्ये होते. विखंडन प्रक्रियेत तयार होणारे न्यूट्रॉन दोन प्रकारची कार्ये करतात. एक तर ते ऊर्वर पदार्थाचे विखंडनक्षम (Fissile) अभिक्रिया पदार्थात रूपांतर करतात व दुसरे विखंडन अभिक्रिया कायम चालू ठेवतात.

ज्या अभिक्रियेत ऊर्वर (Fertile) पदार्थांचे विखंडनक्षम पदार्थात रूपांतर होते त्यास प्रजनक अभिक्रिया (Breeder Reaction) म्हणतात व अशा स्वरूपाची अभिक्रिया जेथे होते त्यास प्रजनक क्रियाधानी म्हणतात.

भारतीय विद्युत ऊर्जा क्षेत्राची रचना (Structure of Electric Energy Sector in India) :

भारतात विद्युत ऊर्जा निर्मितीची सुरुवात सर्वप्रथम सन १८९७ मध्ये दार्जिलिंग येथे उभारलेल्या जलविद्युत ऊर्जा प्रकल्पाने झाली. त्यानंतर असाच एक प्रकल्प सन १९०२ मध्ये कर्नाटकातील शिवसमुद्रम येथे उभारला गेला.

स्वातंत्र्यपूर्वकाळात विद्युतनिर्मिती ही खाजगी क्षेत्रातर्फे केली जात असे आणि हीसुद्धा केवळ शहरी क्षेत्रापुरतीच मर्यादित होती. स्वातंत्र्यप्राप्तीनंतर मात्र राज्य वीज मंडळाचा विकास होऊन या क्षेत्राचे सुसूत्रीकरण करण्यात मोठे यश मिळाले.

विद्युत ऊर्जेसाठी भारतात 'ऊर्जा मंत्रालय' हा स्वतंत्र कार्यभार आहे. केंद्रीय विद्युत प्राधिकरण (Central Electricity Authority) ही संस्था ऊर्जा मंत्रालयाला तांत्रिक बाबीमध्ये साहाय्य करते.

'देशातील विद्युत ऊर्जा प्रकल्पांची उभारणी विद्युत ऊर्जा निर्मिती व विद्युत वहन' या कार्यांची जबाबदारी केंद्रीय विभागीय ऊर्जा महामंडळे (Central Sector Power Corporations) यांच्यावर सोपवलेली आहे. ही महामंडळे खालीलप्रमाणे :

(१) राष्ट्रीय औष्णिक ऊर्जा महामंडळ
National Thermal Power Corporation (NTPC)

(२) राष्ट्रीय जलविद्युत ऊर्जा महामंडळ
National Hydroelectric Power Corporation (NHPC)

(३) उत्तर-पूर्वीय विद्युत ऊर्जा महामंडळ
North–Eastern Electric Power Corporation (NEEPCO)

(४) भारतीय पॉवर ग्रिड महामंडळ मर्यादित

Power Grid Corporation of India Limited (PGCIL)

वरील चार महामंडळांच्या व्यतिरिक्त दोन सह-उद्यम ऊर्जा मंडळे आहेत. ती म्हणजे सतलज जलविद्युत निगम (SJVN) जिचे पूर्वीचे नाव होते नाफ्ता जाखरी ऊर्जा महामंडळ (NJPC) आणि तेहरी जल विकास महामंडळ (Tehri Hydro Development Corporation–THDC).

हिमाचल प्रदेशातील जाखरी ऊर्जा प्रकल्प आणि उत्तराखंडमधील तेहरी जलविद्युत ऊर्जा प्रकल्पाची जबाबदारी या दोन सह उद्यमांची आहे. या व्यतिरिक्त तीन वैधानिक मंडळे या प्रमाणे :

(१) दामोदर खोरे महामंडळ (Damodar Valley Corporation) (२) भाक्रा-बियास व्यवस्थापन मंडळ (Bhakra–Beas Management Board) (३) ब्युरो ऑफ एनर्जी एफिशिअंसी - BEE.

वर उल्लेखलेल्या सर्व संस्था या ऊर्जा मंत्रालयाच्या प्रशासकीय नियंत्रणाखाली कार्य करतात.

याबरोबरच ग्रामीण विद्युतीकरण महामंडळ (Rural Electrification Corporation) हे ग्रामीण विद्युतीकरणासाठी आर्थिक साहाय्य उपलब्ध करून देते. ऊर्जा क्षेत्रामध्ये आर्थिक साहाय्य उपलब्ध करून देण्याचे कार्य ऊर्जा वित्त महामंडळाचे (The Power Finance Corporation) आहे.

ऊर्जा मंत्रालयाच्या अधीन येणारी स्वायत्त मंडळे / संस्था आहेत :

(१) केंद्रीय ऊर्जा संशोधन संस्था (Central Power Research Institute) आणि (२) राष्ट्रीय ऊर्जा प्रशिक्षण संस्था (National Power Training Institute). मोठ्या व विशेषकरून खाजगी क्षेत्रातील मोठ्या ऊर्जा प्रकल्पांना चालना व साहाय्य करण्याचे कार्य ऊर्जा व्यापार महामंडळ (Power Trading Corporation) त्याचे आहे.

भारतीय विद्युत क्षेत्रातील प्रमुख संस्था :

१. राष्ट्रीय जलविद्युत महामंडळ मर्यादित (National Hydroelectric Power Corporation Limited) :

जलविद्युत क्षेत्रात कार्यरत असलेली ही एक भारत सरकारची नवरत्न कंपनी आहे. जलविद्युत प्रकल्पासंदर्भात योजना बनवणे, योजनांना चालना देणे व संघटनात्मक विकास घडवून आणणे हा या महामंडळाचा प्रमुख उद्देश आहे. याबरोबरच विजेचे वहन, वितरण आणि व्यापार ही कार्ये सुद्धा या महामंडळाद्वारे केली जातात. महामंडळाचे आत्तापर्यंत १३ जलविद्युत प्रकल्प कार्यरत असून त्यांची स्थापित क्षमता ५१७५ मेगावॉट इतकी आहे. वरील १३ प्रकल्पांव्यतिरिक्त महामंडळाचे तीन प्रकल्प याप्रमाणे :

(१) ५.२५ मेगावॉटचा अंदमान आणि निकोबार येथील कल्पाँग प्रकल्प (२) ४ आणि ६ मेगावॉटचे अरुणाचल प्रदेशामधील सिप्पी आणि कबँग प्रकल्प याबरोबरच महामंडळाने नेपाळ (देवीघाट) मध्ये १४.१ मेगावॉट क्षमतेचा व भूतान (करिचू) मध्ये ६० मेगावॉट क्षमतेचा असे दोन प्रकल्प संयुक्त भागीदारीच्या तत्त्वावर उभारले आहेत.

या महामंडळाकडून देशात तसेच परदेशातील ग्राहकांना सल्ला स्वरूपाची सेवा सुद्धा पुरविली जाते. हे महामंडळ जागतिक बँक, आशियाई बँक, आफ्रिकन विकास बँक अशा आंतरराष्ट्रीय भांडवली संस्थांची जलविद्युत क्षेत्रातील सल्लागार म्हणून देखील कार्य करते.

२. राष्ट्रीय औष्णिक विद्युत महामंडळ मर्यादित National Thermal Power Corporation Limited (NTPC)

देशातील औष्णिक विद्युत क्षेत्रामध्ये योजना बनविणे व त्या राबविणे तसेच या क्षेत्राचा विकास घडविण्याच्या उद्देशाने या महामंडळाची स्थापना नोव्हेंबर १९७५ मध्ये करण्यात आली.

सध्या ही भारत सरकारची सार्वजनिक क्षेत्रातील एक 'नवरत्न कंपनी' आहे.

विद्युत ऊर्जा क्षेत्रातील भारतातील ही सर्वात मोठी कंपनी असून 'फोर्बस् ग्लोबल २०००' च्या अनुसार सन २०११ मध्ये या कंपनीचा जगामध्ये ३४८ वा क्रम होता.

NTPC चे भारतामध्ये कोळशावर आधारित १६ विद्युत ऊर्जा निर्मिती प्रकल्प व वायुवर आधारित ७ प्रकल्प असून, या व्यतिरिक्त कोळशावर आधारित सहा व नाफ्ता / नैसर्गिक वायूवर आधारित एक असे सात प्रकल्प आहेत.

या महामंडळाची सध्याची स्थापित क्षमता ३०६४४ मेगावॉट इतकी आहे.

भारतातील एकूण विद्युत ऊर्जा निर्मितीत NTPC चे योगदान २९% इतके आहे. या महामंडळाने आता जलविद्युत तसेच आण्विक ऊर्जा या क्षेत्रांतही पाऊल टाकले आहे.

या महामंडळाच्या इतर सहकारी कंपन्यांमध्ये NTPC विद्युत पुरवठा कंपनी, NTPC जलविद्युत (मध्यम जलविद्युत प्रकल्पांसाठी) कंपनी, NTPC विद्युत व्यापार कंपनी या कंपन्यांचा समावेश होतो.

या महामंडळाची मुख्यालये भारतात आठ ठिकाणी असून ती दिल्ली (दोन मुख्यालये) पाटणा, भुवनेश्वर, लखनौ, हैदराबाद, मुंबई व रायपूर येथे आहेत.

३. ग्रामीण विद्युतीकरण महामंडळ मर्यादित (RECL)
Rural Electrification Corporation Limited

ऊर्जा मंत्रालयाच्या अखत्यारीत असलेल्या या कंपनीची स्थापना कंपनी कायद्यानुसार (१९५६) सन १९६९ मध्ये झाली. ग्रामीण विद्युतीकरण प्रकल्पांना आर्थिक साहाय्य उपलब्ध करून देणे हा या कंपनीचा प्रमुख उद्देश आहे. कंपनी कायदा, १९५६ च्या अनुसार ही एक गैर-बँकिंग वित्तीय कंपनी (Non-Banking Financial Corporation) आहे. ही भारत सरकारची एक 'नवरत्न कंपनी' आहे. या कंपनीतर्फे दिले जाणारे वित्तीय साहाय्य हे ग्रामीण भागातील विद्युतनिर्मिती प्रकल्प, विद्युत क्षेत्राशी संबंधित असणाऱ्या पायाभूत सोयी, विजेचे वितरण इत्यादी कार्यांसाठी दिले जाते. राजीव गांधी ग्रामीण विद्युतीकरण योजना ही याच कंपनीमार्फत राबवली जात आहे.

४. पॉवरग्रिड (Power Grid Corporation of India Limited)

सन १९८० मध्ये ऊर्जा क्षेत्रातील सुधारणांसाठी सरकारने राजाध्यक्ष समितीची नेणमूक केली आणि या समितीच्या अहवालानुसार देशातील वीज पारेषण (Transmission) आणि वितरणामध्ये समन्वय साधण्यासाठी पॉवरग्रिड या कंपनीची स्थापना करण्यात आली.

२३ ऑक्टोबर १९८९ मध्ये कंपनी कायदा १९५६ च्या अनुसार ही कंपनी अस्तित्वात आली.

उच्च दाबाच्या विजेचे देशांतर्गत पारेषण करणे व समन्वय साधणे हा या कंपनीचा मुख्य उद्देश होय. या व्यतिरिक्त वीज निर्मिती, वीज वितरण आणि वीज व्यापार या क्षेत्रांतही ही कंपनी कार्यरत आहे.

कंपनीचे मुख्यालय हरयाणातील गुडगांव (दिल्लीजवळ) येथे आहे.

देशातील विद्युत ऊर्जेच्या पुरवठ्यामध्ये समन्वय साधण्याची महत्त्वाची जबाबदारी या महामंडळावर असून यासाठी देशामध्ये पॉवरग्रिडचे उत्तर, दक्षिण, ईशान्य, पूर्व आणि पश्चिम असे पाच विभाग करण्यात आले आहेत

आणि हे पाचही विभाग एकमेकांशी जोडण्यात (Inter Connected) आले आहेत.

देशामध्ये विजेची गरज ही वेगवेगळ्या ठिकाणी वेगवेगळी असते, त्यामुळे एखाद्या ठिकाणी अतिरिक्त असलेली वीज दुसऱ्या ठिकाणची टंचाई दूर करू शकते. या बाबीवरूनच पॉवरग्रिडचे महत्त्व स्पष्ट होते.

५. केंद्रीय विद्युत प्राधिकरण (Central Electricity Authority)

वीज पुरवठा कायदा, १९४८ अंतर्गत कलम ३ (१) अन्वये वैधानिक दर्जा असलेल्या या संस्थेची स्थापना करण्यात आलेली आहे. वीज कायदा २००३ च्या कलम ७० (१) नुसार, देशातील विद्युत क्षेत्रातील विकासात्मक धोरणांची आणि योजनांची आखणी करण्याची तसेच या क्षेत्रात नियोजन आणि समन्वय राखण्याची जबाबदारी या प्राधिकरणाची आहे. या प्राधिकरणाची कार्ये खालीलप्रमाणे :

(१) राष्ट्राच्या विद्युत ऊर्जानीती संदर्भात केंद्रसरकारला सल्ला देणे

(२) विद्युत ऊर्जा क्षेत्रातील संस्थांमध्ये आणि त्यांच्या कार्यपद्धतींमध्ये समन्वय राखणे

(३) वीज प्रकल्पांची उभारणी, वीज-जोडणी, वीज वितरण प्रकल्पांची सुरक्षितता या संदर्भात नियमावली बनविणे

(४) केंद्रशासन, राज्यशासन आणि राज्य वीज नियामक आयोग यांना सल्ला देणे

(५) वीज उत्पादन, पारेषण, वितरण आणि वीज व्यापार या क्षेत्रातील संशोधनास चालना देणे

(६) वीज उत्पादन, पारेषण, वितरण, उपभोग आणि वीज-व्यापार या संदर्भातील आकडेवारी जमा करून त्यांचा वीज उत्पादनाचा खर्च, कार्यक्षमता, स्पर्धाक्षमता या दृष्टिकोनातून अभ्यास करणे व निष्कर्ष काढणे

(७) वीज निर्मिती प्रकल्प वेळेवर पूर्ण व्हावेत यासाठी योग्य ते साहाय्य करणे

(८) जल विद्युत निर्मिती संदर्भात धरणांची रचना आणि सुरक्षितता या दृष्टिकोनातून विचार करून महत्तम उपयोगिता असणाऱ्या धरणांची निवड करणे

महाराष्ट्र ऊर्जा विकास अभिकरण (महाऊर्जा) (Maharashtra Energy Development Agency)

महाराष्ट्रातील ऊर्जा स्रोत विकासाअंतर्गत अनेक कार्यक्रम विविध विभागांकडून राबविण्यात येत होते, परंतु त्यामध्ये समन्वय व संस्थात्मक व्यवस्था यांचा अभाव होता.

ही उणीव भरून काढण्यासाठी महाराष्ट्राने जुलै १९८५ मध्ये महाराष्ट्र ऊर्जा विकास अभिकरण (महाऊर्जा) या स्वायत्त संस्थेची (सहकारी संस्था नोंदणी अधिनियम १९६० अन्वये) नोंदणी केली. या संस्थेने जुलै १९८६ पासून प्रत्यक्ष कार्यास सुरुवात केली. या संस्थेची (महाऊर्जा) प्रमुख वैशिष्ट्ये खालीलप्रमाणे :

(१) अपारंपरिक, पुनर्निर्मितिक्षम व पर्यायी ऊर्जास्रोतांचा प्रचार, प्रसार व विकास करणे

(२) पुनर्निर्मितिक्षम ऊर्जास्रोतांपासून वीजनिर्मिती करण्यास प्रोत्साहन देणे

(३) एकात्मिक ग्रामीण ऊर्जा कार्यक्रमांची अंमलबजावणी करणे

(४) ऊर्जा बचतीचे कार्यक्रम हाती घेणे व त्याचा प्रचार व प्रसार करणे

(५) केंद्रशासनाच्या अपारंपरिक ऊर्जास्रोत मंत्रालयामार्फत पुरस्कृत केल्या जाणाऱ्या कार्यक्रमांची / योजनांची अंमलबजावणी करणे

भारतातील ऊर्जा मंत्रालयाच्या अखत्यारीतील संस्था

१. केंद्रीय विद्युत प्राधिकरण Central Electricity Authority (CEA)
   कार्य : विजेच्या संदर्भात (निर्मिती, वितरण, विकास) देशाचे धोरण ठरविणे व विकासात्मक कार्यक्रम बनविणे

२. राष्ट्रीय जलविद्युत महामंडळ National Hydroelectric Power Corporation Limited (NHPCL)
   कार्य : जलविद्युत निर्मिती संबंधित योजना बनविणे व राबविणे

३. राष्ट्रीय औष्णिक ऊर्जा महामंडळ National Thermal Power Corporation (NTPC)
   कार्य : औष्णिक ऊर्जेद्वारे वीजनिर्मितीच्या योजना बनविणे व राबविणे

४. राजीव गांधी ग्रामीण विद्युतीकरण योजना :
   कार्य : राष्ट्रीय वीजधोरण - २००५ नुसार प्रत्येक गावात व प्रत्येक घरात वीज उपलब्ध करून देणे

५. ग्रामीण विद्युतीकरण महामंडळ : Rural Electrification Corporation
   कार्य : ग्रामीण विद्युतीकरणांच्या योजनांना वित्तपुरवठा करणे

६. पॉवरग्रिड कॉर्पोरेशन ऑफ इंडिया मर्यादित Power Greed Corporation of India Limited
   कार्य : देशातील वीजवितरणामध्ये सुसूत्रता आणणे

७. ऊर्जा वित्त महामंडळ Power Finance Corporation
   कार्य : भारतीय ऊर्जानिर्मिती क्षेत्राला वित्तपुरवठा करणे

८. सतलज जलविद्युत निगम मर्यादित (पूर्वीची नाथपा-जाख्री प्रकल्प) Satluj Jalvidut Nigam Ltd.
   कार्य : जलविद्युत प्रकल्पासंबंधित योजना बनविणे व राबविणे

९. राष्ट्रीय ऊर्जा प्रशिक्षण संस्था National Power Training Institute
   कार्य : ऊर्जा क्षेत्रासंबंधित मनुष्यबळ प्रशिक्षित करणे

१०. केंद्रीय ऊर्जा संशोधन संस्था Central Power Research Institute
   कार्य : ऊर्जा क्षेत्रासंबंधित संशोधनाची कार्ये करणे

११. उत्तर-पूर्व विद्युत ऊर्जा महामंडळ North-East Electric Power Corporation
   कार्य : उत्तर-पूर्वीय राज्यांमध्ये असलेल्या विद्युत ऊर्जा निर्मिती क्षमतेचा विकास करणे

१२. भाक्रा-बियास व्यवस्थापन मंडळ Bhakra-Beas Management Board
   कार्य : भाक्रा-बियास प्रकल्पाचे व्यवस्थापन, संचलन

१३. ऊर्जा कार्यक्षमता विभाग Bureau of Energy Efficiency
   कार्य : विद्युत उपकरणे तसेच संयंत्रांचे प्रमाणीकरण करणे

भारतीय विद्युत क्षेत्राची सद्य:स्थिती :

भारतातील ऊर्जाक्षेत्राची स्थापित क्षमता २०७.८५ गिगावॉट (Gigawatt) इतकी आहे. बंदिस्त ऊर्जा प्रकल्पांची (Captive Power Plants) क्षमता ही अतिरिक्त असून ती ३१.५ गिगावॉट इतकी आहे.

वरील क्षमतेमध्ये ६६% योगदान औष्णिक विद्युत प्रकल्पांचे १९% योगदान जलविद्युत प्रकल्पांचे आणि उर्वरित योगदान हे पवन ऊर्जा, छोटे जलविद्युत प्रकल्प, जैववस्तुमान आणि आण्विक ऊर्जा प्रकल्पांचे आहे.

सन २०११-१२ या आर्थिक वर्षात भारताची एकूण वीजनिर्मिती होती ८५५००० दशलक्ष युनिट (१ युनिट = १ किलोवॉट तास) साहजिकच ऊर्जा निर्मितीमध्ये भारताचा जगात पाचवा क्रमांक लागतो.

विद्युत ऊर्जा निर्मितीमध्ये भारताचा जगात पाचवा क्रम जरी असला तरी भारतातील जवळजवळ ३० करोड लोकांपर्यंत अजून वीज पोहोचलेली नाही. भारतातील ग्रामीण लोकसंख्येच्या १/३ लोकांपर्यंत तर शहरी लोकसंख्येच्या ६% लोकांपर्यंत अजून वीज पोहोचलेली नाही. ज्यांना वीज मिळालेली आहे तेथे वीज पुरवठ्यातील अनियमितता, विजेचा अपुरा दाब, वारंवार होणारे भारनियमन इ. गोष्टींची समस्या आहे. घरगुती वीज उपभोग (सरासरी / वार्षिक) १०० किलोवॉट तास इतका असून शहरी भागात तो २८८ किलोवॉट तास इतका आहे.

जागतिक स्तरावरील दरडोई वीज उपभोग (सरासरी / वार्षिक) २६०० किलोवॉट तास इतका आहे.

भारत हा अमेरिका, चीन व रशिया नंतर जगातील चौथा मोठा विद्युत ऊर्जेचा उपभोग करणारा देश आहे.

आंतरराष्ट्रीय ऊर्जा अभिकरणाच्या (IEA) मते भारतात सन २०५० पूर्वी सार्वत्रिक वीजपुरवठा करण्यासाठी जवळजवळ ६०० ते १२०० गिगावॉट्सची अतिरिक्त विद्युतनिर्मिती क्षमता स्थापित करावी लागेल. साहजिकच एवढ्या मोठ्या प्रमाणावरील वीजनिर्मितीचे दूरगामी परिणाम जागतिक संसाधनांवर तसेच पर्यावरणीय बाबींवर होण्याची दाट शक्यता आहे, यामुळेच अपारंपरिक ऊर्जा स्रोतांचा वापर हा भारताच्या दृष्टीने अतिशय महत्त्वाचा ठरणार आहे.

भारतामध्ये वीजवितरणातील व वीज वहनातील गळती ही ३२% एवढी आहे. जागतिक स्तरावर हीच शक्ती गळती १५% एवढी आहे. भारत सरकारने सन २०२२ पर्यंत ही गळती १४% पर्यंत खाली आणण्याचे उद्दिष्ट ठेवले आहे. भारतामध्ये होणाऱ्या या वीजगळतीमध्ये तांत्रिक कारणांनी होणाऱ्या गळतीचे प्रमाण हे १५ ते २०% एवढे आहे व उर्वरित गळतीसाठी विजेची चोरी, सदोष विद्युत मीटर इत्यादी बाबी कारणीभूत आहेत. केरळमध्ये केलेल्या एका पाहणीत असे आढळून आले की सदोष मीटर बदलल्यामुळे वीजगळतीचे प्रमाण ३४% वरून २९% वर आले.

भारतातील विद्युत ऊर्जा क्षेत्रासमोर जे आव्हान आहे ते सक्षमपणे पेलण्यासाठी खालील उपाययोजनांची गरज आहे :

(१) भारतात मोठ्या प्रमाणात असलेल्या कोळसा व नैसर्गिक वायूसाठ्याचा पूर्ण कार्यक्षमतेने वापर करणे

(२) कोळसा वाहतूक व पुरवठा यामध्ये सुधारणा व योग्य नियोजन करणे

(३) भारतातील वीजप्रकल्पामध्ये आधुनिक तंत्रज्ञानाचा उपयोग करणे व त्यासाठी प्रशिक्षित मनुष्यबळ विकसित करणे

(४) वीज वहनातील गळती व वीजचोरी रोखण्यासाठी प्रभावी उपाययोजना कार्यान्वित करणे

(५) मोफत वीज देण्याच्या योजना बंद करणे

(६) सदोष मीटर बदलणे

(७) वीज संवर्धन व बचत करणारी BEE ने प्रमाणित केलेली उपकरणे वापरणे.
(८) शेतीपंपासाठी कपॅसिटरचा वापर अनिवार्य करणे.
(९) संध्याकाळी ५ ते रात्री ११ या जास्त मागणीच्या काळात योग्य नियोजन करून विजेचा वापर करणे.
(१०) वीज वितरणातील रोहित्रांची (Transformer) योग्य निगा राखून त्यांची कार्यक्षमता वाढविणे.
(११) वीज क्षेत्रामध्ये खाजगी गुंतवणुकीला चालना देणे.
(१२) वीज क्षेत्रामध्ये स्पर्धा वाढविणे.
(१३) अपारंपरिक ऊर्जा स्रोतांना प्रोत्साहन देणे व त्यांचा वापर करण्यासंबंधी जनजागृती करणे.
(१४) विजेचा काटकसरीने वापर (घरगुती) करण्यासाठी जनजागृती करणे.

भारताचा अणुऊर्जा कार्यक्रम (Indias Nuclear Power Programme)

भारतात अणुऊर्जा क्षेत्राशी संबंधित असलेली मध्यवर्ती संस्था 'अणुऊर्जा विभाग' (Department of Atomic Energy-DAE) ही आहे. या संस्थेची स्थापना ३ ऑगस्ट १९५४ रोजी करण्यात आली. भारतात अणुऊर्जेचा कार्यक्रम या खात्यामार्फत तीन टप्प्यांत सुरू केलेला आहे. हे तीन टप्पे खालीलप्रमाणे आहेत.

(१) उच्च दाबाची जड पाणी क्रियाधानी Pressurised Heavy Water Reactors (PHWRs)
(२) जलद प्रजनक क्रियाधानी Fast Breeder Reactors (FBRs)
(३) अद्ययावत थोरियम क्रियाधीनी (संबंधित इंधनचक्र यंत्रणेसहित) Advanced Thorium Reactor with Associated Fuel Cycle System (ATRT)

अणुऊर्जा खात्यामार्फत अणुभट्ट्यांची बांधणी, रचना व अंमलबजावणी केली जाते. देशातील अणुऊर्जाविषयक अद्ययावत तंत्रज्ञान हे विद्यापीठे, शैक्षणिक संस्था, प्रयोगशाळा यांच्याकडे हस्तांतरित केले जाते.

या खात्यांतर्गत ५ संशोधन केंद्रे, ३ औद्योगिक संस्था, ५ सार्वजनिक क्षेत्रातील कंपन्या आणि ३ सेवा संस्था कार्यरत आहेत. या सर्व संस्था खालीलप्रमाणे -

संशोधन केंद्रे (Research Centres)

(१) भाभा आण्विक संशोधन केंद्र, मुंबई Bhabha Nuclear Research Centre (BARC)
(२) इंदिरा गांधी आण्विक संशोधन केंद्र, कल्पक्कम (चेन्नई) Indira Gandhi Centre for Atomic Research (IGCAR)
(३) राजा रामण्णा अद्ययावत तंत्रज्ञान केंद्र इंदौर (मध्यप्रदेश) Raja Ramanna Centre for Advanced Technology (RRCAT)
(४) व्हेरिएबल एनर्जी सायक्लोट्रॉन सेंटर कोलकाता Variable Energy Cyclotron Centre (VECC)
(५) आण्विक खनिज संशोधन संचलनालय, हैदराबाद Atomic Minerals Directorate for Exoploration and Research (AMD)

औद्योगिक संस्था (Industrial Organizations) :

(१) जड पाणी मंडळ (Heavy Water Board, Mumbai)
(२) आण्विक इंधन संकुल (Nuclear Fuel Complex, Hyderabad)
(३) समस्थानिक मंडळ (Board of Radioisotopes, Mumbai)

सार्वजनिक क्षेत्रातील कंपन्या (Public Sector Undertaking)

(१)   भारतीय आण्विक ऊर्जा महामंडळ (Nuclear Power Corporation of India Limited –NPCIL, मुंबई)

(२)   भारतीय युरेनियम महामंडळ (Uranium Corporation of India Ltd. Jaduguda, Jharkhand)

(३)   भारतीय इलेक्ट्रॉनिक्स महामंडळ मर्यादित (Electronics Corporation of India Ltd. Hyderabad)

(४)   Indian Rare Earths Limited - IREL, Mumbai

(५)   भारतीय नाभिकीय विद्युतनिगम मर्यादित, भिवानी

वित्तपुरवठा केला जाणाऱ्या स्वायत्त संस्था (Aided Sector)

(१)   अणुऊर्जा शिक्षण संस्था Atomic Energy Education Society (AEES) Mumbai

(२)   टाटा मूलभूत संशोधन संस्था Tata Institute of Fundamental Research, Mumbai

(३)   टाटा स्मृती केंद्र Tata Memorial Centre, Mumbai

(४)   मूलभूत शास्त्रांतील प्रगत केंद्र Center for Excellence in Basic Sciences, Mumbai

(५)   सहा अणुभौतिकी संस्था Saha Institute of Nuclear & Physics, Kolkata, (SINP)

(६)   भौतिकशास्त्र संस्था Institute of Physics Bhubaneshwar

(७)   हरिश्चंद्र संशोधन संस्था Harishchandra Research Institute, Allahabad

(८)   गणितशास्त्र संस्था Institute of Mathematical Sciences, Chennai

(९)   प्लाझ्मा संशोधन संस्था Institute of Plasma Research, Gandhinagar

(१०) राष्ट्रीय शास्त्रीय शिक्षण आणि संशोधन संस्था National Institute of Science Education and Research, Bhubaneshwar

भारताचा त्रि-स्तरीय अणुशक्ती कार्यक्रम (India's Three-stage Nuclear Power Programme)

भारतामध्ये युरेनियमच्या जागतिक साठ्यापैकी केवळ १ ते २ टक्के एवढाच साठा आहे. परंतु, थोरियम या मूलद्रव्याचा विचार केला तर भारतात या मूलद्रव्याचा जागतिक साठ्याच्या ३० टक्के एवढा साठा आहे. हीच बाब केंद्रस्थानी ठेवून डॉ. होमी जहाँगीर भाभा यांनी इ. स. १९५० मध्ये भारताच्या त्रि-स्तरीय अणुशक्ती कार्यक्रमाची रूपरेषा तयार केली. अणुशक्ती क्षेत्रामध्ये भारताने आत्मनिर्भर व्हावे हा या कार्यक्रमाचा मुख्य उद्देश होता.

भारतात थोरियम या मूलद्रव्याचे विपुल साठे जरी असले तरी थोरियम हा विखंडनक्षम (Fissile) पदार्थ नसून तो ऊर्वर (Fertile) पदार्थ आहे, यामुळेच हा अणुशक्ती निर्मितीसाठी वापरता येत नाही. यासाठी विखंडनक्षम पदार्थांचा इंधन म्हणून वापर करून क्रियाधानी (Reactor) मध्ये थोरियमचे रूपांतर युरेनियम - २३३ या युरेनियमच्या समस्थानिक (Isotope) मध्ये केले जाते. युरेनियम - २३३ हा पदार्थ विखंडनक्षम असून त्यापासून अणुशक्ती निर्माण करता येते. भारताच्या त्रि-स्तरीय अणुशक्ती कार्यक्रमातले तीन टप्पे खालीलप्रमाणे :

टप्पा - १

उच्चदाबीय जड पाणी क्रियाधानी Pressurised Heavy Water Reactor (PHWR)

यामध्ये उच्चदाबीय जड पाण्याच्या क्रियाधानीमध्ये नैसर्गिक युरेनियम (234$_U$, 235$_U$, 238$_U$) चा उपयोग करून वीजनिर्मिती केली जाते व त्याचबरोबर 'प्लुटोनियम - २३९' या उपपदार्थाची निर्मिती केली जाते.

टप्पा - २

जलद प्रजनक क्रियाधानी Fast Breeder Reactor

या प्रकारच्या प्रजनक क्रियाधानीमध्ये पहिल्या टप्प्यात निर्मित केलेल्या प्लुटोनियम - २३९, युरेनियम - २३८ व थोरियमचा उपयोग करून युरेनियम - २३३ या विखंडनक्षम पदार्थाची निर्मिती केली जाते.

भारतामध्ये या प्रकारच्या क्रियाधानीच्या निर्मितीचे काम भारतीय नाभिकीय विद्युत निगम लिमिटेड (भिवानी) या अणुऊर्जा विभागाच्या सार्वजनिक क्षेत्रातील कंपनीला देण्यात आलेले आहे. या प्रकारची भारतातील पहिल्याच क्रियाधानीची उभारणी कल्पक्कम येथे सन २०१२ पर्यंत पूर्ण होणे अपेक्षित होते. सन २०१५ पर्यंत या क्रियाधानीतून वीजनिर्मिती अपेक्षित आहे.

टप्पा - ३

थोरियम क्रियाधानी (Thorium Based Reactors)

या टप्प्यामध्ये अद्ययावत अणुशक्ती यंत्रणेचा (Advanced Nuclear Power System) उपयोग केला जातो. यामध्ये स्वयं-कार्यान्वित (Self-sustaining) 'थोरियम - २३२ - युरेनियम - २३३' या शृंखलेचा उपयोग केला जातो. ही एक औष्णिक प्रजनक क्रियाधानी (Thermal Breeder Reactor) असते. भारतात कार्यान्वित असलेल्या सध्याच्या अणुशक्ती निर्मितीपैकी (४७८० मेगावॉट) ३९०० मेगावॉट इतकी वीजनिर्मिती ही याच प्रकारच्या (PHWR) क्रियाधानीद्वारे केली जाते. उर्वरित १४०० मेगावॉटची वीजनिर्मिती ही तारापूर येथील उकळत्या पाण्याच्या क्रियाधानी (Boiling Water Reactor) द्वारे केली जाते.

भारतातील PHWR क्रियाधानी खालीलप्रमाणे -

क्रियाधानी	संख्या	एकूण क्षमता
कैगा (कर्नाटक)	४	८८० मेगावॉट
रावतभाटा (राजस्थान)	६	११८० मेगावॉट
काक्रापार (गुजरात)	२	४४० मेगावॉट
कल्पक्कम (तमिळनाडू)	२	४४० मेगावॉट
नरोरा (उत्तर प्रदेश)	२	४४० मेगावॉट
तारापूर (महाराष्ट्र)	२	१०८०

वरील क्रियाधानी व्यतिरिक्त ७०० मेगावॉट क्षमतेच्या दोन क्रियाधानी काक्रापार आणि रावतभाटा येथे आणि एक क्रियाधानी बन्सवारा येथे उभारल्या जात आहेत. या पाचही क्रियाधानींची वीजनिर्मिती क्षमता ही ४२०० मेगावॉट इतकी आहे.

अशाप्रकारे पहिल्या टप्प्यातील वीजनिर्मिती ही जवळ जवळ ९००० मेगावॉट इतकी होणार आहे. या प्रकारची (PHWR) क्रियाधानी उभारण्याचा भांडवली खर्च हा ६ ते ७ करोड रुपये प्रति मेगावॉट इतका आहे.

भारतातील अणुऊर्जा संयंत्र Nuclear Power Plants in India

कार्यान्वित प्रकल्प

केंद्र	संचालक	राज्य	प्रकार	अणुभट्टी संख्या	क्षमता (मेगावॉट)
कैगा	NPCIL	कर्नाटक	PHWR	४	८८०
काक्रापार	NPCIL	गुजरात	PHWR	२	४४०
कल्पक्कम	NPCIL	तमिळनाडू	PHWR	२	४४०
नरोरा	NPCIL	उत्तरप्रदेश	PHWR	२	४४०
रावतभाटा	NPCIL	राजस्थान	PHWR	१०० × १ २०० × १ २२० × ४	११८०
तारापूर	NPCIL	महाराष्ट्र	BWR PHWR	१६० × २ ५४० × २	१४००
			एकूण	२०	४७८०

उभारणी अंतर्गत असलेले प्रकल्प

कुडणकुलम	NPCIL	तमिळनाडू	VVER	१००० × २	२०००
कल्पक्कम	BHAVINI	तमिळनाडू	PFBR	५०० × १	५००
काक्रापार	NPCIL	गुजरात	PHWR	७०० × २	१४००
रावतभाटा	NPCIL	राजस्थान	PHWR	७०० × २	१४००
			एकूण	७	५३००

(डिसेंबर २०१२ ची स्थिती)

NPCIL - Nuclear Power Corporation of India
PHWR - Pressurised Heavy Water Reactor
BHAVINI - Bharatiya Vidut Nigam Limited
PFBR - Plutonium Fast Breeder Reactor
BWR - Boiling Water Reactor

भारतीय ऊर्जा संवर्धन कायदा - २००१

ऊर्जा संवर्धनासंबंधित 'ऊर्जा संवर्धन कायदा - २००१' भारतीय संसदेने सप्टेंबर २००१ मध्ये संमत केला. या कायद्यानुसार केंद्रशासन आणि राज्यशासन यांना विजेचा अपव्यय रोखण्यासाठी अधिकार प्राप्त होणार आहेत. विजेची बचत आणि संवर्धन करण्यासाठी प्रोत्साहनात्मक योजनांची तरतूद देखील या कायद्यात आहे.

अधिक प्रमाणावर वीज वापरणाऱ्या उद्योगांसाठी विशिष्ट मानके ठरविण्यात आलेली आहेत.

ऊर्जा संवर्धनासंबंधित करण्यात आलेल्या उपाययोजना खालीलप्रमाणे :

(१) पारंपरिक विजेच्या दिव्या (बल्ब) ऐवजी आधुनिक अशा कॉम्पॅक्ट फ्लुरोसंट लॅम्प (CFL) चा वापर करण्यास प्रोत्साहन देणे

(२) नवीन व्यावसायिक बांधकामासाठी ऊर्जा-बचतीविषयक नियमावली लागू करणे. यामध्ये इमारतीच्या छतांवरती सौर ऊर्जा संयंत्र बसविण्यासारख्या बाबींचा समावेश आहे.

(३) ऊर्जा-परीक्षण आणि व्यवस्थापन पद्धतीचा विकास करण्यासाठी शासनाने महत्त्वाची भूमिका बजावणे

(४) सन १९९१ पासून ऊर्जा संवर्धनाला प्रोत्साहन देण्यासाठी ऊर्जा-संवर्धन पारितोषिक सुरू करण्यात आले आहे.

(५) शालेय स्तरावर ऊर्जा-संवर्धनासंदर्भात जागृती निर्माण करणे

(६) वीज उपकरणांच्या कार्यक्षमता निर्धारणासाठी ऊर्जा कार्यक्षमता विभागाची (The Bureau of Energy Efficiency) स्थापना केली गेली आहे.

ऊर्जा संकट (Energy Crisis)

ऊर्जा संकट म्हणजे स्रोतांच्या उपलब्धतेमध्ये निर्माण झालेली तूट किंवा त्याच्या किमतीमध्ये झालेली वाढ होय. खनिज तेलाची किंवा विजेची टंचाई म्हणजेच ऊर्जा संकट होय. ऊर्जेची मागणी आणि तिचा पुरवठा यांमधील तफावत म्हणजेसुद्धा ऊर्जा संकट होय. ऊर्जेचा मूळ स्रोत आणि ऊर्जेचा वापर यावर ऊर्जा संकटाची तीव्रता अवलंबून असते. विजेच्या गरजेमध्ये ज्या प्रमाणात वाढ होत आहे त्या प्रमाणात नवीन ऊर्जेचे स्रोत उपलब्ध होत नाहीत, ही वस्तुस्थिती आहे. वीजनिर्मितीमधील घट, वीज प्रसारण आणि वितरणात होणारी गळती, अकार्यक्षमतेने ऊर्जा स्रोतांचा केलेला वापर आणि विजेचा अति व अवाजवी वापर या सर्वांचा परिणाम म्हणजे विजेची टंचाई. सध्याच्या जागतिकीकरणाच्या आणि स्पर्धात्मक युगात जीवाश्म इंधनांचे साठे लवकरच संपुष्टात येण्याची चिन्हे आहेत आणि यामुळेच नैसर्गिक वायू, जैवगॅस, सौर ऊर्जा, पवन ऊर्जा अशा नवीकरणयोग्य ऊर्जा प्रकारांना अनन्यसाधारण महत्त्व प्राप्त झाले आहे.

'जागतिक ऊर्जा दृष्टिकोन २०११' च्या अहवालानुसार भारतात ९४ टक्के शहरांचे आणि ६७ टक्के खेड्यांचे विद्युतीकरण झाले आहे. ५५ टक्के ग्रामीण भागातील घरांना विद्युतीजोडणी मिळाली आहे. ग्रामीण भागात स्वयंपाकासाठी आजही केवळ १२ टक्के लोक एल. पी. जी. गॅस वापरतात व उरलेले ८८ टक्के लोक लाकडासारख्या पारंपरिक ऊर्जा साधनांचा वापर करतात. पारंपरिक ऊर्जासाधनांचा स्वयंपाकासाठी वापर करणाऱ्यांची जागतिक संख्या २७० कोटी इतकी आहे तर हीच संख्या भारतात ८४ कोटी इतकी आहे. विजेपासून वंचित असणाऱ्यांची जागतिक संख्या १३० कोटी इतकी आहे; तर हीच संख्या भारतात २९ कोटी इतकी आहे. आधुनिक ऊर्जासाधनांपासून वंचित राहिल्याने या लोकांना अनेक समस्यांचा सामना करावा लागतो. या समस्या आहेत दारिद्र्य, कुपोषण, रोगराई, इ. शिवाय लाकडाच्या अतिवापरामुळे जी वृक्षतोड होते त्यामुळे उद्भवणारे पर्यावरणीय दुष्परिणाम हे सुद्धा या समस्येला सार्वत्रिक रूप देतात.

जागतिक आरोग्य संघटनेच्या अहवालानुसार भारतात प्रतिवर्षी ५ लाख लोक, त्यातही विशेषत: पाच वर्षांखालील बालकांना लाकूड, कोळसा यांच्या ज्वलनाने घरात निर्माण होणाऱ्या धुरामुळे आकस्मिक मृत्यूला सामोरे जावे लागते. आधुनिक ऊर्जेचा प्रचार आणि प्रसार करून या लोकांपर्यंत ही ऊर्जा पोहोचविली तर त्यांच्या 'ऊर्जादारिद्र्या' बरोबरच 'आर्थिक दारिद्र्या'चेही निमूर्लन होण्यास हातभार लागेल. आज अनेक अविकसित आणि विकसनशील देशांमध्ये ऊर्जेची कमतरता जाणवत आहे, म्हणूनच आधुनिक ऊर्जा तंत्रज्ञान (घरगुती वापरासाठीचे

सौर ऊर्जा पॅनल्स, छोट्या आकाराचे पवन ऊर्जा यंत्र, आधुनिक चुली व गॅसस्टोव्ह इत्यादी) सर्वांपर्यंत पोहोचवून ही कमतरता ४० टक्क्यांपर्यंत कमी करणे, अपांरपरिक उर्जास्रोतांपासून जास्तीतजास्त ऊर्जा निर्माण करून त्याद्वारे एकूण ऊर्जा वापरात या ऊर्जेचा वाटा ३० टक्क्यांपर्यंत वाढविणे ही दोन महत्त्वाची उद्दिष्टे राष्ट्रसंघाने जाहीर केली आहेत.

भारतात २००३ च्या विद्युत कायद्यानुसार व एकत्र ऊर्जा धोरणानुसार देशातील प्रत्येक खेड्यात, आदिवासी भागात वीजजोडणी आणि स्वयंपाकासाठी स्वच्छ ऊर्जा उपलब्ध करून देण्याची शिफारस करण्यात आली होती, पण त्याकडे दुर्लक्ष झाल्याने ग्रामीण भाग अजूनही उपेक्षितच राहिला आहे.

सरकारी धोरण, उपक्रमांचे स्थानिक पातळीवर सुसूत्रीकरण, व्यवस्थापन, देखभाल अशा अनेक गोष्टींत स्थानिक बिगर सरकारी संस्था महत्त्वाच्या भूमिका बजाऊ शकतात, परंतु सरकारच्या ग्रामीण ऊर्जा विस्तार उपक्रमात अशा संस्थांचा मोठा सहभाग दिसत नाही.

देशात अपारंपरिक ऊर्जा स्रोत मुबलक आहेत. जैववस्तुमाना (Biomass) पासून गॅसनिर्मितीत आपला देश निपुण आहे; आणि त्यासाठी लागणारा आपला अनुभवही चांगला आहे. जैववस्तुमानापासून आपण ५० हजार मेगावॅट एवढी ऊर्जा आणि १२ हजार कोटी घनमीटर इतका जैववायू निर्माण करू शकतो. जागतिक बाजारातील कार्बन क्रेडिट मागणीच्या संधीचा आपण फायदा उठवून ऊर्जा तंत्रज्ञान निर्मिती व वापर याच्या किमती कमी करू शकतो.

भारतातील विद्युत ऊर्जा निर्मितीतील स्थापित क्षमता

Electrical Energy Installed Capacity In India

स्रोत	एकूण क्षमता (मेगावॅट) २०१२ मध्ये	एकूण ऊर्जानिर्मितीचे %
कोळसा (Coal)	११६,३३३.३८	५६.६५
जलविद्युत (Hydroelectric)	३९, २९१. ४०	१९.१३
नवीकरणयोग्य (Renewal)	२४, ८३२.६८	१२.०९
वायू (Gas)	१८, ९०३.०५	९.२०
औष्णिक (Nuclear)	४७८०	२.३२
तेल (Oil)	१,१९९.७५	०.५८

भारतातील नवीकरणयोग्य ऊर्जा निर्मितीतील स्थापित क्षमता

Renewal Energy Installed Capacity in India

प्रकार	तंत्रज्ञान	स्थापित क्षमता (मेगावॅट)
राष्ट्रीय ग्रिडला जोडलेली वीज	पवन (Wind)	१७६४४
	लघुजलविद्युत (Small Hydro)	३४११
	जैववस्तुमान (Biomass)	११८२
	(Bagasse Cogeneration)	२०४६
	टाकाऊ वस्तूपासून ऊर्जा (Waste-to-Energy)	९३
	सौरऊर्जा (Solar)	१०३०

प्रकार	तंत्रज्ञान	स्थापित क्षमता (मेगावॉट)
बंदिस्त वीज (Captive Power) राष्ट्रीय ग्रिडला न जोडलेली वीज	शहरातील कचरा (Urban Waste)	१०५
	जैववस्तुमान (Biomass)	३९१
	जैववस्तुमान ग्रामीण (Biomass Gasifers)	१६
	जैववस्तुमान औद्योगिक (Biomass Gasifiers Industrial)	१३६
	सौर फोटोव्होल्टाईक (१ किलोवॉट पेक्षा कमी) SPV System (>1kw)	८५
	पवन ऊर्जा / संकरित (Aerogen Hybrids)	१.७४

(डिसेंबर २०१२ ची स्थिती)

भारतातील विद्युत ऊर्जा क्षेत्रातील समस्या (Problems with India's Power Sector)

भारतातील विद्युत ऊर्जा क्षेत्रातील काही प्रमुख समस्या खालीलप्रमाणे आहेत :

(१) राजकीय फायद्यासाठी सत्ताधारी पक्षाने कृषी क्षेत्राला दिलेला विनामूल्य वीजपुरवठा हा संपूर्ण वीजवितरणाला आणि वीज व्यवस्थेला दुर्बल व अकार्यक्षम बनवितो.

(२) बऱ्याच सरकारी आस्थापनांकडून विजेची बिले थकविली जातात.

(३) भारतातील औष्णिक वीज निर्मिती करणाऱ्या प्रकल्पांना भासणारी कोळशाची टंचाई हे सुद्धा वीज निर्मितीमध्ये अडथळा निर्माण करते. कोळसा खाणींमधील आधुनिक तंत्राचा अभाव व कोळसा वाहतुकीतील अकार्यक्षमता हे या कोळसा टंचाईमागील प्रमुख कारण आहे.

(४) भारताला नैसर्गिक वायूंचा (Natural Gas) मोठा साठा लाभलेला असूनही त्याचा उपयोग पूर्ण क्षमतेने करण्यात अपयश आलेले आहे.

(५) समुद्रातून प्राप्त होणारा नैसर्गिक वायू हा त्याच्या अपेक्षित मात्रेमध्ये प्राप्त झालेला नाही.

(६) भारताच्या उत्तर व उत्तर-पूर्व भागातील मोठे विद्युत प्रकल्प हे पर्यावरणवाद, राजकीयवाद, पुनर्वसनाची समस्या अशा वादात सापडून त्यांची प्रगती रखडली आहे.

(७) जपानमधील फुकुशिमा आण्विक दुर्घटनेनंतर भारतातील मोठ्या आण्विक प्रकल्पांना (जैतापूर-महाराष्ट्र, कुंडनकुलम-तमिळनाडू) मोठ्या विरोधाचा (जनरोषाचा) सामना करावा लागत आहे.

(८) वीज पारेषणातील सरासरी तूट ही ३०% पेक्षा जास्त आहे.

(९) भारतात बऱ्याच मोठ्या लोकसंख्येपर्यंत अजून वीज पोहोचलेली नाही आणि ज्यांना ती उपलब्ध आहे त्यात अनियमितता आहे व त्यात गुणवत्तेचा (योग्य दाबाचा) अभाव आहे.

(१०) विजेसारख्या शुद्ध ऊर्जेच्या अभावी बरीच मोठी लोकसंख्या आजही स्वयंपाकासाठी पारंपरिक इंधनाचा (लाकूड) उपयोग करत आहे, यामुळे स्वास्थ्यावर दुष्परिणाम होत आहेत.

(११) भारतातील औष्णिक वीज प्रकल्प हे अकार्यक्षम रीतीने चालवले जात आहेत. आधुनिक तंत्रज्ञानाचा अभाव तसेच अयोग्य व्यवस्थापन यामुळे त्यांची कार्यक्षमता खूप कमी आहे.

संक्षिप्तात महत्त्वाचे

- आशिया खंडातील सर्वात मोठा सौर संकुल (solar park) - ज्याची क्षमता ५०० मेगावॉट आहे - गुजरातमधील 'चारन्का' येथे आहे.
- गुजरातची राजधानी गांधीनगर हे शहर लवकरच भारतातील पहिले सौर शहर (solar city) म्हणून ओळखले जाणार आहे. यासाठी गुजरात सरकारने इमारतींच्या छतावरती सौर ऊर्जा निर्मितीसाठी एक व्यापक योजना तयार केली आहे.
- भारतात ऊर्जा मंत्रालयाची स्थापना २ जुलै १९९२ रोजी करण्यात आली.
- भारतात नवीकरणयोग्य ऊर्जा मंत्रालयाने (MNRE–Ministry of New and Renewable Energy) देशात ५१ सौर ऊर्जा निर्मितिक्षम स्थळे (Solar Radiation Resource Assessment Station) निश्चित केली असून प्रामुख्याने ही राजस्थान, गुजरात, कर्नाटक व तमिळनाडू या राज्यांत आहेत.
- भारतातील पहिला सौर औष्णिक वीज निर्मिती प्रकल्प (Solar Thermal power project) राजस्थानमधील फालोदी येथे उभारला जात असून याची क्षमता १०० मेगावॉट (५० × २) इतकी आहे.
- संयुक्त राष्ट्राच्या सहकार्याने भारतात 'सौर ऋण योजना' (Solar Loan Programme) राबविण्यात येत असून या योजनेमार्फत आतापर्यंत गृहोपयोगी अशी १६००० सौर उपकरणे कॅनरा बँक आणि सिंडिकेट बँक यांच्या मार्फत वितरित केली गेली आहे.
- महाराष्ट्रातील २१८४ मेगावॉट क्षमतेच्या दाभोळ विद्युत प्रकल्पाचे नवीन नाव रत्नागिरी गॅस ॲण्ड पॉवर प्रायव्हेट लिमिटेड (RGPPL) आहे.
- १४५० मेगावॅट क्षमतेच्या सरदार सरोवर वीज प्रकल्पातून महाराष्ट्राला २७%, मध्य प्रदेशला ५७% व गुजरातला १६% वीज प्राप्त होईल.
- आंतरराष्ट्रीय नवीकरणयोग्य ऊर्जा परिषद सन २०१० मध्ये दिल्लीमध्ये पार पडली. यात ७१ देशांनी भाग घेतला.
- भारतामध्ये पवनऊर्जा निर्मितीची स्थापित क्षमता सर्वात जास्त गुजरातमध्ये असून ती (३१ मार्च २०१२ पर्यंत) २८८४ मेगावॉट इतकी होती.
- भारतात सर्वात जास्त सौर जल तापक (Solar Water Heaters) बंगळुरू या शहरात बसवण्यात आलेले आहेत.
- भारतात सर्वात जास्त सौर ऊर्जा निर्मितीची संधी गुजरात राज्यात आहे. त्यानंतर राजस्थानचा क्रम लागतो.
- जगातील सर्वात मोठा सौर ऊर्जा प्रकल्प (solar steam system) महाराष्ट्रात शिर्डी येथे आहे. हा प्रकल्प 'श्री साईबाबा संस्थान ट्रस्ट' यांचा आहे. १.३३ करोड रुपयांच्या या प्रकल्पाचा उपयोग मुख्यत: भाविकांचे जेवण बनविण्यासाठी केला जातो.
- भारतातील पारंपरिक ऊर्जासाधनांमध्ये दगडी कोळसा हे सर्वात महत्त्वाचे ऊर्जा संसाधन आहे.
- जगात दगडी कोळसा उत्पादनात चीन व अमेरिकेनंतर भारताचा तिसरा क्रमांक आहे.
- खनिजतेल हे हायड्रोजन व कार्बन यांचे संयुग असून त्याला हायड्रोकार्बन असे म्हटले जाते.
- नैसर्गिक वायूमध्ये मुख्यत: मिथेन (CH_4) हा वायू आढळतो.
- भारतामध्ये सर्वात जास्त (७०%) वीजनिर्मिती ही औष्णिक वीजकेंद्रांमध्ये केली जाते. यापैकी ४०%

वीज निर्मिती ही दगडी कोळशाचा उपयोग करून, २४% खनिज तेलाचा उपयोग करून व ६% नैसर्गिक वायूचा उपयोग करून केली जाते.

- औद्योगिक घटकाने प्रामुख्याने स्वत:च्या वापरासाठी निर्माण केलेल्या विजेस बंदिस्त (captive) वीज असे म्हणतात. यामध्ये निर्माण झालेली अतिरिक्त वीज त्यांना वीज जाळ्यामध्ये विकता येते.
- देशामध्ये विजेचा सर्वात जास्त वापर हा औद्योगिक क्षेत्रात होतो. यानंतर घरगुती व कृषीक्षेत्र असा क्रम लागतो.
- महाराष्ट्रात अपारंपरिक ऊर्जा क्षेत्रात नावीन्यपूर्ण ऊर्जा प्रकल्प राबविण्यास शासनास साहाय्य करण्यासाठी सायन्स अॅण्ड टेक्नॉलॉजी पार्क संस्थेशी करार केला आहे.
- सध्या महाराष्ट्रातील ऊर्जाप्रकल्पांची एकूण निर्मितिक्षमता २० हजार ४७६ मेगावॅट इतकी आहे. यामध्ये कोळशापासून ६ हजार ९८० मेगावॅट, नैसर्गिक वायूपासून ६७२ मेगावॅट, जलविद्युत प्रकल्पातून २ हजार ३४४ मेगावॅट, रत्नागिरी गॅस (दाभोळ) प्रकल्पातून १ हजार ९४० मेगावॅट, केंद्रीय प्रकल्पातून ३ हजार २९० मेगावॅट पवन ऊर्जा आणि कोजन माध्यमातून ३ हजार १५२ मेगावॅट तसेच अन्य प्रकल्पांतून १ हजार ८२३ मेगावॅट यांचा समावेश आहे.
- महाराष्ट्रात वीज वितरणातील तूट ही २०११-१२ मध्ये १६.०३ टक्क्यांपर्यंत खाली आणण्यात आली आहे.
- महाराष्ट्रात आजमितीस सुमारे १ कोटी ९५ लाख वीजग्राहक असून यापैकी ७०.२३% घरगुती, १७.६५% कृषी, ९.९१% व्यापारी, १.५६% व्यापारी व उर्वरित ०.६५% ग्राहक आहेत.
- महाराष्ट्रात वीजगळती आणि वीजचोरीच्या प्रमाणात विभाग पाडण्यात आले असून त्यांची अ ते फ व सर्वाधिक गळती असलेल्या विभागांची जी १, जी २, जी ३ अशी वर्गवारी करण्यात आली आहे. सर्वाधिक गळती असलेल्या विभागांत अधिक भारनियमन व कमी गळती असलेल्या विभागात कमी भारनियमन ही पद्धत अवलंबून वीजगळती रोखण्यासाठी नागरिकांना प्रोत्साहन देण्यात येत आहे.
- हवामान बदलासाठी राष्ट्रीय कृतीआराखड्यानुसार सन २०१५ पर्यंत एकूण वीजनिर्मितीच्या १०% वीजनिर्मिती अपारंपरिक ऊर्जा स्रोतांपासून करण्याचे धोरण आहे.

परिशिष्ट - १

महाराष्ट्रातील विद्युत ऊर्जा प्रकल्प

क्र.	प्रकल्प / जिल्हा	प्रकार	संचालन	क्षमता (मेगावॅट)
१)	तारापूर (ठाणे)	अणुऊर्जा	राष्ट्रीय अणुऊर्जा महामंडळ (NPCIL)	१४००
२)	जैतापूर (रत्नागिरी)	अणुऊर्जा	राष्ट्रीय अणुऊर्जा महामंडळ (NPCIL)	९९०० (प्रस्तावित)
३)	कोराडी (नागपूर)	औष्णिक (कोळशावर आधारित)	महाजनको	६२०

क्र.	प्रकल्प / जिल्हा	प्रकार	संचालन	क्षमता (मेगावॅट)
४)	एकलहरे (नाशिक)	औष्णिक (कोळशावर आधारित)	महाजनको	६३०
५)	फेकरी भुसावळ (जळगाव)	औष्णिक (कोळशावर आधारित)	महाजनको	४२०
६)	पारस (अकोला)	औष्णिक (कोळशावर आधारित)	महाजनको	५००
७)	परळी (बीड)	औष्णिक (कोळशावर आधारित)	महाजनको	११३०
८)	खापरखेडा (नागपूर)	औष्णिक (कोळशावर आधारित)	महाजनको	१३४०
९)	चंद्रपूर (चंद्रपूर)	सुपर थर्मल (कोळशावर आधारित)	महाजनको	२३४०
१०)	तुर्भे (मुंबई)	औष्णिक (कोळशावर आधारित)	टाटा ऊर्जा	१४००
११)	डहाणू (ठाणे)	औष्णिक (कोळशावर आधारित)	रिलायन्स ऊर्जा	५००
१२)	वरोडा (चंद्रपूर)	औष्णिक (कोळशावर आधारित)	वर्धा पॉवर प्रायव्हेट लि.	५४०
१३)	नांदगावपेठ (अमरावती)	औष्णिक (कोळशावर आधारित)	इंडिया बूल्स	२७०० (नवीन प्रकल्प)
१४)	तुर्भे (ठाणे)	औष्णिक (वायूवर आधारित)	टाटा ऊर्जा	१८०
१५)	चोला (ठाणे)	औष्णिक (कोळशावर आधारित)	मध्य रेल्वे	१८०
१६)	दाभोळ (रत्नागिरी)	औष्णिक (वायूवर आधारित)	महाजनको	७००
१७)	उरण (रायगड)	औष्णिक (वायूवर आधारित)	महाजनको	६७२
१८)	जमगड (रत्नागिरी)	औष्णिक	जे.एस.डब्ल्यू.ऊर्जा	१२००
१९)	तिरोडा (गोंदिया)	औष्णिक	अदानी ऊर्जा	३३००
२०)	उमरेड (नागपूर)	औष्णिक	आयडियल ऊर्जा	५४०
२१)	सिन्नर (नाशिक)	औष्णिक	इंडिया बूल्स	२७००
२२)	वरोडा (चंद्रपूर)	औष्णिक	एमको ऊर्जा	६००
२३)	कोयना (सातारा)	जलविद्युत	महाजनको	१९६०
२४)	भिरा (रायगड)	जलविद्युत	टाटा ऊर्जा	१५०
२५)	खोपोली (रायगड)	जलविद्युत	टाटा ऊर्जा	७२
२६)	भिवपुरी (रायगड)	जलविद्युत	टाटा ऊर्जा	७२

क्र.	प्रकल्प / जिल्हा	प्रकार	संचालन	क्षमता (मेगावॉट)
२७)	जायकवाडी / पैठण (औरंगाबाद)	जलविद्युत	महाजनको	१२
२८)	पेंच (नागपूर)	जलविद्युत	महाजनको	५३
२९)	तिलारी (सिंधुदुर्ग)	जलविद्युत	महाजनको	६०
३०)	भाटघर, विर, पवना, पानशेत	जलविद्युत	महाजनको	५१ (एकूण)
३१)	येलदरी (परभणी)	जलविद्युत	महाजनको	५
३२)	भातसा, वैतरणा (ठाणे)	जलविद्युत	महाजनको	-
३३)	भंडारदरा (अहमदनगर)	जलविद्युत	महाजनको	-
३४)	उजनी (सोलापूर)	जलविद्युत	महाजनको	-
३५)	राधानगरी (कोल्हापूर)	जलविद्युत	महाजनको	-

(स्रोत : महाराष्ट्र आर्थिक पाहणी - २०१२)

परिशिष्ट - २ : भारतातील ऊर्जा क्षेत्राशी संबंधित असणाऱ्या कंपन्या / संस्था

क्र.	कंपनी / संस्था	स्थापना	कार्य
१)	राष्ट्रीय जलविद्युत महामंडळ National Hydroelectric Power Corporation NHPC	१९७५	जलविद्युत निर्मिती
२)	राष्ट्रीय औष्णिक विद्युत महामंडळ National Thermal Power Corporation NTPC	१९७५	औष्णिक विद्युत निर्मिती
३)	ग्रामीण विद्युतीकरण महामंडळ Rural Electrification Corporation REC	१९६९	ग्रामीण विद्युतीकरण
४)	भारतीय पॉवरग्रिड महामंडळ Power Grid Corporation of India	१९८९	राष्ट्रीय पातळीवरील विजेचे वितरण / वहन
५)	ऊर्जा वित्त महामंडळ Power Finance Corporation	१९८६	ऊर्जा क्षेत्रातील वित्त पुरवठा
६)	सतलज विद्युत नियम Satluj vidyut Nigam	१९८८	जलविद्युत प्रकल्पाचे संचालन
७)	राष्ट्रीय ऊर्जा प्रशिक्षण संस्था National Power Training Institute	-	ऊर्जाक्षेत्रातीलमनुष्यबळ विकास
८)	केंद्रीय ऊर्जा संशोधन संस्था Central Power Research Institute	-	ऊर्जा क्षेत्रातील संशोधन

क्र.	कंपनी / संस्था	स्थापना	कार्य
९)	उत्तर-पूर्व विद्युत ऊर्जा महामंडळ North - Eastern Electric Corporation	१९७६	उत्तर-पूर्वीय राज्यांमध्ये विद्युत ऊर्जेचा विकास
१०)	भाक्रा-बियास व्यवस्थापन मंडळ Bhakra Beas management Board	१९६७	भाक्रानानगलप्रकल्पाचे संचालन
११)	ब्यूरो ऑफ एनर्जी एफिशियन्सी (Bureau of Energy Efficiency)	२००२	ऊर्जा संवर्धन
१२)	केंद्रीयविद्युतप्राधिकरण (Central Electricity Authority)	-	विद्युतनिर्मितीप्रकल्पाचे नियोजन करून समन्वय साधणे
१३)	तेल आणि नैसर्गिक वायू महामंडळ (Oil and Natural Gas Corporation - ONGC)	१९५६	खनिज तेल क्षेत्राचा विकास
१४)	ओ. एन. जी. सी. विदेश ONGC Videsh (पूर्वीची हायड्रोकार्बन्स इंडिया लि. स्थापना १९६५)	१९८९	तेल आणि वायूक्षेत्रांत आंतरराष्ट्रीय स्तरावरील विविध कार्ये
१५)	भारतीय तेल निगम Oil India Ltd.	१९५९	देशामध्ये खनिजतेल तसेच वायू या क्षेत्रातील कार्ये
१६)	गेल इंडिया (गॅस इंडिया लि.) (पूर्वीची गॅस अथॉरटी ऑफ इंडिया)	१९८४	नैसर्गिक वायू क्षेत्रातील कार्ये

परिशिष्ट - ३ : भारतातील विद्युत उत्पादनक्षमता (मार्च, २०१२)

प्रकार	क्षमता (मेगावॉट)
औष्णिक विद्युत	१,३२,०१३ (६५.६२%)
जलविद्युत	३८,९९१ (१९.३८%)
अणुविद्युत	४,७८० (२.३८%)
पवन ऊर्जा	१७,६४४ (८.७६%)
लघु-जलविद्युत	३,४११ (१.७०%)
बायोमास	१,१८२ (०.५८%)
कोजेनरेशन	२,०४६ (१.०२%)
टाकाऊ कचऱ्यापासून वीजनिर्मिती	९३ (०.०५%)
सौरऊर्जा	१,०३० (०.५१%)
एकूण	२,०१,१९०

(स्रोत - India २०१२)

परिशिष्ट - ४ : भारतातील दरडोई वीज वापर (मार्च, २०१२)

राज्य	दरडोई वीज वापर (किलोवॅट तास)	राज्य	दरडोई वीज वापर (किलोवॅट तास)
गोवा	२००४.७७	राजस्थान	८११.१२
पाँडेचरी	१८६४.५	झारखंड	७५०.४६
पंजाब	१६६३.०१	मध्यप्रदेश	६१८.१
गुजरात	१५५८.५८	मेघालय	६१३.३६
हरयाणा	१४९१.३७	केरळ	५३६.७८
दिल्ली	१४४७.७२	पश्चिम बंगाल	५१५.०८
चंदीगड	१२३८.५१	अंदमान आणि निकोबार	५०६.१३
तमिळनाडू	१२१०.८१	अरुणाचल प्रदेश	५०३.२७
हिमाचल प्रदेश	११४४.९४	मिझोराम	४२९.३१
महाराष्ट्र	१०५४.१	लक्षद्वीप	४२८.८१
आंध्रप्रदेश	१०१३.७४	उत्तरप्रदेश	३८६.९३
जम्मू आणि काश्मीर	९६८.४७	नागालँड	२४२.३९
उत्तराखंड	९३०.४१	त्रिपुरा	२२३.७८
कर्नाटक	८७३.०५	आसाम	२०९.२
सिक्कीम	८४५.४	मणिपूर	२०७.१५
ओडिशा	८३७.५५	बिहार	११७.४८

(स्रोत : स्टॅटिस्टीकल अबस्ट्रॅक्ट ऑफ इंडिया)

परिशिष्ट - ५ : भारतातील कोळशाचे उत्पादन

वर्ष	साठा (लाख टन)	वर्ष	साठा (लाख टन)
१९५०-५१	३२३	२००६-०७	४६२१
२०००-०१	३३२६	२००७-०८	४९११
२००१-०२	३५२६	२००८-०९	४९२२
२००२-०३	३६७३	२००९-१०	५६६१
२००३-०४	३८९२	२०१०-११	५७०८
२००४-०५	४१३०	२०११-१२	३०७०
२००५-०६	४३७१		

(स्रोत : स्टॅटिस्टीकल अबस्ट्रॅक्ट ऑफ इंडिया)

परिशिष्ट – ६ : भारतातील राज्यवार कोळशाचे वितरण

राज्य	साठा (दशलक्ष टन)
प. बंगाल	२८,३३५
बिहार	१६०
झारखंड	७५,४६०
मध्य प्रदेश	२०,५६०
छत्तीसगढ	४४,१३४
उत्तरप्रदेश	१,०६२
महाराष्ट्र	९,८१८
ओडिशा	६५,२६३
आंध्रप्रदेश	१८,६९७
आसाम	३७५
अरुणाचल प्रदेश	९०
मेघालय	४५९
नागालँड	१९
सिक्कीम	१०१
एकूण	२,६४,५३३

(स्रोत : स्टॅटिस्टीकल अबस्ट्रॅक्ट ऑफ इंडिया)

परिशिष्ट – ७ : भारतातील तेलशुद्धीकरण कारखाने

क्र.	नाव	क्षमता (दशलक्ष मेट्रिक टन प्रतिवर्षे)
	सार्वजनिक क्षेत्रातील कंपन्या	
अ)	**इंडियन ऑइल कॉर्पोरेशन लिमिटेड**	
१)	नुनमती (गुवाहाटी)	१
२)	बेगुसराई (बरौनी)	६
३)	कोयाली (वडोदरा)	१३.७०
४)	हल्दिया	७.५०
५)	मथुरा	८
६)	दिग्बोई	०.६५
७)	पानिपत	१५
८)	बोगाईगाव	२.३५

क्र.	नाव	क्षमता (दशलक्ष मेट्रिक टन प्रतिवर्षे)
ब)	हिंदुस्थान पेट्रोलियम कॉर्पोरेशन लिमिटेड	
	९) चेंबूर (मुंबई)	६.५०
	१०) विशाखापट्टणम् (आंध्रप्रदेश)	८.३०
क)	भारत पेट्रोलियम कॉर्पोरेशन लिमिटेड	
	११) चेंबूर (मुंबई)	१२
	१२) कोची	९.५०
ड)	चेन्नई पेट्रोलियम कॉर्पोरेशन लिमिटेड	
	१३) मनाली (चेन्नई)	१०.५०
	१४) नागापट्टिणम्	१
इ)	इतर (सार्वजनिक क्षेत्रातील)	
	१५) नुमालीगड रिफायनरी (नुमालीगड)	३
	१६) मंगळुरू रिफायनरी ॲण्ड पेट्रोकेमिकल्स (मंगळूर)	११.८२
	१७) ऑइल ॲण्ड नॅचरल गॅस कॉर्पोरेशन लि. ताटिपाका	०.०६६
ई)	संयुक्त क्षेत्रातील कंपनी	
	१८) भारत पेट्रोलियम कॉर्पोरेशन आणि ओमान ऑइल कंपनी, बीना (मध्य प्रदेश)	६
उ)	खासगी क्षेत्रातील कंपन्या	
	१९) रिलायन्स इंडस्ट्रीज मोतीखावडी (जामनगर)	३३
	२०) रिलायन्स पेट्रोलियम जामनगर (SEZ)	२७
	२१) एस्सार ऑइल लि. वडिनार	१०.५०
	एकूण	१९३.३८६

(स्रोत : इंडिया २०१२)

प्रश्न

१. भारतातील विद्युत उत्पादनात सर्वाधिक योगदान ..... विद्युत उत्पादनाचे आहे.
(अ) औष्णिक (ब) प्राकृतिक गॅस (क) जलविद्युत (ड) आण्विक

२. सद्य:स्थितीत अणुशक्तीने संपन्न असणाऱ्या राष्ट्रांच्या श्रेणीत भारताचा जगात .... क्रमांक आहे.
(अ) पाचवा (ब) सहावा (क) सातवा (ड) आठवा

३. भारतात सध्या .... अणुभट्ट्या कार्यरत आहेत.
(अ) ११ (ब) १२ (क) १३ (ड) २०

४. भारताच्या सहयोगाने उभारला गेलेला 'ताला' जलविद्युत प्रकल्प भारताच्या .... या शेजारी राष्ट्रामध्ये आहे.
(अ) बांगलादेश (ब) नेपाळ (क) भूतान (ड) अफगाणिस्तान

५. केंद्रीय नवीकरणीय ऊर्जा मंत्रालयाच्या योजनेनुसार भारतातील .... शहरांना सौर शहराच्या रूपाने विकसित करण्यात येणार आहे.
(अ) ३२ (ब) ४० (क) ५५ (ड) ६०

६. पवन ऊर्जेच्या स्थापित क्षमतेनुसार खालीलपैकी ..... हा क्रम बरोबर आहे.
(अ) अमेरिका, जर्मनी, स्पेन, चीन, भारत (ब) जर्मनी, स्पेन, चीन, अमेरिका, भारत
(क) चीन, स्पेन, जर्मनी, अमेरिका, भारत (ड) चीन, अमेरिका, भारत, स्पेन, जर्मनी

७. जागतिक पवन ऊर्जा असोसिएशन (wwEA) च्या अहवालानुसार जगातील एकूण विद्युत उत्पादनांमध्ये पवन ऊर्जेचे योगदान .... टक्के आहे.
(अ) ४ (ब) ३ (क) २ (ड) १

८. भारतामध्ये उभारला जाणारा प्रदूषणविरहित औष्णिक विद्युत प्रकल्प 'फ्यूचरजेन' हा .... या देशाच्या सहकार्याने उभारला जात आहे.
(अ) अमेरिका (ब) जर्मनी (क) जपान (ड) रशिया

९. भारतामध्ये 'बगलिहार' जलविद्युत प्रकल्प ... या राज्यात आहे.
(अ) हिमाचल प्रदेश (ब) पंजाब (क) जम्मू काश्मीर (ड) उत्तर प्रदेश

१०. अणुभट्ट्यांतून निर्माण होणाऱ्या अणुकचऱ्याचा बंदोबस्त करण्यासाठी जगात .... ही पद्धत जास्त प्रचलित आहे.
(अ) जमिनीमध्ये गाडणे (ब) समुद्रामध्ये सोडणे
(क) कचऱ्याचे रूपांतर करणे (ड) समुद्रतळाशी पुरणे

११. महाराष्ट्रात वीज मंडळाच्या पुनर्रचनेबाबत राज्य सरकारने ... समिती नेमली होती.
(अ) तेंडुलकर समिती (ब) गोडबोले समिती
(क) उपासनी समिती (ड) देवधर समिती

१२. 'महाराष्ट्र वीज नियमन आयोग' या संविधानिक मंडळाची स्थापना ..... साली झाली.
(अ) १९९९ (ब) २००१ (क) २००३ (ड) २००४

१३. विजेचा वापर करण्याच्या दृष्टिकोनातून भारताचा जगात .... क्रमांक लागतो.
(अ) पहिला (ब) दुसरा (क) तिसरा (ड) चौथा

१४. मागणीपेक्षा अधिक वीज उपलब्ध असलेले भारतातील एकमेव राज्य .... हे आहे.
(अ) उत्तर प्रदेश (ब) गुजरात (क) हिमाचल प्रदेश (ड) पंजाब

१५. भारतात पावरग्रिड महामंडळाची स्थापना ... समितीच्या शिफारशीवरून करण्यात आली.
(अ) राजाध्यक्ष समिती (ब) पाण्डे समिती
(क) मुदलियार समिती (ड) घोष समिती

१६. भारतातील सर्वात जास्त विद्युत उत्पादनक्षमता असलेला अणुप्रकल्प ..... आहे.
(अ) तारापूर (ब) रावतभाटा (क) नरोरा (ड) कैगा

१७. अणुविद्युत प्रकल्पासंदर्भातील खालील जोड्यांचा योग्य क्रम.... हा आहे.

प्रकल्प	**राज्य**
(१) कैगा	(अ) गुजरात
(२) काक्रापार	(ब) उत्तर प्रदेश
(३) रावतभाटा	(क) कर्नाटक
(४) नरोरा	(ड) राजस्थान

(अ) १-क, २-अ, ३-ड, ४-ब (ब) १-ड, २-क, ३-ब, ४-अ
(क) १-ब, २-क, ३-ड, ४-अ (ड) १-अ, २-ब, ३-क, ४-ड

१८. भारतात आण्विक इंधन संकुल (Nuclear Fuel Complex) .... येथे स्थित आहे.
(अ) बंगळुरू (ब) मुंबई (क) हैदराबाद (ड) चेन्नई

१९. भारतीय अणुऊर्जा विभाग (Department of Atomic Energy) हा कोणाच्या अधिकार क्षेत्रातील विभाग आहे?
(अ) पंतप्रधान (ब) केंद्रीय ऊर्जा मंत्री (क) केंद्रीय उद्योगमंत्री (ड) स्वायत्त विभाग

२०. खालीलपैकी ..... हे संघटन भारतीय अणुऊर्जा विभागाच्या अंतर्गत नाही.
(अ) भारतीय इलेक्ट्रॉनिक्स महामंडळ (ECIL) (ब) भारतीय रेअर अर्थस् लिमिटेड (IREL)
(क) भारतीय युरेनियम महामंडळ (UCI) (ड) भारत हेवी इलेक्ट्रिकल्स लि. (BHEL)

२१. महाराष्ट्रातील खालीलपैकी .... जिल्ह्यात दगडी कोळशाचे साठे नाहीत.
(अ) यवतमाळ (ब) चंद्रपूर (क) नागपूर (ड) वर्धा

२२. महाराष्ट्रात खालीलपैकी .... ठिकाणी औष्णिक विद्युत प्रकल्प नाही.
(अ) नाशिक (ब) परळी (क) खापरखेडा (ड) भिवपुरी

२३. पवनऊर्जा निर्मिती क्षमतेनुसार भारताचा जगात ..... क्रमांक आहे.
(अ) तिसरा (ब) चौथा (क) पाचवा (ड) सहावा

२४. ऊर्जेचे व्यापारी परिमाण ..... हे आहे.
(अ) किलोवॉट प्रतितास (ब) ज्यूल
(क) किलोवॉट तास (ड) मेगावॉट

२५. चुंबकीय जल गतिक जनित्र (Magneto Hydrodynamic Generator) ..... वापरतात.
(अ) औष्णिक वीज निर्मिती केंद्राची कार्यक्षमता वाढविण्यासाठी.
(ब) जलविद्युत निर्मिती केंद्राची कार्यक्षमता वाढविण्यासाठी.

(क) आण्विक वीजनिर्मिती केंद्राची कार्यक्षमता वाढविण्यासाठी.

(ड) लघुजलविद्युत निर्मिती केंद्राची कार्यक्षमता वाढविण्यासाठी.

२६. कार्यक्षम सौरपट्ट्या बनवण्यासाठी .... या धातूचा वापर करतात.

(अ) तांबे   (ब) सिलिकॉन   (क) जर्मेनियम   (ड) ॲल्युमिनियम

२७. भारतातील पहिले तरंग ऊर्जा (Tidal Energy) निर्मिती केंद्र .... जवळ सुरू झाले.

(अ) तिरुअनंतपुरम   (ब) रत्नागिरी   (क) ओखा   (ड) कांडला

२८. खालीलपैकी .... या देशाला वेगवान अणुभट्टीचे तंत्रज्ञान अवगत नाही.

(अ) भारत   (ब) फ्रान्स   (क) जर्मनी   (ड) कॅनडा

२९. भारतातील पवनऊर्जा निर्मितीनुसार राज्यांचा योग्य उतरता क्रम असा आहे.

(अ) महाराष्ट्र, गुजरात, राजस्थान, तमिळनाडू

(ब) तमिळनाडू, गुजरात, महाराष्ट्र, कर्नाटक

(क) राजस्थान, महाराष्ट्र, कर्नाटक, तमिळनाडू

(ड) कर्नाटक, तमिळनाडू, महाराष्ट्र, राजस्थान

३०. सन २०१० मध्ये भारतातील वीजनिर्मिती क्षेत्रातील सर्वात मोठ्या खाजगी कंपन्यांपैकी खालील .... ही कंपनी नाही.

(अ) टाटा पॉवर   (ब) रिलायन्स पॉवर   (क) अदानी पॉवर   (ड) सूझलॉन पॉवर

३१. भारतात युरेनियमचा साठा ... या राज्यात स्थित आहे.

(अ) तमिळनाडू   (ब) आंध्रप्रदेश   (क) कर्नाटक   (ड) झारखंड

३२. औष्णिक वीजनिर्मिती केंद्रात ..... कोळसा वापरला जातो.

(अ) पीट   (ब) लिग्नाइट   (क) बिट्युमेनी   (ड) अँथ्रासाईट

३३. खालीलपैकी .... या आण्विक प्रकल्पाच्या उभारणीत जनरोषाची समस्या उद्भवलेली नाही.

(अ) जैतापूर (महाराष्ट्र)   (ब) कुडनकुलम् (तमिळनाडू)

(क) हरिपूर (पश्चिम बंगाल)   (ड) रावतभाटा (राजस्थान)

३४. वीजनिर्मिती क्षमतेच्या दृष्टिकोनातून महाराष्ट्राच्या 'महाजनेको' या कंपनीचा देशात .... क्रमांक आहे.

(अ) पहिला   (ब) दुसरा   (क) तिसरा   (ड) चौथा

३५. महाराष्ट्रातील सर्वात मोठे औष्णिक वीजनिर्मिती केंद्र .... हे आहे.

(अ) चंद्रपूर   (ब) कोराडी   (क) खापरखेडा   (ड) भुसावळ

३६. महाराष्ट्रातील वीजनिर्मिती क्षेत्रातील कंपनी 'महाजनेको' हिच्या अंतर्गत .... औष्णिक वीजनिर्मिती केंद्रे कार्यरत आहेत.

(अ) ७   (ब) ८   (क) ९   (ड) १०

३७. भारतातील .... हे राज्य सौरऊर्जा निर्मिती क्षेत्रात अग्रेसर आहे.

(अ) महाराष्ट्र   (ब) गुजरात   (क) कर्नाटक   (ड) राजस्थान

३८. भारतात विद्युतनिर्मिती क्षमतेनुसार खालीलपैकी योग्य क्रम (उतरता) .... आहे.

(अ) औष्णिक विद्युत, जलविद्युत, नवीकरणयोग्य ऊर्जा, आण्विक ऊर्जा

(ब) औष्णिक विद्युत, आण्विक ऊर्जा, जलविद्युत, नवीकरणयोग्य ऊर्जा

(क) जलविद्युत, आण्विक ऊर्जा, औष्णिक विद्युत, नवीकरणयोग्य ऊर्जा

(ड) औष्णिक विद्युत, जलविद्युत, आण्विक ऊर्जा, नवीकरणयोग्य ऊर्जा

३९. नाथपा झाकडी ऊर्जा निगम लि. हा भारत सरकारचा .... राज्याबरोबरचा संयुक्त प्रकल्प आहे.

    (अ) पंजाब   (ब) जम्मूकाश्मीर   (क) हिमाचल प्रदेश   (ड) उत्तर प्रदेश

४०. केंद्रीय विद्युत संशोधन संस्था .... येथे आहे.

    (अ) दिल्ली   (ब) हैदराबाद   (क) बंगळुरू   (ड) चेन्नई

४१. २० किंवा यापेक्षा अधिक आण्विक विद्युत निर्मिती केंद्रे असणाऱ्या देशांमध्ये भारत ..... देश आहे.

    (अ) पाचवा   (ब) सहावा   (क) सातवा   (ड) आठवा

४२. महाराष्ट्रात औष्णिक विद्युत केंद्राचा विकास मुख्यत्वेकरून ..... प्रांतात झालेला आहे.

    (अ) विदर्भ   (ब) मराठवाडा   (क) पश्चिम महाराष्ट्र   (ड) कोकण

४३. अपारंपरिक ऊर्जास्रोतामध्ये भारतासाठी सर्वात आश्वासक ऊर्जास्रोत .... हा आहे.

    (अ) पवन ऊर्जा   (ब) सौर ऊर्जा   (क) जैविक इंधन   (ड) भूगर्भ ऊर्जा

४४. फास्ट ब्रीडर रिॲक्टर संदर्भात खालीलपैकी .... हे तथ्य चुकीचे आहे.

    (अ) या प्रकारच्या आण्विक भट्ट्यांमध्ये न्यूट्रॉन्सची गती कमी करण्यासाठी कमीतकमी नियंत्रकांची गरज लागते.

    (ब) या प्रकारच्या भट्ट्यांमध्ये युरेनियम - २३८ चे प्लुटोनियम - २३९ मध्ये रूपांतरण करण्यात येते.

    (क) भारतातील कल्पकम् येथे 'फास्ट ब्रीडर टेस्ट रिॲक्टर'ची यशस्वी चाचणी करण्यात आली आहे.

    (ड) या प्रकारच्या अणुभट्ट्यांसाठी भारतास अमेरिकेचे सहकार्य लाभले आहे.

४५. खालीलपैकी ..... ही अणुऊर्जा विकासातील समस्या नाही.

    (अ) जनरोषाची तसेच राजकीय समस्या

    (ब) आण्विक भट्ट्यांची सुरक्षितता

    (क) आण्विक भट्टीतील टाकाऊ पदार्थांची विल्हेवाट

    (ड) आण्विक इंधनाची उपलब्धता

४६. फ्रांसमधील 'कोडार्च' येथे 'टोकमॅक' हा प्रकल्प केंद्रकीय संमीलनाद्वारे (Nuclear Fusion) अणुऊर्जानिर्मितीच्या प्रकल्पाची शास्त्रीय आणि तंत्रज्ञान-दृष्ट्या व्यवहार्यता पडताळून पाहण्यासाठी उभारला जात आहे. खालीलपैकी ..... हे देश त्यात सहभागी नाहीत.

    (अ) भारत, दक्षिण कोरिया   (ब) युरोपियन युनियन

    (क) रशिया, अमेरिका, चीन, जपान   (ड) कॅनडा, ब्राझील, दक्षिण आफ्रिका

४७. खालीलपैकी .... हा अणुऊर्जा प्रकल्प स्वदेशी बनावटीचा आहे.

    (अ) तारापूर   (ब) कल्पकम्   (क) रावतभाटा   (ड) कैगा

४८. खालीलपैकी ..... ही भारतातील अणुभट्टी नाही.

    (अ) अप्सरा   (ब) सायरस   (क) कामिनी   (ड) प्रोटॉन

४९. थोरियम-युरेनियम -२३३ या इंधनचक्राचा वापर करणारी जगातील पहिली अणुभट्टी ..... ही आहे.

    (अ) कामिनी   (ब) पूर्णिमा - १   (क) पूर्णिमार   (ड) ध्रुव

५०. भारतातील पहिला जडपाणी प्रकल्प ..... येथे १९६१ मध्ये सुरू झाला.

(अ) नानगल (पंजाब)   (ब) तालचेर (ओडिशा)

(क) वडोदरा (गुजरात)   (ड) हाजीरा (गुजरात)

५१. भारतामध्ये इमारतींच्या छतावरील पाणी गरम करण्याची सौर ऊर्जा संयंत्रे सर्वात जास्त .... या शहरात आहेत.

(अ) हैदराबाद   (ब) चेन्नई   (क) बंगळुरू   (ड) तिरुअनंतपुरम

५२. भारतात नवीकरणयोग्य ऊर्जाक्षेत्रांमध्ये सर्वात जास्त स्थापित क्षमता ... प्रकारच्या ऊर्जेची आहे.

(अ) सौर ऊर्जा   (ब) पवन ऊर्जा   (क) जैववस्तुमान ऊर्जा (ड) भूऔष्णिक ऊर्जा

५३. नवीकरणयोग्य ऊर्जाक्षेत्रात भांडवली खर्चानुसार ..... हा उतरता क्रम बरोबर आहे.

(अ) सौर ऊर्जा - लघुजलविद्युत - पवन ऊर्जा - जैववस्तुमान

(ब) लघुजलविद्युत - सौर ऊर्जा - पवन ऊर्जा - जैववस्तुमान

(क) सौर ऊर्जा - पवन ऊर्जा - लघुजलविद्युत - जैववस्तुमान

(ड) पवन ऊर्जा - सौर ऊर्जा - लघुजलविद्युत - जैववस्तुमान

५४. भारतात वीजकायदा .... दिवशी अस्तित्वात आला.

(अ) १५ सप्टेंबर २००५   (ब) १० जून २००३

(क) १६ ऑगस्ट २००१   (ड) १५ ऑक्टोबर २०००

५५. भारतात 'रायसो राष्ट्रीय प्रयोगशाळे' तर्फे वायुभाराचा नकाशासंग्रह (Wind Atlas) बनविला जात आहे. ही संस्था .... या देशाची आहे.

(अ) अमेरिका   (ब) जर्मनी   (क) जपान   (ड) डेन्मार्क

५६. महाराष्ट्रातील सर्वात मोठा विद्युत ऊर्जा निर्मिती प्रकल्प .... हा आहे.

(अ) ऊर्जा नगर (चंद्रपूर)   (ब) नांदगाव पेठ (अमरावती)

(क) कोयना (सातारा)   (ड) तारापूर (ठाणे)

५७. भारतातील सर्वात मोठा (४६२० मेगावॅट) औष्णिक विद्युत निर्मिती प्रकल्प ..... हा आहे.

(अ) मुंद्रा (गुजरात)   (ब) सिंगरौली (मध्य प्रदेश)

(क) रायचूर (कर्नाटक)   (ड) चंद्रपूर (महाराष्ट्र)

५८. महाराष्ट्रात वायूवर आधारित औष्णिक विद्युत निर्मिती प्रकल्प ..... येथे आहे.

(अ) तुर्भे   (ब) डहाणू   (क) परळी   (ड) कापरखेडा

५९. ...... हा भारतातील सध्याचा सर्वात मोठा जलविद्युत प्रकल्प आहे.

(अ) तेहरी (उत्तराखंड)   (ब) कोयना (महाराष्ट्र)

(क) नाथपा-झाकडी (हिमाचल प्रदेश)   (ड) सरदार सरोवर (गुजरात)

६०. खालीलपैकी ..... ही कंपनी भारतातील पवन ऊर्जा निर्मिती क्षेत्रातील कंपनी नाही.

(अ) सूझलॉन   (ब) एन. एस. एल.   (क) सी. एल. पी.   (ड) स्पेक्ट्रम

६१. आदर्श इंधनाचे खालीलपैकी ..... हे गुणविशेष आहेत.

(१) उच्च कॅलरीमूल्य   (२) दहनाचे सौम्य प्रमाण

(३) विशिष्ट ज्वलनांक   (४) वाहतुकीतील सुलभता

(अ) केवळ १ व ३   (ब) केवळ १,२,३   (क) केवळ १ व २   (ड) दिलेले सर्व

६२. इथेनॉलचा पेट्रोलमध्ये .... टक्क्यांपर्यंत वापर करता येतो.

(अ) ३५   (ब) ४०   (क) ३५   (ड) २०

६३. नवी आणि पुनर्नवीकरण ऊर्जा मंत्रालया (MNRE) मार्फत केल्या जाणाऱ्या कार्यक्रमांत खालीलपैकी ..... हा कार्यक्रम नाही.

(अ) जवाहरलाल नेहरू राष्ट्रीय सौर मिशन

(ब) राष्ट्रीय जैववायू व खत व्यवस्थापन कार्यक्रम

(क) राजीव गांधी अक्षय ऊर्जा दिन

(ड) महानगर अक्षय ऊर्जा कार्यक्रम

६४. महाराष्ट्रातील सौर शहर कार्यक्रमांतर्गत ..... हे शहर आदर्श सौर शहर म्हणून विकसित करण्यात येत आहे.

(अ) पुणे   (ब) नागपूर   (क) नांदेड   (ड) जळगाव

६५. अक्षय ऊर्जा मंत्रालयातर्फे उभारण्यात आलेली 'सौर संसाधन मूल्यांकन केंद्रे' महाराष्ट्रात खालीलपैकी .... या ठिकाणी नाहीत.

(अ) कराड   (ब) शेगाव   (क) पंढरपूर   (ड) लातूर

६६. सौर कंदिलासाठी खालीलपैकी ..... हा घटक आवश्यक नाही.

(अ) फोटोव्होल्टाईक पॅनल   (ब) बॅटरी

(क) सीएफएल   (ड) बहिर्गोल आरसा

६७. विजेचा सर्वात कमी वापर करणारा म्हणून ..... हा लाईट लोकप्रिय होत आहे.

(१) ट्यूब लाईट   (२) एल. ई. डी. लाईट

(३) सी. एफ. एल. लाईट   (४) निऑन लाईट

(अ) २ व ३   (ब) १ व ४   (क) २,३ व ४   (ड) दिलेले सर्व

६८. वायूवेग ठरविणारे कोष्टक .... या शास्त्रज्ञाने तयार केले.

(अ) पास्कल   (ब) टॉर्सेली   (क) ब्युफोर्ट   (ड) ऑल्डविन

६९. खनिज तेल संवर्धन व संशोधन (Petrolium Conservation Research Association - PCRA) संघटने संदर्भात दिलेल्या खालील विधानांपैकी बरोबर विधाने .... ही आहेत.

(१) ही संघटना पेट्रोलियम व नैसर्गिक वायू मंत्रालयाच्या अंतर्गत कार्यरत आहे.

(२) या संघटनेमार्फत इंधन बचतीसाठी जनजागृती करण्यात येते.

(३) इंधन बचतीसाठी प्रत्यक्ष तांत्रिक साहाय्य या संघटनेमार्फत उपलब्ध करून दिले जाते.

(४) या संघटनेमार्फत जैवइंधनाच्या निर्मितीसाठी प्रोत्साहनात्मक योजना राबविल्या जातात.

(अ) १,३ व ४   (ब) केवळ २   (क) ३ व ४   (ड) दिलेली सर्व

७०. सेंद्रिय घनकचऱ्यापासून बायोमिथेनेशन व ऊर्जानिर्मिती करणारा देशातील पहिला प्रकल्प महाराष्ट्रातील ..... या महानगरपालिकेतर्फे कार्यान्वित आहे.

(अ) पुणे   (ब) ठाणे   (क) नागपूर   (ड) बृहन्मुंबई

७१. भारतातील सर्वात पहिला लघुजलविद्युत प्रकल्प इ.स. १८९७ मध्ये ..... येथे सुरू झाला.

(अ) जम्मू   (ब) श्रीनगर   (क) डेहराडून   (ड) मसुरी

७२. कार्बन क्रेडिट मिळवून परकीय अर्थसाहाय्य प्राप्त करण्यासाठी महाराष्ट्रातील .... या संस्थेला पदनिर्देशित संस्था म्हणून मान्यता मिळाली आहे.

(अ) महाराष्ट्र ऊर्जा विकास अभिकरण (ब) महाजेनको
(क) महावितरण (ड) यापैकी कोणतेही नाही.

७३. भारतातील विविध राज्य विद्युत महामंडळाच्या सुधारणांतर्गत खालीलपैकी कोणत्या राज्य विद्युत महामंडळाचे सर्वाधिक ७ कंपन्यांमध्ये विभाजन करण्यात आले?
(अ) गुजरात (ब) पश्चिम बंगाल (क) हरयाणा (ड) कर्नाटक

७४. भारतात विद्युतनिर्मिती, वितरण या क्षेत्रांत ... टक्क्यांची प्रत्यक्ष विदेशी गुंतवणुकी (FDI) ची परवानगी आहे.
(अ) ४८ (ब) ५६ (क) ८६ (ड) १००

७५. ब्युरो ऑफ एनर्जी एफिशियन्सी (BEE) या संस्थेकडून विद्युत उपकरणांच्या प्रमाणीकरण कार्यक्रमांतर्गत .... श्रेणी देऊन त्यांचे मानांकन केले जाते.
(अ) १ ते ५ स्टार (ब) १ ते ३ स्टार (क) १ ते ५ ग्रेड (ड) १ ते ३ ग्रेड

७६. खालीलपैकी ..... हे राष्ट्रीय विद्युत धोरण २००५ चे एक उद्दिष्ट नाही.
(अ) विद्युतक्षेत्रात स्पर्धा निर्माण करणे
(ब) विद्युतक्षेत्रात खाजगी गुंतवणुकदारांना आकर्षित करणे
(क) गरीब शेतकऱ्यांना वीज अनुदान देणे
(ड) ग्रामीण विद्युतीकरणासंबंधी मार्गदर्शक तत्त्वे ठरविणे

७७. महाराष्ट्रात .... या कंपनीचा विजेचा दर सर्वात जास्त आहे.
(अ) महावितरण (ब) रिलायन्स (क) टाटा (ड) बेस्ट

७८. भारतातील पहिले आंतरराष्ट्रीय ऊर्जा संमेलन २८ ते ३० जानेवारी २०१२ या दरम्यान ..... येथे आयोजित केले गेले.
(अ) पुणे (ब) दिल्ली (क) नागपूर (ड) बंगळुरू

७९. भारतात सर्वात जास्त वीजनिर्मिती क्षमता ... या राज्याची आहे.
(अ) उत्तर प्रदेश (ब) गुजरात (क) कर्नाटक (ड) महाराष्ट्र

८०. पवन ऊर्जा क्षेत्राशी संबंधित असणारी 'केंद्रीय संस्था' Centre for Wind Energy Technology (CWET) येथे आहे. ....
(अ) चेन्नई (ब) हैदराबाद (क) जयपूर (ड) दिल्ली

८१. नुकतीच स्थापन झालेली 'नवीकरणयोग्य ऊर्जाक्षेत्राची सरदार स्वर्णसिंग राष्ट्रीय संस्था' ...... ऊर्जा प्रकाराशी संबंधित आहे.
(अ) जैववायू (ब) पवनऊर्जा (क) सौरऊर्जा (ड) लघु जलविद्युत

८२. नवीकरणयोग्य ऊर्जा स्रोतांपासून वीजनिर्मिती करण्यात महाराष्ट्राचा राज्यात ... क्रमांक आहे.
(अ) पहिला (ब) दुसरा (क) तिसरा (ड) चौथा

८३. राजीव गांधी अक्षय ऊर्जा दिन .... या दिवशी साजरा केला जातो.
(अ) २० ऑगस्ट (ब) १५ ऑक्टोबर (क) ३१ ऑक्टोबर (ड) ५ डिसेंबर

८४. भारतातील सर्वात मोठा जथ्रोफा संशोधन प्रकल्प .... येथे आहे.
(अ) भुवनेश्वर (ओडिशा) (ब) कपूरथळा (पंजाब)
(क) भावनगर (गुजरात) (ड) पतनचेरू (आंध्रप्रदेश)

८५. सौर कुकरची आतील बाजू .... या रंगाने रंगवलेली असते.
(अ) पिवळा (ब) लाल (क) काळा (ड) पांढरा

८६. १ युनिट इतक्या विद्युत ऊर्जा वापरासाठी १०० वॉटचे दोन बल्बस् ..... तास वापरले पाहिजेत.
(अ) १० तास (ब) ५ तास (क) १ तास (ड) ३० मिनिटे

८७. भारतातील हाजीरा - बिलासपूर - जगदीशपूर ही गॅस पाईप लाइन खालीलपैकी .... या राज्यातून जात नाही.
(अ) गुजरात (ब) राजस्थान (क) उत्तर प्रदेश (ड) उत्तराखंड

८८. भारत सरकारचा 'ऊर्जा संवर्धन कायदा - २००१' .... मध्ये पारित झाला.
(अ) मार्च २००१ (ब) मार्च २००२
(क) जानेवारी २००१ (ड) जानेवारी २००२

८९. विद्युत ऊर्जा बचतीसाठीचा खालीलपैकी ..... हा मार्ग आहे.
(अ) 'सी. एफ. एल.' चा वापर करणे
(ब) BEE ने प्रमाणित केलेल्या स्टार लेबलच्या घरगुती विद्युत उपकरणांचा उपयोग करणे
(क) गरजेपेक्षा जास्त क्षमतेची विद्युत उपकरणे वापरणे टाळावे
(ड) वरील सर्व

९०. ऊर्जा संवर्धन सप्ताह ..... या कालावधीत साजरा केला जातो.
(अ) १४ ते २० डिसेंबर (ब) ५ ते ११ जानेवारी
(क) ८ ते १४ सप्टेंबर (ड) १० ते १६ मार्च

९१. विद्युत ऊर्जा क्षेत्रातील खालीलपैकी ...... या कंपनीला 'नवरत्न' हा दर्जा प्राप्त नाही.
(अ) राष्ट्रीय जलविद्युत महामंडळ (ब) राष्ट्रीय औष्णिक विद्युत
(क) ग्रामीण विद्युतीकरण महामंडळ (ड) पावरग्रिड

९२. खालीलपैकी ..... या क्षेत्रात विद्युत ऊर्जा बचतीस सर्वात जास्त वाव आहे.
(अ) औद्योगिक क्षेत्र (ब) कृषी क्षेत्र (क) वाणिज्यिक क्षेत्र (ड) घरगुती क्षेत्र

९३. वीज मीटरवरील युनिट्सची दरमहा नोंद करून बिल पोहोचवणे व बिलाची रक्कम वसूल करणे यासाठी ..... या राज्यात ग्रामविद्युत प्रतिनिधींची योजना राबवली जात आहे.
(अ) कर्नाटक (ब) पंजाब (क) हरयाणा (ड) राजस्थान

९४. खालीलपैकी ..... हा राष्ट्रीय पावरग्रिडचा क्षेत्रीयग्रिड नाही.
(अ) पूर्व (ब) पश्चिम (क) दक्षिण-पूर्व (ड) मध्य

९५. राष्ट्रीय पावरग्रिडचा खालीलपैकी ... हा क्षेत्रीय ग्रिड इतरांशी जोडला गेलेला नाही.
(अ) दक्षिण (ब) पूर्व (क) पश्चिम (ड) पूर्वोत्तर

९६. राष्ट्रीय पावर ग्रिडचे .... क्षेत्रीय ग्रिड आहेत.
(अ) ४ (ब) ५ (क) ६ (ड) ७

९७. सरदार सरोवर प्रकल्पातील महाराष्ट्राचा हिस्सा ... टक्के आहे.
(अ) ३२ (ब) २७ (क) २० (ड) १७

९८. बांधकाम चालू असलेल्या जलविद्युत प्रकल्पांसंदर्भातील खालीलपैकी योग्य जोड्या .... या आहेत.

(१) घाटघर उदंचन योजना - अहमदनगर (२) डोलवहाल प्रकल्प - ठाणे

(३) शहाणूर प्रकल्प - अमरावती (४) कोणाल प्रकल्प - रत्नागिरी

(५) वाण प्रकल्प - अकोला (६) कुंभे प्रकल्प - रायगड

(अ) १, ३ व ४   (ब) २, ३, ५, ६   (क) १, ३, ५, ६   (ड) सर्व

९९. विद्युत कायदा २००३ अमलात येण्यापूर्वी खालीलपैकी .... हा कायदा अस्तित्वात नव्हता.

(अ) भारतीय वीज कायदा १९१० (ब) वीज पुरवठा कायदा १९४८

(क) वीज नियामक आयोग कायदा १९९८ (ड) वीज नियंत्रण कायदा २०००

१००. खालील विधानांवर विचार करा.

(१) २००८ च्या जलविद्युत धोरणानुसार विद्युत निर्मितीत खाजगी क्षेत्रांना प्राधान्य देण्यात आले.

(२) २००३ च्या वीज कायद्याने औष्णिक वीज निर्मितीचे खाजगीकरण झाले.

(३) वीज कायदा २००३ नुसार वीज पारेषण क्षेत्रात परवानाधारक कंपन्यांना परवानगी देण्यात आली.

वरीलपैकी - बरोबर विधाने आहेत.

(अ) १,२   (ब) केवळ २   (क) २ व ३   (ड) सर्व

उत्तरे

१. अ	२. ब	३. ड	४. क	५. ड	६. अ	७. ड
८. अ	९. क	१०. ब	११. ब	१२. अ	१३. ड	१४. ब
१५. अ	१६. अ	१७. अ	१८. क	१९. अ	२०. ड	२१. ड
२२. ड	२३. क	२४. क	२५. अ	२६. ब	२७. अ	२८. ड
२९. ब	३०. ड	३१. ब	३२. क	३३. ड	३४. ब	३५. अ
३६. ब	३७. ब	३८. अ	३९. क	४०. क	४१. ब	४२. अ
४३. अ	४४. ड	४५. ड	४६. ड	४७. ब	४८. ड	४९. अ
५०. अ	५१. क	५२. ब	५३. अ	५४. ब	५५. ड	५६. ब
५७. अ	५८. अ	५९. अ	६०. ड	६१. ड	६२. ड	६३. ड
६४. ब	६५. ड	६६. ड	६७. अ	६८. क	६९. ड	७०. अ
७१. ड	७२. अ	७३. अ	७४. ड	७५. अ	७६. क	७७. ब
७८. क	७९. ड	८०. अ	८१. अ	८२. ब	८३. अ	८४. क
८५. क	८६. ब	८७. ड	८८. ब	८९. ड	९०. अ	९१. अ
९२. क	९३. अ	९४. क	९५. अ	९६. ब	९७. ब	९८. क
९९. क	१००. ड					

२

संगणक व माहिती तंत्रज्ञान
Computer & Information Technology

एखाद्या गोष्टीविषयीचे ज्ञान म्हणजे माहिती. गद्य तपशील, सांख्यिकी, चित्रे, आलेख इ. माहितीची विविध रूपे आहेत. सन १९५० मध्ये केलव्हिन मूर यांनी माहितीची प्रतिप्राप्ती ही संज्ञा रूढ केली. त्यानंतर सन १९५९ मध्ये 'माहितीशास्त्र' ही संज्ञा अस्तित्वात आली; यामध्ये ज्ञानाची उत्पत्ती, साठा, प्रतिप्राप्ती, आकलन, संप्रेषण, रूपांतर, स्थलांतर व वापर या सर्वांचे एकत्रीकरण असते. काहीजण माहितीशास्त्राला 'इनफॉरमॅटिक्स' असे म्हणतात. यामध्ये तंत्रज्ञान व त्याचा वापर या गोष्टी अभिप्रेत आहेत.

माहिती तंत्रज्ञान म्हणजे माहितीची निर्मिती, एकत्रीकरण, माहितीवर केलेली प्रक्रिया, साठा, माहितीची एका ठिकाणाहून दुसऱ्या ठिकाणी केलेली देवाणघेवाण या प्रक्रिया. माहिती तंत्रज्ञानामध्ये संगणक हा सर्वात महत्त्वाची भूमिका पार पाडतो.

संगणक, संगणकीय तबकड्या (Compact Disc), सी.डी.रॉम, इंटरनेट, ई-मेल, बहुविध प्रसारमाध्यमे, उपग्रहांची सुविधा, भ्रमणध्वनी संच इत्यादी साधनांनी माहितीशास्त्राचे महत्त्व मोठ्या प्रमाणात वाढवले आहे.

माहिती युगातील माहितीकेंद्रे ही 'कागदविरहित कार्यालये' बनली असून, या केंद्रातून माहितीचे वितरण, प्रसारण होत असते.

माहितीतंत्रज्ञानामध्ये

(१) कच्च्या माहितीचे रूपांतर उपयोगी माहितीमध्ये केलेले असते.

(२) प्रक्रिया केलेल्या माहितीचे पुनर्चक्रीकरण (Recycling) केले जाते. या माहितीचा संचय करून तिचा उपयोग दुसऱ्या प्रक्रियेसाठी केला जातो. तसेच प्रक्रिया केलेली माहिती दुसऱ्या माहितीसाठी एकत्रित करून तिचा परिणाम वाढविता येतो.

(३) संचय केलेली माहिती नव्या स्वरूपात मिळू शकते. माहितीचे हे नवीन स्वरूप समजण्यास सोपे व आकर्षक असते.

आधुनिक समाजातील संगणकाची भूमिका

संगणक हा आधुनिक माहिती तंत्रज्ञानाचा एक अतिशय महत्त्वाचा भाग आहे. या आधुनिक काळातील समाजाची जीवनशैली बदलण्यास संगणकच कारणीभूत आहे. संगणक हा आपल्या जीवनातील एक अविभाज्य घटक बनला आहे. संगणकाची वेगवेगळ्या क्षेत्रांतील भूमिका पाहिल्यावर त्याचे महत्त्व आपल्या लक्षात येईल.

संगणकाची विविध क्षेत्रातील भूमिका याप्रमाणे आहे -

१. संशोधन - अनेक आव्हानात्मक व महत्त्वाकांक्षी प्रकल्प हे केवळ संगणकाच्या साहाय्यामुळेच यशस्वी झाले आहेत. ह्यूमन जीनोम, देव कण इ. सारखे आव्हानात्मक प्रकल्प हे केवळ संगणकामुळेच यशस्वी झाले आहेत.

२. औद्योगिक क्षेत्र - औद्योगिक क्षेत्रात वस्तूंचे आरेखन विकसित करण्यासाठी 'कॉम्प्युटर एडेड डिझाईन' (CAD) या तंत्राचा उपयोग केला जातो. कॉम्प्युटराईज्ड एडेड मॅन्युफॅक्चरिंगमुळे (CAM) वस्तूचे दोषविरहित उत्पादन करणे शक्य होते. कॉम्प्युटराईज्ड न्यूमरिकली कन्ट्रोल्ड् यंत्रांच्या साहाय्याने उत्पादन प्रक्रियेवर प्रभावी नियंत्रण ठेवता येते.

३. यंत्रमानव - अनेक क्षेत्रामध्ये सध्या यंत्रमानवाला (Robot) महत्त्वाचे स्थान प्राप्त झाले आहे. यंत्रमानव विज्ञानाच्या विकासामध्ये यांत्रिकी रचनांप्रमाणेच संगणक क्षेत्रातील प्रगतीचे मोठे योगदान आहे. औद्योगिक क्षेत्र, धोकादायक कामे, संशोधन क्षेत्र, संरक्षण क्षेत्र अशा विविध क्षेत्रांत सध्या यंत्रमानवाची गरज ही अनिवार्य बनली आहे.

४. व्यवसाय - व्यावसायिकांच्या गरजांचा मेळ घालण्यासाठी त्यांच्या विशिष्ट गरजांनुसार संगणक प्रणाली अस्तित्वात आल्या आहेत. कार्यालयीन हिशेब, देयके, नोंदी, साठा नियंत्रण, विक्रीचे पृथक्करण, पगारपत्रके, आर्थिक विश्लेषण या कामकाजांसाठी सध्या संगणकाचा वापर अनिवार्य बनला आहे. संगणकामुळे ही कामे सुलभ व कमी वेळात होतात. टेलिकॉम्प्युटरमुळे किंवा लॅपटॉपमुळे घरबसल्या कार्यालयीन कामकाज करणे शक्य झाले आहे.

५. शिक्षण - सध्या विद्यार्थी व संगणक यांना संगणकीय जाळ्यामार्फत (इंटरनेट) जोडल्यामुळे विद्यार्थ्यांना शैक्षणिक संधी अगणित स्वरूपात खुल्या झाल्या. बहुविध प्रसारमाध्यमे (मल्टिमीडिया) हे सादरीकरणाचे एक अतिशय प्रभावी माध्यम असून याचा उपयोग अध्यापनामध्ये झाला. गतिमान व दूरशिक्षण पद्धतीसाठी संगणक हे वरदानच ठरले आहे.

६. बँकिंग - बँकिंग हे आजच्या व्यवहाराचे अतिशय प्रभावी माध्यम बनले आहे. संगणकाच्या उपयोगाने बँकिंगमधील सर्व व्यवहार हे गतिमान बनले आहे. मोबाईल बँकिंग तसेच ई-बँकिंगमुळे आता हे व्यवहार घरबसल्या करणेही शक्य आणि सुलभ झाले आहे.

७. ई-कॉमर्स - या माध्यमातून वस्तू आणि सेवा यांची खरेदी-विक्री इंटरनेटच्या माध्यमातून करणे शक्य झाले आहे. रेल्वे प्रवास, विमान प्रवास, हॉटेल इ. सेवांचे आरक्षण घरबसल्या करणे ई-कॉमर्समुळे सहज शक्य झाले आहे.

८. व्हर्च्युअल रिॲलिटी (आभासी सत्य) - प्रत्यक्ष असावे तसेच पण संगणकाच्या मदतीने तयार केलेले आणि वस्तुत: कृत्रिम असलेले सभोवतालचे वातावरण म्हणजेच आभासी सत्य. जॅरोन लानिअर हे या संकल्पनेचे जनक आहेत. आज या संकल्पनेचा शिरकाव अनेक क्षेत्रांमध्ये झालेला आहे. संगणकीय खेळांमध्ये याचा मोठ्या प्रमाणावर उपयोग केला जातो. वैद्यकीय क्षेत्रातील संशोधनासाठी तसेच शिक्षण क्षेत्रातही याचा प्रभावीपणे उपयोग केला जातो. जाहिरात क्षेत्रात ग्राहकांना आकर्षित करण्यासाठी याचा अत्यंत प्रभावीपणे उपयोग केला जातो.

९. संरक्षण क्षेत्र - संरक्षणास उपयोगी ठरणारे उपग्रह सोडणे, क्षेपणास्त्र तयार करणे, क्षेपणास्त्रविरोधी प्रणाली तयार करणे, प्रयोगशाळेतच अणुचाचण्या घेणे हे सर्व आता संगणक प्रणालीच्या माध्यमातून शक्य झाले आहे.

१०. ई-प्रशासन - संगणकीय प्रणालीचा इंटरनेट आणि इंट्रानेटसारख्या माध्यमातून प्रशासनाच्या विविध कार्यात प्रभावीपणे उपयोग करता येतो. माहितीवर योग्यरीत्या संस्करण करून त्या माहितीचे प्रशासनिक वहन व उपयोजन केले जाते. यामुळे वेळेची बचत होते, शासकीय व्यवहारात पारदर्शकता राहते. वरिष्ठांना सुलभ नियंत्रण प्रस्थापित करता येते व प्रशासनात गतिशीलता निर्माण होते.

११. टेलिमेडिसीन - संपर्क तंत्रज्ञान, माहिती तंत्रज्ञान, जैव-वैद्यक अभियांत्रिकी आणि वैद्यकशास्त्र यांच्या एकत्रीकरणातून टेलिमेडिसीन विकसित झाले आहे. साधारणत: या तंत्रानुसार, रुग्णाचा वैद्यकीय अहवाल विशेषज्ज्ञ डॉक्टरांकडे पाठविला जातो. विशेषज्ज्ञ डॉक्टर हा अहवाल अभ्यासून स्थानिक डॉक्टरांच्या मदतीने रुग्णावर योग्य उपचार करतात. ग्रामीण आणि शहरी भागातील वैद्यकीय सुविधांमध्ये असलेली तफावत दूर करण्यासाठी टेलिमेडिसीन हा एक प्रभावी मार्ग आहे.

१२. भू - माहितीशास्त्र - निरनिराळ्या विज्ञानांच्या सहकार्याने माहिती तंत्रज्ञानाचा वापर करून प्रगत संशोधन करण्याचे हे अलीकडच्या काळातील अत्यंत महत्त्वाचे शास्त्र आहे. हवाई छायाचित्रे, उपग्रह प्रतिमा, जागतिक स्थाननिश्चिती प्रणाली (GPS) इ. मधून मिळालेली माहिती साठविणे, माहितीचे पृथक्करण करणे आणि नैसर्गिक आपत्तीच्या वेळेस या माहितीचा योग्य निर्णय घेण्यासाठी अचूक वापर करणे हे या शास्त्राचे प्रमुख वैशिष्ट्य आहे. अर्थातच या कार्यांमध्ये संगणकाचे स्थान महत्त्वाचे आहे.

१३. इंटरनेट प्रोटोकॉल टेलिव्हीजन - IPTV ही परस्परसंपर्काची सुविधा असलेली डिजिटल टेलिव्हिजन सेवा असून यामध्ये केवळ टेलिव्हिजन या पारंपरिक प्रसारणाखेरीज इंटरनेटद्वारेही प्रक्षेपण करण्यात येते. या सेवेमुळे ग्राहकांना मागणीनुसार चित्रफीत (Video on demand) ही सुविधा देखील उपलब्ध होते.

जीवनाच्या विविध क्षेत्रामधील संगणकाचे उपयोजन

सध्याच्या आधुनिक युगात, माहिती तंत्रज्ञानाचा व्यवहारात मोठा उपयोग असल्याने 'माहिती प्रणाली' या संज्ञेला मोठे महत्त्व प्राप्त झाले आहे. या प्रणालीत संगणक हा केंद्रस्थानी असून संगणक आज्ञावली (Software), उपकरणे (Hardware), प्रक्रिया पद्धती, मूळ माहितीचा स्रोत (Data) आणि या सर्वांशी संबंधित असणाऱ्या व्यक्ती या सर्वांचा या प्रणालीत समावेश होतो. आवश्यक ती माहिती योग्यप्रकारे ग्राहकाला उपलब्ध करून देणे हा या प्रणालीचा मुख्य उद्देश आहे आणि अर्थातच माहितीचा प्रचंड साठा करू शकणारे संगणक आणि तिची वहन करणारी व्यवस्था या प्रणालीत महत्त्वाच्या ठरतात. या प्रणालीच्या केंद्रस्थानी असलेल्या संगणकाचे जीवनाच्या विविध क्षेत्रामधील उपयोजन खालीलप्रमाणे आहे :-

१. नेटवर्किंग (Networking) :

दोन किंवा दोनपेक्षा अधिक संगणक एकत्र जोडणाऱ्या संदेशवहन प्रणालीला 'संगणक नेटवर्क' असे म्हणतात. नेटवर्किंगमुळे हवी ती माहिती कोणत्याही संगणकावर मिळू शकते. यामुळे व्यवस्थापनाचा खर्च कमी होतो. एखाद्या संस्थेसाठी किंवा विभागासाठी केलेल्या नेटवर्किंगला 'इंट्रानेट' असे म्हणतात. याउलट, जगातील संगणक एकमेकांना ज्या नेटवर्कने जोडलेले असतात त्यास 'इंटरनेट' असे म्हणतात. सिंप्लेक्स (Simplex) व ड्युप्लेक्स (Duplex) या संगणक एकमेकांना जोडण्याच्या दोन पद्धती आहेत. ड्युप्लेक्समध्ये दोन्ही बाजूंनी (संदेशप्राप्ती व संदेशवहन) माहितीचे वहन होत असल्यामुळे संदेशवहनाची ही लोकप्रिय पद्धत आहे.

नेटवर्कचे प्रकार

अ) लोकल एरिया नेटवर्क (LAN) : एका इमारतीतील कार्यालयातील किंवा मर्यादित अशा भौगोलिक क्षेत्रातील नेटवर्क हे 'लॅन' या नावाने ओळखले जाते.

लॅनची वैशिष्ट्ये खालीलप्रमाणे :-

(१) मर्यादित भौगोलिक क्षेत्रामुळे टेलिकॉम सेवेची गरज नसते.

(२) गेटवे नेटवर्कद्वारे लॅन मोठ्या नेटवर्कला जोडता येते.

(३) लॅनची मालकी खाजगी असते.

(४) कोणत्याही संगणकातील माहिती कोणत्याही वापरकर्त्याला घेता येते.

(५) अनेक व्यक्ती एकाच वेळेस माहितीवर प्रक्रिया करू शकतात.

(६) ई-मेल पाठविणे शक्य असते.

(७) संदेशवहनाची स्वस्त पद्धत.

(८) माहिती वहनाचा प्रचंड वेग.

(९) व्यक्तिगत संगणकाचा पर्याप्त वापर.

(१०) माहिती व्यवस्थापन सुविधा.

(११) कमी खर्चाचे सॉफ्टवेअर.

(१२) सॉफ्टवेअरमध्ये सुधारणा शक्य.

(१३) मध्यवर्ती केंद्रीय संगणक अनावश्यक.

ब) मेट्रोपॉलिटन एरिया नेटवर्क (MAN) : संपूर्ण शहर व्यापून टाकणारे असे हे नेटवर्क असते. यामध्ये 'LAN' तंत्रज्ञानाचा वापर केलेला असतो.

क) वाइड एरिया नेटवर्क (WAN) : जेव्हा भौगोलिकदृष्ट्या विविध ठिकाणी असलेले संगणक नेटवर्कमध्ये जोडले जातात. तेव्हा त्यास 'वाइड एरिया नेटवर्क' असे म्हणतात. यासाठी टेलिफोन लाइन, दूरसंचार उपग्रह व मायक्रोवेव्ह लिंक्सचा उपयोग केला जातो.

ड) क्लाऊड कॉम्प्युटिंग (Cloud Computing) : क्लाऊड कॉम्प्युटिंग ही 'लॅन' व 'वॅन' यांच्या पुढची पायरी आहे. जेव्हा मोठा समूह माहितीची प्रचंड प्रमाणात देवाण-घेवाण करतो, तेव्हा नेटवर्कचा समतोल बिघडण्याची शक्यता असते. या समस्येवर मात करण्यासाठीच क्लाऊड कॉम्प्युटिंग चा उदय झाला. यामध्ये वेगवेगळ्या प्रणालींना एकाच वेळी कामाला लावले जाते. एक माहितीची साठवणूक करतो, दुसरा या माहितीच्या साठ्यावर प्रक्रिया करतो, तिसरा या प्रक्रियायुक्त माहितीचा परिणामकारक वापर करण्यासाठी नेटवर्क तयार करतो आणि चौथा या नेटवर्कची सेवा ग्राहकांना उपलब्ध करून देतो.

या प्रणालीचे तीन स्तर खालीलप्रमाणे -

(१) पायाभूत सुविधांचा वापर (इआस)

(२) संगणकीय व्यवहार करण्यासाठी मंच उपलब्ध करणे (पास)

(३) सॉफ्टवेअरचा सेवेसाठी वापर (सास)

वैशिष्ट्ये

(१) मोठ्या माहितीची जलद देवाण-घेवाण.

(२) संगणकीय कार्याची उपयुक्तता वाढते.

(३) कमी खर्चीक पद्धत.

(४) एकाचवेळी अनेक माहिती स्थळावर कार्य शक्य.

(५) विश्वासार्ह प्रणाली, गुगल ड्राईव्ह, मायक्रोसॉफ्ट स्कायड्राईव्ह, ड्रॉप बॉक्स, ॲमेझॉन क्लाऊड ड्राईव्ह, आय-क्लाऊड, बॉक्स या सध्याच्या क्लाऊड कॉम्प्युटिंगमधील प्रणाली आहेत.

२. बहुविध प्रसारमाध्यमे - Multimedia

मल्टिमीडिया हे सर्व प्रकारच्या माध्यमांच्या एकत्रीकरणाचे एक प्रभावी सादरीकरण असून यात व्हिडिओ दृश्ये, संगीत, आवाज, चित्रलेख आणि मजकूर इ. चा समावेश होतो. याचे महत्त्वाचे वैशिष्ट्य म्हणजे यात उपयोगकर्त्याचा सहभाग किंवा परस्परसंपर्क असतो. या माध्यमाद्वारे माहितीचे संस्करण, संकलन आणि जतन करता येते. या माध्यमात माहितीवर विविध प्रकारच्या तांत्रिक प्रक्रिया करताना दृक्-श्राव्य तंत्राचा वापर करता येतो. यामुळे माहितीच्या संस्करणाबरोबरच कलानिर्मितीचा आनंद तर मिळतोच शिवाय ॲनिमेशनसारख्या तंत्राने मनोरंजनाचा हेतूही साध्य होतो. उद्योगधंद्यामध्ये विपणन, जाहिरात, प्रशिक्षण, उत्पादनाचे प्रात्यक्षिक, सादरीकरण इ. गोष्टींसाठी हे माध्यम प्रभावीपणे वापरता येते. यासाठी लॅपटॉप, एलसीडी प्रोजेक्टर, साऊंड सिस्टिम यांचा उपयोग केला जातो. महाजाळ्या (Internet) च्या साहाय्याने या माध्यमांद्वारे व्हिडिओ कॉन्फरसिंग सभा आयोजित केल्या जाऊ शकतात. तसेच शिक्षण व प्रशिक्षण क्षेत्रांत हे माध्यम मोठ्या प्रमाणात वापरले जाते.

थोडक्यात, हे माध्यम मनोरंजन, उद्योग, शिक्षण, प्रशिक्षण, अंकिय प्रकाशने, सार्वजनिक ठिकाणे, आभासी सत्यता, उत्पादन प्रात्यक्षिक, किओस्कस इ. क्षेत्रात अतिशय परिणामकारक ठरतात.

मल्टिमीडियाचे उपयोग :

(१) करमणूक क्षेत्रात ॲनिमेशन, स्पेशल इफेक्ट्स, व्हिडिओ गेम्स् इ. मध्ये.

(२) पॉवर पॉईंट प्रेझेंटेशन करिता.

(३) फाइन आर्ट, कमर्शिअल आर्ट, सॉफ्टवेअर सेवा इ. मध्ये.

(४) शिक्षण क्षेत्रातील अभ्यासक्रम, प्रशिक्षण, कोश निर्मिती, माहितीपत्रके, संदर्भग्रंथ इ. साठी.

(५) वेब तंत्रज्ञानाच्या माध्यमातून जाहिरात, विक्री, शेअर बाजार इ. माहिती होण्यासाठी.

३. इंटरनेट (Internet)

इंटरनेट म्हणजे संगणकीय जाळ्यांचे जाळे. यामध्ये वेगवेगळे सर्व्हर व ग्राहक एकमेकांशी दूरध्वनी तसेच उपग्रह यामार्फत जोडलेले असतात. या जाळ्यातील कोणत्याही दोन संगणकांमध्ये माहितीचे संप्रेषण होऊ शकते. इंटरनेटमधील सर्व संगणक एकमेकांशी संवाद साधताना विशिष्ट अशा तत्त्वप्रणालीचाच (देवाण-घेवाण संयोजन तत्त्वप्रणाली आणि इंटरनेट तत्त्वप्रणाली - TPS आणि IPS) उपयोग करतात.

इंटरनेटवर आधारित सेवा खालीलप्रमाणे :

(१) इंटरनेट दूरध्वनी

(२) संगणकांशी सरळ संपर्क साधून देणारी ‘टेलेनेट’ ही प्रणाली

(३) एका ठिकाणाहून दुसऱ्या ठिकाणी पाठविण्यासाठी ‘फाईल ट्रान्सफर प्रोटोकॉल’

(४) एका संगणकाद्वारे दुसऱ्या संगणकावर पाठविण्यात येणारा संदेश म्हणजेच ‘ई-मेल’

(५) शीघ्र गतीने संदेश पाठविण्यासाठी ‘इन्स्टंट मेसेंजर्स’

(६) आवाजी संभाषणाच्या मार्गक्रमणासाठी ‘इंटरनेट टेलिफोनी’

(७) माहितीचे मध्यवर्ती केंद्र म्हणून (वर्ल्ड वाइड वेब) उपयुक्त

(८) माहिती उतरविण्याच्या (Download) प्रक्रियेसाठी उपयुक्त

(९) ऑर्कुट सारख्या सोशल नेटवर्किंग साईट्स उपलब्ध

(१०) जगातील कोणत्याही व्यक्तीबरोबर संभाषण करण्यासाठी इंटरनेट रिले चॅट (Chatting) ची उपलब्धता.

(११) वार्तागटाची (News Group) उपलब्धता

(१२) इलेक्ट्रॉनिक बिझनेस (E-business), इलेक्ट्रॉनिक कॉमर्स (E-Commerce) ची उपलब्धता.

४. वेब तंत्रज्ञान (Web Technology)

इंटरनेट तंत्रज्ञानाच्या प्रगतीतील प्रथम अवस्थेस वेब १.० तंत्रज्ञान म्हणून ओळखले जाते.

याची वैशिष्ट्ये याप्रमाणे :

(१) एकापेक्षा अनेक ब्राऊझर्सची उपलब्धता

(२) विविध सर्च इंजिन्सची उपलब्धता

(३) विविध संकेतस्थळे व पोर्टल्सची उपलब्धता

(४) ई-स्वरूपातील संकेतस्थळे

वेब १.० तंत्रज्ञानाची पुढची पायरी म्हणजे वेब २.० हे तंत्रज्ञान होय. हे इंटरनेटवर आधारित सेवांची प्रगत पिढी असून यामध्ये खालील तंत्रज्ञानांच्या समूहांचा समावेश होतो.

(१) वैयक्तिक लेखांसाठी ब्लॉग (Web Blog) : या माध्यमातून अनेक व्यक्ती एकमेकांशी वैचारिक संबंध प्रस्थापित करून विचारांची देवाण-घेवाण करतात.

(२) रिच साइट समरी किंवा रिअली सिम्पल सिंडिकेशन (RSS Feeds) : या माध्यमातून वाचकांच्या गरजेशी निगडित माहिती स्वयंचलित पद्धतीने एकत्र केली जाते. यामुळे विविध विषयांची नवीन माहिती प्राप्त करण्यासाठी वेगवेगळ्या संकेतस्थळांचा वापर करण्याची गरज नसते.

(३) विकीज (Wikis) : वेब पानांचा संग्रह म्हणजेच विकीज. यामधील माहिती मार्कअप् लँग्वेजचा उपयोग करून संपादित करता येते.

(४) इन्स्टंट मेसेजिंग (Instant Messaging) : मजकूर स्वरूपातील संदेश शीघ्र पाठविण्यासाठी उपयुक्त.

(५) स्ट्रीमिंग मीडिया (Streaming Media) : इंटरनेटद्वारे किंवा इंट्रानेटद्वारे मागणीनुसार दृक्-श्राव्य व मल्टिमीडिया आशय पुरविण्याकरिता उपयुक्त.

(६) टॅगिंग (Tagging) : या तंत्रज्ञानामुळे वेबवरील माहिती किंवा आशय हाताळताना आपल्या आवडीप्रमाणे बदल करण्याची सोय उपलब्ध होते.

(७) सोशल नेटवर्किंग (Social Networking) : या माध्यमातून सामुदायिक माहितीस्रोत निर्माण करता येतात.

(८) सोशल बुकमार्किंग (Social Book marking) : याद्वारे उपयोगकर्त्यांच्या गरजेनुसार आवश्यक व महत्त्वपूर्ण संकेतस्थळाबद्दल निर्देशित करता येते.

सामुदायिक माहिती केंद्र (Community Information Centres)

भारतातील इलेक्ट्रॉनिक्स व माहिती तंत्रज्ञान खात्या (DEIT) तर्फे इ.स. २००२ मध्ये भारताच्या दुर्गम अशा भागात समुदाय माहिती केंद्र स्थापन करण्याच्या योजनेची सुरुवात करण्यात आली. डोंगराळ भागातील लोकांपर्यंत ई-सेवा पोहोचविणे हा या योजनेचा मुख्य उद्देश होता.

सन २००६ मध्ये सिक्कीममधील नथुला पास येथे असेच एक केंद्र उभारले गेले, जे जगातील सर्वात उंचीवरील इंटरनेट केंद्र (Internet Kiosk) ठरले. सध्या जम्मूकाश्मीर मध्ये १२४, अंदमान-निकोबार बेटांवरती ३८ आणि लक्षद्वीप बेटांवरती ३० माहिती केंद्रे कार्यरत आहेत. तसेच उत्तर-पूर्व राज्यांमध्ये अशी ५५५ माहिती केंद्रे कार्यरत आहेत.

समुदाय माहिती केंद्राच्या साहाय्याने ग्रामीण भागातील जनतेला अनेक विकास योजनांसंबंधित माहिती मिळते; तसेच शिक्षण, आरोग्य, बाजारपेठ, हवामान इत्यादींच्या संदर्भातील अद्ययावत माहिती उपलब्ध होते. प्रशासनातील लोकसहभाग वाढविण्यासाठीसुद्धा ही केंद्रे महत्त्वाची ठरतात. या केंद्रांना इंटरनेटची जोड दिली जाते आणि इंटरनेट हे ज्ञानाचे महाद्वार आणि ज्ञानाचे जाळे असल्याकारणाने या केंद्रांच्या साहाय्याने ग्रामीण भागातील विकासास चालना मिळते.

ई-प्रशासन (e-governance)

संगणकीय प्रणाली व इंटरनेटचा प्रभावी वापर करून प्रशासनात सुसूत्रता व शीघ्रता आणण्याची प्रक्रिया म्हणजे ई-प्रशासन होय.

यामध्ये उपलब्ध माहितीचे (data) योग्यरीत्या संस्करण करून त्या माहितीचे प्रशासनिक वहन व उपयोजन केले जाते. ई-प्रशासनात माहितीचा संपर्क व वहन ही प्रक्रिया संगणक/इंटरनेटच्या माध्यमातून होते.

भारतामध्ये ई-प्रशासन ही योजना ऑक्टोबर २००६ मध्ये जाहीर करण्यात आली असून त्या अंतर्गत सामूहिक सुविधा केंद्रांची व्यापक स्तरावर उभारणी करण्यात येत आहे.

ई-प्रशासनाचे फायदे खालीलप्रमाणे -

(१) वेळेची बचत होते.
(२) प्रशासकीय कार्यात शीघ्रता येते.
(३) प्रशासकीय व्यवहारात पारदर्शकता राहते.
(४) कमी मनुष्यबळ लागते.
(५) अधिकाऱ्यांना सुलभ नियंत्रण प्रस्थापित करता येते.
(६) भ्रष्टाचाराला आळा बसू शकतो.

भारतातील ई-प्रशासनाच्या योजना

	योजना	उपयोजन	राज्य
१)	भूमी (Bhoomi)	ग्रामीण भागातील शेतजमिनीच्या नोंदी, भाडेपट्टा व पिकांसंबंधित माहितीचे (Records of Rights, Tenancy and Crops-RTC) संगणकीकरण करणे	कर्नाटक
२)	ई-सेवा (E-Seva)	जन्म-मृत्यू प्रमाणपत्र, विविध बिलांचा भरणा, पारपत्रासाठी अर्ज, करभरणा इत्यादी कार्यांसाठी एकूण ३६ ई-सेवा केंद्रे कार्यरत	आंध्र प्रदेश (हैदराबाद व सिकंदराबाद या जुळ्या शहरांसाठी)

	योजना	उपयोजन	राज्य
३)	कार्ड (CARD) The Computer Aided Administration of Registration Departmeut	नोंदणी कार्यालये	आंध्र प्रदेश
४)	फ्रेंड्स (FRIENDS) Fast, Reliable, Instant, Efficient Network for the Disbursement of Services	विविध प्रकारच्या बिलांचा (पाणी, वीज, शिक्षण, वाहन कर, महसुली कर इ.) भरणा करण्यासाठी	केरळ
५)	ग्यानदूत (Gyandoot)	ग्रामीण इंटरनेट सुविधा. विविध विषयांवरील (बाजारपेठ, ओराग्य, शिक्षण, महिला, कृषी) माहितीसाठी	मध्य प्रदेश
६)	विद्या वाहिनी Vidya Vahini	शाळा, शिक्षक व विद्यार्थी यांना त्यांच्यातील नैपुण्य सिद्ध करण्याची संधी देणे. या योजनेत सध्या ६०,००० शाळा समाविष्ट आहेत.	संपूर्ण देशात
७)	लोक मित्र LOKMITRA	माहिती तंत्रज्ञानाचा लाभ सर्वसामान्य लोकांपर्यंत पोहोचवणे	राजस्थान
८)	मुद्रांक आणि नोंदणी सॉफ्टवेअर Stamps and Segistration Software	नोंदणी कार्यासंदर्भातील ई-सेवा	महाराष्ट्र
९)	सेतू Setu	ई-प्रशासनाची कार्ये	महाराष्ट्र
१०)	जन मित्र Jan Mitra	ई-प्रशासनाची कार्ये, सार्वजनिक माहिती केंद्र	राजस्थान (ग्रामीण)
११)	दृष्टी Drishtee	ई-प्रशासन आणि शिक्षण, आरोग्य, बाजारपेठ इ. संदर्भात माहिती व सूचना केंद्र	हरयाणा,पंजाब, मध्यप्रदेश,गुजरात, ओरिसा (ग्रामीण व उपशहरी)
१२)	वेबसिटी Web Citi	ई-प्रशासनाचे कार्य	पंजाब
१३)	आरक्षी Aarakshi	गुन्हेगारीसंदर्भात माहिती गोळा करणे तसेच सुरक्षेसंबंधित उपाययोजना करणे	राजस्थान (जयपूर पोलिसांच्या सहकार्याने)

	योजना	उपयोजन	राज्य
१४)	फास्ट Fast Fully Automated Services of Transport	परिवहन क्षेत्रासंबंधित ई-सेवा	आंध्र प्रदेश
१५)	व्हॉईस (VOICE) Vijaywada Online Information Centre	जन्म-मृत्यू दाखले, कर भरणा, विविध बिलांचा भरणा इ. संदर्भातील ई-सेवा	विजयवाडा (आंध्र प्रदेश)
१६)	मुद्रा Mudra Municipal Corporation Towards Digital Revenue Administration	महानगरपालिकेचे कर संकलन ई-सेवेच्या माध्यमातून करणे	पाटणा (बिहार)
१७)	खजाने Khajane	ऑनलाईन कोषागार पद्धत (सेवा)	कर्नाटक
१८)	ई-कॉप्स e-computerised Operation for Police Services	पोलीस सेवेचे ई-माध्यमीकरण	आंध्र प्रदेश
१९)	OLTP Online Transaction Processing	राज्यशासनाच्या विविध खात्यांमध्ये ई-सेवेमार्फत समन्वय साधणे	आंध्र प्रदेश (ग्रामीण)
२०)	ताराहट Tara Haat	इंटरनेटच्या माध्यमातून ग्रामीण बाजारपेठांचा विकास करणे	संपूर्ण देशात
२१)	लोक मित्र Lok Mitra	रोजगार वृत्त, वधू-वर सूचक सेवा, ई-मेल, इत्यादी सेवा ई-सेवेच्या माध्यमातून ग्रामीण भागात उपलब्ध करणे	हिमाचलप्रदेश (हमीरपूर)
२२)	समुदाय माहिती केंद्र Community Infor- mation Center	इंटरनेट, ई-मेल इत्यादी सेवा	उत्तर-पूर्वीय राज्ये
२३)	वारणा वायर्ड व्हिलेजेस Warana Wired Villages	माहिती तंत्रज्ञानाच्या साहाय्याने सहकारी साखर उद्योग क्षेत्राचा विकास करणे. कृषी, वैद्यकीय तसेच शैक्षणिक माहिती उपलब्ध करणे	महाराष्ट्र (वारणा नगर शेजारील सांगली आणि कोल्हापूर जिल्ह्यातील गावे)
२४)	माहिती शक्ती Mahiti Shakti	प्रशासनासंदर्भातील ई-सेवा	गुजरात

	योजना	उपयोजन	राज्य
२५)	समुदाय अध्ययन केंद्र Community Learning Centre Project	विद्यार्थ्यांना संगणकासंदर्भात प्रशिक्षण देणे. अझीम प्रेमजी फाउंडेशनच्या सहकार्याने राज्यशासनाचा प्रकल्प	कर्नाटक
२६)	डेरी माहिती सेवा केंद्र Dairy Information Services Kiosk	ग्रामीण भागातील दूध संकलन करणाऱ्या संस्थांचा विकास करणे	गुजरात
२७)	ग्राम संपर्क Gram Sampark	मध्य प्रदेशातील ५१,००० खेड्यांसंदर्भातील माहितीचा संच	मध्यप्रदेश
२८)	अक्षय Akshaya	केरळमधील ई-साक्षरता कार्यक्रम	केरळ
२९)	हेडस्टार्ट Headstart	संगणकीय शिक्षण व कौशल्य विद्यार्थ्यांना उपलब्ध करणे	मध्यप्रदेश
३०)	सौकार्यम Saukaryam	ई-प्रशासनाची सुविधा	आंध्र प्रदेश
३१)	ई चौपाल e-chaupal	शेतकऱ्यांना कृषी उत्पादनांच्या विपणनासाठी तसेच निर्यातीसाठी ई-सेवेच्या माध्यमातून चालना देणे	मध्य प्रदेश, उत्तर प्रदेश, कर्नाटक, आंध्र प्रदेश

ई-बँकिंग (E -Banking/Internet Banking/Online Banking)

कोणत्याही वित्तीय संस्थेशी इंटरनेटच्या माध्यमातून होणारा व्यवहार म्हणजे ई-बँकिंग. असे व्यवहार हे त्या वित्तीय संस्थेच्या विशिष्ट अशा वेबसाईटद्वारे केले जातात.

ई-बँकिंगची सुरुवात सन १९८१ मध्ये न्यूयॉर्कच्या सिटी बँकेपासून झाली.

ई-बँकिंग सेवेमध्ये सुरक्षितता अतिशय महत्त्वाची असते आणि यासाठी सुरक्षित वेबसाईटचा उपयोग करणे हा सर्वोत्तम उपाय असतो. ई-बँकिंग सेवेमध्ये एकाच पासवर्डची सत्यता पडताळून पाहणे हा उपाय आजही प्रचलित असला तरी तो तितकासा सुरक्षित नाही. यासाठीच सुरक्षिततेच्या काही नव्या पद्धती वापरल्या जात आहेत. यापैकी एका पद्धतीमध्ये Pin/Tan या तत्त्वाचा वापर केला जातो. यामध्ये ग्राहकाला दिला जाणारा पीन (PIN - Personal Identification Number) हा त्या ग्राहकाचा पासवर्ड असतो. या पासवर्डचा उपयोग करून त्या ग्राहकाला त्या वित्तीय संस्थेच्या साईटमध्ये प्रवेश मिळतो. टॅन (TAN - Transaction Authentication Number) हा केवळ एकदाच वापरण्याचा पासवर्ड असतो. याचा उपयोग व्यवहाराच्या सत्यता पडताळणीसाठी केला जातो. वित्तीय संस्था असे बरेच टॅन ग्राहकांना पोस्टाने पाठवत असते. ई-बँकिंग सेवेला सर्वात मोठा धोका हा सायबर गुन्हेगारांपासून असतो. यामध्ये फिशिंग ॲटॅक, फार्मिंग ॲटॅक आणि ट्रोजन ॲटॅक अशा सायबर गुन्हेगारी पद्धतींचा समावेश होतो.

ई-बँकिंग तसेच ई-कॉमर्स यांच्यासाठी महत्त्वाची समस्या म्हणजे यामध्ये होणाऱ्या व्यवहारात सुरक्षितता आणि अधिकृतपणा यांची खात्री पटणे ही आहे. अशा व्यवहारात सुरक्षितता यावी म्हणून आता 'डिजिटल स्वाक्षरी' (Digital Signature) हे तंत्रज्ञान उपलब्ध आहे. तसेच अशा व्यवहारातील दस्तऐवजांची सत्यता पडताळण्यासाठी

'डिजिटल वॉटरमार्क' हे तंत्रज्ञान विकसित झाले आहे, तसेच सायबर गुन्हेगारांपासून संरक्षण मिळण्यासाठी 'फायरवॉल' ही यंत्रणा उपलब्ध आहे. भारतात ई-कॉमर्सचा तसेच ई-बँकिंगचा विकास व्हावा यासाठी भारत सरकारने 'माहिती तंत्रज्ञान कायदा २०००' संमत केला आहे.

ई-कॉमर्स (E-Commerce)

इंटरनेटच्या माध्यमातून घरबसल्या वाणिज्यसंबंधित व्यवहार (आर्थिक व्यवहार) करणे म्हणजेच ई-कॉमर्स होय. ई-कॉमर्समध्ये वस्तू किंवा सेवांची खरेदी-विक्री, चलनाची देवाण-घेवाण, विपणन व्यवस्थापन, माहितीची देवाण घेवाण इत्यादी कार्ये घरबसल्या व अतिशय कमी वेळेत पार पाडता येतात.

ई-कॉमर्स हे खालील विभागात विभागले जाऊ शकते -

(१) ई-टेलिंग (E-Tailing) यामध्ये विशिष्ट अशा संकेतस्थळांच्यामार्फत आपण मोठ्या स्टोअर्सना किंवा मॉल्सूना घरबसल्या भेट देऊ शकतो.
(२) सोशल मीडियाच्या मार्फत आपण जनसंख्येची आकडेवारी (Demographic Data) गोळा करू शकतो व सोयीनुसार तिचा उपयोग करू शकतो. उदा. विपणनासाठी आवश्यक असणारी आकडेवारी
(३) इलेक्ट्रॉनिक माहितीची देवाण-घेवाण (Electronic Data Interchange) व व्यावसायिक माहितीची देवाण-घेवाण (Business to Business Exchange of data)
(४) ग्राहकापर्यंत पोहोचण्यासाठी ग्राहकवर्ग निर्माण करण्यासाठी तसेच या संदर्भात संशोधन करण्यासाठी ई-मेल, फॅक्स इत्यादींचा उपयोग करणे
(५) व्यावसायांतर्गत खरेदी व विक्री
(६) व्यवसायातील देवाण-घेवाण या संदर्भातील सुरक्षितता

ई-कॉमर्सचे उपयोग - Application of E-commerce

(१) वितरण आणि पुरवठा क्षेत्रामधील दस्तऐवजांचे स्वयंचलनीकरण (automation) करणे
(२) देशी तसेच विदेशी पेमेंट संदर्भात सुटसुटीतपणा व शीघ्रता आणणे
(३) उद्यम व्यवस्थापनाला आधुनिक व कार्यक्षम बनवणे
(४) एकत्रित खरेदी (Group Buying) करण्यासाठी
(५) स्वयंचलित ऑन लाईन सेवा देणे
(६) तत्काळ संदेश प्रणाली (Instant Messaging)
(७) वृत्तपत्र माध्यमांसाठी
(८) ऑन-लाईन खरेदी
(९) ऑन-लाईन बँकिंग
(१०) ऑन-लाईन तिकीट खरेदी
(११) टेलीकॉन्फरन्स
(१२) ऑनलाईन हॉटेल बुकिंग
(१३) ऑनलाईन ऑफिससूट (कार्यालयीन कामासाठी उपयुक्त असे प्रोग्रॅम्स्)

ई-कॉमर्सची उत्क्रांती (संक्षिप्तात) खालीलप्रमाणे -

१९७९ : मायकल आल्ड्रिच याने ऑनलाईन शॉपिंगचा शोध लावला.
१९८१ : 'थॉमसन हॉलिडेज' ही इंग्लंडमधील ऑनलाईन शॉपिंगची सुविधा देणारी पहिली कंपनी ठरली.
१९८२ : फ्रान्सच्या दूरसंचार खात्याने ऑनलाईन ऑर्डर देण्या-घेण्यासाठी 'मिनिटेल'ची स्थापना केली.
१९८५ : 'निसान' या कार बनविणाऱ्या कंपनीने ऑनलाईन विक्री सुरू केली.
१९९० : टिम बर्नर्स-ली याने जागतिक व्यापक जाळ्याचा (world wide web) शोध लावला.
१९९४ : नेटस्केप या कंपनीने 'मोझिला' या नावाने नेव्हीगेटर ब्राऊझर बाजारात आणला. पहिल्या ऑनलाईन बँकेची सुरुवात झाली. याच काळात अनेक खरेदी-विक्रीचे व्यवहार ऑनलाईन पद्धतीने होऊ लागले.
१९९६ : भारतामध्ये इंडियामार्ट बी-टू-बी (India MART B-2-B) ची सुरुवात झाली.
२०१० : इंग्लंड हा ई-कॉमर्सचा सर्वाधिक उपयोग करणारा जगातील प्रथम क्रमांकाचा देश

भारतीय सॉफ्टवेअर टेक्नॉलॉजी पार्क (Software Technology Parks of India - STPI)

संगणकीय सॉफ्टवेअरची निर्मिती, विकास व निर्यातीस प्रोत्साहन देण्यासाठी इ.स. १९९१ मध्ये भारतात भारतीय सॉफ्टवेअर टेक्नॉलॉजी पार्क या सरकारी अभिकरणाची स्थापना करण्यात आली. यामध्ये सॉफ्टवेअर बरोबरच संगणक क्षेत्रासंदर्भातील व्यावसायिक सेवा पुरवणे हे सुद्धा समाविष्ट आहे. अशा प्रकल्पांसाठी १००% परकीय गुंतवणुकीची मुभा, कर सवलती, आयात शुल्कात सूट इत्यादी आकर्षक सवलती देण्यात आल्या. मार्च २०११ पासून मात्र कर सवलती देणे बंद केलेले आहे.

अशा सॉफ्टवेअर पार्कमुळे भारतीय सॉफ्टवेअर उद्योगास मोठी चालना मिळाली आहे. या उद्योगाची वाढ मोठ्या वेगाने होत आहे, मात्र ती काही शहरांपुरतीच मर्यादित आहे. अशा उद्योगांनी छोट्या शहरात पाय रोवावेत यासाठी सरकार प्रयत्नशील असून त्यासाठी विशेष अशा योजना बनविल्या जात आहेत. सन २०१०-११ मध्ये या क्षेत्राची एकूण निर्यात २१५,२६४.१४ करोड रुपये एवढी होती. या क्षेत्रामध्ये भारतातील पहिल्या चार क्रमांकाची राज्ये कर्नाटक, महाराष्ट्र, आंधप्रदेश व तमिळनाडू ही आहेत. भारतातील सॉफ्टवेअर उद्योगाची निर्यात खालील तक्त्यात दिली आहे.

भारतातील प्रमुख सॉफ्टवेअर उद्योग

शहर	२०१०-११ मधील निर्यात (करोड रुपये)	शहर	२०१०-११ मधील निर्यात (करोड रुपये)
१) बंगळुरू	७०,२४०.९३	७) कोलकाता	५,६६५
२) मुंबई, पुणे	४९,८७३.७८	८) तिरुअनंतपुरम	२,०७१.६७
३) चेन्नई	४२,१००	९) दिल्ली	१,७७६.९०
४) हैदराबाद	२८,६७४.५७	१०) भुवनेश्वर	१,२५३.२९
५) गुडगाव (हरयाणा)	१३,६५०	११) अहमदाबाद	१,२५०.९९
६) लखनौ	१०,२८१.६०		

सोशल नेटवर्किंग (Social Networking)

जशी इंटरनेट ही संगणकाने दिलेली एक क्रांतिकारी देणगी आहे तशीच सोशल नेटवर्किंग ही इंटरनेटने समाजाला दिलेली एक अद्भुत अशी देणगी आहे. या पृथ्वीतलावर जे जे विषय चर्चेला येऊ शकतात त्या सगळ्यावर इंटरनेटच्या माध्यमातून चर्चा करणे म्हणजेच सोशल नेटवर्किंग होय.

सोशल नेटवर्किंग वेबसाईट्सच्या माध्यमातून कोणत्याही व्यक्तीला अनेकांशी संपर्क साधून खऱ्या अर्थाने ग्लोबल होता येते, यामुळे विचारांची, माहितीची देवाणघेवाण होते. शिवाय जगाच्या कानाकोपऱ्यात आपण कोठेही संपर्क साधू शकतो. सध्या ऑरकुट, फेसबुक, व्टीटर या सर्वात लोकप्रिय अशा सोशल नेटवर्किंग साईट्स आहेत. या साईट्सचा ॲक्सेस मोफत असून त्यांना विषयांचे वा अन्य कोणतेच बंधन नाही.

या साईट्सचे जसे फायदे आहेत तसेच तोटेही आहेत. हे तोटे खालीलप्रमाणे आहेत -

(१) या साईट्समुळे अनैतिक कृत्य करणाऱ्यांना उत्तेजन मिळते.

(२) या साईट्सच्या माध्यमातून आपले मत प्रदर्शित करताना सामाजिक भान राखले जात नाही, यामुळे समाजामध्ये तणाव निर्माण होतो.

(३) या साईट्समुळे अफवांना उत्तेजन मिळते.

(४) या साईट्समुळे समाजविघातक कार्य करणाऱ्यांना सुलभ असे माध्यम प्राप्त होते.

जगातील सर्वात मोठ्या सोशल नेटवर्किंग साईट्स खालीलप्रमाणे आहेत.

(१) फेसबुक (Facebook)

सुरुवात - ४ फेब्रुवारी, २००४.

संस्थापक - मार्क झुकेरबर्ग

मुख्यालय - कॅलिफोर्निया (अमेरिका)

सक्रिय ग्राहकांची संख्या - १ अब्जापेक्षा जास्त

ग्राहकांनुसार जागतिक व्याप्ती - अमेरिका - १६८.८ दशलक्ष

ब्राझिल - ६४.६ दशलक्ष

भारत - ६२.६ दशलक्ष

इंडोनेशिया - ५१.४ दशलक्ष

मेक्सिको - ४०.२ दशलक्ष

(२) लिंकेडिन (Linkedin) -

सुरुवात - ५ मे २००३

संस्थापक - रिड हॉफमन

मुख्यालय - कॅलिफोर्निया (अमेरिका)

सक्रिय ग्राहकांची संख्या - २०० दशलक्षापेक्षा जास्त

ग्राहकांनुसार जागतिक व्याप्ती - अमेरिका - ७४ दशलक्ष

भारत - १८ दशलक्ष

इंग्लंड - ११ दशलक्ष

ब्राझिल - ११ दशलक्ष

कॅनडा - ७ दशलक्ष

ऑस्ट्रेलिया - ४ दशलक्ष

(३) ट्विटर (Twitter) -

सुरुवात - १५ जुलै २००६
संस्थापक - जॅक डॉरसी, नोह ग्लास, इव्हॉन विल्यम, बिझ स्टोन
मुख्यालय - सॅन फ्रान्सिस्को (अमेरिका)
सक्रिय ग्राहकांची संख्या - २०० दशलक्ष

(४) ऑर्कुट (Orkut) - (गुगलचा उद्यम)

सुरुवात - २४ जानेवारी २००४
संस्थापक - ऑर्कुट बुयुकोकतेन
मुख्यालय - कॅलिफोर्निया (अमेरिका)
सक्रिय ग्राहकांची संख्या - ३३ दशलक्ष

सायबर गुन्हे (Cyber Crime)

कोणत्याही तंत्रज्ञानाचे जसे फायदे असतात तसे तोटेही असतात. संगणकीय तंत्रज्ञानाचा गैरमार्गाने तसेच बेकायदेशीरपणे वापर करण्यास सायबर गुन्हा (cyber crime) असे संबोधिले जाते. सायबर गुन्ह्यांचे विविध प्रकार खालीलप्रमाणे -

(१) हॅकिंग - Hacking : यामध्ये संगणक सयंत्रणेची अथवा वेबसाईटची सुरक्षा भेदली जाते व त्यामधील माहिती बदलली किंवा चोरली जाते, तसेच संगणक प्रणालीमध्ये बिघाड केला जातो. अशा प्रकारचे कृत्य करणाऱ्या गुन्हेगारांना 'हॅकर्स' असे म्हटले जाते. क्रेडिट कार्डवरील माहिती मिळवून त्या खात्यातले पैसे काढून घेणे, तसेच गोपनीय माहितीची चोरी करणे यासारखे गुन्हे या प्रकारात येतात.

(२) क्रॅकिंग - Cracking : यामध्ये सुरक्षिततेसाठी वापरला जाणारा 'पासवर्ड' क्रॅक (फोडला) केला जातो व बेकायदेशीररीत्या संगणकाचा वापर केला जातो.

(३) फिशिंग - Phishing : यामध्ये वेगवेगळ्या प्रकारचे आकर्षक मेल पाठविले जातात. या मेलला उत्तर देताना कधी कधी चुकीने किंवा हलगर्जीपणामुळे बँक खाते नंबर, पासवर्ड यासारखी गोपनीय माहिती मिळवून फसवणूक केली जाते.

(४) प्रोनोग्राफी - Pronography : इंटरनेटवर उपलब्ध असलेले अश्लील असे साहित्य किंवा चित्रे असलेल्या साइट्स प्रोनोग्राफी या सदरात मोडतात. अशा साइट्स या कायद्याने प्रतिबंधित तर असतातच, पण यामुळे व्हायरसचा धोका असतो तसेच संगणक प्रणालीवर दुष्परिणाम होण्याची शक्यता असते.

(५) जॉब स्कॅम - Job Scam : यामध्ये आकर्षक नोकरी उपलब्ध करून देण्याच्या नावाखाली नोंदणी, व्हिसा, प्रवास इ.च्या स्वरूपात आगाऊ रक्कम घेऊन फसवणूक केली जाते.

(६) ई मनी लॉंडरिंग - Electronic Money Laundering : यामध्ये इलेक्ट्रॉनिक फंड ट्रान्सफरच्या माध्यमातून काळ्या पैशांचे व्यवहार गुप्तपणे केले जातात.

(७) स्किमिंग - Skimming : यामध्ये क्रेडिट कार्ड, डेबिट कार्ड किंवा ए.टी.एम. कार्डमध्ये असलेल्या मायक्रोचीप (चुंबकीय पट्टी) मधील माहिती चोरून आर्थिक गुन्हे केले जातात.

(८) ई-मेल स्पॅमिंग - E-mail Spamming : यामध्ये इ-संदेश (E-messaging) सुविधेचा गैरवापर

करून केवळ जाहिरातीच्या उद्देशाने असंख्य लोकांना अनावश्यक संदेश (messages) पाठविले जातात.

(९) ई-मेल बॉंबिंग - E-mail Bombing : यामध्ये एकाच वेळी असंख्य ई-मेल्स् पाठवून मेल अकाउंट किंवा सर्व्हर क्रॅश केले जाते.

(१०) सलामी ॲटॅक - Salami Attack : यामध्ये विविध क्लृप्त्या वापरून पैशांची अफरातफर केली जाते.

(११) ट्रोजन ॲटॅक - Trojan Attack : यामध्ये वरवर उपयुक्त व सुरक्षित वाटणारा प्रोग्रॅम संगणक प्रणालीस नुकसान पोहोचविण्याच्या उद्देशाने तयार केलेला असतो.

(१२) सायबर स्टॉकिंग - Cyber Stocking : यामध्ये एखाद्याची माहिती मिळवून त्याला मेल पाठवून, धमक्या देऊन त्रास दिला जातो.

(१३) डेनायल ऑफ सर्व्हिस ॲटॅक - Denial of Service Attack : यामध्ये असंख्य व मोठ्या मेल्स् पाठवून (spamming) नेटवर्कची बॅण्डविड्थ फ्लड करतात, यामुळे नेटवर्कमधील ट्रॅफिक जॅम होऊन संप्रेषण (communication) थांबते.

(१४) व्हायरस डिसिमिनेशन - Virus Dissemination : यामध्ये संगणात व्हायरसचा प्रवेश घडविला जातो व संगणकप्रणाली दूषित केली जाते.

(१५) इंटरनेट रिले चाट क्राईम - Internet Relay Chat Crime : यामध्ये इंटरनेटवरील चॅटिंग (गप्पा) द्वारे खोटी माहिती देऊन फसवणूक केली जाते.

(१६) सॉफ्टवेअरची चाचेगिरी - Software Piracy : यामध्ये मूळ सॉफ्टवेअरची नक्कल करून बाजारात विक्री केली जाते.

(१७) नेट एक्स्टॉर्शन - Net Extortion : यामध्ये मोठ्या संस्थेची गोपनीय माहिती (data) चोरून त्याद्वारे संस्थेकडून पैसे मागितले जातात.

सायबर गुन्ह्यांवरील प्रतिबंधात्मक उपाय

(१) अँटी व्हायरस सॉफ्टवेअरचा उपयोग करणे व तो अद्ययावत (update) ठेवणे

(२) अनावश्यक ई-मेल बाद करणाऱ्या ई-मेल फिल्टरचा उपयोग करणे

(३) संगणक नेटवर्कवर अवैध प्रवेश करणाऱ्यांना प्रतिबंध करणारा 'फायरवॉल' या प्रोग्रॅमचा उपयोग करणे

(४) किचकट पासवर्ड बनविणे व तो सारखा बदलत राहणे

(५) सदैव सुरक्षित साईटलाच भेट देणे, आपला ई-मेल पत्ता गुप्त ठेवणे, माहिती डाऊनलोड करताना प्रथम साईट सुरक्षित आहे का, याची खात्री करून घेणे

(६) चॅटिंग करताना खुल्या प्रणालीवरच चॅटिंग करणे

(७) अनोळखी लोकांबरोबर चॅटिंग न करणे तसेच त्यांना गोपनीय माहिती न देणे

(८) ई-मेलच्या सुरक्षिततेची खात्री केल्याशिवाय तो न वाचणे व उत्तर न देणे

(९) कोणी कोणता संगणक वापरून इंटरनेटचा वापर केला याची नोंद ठेवणारा लॉग डेटा दररोज हार्डडिस्कवर बॅक घेणे

(१०) महत्त्वाच्या माहितीचा बॅकअप हार्डडिस्कवर तसेच सी.डी.रॉमवरही ठेवावा

मीडिया लॅब एशिया (Media Lab Asia)

सर्वसामान्य लोकांपर्यंत माहिती तंत्रज्ञानाचा प्रसार करणे व या तंत्रज्ञानाचा लाभ या लोकांपर्यंत पोहोचविण्याच्या उद्देशाने भारत सरकारने या प्रकल्पाची स्थापना केली. या प्रकल्पासाठी मुंबई, चेन्नई, कानपूर, दिल्ली व खडगपूर या आय.आय.टी. चे सहकार्य घेण्यात आले आहे. या आय.आय.टी. मध्ये जागतिक दर्जाचे संशोधन करण्याच्या सुविधा असलेल्या अद्ययावत प्रयोगशाळा उभारल्या गेल्या आहेत.

नवीन तंत्रज्ञानाचा लाभ जनसामान्यांना व्हावा यासाठी राष्ट्रीय प्रयोगशाळेच्या माध्यमातून या प्रकल्पात विविध प्रकल्प आखण्यात आले आहेत. या प्रकल्पात (१) आरोग्य सेवा (२) शिक्षण (३) अपंगांचे सबलीकरण (४) ग्रामीण भागात उपजीविकेची निर्मिती (५) ग्रामीण भागात दळणवळणाची साधने उपलब्ध करणे या क्षेत्रांवर भर देण्याचा प्रयत्न आहे. नवीन संशोधनांना चालना देणे तसेच प्रचलित व उदयोन्मुख तंत्रज्ञानाचा सर्वसामान्य माणसाच्या फायद्यासाठी वापर करणे हा या प्रकल्पाचा मुख्य उद्देश आहे.

या प्रकल्पातील योजना खालीलप्रमाणे -

मीडिया लॅब आशियाचे प्रकल्प Projects of Media Lab Asia

शैक्षणिक प्रकल्प

(१) साहाय्यिका - Sahayika - The Knowledge Network : या प्रकल्पाच्या साहाय्याने शालेय विद्यार्थ्यांना त्यांच्या अभ्यासक्रमाच्या अध्ययनामध्ये परिपूर्णता आणण्यासाठी मदत केली जाते. आय.आय.टी. खडगपूरच्या सहकार्याने पश्चिम बंगालमधील ८ शाळांमध्ये हा प्रकल्प राबविला जात आहे.

(२) ग्रामीण भागातील विद्यालयांसाठी माहिती-संप्रेषण तंत्रज्ञानावर आधारित अशा संसाधनांची निर्मिती करणे (Development of ICT based resources for rural school education)
ग्रामीण भागातील शालेय शिक्षकांना मल्टीमीडिया संदर्भातील प्रशिक्षण देणे हा या प्रकल्पाचा उद्देश आहे. तसेच आभासी भौतिक प्रयोगशाळांची उभारणी करणे व त्यासंदर्भात प्रशिक्षण देणे हा सुद्धा एक उद्देश आहे. आय.आय.टी. हैदराबादच्या सहकार्याने हा प्रकल्प राबविला जातो.

(३) बहु-नमुना सहभागी माहितीचे भांडार ग्रामीण भागातील मुलांच्या शिक्षणासाठी उपलब्ध करणे (Multimodal participatory content repository for the education of rural children)
या प्रकल्पाच्या साहाय्याने विविध भाषांतील शैक्षणिक माहितीचा (courseware) उपयोग ग्रामीण भागातील विद्यार्थ्यांसाठी केला जातो. तसेच या विद्यार्थ्यांमध्ये ऑनलाईन शिक्षण पद्धतीचा विकास केला जातो. आय.आय.टी. मुंबई व खडगपूर यांच्या सहकार्याने हा प्रकल्प राबविला जात आहे.

(४) माहिती-संप्रेषण तंत्रज्ञानाच्या (ICT) साहाय्याने अध्यापनाचा दर्जा सुधारण्यासाठीचा प्रकल्प. ICT for improving quality of teaching in government schools in Karnataka.
भौतिकशास्त्र, रसायनशास्त्र, गणित आणि जीवशास्त्र या विषयांच्या वर्ग-अध्यापनामध्ये (चौथी ते सातवी) सुधारणा तसेच विकास घडवून आणणे हा या प्रकल्पाचा उद्देश आहे.
कर्नाटक राज्यशासनाच्या सहकार्याने राज्यातील १५ ग्रामीण शाळांमध्ये हा प्रकल्प राबविला जात आहे.

(५) भटक्या जमातीच्या मुलांना जीवन कौशल्य प्रशिक्षण देणे Life skill training for the children of nomadic tribes.
भटक्या जमातीच्या मुलांमध्ये त्यांच्या स्वतःच्या पर्यावरणामध्ये चिकित्सक वृत्ती, सहभागिता, जिज्ञासा, शोधवृत्ती इ. गुणांस वाव देणे हा या प्रकल्पाचा उद्देश आहे.

(६) ग्रामीण भागामध्ये जिल्हा संगणकीय प्रशिक्षण केंद्राच्या मदतीने माहिती तंत्रज्ञानाचा प्रसार करणे

IT Education in rural district Utilizing district computer education centers.

ग्रामीण भागातील ८ वी ते १२ वी पर्यंतच्या विद्यार्थ्यांना माहिती तंत्रज्ञानाचे शिक्षण देणे हा या प्रकल्पाचा उद्देश आहे. सध्या मिझोराम राज्यात हा प्रकल्प राबविला जात आहे.

(७) मिझोराममधील ग्रामीण विद्यालयांमध्ये माहिती-संप्रेषण तंत्रज्ञानाचा प्रसार करणे

ICT in Rural schools in Mizoram

हा प्रकल्प मिझोराम राज्य शिक्षणखात्याच्या सहकार्याने राबविला जातो.

(८) गॅनपेडिया·ईन Gyanpedia.in

देशातील ई-अध्ययन आणि ई-शिक्षण यांचा विकास करणे हा या योजनेचा उद्देश आहे. इंटरनेटवरील विकिपीडिया प्रमाणेच एक नवीन पोर्टल या प्रकल्पांतर्गत तयार केले गेले आहे. या पोर्टलद्वारे ज्ञानाचे भांडार उपलब्ध केले गेले आहे. सध्या १० राज्यातील ५०,००० पेक्षा जास्त विद्यार्थी या प्रकल्पाचा लाभ घेत आहेत.

(९) गणित या विषयाच्या संदर्भात इंटरनेट व मोबाईलच्या साहाय्याने मार्गदर्शक उपयोजनाची रचना तसेच विकास व अंमलबजावणी करणे

Design, Development and deployment of mobile and Internet based maths prep. guide application.

गणित या विषयातील अवघड व किचकट असे प्रश्न एका विशिष्ट पद्धतीने सोप्या रीतीने सोडवण्यासाठी एका मार्गदर्शक उपयोजनाची माहिती विद्यार्थ्यांना देणे हा या प्रकल्पाचा उद्देश आहे.

C-DAC पुणे व Enable-M मुंबई यांच्या सहकार्याने राबविला जात आहे. या प्रकल्पांतर्गत SMS, WAP, Flash आणि JAVA (platform) यांचा विकास केला गेला आहे.

(१०) बहु-नमुना सहभागी अध्यापनपद्धतीचा उपयोग ग्रामीण भागातील मुलांच्या शिक्षणासाठी करणे

Multi-modal participatory content tutoring system for the education of rural children.

या प्रकल्पांतर्गत कृत्रिम बुद्धिमत्ते (Artificial Intelligence) वर आधारित शिक्षणपद्धतीचा वापर ग्रामीण भागातील मुलांसाठी केला जातो.

हा प्रकल्प आय.आय.टी. खडगपूर यांच्या सहकार्याने महाराष्ट्र तसेच पश्चिम बंगालमधल्या निवडक ग्रामीण शाळांमध्ये राबविला जात आहे.

(११) आशय लेखनाचे साधन आणि भौतिकशास्त्राची आभासी प्रयोगशाळा

Content Authoring Tool and Virtual Physics Lab.

या प्रकल्पांतर्गत ग्रामीण भागातील शिक्षकांना मल्टीमीडियाचे प्रशिक्षण दिले जाते, तसेच जिज्ञासेद्वारे अध्ययनाचा विकास करण्यासाठी भौतिकशास्त्राची आभासी प्रयोगशाळा नेटद्वारे स्थापित केली गेली आहे.

(१२) उच्च माध्यमिक शिक्षणस्तरावर जीवनशास्त्र (Life Science) साठी इंटरनेटच्या माध्यमातून आभासी प्रयोगशाळेची रचना, विकास व अंमलबजावणी करणे

Design, Development and Deployment of Internet based Virtual Laboratory for Life Science Experiment for Higher Secondary Education.

या प्रकल्पांतर्गत मल्टीमीडिया तंत्रज्ञानाच्या साहाय्याने जीवनशास्त्राकरता ४० आभासी प्रयोग (Virtual Experiment) तयार करण्यात आले असून ते आभासी वर्गाच्या माध्यमातून विद्यार्थ्यांसाठी उपलब्ध केले जाणार आहेत.

हा प्रकल्प C-DAC पुणे व Enable M मुंबई यांच्या सहकार्याने राबविला जात आहे.

(१३) पूर्व-प्राथमिक शिक्षकांसाठी इंग्रजी, मराठी व हिंदी भाषेसाठी मल्टिमीडिया तंत्रज्ञानावर आधारित संसाधन किट. Multimedia based Pre-primary Teacher's Resource kit for English, Marathi, Hindi

(१४) संविधा : ग्रामीण भागातील शाळांमध्ये कमी खर्चात इंटरनेट सेवा उपलब्ध करून देणे

Samvidha : Low cost internet access and content personalization for rural school.

सहकार्य : आय.आय.टी. खडगपूर

(१५) आदिवासी महिला विकास Tribal woman as change agent

माहिती संप्रेषण तंत्रज्ञानाच्या साहाय्याने आदिवासी महिलांचा शिक्षण, आरोग्य आणि जीवनमान या क्षेत्रांतील विकास घडवून आणणे

राजस्थानमधील बारण जिल्ह्यातील मामुनी व अजमेर जिल्ह्यातील तिलोनिया येथे कार्यरत

जीवनमान प्रकल्प (Livelihood Projects)

(१) पॉलिसेन्सर्स - Polysensors
उद्देश : पिण्याच्या पाण्यातील अशुद्धता तपासण्यासाठी 'पॉलिसेन्सर' हे उपकरण उपलब्ध करणे

(२) ए-अॅक्वा - बहुभाषिक मल्टीमीडिया तंत्रज्ञानावर आधारित प्रश्नोत्तर स्वरूपाची संप्रेषण पद्धत. a AQUA - An archived multilingual multimedia question answer based communication system.
उद्देश : a AQUA (All Questions Answered) च्या माध्यमातून शेतकऱ्यांच्या कृषीविषयक कोणत्याही प्रश्नांना ऑनलाईन उत्तरे देणे
यामध्ये शेतकऱ्यांना इंटरनेटच्या माध्यमातून प्रश्नांना उत्तरे मिळतात. सध्या ही सेवा इंग्रजी, मराठी व हिंदीत उपलब्ध आहे.

(३) पाच राज्यांतील कृषिविद्यापीठांमध्ये परिणामकारक समुदाय रेडिओ केंद्र उभारणे

Development of Cost-Effective solution for community radio station (CRS) and its deployment at five state agricultural universities (SAU) in India for livelihood generation.

उद्देश : (१) नरेंद्रदेव कृषिविश्वविद्यालय - फैजाबाद, उत्तर प्रदेश

(२) बिरसा कृषिविश्वविद्यालय - रांची, झारखंड

(३) तमिळनाडू कृषिविश्वविद्यालय - कोईमतूर

(४) सी.सी.एस. हरयाणा कृषिविश्वविद्यालय - हिस्सार, हरयाणा

(५) इंदिरा गांधी कृषिविश्वविद्यालय - रायपूर, छत्तीसगढ या पाच कृषिविश्वविद्यालयांमध्ये समुदाय रेडिओ केंद्र उभारणे. या नभोवाणी केंद्राद्वारे कृषिविषयक, महिला आणि बाल कल्याण, आरोग्य, करिअर इ. संदर्भातील दर्जेदार कार्यक्रम प्रसारित करणे

(५) ॲग्रोसेन्स - Agro-Sense

या प्रकल्पाद्वारे दुर्गम भागातील शेतीसंदर्भातील माहिती (Database) जमा केली जाते व त्यावर अभ्यास करून शेतकऱ्यांना योग्य तो मार्गदर्शक सल्ला दिला जातो. या प्रकल्पातील निर्जन प्रदेशातील निरीक्षण केंद्रे (Remote Monitoring Stations) इंटरनेटला जोडून २४ तास सल्ला व मार्गदर्शन उपलब्ध केले जाते.

(६) ई-सागु - e-Sagu

तमिळ भाषेत 'सागु' या शब्दाचा अर्थ आहे 'मशागत' करणे. अर्थातच मशागतीसंबंधित माहिती इंटरनेटच्या माध्यमातून उपलब्ध केली जाते. या प्रकल्पाद्वारे शेतकऱ्यांना पेरणीपासून निर्यात करण्यापर्यंत योग्य ते मार्गदर्शन वेळेत दिले जाते.

या प्रकल्पाला ई-प्रशासनातील सी.एस.आय. निहिलंट पुरस्कार (CSI-Nihilent e-Goverance Project Award 2005-06) तसेच भारताचा सर्वोत्तम ई-आशय प्रकल्प म्हणून २००७ मध्ये मंथन पुरस्कार (The Monthan Award 2007) मिळाला आहे. हा ई-प्रशासनाचा पुरस्कार जगातील या प्रकारच्या सर्वोत्तम प्रकल्पांपैकी एक आहे. आंध्रप्रदेशातील ६ जिल्ह्यांमध्ये हा प्रकल्प कार्यरत आहे.

(७) ग्रामीण ज्ञान केंद्र - Gramin Gyan Kendra

एकात्मिक ग्रामीण विकास करणे हा या प्रकल्पाचा उद्देश आहे. या प्रकल्पात मल्टीमीडिया तंत्रज्ञानाच्या साहाय्याने कृषी, गालिचा उद्योग, स्थानिक कला व शिल्प, फलोद्यान, चुनार मातीचे शिल्प, सांस्कृतिक वारसा, बनारसी साड्या, विणकाम, प्राथमिक आरोग्य संवर्धन, शिल्पकला, आयुर्वेदिक आणि पारंपरिक औषधे इत्यादी क्षेत्रांचा विकास केला जाणार आहे.

बनारस हिन्दू विश्वविद्यालयाच्या सहकार्याने हा प्रकल्प उत्तरप्रदेशमधील मिर्झापूर जिल्ह्यात राबविला जात आहे.

(८) महिला तसेच बालकांच्या सबलीकरणासाठी तसेच विकासासाठी माहिती संप्रेषण तंत्रज्ञानाचा उपयोग करणे ICT for Empowerment of Women and Child Development

ग्रामीण महिलांमध्ये विविध विषयांसंदर्भात जनजागृती करणे आणि योग्य तो सल्ला देणे तसेच त्यांना सक्षम करणे हा या प्रकल्पाचा मुख्य उद्देश आहे.

(९) ई-गाळा अल्पदरातील रिटेल व्यवस्थापन पद्धत. e-Galla - A Low Cost Retail Management System.

या प्रकल्पाद्वारे छोट्या व्यावसायिकांसाठी तसेच दुकानदारांसाठी व्यवसायासंदर्भातील व्यवस्थापन तंत्राचे शिक्षण दिले जाते.

अपंगांसाठीचे प्रकल्प (Empowerment of the Disabled)

(१) श्रुती-दृष्टि - Shruti-Drishti (Women Empowerment) : या प्रकल्पाद्वारे दृष्टिहीन लोकांना इंटरनेटचा वापर करता यावा यासाठी श्रुती-दृष्टि (Text-to-speech and Text-to-Braille) तंत्राचा (म्हणजेच गद्य ते संवाद आणि गद्य ते ब्रेल लिपी) वापर केला जातो.

या प्रकल्पाला २००४ मध्ये गोल्डन आयकॉन (Golden Icon) पुरस्कार मिळाला आहे. भारतामध्ये सध्या ४० शाळांमध्ये हा प्रकल्प कार्यरत आहे. महाराष्ट्रात मुंबई, पुणे, नागपूर, अमरावती व सोलापूर येथे हा प्रकल्प सुरू आहे.

(२) दृष्टिविषयक भाषा - Visual Language : cerebral palsy बाधितांसाठी मल्टीमीडिया तंत्रावर आधारित संप्रेषणाचे साधन बनविणे हा या प्रकल्पाचा उद्देश आहे.

(३) संयोग - sanyog : Indian Language based Communication Tool for Children with Cerebral Palsy

बाधित मुलांसाठी भारतीय भाषांमध्ये संप्रेषणाची साधने बनविणे हा या प्रकल्पाचा उद्देश आहे. सध्या बंगाली, इंग्रजी व हिंदी या तीन भाषांमध्ये ही साधने उपलब्ध आहेत. आय.आय.टी. खडगपूर यांच्या सहकार्याने हा प्रकल्प राबविला जात आहे.

(४) श्रुती - Shruti (Vernacular Speech Interface for People with Visual Impairment) : दृष्टिहीनांसाठीचा हा प्रकल्प गद्य ते संवाद (Text-to-speech) या स्वरूपाचा असून आय.आय.टी. खडगपूर यांच्या सहकार्याने राबविला जात आहे.

(५) साफा - (SAFA - Screen Access for All) : या प्रकल्पामध्ये 'स्किन रिडींग सॉफ्टवेअर' हे तंत्रज्ञान दृष्टिहीनांसाठी उपलब्ध करून देण्याचे लक्ष्य आहे, यामध्ये दृष्टिहीनांसाठी रोजगाराचे नवे पर्याय (प्रोग्रॅमर, कॉल सेंटर) उपलब्ध करण्याचे लक्ष्य आहे. यामध्ये वापरण्यात येणारे TTS (Text-To-Speech) हे तंत्रज्ञान सध्या खालील भाषांमध्ये उपलब्ध आहे.

ई-स्पीक (e speak) - इंग्रजी, हिंदी, तमीळ

श्रुती (Shruti) - बंगाली

वाचक (Vaachak) - इंग्रजी, हिंदी, मराठी

अश्रीर (Ashrir) - बंगाली, मराठी, तमीळ, तेलगू

(६) डिजिटल ग्रंथालय - (Digital Library of e-Text and Audio Content) : यामध्ये माहितीचे ध्वनिमुद्रण करून ते ग्रंथालयाच्या माध्यमातून उपलब्ध केले जाते.

(७) स्मार्ट केन प्रकल्प - Smart Cane Project : यामध्ये दृष्टिहीनांसाठी आधुनिक काठीची निर्मिती करण्याचे उद्दिष्ट आहे. या काठीद्वारे दृष्टिहीन व्यक्तीला आपल्या अवतीभवती असणाऱ्या गोष्टींची जाणीव होते तसेच तिला योग्य प्रसंगी धोक्याची सूचना प्राप्त होते.

(८) रवींद्रनाथ टागोरांच्या साहित्यकृतींचे ब्रेल लिपीतील मुद्रणीकरण Braille Printing of Rabindra Rachanaboli

(९) उपग्रह/इंटरनेटच्या साहाय्याने अपंगांसाठी एक सर्वंकष असा राष्ट्रीय शैक्षणिक कार्यक्रम A Comprehensive Satellite/Internet based National Network for Education, Training and Empowerment of Oersons with Disabilities

या प्रकल्पांतर्गत पुनर्भव हे इंटरनेट पोर्टल सुरू करण्यात आले आहे.

(१०) ब्रेल लिपीचे संगणकीकरण - Supply, Installation and Commissioning of Computerized Braille Transcription System at Blind School Throughout the Country.

या प्रकल्पांतर्गत देशभरातील दृष्टिहीनांसाठी असलेल्या शाळांमध्ये ब्रेल लिपीचे संगणकीकरण करण्यात येणार आहे. यामध्ये वापरले जाणारे तंत्रज्ञान हे 'गद्य ते ब्रेल' व 'ब्रेल ते गद्य' या स्वरूपाचे असून ते भारतातील प्रमुख १२ भाषांमध्ये उपलब्ध केले जाणार आहे. देशातील १३० शाळांमध्ये ते उपलब्ध केले जाणार आहे.

(११) दूरशिक्षण कार्यक्रम माहिती - संप्रेषण तंत्रज्ञानावर आधारित दूरशिक्षण कार्यक्रम Setting up ICT based Distance Learning Centre

सी-डॅक तिरुअनंतपूरम यांच्या सहकार्याने केरळमध्ये ७ विशेष शाळा या प्रकल्पांतर्गत स्थापन केल्या जाणार आहेत.

(१२) बागर चक्री - अपंगांसाठी मल्टीमीडिया तंत्रज्ञान Bagher Chakri - Multimedia CDs for the Persons with Disability

दृष्टिहीन लहान मुलांसाठी मल्टीमीडिया तंत्रज्ञानाचा उपयोग करून सी.डी.च्या स्वरूपात शैक्षणिक साहित्याची निर्मिती करणे हे या प्रकल्पाचे उद्दिष्ट आहे.

(१३) वाणी Vaani - वाचाहीन (Speech Impairment) व्यक्तींसाठी उपयोगी असे उपकरण उपलब्ध करणे हा या प्रकल्पाचा उद्देश आहे. या उपकरणात विविध प्रसंगी उपयोगी पडणाऱ्या संवादांचे ध्वनिमुद्रण केले जाते.

आरोग्यासंबंधित प्रकल्प Healthcare Project

(१) सेहथ - साथी (ग्रामीण टेलिमेडिसीन) Rural Telemedicine System-sehat Saathi : ग्रामीण भागातील रुग्णांना टेलिमेडिसीनच्या माध्यमातून वैद्यकीय सेवा उपलब्ध करणे हा योजनेचा उद्देश आहे.

(२) ई-धन्वंतरी e-Dhanwantari : web-based health care delivery system through telemedicine using ICT

'टेलिमेडिसिन' या सेवेचा विकास करून सर्वसामान्य जनतेपर्यंत ती उपलब्ध करणे हा प्रकल्पाचा मुख्य उद्देश आहे. केरळ सरकारच्या सहकार्याने हा प्रकल्प राबविला जात आहे.

'ई-धन्वंतरी' या प्रकल्पाचे उपयोजन याप्रमाणे.

(१) ई-धन्वंतरी केंद्रीय (e-Dhanwantari Centralized Dhe) या यंत्रणेमध्ये रुग्णाची वैद्यकीय माहिती वेब तंत्रज्ञानाच्या साहाय्याने संग्रहित केली जाते.

(२) ई-धन्वंतरी वितरण (e-Dhanwantari Distributed-eDh D) या यंत्रणेद्वारे रुग्णाच्या संग्रहित वैद्यकीय माहितीचे विश्लेषण करून रोगाचे निदान केले जाते व योग्य ते उपचार मार्गदर्शन दिले जाते.

(३) या प्रकल्पाच्या साहाय्याने दवाखान्यांमध्ये होणारी अनावश्यक गर्दी टाळण्याचा प्रयत्न केला जातो.

(४) या प्रकल्पाच्या साहाय्याने सर्वसामान्यांना अद्ययावत वैद्यकीय सोयी उपलब्ध केल्या जातात.

(५) वरिष्ठ आणि कनिष्ठ डॉक्टरांमध्ये संवाद प्रस्थापित केला जातो.

(६) वैद्यकीय तसेच निमवैद्यकीय क्षेत्रातील व्यक्तिंना प्रशिक्षण दिले जाते.

(७) कमी खर्चातील टेलिमेडिसिन सेवा उपलब्ध केली जाते.

भारतीय माहिती तंत्रज्ञान उद्योगाचा विकास

भारतीय अर्थव्यवस्थेच्या विकासातील सर्वात मोठा वाटा सेवा क्षेत्राचा असून त्यातही सर्वात जास्त योगदान माहिती तंत्रज्ञान क्षेत्राचे आहे. भारताच्या निर्यातीत महत्त्वाचा वाटा माहिती तंत्रज्ञान क्षेत्राचा आहे.

१९६८ मध्ये स्थापन झालेल्या 'टाटा कन्सल्टन्सी सर्व्हिसेस' या कंपनीच्या स्थापनेनंतर भारतीय माहिती तंत्रज्ञान क्षेत्राच्या विकासाला खऱ्या अर्थाने चालना मिळाली. या क्षेत्रातील दुसरा महत्त्वाचा टप्पा म्हणजे १९९२ मध्ये व्यापारी तत्त्वावर सुरू झालेली इंटरनेट सेवा. १९७६ मध्ये स्थापन झालेले 'नॅशनल इन्फॉर्मेटिक्स सेंटर (NIC) व १९९१ मध्ये स्थापन झालेले 'सॉफ्टवेअर टेक्नॉलॉजी पार्क्स ऑफ इंडिया' या शासकीय पातळीवरील योजना, संगणकाचा प्रसार इ. बाबी माहिती तंत्रज्ञान विकासासाठी महत्त्वाच्या ठरल्या.

भारताच्या एकूण अर्थव्यवस्थेमध्ये सेवाक्षेत्राचा वाटा ५५% पेक्षा जास्त असून सेवाक्षेत्रातील सर्वाधिक वाटा हा माहिती तंत्रज्ञानावर आधारित क्षेत्रांचा आहे. भारतातील बंगळुरू, चेन्नई, हैदराबाद, दिल्ली, पुणे, मुंबई ही शहरे महत्त्वाची माहिती तंत्रज्ञान शहरे (IT Hubs) म्हणून उदयास आली आहेत. या सर्व शहरात बंगळुरू हे सर्वोच्च स्थानावर आहे. भारतातील सॉफ्टवेअर टेक्नॉलॉजी पार्क्स (STPI) असलेली शहरे याप्रमाणे आहेत. बंगळुरू, तिरुअनंतपूरम, भिलाई, भुवनेश्वर, चेन्नई, कोईम्बतूर, हैदराबाद, गुडगांव, पुणे, गुवाहटी, नोएडा, मुंबई, कोलकाता, कानपूर, लखनौ, डेहराडून, पाटणा, राऊरकेला, रांची, गांधीनगर, इम्फाल, शिलाँग, नाशिक.

भारतातील सॉफ्टवेअर निर्यातीतील प्रथम पाच राज्ये खालील तक्त्यात दिली आहेत.

सॉफ्टवेअर निर्यातीतील भारतातील प्रथम पाच अग्रेसर राज्ये

राज्य	२०१०-११ मधील निर्यात (करोड रु. मध्ये)
कर्नाटक	७०,२४०.९३
महाराष्ट्र	४९,८७३.७८
तमिळनाडू	४२,१००.००
आंध्र प्रदेश	२८,६७४.५७
हरयाणा	१३,६५०.७५

भारतातील तसेच जगातील माहिती तंत्रज्ञान क्षेत्रातील अग्रेसर कंपन्यांचा क्रम खालील तक्त्यात दिला आहे.

क्रम	भारतातील क्रमानुसार	जागतिक क्रमानुसार
१.	टाटा कन्सल्टन्सी सर्व्हिसेस	आय.बी.एम. (अमेरिका)
२.	विप्रो	ह्यूलेट-पॅकार्ड (अमेरिका)
३.	इन्फोसिस	फ्युजित्सु (जपान)
४.	कॉग्निझांट	ॲकसेन्चुर (आर्यलँड)
५.	एचसी एल	कॉम्प्युटर सायन्स कॉर्पोरेशन (अमेरिका)
६.	टेक महिन्द्रा	हिराची (जपान)
७.	एम्फासिस	एरिक्सन (स्वीडन)
८.	एल.टी.इन्फोटेक	कॅपजेमिनी (फ्रान्स)
९.	ओराकल	एन.टी.टी. डेटा (जपान)
१०.	आय गेट पटनी	एटोस ओरिजीन (फ्रान्स)

माहिती तंत्रज्ञान उद्योगातील मूलभूत प्रश्न व त्याचे भवितव्य

भारताच्या आर्थिक व्यवस्थेमध्ये माहिती तंत्रज्ञान उद्योगाचे योगदान फारच महत्त्वाचे आहे. या उद्योगाची भरभराट इतर उद्योगांच्या मानाने फारच झपाट्याने झाली. असे असले तरी या उद्योगातील महत्त्वाच्या समस्यांचा

अभ्यास करून त्यावर उपाययोजना करणे गरजेचे आहे. या उद्योगातील मूलभूत प्रश्न खालीलप्रमाणे -

१) कुशल कामगारांची कमतरता.

२) सॉफ्टवेअर विकासाची प्रक्रिया ही गुंतागुंतीची प्रक्रिया असून ग्राहक व उत्पादक कंपनी या दोघांदरम्यान होणाऱ्या संवादावर या प्रकल्पाचे यश अवलंबून असते.

३) ग्राहकाची नेमकी आवश्यकता किंवा मागणी काय आहे याचे आकलन करणे महत्त्वाचे असते.

४) दररोज बदलणाऱ्या तंत्रज्ञानाशी एकरूप होणे अवघड असते.

५) सॉफ्टवेअर तयार करण्याच्या प्रकल्पाचे अंदाजपत्रक चुकले तर प्रकल्प अयशस्वी होण्याचा धोका असतो.

६) स्वयंचलित यंत्रामुळे बेकारीची समस्या वाढते.

७) कर्मचाऱ्यांना माहिती तंत्रज्ञानाचे प्रशिक्षण देणे. अत्यावश्यक झाले आहे.

८) सायबर गुन्ह्यांचे प्रमाण वाढले आहे.

९) इलेक्ट्रॉनिक कचऱ्याच्या (ई-वेस्ट) समस्येत भर पडली आहे.

१०) पायाभूत सुविधांचा अभाव प्रकर्षाने जाणवत आहे.

११) शिक्षकांना संगणकाच्या अध्यापनासाठी लागणारे ज्ञान अद्ययावत असणे आवश्यक आहे.

१२) माहिती तंत्रज्ञानाचा वापर समाजाच्या सर्व स्तरापर्यंत पोहचविणे हे एक आव्हान आहे.

१३) तीव्र स्पर्धेमध्ये टिकून राहण्यासाठी प्रभावी व्यवस्थापनाची गरज आहे.

१४) अनुभवी तंत्रज्ञांची वेतनाची अपेक्षा वाढलेली आहे.

१५) माहिती तंत्रज्ञान उद्योगाची गुणवत्ता ही जागतिक प्रमाणकानुसार असणे गरजेचे आहे.

१६) चीन, मलेशिया, दक्षिण आफ्रिका या देशांतील माहिती तंत्रज्ञान उद्योगाबरोबर तीव्र स्पर्धा अटळ आहे.

१७) स्वॉफ्टवेअर पायरसीच्या समस्येने मोठे रूप धारण केले आहे.

१८) माहिती तंत्रज्ञान उद्योगातील बऱ्याच सुट्या भागांची आयात करणे अपरिहार्य आहे.

संगणक व माहिती तंत्रज्ञानाविषयी महत्त्वाचे

१) इंटरनेटवरील विकिपीडिया या मुक्त ज्ञानकोशाची निर्मिती जिमी वेल्स आणि लॅरी सँगर यांनी १५ जानेवारी २००१ रोजी केली. सध्या हा ज्ञानकोश १६१ भाषांमध्ये उपलब्ध आहे.

२) इंटरनेटच्या माध्यमातून सोशल नेटवर्किंग करणाऱ्या भारतातील सर्वात मोठी वेबसाईट 'ऑर्कुट'चे निर्माण ऑर्कुट बुयुकोकतेन या गुगल कंपनीतील कर्मचाऱ्याने २२ जानेवारी २००४ रोजी केली.

३) ऑर्कुट, फेसबुक, ट्विटर या भारतातील प्रमुख अशा सोशल नेटवर्किंग साईट्स आहेत.

४) मायस्पेस डॉटकॉम ही सोशल नेटवर्किंगची पहिली वेबसाईट आहे.

५) जगात सर्वात जास्त चलचित्रे (Live viedeo) गुगलच्या यू ट्यूब या वेबसाईटवर पाहण्यात येतात. या वेबसाईटची सुरुवात फेब्रुवारी २००५ मध्ये झाली.

६) जीमेल या जगातील सर्वात प्रचलित ई-मेल सेवेची सुरुवात 'गुगल' या कंपनीने १ एप्रिल २००४ रोजी केली. जीमेलची रचना पॉल बुचेट यांनी केली.

७) संगणक व माहिती तंत्रज्ञान क्षेत्रामध्ये नव्याने अवतरलेल्या उद्योगांना 'डॉट कॉम बबल' किंवा 'आयटी बबल' असे म्हणतात.

८) गुगल (www.google.com) ही इंटरनेटवरील सर्वात प्रचलित वेबसाईट आहे. याची सुरुवात लॉरेन्स पेज यांनी जानेवारी १९९६ मध्ये केली. गुगल या कंपनीची स्थापना २१ सप्टेंबर १९९८ ला झाली.

९) ज्या तंत्रज्ञानामध्ये इंटरनेटवरील माहितीचे वहन १.२८ मेगाबाईट्स ते ८ मेगाबाईट्स (1.28 Mbps to 8 Mbps) प्रति सेकंद या वेगाने होते. या तंत्रज्ञानास ब्रॉडबँड असे म्हणतात.

१०) मोबाईल फोनधारकांना फोनबरोबरच इंटरनेटची सुविधा उपलब्ध करून देण्यासाठी वॅप (WAP - Wireless Application Protocol) चा उपयोग केला जातो. याचा वापर करण्यासाठी wireless mark up language चा वापर केला जातो.

११) इंटरनेटची जोडणी पुरविणाऱ्या कंपनीला इंटरनेट सर्व्हिस प्रोव्हाईडर (IPS) असे म्हणतात.

१२) प्रत्यक्षात असावे असेच पण संगणकाच्या मदतीने तयार केलेले पण कृत्रिम असे वातावरण म्हणजेच आभासी सत्य (Virtual Reality)

१३) मोबाईल फोन तंत्रज्ञानामध्ये काळानुसार बदल होत आहेत. काळानुसार होणाऱ्या बदलातील प्रत्येक टप्प्याला 'जनरेशन' (Generation) असे म्हणतात. फर्स्ट जनरेशनची (1G) सुरुवात १९८० च्या दशकात झाली. यात अद्ययावत मोबाईल फोन्सनी प्रवेश केला. १९९० च्या दशकात 2G चा आविष्कार झाला. यात CDMA व GSM हे तंत्रज्ञान अवतरले. यानंतर 3G तंत्रज्ञानाचा प्रवेश झाला, यात 3GPP, 3GPP2 या तंत्रज्ञानामुळे बॅण्डविड्थची क्षमता वाढली. 4G तंत्रज्ञानामध्ये LTE आणि UMB या तंत्रज्ञानाचा समावेश होतो.

१४) मेलिसा हा सर्वात पहिला संगणक व्हायरस आहे.

१५) भारत सरकारने माहिती तंत्रज्ञान उद्योगाला चालना देण्यासाठी सी-डॅक प्रमाणेच सॉफ्टवेअर टेक्नॉलॉजी पार्कस् ऑफ इंडिया हा प्रकल्प १९९१ मध्ये हाती घेतला.

१६) हॉटमेल ही जगातील पहिली मोफत ई-मेल सुविधा होय. याची मूळ संकल्पना भारतीय संगणकतज्ज्ञ साबीर भाटिया व जॅक स्मिथ यांची आहे. याची सुरुवात ४ जुलै १९९६ रोजी झाली.

१७) जगातील सर्वात मोठे ऑनलाईन बुक स्टोअर म्हणून इंटरनेटवरील ॲमेझॉन डॉटकॉम ही वेबसाईट प्रसिद्ध आहे. याची स्थापना इ.स. १९९४ मध्ये जॅक बेझॉस यांनी केली.

१८) विदेश संचार निगमची (VSNL) स्थापना भारत सरकारने १९८६ मध्ये केली. या निगमने सर्व प्रथम भारतात मुंबई, चेन्नई, दिल्ली, कोलकाता या शहरात इंटरनेट सुविधा सुरू केली. सध्या ही कंपनी टाटा कम्युनिकेशन्स लिमिटेड या नावाने ओळखली जाते.

१९) बिल मॉगरीज यांना लॅपटॉपचा जनक मानले जाते.

२०) एज्युकेशन ॲण्ड रिसर्च नेटवर्क (ERNET) या संस्थेने भारतात सर्वप्रथम इंटरनेट सुविधा सुरू केली.

२१) आवाज आणि व्हिडिओ फाईल्सचा उपयोग करण्यासाठी 'मीडिया प्लेअर' हे सॉफ्टवेअर वापरले जाते. आयपॉड (Ipod) हे हार्डवेअर पोर्टेबल मीडिया प्लेअर आहे.

२२) ब्रॅडफोर्ड डब्ल्यू. पार्किन्सन याला सध्याच्या ग्लोबल पोझिशनिंग सिस्टीम (GPS) चा जनक मानले जाते. सध्याची GPS यंत्रणा ही २४ उपग्रहांद्वारे चालविली जाते.

२३) W3C हे वर्ल्ड वाईड वेब कन्सोर्टिअमचे चिन्ह आहे.

२४) फेसबुक ही जगातील सर्वात मोठी सोशल नेटवर्किंग साइट आहे.

२५) HTML (हायपर टेक्स्ट मार्कअप लँग्वेज) या भाषेमध्ये लिहिलेल्या माहितीचा संच म्हणजे वेबसाईट.

२६) HTTP (हायपर टेक्स्ट ट्रान्स्फर प्रोटोकॉल) च्या साहाय्याने ब्राऊझर व सर्व्हर यामध्ये देवाणघेवाण होण्यासाठी संकेतांचे पालन केले जाते.

२७) URL (युनिफॉर्म रिसोर्स लोकेटर) मुळे वेबसाईटचा पत्ता दिला जातो.

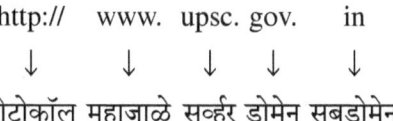

http://	www.	upsc.	gov.	in
↓	↓	↓	↓	↓
प्रोटोकॉल	महाजाळे	सर्व्हर	डोमेन	सबडोमेन

२८) LAN (Local Area Network - कार्यालयातील संगणक जोडण्यासाठी), MAN (Metropolital Area Network शहरातील संगणक जोडण्यासाठी), WAN (Wide Area Network - देशातील, जगातील संगणक जोडण्यासाठी) हे संगणकीय नेटवर्कचे प्रकार आहेत.

२९) 'जेरॉन लॅनिअर' हे आभासी सत्य (Virtual Reality) या संकल्पनेचे जनक आहेत.

३०) राजीव गांधी यांनी १९८८ मध्ये पुण्यात C-DAC ची स्थापना केली. या संस्थेने जुलै १९९१ मध्ये भारताचा पहिला महासंगणक 'परम ८०००' बनविला, त्यानंतर 'परम ९०००' व 'परम १००००' हे दोन महासंगणक बनविले. 'परम ८०००' ची निर्मिती डॉ. विजय भटकर यांच्या मार्गदर्शनाखाली झाली.

३१) आर्ची हे जगातील पहिले सर्च इंजिन आहे.

३२) सन २०११ (मार्च) मध्ये मायक्रोसॉफ्ट इंटरनेट एक्सप्लोरर ९.० ही ब्राऊझरची आवृत्ती बाजारात उपलब्ध झाली.

३३) फायर फॉक्स या ॲण्टी व्हायरस उपकरणाची निर्मिती युरोपियन इन्स्टिट्यूट ऑफ ॲण्टी व्हायरस रिसर्च या संस्थेने केली.

३४) डी.व्ही.डी.चे आधुनिक रूप म्हणून ओळखली जाणारी ब्लू रे डिस्क सन २००६ मध्ये बाजारात आली.

३५) डी.व्ही.डी.साठी लाल तर ब्लू रे डिस्कसाठी निळ्या रंगाच्या लेझरचा वापर केला जातो.

३६) भौगोलिक स्थान निश्चितीसाठी वापरल्या जाणाऱ्या तंत्रज्ञानाला ग्लोबल पोझिशनिंग सिस्टीम (GPS) म्हणतात.

३७) उच्च दर्जाचा बुद्धिबळ खेळ खेळू शकणारा डी.ब्ल्यू. ज्युनिअर हा संगणक IBM या कंपनीने तयार केला.

३८) इंटरनेटवर असलेल्या असंख्य संकेतस्थळांमधून आपल्याला हवे असलेले संकेतस्थळ शोधण्यासाठी सर्च इंजिनचा उपयोग केला जातो. उदा. गुगल, याहू, MSN, AOL इ.

३९) संगणकात इंटरफेस म्हणून USB (Universal Serial Bus) चा वापर केला जातो.

४०) याहू (YAHOO) Yet Another Hierarchical Officious Oracle या इंटरनेट सुविधा देणाऱ्या कंपनीची स्थापना १९९४ मध्ये जेरी यँग व डेव्हिड फायलो यांनी केली.

४१) मोझेक ब्राऊजर हे मायक्रोसॉफ्ट इंटरनेट एक्सप्लोरर या वेबब्राऊजरचा जनक आहे. मोझेक ब्राऊजर हा जगातील पहिला ब्राऊजर आहे. इंटरनेटवरील विविध संकेतस्थळांना (वेब साईट्सना) भेट देण्यासाठी ब्राऊजरचा उपयोग होतो.

४२) इंटरनेट हे नाव 'इंटर कनेक्टेड नेटवर्क' यावरून तयार झाले. हे पॅकेट स्वीचड् नेटवर्क असते.

४३) ड्रम, फिल्म, फ्लॅट बेड व हॅण्ड स्कॅनर हे संगणकाचे चार प्रकार आहेत.

४४) ड्रम स्कॅनर हा जगातील पहिला स्कॅनर होय.

४५) जुलै १९८५ मध्ये 'आल्डस्' या कंपनीने पेजमेकर व डीटीपी या सॉफ्टवेअर्सची निर्मिती केली.

४६) इंटरनेटच्या माध्यमातून आपले मत मांडण्याचे संकेतस्थळ म्हणजे ब्लॉग होय.

४७) २ डिसेंबर हा दिवस संगणक साक्षरता दिन म्हणून ओळखतात.

४८) NASSCOM ही भारतातील संगणक कंपन्यांची संस्था आहे.

४९) टेम्परररी इंटरनेट फाईल फोल्डर (TIFF) ला कुकीज या नावाने संबोधिले जाते.

५०) संगणकाद्वारे खेळला जाणारा बुद्धिबळाचा खेळ हे कृत्रिम बुद्धिमत्ता (Artificial Intelligence) चे उदाहरण आहे.

५१) संगणकीय नेटवर्कची सुरुवात सर्वप्रथम १९६२ मध्ये अमेरिकेत झाली.

५२) 'फोट्रॉन' नंतर तयार झालेली लोकप्रिय संगणक भाषा 'अलगोल' ही आहे. नेव्हियल, गोगोल, व्हायगोल, व्हेटस्टोन, अलगेक, मालगोल, अलगॅम्स, सिम्युला या अलगोलच्या इतर उपभाषा आहेत.

५३) आय.पी.एल. ही कृत्रिम बुद्धिमत्ते (AI) शी निगडित पहिली संगणकीय भाषा होती.

५४) संगणकीकृत बँकांसाठी मुख्यत: Electric Recording Machine Accounting (ERMA) या संगणकाचा वापर केला जातो.

५५) 'बँक ऑफ अमेरिका' ही जगातील पहिली संगणकीकृत बँक आहे.

५६) Common Business Oriented Language (COBOL) कोबोल ही संगणकीय भाषा असून व्यापारीदृष्ट्या तयार करण्यात आलेली ही पहिली भाषा आहे.

५७) भारतात इंटरनेटची सुरुवात १९९६ ला झाली. जगामध्ये इंटरनेट वापरणाऱ्यांची सर्वाधिक संख्या (४३%) आशिया खंडात आहे.

५८) सर्वसामान्यांना संगणकीय नेटवर्क साधे व सोपे करण्यासाठी १९६० मध्ये टेड नेल्सन यांनी 'प्रोजेक्ट झांगडू' या प्रकल्पाची सुरुवात केली. पुढे १९६३ ला त्यांनी 'हायपर टेक्स्ट' ही संज्ञा प्रचलित केली.

५९) की बोर्डची नवी रचना 'क्वर्टी' या नावाने मान्यताप्राप्त आहे.

६०) ट्युरिंग पुरस्कार हा संगणकक्षेत्रातील नोबेल पुरस्कार म्हणून ओळखला जातो.

६१) 'युनायटेड स्टेट्स डिक्लरेशन ऑफ इंडिपेंडन्स' म्हणजेच 'अमेरिकन स्वातंत्र्याचा जाहीरनामा' हे जगातील पहिले ई-बुक असून ते १९७१ मध्ये 'मायकल हार्ट' यांनी तयार केले.

६२) 'व्हिंटन सर्फ' यांना इंटरनेटचे जनक म्हणतात.

६३) डेटाबेस नियोजनासाठी संगणकात सर्वाधिक प्रमाणात वापरण्यात येणारी प्रोग्रामिंग भाषा Structured Query Language (SQL) ही आहे. या भाषेची निर्मिती डोनाल्ड चेंबर्लिन व रेमंड बॉयस यांनी केली.

६४) इंटरनेटच्या संकेतस्थळांवर दिसणाऱ्या माहितीला हायपर टेक्स्ट म्हणतात. टेड नेस्लन यांची ही संकल्पना डग्लस एंजलबर्ट यांनी हायपरटेक्स्ट इंटरफेस तयार करून याचा वापर सर्वप्रथम ज्ञात केला.

६५) संगणकाच्या संदर्भातील 'कृत्रिम बुद्धिमत्ता' (Artificial Intelligence) ही संकल्पना जॉन मॅकार्थी यांची आहे.

६६) ऑटोकॅड हे जगातील सर्वात जास्त वापरले जाणारे सॉफ्टवेअर आहे. DAC (Design Argumented by Computer-I) ही जगातील सर्वात पहिली कॅड पद्धती आहे.

६७) इंटरनेट प्रकल्पांतर्गत अमेरिकेच्या सुरक्षा विभागाने बनविलेल्या पहिल्या प्रकल्पाचे नाव होते. - डार्पानेट (DARPANet = Defence Advanced Research Project Agency Network)

६८) आय. आर. सी. टी. सी. (IRCTC) या सेवेच्याद्वारे इंटरनेटद्वारा रेल्वेचे तिकीट उपलब्ध होते.

६९) सी.डी.एम.ए. (Code Division Multiple Access) हे भ्रमणध्वनीतील (Mobile phones) तंत्रज्ञानाला साहाय्य करणारे माहिती तंत्रज्ञान आहे.

७०) सन २००० साली निर्माण झालेली संगणकीय समस्या 'वाय-२ के' (Y2-K) ही होती. या समस्येला 'मिलेनियम बग' (सहस्रकातील विषाणू) असे संबोधिले जाई. ही समस्या स्पेन्सर बोल्स यांनी १९ जानेवारी १९८५ ला सर्वप्रथम लक्षात आणून दिली.

७१) इन्स्टंट मेसेजिंग ही ई-मेलची पुढील पायरी आहे.

७२) इंटरनेटवरील माहितीच्या देवाणघेवाण करण्यासाठीच्या नियमावलीस प्रोटोकॉल असे म्हणतात.

७३) संगणकाच्या हार्डवेअरकडून योग्यप्रकारे कार्य करून घेण्यासाठी आवश्यक असणाऱ्या आज्ञावलीच्या संचास सिस्टिम सॉफ्टवेअर किंवा 'ऑपरेटिंग सिस्टिम' (OS) म्हणतात. सर्वप्रथम मायक्रोसॉफ्टने पर्सनल संगणकासाठी डॉस (Dos-Disc operated system) तयार केली व त्यानंतर त्याचे आधुनिक रूप म्हणून MSDOS निर्माण केली.

७४) डॉस, विंडोज, युनिक्स, लिनिक्स, मॅक या सध्याच्या प्रचलित OS आहेत.

७५) संगणक वापरणाऱ्या व्यक्तीला ऑपरेटिंग सिस्टिम बरोबर संवाद साधण्यासाठी लागणाऱ्या माध्यमाला 'यूजर इंटरफेस' असे म्हणतात.

७६) सॉफ्टवेअरच्या विकासासाठी उपयोगात येणाऱ्या भाषांना संगणक भाषा म्हणतात. BASIC, COBOL, FORTRAN, VB, PASCAL, JAVA, C, C++ ही संगणकीय भाषेची उदाहरणे होत.

७७) विंडोज विस्टा ही मायक्रोसॉफ्टने निर्माण केलेली आधुनिक ऑपरेटिंग सिस्टीम आहे. ही सिस्टीम पाच आवृत्त्यांमध्ये आहे. त्यापैकी तीन हे वेगवेगळ्या पातळीवरील वैयक्तिक वापरासाठी आणि उर्वरीत दोन विशेषत: व्यावसायिक वापरासाठी आहेत. या पाच आवृत्त्या याप्रमाणे -

   १) विंडोज विस्टा होम बेसिक

   २) विंडोज विस्टा होम प्रिमियम

   ३) विंडोज विस्टा अल्टीमेट

   ४) विंडोज विस्टा बिझनेस

   ५) विंडोज विस्टा एण्टरप्राईज

७८) C-DAC पुणे या संस्थेने नुकताच परम युवा हा सुपर संगणक बनविला आहे.

७९) ऑर्कुट (Orkut), फेसबुक (Facebook), माय स्पेस (Myspace), लिन्क्ड ईन (Linkedin), नेटलॉग (NETLOG), हाय फाय (Hi5), ट्विटर या जगातील प्रमुख सोशल नेटवर्किंग साईट्स आहेत.

८०) सायबर स्पेस ही संकल्पना विल्यम गिब्सन यांची आहे.

८१) माहिती तंत्रज्ञान कायदा २००० च्या सेक्शन ५० या कलमान्वये 'प्रिसायडिंग' ची नियुक्ती सायबर ॲपिलेट ट्रिब्युनलसाठी मार्गदर्शक ठरते.

८२) माहिती तंत्रज्ञान कायदा २००० च्या सेक्शन ७८ अन्वये पोलीस अधिकारी गुन्ह्यांचे अन्वेषण करू शकतो.

८३) ९ जून २००० रोजी 'माहिती तंत्रज्ञान कायदा २०००' संमत करण्यात आला. या कायद्यामध्ये १० प्रकरणे व ४ तपशिलांच्या याद्या समाविष्ट केल्या आहेत.

८४) इंटरनेट हे पॅकेट स्वीचड् नेटवर्क (PSN) या प्रकारचे नेटवर्कींग आहे.

८५) 'विंडोज ८' ही विंडोजची नवी आवृत्ती नुकतीच बाजारात आली आहे.

८६) संगणकाची उपयोगिता अधिक प्रभावी बनविण्यासाठी 'क्लाऊड कॉम्प्युटिंग' (Cloud Computing) या नवीन संकल्पनेचा आविष्कार नुकताच झाला आहे. यात Saas (Software as a Service), Iaas (Infrastruc Ture as a Service), Paas (Platform as a Service) हे सॉफ्टवेअर्स विकसित करण्यात आले आहेत.

८७) माहिती तंत्रज्ञान कायद्याच्या कलम ६६ (अ) अन्वये संगणक वा अन्य इलेक्ट्रॉनिक माध्यमांद्वारे आक्षेपार्ह, उपद्रवकारक, द्वेष व चीड निर्माण करणारी माहिती पसरवणे हा जामीनपात्र गुन्हा असून त्यासाठी कमाल तीन वर्षांची शिक्षा होऊ शकते.

८८) भारतातील माहिती तंत्रज्ञान उद्योग हा माहिती तंत्रज्ञान सेवा (IT Services) आणि व्यवसाय प्रक्रिया बाह्यस्रोतीकरण (Business Process Outsourcing - BPO) या दोन घटकांनी बनलेला आहे.

८९) नॅसकॉम (Nasscom) च्या अनुसार २०११-१२ या वित्तीय वर्षात भारतातील IT-BPO उद्योगाची महसूल प्राप्ती ८७.६ अब्ज डॉलर इतकी होती.

९०) भारतातील माहिती तंत्रज्ञान उद्योगाच्या एकूण क्षेत्रापैकी ९०% क्षेत्र बंगळूर, चेन्नई, दिल्ली, मुंबई, हैदराबाद, पुणे व कोलकाता या शहरांनी व्यापले आहे.

९१) भारतातील माहिती तंत्रज्ञान सेवा उद्योगांमध्ये (IT Services Provider) टाटा कन्सल्टन्सी सर्व्हिसेस, इन्फोसिस, कॉग्निझंट, विप्रो आणि एच सी एल टेक्नॉलॉजीज या कंपन्या प्रथम पाच क्रमांकाच्या कंपन्या आहेत.

९२) चीन आणि फिलिपाइन्स हे भारतीय माहिती तंत्रज्ञान उद्योगाचे प्रमुख प्रतिस्पर्धी देश आहेत.

९३) इ.स. १९६७ मध्ये टाटा उद्योगसमूहाने बरो (Burrough) या कंपनीबरोबर भागीदारी करून मुंबईमध्ये भारतीय माहिती तंत्रज्ञान सेवा उद्योगांचा पाया घातला.

९४) 'टाटा कन्सल्टन्सी सर्व्हिसेस' या कंपनीची स्थापना इ.स. १९६८ मध्ये झाली.

९५) भारतामध्ये 'राष्ट्रीय सूचना केंद्रा' (National Informatics Centre) ची स्थापना इ.स. १९७५ मध्ये करण्यात आली.

९६) १९८६-८७ या काळात भारत सरकारने इंडोनेट (Indonet), निकनेट (Nicnet) आणि अरनेट (Ernet) या तीन व्यापक संगणकीय जाळ्यांची (Wide Area Computer Network) स्थापना केली.

९७) इ.स. १९८१ मध्ये 'मायक्रोसॉफ्ट'चे संस्थापक बिल गेट्स यांनी 'आयबीएम'च्या 'पीसी'साठी 'ऑपरेटिंग सिस्टीम' तयार करण्याचे आव्हान स्वीकारले आणि तेच 'पीसी' (Personal Computer) च्या जगतातील पहिले क्रांतिकारक पाऊल ठरले.

९८) सध्या जगभरातील एक अब्जांहून अधिक पर्सनल कम्प्युटर्समध्ये 'विंडोज'चा वापर करण्यात येतो. त्यातील ६७ कोटी कम्प्युटर्समध्ये २००९ मध्ये बाजारात आलेल्या 'विंडोज ७' चा वापर करण्यात येतो. आता मायक्रोसॉफ्टने 'विंडोज ८' ही एक अभिनव प्रणाली बाजारात आणली आहे. यामध्ये ३००० हून अधिक 'ॲपस्' उपलब्ध आहेत. विंडोज ७ लाच 'विंडोज विस्टा' असेही म्हणतात.

९९) भारत संचार निगम लिमिटेड (BSNL) चा नुकताच 'इस आयकॉन' नामक टॅब्लेट पीसी लाँच करण्यात आला. याची निर्मिती बी. एस. एन. एल. ने मुंबईतील 'विशटेल' या कंपनीच्या सहकार्याने केली आहे. या टॅब्लेट पीसीला थ्रीजी, वायफाय आणि ब्ल्यूटूथ कनेक्टिव्हिटी ही फिचर्स देण्यात आलेली आहेत. व्हिडिओ कॉन्फरसिंग, सपोर्ट इमेज कॅप्चर आदींसाठी हा पीसी उपयुक्त ठरणार आहे. याशिवाय यात विश लर्निंग, विश स्टुडिओ, विश टिव्ही, विश न्यूज आणि विश व्हिडिओ कॉलिंग आदी ॲप्सचा समावेश करण्यात आला आहे.

१००) नील पापवर्थ यांना 'एस एम एस' सेवेचे जनक मानले जाते. 'हॅपी ख्रिसम' (स गाळून) हा जगातील पहिला 'एस एम एस' ३ डिसेंबर १९९२ रोजी ब्रिटिश इंजिनिअर निल पापवर्थ याने पाठविला.

संक्षिप्तात महत्त्वाचे

१) फायर फॉक्सची निर्मिती - मोझिला

२) वेब - २ संकल्पना - इंटरनेटची दुसरी पिढी

३) पहिला डिजिटल संगणक - इनियाक (Eniac)

४) जी. पी. एस. साठी उपयोगी - नवस्टार उपग्रह

५) पेंटीयमचे जनक - प्रा. विनोद धम

६) जगातील पहिले गणकयंत्र - अबॅकस

७) पहिला कॉम्प्युटर प्रोग्रॅम लिहिला - ऑगस्टा ॲडा

८) जगातील पहिला व्यावसायिक संगणक - झेड - ४

९) झेड - ४ चे निर्माण - कोनरॉड झ्युस

१०) जगातील पहिला सुपर कॉम्प्युटर - नॉर्क

११) पहिल्या वेब पेजची निर्मिती - टीम बर्नास ली

१२) इंटरनेट प्रोटोकॉलची निर्मिती - अर्पा संस्था

१३) माऊसचा जनक - डग्लस एंजल बार्ट

१४) कोबोल (संगणकीय भाषा) ची निर्मिती - ग्रेस हॉपर

१५) कम्पायलर संकल्पनेचा जनक - टोनी ब्रुकर

१६) ए पी एल (संगणकीय भाषा) ची निर्मिती - केनिथ आयव्हर्सन

१७) जगातील पहिला रोबोट - युनिमेट

१८) हायपर टेक्स्ट संज्ञेचे जनक - टेड नेल्सन

१९) कृत्रिम बुद्धिमत्ते (AI) चा जनक - जॉन मॅकार्थी

२०) संगणकाचा डॉक्टर - एलिझा संगणक

२१) कॉम्प्युटर नेटवर्कची संकल्पना - जे. सी. आर. लिकलायडर
२२) लेसर प्रिंटरचा जनक - गॅरी स्टॉर्क विदर
२३) इंटेलची स्थापना - गार्डन मूर व रॉबर्ट नॉयस
२४) पास्कलची निर्मिती - निक्लॉस विर्थ
२५) जगातील पहिली चॅटिंग सेवा - सी बी सिम्युलेटर
२६) पहिल्या ई-बुकची निर्मिती - मायकल हार्ट
२७) जगातील पहिला मायक्रोप्रोसेसर - इंटेल ४००४
२८) जगातील पहिला कॉम्प्युटर गेम - ओडिसी
२९) पेजमेकर (डीटीपी सॉफ्टवेअर) - अल्ड्स
३०) जगातील पहिला टॅब्लेट पीसी - फ्री स्टाईल
३१) जगातील पहिला नेटवर्क व्हायरस - मॉरिस वर्म
३२) मॉरिस वर्मची निर्मिती - रॉबर्ट मॉरिस
३३) सिलिकॉन व्हॅली - अमेरिकेतील उत्तर कॅलिफोर्निया प्रांतात 'सॅन फ्रॅनन्सिस्को बे एरीया'
३४) सिलिकॉन व्हॅलीचे पूर्वीचे नाव - सान्ता क्लारा व्हॅली
३५) जगातील पहिला वेब सर्व्हर - बर्नार्स ली
३६) जगातील पहिले सर्च इंजिन - आर्ची
३७) सी-डॅकची स्थापना - राजीव गांधी
३८) 'इंटरनेट सर्फिंग' या संज्ञेचे जनक - जीन आर्नर पॉली
३९) लॅपटॉपचा जनक - बिल मॉगरीज
४०) जगातील पहिली मोफत ई-मेल सुविधा - हॉटमेल
४१) हॉटमेलची मूळ संकल्पना - साबीर भाटिया व जॅक स्मिथ
४२) गुगलची सुरुवात - १९९६
४३) फेसबुकचा जनक - मार्क झुकेरबर्ग
४४) विकिलिक्सचा जनक - ज्युलिअस असांजे
४५) आयपॉडचा जनक - स्टीव्ह जॉब्स
४६) इंटरनेटचा जनक - जेसीआर लिक प्लायडर
४७) इ-मेलचा जनक - रॅटो मॅलिसंग
४८) डिजिटल संगणकाचा जनक - कोन्ड्रॅज ज्यूज
४९) हिंदी इंटरनेट एक्स्प्लोररचा जनक - जगदीप दांगी
५०) जगातील पहिला स्मार्ट फोन - आय.बी.एम. चा सिमून
५१) सध्याचा जगातील सर्वात गतिमान संगणक - सेक्वाया (आय.बी.एम.)
५२) इमॉटिकान्सचा जनक - स्कॉट फेइमन
५३) भारतातील पहिला महासंगणक - फ्लो स्वॉल्व्हर
५४) भारतातील सर्वात मोठी सोशल नेटवर्किंग साईट - ऑर्कुट

५५) ऑर्कुटचे निर्माण - २२ जानेवारी २००४

५६) ऑर्कुटची रचना - ऑर्कुट बुयुकोकतेन

प्रश्न

१. संगणकाचा पूर्वज असलेल्या ॲबॅकस या यंत्राचा विस्तार ..... या देशात झाला.
(अ) इजिप्त (ब) चीन (क) अमेरिका (ड) जर्मनी

२. 'डिफरन्स इंजिन' या यंत्राच्या अपयशानंतर चार्ल्स बॅबेजने घातांकावर आधारित .... हे सुधारित यंत्र तयार केले.
(अ) ॲनालिटिकल इंजिन (ब) रेकनर
(क) टॅब्युलेशन यंत्र (ड) कॅलक्युलेटर

३. इ. स. १९२४ साली .... या कंपनीचे इंटरनॅशनल बिझनेस मशिन्स (IBM) या संगणक उत्पादन करणाऱ्या कंपनीत रूपांतर झाले.
(अ) इंटिग्रेटेड मशीन कंपनी (ब) होलिरिथ टॅब्युलेशन मशीन कंपनी
(क) ॲनालिटीकल मशीन कंपनी (ड) कॉम्प्युटर मशीन कंपनी

४. संगणकाच्या - पिढीमध्ये मायक्रोप्रोसेसरचा वापर सुरू झाला.
(अ) दुसऱ्या (ब) तिसऱ्या (क) चौथ्या (ड) पाचव्या

५. ..... संगणकामध्ये सापेक्ष पद्धतीचा वापर केला जातो.
(अ) डिजिटल (ब) ॲनालॉग (क) हायब्रीड (ड) यापैकी कोणतेही नाही.

६. स्मार्ट फोन, स्मार्ट बुक, लॅपटॉप इ. कॉम्प्युटर ..... या प्रकारात मोडतात.
(अ) मायक्रो (ब) मिनी (क) मेनफ्रेम (ड) सुपर

७. स्पर्धा परीक्षांच्या उत्तरपत्रिका तपासण्यासाठी ...... चा उपयोग केला जातो.
(अ) मॅग्नेटिक इंक कॅरेक्टर रेकग्निशन (MICR) (ब) ऑप्टिकल कॅरेक्टर रेकग्निशन (OCR)
(क) ऑप्टिकल मार्क रेकग्निशन (OMR) (ड) मॅग्नेटिक मार्क रिडर (MMR)

८. मायक्रोसॉफ्ट या कंपनीने सर्व प्रथम ...... ही ऑपरेटिंग सिस्टीम बाजारात आणली.
(अ) विंडोज (ब) डॉस (क) युनिक्स (ड) लिनिक्स

९. संगणकाद्वारे व्यापारिक सूचनांचे प्रसंस्करण करण्यासाठी .... ही संगणकीय भाषा वापरली जाते.
(अ) FORTRAN (ब) COBOL (क) BASIC (ड) PASCAL

१०. सध्याची सर्वात लोकप्रिय संगणकीय भाषा .... ही आहे.
(अ) COBOL (ब) FORTRAN (क) C++ (ड) A.D.A.

११. पत्रलेखन, अहवाललेखन, तक्ते इ. साठी ...... चा उपयोग केला जातो.
(अ) वर्ड प्रोसेसर (ब) स्प्रेडशीट (क) इ.आर.पी.प्रोग्रॅम (ड) डेटाबेस

१२. व्हर्च्युअल रिॲलिटीमध्ये मल्टिमीडियाचा उपयोग करण्यासाठी खालीलपैकी ...... या संगणक प्रोग्रॅमचा वापर केला जात नाही.
(अ) लाईट वेव्ह थ्री डी (ब) सॉफ्ट इमेज थ्री डी
(क) थ्री डी स्टुडिओ मॅक्स (ड) थ्री डी इमेजिंग

१३. सर्वप्रथम १८४४ मध्ये .... यांनी सांकेतिक चिन्हांचा वापर करून तारेमधून पहिला संदेश संप्रेषित केला.
(अ) सॅम्युअल मोअर्स (ब) ग्रॅहम बेल (क) मार्कोनी (ड) जॉन पिचर्स

१४. .... ही बॅण्डविड्थ सर्वात वेगवान आहे.
(अ) व्हाईस बॅण्ड (ब) मीडियम बॅण्ड
(क) ब्रॉडबॅण्ड (ड) आय.एस.डी.एन.

१५. खालीलपैकी .... हे डाटा कम्युनिकेशनचे चॅनल नाही.
(अ) सिम्प्लेक्स (ब) डुप्लेक्स (क) हाफ डुप्लेक्स (ड) फुल डुप्लेक्स

१६. वर्ल्ड वाईड वेबची सुरुवात ...... याच्या वापरामुळे झाली.
(अ) DARPANET (ब) ARPANET (क) HTTP (ड) HTML

१७. wi-fi साठी .... चा उपयोग केला जातो.
(अ) रेडिओवेव्ह (ब) मायक्रोवेव्ह (क) फायबर ऑप्टिक (ड) इलेक्ट्रोमॅग्नेटिक वेव्ह

१८. 'मायक्रोसॉफ्ट - २०१३' मध्ये खालीलपैकी ...... हे मॉडेल नाही.
(अ) ऑफिस - ३६५ होमप्रिमिअर (ब) ऑफिस - ३६५ बिझनेस प्रिमिअर
(क) ऑफिस ३६५ एक्सेल (ड) ऑफिस ३६५ प्रोप्लस

१९. ..... या सर्च इंजिनने जगातील भाषांचे संरक्षण करण्यासाठी 'एनडेंजर्ड लँग्वेज डॉट कॉम' ही वेबसाईट तयार केली आहे.
(अ) गुगल (ब) अमेझॉन (क) याहू (ड) अल्टा व्हिस्टा

२०. मल्टी मायक्रो हा संगणक .... या संस्थेने विकसित केला आहे.
(अ) इंडियन सायन्स इन्स्टिट्यूट (बंगळुरू) (ब) सी-डॅक (पुणे)
(क) अनुराग (हैदराबाद) (ड) इंडियन इन्स्टिट्यूट ऑफ टेक्नॉलॉजी (मुंबई)

२१. वैज्ञानिक संशोधन, तंत्रविज्ञान यासाठी ...... ही संगणकीय भाषा वापरतात.
(अ) बेसिक (ब) कोबोल (क) फोरट्रॉन (ड) यापैकी कोणतीच नाही.

२२. ..... हा भारतातील पहिला महासंगणक होय.
(अ) फ्लो सॉल्व्हर (ब) अनुपम (क) एनियाक (ड) परम १०,०००

२३. खालील जोड्यांचा योग्य क्रम .... हा आहे.

भारतातील महासंगणक		निर्मिती
(१) अनुराग	(अ)	इंडियन इन्स्टिट्यूट ऑफ सायन्सेस (बंगळुरू)
(२) मॅक	(ब)	बी.ए.आर.सी. (मुंबई)
(३) एनियाक	(क)	सी.डॉट. (बंगळुरू)
(४) चिप्स - १६	(ड)	आय.आय.टी. (मुंबई)
(५) मल्टीमायक्रो	(इ)	टाटा

(अ) १-ब, २-ड, ३-इ, ४-क, ५-अ (ब) १-क, २-ब, ३-ड, ४-अ, ५-इ
(क) १-इ, २-ब, ३-क, ४-अ, ५-ड (ड) १-अ, २-ब, ३-क, ४-इ, ५-ड

२४. ..... हा विकिलीक्सचा जनक आहे.
(अ) मार्क झुकेरबर्ग (ब) ज्युलिअस असांजे
(क) जॅक किल्बी (ड) पॉल पॅट्रिक्स

२५. शहरातील केबल टेलिव्हिजन नेटवर्क हे .... या नेटवर्कचे उत्तम उदाहरण होय.
(अ) LAN (ब) WAN (क) MAN (ड) यापैकी कोणतेही नाही.

२६. जगातील सर्वात स्वस्त टॅब्लेट पी.सी. आकाश-२ चे अनावरण ११ नोव्हेंबर २०१२ रोजी झाले. हा पी.सी. डेटाविंड या कंपनीद्वारे तयार केला जातो. ही कंपनी .... या देशातील आहे.
(अ) भारत (ब) ग्रेट ब्रिटन (क) अमेरिका (ड) नॉर्वे

२७. .... ही लोकल एरिया नेटवर्क (LAN) व वाईड एरिया नेटवर्क (WAN) याच्या पुढची पायरी आहे.
(अ) सुपर कॉम्प्युटिंग (ब) मल्टिकॉम्प्युटिंग
(क) क्लाऊड कॉम्प्युटिंग (ड) अल्ट्रा कॉम्प्युटिंग

२८. माहितीच्या घटकांचे उपयोगकर्ता निवड करू शकेल असा सहसंबंध दर्शवून केलेले संघटन म्हणजेच ...... होय.
(अ) हायपरटेक्स्ट (ब) हायपरमीडिया
(क) मल्टीमीडिया (ड) पावर पॉइंट प्रेझेंटेशन

२९. मल्टीमीडिया तंत्राविषयी खालीलपैकी .... हे विधान / विधाने बरोबर आहे.
(१) उपयोगकर्त्याचा सहभाग हे या तंत्राचे महत्त्वाचे वैशिष्ट्य आहे.
(२) हे तंत्र लिनियर आणि नॉन लिनियर अशा दोन प्रकारचे आहे.
(३) हे तंत्र सर्व प्रकारच्या माध्यमांच्या एकत्रीकरणाचे एक प्रभावी सादरीकरण आहे.
(अ) १व २ (ब) केवळ १ (क) २ व ३ (ड) दिलेली सर्व विधाने

३०. सध्या .... या संस्थेत पेंटाफ्लॉप क्षमतेचा सुपर संगणक विकसित करण्याचे कार्य सुरू आहे.
(अ) सी-डॅक (पुणे) (ब) सी डॉट (बंगळुरू)
(क) आय.आय.टी. (मुंबई) (ड) बी.ए.आर.सी. (मुंबई)

३१. शिक्षण आणि संशोधनासाठी सुरू झालेले .... हे नेटवर्क भारतातील पहिले नेटवर्क होते.
(अ) इंट्रानेट (ब) एड्यूनेट (क) आरनेट (ड) अर्पानेट

३२. ई-कॉमर्सच्या तीन प्रकारांपैकी ..... हा प्रकार सध्या जगात सर्वांत मोठ्या प्रमाणावर होतो.
(अ) व्यापारी ते व्यापारी (B2B) (ब) व्यावसायिक ते ग्राहक (B2C)
(क) ग्राहक ते ग्राहक (C2C) (ड) यापैकी काहीही नाही.

३३. आंतरराष्ट्रीय स्तरावर सर्वप्रथम इंटरनेट सेवा इ. स. १९७३ मध्ये ..... व .... या देशांमध्ये प्रस्थापित झाली.
(अ) अमेरिका व इंग्लंड (ब) इंग्लंड व नॉर्वे
(क) अमेरिका व कॅनडा (ड) अमेरिका व मेक्सिको

३४. वेब-२.० या तंत्रज्ञानामध्ये खालीलपैकी .... याचा समावेश होत नाही.
(अ) ब्लॉग (ब) इन्स्टंट मेसेजिंग (क) सोशल नेटवर्किंग (ड) गोफर

३५. वेब ब्लॉग या संकल्पनेचा शोध .... यांनी इ. स. १९९७ मध्ये लावला.

(अ) टीम रायडर (ब) डॉ. वॉर्न ह्यूमन (क) जॉर्न बर्गर (ड) टीम-बर्नर्स-ली

३६. 'ब्लॉग' हा शब्द .... चे संक्षिप्त रूप आहे.

(अ) वेब पेज (ब) वेब साईट (क) वेब लॉग (ड) वेब इन

३७. वीकिपीडिया हा ऑनलाईन विश्वकोश .... या वेब-२ तंत्रज्ञानाचे एक स्वरूप आहे.

(अ) विकीज (ब) स्ट्रीमिंग मीडिया

(क) टॅगिंग (ड) आर.एस.एस. फीड्स

३८. .... हा फॉन्ट मराठीतीलच नव्हे तर भारतातला पहिला ओपन सोर्स फॉन्ट आहे.

(अ) शिवाजी (ब) मंगल (क) अंकुर (ड) कृती

३९. इंटरनेट जोडणी जलद गतीने होण्यासाठी 'ब्रॉडबॅण्ड' या सेवेची सुरुवात भारतात ...... रोजी झाली.

(अ) १४ जानेवारी २००५ (ब) १५ ऑगस्ट २००४

(क) १० सप्टेंबर २००६ (ड) २० ऑक्टोबर २००६

४०. सेतू हा ई-गव्हर्नन्स संबंधीचा प्रकल्प ..... शासनामार्फत राबविला जातो.

(अ) महाराष्ट्र (ब) कर्नाटक (क) आंध्र प्रदेश (ड) केरळ

४१. ई-गव्हर्नन्स प्रकल्पासंदर्भातील खालील जोड्यांचा योग्य क्रम .... आहे.

प्रकल्प	राज्य
अ) ग्यानदूत	१) हिमाचल प्रदेश
ब) जनमित्र	२) उत्तर प्रदेश
क) लोकवानी	३) राजस्थान
ड) लोकमित्र	४) मध्य प्रदेश

(अ) अ-२, ब-१, क-३, ड-४ (ब) अ-४, ब-३, क-२, ड-१

(क) अ-१, ब-२, क-३, ड-४ (ड) अ-४, ब-१, क-२, ड-३

४२. सी-डॅकच्या संदर्भातील खालील विधानांवर विचार करा.

(१) माहिती तंत्रज्ञानखात्याची ही मध्यवर्ती संस्था आहे.

(२) या संस्थेने ग्रिड गरुडा हे नेटवर्क विकसित केले आहे.

(३) स्वाध्याय हे संस्कृत भाषेचे स्वअध्ययन सॉफ्टवेअर या संस्थेने विकसित केले आहे.

यापैकी - योग्य विधाने आहेत.

(अ) १,३ व ४ (ब) ३ व ४ (क) १, २ व ३ (ड) दिलेली सर्व

४३. सी-डॅक ही संस्था खालीलपैकी .... क्षेत्रात कार्यरत नाही.

(अ) हेल्थ इन्फॉर्मेटिक्स (ब) मल्टिलिंग्युअल कॉम्प्युटिंग

(क) ग्रिड कॉम्प्युटिंग (ड) इ-प्रोक्यूरमेंट

४४. महाराष्ट्रातील इ-प्रशासनासंदर्भातील एक प्रकल्प असलेला सरिता हा प्रकल्प .... याच्याशी संबंधित आहे.

(अ) दस्तऐवज नोंदणी (ब) प्रमाणपत्रे, परवाने इ. सेवा
(क) रोजगार (ड) ग्रामीण स्वास्थ्य

४५. महाराष्ट्रातील 'सरिता' या इ-प्रशासन प्रकल्पाचे मुख्य केंद्र ...... येथे आहे.
(अ) पुणे (ब) मुंबई (क) नागपूर (ड) औरंगाबाद

४६. महाराष्ट्रातील वारणा वायर्ड ग्राम प्रकल्प प्रामुख्याने .... या क्षेत्राशी संबंधित आहे.
(अ) डेअरी उद्योग (ब) शिक्षण (क) कृषी (ड) ग्रामोद्योग

४७. महाराष्ट्राचे ई-गव्हर्नन्सचे धोरण ठरविण्यासाठी बनविलेल्या समितीचे .... हे अध्यक्ष आहेत.
(अ) डॉ. आनंद देशपांडे (ब) डॉ. अजय भूषण पांडे
(क) डॉ. विजय भटकर (ड) डॉ. दीपक फाटक

४८. महाराष्ट्रातील 'प्रवरा ग्रामीण माहिती तंत्रज्ञान प्रकल्प' .... या नावाने ओळखला जातो.
(अ) सरिता (ब) प्रगती (क) सुराज्य (ड) सेतू

४९. .... यालाच 'लीज लाईन' असे म्हणतात.
(अ) डायल अप ॲक्सेस (ब) डेडिकेटेड ॲक्सेस
(क) नेटवर्क ॲक्सेस (ड) ओपन ॲक्सेस

५०. इंटरनेट सर्व्हिस डिजिटल नेटवर्क (ISDN) याच्याशी संबंधित खालील विधानांवर विचार करा.
(१) या इंटरनेटच्या माध्यमाद्वारे आवाज, चित्रे, संगीत व मजकूर आपण संप्रेषित करू शकतो.
(२) याच्या जोडणीसाठी अँट बॉक्स (ANT BOX) आवश्यक असतो.
(३) यामुळे व्हिडिओ कॉन्फरन्सिंगची सुविधा मिळते.
(४) या जोडणीमुळे दोन दूरध्वनी लाइन्स् ग्राहकाला मिळतात.
यातील .... योग्य विधान/विधाने आहेत.
(अ) १, ३ व ४ (ब) २, ३ व ४
(क) १ व ४ (ड) दिलेली सर्व

५१. इंटरनेटच्या उदयाच्या संदर्भात खालीलपैकी .... हा क्रम योग्य आहे.
(अ) बुलेटिन बोर्ड सिस्टीम → फिडोनेट → इंटरनेट
(ब) फिडोनेट → बुलेटिन बोर्ड सिस्टीम → इंटरनेट
(क) हायपरनेट → फिडोनेट → इंटरनेट
(ड) फिडोनेट → हायपर नेट → इंटरनेट

५२. .... यांनी इंटरनेट व्यवस्थापनशास्त्र पद्धती घालून दिली.
(अ) लॉरेन्स जी. रॉबर्ट्स (ब) जोनाथन पोस्टेल
(क) डॉ. व्हॅनेव्हर बुश (ड) ग्रॅहम टेलर

५३. अमेरिकेतील नॅशनल सायन्स फाउंडेशन (NSF) ने इंटरनेटवरील स्वतःचे नियंत्रण कमी केल्यामुळे ...... साली इंटरनेट मुक्त जाळे बनले.
(अ) १९९० (ब) १९९१ (क) १९९३ (ड) १९९५

५४. माहिती तंत्रज्ञान क्षेत्रातील कंपन्यांमध्ये सॉफ्टवेअर निर्यातीच्या दृष्टिकोनातून ...... ही कंपनी प्रथम क्रमांकावर आहे.
(अ) टी.सी.एस. (ब) विप्रो (क) इन्फोसिस (ड) एच.ची.एल.

५५. माहिती तंत्रज्ञान उद्योगासाठी प्रसिद्ध अशा शहरांच्या दिलेल्या उतरत्या क्रमांपैकी .... हा क्रम योग्य आहे.
(अ) बंगळुरू → पुणे → हैदराबाद → चेन्नई (ब) बंगळुरू → हैदराबाद → चेन्नई → मुंबई
(क) बंगळुरू → कोची → हैदराबाद → मुंबई (ड) हैदराबाद → बंगळुरू → कोची → मुंबई

५६. मायक्रोसॉफ्ट, गुगल, फेसबुक या माहिती तंत्रज्ञान क्षेत्रातील कंपन्यांचे भारतातील मुख्यालय ..... येथे आहे.
(अ) बंगळुरू (ब) हैदराबाद (क) चेन्नई (ड) मुंबई

५७. भारतातील खालीलपैकी ...... या शहराची अजून आय.टी. शहर म्हणून ओळख झालेली नाही.
(अ) कोची (ब) कोलकाता (क) पुणे (ड) चंदीगड

५८. सॉफ्टवेअर टेक्नॉलॉजी पार्क्स् ऑफ इंडिया (STIP) या सरकारी अभिकरणाची स्थापना ...... मध्ये झाली.
(अ) १९९१ (ब) १९९२ (क) १९९३ (ड) १९९४

५९. भारताच्या सॉफ्टवेअर निर्यातीमध्ये ..... या राज्याचा प्रथम क्रमांक आहे.
(अ) महाराष्ट्र (ब) आंध्र प्रदेश (क) तमिळनाडू (ड) कर्नाटक

६०. 'ई-चौपाल' हा प्रकल्प ...... या उद्योग समूहाने सुरू केला.
(अ) टाटा (ब) आदित्य बिर्ला समूह
(क) आय.टी.सी. (ड) सहारा

६१. 'बिझनेस प्रोसेस आऊटसोर्सिंग' या प्रक्रियेत ..... चा समावेश होत नाही.
(अ) वित्त व लेखांकन (ब) मानवी संसाधन
(क) ग्राहक सेवा (ड) उत्पादन

६२. मोबाईल टी.व्ही., टेलिमेडिसिन, जी.पी.एस., व्हिडिओ कॉन्फरन्सिंग या सेवा ...... ची उदाहरणे आहेत.
(अ) 1G (ब) 2G (क) 3G (ड) 4G

६३. इंटरनेटची वायरलेस सेवा म्हणजेच ..... होय.
(अ) वाय-फाय (wi-fi) (ब) डी-फाय (D-fi)
(क) '3' जी (ड) जी.पी.एस.

६४. 'इ-बुक्स' ही संकल्पना ...... यांनी शोधून काढली.
(अ) अँड्रीज वॅन डॅम (ब) थिओडॉर नेल्सन (क) व्हॅनेव्हर बुश (ड) टेड नेल्सन

६५. सुपर मार्केटमध्ये वस्तूंवर लावलेले किमतीचे लेबल तसेच इतर माहिती वाचण्यासाठी ..... चा उपयोग केला जातो.
(अ) ऑप्टिकल कॅरॅक्टर रीडर (OCR) (ब) मॅग्नेटिक इंक कॅरॅक्टर रेकग्निशन (MICR)
(क) ऑप्टिकल मार्क रीडर (OMR) (ड) स्कॅनर

६६. एखाद्या वस्तूबद्दलची माहिती सांकेतिक स्वरूपात रेषांच्या रचनेमध्ये साठवून ठेवण्याच्या पद्धतीला ...... म्हणतात.
(अ) ऑप्टिकल कोड (ब) मार्क कॅरॅक्टर (क) बार कोड (ड) मॅग्नेटिक पाथ

६७. .... हे नेटवर्क 'व्हीसॅट' तंत्रज्ञानाचा वापर करणारे भारतातील पहिले नेटवर्क होते.

(अ) NICNET (ब) RABMN (क) CDMA (ड) PSTN

६८. सी-डॅक या संस्थेच्या राष्ट्रीय पातळीवरील दहा ते पंधरा महासंगणकांना एकमेकांशी जोडणाऱ्या प्रकल्पाचे नाव ...... हे आहे.

(अ) अनुपम (ब) परम (क) गरुड (ड) परमनेट

६९. राष्ट्रीय किंवा आंतरराष्ट्रीय पातळीवर माहिती तंत्रज्ञान क्षेत्रातील विषम वाढीला ..... म्हणतात.

(अ) डिजिटल डिव्हाइड (ब) व्हर्टिकल डिव्हाइड

(क) नेट डिव्हाइड (ड) आय.टी.डिव्हाइड

७०. .... हा समांतर प्रक्रिया करणारा पहिला महासंगणक ठरला.

(अ) क्रे-१ (ब) पॅरागॉन (क) एक्स.एम.पी. १४ (ड) झेनॉन

७१. देशातील एखाद्या बँकेने आपल्या सर्व शाखा संगणकाद्वारे जोडल्या तर त्यास .... म्हटले जाते.

(अ) इंट्रानेट (ब) एक्स्ट्रानेट (क) इ-नेट (ड) इंटरनेट

७२. ब्रॉडबॅण्ड या संदेशवहन सेवेचा वेग .... पेक्षा जास्त असतो.

(अ) २६४ MBPS (ब) ५६ MBPS (क) ५६ KBPS (ड) २३ MBPS

७३. ...... या संदेशवहन प्रकारामध्ये डिजिटल इलेक्ट्रिकल सिग्नलचे रूपांतर लाईट सिग्नलमध्ये केले जाते.

(अ) मायक्रोवेव्ह (ब) रेडिओ वेव्ह

(क) इलेक्ट्रोमॅग्नेटिक वेव्ह (ड) फायबर ऑप्टिक केबल

७४. रेडिओ वेव्हची फ्रिक्वेन्सी .... पासून सुरू होते.

(अ) ३०० KHz (ब) २०० KHz (क) १७५ KHz (ड) ७५ KHz

७५. सॅटेलाईट कम्युनिकेशनमध्ये डाउनलोड फ्रिक्वेन्सी ..... किंवा ...... असते.

(अ) ४ MHz व १२ MHz (ब) ४ KHz व १२ KHz

(क) ४ GHz व १२ GHz (ड) ६GHz व १४rGHz

७६. मायक्रोवेव्ह कम्युनिकेशनमध्ये कॅरिअर फ्रिक्वेन्सी ...... या टप्प्यामध्ये असते.

(अ) २ ते ४ GHz (ब) ३ ते १२ GHz

(क) ५ ते १६ GHz (ड) १० ते २० GHz

७७. इंटरनेटमधील नेटवर्कचे कार्यक्षम संदेशवहन होण्यासाठी त्यांना ...... या साधनाने जोडले जाते.

(अ) राउटर (ब) नेटवर्क कार्ड (क) हब (ड) मोडेम

७८. ...... याच्या साहाय्याने ब्राऊझर व सर्व्हर यांमध्ये देवाण-घेवाण होण्यासाठी संकेतांचे पालन केले जाते.

(अ) HTML (ब) HTTP (क) URI (ड) URL

७९. ब्रॉडबॅण्डच्या वापरासाठी ...... हा मोडेम लागतो.

(अ) VSAT (ब) ADSL (क) NDN (ड) DNL

८०. वाय-फाय (wi-fi) ही सुविधा ..... च्या साहाय्याने निर्माण केली जाते.

(अ) रेडिओवेव्ह (ब) मायक्रोवेव्ह

(क) इलेक्ट्रोमॅग्नेटिक वेव्ह (ड) व्ही-सॅट

८१. पॅकेट स्विचिंग तंत्रामध्ये पॅकेटचे .... भाग असतात.
(अ) २ (ब) ३ (क) ४ (ड) ५

८२. भारतात '3G' मोबाईल सेवेची सुरुवात झालेल्या शहरांचा योग्य क्रम ..... हा आहे.
(अ) दिल्ली, मुंबई, चेन्नई (ब) बंगळुरू, मुंबई, दिल्ली
(क) मुंबई, पुणे, दिल्ली (ड) बंगळुरू, पुणे, दिल्ली

८३. भारतात '3G' सेवा ...... या फ्रिक्वेन्सीद्वारे देण्यात येते.
(अ) १५०० MHz (ब) २१०० MHz (क) २९०० MHz (ड) ३४०० MHz

८४. संगणकाचे जनक म्हणून ओळखले जाणारे ब्रिटिश तंत्रज्ञ चार्ल्स बॅबेज यांनी इ. स. १८२२ मध्ये तयार केलेल्या पहिल्या संगणकाचे नाव काय होते ?
(अ) डिफरन्स इंजिन (ब) कॉम्पॅक्ट इंजिन (क) इंटरफेस इंजिन (ड) नेटवर्क इंजिन

८५. एक विशिष्ट कार्य करण्याकरिता संगणकास सूचनासंच दिला जातो; याला तांत्रिकदृष्ट्या काय म्हणतात ?
(अ) हार्डवेअर (ब) बायनरी कोड (क) सॉफ्टवेअर (ड) वरील सर्व

८६. 'आयबीएम' या कंपनीने 'आर्टिफिशियल इंटेलिजन्स' असे नामकरण केलेली पहिली हार्ड डिस्क कोणत्या वर्षी बनविली ?
(अ) इ. स. १९५६ (ब) इ. स. १९६० (क) इ. स. १९६३ (ड) इ. स. १९६८

८७. इंटरनेट सेवेची (वेबसाइटची) भाषा कोणती ?
(अ) एच.टी.एम.एल. (ब) फोट्रान (क) युनिक्स (ड) जावा

८८. संगणकाच्या मॉनिटरला अजून कोणत्या नावाने ओळखले जाते ?
(अ) कॅथॉड रे डिस्प्ले (ब) कॅथॉड रे ट्यूब (क) फंक्शनल डिस्प्ले (ड) कॉम्प्युटर डिस्प्ले

८९. प्रणालीमध्ये, प्रोग्रॅममध्ये येणाऱ्या चुकांना 'बग्ज' असे म्हणतात; या चुका सुधारण्याकरिता कोणती पद्धती वापरतात ?
(अ) प्रोबॅबल कनेक्टर्स (ब) डीबगिंग
(क) ॲबस्युल्युट करेक्टर्स (ड) प्रोसेसिंग सिम्बॉल

९०. संगणकाचा मेंदू म्हणजे कोणता भाग ?
(अ) कंट्रोल युनिट (ब) कंट्रोल प्रोसेसिंग युनिट
(क) इनपुट युनिट (ड) अरिथमॅटिक युनिट

९१. सर्वसाधारण उपयोगासाठी संगणक हा आय.बी.एम. कंपनीत सर्वप्रथम सन १९३० मध्ये कोणी बनवला ?
(अ) हॉवर्ड आयकेन्स (ब) चार्ल्स् बॅबेज
(क) हर्मन गोल्डस्टेन (ड) जे. म्युचाले

९२. सर्वात पहिला लोकप्रिय मिनीसंगणक कोणता ?
(अ) पीडीपी - ८ (ब) पीडीपी - ११
(क) व्हॅक्स - ७५ (ड) इरॉम

९३. सी.पी.एम.चे विकसन .... या संस्थेने केले.
(अ) मायक्रोसॉफ्ट (ब) आय.बी.एम.
(क) डिजिटल रिसर्च इन्कॉर्पोरेशन (ड) ॲपल

९४. इ. स. १९९० मध्ये 'वर्ल्ड वाईड वेब' ही संकल्पना सर्वप्रथम कोणी मांडली ?
(अ) जीन आर्मर पॉली (ब) विल्यम गेट्स (क) टीम बर्नसूली (ड) जेम्स वॉटसन

९५. संगणकाच्या मॉनिटरवर दिसणारी प्रतिमा ही छोट्या छोट्या ठिपक्यांची बनलेली असते; या ठिपक्यांना काय म्हणतात ?
(अ) डॉट्स (ब) कॅथोड डॉट्स (क) मॅट्रिक्स (ड) पिक्सेल

९६. खालीलपैकी कोणता संगणकाच्या प्रिंटरचा प्रकार नाही ?
(अ) पॅसिव्ह प्रिंटर (ब) डॉटमॅट्रिक्स प्रिंटर (क) इंकजेट प्रिंटर (ड) लेझर प्रिंटर

९७. मूळच्या आय.बी.एम. पर्सनल संगणकाला, मागील बाजूस दोन एकसमान कनेक्टर्स (मुख्य कनेक्टर्सशिवाय अधिक) लावले होते; यांतील एक की बोर्डला जोडणारा होता; दुसरा कुठला ?
(अ) ऑडियो आऊटपुट (ब) कॅसेट टेपआयओ
(क) माऊस (ड) मोनोक्रोम व्हिडिओ

९८. संगणक प्रणालीतील कोणते उपकरण डिजिटल सिग्नलचे ॲनालॉग सिग्नलमध्ये रूपांतर करतो ?
(अ) सिपीयू (ब) मॉडेम (क) माऊस (ड) हार्ड डिस्क

९९. खालीलपैकी कोणती संगणकीय भाषा निम्न स्तरावर आहे ?
(अ) असेम्बलर (ब) फोट्रान (क) पास्कल (ड) मशीन लॅंग्वेज

१००. संगणकाच्या मेमरी संदर्भात खालीलपैकी कोणते विधान चूक आहे ?
(अ) RAM आणि ROM हे संगणकाच्या स्वत:च्या मेमरीचे दोन प्रकार आहेत.
(ब) RAM मध्ये साठवलेली मेमरी केवळ वीजप्रवाह चालू असेपर्यंतच वापरली जाते.
(क) ROM मधील माहितीमध्ये आपण बदल करू शकत नाही.
(ड) संगणक बंद केला तर ROM मधील माहिती पुसली जाते.

१०१. 'GUI' म्हणजे ....
(a) Graphical Ultimate Interface (b) Graphical User Interface
(c) Graphics Ultimate Interface (d) Graphical User Input

१०२. आय.बी.एम.च्या पहिल्या लॅपटॉपचे नाव काय ?
(अ) कन्व्हर्टिबेल (ब) लॅपबुक (क) पीसी-पोर्टेबल (ड) पीसी-एसएक्स

१०३. 'जगाच्या बाजारात फक्त पाच संगणक विकले जातील असे मला वाटते' हे वाक्य कोणाचे ?
(अ) मायक्रोसॉफ्टचे अध्यक्ष बिल गेट्स
(ब) आय.बी.एम.चे अध्यक्ष थॉमस वॅटसन
(क) हेवेट पॅकार्डचे एक संस्थापक डेव्हिड पॅकार्ड
(ड) इंटरनेट ॲडव्होकेट आणि भूतपूर्व उपाध्यक्ष अल् गोर

१०४. माहितीमध्ये केव्हाही बदल करण्यासाठी तसेच केव्हाही वापरण्यासाठी संगणकात कशाचा उपयोग केला जातो ?
(अ) फ्लॉपी डिस्क (ब) हार्ड डिस्क (क) डिजिटल डिस्क (ड) मेमरी डिस्क

१०५. संगणकातील कायमस्वरूपी माहिती कशामध्ये असते ?
(अ) मायक्रो प्रोसेसर (ब) हार्ड डिस्क (क) फ्लॉपी डिस्क (ड) फ्लॅश रॅम

१०६. क्षमता व वेग या दोन्ही दृष्टीने खालीलपैकी कोणत्या प्रकारचा संगणक हा शक्तिमान आहे ?

(अ) पी - १   (ब) पी - २   (क) पी - ३   (ड) पी - ४

१०७. संगणकात असणाऱ्या मायक्रोप्रोसेसरच्या (चीप) गतीवरून संगणकाचे प्रकार पडतात; कोणत्या कंपनीचा प्रोसेसर सध्या जास्त प्रचलित आहे ?

(अ) मायक्रोसॉफ्ट   (ब) इंटेल   (क) नोकिया   (ड) डेल

१०८. गुगल संदर्भात खालीलपैकी कोणते विधान चूक आहे ?

(अ) गुगल हे जगात सर्वाधिक वापरले जाणारे सर्च इंजिन आहे.

(ब) जगातील ५ भाषांमध्ये गुगल सर्च इंजिन वापरता येते.

(क) सन २००४ मध्ये गुगलने 'जी-मेल' आणि ऑर्कुट या वेबसाइट्स सुरू केल्या.

(ड) 'गुगल मॅप', 'गुगल अर्थ', 'फेविकॉन्', 'गुगल लॅटिट्यूड' या सेवा गुगलची वैशिष्ट्ये आहेत.

१०९. आय.बी.एम. DOS 1.0 मध्ये प्रथम दोनच युटिलिटीज् (Utilities) होत्या; नंतर त्या DOS Functionality मध्ये समाविष्ट केल्या गेल्या; त्या दीन युटिलिटीज् कोणत्या ?

(अ) MD.COM and RD.COM   (ब) DATE.COM and TIME.COM

(क) REN.COM and COPY.COM   (ड) REN.COM and DEL.COM

११०. संगणकाचा प्रक्रिया करण्याचा वेग हा कोणत्या एककात मोजला जातो ?

(अ) बाईट्स   (ब) मेगाबाईट्स   (क) हर्ट्झ   (ड) मेगाहर्ट्झ

१११. खालीलपैकी कोणती कंपनी संगणकाचे आरेखन आणि उत्पादन करत नव्हती आणि नाही ?

(अ) कॉम्प्युटर सायन्स कॉर्पोरेशन   (ब) इंटरनॅशनल बिझनेस मशिन्स

(क) डिजिटल इक्विपमेंट कॉर्पोरेशन   (ड) निप्पॉन इलेक्ट्रिक कंपनी

११२. खालीलपैकी कोणती संगणकाची भाषा नाही ?

(अ) Cobol   (ब) Pascal   (क) Excel   (ड) C++

११३. खालीलपैकी कोणती डिस्क ही सीडी-बर्न डिस्क म्हणूनही ओळखतात ?

(अ) CD-RW   (ब) CD-Rom   (क) CD-R   (ड) DVD

११४. आय.बी.एम. पर्सनल संगणकावरील ग्राफिक कार्ड खालीलपैकी कोणते नाही ?

(अ) ए.जी.पी.   (ब) इ.जी.ए.   (क) पी.जी.ए.   (ड) सी.जी.ए.

११५. मूळच्या आय.बी.एम. पर्सनल संगणकावर किती स्लॉट्स होते ?

(अ) पाच   (ब) सात   (क) आठ   (ड) सहा

११६. काम चालू असताना माहितीची नोंद तात्पुरती ठेवण्यासाठी कोणत्या प्रकारची मेमरी वापरतात ?

(अ) शीप (SHEEP)   (ब) रॉम (ROM)   (क) रॅम (RAM)   (ड) बायोस (BIOS)

११७. कोणत्या कंपनीने सर्वप्रथम व्यावसायिक डिजिटल संगणक तयार करून बाजारात आणला ?

(अ) आय.बी.एम.   (ब) एन.सी.आर.   (क) डी.ई.सी.   (ड) डी.जी.

११८. संगणकाची मेमरी (क्षमता) कोणत्या एककात मोजतात ?

(अ) बाईट्स   (ब) हर्ट्झ   (क) किलोहर्ट्झ   (ड) किलोबाईट्स

११९. एका कार्यालयातील सर्व संगणक जेव्हा एकमेकांशी जोडले जातात तेव्हा कोणते नेटवर्क तयार होते ?

(अ) MAN   (ब) LAN   (क) WAN   (ड) OAN

१२०. मायक्रोसॉफ्ट कंपनीची सध्याची सर्वात आधुनिक ऑपरेटिंग सिस्टिम कोणती आहे?
(अ) विंडोज XP (ब) विंडोज ७ (क) विंडोज NT (ड) विंडोज विस्टा

१२१. कोणते ॲप्लिकेशन आपल्याला विविध प्रकारची लेखी कागदपत्रे (पत्र, अर्ज इ.) तयार करण्यास मदत करते?
(अ) वर्ड पॅड (ब) वर्ड झोन (क) वर्ड प्रोसेसर (ड) वर्ड प्लस

१२२. DOS.2.0 पर्सनल संगणकामध्ये कोणती नवी संकल्पना आणली?
(अ) विंडोज (ब) इंटरनेट (क) सब डायरोक्टरीज (ड) माऊस

१२३. खालीलपैकी .... हे क्लाउड काम्प्युटिंगच्या संदर्भातील नाही.
(अ) स्पेस ड्राईव्ह (ब) आय क्लाऊड (क) ड्रॉप बॉक्स (ड) स्काय ड्राईव्ह

१२४. 'संगणकाचे जनक' म्हणून सर्वसाधारणत: कोणाचा उल्लेख करतात?
(अ) मेरीक्युरी (ब) ब्लायसे पास्कल (क) बिल गेट्स (ड) चार्ल्स बॅबेज

१२५. संगणकाद्वारे कोणत्याही प्रकारची माहिती मिळवण्यासाठी, त्या माहितीचा साठा (डेटाबेस) करणे आवश्यक आहे; यासाठीची सध्याची सुलभ अशी डेटाबेस मॅनेजमेंट प्रणाली कोणती?
(अ) मायक्रोसॉफ्ट ॲक्सेस (ब) मायक्रोसॉफ्ट वर्ड
(क) मायक्रोसॉफ्ट ऑफिस (ड) मायक्रोसॉफ्ट एक्सेल

१२६. विंडोज विस्टाचे सांकेतिक नाव कोणते?
(अ) लाँग व्हिस्टा (ब) बिन व्हिस्टा (क) व्हिस्टाविन (ड) लाँग हॉर्न

१२७. इ. स. १९७२ मध्ये इ-मेलचा शोध कोणी लावला?
(अ) डग्लस इंगलबर्ट (ब) चार्ल्स काल्मर (क) गॉट्फ्रिड लेब्निझ् (ड) रे टॉमल्निनसन्

१२८. संगणकातील मुख्य प्रणाली (प्रोग्राम) कोणती असते?
(अ) ऑपरेटिंग सिस्टिम (ब) सॉफ्टवेअर सिस्टिम
(क) ॲप्लिकेशन सिस्टिम (ड) विंडोज सिस्टिम

१२९. सर्वांत प्रथम कोणती संगणकीय भाषा प्रगत झाली?
(अ) फोट्रान (ब) कोबोल (क) सी (ड) ॲलगॉल

१३०. 'Destructive read' डिस्ट्रक्टिव्ह रीड ही संकल्पना संगणकाच्या कोणत्या तंत्रज्ञानास लागू पडते?
(अ) कोअर (ब) मॉनिटर (क) डिस्क (ड) पेपर टेप

१३१. संगणकाद्वारे इंटरनेटचा उपयोग करण्यासाठी खालीलपैकी कशाची आवश्यकता असते?
(अ) यू.पी.एस. (ब) मॉडेम (क) नोटपॅड (ड) प्रिंटर

१३२. शट डाऊन विंडोमध्ये खालीलपैकी कोणता पर्याय नसतो?
(अ) स्टार्ट (ब) लॉग ऑफ (क) रिस्टार्ट (ड) शट डाऊन

१३३. खालीलपैकी कोणते डिव्हाईस संगणकाचे इनपुट डिव्हाईस नाही?
(अ) माऊस (ब) मॉनिटर (क) की-बोर्ड (ड) जॉयस्टिक

१३४. खालीलपैकी कोणती की ही की-बोर्डवर नसते?
(अ) शिफ्ट-की (ब) टॅब-की (क) बॅकस्पेस-की (ड) फाईल-की

१३५. ऑपरेटिंग सिस्टिमच्या दृष्टिकोनातून जगामध्ये जवळजवळ ८५% वापर हा कोणत्या प्रणालीचा आहे ?
(अ) विंडोज (ब) युनिक्स (क) लिनक्स (ड) मॅक् ओएस

१३६. आपल्या घरातील संगणक (PC) हा खालीलपैकी कोणत्या प्रकारचा असतो ?
(अ) मेनफ्रेम कॉम्प्युटर (ब) मिनी कॉम्प्युटर
(क) मायक्रो कॉम्प्युटर (ड) मल्टीयूजर कॉम्प्युटर

१३७. माहितीची ने-आण करण्यासाठी, बदल करण्यासाठी, केव्हाही कोठेही वापरण्यासाठी सध्या मोठ्या प्रमाणात कोणत्या उपकरणाचा उपयोग केला जातो ?
(अ) ब्लू-टूथ (ब) पेन ड्राइव्ह (क) ब्लू-डिस्क (ड) मेमरी चीप

१३८. खालीलपैकी कोणते नेटवर्क हे इंटरनेटवरील सामाजिक नेटवर्क नाही ?
(अ) ऑर्कुट (ब) फेसबुक (क) माय स्पेस (ड) माय वर्ल्ड

१३९. माहितीतंत्रज्ञानाचा उपयोग करून इ-प्रशासनामध्ये समाविष्ट केलेल्या 'स्मार्ट' प्रणालीत खालीलपैकी .... या बाबीचा समावेश होत नाही.
(अ) पारदर्शकता (ब) प्रतिसादशीलता (क) जबाबदारपणा (ड) सुसूत्रता

१४०. बी.पी.ओ. (Business Process Outsourcing) संदर्भात खालीलपैकी कोणते विधान / विधाने बरोबर आहेत.
(१) हा एक माहिती तंत्रज्ञानाधारित सेवेचा प्रकार आहे.
(२) ही संकल्पना मुख्यत: सेवाक्षेत्राशी निगडित आहे.
(३) KPO आणि LPO हे याचेच उपघटक आहेत.
(४) हे माहिती तंत्रज्ञानाशी निगडित सर्वात वेगाने विकसित होणारे क्षेत्र आहे.
(अ) ३ व ४ (ब) १, २ व ४ (क) १ व २ (ड) दिलेली सर्व

१४१. देशातील पहिले आणि सर्वात कार्यक्षम असे ज्ञानवाहिनी नेटवर्क ..... या विद्यापीठात सुरू झाले.
(अ) पुणे (ब) दिल्ली (क) अलाहाबाद (ड) जयपूर

१४२. .... हे पुणे विद्यापीठाने सुरू केलेले शिक्षणविषयक रेडिओ चॅनल आहे.
(अ) ज्ञानवाणी (ब) विद्यावाणी (क) ज्ञानसरिता (ड) ज्ञानरंजन

१४३. .... हे भारतातील अशासकीय स्वरूपाचे वाचन साहित्याचा सामूहिक उपयोग करणारे ग्रंथालय नेटवर्क आहे.
(अ) DELNET (ब) ERNET (क) LNET (ड) CLNET

१४४. केंद्रीय कॉर्पोरेट अफेअर्स मंत्रालयांतर्गत कार्यरत असणाऱ्या .... या ई-गव्हर्नन्स प्रकल्पांतर्गत सर्व कंपन्यांना यांची नोंदणी, कंपनीविषयक कामकाज, सर्व अहवाल ऑनलाइन सुविधांद्वारे सुलभपणे करणे शक्य होते.
(अ) एम.सी.ए. - २१ (ब) इ-ऑफीस (क) इंडिया पोर्टल (ड) इ-बीज

१४५. खालीलपैकी .... हे शहर माहिती तंत्रज्ञान गुंतवणूक विभाग (ITIRs) प्रकारच्या टायर-१ मध्ये असलेल्या ५ शहरांपैकी नाही.
(अ) बंगळुरू (ब) हैदराबाद (क) चेन्नई (ड) पुणे

१४६. राष्ट्र पातळीवर खात्रीशीर माहिती, उत्पादन आणि सेवा या स्थानिक भाषेत ग्रामीण समुदायांना पुरविण्यासाठी सुरू केलेला इंडिया डेव्हलपमेंट हा प्रकल्प सध्या .... या भाषेतून उपलब्ध नाही.

(अ) तेलगू (ब) मराठी (क) बंगाली (ड) मल्याळम्

१४७. .... हे इंटरनेटवर आधारित गव्हर्नमेंट टू सिटीझन (G2C) सेवा पुरविणारे पोर्टल आहे.

(अ) ज्ञानदूत (ब) आकाशगंगा (ख) ॲग्रीसनेट (ड) ई-चौपाल

१४८. खालीलपैकी .... येथील 'नॅशनल इंटरनेट एक्स्चेंज ऑफ इंडिया (NIXI) चे केंद्र IPv-6 ने युक्त नाही.

(अ) कोलकाता (ब) चेन्नई (क) नोएडा (ड) बंगळुरू

१४९. राष्ट्रीय ई-गव्हर्नन्स योजनेत (NeGP) .... मिशन मोड प्रकल्पांचा समावेश आहे.

(अ) २१ (ब) २३ (क) २५ (ड) २७

१५०. संयुक्त राष्ट्र विकास कार्यक्रम (UNDP) ने आपल्याद्वारे वित्तसाहाय्य पुरविलेला सर्वात यशस्वी कार्यक्रम म्हणून भारतातील ...... या प्रकल्पाची प्रशंसा केली आहे.

(अ) शिक्षण आणि संशोधन नेटवर्क (ERNET)

(ब) स्टेटवाइड एरिया नेटवर्क (SWAN)

(क) नॅशनल इंटरनेट एक्स्चेंज ऑफ इंडिया (NIXI)

(ड) राष्ट्रीय माहिती केंद्र नेटवर्क (NICNET)

उत्तरे

१. ब	२. अ	३. ब	४. क	५. ब	६. अ	७. क
८. ब	९. ब	१०. क	११. अ	१२. ड	१३. अ	१४. क
१५. ब	१६. ड	१७. अ	१८. क	१९. अ	२०. अ	२१. क
२२. अ	२३. अ	२४. ब	२५. अ	२६. ब	२७. क	२८. अ
२९. ड	३०. अ	३१. क	३२. अ	३३. ब	३४. ड	३५. क
३६. क	३७. अ	३८. ब	३९. अ	४०. अ	४१. ब	४२. ड
४३. ड	४४. ड	४५. अ	४६. क	४७. क	४८. ब	४९. ब
५०. ड	५१. अ	५२. ब	५३. ड	५४. अ	५५. ब	५६. ब
५७. ड	५८. अ	५९. ड	६०. क	६१. ड	६२. क	६३. अ
६४. अ	६५. अ	६६. क	६७. अ	६८. क	६९. अ	७०. अ
७१. अ	७२. अ	७३. ड	७४. अ	७५. क	७६. ब	७७. अ
७८. ब	७९. ब	८०. अ	८१. ब	८२. अ	८३. ब	८४. अ
८५. क	८६. अ	८७. अ	८८. ब	८९. ब	९०. ब	९१. अ
९२. अ	९३. क	९४. क	९५. ड	९६. अ	९७. ब	९८. ब
९९. ड	१००. ड	१०१. ब	१०२. अ	१०३. ब	१०४. अ	१०५. ब

१०६. ड	१०७. ब	१०८. ब	१०९. ब	११०. ड	१११. अ	११२. क
११३. अ	११४. अ	११५. अ	११६. क	११७. ब	११८. ड	११९. ब
१२०. ब	१२१. क	१२२. क	१२३. अ	१२४. ड	१२५. अ	१२६. ड
१२७. ड	१२८. अ	१२९. अ	१३०. अ	१३१. ब	१३२. अ	१३३. ब
१३४. ड	१३५. अ	१३६. क	१३७. ब	१३८. ड	१३९. ड	१४०. ड
१४१. ब	१४२. ब	१४३. अ	१४४. अ	१४५. ड	१४६. ड	१४७. अ
१४८. अ	१४९. ड	१५०. अ				

राज्यसेवेच्या विविध परीक्षांत संगणक व माहिती तंत्रज्ञानावर विचारलेले प्रश्न

१. ई-गव्हर्नस ...... मधील संबंध सुधारते.
(अ) ग्राहक व ग्राहकातील संबंध (ब) दुकानदार व ग्राहकातील संबंध
(क) शासन व नागरिकातील संबंध (ड) ग्राहक व बाजारपेठ यातील संबंध

२. वेबसाईट उघडण्यासाठी यापैकी कोणते सॉफ्टवेअर वापरता येणार नाही ?
(अ) मोझीला (ब) मायक्रोसॉफ्ट इंटरनेट
(क) नेटस्केप (ड) मायक्रोसॉफ्ट वर्ड

३. 'सायबर स्पेस' हा शब्द प्रथम ..... यांनी संकल्पिला.
(अ) विल्यम गिब्सन (ब) विल्यम वर्ड्सवर्थ
(क) विल्यम मॉर्टिन (ड) विल्यम ग्रॅण्डसन

४. इ.डी.आय. म्हणजे .....
(अ) इलेक्ट्रिकल डेटा इंटरचेंज (ब) इलेक्ट्रॉनिक डेटा इंटरचेंज
(क) इलेक्ट्रोमॅग्नेटिक डेटा इंटरचेंज (ड) इलेक्ट्रॉनिक डेटा इंटरफेस

५. इंटरनेटवर सुरक्षित व्यवहार साधण्यासाठी .... या मानकाचा वापर करतात.
(अ) सेट (ब) इ.टी.एस. (क) टी.इ.एस. (ड) ई.ई.टी.

६. एस.एस.एल.ची संकल्पना ...... या कंपनीची असून त्यामुळे गोपनीयता, विश्वासार्हता व अधिकार आपणांस डिजीटल सर्टीफिकेटमध्ये मिळतात.
(अ) मायक्रोसॉफ्ट (ब) नेटस्केप
(क) ॲपल (ड) यांपैकी कोणतेही नाही.

७. 'यू. एन. सी. आय. टी. आर. ए. एल. एस.' मॉडल लॉ ऑन इलेक्ट्रॉनिक कॉमर्स यास सामावून घेणारा भारत हा .... क्रमांकाचा देश ठरला.
(अ) तेविसावा (ब) पंचविसावा (क) पस्तिसावा (ड) एकोणसाठावा

८. कोणत्या सार्वत्रिक निवडणुकांपासून संपूर्ण देशात इलेक्ट्रॉनिक मशीनचा मतदानासाठी वापर सुरू झाला ?
(अ) २००९ ची सार्वत्रिक निवडणूक (ब) २००४ ची सार्वत्रिक निवडणूक
(क) २००६ ची सार्वत्रिक निवडणूक (ड) २००८ ची सार्वत्रिक निवडणूक

९. महाराष्ट्रात ई-ग्रामपंचायत प्रथम कोणत्या ठिकाणी सुरू करण्यात आली ?
(अ) हिंगोली (ब) नंदुरबार (क) अचलपूर (ड) यांपैकी कोणतेही नाही.

१०. यु.एन.इ.पी. म्हणजे
(अ) युनायटेड नेशन्स इकॉलॉजी प्रोग्राम (ब) युनायटेड नेशन्स इनव्हायरमेंट प्रोग्राम
(क) युनायटेड नेशन्स एनर्जी प्रोग्राम (ड) युनायटेड नेशन्स इलेक्ट्रिक प्रोग्राम

११. एका इमारतीमधील किंवा कार्यालयातील विविध संगणक जेव्हा एका विशिष्ट (सर्वर) संगणकाला जोडले जातात, तेव्हा त्यास ..... म्हणतात.
(अ) डब्ल्यू. ए. एन. (ब) एल. ए. एन.
(क) एम. ए. एन. (ड) वरीलपैकी कोणतेही नाही.

१२. माहिती तंत्रज्ञानाची भूमिका स्वास्थ्य उद्योगामध्ये खूप महत्त्वाची आहे. उद्योगाचे विस्तारीकरण करण्यासाठी चिकित्सक, दवाखाने आणि हॉस्पिटल्स् हे सर्व माहिती तंत्रज्ञानाचा दैनंदिन जीवनामध्ये वापर करत आहेत. स्वास्थ्य उद्योगाचा विचार करता खालीलपैकी कोणता मुद्दा महत्त्वाचा आहे ?
(अ) इलेक्ट्रॉनिक स्वास्थ्य माहिती साठवण संच (ब) संगणकीय मागणी परिपूर्णता प्रगणन
(क) चिकित्सालय निर्णय साहायक प्रणाली (ड) वरील सर्व

१३. मीडिया लॅब एशियाने आय.सी.टी.च्या आधारे अग्रो ॲडव्हायजरी सिस्टीम तयार केली आहे तिचे नाव ..... आहे.
(अ) ई-सागू (ब) बी-सागू (क) डी-सागू (ड) आय-सागू

१४. ज्या प्रोटोकॉलमध्ये त्रुटी दुरुस्ती ही पाठविलेल्या फ्रेमची एक प्रत ठेवून आणि जेव्हा वेळ संपते तेव्हा त्या फ्रेमचे पुन: प्रसारण होते, अशा प्रोटोकॉलला ..... म्हणतात.
(अ) थांबा व वाट पाहा (स्टॉप अँड वेट) प्रोटोकॉल
(ब) थांबा व वाट पाहा ARQ प्रोटोकॉल
(क) परतणे-N (गो बॅक N) प्रोटोकॉल
(ड) ठराविक पुनरावृत्ती प्रोटोकॉल

१५. अहमदाबाद येथील 'उद्योजगता विकास' या संस्थेद्वारे खालीलपैकी कुठली सेवा दिली जात नाही ?
(अ) आर्थिक साहाय्य (ब) इन्किब्युशनसाठी मदत
(क) सह-कामासाठी जागा (ड) वरील सर्व सेवा दिल्या जातात.

१६. बहुदेशीय माहिती-तंत्रज्ञान उद्योगांसमोर खालीलपैकी कुठली आव्हाने आहेत ?
(अ) देशानुरूप वित्तविषयक कायदे (ब) आऊटसोर्सिंग विरुद्धचे धोरण
(क) इष्ट मिश्र व्यक्तींना रोजगार देण्याचे धोरण (ड) वरीलपैकी सर्व

१७. ट्रान्सलेशन, कॉम्प्रेशन आणि एनस्कीप्शनसाठी ...... ही लेयर जबाबदार असते.
(अ) सेशन (ब) ॲप्लिकेशन (क) प्रेझेंटेशन (ड) ट्रान्सपोर्ट

१८. शेअर बाजारात नोंद असणाऱ्या प्रत्येक कंपनीला आपल्या प्रत्येक भाग-भांडवलधारकास दरवर्षी वार्षिक अहवालाची मुद्रांकित प्रत पाठवावी लागते. खालीलपैकी कुठल्या उपक्रमाद्वारे, भाग-भांडवलधारकास अहवाल इलेक्ट्रॉनिक्स माध्यमाद्वारे स्वीकारण्याची विनंती करण्यात येत आहे ?
(अ) पेपरलेस ऑफिस (ब) ग्रीन कॉम्प्युटिंग
(क) इलेक्ट्रॉनिक्स कॉमर्स (ड) क्लाउड कॉम्प्युटिंग

१९. भारतीय ग्रिड कंप्युटिंग .... या नावे सी-डॅक या भारतीय उपक्रमाने देशाचे भवितव्य इंजिनिअरिंग, संशोधन, सामाजिक व व्यावसायिक दृष्ट्या उज्ज्वल करण्यासाठी सुरू केला आहे.

(अ) गरुडा (ब) आय.एन.जी.सी.आय.

(क) ई-गुरू (ड) इगल

२०. अमेरिकेच्या पर्यावरण संरक्षण शाखेनुसार (EPA) खालीलपैकी कोणती इलेक्ट्रॉनिक वस्तू ही सर्वात जास्त धोकादायक ई-कचरा म्हणून गणली जाते ?

(अ) भ्रमणध्वनी (ब) सी.आर.टी.मॉनिटर्स

(क) रेफ्रिजरेटर्स (ड) प्रोसेसर्स

२१. ऑगस्ट २०१० ला टेलिमेडिसिन क्षेत्रांतर्गत .... हा कार्यक्रम सुरू झाला.

(अ) ई-डॉक्टर (ब) ई-धन्वंतरी (क) हॅलो-डॉक्टर (ड) धन्वंतरी

२२. जे संगणक केवळ बायनरी प्रणालीशी सीमित नसून, जे लक्षावधी गणना एकाचवेळी करू शकतात आणि जे माहिती ही परमाणु, फोटॉन व किंवा इलेक्ट्रॉन म्हणून सांकेतिकरीत्या मांडतात तसेच ज्यांचे एकत्रित काम करणारी नियंत्रित उपकरणे ही संगणकीय स्मृती व प्रोसेसर म्हणून काम करतात, हे संगणक खालीलपैकी कोणत्या प्रकारात मोडतात ?

(अ) क्वांटम संगणक (ब) नॅनो संगणक (क) सुपर संगणक (ड) क्लाउड संगणक

२३. टी.सी.पी. / आय.पी. मॉडेलमध्ये ...... या नेटवर्क लेयरचा समावेश नसतो.

(अ) ॲप्लिकेशन लेयर (ब) इंटरनेट लेयर

(क) ट्रान्सपोर्ट लेयर (ड) प्रेझेंटेशन लेयर

२४. सी-डॅक ने ओपन सोर्स टेक्नॉलॉजीद्वारे 'क्लाउड बेस' सॉफ्टवेअर तयार केले आहे; त्याचे नाव ..... आहे.

(अ) वरुणराज (ब) मेघराज (क) मेघदूत (ड) यापैकी कोणतेही नाही.

२५. पाठवायच्या पॅकेट्सचा फॉरमॅट इंटरनेट प्रोटोकॉल ठरवितो. हे डिफाईन करण्याचे कार्य टी.सी.पी. / आय. पी. मध्ये ...... याचे आहे.

(अ) प्रेझेंटेशन लेयर (ब) ट्रान्सपोर्ट लेयर

(क) इंटरनेट लेयर (ड) वरीलपैकी कोणतेही नाही.

२६. .... ही एक प्लॅटफॉर्मरहित भाषा आहे, जी प्रोग्रॅम एकदा लिहिण्याची आणि अशा कोणत्याही यंत्र / यंत्रणा, ब्राऊजर किंवा परिचालीत प्रणालीमध्ये (ऑपरेटींग सिस्टीम) अंतर्गत वापरासाठी संमती देते, जे .... चा आधार घेते. वेबपेजकडून वापरले जाणारे लहान जावा प्रोग्रॅम जे नवीन कार्यक्षमता प्रदान करण्यासाठी डाउनलोड केले जातात व सरळ ब्राउजरमध्ये चालवले जातात, अशा लहान प्रोग्रॅम्सूना .... म्हणतात.

(अ) C #, क्रॉस-कंपाइलर, प्लग-इन (ब) जावा, JVM, ॲप्लेट

(क) HTML, क्रॉस-असेंब्लर, ऑब्जेक्ट (ड) C++, क्रॉस-कंपाइलर, ऑब्जेक्ट

२७. डेटा कम्युनिकेशनमध्ये 'सिंप्लेक्स' पद्धतीचे कम्युनिकेशन खालील प्रकारचे असते.

(अ) डेटा फक्त एकाच दिशेने पाठवता येतो.

(ब) डेटा फक्त एकाच वेळेला एकाच दिशेने पाठवता येतो.

(क) डेटा दोन दिशांना पाठवणे (ड) डेटा एकापेक्षा जास्त लोकांना पाठवणे

२८. एबी फ्रेडमन व त्यांच्या विद्यार्थ्यांनी रोशेस्टर्ब विद्यापीठामध्ये एक नवीन पिढीचा संगणक प्रोसेसर तयार केलेला आहे जो सर्व प्रमुख कार्य क्षितिजलंब (उभे) पद्धतीने प्रोसेसरच्या अनेक थरांमार्फत रचना अत्यंत कार्यक्षम पद्धतीने करतो. हे सर्व थर एकमेकांशी एका प्रणालीमध्ये संवाद साधतात. ही प्रोसेसर्सची रचना प्रत्येक चीपमधील प्रतिबाधा, वेगवेगळे कार्यकारी वेग व वेगवेगळ्या शक्ती / ऊर्जा यांची आवश्यकता / गरज विचारात घेते. हा आधुनिक संगणक प्रोसेसर खालीलपैकी आहे.
(अ) त्रिमितीय संगणक प्रोसेसर (ब) आरे प्रोसेसर
(क) क्षितिजलंब व्हेक्टर प्रोसेसर (ड) बहुथरीय पॅरलल प्रोसेसर

२९. इंटरनेट हे .... या प्रकारच्या नेटवर्किंगचे प्रतीक आहे.
(अ) पॉइंट टू पॉइंट नेटवर्क (ब) सर्किट स्वीच्ड् नेटवर्क
(क) पॅकेट स्वीच्ड् नेटवर्क (ड) मेसेज स्वीच्ड् नेटवर्क

३०. मिडोरी ही मायक्रोसॉफ्ट रिसर्चद्वारे निर्माण केलेली एक ऑपरेटिंग सिस्टीम आहे, जी लवकरच व्यवस्थेत येणार आहे. ही एक अतिशय सहज, सरळ व लहान सुविधाजनक कार्यप्रणाली आहे. जी सरळपणे स्थानिक हार्डवेअरमध्ये (X86, X64, ARM) काम करते. यामध्ये सर्व साधने व संग्रह पूर्णपणे संचलित केलेली आहेत. ही कार्यप्रणाली विंडोज हायपर - V हायपरविजर वर प्रविष्ट केली जाणार आहे. हे मायक्रोसॉफ्टचे उत्पादन खालीलपैकी कशावर आधारित आहे?
(अ) क्लाउड कॉम्प्युटिंग (ब) ग्रिड कॉम्प्युटिंग
(क) क्लस्टरींग (ड) मेनफ्रेम तंत्रज्ञान

३१. ज्या ३२ बीट आय.पी. ॲड्रेसमध्ये सर्व बीट एक (१) असतात; त्या स्कीमला .... म्हणतात.
(अ) तोच संगणक (ब) डायरेक्ट ब्रॉडकास्ट
(क) लिमिटेड ब्रॉडकास्ट (ड) लूप बँक

३२. मीडिया लॅब एशियाने छोट्या व्यापाऱ्यांकरिता तयार केलेली सिस्टीम ..... आहे.
(अ) ई-गाला (ब) आय-गाला (क) ई-बिझनेस (ड) ई-ट्रेड

३३. व्यापारामधील लक्ष व उद्देश्य गाठण्यासाठी तसेच माहिती प्रशासनाची गरज पूर्ण करण्यासाठी एका माहिती तंत्रज्ञान संस्थेने खालीलपैकी कोणती साधने प्रदान केली पाहिजेत?
(अ) IT नेतृत्व (ब) माहितीची गुणवत्ता
(क) उद्योग विशारद / तज्ज्ञ (ड) वरील सर्व

३४. राष्ट्रीय व आंतरराष्ट्रीय दूरसंचार व्यवस्था हा माहिती तंत्रज्ञानाच्या पायाभूत मांडणीमधील एक प्रमुख घटक आहे. ही दूरसंचार व्यवस्था .... आणि .... आहे. माहिती तंत्रज्ञान सॉफ्टवेअर सेवा, इंटरनेट आणि माहिती तंत्रज्ञान अनुरूप सेवा सुविधा (ITES) हे माहिती तंत्रज्ञानाच्या पायाभूत मांडणीचे प्रमुख उपभोक्ता आहेत.
(अ) V-SAT पायाभूत मांडणी आणि ISP (ब) इंटरनेट आणि ISP
(क) एज्युसॅट आणि इंटरनेट (ड) एज्युसॅट आणि ISP

३५. .... हे एक संगणकीय तंत्रज्ञान आहे. ज्यामध्ये क्ष-किरण (एक्स-रे) चित्र / प्रतिमा हे पेन्सिल किरणांचे वेगवेगळ्या कोनांतून स्कॅनिंग (क्रमवीक्षण) करून मिळविले जातात आणि या प्रतिमा एका मिनी-संगणकामध्ये साठवून तिथेच त्यांचे विश्लेषण केले जाते. हा संगणक नंतर या प्रतिमांचे मॉनिटरवर (सी.आर.टी.) चित्र काढतो.

(अ) चुंबकीय अनुनाद इमेजिंग (ब) पॉसीट्रॉन इमिशन टोमोग्राफी
(क) संगणकीय टोमोग्राफी (ड) डिजीटल क्ष-किरण शास्त्र

३६. शाळेतील मुलांसाठी भारतीय बनावटीचे पहिले क्लाउड बेस टॅबलेट सोल्युशनचे नाव ..... हे आहे.
(अ) आकाश (ब) ई-ट्युटर (क) ई-गुरू (ड) गॅलेक्सी

३७. .... हा एक विशिष्ट संगणकीय उपयोग आहे, जो उपयोगकर्त्याला माहितीचे दृक्-श्राव्य पद्धतीने पृथक्करण करण्यासाठी मदत करतो. या तंत्रज्ञानाद्वारे व्यवस्थापक अतिशय प्रभावशाली तुलना व सद्य:स्थितीचा कल / ओघ याचे पृथक्करण करू शकतात. विक्री व विपणन, वित्तीय अहवाल, अंदाजपत्रक व नियोजन, मनुष्यबळ नियोजन, गुणवत्ता विश्लेषण ही काही वरील संगणकीय प्रयोग / उपयोगाची कार्यक्षेत्रे आहेत.
(अ) OLTP (ब) OLAP
(क) ERGONOMICS (इग्रोनॉमिक्स)
(ड) Decision Support System (निर्णय साहाय्यक तंत्र)

३८. मीडिया लॅब एशिया द्वारा निर्मित, वेब आधारित एक बुद्धिमान शिक्षणप्रणाली जी सर्व विद्यार्थ्यांची माहिती साठवून ठेवते, मुलांसाठी दृक्-श्राव्य वातावरण तयार करते, शिक्षकांना शिकविण्यासाठी एक प्रभावशाली व कुतूहलजनक मंच निर्माण करून देते आणि जी एकाच अभ्यासक्रमातील पाठ निरनिराळ्या पद्धतींनी प्रस्तुत करण्याची सुविधा प्राप्त करून देते, ती प्रणाली ..... आहे.
(अ) साक्षर (ब) साहायिका (क) शिक्षण (ड) शिशुशिक्षण

३९. भारतातील मुक्त व दूरशिक्षण देणाऱ्या संस्थांनी विकसित केलेले आणि डिजिटल शिक्षण संसाधन (साधन संपत्ती) साठविण्यासाठी, संरक्षित / मुद्रित करण्यासाठी, वितरण करण्यासाठी, सूचीकरणासाठी व विभागून घेण्यासाठी ...... हे एक राष्ट्रीय डिजिटल भांडार आहे.
(अ) ई-ज्ञानकोश (ब) ई-साक्षर (क) व्यास (ड) वरील एकही नाही.

४०. सी-डॅकने ऑनकोलॉजीवर जे सॉफ्टवेअर तयार केले आहे त्याचे नाव .... आहे.
(अ) संजीवनी (ब) तेजस (क) आयुसॉफ्ट (ड) मर्क्युरी

४१. वेबमध्ये अभ्यागतावर ज्याचा प्रामुख्याने परिणाम होतो ते म्हणजे विपणन (खरेदी-विक्री). खालीलपैकी कोणते वेब मार्केटिंग (पणन) या प्रकारात मोडत नाही ?
(अ) वेबपेज तयार करण्यासाठी लागणारे सोर्स-कोड (आज्ञावली)
(ब) वेबपेजवरील माहिती
(क) तुमचा अभ्यागताबरोबरचा / प्रमुख ग्राहकाबरोबरचा सुसंवाद
(ड) तुमच्या वेबसाईटवर तुम्ही सादर केलेले तुमचे अनुभव
(इ) तुम्ही समर्पित होस्टिंग वापरता किंवा सामूहिक होस्टिंग
(अ) A,B,E (ब) फक्त A (क) फक्त E (ड) A आणि D

४२. (eDh D) हे अॅप्लिकेशन मीडिया लॅब एशियाने केंद्रित व विकेंद्रित EMR (इ.एम.आर.) स्टोरेजसाठी बनवले आहे. यातील eDh D चा अर्थ खालीलपैकी एक आहे.
(अ) इ-धन्वंतरी डिस्ट्रीब्युटेड (ब) इ-धन्वंतरी डायग्नोस्टीक
(क) इ-धन्वंतरी डिटेक्शन सिस्टीम (ड) इ-धन्वंतरी डिझाईन

४३. शेतकऱ्यांसाठी मीडिया लॅब एशियाने आर्किव असलेली बहुभाषिक प्रश्न-उत्तर स्वरूपातील केलेली कम्युनिकेशन सिस्टीम ..... ही आहे.

(अ) ए. ए. क्यु. यू. ए. (ब) ए. क्यु. यू. ए.

(क) एल. क्यु. यू. ए. (ड) ए. यु. क्यु. यू. ए.

४४. माहिती-तंत्रज्ञान क्षेत्रातील एक महत्त्वाचा उद्योग म्हणून .... याचा उल्लेख करावा लागेल ज्यामध्ये रुग्णाची गोपनीय व प्रचलित माहिती ही चिकित्सकाने स्वत:च्या आवाजात ध्वनिमुद्रित केलेला अहवाल हा लिखित स्वरूपात रूपांतरित केला जातो. अमेरिकेमध्ये हा उद्योग वार्षिक १० ते २५ अब्ज डॉलर्स इतका आहे; जो प्रतिवर्षी १५% ने वाढत आहे.

(अ) वैद्यकीय आवाज ओळख प्रणाली (ब) वैद्यकीय ट्रान्सक्रिप्शन

(क) वैद्यकीय माहिती व्यवस्था प्रणाली (ड) जैव वैद्यकीय व्होर्टेक्स प्रणाली

४५. सॉफ्टवेअर पायरसी म्हणजे -

(अ) अनऑथराइज्ड डुप्लिकेशन ॲण्ड कॉपींग ऑफ सॉफ्टवेअर

(ब) इन्स्टॉलिंग द सॉफ्टवेअर फॉर पर्सनल यूज

(क) डाउनलोडिंग ए प्रोग्रॅम फॉर फ्री

(ड) वरीलपैकी एकही नाही.

४६. १५० वर्षे जुन्या असणाऱ्या एखाद्या संस्थेच्या व्यवस्थापनास, संस्थेच्या स्थापनेपासून आजपर्यंतच्या सांस्कृतिक बदलांविषयी माहिती, संगणकावर उपलब्ध असलेल्या संस्थेच्या कागदपत्रांवरून गोळा करायची असल्यास, खालीलपैकी कुठल्या तंत्राने करता येऊ शकेल ?

(अ) आर्टिफिशयल इण्टेलिजन्स (ब) एन्-ग्राम ॲनॅलिसिस

(क) डेटा मायनिंग (ड) इन्फर्मेशन रिट्रीव्हल

४७. खालीलपैकी सर्वांत जास्त बॅण्डवीड्थ देणारा मीडिया कोणता ?

(अ) ट्वीस्टेड पेअर (ब) कोअक्शी अल केबल

(क) ऑप्टीकल फायबर (ड) यापैकी कुठलाही नाही.

४८. WWW हा कोणत्या मॉडेलवर आधारित आहे ?

(अ) लोकल सर्व्हर (ब) क्लायंट सर्व्हर (क) थ्री-टीयर (ड) यापैकी एकही नाही.

४९. राज्यांच्या विविध भागांतून गोळा केलेल्या डेटामध्ये असणारी तफावत ही सरकारच्या नियोजन समितीसमोरील एक प्रमुख समस्या आहे. माहिती-तंत्रज्ञानाचा वापर करून नुकत्याच विकसित केलेल्या खालीलपैकी कुठल्या प्रकल्पाची ही समस्या सोडवण्यासाठी मदत होऊ शकेल ?

(अ) सांख्यिकीय पत्रिका

(ब) ऑनलाइन जीओ-पोर्टल : ई मनचित्र

(क) सांख्यिकीय पत्रिका आणि ऑनलाईन जीओ-पोर्टल : ई-मनचित्र

(ड) ई-फाईल सिस्टीम

५०. फास्ट इथरनेटचा वेग किती आहे ?

(अ) १० एम. बी. पी. एस. (ब) १०० एम. बी.पी.एस.

(क) १००० एम. बी. पी. एस. (ड) १०००० एम. बी. पी. एस.

५१. अंदमान आणि निकोबार मधील विद्यावाहिनीप्रकल्प कोणत्या सेवा पुरविणार आहे?
(अ) ई-प्रोक्युरमेंट (ब) ग्रीव्हन्स रिड्रेसल (क) वेदर इन्फॉरमेशन
(१) अ फक्त (२) ब आणि क फक्त
(३) अ आणि क फक्त (४) अ, ब आणि क

५२. नैसर्गिक आपत्तीपासून डेटाला संरक्षण दिल्यास त्याचा नेटवर्कच्या खालील कोणत्या लक्षणांशी संबंध जोडला जातो ?
(अ) पर्फॉरमन्स (ब) सिक्युरिटी (क) रिलायएबिलीटी (ड) मॅनेजमेंट

५३. खालीलपैकी कुठल्या वस्तू 'व्हिडिओ अॅनॅलेटीक्स' च्या संदर्भातील आहेत ?
(अ) इन्टेलिजण्ट आय. पी. कॅमेरा (ब) व्हिडिओ अॅनॅलेटीक्स सॉफ्टवेअर
(क) स्मार्ट व्हिडिओ सर्व्हर्स (ड) वरील सर्व वस्तू

५४. कॅड / कॅम कशाशी संबंधित आहेत ?
(अ) मार्केटिंग आणि डिझाईन (ब) मॅन्युफॅक्चरिंग आणि मार्केटिंग
(क) इंजिनिअरिंग आणि मार्केटिंग (ड) इंजिनिअरिंग आणि मॅन्युफॅक्चरिंग

५५. हॅण्डशेकिंग म्हणजे
(अ) एक्सचेंज ऑफ प्रीडीटर्मिंड सिग्नल्स बाय एस्टॅब्लीशिंग कॉण्टॅक्ट बिटविन टू कॉम्प्युटर्स
(ब) डिस्प्ले रिफ्रेश ऑफ ऑल रासटर लाइन्स
(क) मॅचिंग कलर्स ऑन अ कलर टर्मिनल
(ड) झेड-प्लेन ऑन वीच ॲन इमेज इज डिस्प्लेड

५६. आयटी अॅक्ट, २००० च्या कोणत्या सेक्शनअन्वये पोलीस अधिकारी त्या कायद्याखालील गुन्ह्यांचे अन्वेषण करू शकतो ?
(अ) ७८ (ब) ५६ (क) ४८ (ड) ५९

५७. ई-गव्हर्नन्समुळे कोणते फायदे मिळतात ?
(अ) वेळेची बचत (ब) खर्चाची बचत
(क) श्रमाची बचत (ड) वेळ, खर्च व श्रमाची बचत

५८. खालील विधाने विचारात घ्या.
(अ) ई-गव्हर्नन्स ही संकल्पना इ-शासनापेक्षा अधिक विस्तृत आहे.
(ब) ई-गव्हर्नन्स नागरिकत्वाच्या नवीन संकल्पना नागरिकांच्या गरजा आणि जबाबदाऱ्या या स्वरूपात पुढे आणू शकते आणि त्याचे उद्दिष्ट आहे- नागरिकांना सहभागी करून घेणे, समर्थ व सक्षम बनविणे
आता खालील पर्यायांतून बरोबर उत्तर शोधा.
(अ) (i) बरोबर आहे परंतु (ii) चुकीचे आहे.
(ब) (i) आणि (ii) दोन्ही बरोबर आहेत आणि (ii) हे (i) चे बरोबर स्पष्टीकरण आहे.
(क) (i) आणि (ii) दोन्ही बरोबर आहेत परंतु (ii) हे (i) चे बरोबर स्पष्टीकरण नाही.
(ड) (i) चूक आहे आणि (ii) बरोबर आहे.

५९. रिकामी जागा भरा.
ई-गव्हर्नन्समधील महत्त्वपूर्ण आधारभूत संरचनेचे ...... मुद्दे आहेत आणि त्यामधील सुधारणांशिवाय, परिणामकारक ई-गव्हर्नन्स कार्यक्रम अमलात आणणे शक्य नाही.
(अ) कमकुवत ग्रामीण दूरसंचार जाळे (ब) विजेच्या समस्या
(क) अपुरे नेटवर्क जोड (ड) वरील सर्व

६०. SAP चे पूर्ण रूप काय आहे?
(अ) सॉफ्टवेअर ॲप्लिकेशन्स ॲण्ड प्रोग्राम्स (ब) सॉफ्टवेअर ॲप्लिकेशन्स ॲण्ड प्रोडक्ट्स
(क) सिस्टीम्स ॲप्लिकेशन्स ॲण्ड प्रोडक्ट्स (ड) सिस्टीम्स ॲप्लिकेशन्स ॲण्ड प्रोग्राम्स

६१. अनिश्चितता हा घटक अंतर्भूत असणाऱ्या प्रकल्पासाठी कोणते तंत्र अधिक उपयुक्त आहे?
(अ) पर्ट (ब) सी.पी.एन.
(क) नेटवर्क कॉस्ट प्रणाली (ड) सांख्यिकीय दर्जा नियंत्रण

६२. ई-मेल संदेश वहनाच्या पद्धतीमध्ये ..... असतात.
(अ) पत्ता (ब) विषय (क) संदेश (ड) वरील सर्व

६३. विशिष्ट संगणकास इंटरनेटशी जोडण्यासाठी एक विशिष्ट क्रमांक दिलेला असतो त्यास ..... असे म्हणतात.
(अ) ई-मेल पत्ता (ब) अंतर्गत टपाल पत्ता
(क) बहिर्गत टपाल पत्ता (ड) अंतर्गत प्रोटोकॉल पत्ता

६४. खालीलपैकी .... हे आउटपुट डिव्हाइस आहे.
(अ) की बोर्ड (ब) माऊस
(क) व्हिडिओ डिस्प्ले मॉनिटर (ड) वरीलपैकी कोणतेही नाही.

६५. संगणक इतर संगणकांबरोबर जोडला जाऊन इतर संगणक मालिकांद्वारे हार्डवेअर आणि सॉफ्टवेअरच्या माध्यमातून संदेशाची देवाण-घेवाण करतात त्यास ..... म्हणतात.
(अ) नेटवर्क (ब) इंटरनेट
(क) वर्कस्टेशन (ड) वरीलपैकी कोणतेही नाही.

६६. भौगोलिक माहिती यंत्रणा (GIS) हे क्षेत्र सन ..... च्या आसपास सुरू झाले.
(अ) १९६० (ब) १९८० (क) १९९० (ड) २०००

६७. अभियांत्रिकी आणि शास्त्रीय कामासाठी ही ..... संगणकीय भाषा सुप्रसिद्ध आहे.
(अ) फोरट्रान (ब) बेसिक (क) पास्कल (ड) सी

६८. खालीलपैकी कुठला दोन 'डायमेनशनल' कोड जास्तीतजास्त माहिती ठेवू शकतो व तो मोठ्या प्रमाणावर मार्केटिंगसाठी वापरतात?
(अ) बारकोड (ब) युनिकोड (क) क्युआरकोड (ड) आस्की कोड

६९. महाराष्ट्र शासनाच्या 'टेलिमेडिसिन' या प्रकल्पामध्ये खालीलपैकी कुठल्या रुग्णालयास अथवा कॉलेजला तंत्र आणि रुग्ण यांच्या केंद्रामधील समन्वयाची दुहेरी जबाबदारी देण्यात आली आहे?
(अ) जे. जे. रुग्णालय, मुंबई
(ब) बी.जे. मेडिकल कॉलेज, पुणे
(क) शासकीय मेडिकल कॉलेज, औरंगाबाद
(ड) के. ई. एम. रुग्णालय, मुंबई

७०. भारत सरकारचा कोणता विभाग मिडीया लॅब एशियाला प्रमोट करतो ?
(अ) डिपार्टमेंट ऑफ इलेक्ट्रिकल इंजिनिअरिंग
(ब) डिपार्टमेंट ऑफ इलेक्ट्रॉनिक्स आणि इन्फॉरमेशन टेक्नॉलॉजी
(क) डिपार्टमेंट ऑफ कॉम्प्यटर सायन्स आणि आय.टी.
(ड) डिपार्टमेंट ऑफ कॉम्प्युटर इंजिनिअरिंग आणि आय. टी.

७१. खालीलपैकी कोणती आय.टी.इनेबल्ड सेवा नाही ?
(अ) ट्रॅव्हल आणि हॉस्पिटॅलिटी (ब) हेल्थ केअर आणि फार्मास्युटीकल्स
(क) मॅन्युफॅक्चरिंग (ड) वरीलपैकी कोणतीच नाही.

७२. आय.टी.ॲक्ट, २००० च्या ...... या कलमान्वये 'प्रिसायडिंग' ची नियुक्ती सायबर ॲपिलेट ट्रिब्युनलसाठी मार्गदर्शक ठरते.
(अ) सेक्शन ५१ (ब) सेक्शन ५० (क) सेक्शन ५७ (ड) सेक्शन ५८

७३. आय.टी.ॲक्ट २००० च्या ...... या कलमान्वये प्रिसायडिंग ऑफिसरची नियुक्ती सायबर ॲपिलेट ट्रिब्युनलसाठी मार्गदर्शक ठरते.
(अ) सेक्शन १ (ब) सेक्शन ५० (क) सेक्शन ५७ (ड) सेक्शन ५८

७४. माहिती तंत्रज्ञान अधिनियमाच्या प्रयोजनार्थ माहितीमध्ये काय येत नाही ?
(अ) साऊंड (ब) कोट (क) मायक्रो (ड) वरीलपैकी कोणतेच नाही.

७५. यू.आर.एल. या शब्दाची फोड खालीप्रमाणे आहे -
(अ) युनिफॉर्म रिसोर्स लोकेटर (ब) युनिव्हर्स रिसोर्स लोकेटर
(क) युनायटेड रिसोर्स लोकेटर (ड) युनिअन रिसोर्स लोकेटर

७६. वेब पेजेस साठवण्यास व त्यांना दृश्यरूपात आणण्यास कोणता सर्व्हर उपयोगी येतो ?
(अ) वेब सर्व्हर (ब) मेल सर्व्हर
(क) प्रिंट सर्व्हर (ड) वरीलपैकी कोणताही नाही.

७७. एखादी व्यक्ती भू-तलावर कुठे आहे हे शोधण्यासाठी ..... या नवीन टेक्नॉलॉजीचा वापर होतो.
(अ) जी.पी.एस. सिस्टीम (ब) रडार सिस्टीम
(क) रेडिओ वेव्ह सिस्टीम (ड) रेडिओ फ्रिक्वेन्सी सिस्टीम

७८. .... ही संस्था 'कंट्रोलर ऑफ सर्टिफाईंग ॲथॉरिटी' (CCA) म्हणून काम पाहते.
(अ) एन.आय.सी. (ब) डी.आय.सी. (क) एल.आय.सी. (ड) आय.आर.बी.

७९. डी.आय.टी. या शासनाच्या संस्थेने ६०,००० देशांतील संगणक सुविधा, परिपूर्ण लॅब, वेब प्रसारण आणि ई-लर्निंग या सुविधा ३ वर्षांत देणारा ...... हा उपक्रम सुरू केला.
(अ) विद्यावाहिनी (ब) ज्ञानगंगा (क) सरस्वती वाहिनी (ड) ज्ञानकेंद्र

८०. सी-डॅक (पुणे) यांनी नुकताच नवीन सुपर कॉम्प्युटर बनवला त्याचे नाव ..... आहे.
(अ) परम-शौर्य (ब) परम युवा (क) परम-I (ड) परम - II

८१. यापैकी कोणत्या टेक्नोलॉजीचा 4G मध्ये समावेश होतो ?
(अ) यू.एल.बी. (ब) एड्ज (क) सीडीएमए (ड) जीपीआरएस

८२. सी.डॅकने शासनाच्या महसूल विभागासाठी स्टँप व रजिस्ट्रेशनची जी सिस्टीम बनवली त्याचे नाव ....
(अ) एस.ए.आर.आई.टी.ए. (ब) आर.ए.आर.आई.टी.ए.
(क) आर.एस.आर.आई.टी.ए. (ड) वरीलपैकी कोणतेही नाही.

८३. नेटवर्कमध्ये जोडलेला संगणक खालीलपैकी कशामुळे शोधता येईल ?
(अ) आय.पी.अॅड्रेस (ब) सब नेट मास्क (क) स्वीच (ड) मोडेम

८४. मीडिया लॅब एशियाचे मॅनेजिंग डायरेक्टर आणि चीफ एक्झिक्युटीव्ह ऑफिसर श्री. ..... आहेत.
(अ) सी.व्ही.रामाराजू (ब) जी.व्ही.रामाराजू (क) एस.व्ही.रामाराजू (ड) यांपैकी कोणीही नाही.

८५. मीडिया लॅब एशियाने टेलिमेडिसिन क्षेत्रात टाकलेले पाऊल .... या नावाने ओळखले जाते.
(अ) ई-मेडिसिन (ब) ई-धन्वंतरी (क) ई-डॉक्टर (ड) ई-मेडहेल्प

८६. ज्या लोकांना सर्वसाधारण पुस्तके व वाचनीय साहित्य वाचता येत नाही (अंध व्यक्ती) अशा लोकांना त्यांच्या वाचनाच्या माध्यमात पुस्तके व साहित्य उपलब्ध करून देणारी .... ही संस्था आहे.
(अ) डी.एफ.आय. (ब) सी.एफ.आय. (क) एन.ए.बी.एल. (ड) एम.एफ.आय.

८७. मायक्रोसॉफ्टने विंडोज २००० साठी देवनागरी भाषेकरिता .... हा फाँट उपयोगात आणला आहे.
(अ) श्री लिपी (ब) मंगल (क) आकृती (ड) शिवाजी

८८. ..... या दिवशी भारतीय संसदेने 'आय.टी.अॅक्ट. २०००' संमत केला.
(अ) १६ मे २००१ (ब) १७ मे २००१ (क) १५ मे २००१ (ड) यांपैकी कोणताच नाही.

८९. .... या प्रकारच्या संगणक आज्ञावलीचे अनुमतीपत्र त्याच्या वापर कार्याला ती संगणक आज्ञावली अभ्यासणे, दुरुस्त करणे, वाढवणे व त्याचा कोणत्याही कारणासाठी वापर करण्याचे स्वातंत्र्य देते तसेच तो मूळ व आज्ञावली पुन्हा प्रसारित करू शकतो.
(अ) ओपन सोर्स (ब) कॉपी रायटेड सोर्स (क) पायरेटेड सोर्स (ड) फ्री सोर्स

९०. वेबसाईटवरील वेब पेजच्या एकमेव पत्त्यास काय म्हणतात ?
(अ) URL (ब) HTTP (क) Broweser (ड) E-mail

९१. ज्या सॉफ्टवेअरद्वारे वेबसाईटमध्ये प्रवेश करून माहिती पाहता येते त्यास काय म्हणतात ?
(अ) सर्व्हर (ब) ब्राउजर (क) इंटरनेट (ड) WWW

९२. ISDN चे विस्तारित रूप -
(अ) Integrated Service Digital Network
(ब) Internet Service Digital Network
(क) International Service Digital Network
(ड) यांपैकी कोणतेच नाही.

९३. DSL चे विस्तारित रूप
(अ) डिजिटल सबस्क्रायबर लाइन (ब) डिजिटल सिग्नल लाइन
(क) डिजिटल सॉफ्टवेअर लेअर (ड) यांपैकी कोणतेही नाही.

९४. FTP चे विस्तारित रूप
(अ) File Transfer Protocol (ब) Fully Transfer Protocol
(क) Filter Transfer Protocol (ड) File Transfer Procedure

९५. एका वेब पेजवर मळ्याचे जास्तीतजास्त किती स्तर असतात ?
(अ) हेड १६ (ब) १० (क) ६ (ड) यांपैकी एकही नाही.

९६. उपयोगकर्त्याकडून इनपुट स्वीकारण्यासाठी कोणता टॅग वापरतात ?
(अ) <बी> (ब) <प्री> (क) <सेंटर> (ड) <फॉर्म>... </फॉर्म>

९७. ब्राउसला एकापेक्षा जास्त विभागांत विभागण्यासाठी कोणता टॅग वापरतात ?
(अ) <ब्राउझर> (ब) <एच.टी.एम.एल.>
(क) <स्प्लीट> (ड) <फ्रेमसेट>

९८. इंटरनेट प्रकल्प म्हणून यू एस-सुरक्षा विभागाने बनविलेल्या पहिल्या प्रकल्पाचे नाव काय ?
(अ) अल्फानेट (ब) यू.एस.डी.नेट (क) अरपानेट (ड) यू.एस.आर्मिमेट

९९. इलेक्ट्रॉनिक पद्धतीने प्रभावित केलेले इलेक्ट्रॉनिक म्हणजे काय ?
(अ) प्रायव्हेट सिग्नेचर (ब) डिजिटल सिग्नेचर
(क) सिग्नेचर (ड) इलेक्ट्रॉनिक सिग्नेचर

१००. डिजिटल सिग्नेचर वापरण्यासाठी बटनांच्या जोडीच्या बटनाचे नाव काय ?
(अ) पब्लिक की (ब) प्रायव्हेट की (क) क्रिप्टोग्राफी (ड) सायबर की

१०१. सायबर लॉला अनुसरून जी कायदेशीर व्यवस्था पाहिली जाते तिला काय म्हणतात ?
(अ) सायबर क्राईम (ब) सायबर स्पेस (क) कंपनी लॉ (ड) यांपैकी कोणतेही नाही.

१०२. ग्राफिक टॅबलेटचा उपयोग काय ?
(अ) इनपुट ग्राफिक्स माहिती (ब) आऊटपुट ग्राफिक्स माहिती
(क) ड्रॉ ग्राफिक्स (ड) वरील सर्व

१०३. एक निब्बल = ?
(अ) १ एम बी (ब) १६ बीट (क) ४ बीट (ड) १०२४ जी बी

१०४. ब्लूटूथ कोठे आस्तित्वात आहे ?
(अ) नोकिया (ब) सोनी (क) एल.जी. (ड) इरीक्सन

१०५. आय पी अॅड्रेसची रेंज काय ?
(अ) ० ते १००० (ब) ० ते २५५ (क) २५५ ते ५१२ (ड) ० ते ५१२

१०६. एच.टी.एम.एल. मध्ये प्रतिमा टाकण्यासाठी कोणता टॅग वापरतात ?
(अ) <पिक्चर> (ब) <इमेज>
(क) <आय एम जी> (ड) <वरीलपैकी कोणतेही नाही.>

१०७. अॅनॉलॉगचे डिजिटल व डिजिटलचे अॅनॉलॉग कोणती प्रणाली करते ?
(अ) सेट टॉप बॉक्स (ब) प्रिंटर (क) मॉडेम (ड) रूटर

१०८. FDM हे कोणत्या प्रकाराला पाठविणारा व स्वीकारणारा यातील संदेशवहनाला एकाच वेळेस शेअर्ड मीडियमने विभागलेल्या माध्यमातून मान्यता देते ?
(अ) एक (ब) दोन (क) अनेक (ड) एकही नाही.

१०९. संदेशवहनाचा मार्ग दोन संगणकांना जोडतो व त्याच संगणकावर प्राप्त होतो त्याला काय म्हणतात ?
(अ) पॉइंट टू पॉइंट नेटवर्क (ब) रिंग नेटवर्क
(क) स्टार नेटवर्क (ड) यांपैकी एकही नाही.

११०. वेब वेसूड e-Sagu ही सिस्टीम कोणासाठी तयार करण्यात आली ?
(अ) माहिती व तंत्रज्ञान सेक्टरसाठी (ब) इलेक्ट्रॉनिक्स इंडस्ट्रीजसाठी
(क) ॲग्रो ॲडवायझरी (ड) वरीलपैकी एकही नाही.

१११. भारताने सर्वात पहिला कोणता सुपर कॉम्प्युटर तयार केला ?
(अ) इनॅक (ब) परम (क) आय.बी.एम. (ड) डेल

११२. स्थानिक संभाषण हे कशाचे उदाहरण आहे ?
(अ) रिंग टोपॉलॉजी (ब) बस टोपॉलॉजी (क) स्टार टोपॉलॉजी (ड) यांपैकी एकही नाही.

११३. Internet हे कोणत्या जाळ्यांनी बनविलेले जाळे आहे ?
(अ) राउटर्स (ब) पॅकेट्स (क) स्वीचेस् (ड) यांपैकी एकही नाही.

११४. प्रगतिशील संस्थांमध्ये कोणत्या प्रकारची सेवा वापरली जाते ?
(अ) सी.बी.टी. (ब) आय.बी.टी. (क) एफ.बी.टी. (ड) टी.ई.टी.

११५. ...... हे असे एक संगणकावर आधारित टर्मिनल आहे जे कोणतीही माहिती देते.
(अ) डेटा स्टोरेज (ब) इनफर्मेशन कियॉस्क
(क) पब्लिक युटीलीटी (ड) पब्लिक ॲक्सेस

११६. भ्रमणध्वनीमधल्या तंत्रज्ञानाला साहाय्य करणारे माहिती तंत्रज्ञान कोणते ?
(अ) डी.ए.सी. (ब) डी.डी.एल.
(क) सी.डी.एम.ए. (ड) वरीलपैकी एकही नाही.

११७. ई.आर.पी. म्हणजे काय ?
(अ) इंटीटी रिलेशनशिप पॉइंट (ब) इकॉनॉमिक रेशो प्रॉफिट
(क) इंटरप्राईस रिसोर्स प्लॅनिंग (ड) इक्कल रेशो पॉइंट

११८. गटांमधील संदेशवहनासाठी कोणता दुवा वापरतात ?
(अ) जे.पी.आय. (ब) ए.पी.आय. (क) सी.पी.आय. (ड) एन.सी.आय.

११९. असे जाळे जे इलेक्ट्रोमॅग्नेटिक आणि रेडिओ वेव्हस्, रेडिओ फ्रिक्वेन्सीवर वापरले जाते त्याला काय म्हणतात ?
(अ) आर. एफ. ट्रान्समिशन (ब) आय. डब्ल्यू. ट्रान्समिशन
(क) इ. आर. डब्ल्यू. ट्रान्समिशन (ड) इ. आर. ट्रान्समिशन

१२०. e-sagu हा उपक्रम खालीलपैकी कोणत्या दोन संस्थांनी मिळून केला ?
(अ) मीडिया लॅब एशिया व आय. आय. टी., हैदराबाद
(ब) मीडिया लॅब एशिया व आय.आय.टी.बी.
(क) आय.आय.टी.बी. व आय.आय.टी., कानपूर
(ड) वरीलपैकी एकही नाही.

१२१. खालीलपैकी अचूक वेबसाईट ॲड्रेस लिहिण्याची पद्धत कोणती ?
(अ) www.google.com (ब) www@google.com
(क) www@gmail.com (ड) www.http@google.com

१२२. संगणकाचे कसे वापरणे म्हणजे हॅकिंग ?
(अ) मान्यताप्राप्त (ब) मान्यता नसलेले (क) स्वत: (ड) सर्वांसाठी

१२३. जाळे व घुसखोर यातील संरक्षक भिंत कोण तयार करते ?
(अ) सेफ्टीवॉल (ब) पेंटवॉल (क) फायरवॉल (ड) कोल्डवॉल

१२४. इ.डी.आय. करिता भारतीय सायबर कायद्याने स्थापित केलेली GEDIS Trade NET ही जाळ्यांची सेवा कोणती ?
(अ) बी.एस.एन.एल. (ब) व्ही.एस.एन.एल. (क) एम.के.सी.एल. (ड) एम.टी.एन.एल.

१२५. माहिती तंत्रज्ञान कायदा २००० हा कायदा कशाकरिता आहे ?
(अ) संगणक (ब) सायबर लॉ (क) माहिती (ड) सायबर कॅफे

१२६. माहिती तंत्रज्ञान कायदा २००० केव्हापासून अमलात आला ?
(अ) १७-१०-२००० (ब) १०-११-२०००
(क) ०२-०२-२००० (ड) यांपैकी कोणतेच नाही.

१२७. MICR द्वारे
(अ) मॅग्नेटिक शाईची अक्षरे मोजली जातात. (ब) ऑप्टीकल शाईची अक्षरे मोजली जातात.
(क) बारकोड मोजले जातात. (ड) चित्र, तक्ते मोजले जातात.

१२८. DNS ही संज्ञा कशासाठी वापरली जाते ?
(अ) डोमेन नेम सिस्टीम (ब) डिफेन्स न्यूक्लीअर सिस्टिम
(क) डाऊनलोडेबल न्यू सॉफ्टवेअर (ड) वरीलपैकी एकही नाही.

१२९. सायबर गुन्हेगाराच्या एका भौगोलिक सीमेवरून दुसऱ्या भौगोलिक सीमेवर उड्या मारण्याच्या मानसिकतेला काय म्हणतात ?
(अ) कंट्री जंपींग (ब) ज्युरिस्डिक्सनल जंपींग
(क) सायबर जंपींग (ड) वरीलपैकी एकही नाही.

१३०. आय.टी. ॲक्ट २००० नुसार संगणक व त्याचे जाळे खराब करणे याची शिक्षा काय ?
(अ) रु. १ लाख (ब) रु. १ करोड (क) रु. १ हजार (ड) रु. शंभर

१३१. रेल्वे प्रवाशांना चौकशीकरिता IT सुविधा असलेली कोणती सेवा वापरली जाते ?
(अ) टेलिफोन (ब) आय.व्ही.आर.एस.
(क) इ-मेल (ड) वरीलपैकी एकही नाही.

१३२. रेल्वेचे ऑनलाइन इंटरनेट तिकीट घेण्याकरिता कोणती रेल्वेसेवा कार्यान्वित झाली आहे ?
(अ) आर.आय.व्ही. (ब) आय.आर.सी.टी.सी.
(क) एल.आय.सी. (ड) आर.ई.एस.

१३३. इंटरनेटमध्ये जोडलेल्या संगणकास ॲड्रेस असतो, त्यास ..... म्हणतात.
(अ) इंटरनेट प्रोटोकॉल (ब) URL
(क) WWW (ड) वरीलपैकी एकही नाही.

१३४. इ-मेलचा गैरवापर, भारतीय दंडविधान कायद्यानुसार ..... मध्ये सायबर गुन्हा होतो.
(अ) सेक्शन ४२० आय.पी.सी. (ब) सेक्शन ४१८ आय.पी.सी.
(क) सेक्शन ४२१ आय.पी.सी. (ड) सेक्शन ५०० आय.पी.सी.

१३५. हत्याराच्या ऑनलाइन विक्रीला भारतीय दंडविधान कायदा .... नुसार गुन्हा होतो.
(अ) ४२० आय.पी.एस. (ब) ४१८ आय.पी.सी.
(क) आर्म्स् ॲक्ट (ड) ५०० आय.पी.सी.

१३६. मीडिया लॅब एशिया ही संस्था कशासाठी कार्यरत आहे ?
(अ) माहिती तंत्रज्ञानाचे फायदे सर्वसामान्यांपर्यंत पोहोचविणे
(ब) साखर उद्योग
(क) अल्कोहोल उद्योग
(ड) इथेनॉल उद्योग

१३७. SAFA हे सॉफ्टवेअर कोणत्या व्यक्तींसाठी तयार केलेले आहे ?
(अ) मानसिकरीत्या अपंग (ब) अंध
(क) पंगू (ड) वरीलपैकी एकही नाही.

१३८. वेबसाईटवरील प्रथम पेज काय म्हणून ओळखतात ?
(अ) प्रथम पेज (ब) होम पेज (क) वेब पेज (ड) यांपैकी एकही नाही.

१३९. इ-मेलच्या पुढील पायरीस काय म्हणतात ?
(अ) इन्स्टंट मेसेजिंग (ब) स्पॅम (क) जंक (ड) यांपैकी एकही नाही.

१४०. चर्चा समूहामध्ये समाविष्ट होण्यापूर्वी वेगवेगळ्या सभासदांमधील मेसेजेसची पाहणी, वाचन करणे या प्रक्रियेस काय म्हणतात ?
(अ) मेसेजिंग (ब) लर्निंग (क) सर्फिंग (ड) यांपैकी एकही नाही.

१४१. माहितीची देवाण-घेवाण कशी करावी यासाठीच्या नियमावलीस काय म्हणतात ?
(अ) प्रोटोकॉल (ब) नियम (क) इंटरनेट (ड) नोड्स

१४२. कोणता कायदा 'इलेक्ट्रॉनिक सिक्युरिटी'शी संबंधित आहे ?
(अ) संगणक (ब) सायबर (क) कम्युनिकेटिव्ह (ड) यांपैकी नाही.

१४३. पुढीलपैकी विजोड पर्याय निवडा.
(अ) को-ॲक्सीयल केबल (ब) ऑप्टिकल फायबर
(क) ट्विस्टेड वायर पेअर (ड) मायक्रोवेव्ह

१४४. संदेशवहनाची अशी प्रणाली जी एका ओळीत बऱ्याच आय / ओ डिव्हाईसचे प्रेक्षण एकत्रित करते ?
(अ) कनेक्टर (ब) मॉडीफायर (क) मल्टिप्लेक्सर (ड) फुल-डुप्लेक्स लाईन

१४५. ॲबॅकस सर्वप्रथम कोठे विस्तार पावले ?
(अ) यू.एस.ए. (अमेरिका) (ब) जपान
(क) चीन (ड) भारत

१४६. पहिल्या स्वयंचलित संगणकाचे नाव काय ?
(अ) ॲबॅकस (ब) हावर्ड मार्क I (क) इडीव्हॅक (ड) इडीसॅक

१४७. इ.एफ.टी. म्हणजे काय ?
(अ) इलेक्ट्रॉनिक फायनान्स टेक्निक (ब) इलेक्ट्रॉनिक फंड ट्रान्स्फर
(क) इझी फंड ट्रान्स्फर (ड) यांपैकी एकही नाही.

१४८. E-SAGU हे सॉफ्टवेअर मीडिया एशिया लॅब या संस्थेने कोणत्या क्षेत्रासाठी तयार केले आहे ?
(अ) शेती (ब) आरोग्य (क) शिक्षण (ड) करमणूक

१४९. कोणत्या नेटवर्कमध्ये सर्व नोडसूना समान अधिकार असतात ?
(अ) Peer to Peer (ब) Hierarchical (क) Internet (ड) यांपैकी एकही नाही.

१५०. मॅक ओ. एस. एक्स. सर्व्हर ही ...... ऑपरेटिंग सिस्टीम आहे.
(अ) नेटवर्क (ब) डिस्क (क) मिक्स (ड) वैयक्तिक

१५१. माहिती पाठविण्यापूर्वी तिचे तुकड्यात रूपांतर करण्यात येते, अशा तुकड्यास काय म्हणतात ?
(अ) पॅकेट (ब) बिट (क) बाईट (ड) निबल

१५२. मागितला नसताना मिळालेल्या इ-मेलला काय म्हणतात ?
(अ) स्पॅम (ब) सेंट (क) लर्क (ड) यांपैकी एकही नाही.

१५३. Gnutella हे कोणत्या नेटवर्क स्ट्रॅटेजीमध्ये वापरतात ?
(अ) टर्मिनल (ब) पियर टू पियर (क) क्लायंट / सर्व्हर (ड) एन.आय.सी.

१५४. भारतीय IT कायदा २००८ च्या सुधारित कायद्यानुसार परवानगीशिवाय दुसऱ्या कोणाचे छायाचित्र, जे अश्लील प्रकारात असेल तर ते रेकॉर्ड करणे, घेणे, इंटरनेट किंवा मोबाइलमधून प्रसिद्ध करणे किंवा कोणास पाठवणे यासाठी पुढील कमाल शिक्षा होऊ शकते.
(अ) ३ आठवडे तुरुंगवास किंवा ३० हजार रुपये दंड किंवा दोन्ही
(ब) ३ महिने तुरुंगवास किंवा ३० हजार रुपये दंड किंवा दोन्ही
(क) ३ वर्षे तुरुंगवास किंवा २ लाख रुपये दंड किंवा दोन्ही
(ड) ३ वर्षे तुरुंगवास किंवा ३ लाख रुपये दंड किंवा दोन्ही

१५५. घरगुती वापराच्या संगणकीय वायरलेस लोकल एरिया नेटवर्क (WLAN) साठी खालीलपैकी कोणती रेडिओ फ्रिक्वेन्सी (RF) वापरतात ?
(अ) IEEE801.22/2.1 GHz (ब) IEEE802.11/2.4 GHz
(क) IEEE802.15/5.6 GHz (ड) IEEE801.24/3.4 GHz

१५६. कुकीज कोठे साठविल्या व वाचल्या जातात ?
(अ) एच.टी.टी.पी. (ब) एफ.टी.पी. (क) एस.एम.टी.पी. (ड) टी.सी.पी./आय.पी.

१५७. संदेश मिळाल्यानंतर त्यातील सांकेतिक शब्द / खुणांचा अर्थ लावून संदेश ग्रहण करणे म्हणजे ..... होय.
(अ) एनकोडिंग (ब) कोडिंग (क) डिकोडिंग (ड) फोल्डींग

१५८. खालीलपैकी कोणते इंटरनेटचे कनेक्शन नाही ?
(अ) आय.एस.डी.एन. (ब) डायल अप (क) लीड्ज लाइन (ड) आय.एस.पी.

१५९. दुसऱ्याच्या वेब साईटमध्ये अनधिकृतपणे शिरून तेथील माहिती काढणे, त्यामध्ये माहिती टाकणे इ. करणाऱ्यांना ...... म्हटले जाते.
(अ) क्रॅकर्स (ब) रॉबर्स (क) क्रिमिनल (ड) थीफ

१६०. इंटरनेटच्या माध्यमातून संगणक जगातील इतर संगणकांशी जोडण्यासाठी उपयुक्त असलेले ॲप्लिकेशन प्रोग्रॅम म्हणजे ..... होय.
(अ) पी.आय.एम. (ब) ब्राउझर्स (क) आर.ओ.एम. (ड) पोर्टल

१६१. वाय-२ के ही समस्या

(अ) दर दहा वर्षांनी निर्माण होते.

(ब) वर्ष २००० साली निर्माण झाली होती.

(क) संगणकाच्या चुकीमुळे निर्माण झाली होती.

(ड) वर्ष २००० साली निर्माण झालेली संगणकाशी संबंधित समस्या.

१६२. डेटाबेस हा .... याचा संग्रह आहे.

(अ) इन्फॉरमेशन (ब) रेकॉर्ड्स (क) नावे (ड) फाईल्स

१६३. एक वेबसाईट जी सर्वसाधारणपणे एखाद्या उपभोक्त्याच्या ऑनलाइन प्रवासाचा प्रारंभिक बिंदू आहे आणि जी सर्वसामान्यांना माहिती मिळविण्यासाठी उपयोगी ठरते तसेच जितकी जास्तीतजास्त माहिती देणे शक्य आहे व उपभोक्त्यांसाठी जितकी कामे करणे शक्य आहे तितकी अनेक कामे ही वेबसाईट करते, जेणेकरून हे उपभोक्ते या वेबसाईटचा वापर करतील किंवा किमान या वेबसाईटला पुन:पुन्हा: भेट देण्यास उद्युक्त होतील. अशा वेबसाईटला ...... म्हणतात.

(अ) पोर्टल (ब) व्होर्टल (क) होमपेज (ड) ब्लॉग

१६४. .... हा एक असा प्रचलित प्रोग्रॅम आहे जो HTTP पद्धती (GET आणि POST) आणि एनव्हॉयरमेंट व्हेरीएबल (परिवर्ती) वापरून बाहेरील प्रोग्रॅमला माहिती पाठवितो, तसेच ज्या संरूपामध्ये ब्राऊजर समजू शकतो, त्या संरूपामध्ये योग्य HTTP शीर्षक (हेडर) वापरून परिणाम परत पाठवितो.

(अ) ASP (ब) JSP (क) CGI (ड) HTML

१६५. सेक्युर सॉकेट लेयरची निर्मिती ..... या कंपनीने केली आहे.

(अ) मायक्रोसॉफ्ट (ब) नेटस्केप (क) ॲपल मॅक (ड) टाटा कन्सलटन्सी

१६६. फोरीयर विश्लेषणानुसार, कोणताही संयुक्त / संमिश्र सिग्नल (संकेत) हा खालीलपैकी कशाचे मिश्रण असतो ?

(अ) साध्या साईन वेव्ह (तरंग) ज्यांची वारंवारता, आंदोलन व स्वरूप / प्रावस्था भिन्न आहे.

(ब) समान वारंवारता असणारी साधी साईन वेव्ह (तरंग) व कोसाईन वेव्ह (तरंग)

(क) भिन्न वारंवारता व समान आंदोलन असणारी साधी साईन वेव्ह व कोसाईन वेव्ह (तरंग)

(ड) भिन्न वारंवारता व समान आंदोलन असणाऱ्या साध्या कोसाईन वेव्ह (तरंग)

१६७. टेलनेट, एफ.टी.पी. हे काही हायर लेव्हल प्रोटोकॉल्स सुरुवातीला होते. त्यांचा समावेश ...... मध्ये होतो.

(अ) ॲप्लिकेशन लेयर (ब) प्रेझेंटेशन लेयर

(क) ट्रान्सपोर्ट लेयर (ड) नेटवर्क लेयर

१६८. जेव्हा इलेक्ट्रॉनिक मेथड किंवा प्रोसीजर वापरून सेक्शन-३ च्या नियमानुसार एखादे इलेक्ट्रॉनिक रेकॉर्ड अधिप्रमाणित केले जाते; त्यास ..... म्हणतात.

(अ) डिजिटल सर्टिफिकेट (ब) डिजिटल स्वाक्षरी

(क) डिजिटल रेकॉर्ड (ड) डिजिटल चिन्ह

१६९. 'सेक्युर सिस्टीम' म्हणजे कॉम्प्युटर हार्डवेअर सॉफ्टवेअर आणि प्रोसीजर जी .....

(अ) अनऑथोराईज्ड एक्सेस व मिसयूजपासून बऱ्यापैकी सेक्युर असणारी

(ब) बऱ्यापैकी विश्वासार्ह आणि अचूक कार्य करणारी

(क) बऱ्यापैकी ठरलेले कार्य करणारी व सर्व प्रमाणित निष्कर्ष वापरणारी
(ड) वरील १, २ व ३ सर्व एकत्र असणारी

१७०. PPP प्रोटोकॉल हा एक बाईट-उन्मुख प्रोटोकॉल आहे. ज्यामध्ये फ्लॅग एक बाईट (आठ बिटचा समूह) आहे व जो, जेव्हा एखाद्या फ्रेमच्या डेटा विभागात प्रकट होतो. तेव्हा तो फ्लॅग ESC (एस्केप) बाईट वापरून संकरित केला जातो. हा ESC बाईट ...... आहे. PPP जोडणी, संपर्क निर्माण होण्याकरिता ..... अवस्थेतून जाते.
(अ) १०१०१०१०,५ (ब) ०१११०१११,६
(क) १११०००१०,४ (ड) ०११११२०१,६

१७१. .... या प्रकारची की (चावी) डिजिटल सिग्नेचर तयार करताना वापरतात.
(अ) पब्लिक की (ब) प्रायव्हेट की (क) लोकल की (ड) सेक्युअर्ड की

१७२. सर्व भ्रमणध्वनी प्रणालींमध्ये, भौगोलिक क्षेत्र हे कोशिकांमध्ये विभागलेले असते. प्रत्येक कोशिकेच्या मध्यभागी एक आधार कार्यस्थळ असते, ज्याठिकाणी त्या कोशिकेतील सर्व दूरध्वनी प्रसारण करीत असतात. एका छोट्या प्रणालीमधील एक यंत्र / साधन जे अशा आधार कार्यस्थळांना जोडते, त्या यंत्राला / साधनाला .... म्हणतात.
(अ) मोबाइल स्विचिंग केंद्र (ब) सार्वलौकिक मोबाइल दूरसंचार केंद्र
(क) सामान्य पॅकेट नभोवाणी कार्यस्थळ (ड) आधार कार्यस्थळ नियंत्रक

१७३. वर्ल्ड वाईड वेब कॉन्सोरटीअम या संस्थेस ..... या नावे ओळखतात.
(अ) डब्ल्यू.डब्ल्यू.डब्ल्यू.सी. (ब) डब्ल्यू. ३ सी
(क) डब्ल्यू. सी ३ (ड) सर्व (१), (२), (३) बरोबर

१७४. इ.आर.पी. सिस्टीम ही एखाद्या कंपनीच्या आतील व बाहेरील मॅनेजमेंट इन्फॉर्मेशन सिस्टीमचा मेळ बसवते अशा या इ.आर.पी. सिस्टीमची पूर्ण फोड ..... आहे.
(अ) इंटरप्राईज रिसोर्स प्लॅनिंग (ब) एक्स्पर्ट रिसोर्स प्लॅनिंग
(क) एक्स्पोर्ट रिसोर्स प्लॅनिंग (ड) वरीलपैकी एकही पर्याय नाही.

१७५. खालीलपैकी कोणते आऊटसोर्सिंगसाठी प्रभावी कारण होऊ शकत नाही ?
(अ) लागणारी कुशलता व तंत्रज्ञान सहजपणे मिळणे
(ब) आऊटसोर्सिंग परियोजनेमधील सर्वसाधारण संपूर्ण मूल्य बचत
(क) आऊटसोर्सिंगनंतर कंपनी त्यांच्या प्रमुख उद्योगांकडे लक्ष केंद्रित करू शकते
(ड) गुणवत्ता नियंत्रणातील अनिश्चितता आणि आऊटसोर्सिंग परियोजनेतील निर्णयप्रक्रिया
(अ) फक्त B (ब) B आणि D (क) A आणि B (ड) फक्त D

१७६. खालीलपैकी कोणत्या कारणामुळे पृथ्वीभोवती इ-कचरा खूप मोठ्या प्रमाणात वाढत आहे ?
(अ) तंत्रज्ञानातील शीघ्र बदल (ब) मीडियातील बदल
(क) घसरणाऱ्या किमती (ड) सुनियोजित अप्रचलन
(१) A आणि D (२) फक्त A (३) A आणि C (4) वरील सर्व

१७७. 'IPv4' प्रमाणे प्रत्येक संगणकाला ओळखणारा क्रमांक देणारी यंत्रणा सन २०११ मध्ये कमी पडू लागली, म्हणून 'IPv6' ही प्रणाली आता वापरात आणली जात आहे. IPv6 पद्धतीनं एकूण किती संगणकांना ओळख क्रमांक देता येतील ?

(अ) २×२^{३२} (ब) २×२^{६१}

(क) २×२^{१२७} (ड) २×२^{२५५}

१७८. इंटरनेटवरून माहितीची देवाणघेवाण करण्यात येणाऱ्या विविध प्रणाली खाली दिल्या आहेत. सर्वसाधारणपणे कोणत्या प्रणालींमधून माहितीचे वहन सर्वांत जलद होते ?

(अ) HTTP (ब) TCP (क) FTP (ड) DHCP

(इ) UDP (फ) NNTP (ग) IMAP (ह) RSVP

(१) अ, ब, ह, ग (२) ब, क, इ, अ (३) क, ग, ह, फ (४) ड, फ, ग, ह

१७९. इंटरनॅशनल मोबाइल टेक्नॉलॉजी २००० च्या अनुसार '3G' प्रणालीमध्ये माहितीची वहनक्षमता निदान पुढील वेगाने होण्याची तरतूद असायला हवी.

(अ) १०० किलोबिट्स / सेकंद (ब) २०० किलोबिट्स / सेकंद

(क) २ मेगाबिट्स / सेकंद (ड) २.५ मेगाबिट्स / सेकंद

१८०. जेव्हा कॉम्प्युटरची माहिती डेटा स्टोरेज मीडियामधून कौशल्याने अचूकपणे काढून साठवून पुरावा म्हणून कोर्टात सादर केला जातो त्या प्रकारास ..... म्हणतात.

(अ) सायबर लॉ (ब) सायबर फोरेन्सिक (क) सायबर सर्च (ड) सायबर अॅटॅक

१८१. एका अधिनियमाद्वारे इ-मेलला भारतामध्ये संपर्क व्यवस्थेसाठी एक वैध माध्यमाचा दर्जा दिला आहे. याचाच अर्थ असा होतो की, इ-मेल हा न्यायसंस्थेमध्ये प्रस्तुत व अनुमोदित (संमत) केला जाऊ शकतो. अशाप्रकारे त्याचा कायदेशीर कार्यवाहीसाठी पर्याप्त दस्तऐवज म्हणून वापर केला जाऊ शकतो. हे वैशिष्ट्य ..... मध्ये प्रस्तावित करण्यात आले.

(अ) IT अधिनियम २००० (ब) IT विधेयक २००८

(क) IT विधेयक २००८ (ड) वरीलपैकी कोणतेही नाही.

१८२. खालीलपैकी कोणती गोष्ट कॉम्प्यूटरने मेडिकल क्षेत्रात आणली ?

(अ) ओपन हार्ट सर्जरी (ब) व्हॅक्सिनेशन

(क) ब्रेन-स्कॅन (ड) एक्स-रे

१८३. दि. २४ मे २००० रोजी पंतप्रधान मा. श्री. अटल बिहारी वाजपेयी यांनी स्वर्ण जयंती विद्या विकास अंतरिक्ष उपग्रहाचे उद्घाटन केले ते ...... या नावाने ओळखले जाते.

(अ) ज्ञान वाहिनी (ब) विद्या वाहिनी

(क) सरस्वती वाहिनी (ड) ज्ञान प्रकाश

१८४. सन १९८३ मध्ये घोषित झालेला 'विंडोज' हा प्रकल्प सन १९८१ मध्ये ..... या नावाने सुरू झाला होता.

(अ) इंटरफेस मॅनेजर (ब) इंटरनेट मॅनेजर

(क) इंटरफेस कॅरेक्टर (ड) इंटरनेट प्रोपगेटर

१८५. खाली दिलेल्या 'विंडोज' च्या उत्क्रांतीतील योग्य चढता-क्रम कोणता आहे ?

(अ) विंडोज एमई, विंडोज ७, विंडोज ९५, विंडोज ९८, विंडोज ३.० व ३.१, विंडोज व्हिस्टा, विंडोज एक्स पी.

(ब) विंडोज एमई, विंडोज ९५, विंडोज ९८, विंडोज ७, विंडोज ३.० व ३.१, विंडोज एक्सपी, विंडोज व्हिस्टा.

(क) विंडोज ३.० व ३.१, विंडोज ९५, विंडोज ९८, विंडोज एमई, विंडोज एक्सपी, विंडोज व्हिस्टा, विंडोज ७

(ड) विंडोज ३.० व ३.१, विंडोज ९५, विंडोज ९८, विंडोज ७, विंडोज एमई, विंडोज एक्सपी, विंडोज व्हिस्टा.

उत्तरे

१. क	२. ड	३. अ	४. ब	५. अ	६. ब	७. ब
८. ब	९. अ	१०. ब	११. ब	१२. ड	१३. अ	१४. ब
१५. ड	१६. ड	१७. क	१८. ब	१९. अ	२०. ब	२१. ब
२२. अ	२३. ड	२४. क	२५. क	२६. ब	२७. अ	२८. अ
२९. क	३०. अ	३१. क	३२. अ	३३. ड	३४. अ	३५. क
३६. ब	३७. ब	३८. क	३९. अ	४०. ब	४१. क	४२. अ
४३. अ	४४. ब	४५. अ	४६. ब	४७. क	४८. ब	४९. क
५०. ब	५१. ड	५२. क	५३. ड	५४. ड	५५. अ	५६. अ
५७. ड	५८. ब	५९. ड	६०. क	६१. अ	६२. ड	६३. ड
६४. क	६५. अ	६६. अ	६७. अ	६८. क	६९. अ	७०. ब
७१. ड	७२. ब	७३. ब	७४. ड	७५. अ	७६. अ	७७. अ
७८. अ	७९. अ	८०. ब	८१. अ	८२. अ	८३. अ	८४. ब
८५. ब	८६. अ	८७. ब	८८. ड	८९. अ	९०. अ	९१. ब
९२. अ	९३. अ	९४. अ	९५. क	९६. ड	९७. ड	९८. क
९९. ब	१००. ब	१०१. ब	१०२. अ	१०३. क	१०४. ड	१०५. ब
१०६. क	१०७. क	१०८. क	१०९. अ	११०. क	१११. ब	११२. ब
११३. अ	११४. अ	११५. ब	११६. क	११७. क	११८. ब	११९. अ
१२०. अ	१२१. अ	१२२. ब	१२३. क	१२४. ब	१२५. ब	१२६. अ
१२७. अ	१२८. अ	१२९. ब	१३०. ब	१३१. ब	१३२. ब	१३३. अ
१३४. ड	१३५. क	१३६. अ	१३७. ब	१३८. ब	१३९. अ	१४०. ब
१४१. अ	१४२. ब	१४३. ड	१४४. क	१४५. क	१४६. ब	१४७. ब
१४८. अ	१४९. अ	१५०. अ	१५१. अ	१५२. अ	१५३. ब	१५४. क
१५५. ब	१५६. अ	१५७. क	१५८. ड	१५९. अ	१६०. ब	१६१. ड
१६२. ड	१६३. अ	१६४. क	१६५. ब	१६६. अ	१६७. अ	१६८. ब
१६९. ड	१७०. ड	१७१. ब	१७२. अ	१७३. ब	१७४. अ	१७५. ड
१७६. ड	१७७. क	१७८. ब	१७९. ब	१८०. ब	१८१. अ	१८२. क
१८३. ब	१८४. अ	१८५. क				

३

अवकाश तंत्रज्ञान
Space Technology

भारतीय अवकाश कार्यक्रम

विसाव्या शतकातील सर्वात क्रांतिकारक आणि नेत्रदीपक घटना म्हणजे माणसाने अवकाशात घेतलेली झेप. विसावे शतक उजाडले त्यावेळी पहिले यांत्रिक विमान यशस्वीरीत्या हवेत उडालेले नव्हते; पण पहिल्या विमान उड्डाणानंतर अवघ्या ५०-५५ वर्षांच्या अवधीत माणसाने पृथ्वीची गुरुत्वाकर्षण मर्यादा उल्लंघून अवकाशात झेप घेतली. नंतर पृथ्वीभोवती कृत्रिम उपग्रह फिरत ठेवण्यात यश मिळवले. ही अतर्क्य वाटणारी घटना होती. ४ ऑक्टोबर १९५७ रोजी स्फुटनिक - १ हा उपग्रह रशियाने अंतराळात प्रक्षेपित केला. त्यानंतर अंतराळयुग सुरू झाले, असं म्हणायला हरकत नाही. १२ एप्रिल १९६१ रोजी वस्तोक - १ मधून रशियाच्या युरी गॅगारिन याने अंतरिक्षामध्ये प्रवेश केला आणि यानातून त्याने पृथ्वीभोवती प्रदक्षिणा घातल्या. तो ११० मिनिटे अंतराळ प्रवास करीत होता. या घटनेमुळे जगात अंतराळ संशोधनाचं महत्त्व पटत गेलं. भारतीय संशोधकांनीही पुढाकार घेऊन 'अवकाश विज्ञान व तंत्रज्ञान केंद्राची थुंबा या ठिकाणी १९६५ साली स्थापना केली. त्यानंतर 'इंडियन स्पेस रिसर्च ऑर्गनायझेशन' (इस्रो, भारतीय अवकाश संशोधन संस्था) स्थापना झाली. सुरुवातीचे काम अणुऊर्जा विभागाने सुरू केले होते. अवकाश संशोधनाचे ठोस कार्यक्रम सुरू व्हावेत या हेतूने १९७२ साली अवकाश विभागाची (डिपार्टमेंट ऑफ स्पेस) निर्मिती झाली. हा विभाग अणि इस्रो संयुक्तपणे अवकाशसंशोधनाचे कार्य आखतात आणि नियोजितपणे पार पाडतात.

अवकाश संशोधनातील मानवी जीवनाला खऱ्या अर्थाने उपयुक्त ठरणारा महत्त्वाचा घटक कोणता असेल तर तो म्हणजे कृत्रिम उपग्रह! कृत्रिम उपग्रहांचे अनेक प्रकार आहेत. ते त्यांच्या उपयुक्ततेप्रमाणे वर्गीकृत केलेले आहेत. नैसर्गिक संपदेचे निरीक्षण करणारे उपग्रह किंवा भूसाधनशोधक उपग्रह, भूगर्भातील खनिज द्रव्ये, खनिज तेल, मोठे जलाशय इत्यादींचा शोध घेण्यासाठी, सागरातील अधिक मासेमारीच्या जागा धुंडाळण्यासाठी किंवा विस्तृत क्षेत्रातील पिकावर आंतरभागात कोठे रोग पडला असल्यास त्याचा ठावठिकाणा लावून देण्यासाठी उपयोगी पडतात.

हेरगिरी करणारे 'टेहळणी उपग्रह' शत्रू प्रदेशातील रडार केंद्रे, सैन्याचे तळ, जंगलात लपवून ठेवलेला दारूगोळा, अणुभट्ट्या, क्षेपणास्त्रांच्या जागा इत्यादींची इत्थंभूत तपशीलवार माहिती आपल्या देशाला मिळवून देतात. ही माहिती त्या देशाला आंतरराष्ट्रीय धोरण ठरवण्यासाठी किंवा युद्ध चालू असताना डावपेच आखण्यासाठी उपयोगी पडते.

संचार उपग्रह, रेडिओ, टी. व्ही., टेलिफोन इत्यादींचे संदेश प्रवर्धित करून विनाविलंब दूरपर्यंत पाठवतात; त्यायोगे जग जवळ आणण्याचा प्रयत्न होतो. हवामान निरीक्षण गटातील उपग्रह, तापमान, हवेचा दाब, आर्द्रता

इत्यादी हवामानविषयक माहिती संकलित करून हवामानाचा अंदाज कित्येक तास अगोदर वर्तवणे शक्य होते.

आगामी काळ उपग्रहांनी जोडलेल्या संदेशवहनाच्या जाळ्याचा आहे. सायबरस्पेसमधून सर्व देशांना जोडणाऱ्या संपर्क साधनांचा आणि अत्याधुनिक संगणकांचा असणार आहे. साहजिकच विविध प्रकारच्या उपग्रहांची गरज जगातील प्रत्येक देशाला लागणार आहे. भारताने या क्षेत्रामध्ये स्वतःचे एक स्थान निर्माण केले आहे. चांद्रयान - १ या अभियानानंतर चांद्रयान - २ हे २०१३ साली अंतराळात पाठवले जाईल. मानवासहितही मोहीम २०१६ साली पार पाडण्याचे इस्रोने ठरवले आहे.

भारताची चांद्रयान - १ मोहीम

चांद्रयान - १ ची उद्दिष्टे दोन होती - चंद्राच्या पृष्ठभागाची त्रिमितीयुक्त चित्रे घेणे आणि तेथील विविध खनिजांचा आणि रासायनिक द्रव्यांचा शोध घेणे. चांद्रयान-१ हे भारताचे पहिले मानवरहित वैज्ञानिक अभियान आहे.

चांद्रयानचे यशस्वी प्रक्षेपण करण्यासाठी पी. एस. एल. व्ही. (एक्स.एल.) या रॉकेटचा उपयोग केला गेला. प्रक्षेपण २२ ऑक्टोबर २००८ रोजी सतीश धवन अंतरिक्ष केंद्रावरून करण्यात आले. ८ नोव्हेंबर रोजी चांद्रयानाचा चंद्राच्या गुरुत्वाकर्षणाच्या क्षेत्रात प्रवेश झाला.

१२ नोव्हेंबर २००८ रोजी चांद्रयान आपल्या नियोजित कक्षेत भ्रमण करू लागले. चंद्राच्या पृष्ठभागापासून ही कक्षा १०० कि. मी. वर असून ती ध्रुवीय कक्षेत आहे. हे अंतर तीन लाख शहाऐंशी हजार कि. मी. आहे.

१५ मार्च २००८ रोजी 'मून इम्पॅक्ट प्रोब : एम. आय. पी.' हे उपकरण चंद्राच्या दक्षिण ध्रुवावर उतरवण्यात आलं. त्यावर भारतीय तिरंग्याचं चित्र होतं. अशा पद्धतीने चंद्रावर अस्तित्व दर्शवणारे देश चारच होते - यू. एस. ए., सोव्हिएट रशिया, युरोपियन स्पेस एजन्सी, जपान आणि पाचवा भारत.

चांद्रयान हे १४०० कि. ग्रॅ. वजनाचे असून संपूर्ण मोहिमेचा खर्च ३८६ कोटी रुपये आला. विद्युत पुरवठ्यासाठी ७०० वॅट क्षमतेचे एक सौर पॅनेल त्यात आहे. चांद्रयान -१ मध्ये भारताची ६ उपकरणे, युरोपियन स्पेस एजन्सीची ३, नासाची २ आणि बल्गेरियाचे एक अशी १२ उपकरणे आहेत.

चांद्रयानावरील माहितीचे संकलन / विश्लेषण आणि साठवणूक बंगलोरपासून ४० कि. मी. दूर असलेले बायालालू (इंडियन डीप स्पेस नेटवर्क) येथे चालते. भारत चांद्रयान - २ हे २०१३ साली अंतराळात पाठवणार आहे. २०१६ साली मानव पाठवण्याची योजना तयार होत आहे. त्यासाठी जी. एल. एस. व्ही. हा अग्निबाण वापरला जाईल.

सुरुवातीला तत्कालीन पंतप्रधान पंडित जवाहरलाल नेहरू यांनी अवकाश संशोधनाची जबाबदारी विक्रम साराभाई यांच्याकडे सोपवली. त्याचे कारण म्हणजे १९६२ साली 'भारतीय राष्ट्रीय अवकाश संशोधन समिती (INCOSPAR) स्थापन झाली होती, त्या समितीचे अध्यक्ष डॉ. विक्रम साराभाई होते. रशिया या मित्रराष्ट्राने इस्रोस अंतराळ कार्यक्रमाची सुरुवात होताना सहकार्य केले होते. भारतातील 'अवकाश विज्ञान व तंत्रज्ञान केंद्र' आणि 'प्रायोगिक उपग्रह दळणवळण भूस्थानका'चा श्रीहरिकोटा येथील तळ तसेच 'भारतीय उपग्रहमालिका' आदी प्रकल्पांची स्थापना १९६० साली झालेली होती. १९६९ नंतर अहमदाबादच्या 'विक्रम साराभाई भारतीय अंतराळ संशोधन' संस्थेला आधुनिक रूप मिळाले. ही संस्था भारतातील सर्व अवकाश कार्यक्रमाचे नियंत्रण करू लागली.

भारतातील अवकाश कार्यक्रमाची सुरुवात

भारतीय अंतरिक्ष कार्यक्रमाचे जनक म्हणून डॉ. विक्रम साराभाई यांचे नाव घेण्यात येते. त्यांच्या मार्गदर्शनाखाली भारताच्या अवकाश कार्यक्रमाची उद्दिष्टे आणि ध्येय ठरले. अवकाश तंत्रज्ञानाचा विकास करणे व त्याचा उपयोग विविध राष्ट्रीय कार्यात करणे हा इस्रोचा मूळ उद्देश होता. विक्रम साराभाई यांनी त्यावेळी म्हटलंय, ''काहीजण आम्हाला विकसनशील राष्ट्रांमध्ये अंतराळ कार्यक्रमाच्या उद्दिष्टांसंबंधी प्रश्न विचारतात. आम्हाला आर्थिकदृष्ट्या प्रगत राष्ट्रांशी, चंद्राच्या शोधाबद्दल, ग्रह वा मानवासहित अवकाश उड्डाणाबद्दल चढाओढ करण्यामध्ये काहीच स्वारस्य नाही. आमच्या देशात तसेच इतर राष्ट्रांच्या समूहात जर आम्हास अर्थपूर्ण भूमिका पार पाडायची असेल तर, त्यासाठी आम्ही मानवाचे व समाजाचे खरेखुरे प्रश्न सोडवण्यासाठी प्रगत तंत्रज्ञानाचा वापर करण्यात सदैव अग्रभागी राहू...''

डॉ. साराभाई यांनी स्पष्ट केलेले उद्दिष्ट बहुतांशी खरं ठरलंय. अवकाश संशोधनाला आपल्या सामर्थ्य प्रदर्शनाचे माध्यम म्हणून वापरलेले नाही. अंतराळ तंत्रज्ञानात जास्तीतजास्त स्वयंपूर्ण राहण्याचे भारताचे धोरण आहे. न्यूजवीक या नियतकालिकाने यासंबंधी टिप्पणी करताना म्हटलंय - 'भारत त्याच्या अंतराळ शोधास त्यांच्या राष्ट्रीय मानबिंदूशी जोडतो.'

इस्रोचे मुख्य कार्यालय बंगळुरू येथे असून अहमदाबाद, हैदराबाद आणि तिरुअनंतपुरम येथून अवकाश संशोधन कार्य चालू असते. भारतीय अवकाश कार्यक्रमाची मुख्य उद्दिष्टे पुढीलप्रमाणे आहेत -

१) अवकाश संशोधनक्षेत्राच्या सर्व कार्यांमध्ये आत्मनिर्भरता आणणे

२) उपग्रहांचा वापर सर्वेक्षण आणि पर्यावरणाच्या निरीक्षणासाठी करणे, त्यासाठी आवश्यक ते तंत्रज्ञान विकसित करणे

३) हवामानविषयक माहिती मिळवण्यासाठी उप्रगह आणि उपग्रह प्रक्षेपणाचे तंत्रज्ञान विकसित करणे

४) दळणवळणासाठी योग्य असे मूलभूत अवकाश तंत्रज्ञान विकसित करणे; ते तंत्रज्ञान व्यापारी पद्धतीने हस्तांतरित करणे. उत्तम संदेश साधने / यंत्रणा निर्माण करणे

५) उपग्रह, अग्निबाण बांधणी, प्रक्षेपण - त्यासाठीचे इंधन बनवणे

उद्दिष्टपूर्तीकरिता इस्रोने दोन मुख्य उपग्रह प्रणालींची योजना आखून त्याची यशस्वीपणे कार्यवाही केलेली आहे.

१) इंडियन नॅशनल सॅटेलाइट (इन्सॅट); ही प्रणाली दळणवळण सेवा-सुविधा विकसित करण्यासाठी आहे.

२) इंडियन रिमोट सेन्सिस सॅटेलाइट (आय. आर. एस.) याचा उपयोग नैसर्गिक साधन-संपदेच्या व्यवस्थापनासाठी केला जाईल.

३) पोलर सॅटेलाइट लाँच व्हेईकल (पी. एस. एल. व्ही.) आणि जिओ - सिंक्रोनस सॅटेलाइट लाँच व्हेईकल (पी. एस. एल. व्ही.) यांचे संशोधन विकास केलेले आहे.

ध्रुवीय (पोलर) किंवा भूस्थिर (भूसंलग्न, जिओसिंक्रोनस) उपग्रहांचे प्रक्षेपण करण्याची यंत्रणा (वाहक) तयार करण्याचे तंत्रज्ञान आता भारताने आत्मसात केले आहे. भूस्थिर उपग्रह छत्तीस हजार किलोमीटर उंचीवरून भ्रमण करतात. त्यांना योग्य कक्षेमध्ये सोडण्यासाठी क्रोयोजेनिक इंजिनाची गरज असते. या इंजिनामध्ये अतिशीत अवस्थेत द्रवरूप हायड्रोजन आणि द्रवरूप ऑक्सिजनची गरज असते. हायड्रोजनसारखा वायू द्रवरूपात आणण्यासाठी उणे दोनशे त्रेपन्न सेल्सिअस इतके अतिशीत तापमान आवश्यक असते.

विविध प्रकारचे उपग्रह अवकाशामध्ये सोडण्यासाठी अवकाश तंत्रज्ञान विभाग (केंद्र सरकार) स्वत:च्या

संस्थांमध्ये आवश्यक त्या प्रकल्पांचे नियोजन करतो. काही प्रकल्प, संरक्षण संशोधन विभाग, अणुऊर्जा विभाग आणि अन्य वैज्ञानिक संस्थांच्या सहकार्याने पूर्ण केले जातात. अवकाश संशोधनासाठी खास प्रशिक्षित, उपयुक्त मनुष्यबळाचा विकास करणे गरजेचे असते; यासाठी विद्यापीठांच्या सहकार्याने संयुक्त संशोधन प्रकल्प उभारण्यासाठी अवकाश संशोधन विभाग संयुक्त संशोधन प्रकल्प आखण्याचे कार्य करतो. अवकाश तंत्रज्ञानामध्ये खूप आव्हानात्मक संशोधन करावे लागते. पृथ्वीभोवती मानवनिर्मित उपग्रह फिरते ठेवण्यासाठी, ते उपग्रह तेवढ्या उंचीपर्यंत वाहून नेण्यासाठी अत्यंत कार्यक्षम, शक्तिशाली असे अग्निबाण अथवा रॉकेट वाहन म्हणून वापरावे लागते. १९६० ते १९८० या वीस वर्षांच्या काळखंडात जागतिक राजकारण आणि आर्थिक अडचणींच्या दबावाखाली भारताला स्वत:चा प्रक्षेपण यान (लॉंचिंग व्हेईकल) कार्यक्रम आखणे भाग पडले. प्रथम स्तरात (१९६०-७०) भारताने आपला शक्तिशाली अग्निबाण विकास कार्यक्रम पूर्ण केला.

१९८०-९० दरम्यान उपग्रह यान - ३ बनवले. भारताने अद्ययावत (सुधारित) अशा ए. एस. एल. व्ही. (अॅग्युमेंटेड सॅटेलाईट लॉंच व्हेईकल) वापरून इस्रोने आपली संपूर्ण कार्यक्षमता ध्रुवीय उपग्रह प्रक्षेपण आणि भूस्थिर उपग्रह यान बनवण्यावर केंद्रित केली. इस्रोने विविध प्रकारच्या उपग्रह प्रक्षेपण यानाची जडणघडण केली आहे. भारतीय उपग्रह प्रक्षेपण यान घडवण्याच्या कामाचे प्रोजेक्ट लीडर डॉ. ए. पी. जे. अब्दुल कलाम होते. सुरुवातीला उपग्रह प्रक्षेपण यानाने ४०० किलोमीटरची उंची गाठावी असा या कामाचा मुख्य उद्देश होता. उपग्रह प्रक्षेपण यान हे चार स्टेज रॉकेट आहे. प्रत्येक स्टेजमध्ये धनइंधन (प्रॉपेलंट) वापरून चालणाऱ्या मोटर्स आहेत. अशा प्रकारच्या प्रक्षेपण यानाला एस. एल. व्ही. म्हणतात. मात्र, आता एस. एल. व्ही. ऐवजी सुधारित उपग्रह प्रक्षेपण यान (ए. एस. एल. व्ही.) वापरले जाते.

उपग्रहाचे डिझाईन, रचना, बांधणी यासाठी जो खर्च येतो त्यापेक्षाही जास्त खर्च जेव्हा तो उपग्रह परकीय देशाच्या मदतीने त्याच्या कक्षेत सोडला जातो, तेव्हा होतो. विशेषत: जर एखाद्या देशाला भू-संलग्न उपग्रह त्याच्या कक्षेत पाठवता येत नसेल तर तो देश अवकाश तंत्रज्ञानामध्ये स्वयंपूर्ण आहे, असे मानले जात नाही. आपल्या देशाला उपग्रहांची निर्मिती करता येते आणि तो अग्निबाणाच्या साहाय्याने अवकाश-भ्रमणासाठी पाठवता येतो. परकीय भूमीवरून आपले उपग्रह पाठवणे हे भारताला आर्थिकदृष्टीने परवडणारे नाही. साहजिकच भारताच्या अवकाश कार्यक्रमात प्रक्षेपणालाही महत्त्व दिले आहे. उदा. आय. आर. एस. आणि इन्सॅट.

एस. एल. व्ही. (सॅटेलाईट लॉंचिंग व्हेईकल) :

याला पहिल्या पिढीतील उपग्रह वाहक म्हणतात. या वाहकाची चाचणी १८ जुलै १९८० मध्ये घेण्यात आली, ती यशस्वी ठरली. चार टप्प्यांतील या वाहकात घन इंधनाचा वापर केला गेला. याची उंची २३ मीटर होती. आर एस-१ हा 'रोहिणी' उपग्रह मालिकेतील 'रोहिणी' उपग्रह योग्य कक्षेमध्ये सोडण्यात आपल्या तंत्रज्ञांनी यश मिळवले. भारताने हा स्वत:चा उपग्रह तयार केला होता. जगात तोपर्यंत फक्त पाचच देश स्वत:चा उपग्रह तयार करू शकत होते. भारताने या प्रकारच्या कामगिरीत सहावा क्रमांक मिळवला. या संपूर्ण प्रकल्पाचे डिझाईन, त्यात वापरलेले प्रॉपेलंट (इंधन), संपूर्ण जडणघडण, नियंत्रण, विविध टप्प्यांमधील प्रक्षेपण, जडत्व संवेदक, इलेक्ट्रॉनिक आंतररचना वगैरे भारतीय तंत्रज्ञांनी केले होते. या उपग्रह वाहकाच्या साहाय्याने रोहिणी उपग्रह यशस्वीपणे अवकाशात भ्रमण करू लागला. याचं उद्दिष्ट म्हणजे उपग्रह पाचशे कि. मी. उंचीपर्यंतच्या भ्रमणकक्षेत पाठवायचा. या वाहकाच्या साहाय्याने कमी वजनाचे, म्हणजे ४० कि. ग्रॅ. पर्यंतचे उपग्रह त्यांच्या नियोजित कक्षेत सोडता येतात. १९८१ च्या मे महिन्यात एस. एल. व्ही. च्या साहाय्याने पुन्हा एकदा 'आर एस - डी १' हा ३८ किलोग्रॅम वजनाचा उपग्रह त्याच्या नियोजित कक्षेत पाठवण्यात यश मिळाले.

ए. एस. एल. व्ही. (ॲग्युमेंटेड सॅटेलाईट लाँच व्हेईकल) :

याला दुसऱ्या पिढीचे उपग्रहवाहक म्हणतात. एस. एल. व्ही. मध्ये बऱ्याच सुधारणा करून 'सुधारित उपग्रहवाहक' घडवण्यात आला आहे. भावी काळामधील अवकाश संशोधनामध्ये दुसऱ्या पिढीतील 'ए. एस. एल. व्ही.' सारखे वाहक म्हणजे एक महत्त्वाचा टप्पा मानतात. याच्या साहाय्याने शंभर किलोग्रॅमहून जास्त वजनाचे उपग्रह वाहून नेता येतात. ए. एस. एल. व्ही. मार्फत दीडशे कि. ग्रॅ. वजनाचे उपग्रह वाहून न्यायची योजना होती, तथापि पहिली चाचणी अयशस्वी ठरली. हा वाहक चार टप्प्यांचा होता, त्यात दोष निर्माण झाला. साहजिक नियोजित उपग्रह 'स्रॉस' योग्य कक्षेत पाठवण्याचा प्रयोग यशस्वी ठरला नाही. ए. एस. एल. व्ही. - डी १ ही चाचणी मार्च, १९८७ मध्ये झाली होती. पुन्हा जुलै, १९८८ मध्ये या वाहकाची दुसरी चाचणी घेण्यात आली. तथापि यामधील स्रॉस - २ उपग्रह अंतराळात सोडण्यात यश मिळाले नाही. या दोन्ही अपयशी चाचण्यांमधून आपल्या संशोधकांना बरेच काही शिकायला मिळाले.

मे १९९२ मध्ये ए. एस. एल. व्ही. डी. - ३ वाहकाने स्रॉस - सी या १०६ कि. ग्रॅ. वजनाच्या रोहिणी उपग्रहाला घेऊन अंतराळात यशस्वी रीतीने भ्रमणकक्षेत लोटून दिले. ही कक्षा २६७ ते ४३३ कि. मी. उंचीपर्यंतची होती. हा प्रयोग अंशत: यशस्वी झाला; कारण उपग्रहाच्या उंचीचे नियंत्रण करणारी यंत्रणा बिघडली. ती ए एस - ४ या 'लाँच' व्हेईकलच्या अखेरच्या टप्प्यात झालेल्या बिघाडामुळे घोटाळा झाला. हा उपग्रह कमी उंचीवरील कक्षेत ५५ दिवस भ्रमण करत होता. अपेक्षित भ्रमणकाळ १८० दिवसांचा होता. हा उपग्रह ५५ दिवसांनंतर भस्म पावला.

४ मे १९९४ रोजी लगोलग दुसरे यश भारताला प्राप्त झाले. ए. एस. एल. व्ही. डी. - ४ च्या साहाय्याने स्रॉस - सी २ हा ११३ कि. ग्रॅ. वजनाचा उपग्रह अवकाशात सोडण्यात आला. त्याने तीन वर्षे भ्रमण केले. या उपग्रहात गॅमाकिरणांचे पृथक्करण करणारी यंत्रणा होती; शिवाय 'आयनोस्फेअर' चा अभ्यास करण्यासाठी 'पोटेंशियल ॲनालायझर' ही यंत्रणा होती.

'ए. एस. एल. व्ही.' वाहकाची उंची २४ मीटर असून वजन ४.८ टन आहे. पुढील पिढीचे पी. एस. एल. व्ही. आणि जी. एस. एल. व्ही. वाहकांची उभारणी करण्यासाठी ए. एस. एल. व्ही. च्या उभारणीतून मिळालेला अनुभव उपयोगी पडला. (उदाहरणार्थ - क्लोज गायडन्स सिस्टिम, स्ट्रॅप डाऊन इनर्शियल नॅव्हिगेशन सिस्टिम, बुल्बस् हीट शिल्ड पे लोड बे वगैरे यंत्रणांची उभारणी करता आली.)

उपग्रह वाहकाची उभारणी त्याच्या मूलभूत यंत्रणेसह करणे ही अत्यंत आव्हानात्मक बाब आहे. अशा तऱ्हेची यंत्रणा क्षेपणास्त्रे बनवण्यासाठी उपयुक्त असते. या कारणामुळे परदेशातून ही यंत्रणा मिळत नाही. उपग्रह तयार करता येतात, पण उपग्रह कक्षेत सोडण्यासाठीची गुंतागुतीची यंत्रणा मिळवणे अत्यंत कठीण असते. 'मिसाईल टेक्नॉलॉजी कंट्रोल रेजीम' (एम. टी. सी. आर.) असे त्या यंत्रणेचे नाव आहे. 'इस्रो' या भारतीय संस्थेने उपग्रहवाहकाचे डिझाईन आणि जडणघडण यशस्वीपणे करून दाखवली. ही यंत्रणा कार्यान्वित होण्यासाठी वेळ लागला, कारण संपूर्ण प्रकल्पाची उभारणी त्यांना शून्यातून करावी लागली. मात्र, उपग्रहांची निर्मिती करताना त्यांना अडथळे आले नाहीत.

पोलर सॅटेलाईट लाँचिंग व्हेईकल (पी. एस. एल. व्ही.) :

याला मराठीत ध्रुवीय उपग्रह प्रक्षेपक म्हणतात. या तिसऱ्या पिढीच्या प्रक्षेपकांचे आराखडे १९९२ पूर्वीच तयार झालेले होते. यासाठी जे चलित्र (मोटर) लागतात किंवा खास इंधनांची गरज असते, त्याचे संशोधनही चालू होते. पी. एस. एल. व्ही. च्या वाहकाची चाचणी ऑक्टोबर १९९३ रोजी झाली. परंतु, त्यात यश लाभले नाही. 'आय. आर. एस. पी - १' हा उपग्रह नियोजित कक्षेत पोहोचू शकला नाही.

ऑक्टोबर १९क९४ मध्ये 'आय. आर. एस. - डी २' हा उपग्रह पी. एस. एल. व्ही. - डी २ या वाहकाने अंतराळात ८२० कि. मी. वर योग्य कक्षेत पाठवला. हा दूरसंवेदन मालिकेतील ग्रह नियोजित कार्य करू लागला. पी. एस. एल. व्ही. हे भारताचे चार टप्प्यांचे उपग्रहवाहक आहे. पहिल्या टप्प्यातील रॉकेट घनइंधन वापरून सहा एस. एल. व्ही. - ३ मोटर चालवते. दुसरे रॉकेट द्रवरूप इंधन वापरते. ते एरिअन नावाचे युरोपियन पद्धतीचे वाहक आहे. तिसऱ्या टप्प्यातील रॉकेट घनइंधन वापरते आणि चौथ्या टप्प्यात पुन्हा द्रवइंधन वापरले जाते.

पी. एस. एल. व्ही. - डी ३ वाहकाच्या साहाय्याने २१ मार्च १९९६ 'आय. आर. एस. - पी ३' हा आणखीन एक दूरसंवेदन उपग्रह सूर्यस्थिर ध्रुवीय कक्षेत स्थापन करण्यात इस्रोला यश मिळाले. पी. एस. एल. व्ही. १६०० कि. ग्रॅ. वजनाचे उपग्रह सुमारे ६२० कि. मी. उंचीवरील कक्षेत सोडण्यासाठी अत्यंत उपयुक्त ठरले आहेत. 'पी. एस. एल. व्ही. सी. - १' या वाहकाने 'आय. आर. एस. - १ डी' हा दूरसंवेदन उपग्रह ८१७ कि. मी. कक्षेत काहीशा कमी वेगात स्थापित केला; कारण चौथ्या टप्प्यात बिघाड झाला होता. चार टप्प्यांच्या या प्रक्षेपकाची उंची ४४ मीटर होती. चौथ्या टप्प्यात दाबाखाली असणारा हेलियम वायू वापरलेला होता. या यशामुळे जगात भारताची मान उंचावली गेली. पी. एस. एल. व्ही. ने कोरियाचा किटसॅट आणि जर्मनीचा टबसॅट हे दोन उपग्रह सुलभपणे योग्य कक्षेमध्ये सोडून दिले. यात चार छोटे आणि तीस सूक्ष्म संगणक बसवले आहेत. नंतर जर्मनीचा बर्ड, बेल्झियमचा प्रोबा हे उपग्रह पी. एस. एल. व्ही. ने प्रक्षेपित करून दिले आहेत. भारताचा भू-संलग्न (भूस्थिर) कक्षेत जाणारा मेटसॅट हा हवामानाच्या अंदाजासाठीचा उपग्रह पी. एस. एल. व्ही. ने २००२ मध्ये सोडला होता पी. एस. एल. व्ही. मार्फत छोटे भू-संलग्न उपग्रह (बदलत्या कक्षेत) पाठवता येतात. पी. एस. एल. व्ही. आता 'अंतराळातील बाजारपेठे'त एक विश्वसनीय नाव झाले आहे; कारण या उपग्रहवाहकामार्फत ५५ उपग्रह (आणि अंतराळयानं) योग्य कक्षेत भ्रमणासाठी पाठवण्यात आलेली आहेत. त्यात २६ भारतीय तर २९ परदेशी उपग्रह आहेत. ते विविध कक्षांमधील आहेत. हे विशेष पी. एस. एल. व्ही. - २००८ सालच्या एप्रिल महिन्यात एकाच प्रक्षेपणात दहा उपग्रह त्यांच्या नियोजित कक्षेत पाठवले होते. हा एक जागतिक विक्रम आहे; कारण रशियाने एकाच प्रक्षेपणात त्या आधी आठ उपग्रह पाठवले होते. ९ सप्टेंबर २०१२ रोजी पी. एस. एल. व्ही. ने सतत एकवीस प्रक्षेपणांमध्ये यश प्राप्त करून दाखवले. ८०० किलोमीटर उंचीपर्यंत सुमारे १३०० कि. ग्रॅ. वजनाचे उपग्रह ध्रुवीय कक्षेत सोडण्याची क्षमता पी. एस. एल. व्ही. ने सिद्ध केली आहे.

पी. एस. एल. व्ही. वाहकाच्या यशाचे प्रमाण ९५% आहे. मोठ्या उपग्रहास लहान आकाराचे अनेक उपग्रह योग्य त्या कक्षेत भ्रमणासाठी सोडण्याची क्षमता या वाहकाने सिद्ध केली आहे. पी. एस. एल. व्ही. भारताला विदेशी मुद्रा मिळवून देत आहे. या उपग्रह वाहकाचा एका उड्डाणासाठीचा खर्च सुमारे १.७ कोटी अमेरिकन डॉलर्स एवढा असतो.

पी. एस. एल. व्ही. च्या प्रक्षेपणांचा इतिहास

वाहक	सामुग्री / उपग्रह	दिनांक	यश / अपयश
पी. एस. एल. व्ही. डी. - १	आय. आर. एस. १ इ	२० सप्टेंबर १९९३	अयशस्वी
पी. एस. एल. व्ही. डी. - २	आय. आर. एस. पी. -२	१५ ऑक्टोबर १९९४	यशस्वी
पी. एस. एल. व्ही. डी. - ३	आय. आर. एस. पी. -३	२१ मार्च १९९६	यशस्वी
पी. एस. एल. व्ही. सी. - १	आय. आर. एस. -१ डी	२९ सप्टेंबर १९९७	यशस्वी

वाहक	सामुग्री / उपग्रह	दिनांक	यश / अपयश
पी.एस.एल.व्ही.सी. २	ओशन सॅट (आय.आर.एस.पी. - ४) किटसॅट - ३, ट्यूबसॅट	२६ मे १९९९	यशस्वी
पी.एस.एल.व्ही.सी. ३	टेस (टेक्नॉलॉजी एक्सपेरिमेंट सॅटेलाईट)	२२ ऑक्टोबर २००१	यशस्वी
पी.एस.एल.व्ही.सी. ४	कल्पना - १ (मेटसॅट)	१२ सप्टेंबर २००२	यशस्वी
पी.एस.एल.व्ही.सी. ५	रिसोर्ससॅट -१ (आय.आर.एस.पी.-६)	१७ ऑक्टोबर २००३	यशस्वी
पी.एस.एल.व्ही.सी. ६	कार्टोसॅट - १ व हॅमसॅट	५ मे २००५	यशस्वी
पी.एस.एल.व्ही.सी. ७	कार्टोसॅट - २, स आर ई -१ लापान ट्यूबसॅट, पेहयून सॅट - १	१० जानेवारी २००७	यशस्वी
पी.एस.एल.व्ही.सी. ८	एगाईल	२३ एप्रिल २००७	यशस्वी
पी.एस.एल.व्ही.सी. १०	टेकसार	२३ जानेवारी २००८	यशस्वी
पी.एस.एल.व्ही.सी. ९	कार्टोसॅट - २ए.आय.एम.एस.१ + आठ नॅनो उपग्रह	२८ एप्रिल २००८	यशस्वी
पी.एस.एल.व्ही.सी. ११	चांद्रयान - १	२२ ऑक्टोबर २००८	यशस्वी
पी.एस.एल.व्ही.सी. १२	रिसॅट - २ व अनुसॅट	२० एप्रिल २००९	यशस्वी
पी.एस.एल.व्ही.सी. १४	ओशन सॅट -२, सहा नॅनो उपग्रह	२३ सप्टेंबर २००९	यशस्वी
पी.एस.एल.व्ही.सी. १५	कार्टोसॅट - २ बी व चार उपग्रह	१२ जुलै २०१०	यशस्वी
पी.एस.एल.व्ही.सी. १६	रिसोर्ससॅट - २ व दोन नॅनो उपग्रह	२० एप्रिल २०११	यशस्वी
पी.एस.एल.व्ही.सी. १७	जीसॅट - १२	१५ जुलै २०११	यशस्वी
पी.एस.एल.व्ही.सी. १८	मेघा ट्रॉपिक्स, जुगुनू, एस.आर.एम. सॅट, व्हेसल सॅट	१२ ऑक्टोबर २०११	यशस्वी
पी.एस.एल.व्ही.सी. १९	रिसॅट - १	२६ एप्रिल २०१२	यशस्वी
पी.एस.एल.व्ही.सी. २१	स्पॉट - ६, प्रोइटर्स इस्रोची १०० वी मोहीम	९ सप्टेंबर २०१२	यशस्वी

पी.एस.एल.व्ही. (सी -९) संबंधी लक्षणीय माहिती

पी.एस.एल.व्ही.सी. - ९ मध्ये 'पे-लोड' (उपग्रह आणि इतर सामग्री - उपकरणे - इंधन आदी) म्हणून ८२० किलोग्रॅम वजन होत होतं. हा एक विक्रमच होता. २००७ साली रशियाच्या अशाच प्रकल्पामध्ये केवळ २९५ कि. ग्रॅ. 'पे-लोड' होते. भारताने स्वत:चे दोन आणि परदेशाचे आठ उपग्रह त्याच्या नियोजित कक्षेत भ्रमण करण्यासाठी पाठवण्यात यश प्राप्त केले. तारीख होती २८ एप्रिल २००८.

रॉकेटचे वजन २३० टन होते आणि त्याची उंची ४४ मीटर (म्हणजे सुमारे १५ मजली उंच इमारतीएवढी) होती. प्रकल्पाची किंमत (खर्च) सुमारे पावणे दोन कोटी अमेरिकन डॉलर्स एवढी होती.

भारताला प्रत्येक उपग्रह सोडण्यासाठी सहा लाख यू. एस. डॉलर्स मिळाले. हे उपग्रह वजनाने लहान होते. अशा आठ उपग्रहांचे (एकत्रित) वजन ५० कि. ग्रॅ. होते. ते उपग्रह कॅनडा, जपान, डेन्मार्क, जर्मनी आणि नेदरलँड्स या देशांचे होते. यातील सर्वात जड दोन उपग्रह भारताचे होते - कार्टोसॅट - २ए (६९० कि. ग्रॅ.) आणि आय. एम. एस. -१ (८३ कि. ग्रॅ.), सर्वात हलके उपग्रह आवसॅट -२ (७५० ग्रॅम), कॉंपास - १ (१ कि. ग्रॅ.) आणि सीड्स - २ (१ कि. ग्रॅ.) होते. पी. एस. एल. व्ही. मार्फत कल्पना - १ हा हवामानविषयक संशोधन करण्यासाठीचा उपग्रह ५ फेब्रुवारी २००३ रोजी प्रक्षेपित करण्यात आला होता. अवकाश वीरांगना कल्पना चावला हिच्या स्मरणार्थ कल्पना -१ हे नाव उपग्रहाला दिलेले आहे.

जीओसिंक्रोनस सॅटेलाइट लॉंच व्हेईकल (जी.एस.एल.व्ही.)

मराठीमध्ये जी.एस.एल.व्ही. या चौथ्या पिढीच्या उपग्रह यंत्रणेला भू-संलग्न (भूस्थिर) उपग्रह वाहक म्हणतात. पी.एस.एल.व्ही. उपग्रहवाहकाचे तंत्रज्ञान प्रगतिपथावर असतानाच भू-स्थिर इन्सॅट वर्गीय उपग्रह वाढवण्यासाठी उपग्रह वाहकाच्या रचनेचे आणि बांधणीचे काम सुरू झाले होते. जी.एस.एल.व्ही. चे पहिले. प्रक्षेपण १८ एप्रिल २००१ रोजी झाले; पण ते अयशस्वी ठरले होते. ८ मे २००३ रोजीचे प्रक्षेपण मात्र यशस्वी ठरले. २० सप्टेंबर २००४ रोजी केलेला जी.एस.एल.व्ही. उड्डाणाचा प्रयोग पुन्हा एकदा उत्तम यशस्वी ठरला. २००० कि. ग्रॅ. एवढ्या जड उपग्रहाला भूस्थिर कक्षेमध्ये सोडण्यासाठी जी.एस.एल.व्ही. सक्षम आहे. उपग्रहाचे सौरपंखे व अँटेना उघडणे हे आव्हानात्मक असणारे कार्य जी.एस.एल.व्ही. ने सुलभपणे केले होते.

तीन टप्प्यांमध्ये प्रक्षेपित होणारे जी.एस.एल.व्ही. ४९ मीटर उंच असून त्याचे वजन ४१५ टन आहे. जी.एस.एल.व्ही.ची आतापर्यंत ७ प्रक्षेपणे झाली आहेत. त्यातील दोन पूर्ण यशस्वी ठरली तर एका प्रक्षेपणास अंशत: यश मिळाले. चार प्रक्षेपणे मात्र अयशस्वी ठरली. पहिल्या टप्प्यातील इंजिन घन इंधनाचा वापर करते. दुसऱ्या टप्प्यातील इंजिन 'विकास' नावाचे आहे. ते द्रवरूप इंधन वापरते. तिसरे इंजिन 'क्रायोजेनिक' इंजिन आहे. त्यामध्ये द्रवरूप हायड्रोजन आणि ऑक्सिजन वापरले जाते. जी.एस.एल.व्ही. चे प्रक्षेपण अशारीतीने तीन टप्प्यांमध्ये होते. ही सर्व प्रक्षेपणे 'सतीश धवन स्पेस सेंटर' (एस.डी.एस.सी.) शार (श्रीहरिकोटा) येथून केली गेली. जी.एस.एल.व्ही. मध्ये एक द्रवरूप आणि एक क्रायोजेनिक इंजिन वापरले गेले. अमेरिकेच्या दबावामुळे रशियाने भारताला तिसऱ्या टप्प्यात वापरण्यात येणारे क्रायोजेनिक इंजिन दिले नाही. इस्रोच्या संशोधकांनी हे आव्हान स्वीकारले. आता जी.एस.एल.व्ही. साठी भारतीय तंत्रज्ञांनी तयार केलेले क्रायोजेनिक इंजिन वापरले जात आहे.

जी.एस.एल.व्ही. चा उपयोग इन्सॅट - २ वर्गीय उपग्रहांना त्यांच्या नियोजित कक्षेत भ्रमंतीसाठी सोडण्यासाठी केला जातो. यानंतर जी.एस.एल.व्ही. मार्क - ३ वर्गीय उपग्रहवाहक तयार करण्याचं आव्हान भारतीय तंत्रज्ञांपुढे आहे ते इन्सॅट - ४ वर्गीय उपग्रहांसाठी गरजेचे आहे. हे उपग्रह ४.५ ते ५ टन जड असतात. या तंत्रामध्ये जर भारत यशस्वी ठरला तर उपग्रह अंतराळात पाठवण्याच्या जागतिक 'बाजारपेठे'त भारताला उतरता येईल. परकीय चलन मिळवण्यासाठी या सिद्धतेचा उपयोग होईल.

सतीश धवन स्पेस सेंटर (श्रीहरिकोटा) येथून करण्यात आलेली जी.एस.एल.व्ही.ची प्रक्षेपणे

उपग्रह	दिनांक	वजन (किलोग्रॅम)	यश/अपयश	टिप्पणी
जी सॅट - १	१८ एप्रिल २००१	१५४०	अपयशी	चाचणी प्रक्षेपण. उपग्रह कमी उंचीवर प्रक्षेपित झाला. योग्य उंचीवर नेण्यासाठी इंधन कमी पडले.
जी सॅट - २	८ मे २००३	१८२५	यशस्वी	संशोधन / विकास प्रक्षेपण
एज्युसॅट	२० सप्टेंबर २००४	१९५०	यशस्वी	पहिले प्रत्यक्ष कार्य-प्रक्षेपण
इन्सॅट - ४ सी	१० जुलै २००६	२१६८	अपयशी	रॉकेटचा मार्ग चुकत गेला. रॉकेट आणि उपग्रह बंगालच्या उपसागरात नष्ट करण्यात आला.
इन्सॅट -४ सी आर	२ सप्टेंबर २००७	२१६०	अंशतः यशस्वी	कमी उंचीवर उपग्रह गेला. त्याचे 'कलणे' अपेक्षेपेक्षा जास्त झाले. भूस्थिर कक्षेत उपग्रह भ्रमण करीत आहे. उपग्रह अपेक्षित कामगिरी करत आहे.
जी सॅट - ४	१५ एप्रिल २०१०	२२२०	अयशस्वी	विशिष्ट उंचीवर क्रायोजेनिक इंजिनाच्या पंपामध्ये बिघाड
जी सॅट - ५ पी	२५ डिसेंबर २०१०	२१३०	अयशस्वी	द्रवरूप इंधनाचा 'बूस्टर' बिघडला. संपूर्ण यंत्रणा नष्ट करण्यात आली.

अग्निबाणासाठी प्रॉपेलंटची (इंधनाची) निवड

अग्निबाणाचे उड्डाण (प्रक्षेपण) करताना जे 'इंधन' वापरतात त्याला 'प्रॉपेलंट' म्हणतात. ते घनस्वरूपात असते. ए.एस.एल.व्ही. हे दुसऱ्या पिढीचे उपग्रहवाहक आहे. पाच टप्प्यांच्या या अग्निबाणामध्ये हायड्रॉक्सिटर्मिनेटेड पॉलिब्युटाडाईन (एच.टी.पी.बी) आणि लॅक्टोन - टर्मिनेटेड पॉलिब्युटाडिन (एल.टी.पी.बी.) ही घनइंधने होती. या दोन इंधनांचे संशोधन आणि विकास इस्रोमधील संशोधकांनी केला होता.

जी.एस.एल.व्ही. या उपग्रहवाहकाची रचना तीन टप्प्यांची असून पहिल्या टप्प्यात (जी. एस. -१) घनइंधन वापरणारी मोटर आहे. शिवाय चार द्रवइंधन वापरणाऱ्या 'स्ट्रॅप-ऑन' मोटर्स आहेत. क्रायोजेनिक इंजिनचा वापर तिसऱ्या टप्प्यामध्ये केला आहे. या इंजिनामध्ये द्रवरूप हायड्रोजन आणि द्रवरूप ऑक्सिजन वापरण्यात येतो. हे इंजिन रशियन अवकाश संस्था ग्लाव कॉसमॉसकडून मॉडेल म्हणून मिळाले होते.

पी.एस.एल.व्ही. या उपग्रहवाहकाची रचना चार टप्प्यांची आहे. त्यातील पहिल्या आणि तिसऱ्या टप्प्यात घन इंधन वापरले जाते. दुसऱ्या आणि चौथ्या टप्प्यामध्ये द्रवरूप इंधन वापरले जाते. द्रवरूप इंधनामध्ये यू. डी. एम. एच. म्हणजे 'अनसिमिट्रिकल डायमेथिल हायड्राझाईन' आणि नायट्रोजन टेट्रॉक्साईड महत्त्वाचे असतात. मोनोमिथाईल हायड्राझाईन आणि नायट्रोजन टेट्रॉक्साईड यांचे मिश्रण करून चौथ्या टप्प्यातील इंधनात वापरले जाते. घनइंधनात ऑक्सिजन (प्राणवायू) पुरवण्याकरिता नायट्रोजन टेट्रॉक्साईड ऑक्सिडायझर म्हणून उपयुक्त ठरते.

द्रवरूप आणि घनरूप इंधन

अग्निबाणाचे प्रक्षेपण न्यूटनच्या तिसऱ्या नियमाच्या आधारे चालते. तो नियम म्हणजे प्रत्येक क्रियेसाठी समान प्रक्रिया विरुद्ध दिशेने कार्यरत असते. अग्निबाणाचे इंधन जेव्हा प्रज्वलित केले जाते तेव्हा त्याचे रासायनिक क्रियांमुळे ज्वलन होते. या प्रक्रियेत उष्ण वायूंची जोरात निर्मिती होते. ते वायू उष्णतेने झपाट्याने प्रसरण पावतात आणि अग्निबाणाच्या शेपटीकडील बाजूस असलेल्या लहान छिद्रावाटे अतिवेगाने बाहेर उत्सर्जित होतात. या क्रियेत अग्निबाणावर तेवढ्याच परिमाणाचे बल (जोर / शक्ती) विरुद्ध दिशेने कार्यरत होते. याचाच परिणाम म्हणजे अग्निबाण अवकाशात झेपावतो.

रॉकेट इंधनात (प्रॉपेलंटमध्ये) जळणारा पदार्थ + ऑक्सिजन पुरवणारे रसायन असते.

१) द्रवरूप इंधन - यामध्ये पुढील घटक असतात - द्रवरूप हायड्रोजन, द्रवरूप अमोनिया, अल्कोहोल, खनिज तेल, हायड्राझिन, बोरॉन हायड्राझाईड. घन इंधनापेक्षा द्रवरूप इंधने जास्त ज्वलनशील असतात.

२) घनरूप इंधन - यामध्ये पॉलिब्युटाडाईन व ॲक्रिलिक आम्ल असते. ऑक्सिजन स्वत: जळत नाही, मात्र तो ज्वलनासाठी मदत करतो. त्याचा पुरवठा व्हावा म्हणून ॲल्युमिनियम परक्लोरेट, नायट्रोग्लिसरीन व नायट्रोसेल्युलोज वापरतात.

चांद्रयानासाठी जे पी. एस. एल. व्ही. सी. ११ वापरण्यात आले, त्यात सहा रॉकेट्सची एक 'स्टेज' होती. त्याला 'स्ट्रॅप ऑन्स' म्हटले जाते. यातील पहिल्या व तिसऱ्या 'स्टेज' मध्ये घन इंधन वापरले होते. दुसऱ्या आणि तिसऱ्या 'स्टेज' मध्ये द्रवरूप इंधन वापरले गेले. घन इंधनात ॲल्युमिनियम धातूची भुकटी वापरली गेली; आणि इंधनात 'बायंडर' म्हणून एच. टी. पी. बी. वापरण्यात आले. प्राणवायूची निर्मिती करण्याकरिता 'ऑक्सिडायझर' म्हणून अमोनियम परक्लोरेटचा वापर करण्यात आला. यांचे मिश्रण केल्यानंतर ते 'कॉंक्रिट' च्या घन ठोकळ्याप्रमाणे दिसते; कारण ते खूप कठीण बनते. पहिल्या 'स्टेज' मधील इंधन हे १३८ टन वजनाचे होते. दुसऱ्या 'स्टेज' मधील इंधन सहा स्ट्रॅप-ऑन मोटर्समध्ये होते आणि प्रत्येक स्ट्रॅप-ऑनमध्ये ते ९ टन होते. या खेरीज द्रवरूप इंधन ४१ टन होते. तिसऱ्या 'स्टेज' मध्ये ७.६ टन घन इंधन होते तर चौथ्या अखेरच्या टप्प्यात (दुहेरी इंजिनासाठी) २.५ टन द्रवरूप इंधन वापरले गेले.

या विविध प्रकारच्या इंधनांचे संशोधन तिरुअनंतपुरम येथील विक्रम साराभाई स्पेस सेंटर आणि शार (श्रीहरिकोटा) येथील सतीश धवन स्पेस सेंटर येथे केले जाते. या ठिकाणी प्रतिवर्षी ९०० टन घन 'प्रॉपेलंट' तयार करण्याची सोय केली गेली आहे. जगात अमेरिका आणि फ्रान्सच्या नंतर घन इंधनाच्या निर्मितीमध्ये भारताचा तिसरा क्रमांक आहे.

क्रायोजेनिक इंजिन

सन २००२ मध्ये इस्रोने पहिले भारतीय बनावटीचे ए - १ हे क्रायोजेनिक इंजिन बनवले. नेहमीच्या इंजिनाच्या दीडपट जास्त मोठा रेटा हे इंजिन देऊ शकते.

भू-संलग्न किंवा भूस्थिर उपग्रहाचं प्रक्षेपण झाल्यावर तो तंतोतंत त्याच्या नियोजित कक्षेमध्ये भ्रमण करण्यासाठी सोडावा लागतो. घन इंधन (प्रॉपेलंट) वापरून जे अग्निबाण अंतराळात झेपावतात त्यावर पूर्णत: नियंत्रण करणं तांत्रिकदृष्ट्या अवघड असतं. द्रवरूप इंधनावर कार्य करणारी इंजिने (अग्निबाण) नियंत्रण करण्यासाठी तुलनात्मकदृष्ट्या सुलभपणे वापरता येतात. घन इंधन वापरणारे इंजिन वजनाने जड आणि त्या प्रमाणात अग्निबाणाला पुरेसा रेटा देणारे नसते. प्राणवायू (ऑक्सिजन) आणि हायड्रोजन हे दोन वायू इंधन म्हणून कमालीचे कार्यक्षम असतात. ते अतिशीत, म्हणजे उणे दोनशे त्रेपन्न अंश सेल्सिअस या तापमानाला द्रवरूप स्थितीत असतात. अशा अतिशीत स्थितीतील द्रवरूप इंधन ज्या इंजिनात वापरतात त्याला क्रायोजेनिक इंजिन म्हणतात. ज्या रॉकेटमध्ये ही द्रवरूप इंधने घेऊन जायची आहेत, त्यामधील सिलेंडर खास उष्णतारोधक आवरणात ठेवावी लागतात. क्रायोजेनिक इंजिनातील सर्वात अवघड भाग म्हणजे जोरदार रेटा देऊ शकणाऱ्या पोकळीची रचना (थ्रस्ट चेंबर असेंब्ली). या भागातच इंधन घेऊन येणाऱ्या नळ्या असतात. त्या बहुतांशी ताम्र धातूच्या किंवा कधीही न गंजणाऱ्या मिश्रधातूच्या असतात. इंजिनाच्या या भागात दोन्ही वायू येऊन प्रचंड ऊर्जा निर्माण होते, त्यातून तप्त वायू प्रसरण पावून रॉकेटमधून बाहेर पडतो. या क्रियेतून रॉकेट गुरुत्वाकर्षणाच्या विरुद्ध अंतराळात झेपावते. भारत क्रायोजेनिक इंजिनाचे तंत्रज्ञान आत्मसात करीत असून, त्यामधील प्रगती उत्तम आहे. 'सीयूएस' (क्रायोजेनिक अप्पर स्टेज) इंजिनाचा यशस्वी वापर करण्यात आला आहे. या इंजिनासाठी सुमारे ४५० कोटी रुपये खर्च आलाय. हे इंजिन भारताला मिळू नये असा प्रयत्न अमेरिकेने केला होता. अखेर ते भारताने बनवून दाखवले!

इन्सॅट

इंडियन नॅशनल सॅटेलाईट या तीन शब्दांपासून 'इन्सॅट' हा शब्द तयार झालाय. 'भारतीय राष्ट्रीय उपग्रह' चे इन्सॅट हे संक्षिप्तरूप आहे. इन्सॅट ही एक उपग्रह प्रणाली आहे. सामाजिक-आर्थिक विकासाला चालना देण्यासाठी इन्सॅटची बहुउद्देशीय मालिका सुरू करण्यात आली आहे. सर्व इन्सॅट उपग्रह 'जिओस्टेशनरी' (भूस्थिर, भूसंलग्न) प्रकारात मोडतात. इन्सॅट -१ ए हा या मालिकेतील पहिला उपग्रह होता. तो १० एप्रिल १९८२ रोजी अंतरिक्षात झेपावला. मात्र, तो अमेरिकेतील फोर्ड एरोस्पेस कंपनीच्या उपग्रह वाहकावरून अंतराळात पाठवला होता. हा उपग्रह त्यातील इंधनप्रणालीत बिघाड झाल्यामुळे अयशस्वी ठरला होता.

इन्सॅट मालिकेमध्ये इन्सॅट - १, इन्सॅट - २, इन्सॅट - ३ आणि इन्सॅट - ४ अशा उपग्रहांच्या चार पिढ्यांचा समावेश केला जातो. इन्सॅट - १ए नंतर इन्सॅट - १ बी चे प्रक्षेपण सव्वा वर्षाने, ३० ऑगस्ट १९८३ रोजी यशस्वीपणे केले गेले. या उपग्रहांमध्ये संदेश वितरण यंत्रणा (रेडिओमेटरी) व्ही. एच. एच. आर. उपकरण सामग्रीचा समावेश केला होता. दूरसंचार विभाग, सूचना प्रसारण मंत्रालय व भारतीय हवामान खाते या विभागांनी देशाच्या सुनिश्चित गरजा भागवण्यासाठी इन्सॅट प्रणालीचा वापर केला. या प्रणालीमधील सर्व उपग्रह कमी वेळ कार्य करणारे आणि कमी खर्चाचे होते; असे एकूण चार उपग्रह अमेरिकेतील फ्रेंच गियाना येथून सोडण्यात आले. भारताने १९९९ च्या

एप्रिल महिन्यात इन्सॅट - २ ई चे प्रक्षेपण केले होते. ते फ्रेंच गयानाच्या कोऊरू (Kourou) येथून पार पाडले गेले. त्यामधील उपग्रहात १७ सी बँड, सी बँड ट्रान्सड्यूसर, मूलभूत रेडिओमेटरी, पाण्याच्या वाफेची एक वाहिनी, चार्ज कपल डिव्हाईसवर्गीय एक किलोमीटर रिझोल्युशन असणारा एक कॅमेरा आदी उपकरणे होती. या उपग्रह प्रक्षेपणाच्या यशामुळे एक महत्त्वाचा टप्पा भारताने ओलांडला.

इन्सॅट - २ मालिकेमधील इन्सॅट - २ सी या उपग्रहाचा अपवाद वगळता सर्व उपग्रहांचे प्रक्षेपण आणि कार्य यशस्वी ठरले. इन्सॅट - २ ए पासून या मालिकेची सुरुवात झाली होती. इन्सॅट - २ ए आणि इन्सॅट - २ बी या दोन्ही उपग्रहांवर सी बँड प्रक्षेपकाची योजना होती. याचा फायदा ग्राहकांच्या सुविधा वाढवण्यासाठी झाला. यामुळे भारताच्या बाहेरील मध्यपूर्वेतील देशांना आणि आग्नेय आशियातील लोकांपर्यंत दूरचित्रवाणीचे कार्यक्रम पुरवणे सुलभ झाले. इन्सॅट - २ बी उपग्रहांवर ४०६ मेगॅहर्ट्झ वारंवारितेचा उपयोग करून आणीबाणीच्या संकटाच्यावेळी माहिती आणि सूचना देणारी यंत्रणा कार्यरत करता आली. परिणामी संकटात सापडलेल्या जहाजांना किंवा दुर्गम भागात अडकलेल्या लोकांच्या मदतीसाठी तातडीने जाता येण्यासाठी ही सोय करण्यात आली. सात वर्षांचा नियोजित कालावधी संपल्यावरही इन्सॅट - २ बी कार्यरत होता. या उपग्रहांवरील कॅमेऱ्याचे वियोजन (रिझोल्युशन) दर्जेदार असल्यामुळे आपल्या देशाच्या ज्या भागात ढग आहेत त्यांचे फोटो दर तीन तासांनी मिळू लागले. या उपकरणांच्या साहाय्याने मिळालेल्या माहितीवरून हवामानविषयक अंदाज व्यक्त करता येणे शक्य झाले.

इन्सॅट - ३ बी : इन्सॅट - ३ बी मुळे भारताच्या अवकाश कार्यक्रमातील क्षमता जगापुढे सिद्ध झाली. याचे प्रक्षेपण २२ मार्च २००० रोजी झाले. भारताने इन्सॅट - ३ बी मुळे इन्सॅट प्रणाली अधिक सक्षम आणि अद्ययावत केली. यामुळे संदेशवहन यंत्रणा, हवामान संशोधन आणि आपत्ती व्यवस्थापन या बाबतीत अधिक चांगल्या कार्यक्षमतेने सेवा देणे शक्य झाले. त्याच वर्षी मे महिन्यात स्वर्णजयंती विद्याविकास अंतरिक्ष उपग्रह योजना (विद्यावाहिनी) या कार्यक्रमाची सुरुवात ओरिसाराज्यात सुरू झाली. या योजनेत कालाहंडी - बोलांगिर - कोरापूट भागातील सुमारे ८०० खेडेगावांना सुधारित दळणवळणाचा लाभ मिळणे शक्य झाले. आंध्रप्रदेशात दूर शिक्षण, दूर वैद्यकीय सेवा, संगणक व्यवस्थापन, शेती व्यवस्थापन आणि विभागीय संगणक सुविधा पुरवण्यासाठी वेगळा प्रेषक (ट्रॅन्सपाँडर) लावून इन्सॅट - ३ बी उपग्रह सज्ज करण्यात आला होता.

झाबुआ डेव्हलपमेंट कम्युनिकेशन प्रॉजेक्ट (जे.डी.सी.पी., झाबुआ विकास दळणवळण प्रकल्प) १ नोव्हेंबर १९९६ रोजी मध्यप्रदेशात सुरू झाला. झाबुआ तालुका आणि धार व बरवानी या शेजारच्या जिल्ह्यांतील २०० खेडी यामध्ये समाविष्ट करण्यात आली आहेत. १९९५ मध्ये संदेशवाहिनी आणि प्रशिक्षण यासाठी विशेष कार्यक्रम आखलेला असतो. या वाहिनीतर्फे दोन्ही बाजूंनी संभाषण करता येते. तथापि, प्रत्यक्ष चित्र मात्र पाठवणाऱ्याच्या बाजूचे दिसते, भाग घेणाऱ्याचे दिसत नाही. या कार्यक्रमाचे समन्वयन इन्सॅट - ३ बी मार्फत होते.

इन्सॅट - ३ सी : हा एक अधिक सुधारित आणि सक्षम उपग्रह मानला जातो. तो २५ जानेवारी २००२ साली अंतराळात पाठवला होता. त्याचे प्रक्षेपण फ्रेंच गयानाच्या कोऊरू येथून झाले. हा प्रकल्प भारताच्या पंतप्रधानांनी ३ जुलै २००२ रोजी देशाला समर्पित केला. याच सुमारास अंदमान-निकोबार बेटांच्या उपग्रहामार्फत औषध योजनांचा कार्यक्रम सुरू झाला. इन्सॅट - ३ सी मुळे संदेशवहन, रेडिओ - दूरचित्रवाणीचे कार्यक्रम अधिक सक्षमतेने होतील. उपग्रहाचे नियंत्रण हसन (कर्नाटक) केंद्रावरून होते. सौर पॅनेल, अँटेना आणि उपग्रहाची तिन्ही अक्षांतून मिळणारी स्थिरता आदींमुळे उपग्रहाचे कार्य उत्तम चालते. ७४ पूर्व रेखांशावर हा उपग्रह भू-संलग्न परिस्थितीत भ्रमण करतोय. हा उपग्रह जुन्या झालेल्या उपग्रहांवरील काही निवडक सेवा जास्त सुधारित रीतीने पुरवील. या उपग्रहाचा कार्यकाल १२ वर्षांचा आहे. यामध्ये २४ सी - बँड, ६-विस्तारित, २ एस-बँड आणि मोबाईल सेवेचे ट्रान्सपाँडर्स आहेत.

इन्सॅट - ३ ए : हा उपग्रह फ्रेंच गयानाच्या कोऊरू (द. आफ्रिका) तळावरून १० एप्रिल २००३ रोजी यशस्वीरीत्या त्याच्या नियोजित कक्षेत पाठवता आला. या प्रक्षेपणासाठी एरियन मालिकेतील 'एरियन ५-जी' या प्रक्षेपकाचा उपयोग करण्यात आला. २९५० किलोग्रॅम वजनाचा इन्सॅट - ३ ए हा उपग्रह १० तास ४७ मिनिटांत एक पृथ्वी प्रदक्षिणा पूर्ण करतो. हा उपग्रह रेडिओ - दूरचित्रवाणी, आपत्कालीन सेवा, दळणवळण, हवामानाचा अंदाज आदी बहुउद्देशीय सेवांसाठी योजलेला आहे. त्यात २४ ट्रॅन्सपाँडर्स आहेत. तो ९३.५ अंश पूर्व रेखांशावर भू-संलग्न स्थितीत भ्रमण करतो.

इन्सॅट ३ इ : २८ सप्टेंबर २००३ रोजी या उपग्रहाचे प्रक्षेपण करण्यात आले. यात दळणवळणाचे प्रेषक (ट्रान्सपाँडर्स) आहेत. ते सी - बँड वर्गीय आहेत. तसेच सी-बँड 'विस्तारित' वर्गीय देखील आहेत.

इन्सॅट - ४ : या मालिकेतील पहिला उपग्रह २५ डिसेंबर २००५ रोजी प्रक्षेपित करण्यात आला. इन्सॅट - ४ सी मात्र अयशस्वी ठरला. परंतु, इन्सॅट - ४ बी आणि इन्सॅट - ४ सी-आर या उपग्रहांचे प्रक्षेपण एरिअन - ५ ने २२ डिसेंबर २००५ रोजी कोऊरू (फ्रेंच गयाना) येथून करण्यात आले. हा उपग्रह भूसंलग्न बदलत्या कक्षेत पाठवण्यात यश मिळाले. याची कक्षा ८३ अंश पूर्व आहे. त्याची उंची ३६०५५ किलोमीटर आहे.

इन्सॅट - ४ ए आणि इन्सॅट - ४ बी याचा उपयोग टेलिकम्युनिकेशन (दळणवळणा) करिता होत आहे. संपूर्ण भारतीय उपखंडाला त्याचा उपयोग होणार आहे. यातील प्रेषक (ट्रान्सपाँडर्स) म्हणजे १२ के. यू. आणि १२ सी - बँड आहेत. याची रचना आणि बांधणी इस्रोच्या संशोधकांनी केली आहे. इन्सॅट - ४ ए आणि इन्सॅट - ४ बी यांचे वजन सुमारे ३२०० किलोग्रॅम आहे. यांचा कार्यकाळ हा सुमारे १२ वर्षांचा राहील. उच्च दर्जाचे दूरचित्रवाणीचे प्रक्षेपण करण्याचे काम या उपग्रहाकडे आहे. डायरेक्ट टू होम (डी.टी.एच.) सेवा देखील हाच उपग्रह पुरवतो. टाटा ग्रुप (टाटा स्काय) आणि स्टार हे इन्सॅट - ४ ए कडून सेवा घेतात, कारण हा इस्रो आणि टाटा यांचा संयुक्त प्रकल्प आहे.

इन्सॅट - ४ डी : हा उपग्रह २५ डिसेंबर २०१० रोजी प्रक्षेपित करण्यात आला. तो भू- संलग्न (भूस्थिर) कक्षेमधील असून त्यात दळणवळणविषयक सामग्री आहे. तथापि, हा उपग्रह त्याच्या नियोजित कक्षेमध्ये पोहोचू शकलेला नाही.

इन्सॅट - ४ व्यतिरिक्त अन्य उपग्रह देखील इस्रोने प्रक्षेपित केले असून त्यात एज्युसॅट हा एक महत्त्वपूर्ण उपग्रह २० जानेवारी २००४ रोजी प्रक्षेपित करण्यात आला होता. इस्रोतर्फे शिक्षणाच्या क्षेत्रात काम करणाऱ्या एज्युसॅटचे प्रक्षेपण जी.एस.एल.व्ही. मार्फत करण्यात आले. याचा उपयोग भूमी उपयोजन, आपत्ती व्यवस्थापन, नागरी नियोजन यासाठी होतो. याचे स्थान ७४ अंश पूर्व रेखांशावर आहे.

इन्सॅटची प्रक्षेपणे

उपग्रह	प्रक्षेपण (दिनांक)	यश / अपयश	वजन-किलोग्रॅम
इन्सॅट - १ ए	१० एप्रिल १९८२	अंशत: यशस्वी	-
इन्सॅट - १ बी	३० ऑगस्ट १९८३	अंशत: यशस्वी	-
इन्सॅट - १ सी	२१ जुलै १९८८	अंशत : यशस्वी	-
इन्सॅट - १ डी	१२ जून १९९०	अयशस्वी	-
इन्सॅट - २ ए	१० जुलै १९९२	यशस्वी	१९०६

उपग्रह	प्रक्षेपण (दिनांक)	यश / अपयश	वजन किलोग्रॅम
इन्सॅट - २ बी	२३ जुलै १९९३	यशस्वी	१९०६
इन्सॅट - २ सी	७ डिसेंबर १९९५	यशस्वी	२१०६
इन्सॅट - २ डी	४ जून १९९७	अयशस्वी	२०७९
इन्सॅट - २ इ	३ एप्रिल १९९९	यशस्वी	२५५०
इन्सॅट - ३ बी	२२ मार्च २०००	यशस्वी	२७७०
इन्सॅट - ३ सी	२४ जानेवारी २००२ (फ्रेंच गियाना)	यशस्वी	२६५०
कल्पना - १	१२ सप्टेंबर २००२	यशस्वी	१०६०
इन्सॅट - ३ ए	१० एप्रिल २००३	यशस्वी	२९५०
इन्सॅट - ३ इ	२९ सप्टेंबर २००३	यशस्वी	२७७५
जीसॅट - २	८ मे २००३	यशस्वी	१८००
एज्युसॅट (जी सॅट ३)	२० जानेवारी २००४	यशस्वी	१९५०
कार्टोसॅट / हॅमसॅट	५ मे २००५	यशस्वी	१५६०
इन्सॅट ४ - ए एरिअन ५	२२ डिसेंबर २००६	यशस्वी	३०८१
इन्सॅट ४ सी. जी.एस.एल.व्ही.	१० जुलै २००६	अयशस्वी	-
कार्टोसॅट - २	१० जानेवारी २००७	यशस्वी	६५०
इन्सॅट - ४ बी	१२ मार्च २००७	यशस्वी	३०२५
जी सॅट - ४	१५ एप्रिल २०१०	अयशस्वी	-
जी सॅट - ५ पी	२१ मे २०११	अयशस्वी	२३१०
जी सॅट - ८	२१ मे २०११	यशस्वी	३१००
जी सॅट - १२	१५ जुलै २०११	यशस्वी	१४१०
जी सॅट - १०	२९ सप्टेंबर २०१२	यशस्वी	३४०० (सर्वात जड)

सुदूर संवेदन

सुदूर संवेदन म्हणजे एखाद्या वस्तूबद्दल दूर अंतरावरून माहिती मिळवणे. विमानात किंवा उपग्रहात बसवलेल्या उपकरणांमार्फत पृथ्वीवरील पाण्याचे साठे, जमिनीचे प्रकार, जंगलसंपदा, खनिजसंपदा आणि अन्य साधनसामग्री विषयी माहिती मिळते. शिवाय या तंत्रामुळे पृथ्वीवरील भूकंप, पूर, वणवे, ज्वालामुखी यासारख्या प्रलयंकारी दुर्घटनांचा मागोवा घेता येतो. सुदूर संवेदनांमध्ये पृथ्वीकडून येणारी ऊर्जा उपग्रहातील विविध यंत्रांमध्ये नोंदवली

जाते. त्यापासून आपल्याला उपग्रहप्रतिमा किंवा संगणकफीत मिळवता येते. मानवी बुद्धी आणि संगणकाचे साहाय्य घेऊन या माहितीचे पृथक्करण करता येते. त्याचे विश्लेषण करून योग्य ते निष्कर्ष काढले जातात. या तंत्रात प्रकाश, उष्णता व रेडिओलहरींचा वापर करून माहिती गोळा करण्यासाठी उपग्रहांचा उपयोग होतो.

या तंत्रात पृथ्वी आणि अंतराळ यानाचे अंतर महत्त्वाचे ठरते. ती यंत्रणा किती बारकाईने माहिती टिपू शकते, ज्या भू-भागाचे निरीक्षण केले जात आहे, तिची व्याप्ती आणि त्या प्रमाणात मिळणाऱ्या प्रतिमेची सुस्पष्टता किती आहे, यावर सुदूर संवेदनाच्या माहितीचा दर्जा कळतो. प्रत्यक्ष मिळणाऱ्या प्रतिमेत कमीतकमी किती अंतरावरील दोन वस्तू सुलभतेने ओळखता येतात, त्या अंतराला त्या प्रतिमेचे वियोजन किंवा इंग्रजीमध्ये 'रिझोल्युशन' म्हणतात. या संबंधीचा एक तक्ता दिला आहे. यात यानाचा प्रकार, पृथ्वीपासूनचे अंतर, यंत्रणेची व्याप्ती आणि वियोजन (रिझोल्युशन) दिलेले आहे. जेव्हा फार मोठ्या भू-भागाचे निरीक्षण करायचे असेल तर खूप उंचावरून निरीक्षण करावे लागते. साहजिक खूप बारकाईने निरीक्षण शक्य होत नाही. सुदूर संवेदनांमध्ये तेव्हा पृथ्वीच्या प्रत्यक्ष संपर्कात न येता दुरूनच विविध प्रकारची उपयुक्त माहिती मिळते.

प्रतिमेच्या सुस्पष्टतेतील वियोजन (रिझोल्युशन)

यान	पृथ्वीपासून अंतर (किलोमीटर)	व्याप्ती	वियोजन
विमान	५ ते १०	१० कि. मी. × १० कि. मी.	२ ते ५ मीटर
आय. आर. एस. (भारत)	९००	१४१ कि. मी. × १४१ कि. मी	५ ते ६ मीटर
लँडसॅट (यू. एस. ए.)	७०० ते ९००	१७५ कि. मी. × १८५ कि. मी.	२० ते ७० मीटर
इन्सॅट (भारत)	३६०००	उपखंडीय	१०० कि. मी. हून जास्त

हवामानविषयक अभ्यास करताना फार मोठ्या क्षेत्रातील ढगांच्या समुदायाची पाहणी करावी लागते. इन्सॅट सारखे उपग्रह ३६००० किलोमीटर अंतरावरून निरीक्षण नोंदवत असतात. आय. आर. एस. सारखे उपग्रह १०० कि. मी. वरूनही खूप तपशीलवार प्रतिमा मिळवू शकतात. त्यासाठी भारताने खास तंत्रज्ञान विकसित केले आहे.

सुदूर संवेदनासाठी विद्युत चुंबकीय ऊर्जा : सुदूर संवेदनात लागणारी ऊर्जा ही विद्युत चुंबकीय प्रकारातील असते. ही ऊर्जा वातावरणरहित पोकळीतून मुक्त प्रवास करू शकते. विद्युत चुंबकीय ऊर्जा दोन प्रकारच्या स्रोतांतून मिळते - १) नैसर्गिक स्रोत २) यंत्रनिर्मित स्रोत.

नैसर्गिक विद्युत चुंबकीय स्रोतांमध्ये जमिनीवरील गरम पाण्याचे झरे, ज्वालामुखी, महासागरातील उष्ण पाण्याचे प्रवाह, वणवे यापासून निघालेल्या उष्ण लहरी, तसेच पृथ्वीपासून बाहेर पडणारे सूक्ष्मतरंग यांचा समावेश होतो.

यंत्रनिर्मित विद्युतचुंबकीय ऊर्जेमध्ये यानांमधील रडारसारख्या यंत्रणेने निर्माण केलेली सूक्ष्मतरंग ऊर्जा, तसेच लेसर ऊर्जा यांचा समावेश होतो. यंत्रनिर्मित ऊर्जा मानवनिर्मित असल्यामुळे तिच्या वापरावर नियंत्रण ठेवणे मानवाच्या हातात असते.

या उपग्रहांमध्ये तीन प्रकारची उपकरणे असतात -

१) महाक्षेत्रव्यापी कॅमेरा (पॅन कॅमेरा) - हा कॅमेरा दृश्य पटलातील कृष्णधवल छायाचित्रे घेतो. उपग्रह जरी दुसऱ्या कक्षेत गेला तरी हव्या त्या ठिकाणी तो वळतो आणि चित्रीकरण करतो. या कॅमेऱ्याची वियोजन

क्षमता ५ ते ६ मीटर आहे. तो त्रिमितीदर्शक प्रतिमा मिळवून देतो. एका वेळी तो ७० कि. मी. × ७० कि. मी. इतका विस्तृत भू-भाग चित्रित करतो.

२) चपल कॅमेरा ('लिस' लिनिअर इमेजिंग सेल्फ स्कॅनर) या कॅमेऱ्याने दोन दृश्य आणि एक कनिष्ठ उपप्रतिमा मिळते. एका वेळी १४२ कि. मी. × १४२ कि. मी. क्षेत्रफळ व्यापणारी प्रतिमा मिळते. या कॅमेऱ्याची वियोजनक्षमता २३.५ मीटर आहे.

३) डब्ल्यू. आय. एफ. एस. (वाईड फिल्ड सेन्सर) हे उपकरण एकावेळी मोठा भूभाग, जवळ जवळ ८१० कि. मी. × ८१० कि. मी. इतके क्षेत्रफळ व्यापतो. एकावेळी एक दृश्य आणि एक उपदृश्य टिपणारा हा कॅमेरा आहे. या उपकरणाची वियोजनक्षमता १८८ मीटर असली तरी एकावेळी एक प्रचंड मोठा भू-भाग चित्रित करता येतो, त्यामुळे एकाच प्रतिमेत खूप माहिती मिळू शकते.

आय.आर.एस. उपग्रहाने टिपलेल्या प्रतिमा हैदराबादजवळील शादनगर येथील भू-केंद्रात पाठवल्या जातात. या प्रतिमा संशोधकांना हैदराबादच्या राष्ट्रीय सुदूर संवेदन संस्थांमध्ये मिळतात. (एन.आर.एस.ए., नॅशनल रिमोट सेन्सिंग एजन्सी)

ही संस्था अवकाश विभागाच्या अंतर्गत पण स्वायत्तपणे चालते. दूरसंवेदनासंबंधीचे संशोधन करणे आणि उपग्रह प्रतिमा व्यापारी तत्त्वावर प्रत्यक्ष वापरासाठी उपलब्ध करून देणे, हे या संस्थेचे मुख्य कार्य आहे. उपग्रह प्रतिमांचा वापर करण्यासाठीची सोय संस्थेच्या मुख्य कार्यालयात उपलब्ध आहे. अमेरिकेच्या 'लँडसॅट' युरोपच्या ई.आर.एस. व फ्रान्सच्या 'स्पॉट' या उपग्रहांकडून मिळालेल्या आवश्यक त्या प्रतिमा मिळवून द्यायची सेवा पण 'एन.आर.एस.ए.' देते. डेहराडून येथे 'भारतीय दूरसंवेदन संस्था' (आय.आय.आर.एस.) आहे. दूरसंवेदनाबाबतचे संशोधन आणि प्रशिक्षण देण्याचे कार्य आय.आय.आर.एस. मध्ये चालते.

भारताचे सुदूर संवेदन करणारे उपग्रह

भारताने आत्तापर्यंत जेवढे उपग्रह अंतराळात सोडलेले आहेत, त्यात 'आय. आर.' (रिमोट सेंसिंग) चे कार्य करणारे उपग्रह सर्वात जास्त आहेत. यामध्ये ३६० मीटर ते २.५ मीटर इतक्या बारकाईने वियोजन (रिझोल्युशन) करणारे उपग्रह आहेत. यामध्ये बसवलेले कॅमेरे हे वेगवेगळ्या स्पेक्ट्रल बँडसूमध्ये पृथ्वीवरील छायाचित्रण करतात. भारताचे भविष्यकाळातील उपग्रह दिवसा आणि रात्री पण अधिक स्पष्ट चित्रीकरण करणारे असतील. भारताच्या सुदूर संवेदन उपग्रहाचे प्रकार बरेच असून तक्यात त्यासंबंधीचा तपशील दिलेला आहे, त्यातील 'टी.ई.एस.' म्हणजे टेक्नॉलॉजी एक्सपेरिमेंट सॅटेलाईट, 'आय.एम.एस.' म्हणजे इंडियन मिनिसॅटेलाईट, 'आर.आय.एस.ए.टी.' म्हणजे रडार इमेजिंग सॅटेलाईट.

भारताच्या 'सुदूर संवेदन' संबंधित उपग्रहांची मालिका

उपग्रह	प्रक्षेपण (केव्हा आणि कोठून ?)	सद्य:स्थिती
आय.आर.एस. - १ ए	मार्च १७, १९८८ (व्होस्टॉक, रशियातून)	मोहीम पूर्ण
आय.आर.एस. - १ बी	ऑगस्ट २९, १९९१ (व्होस्टॉक, रशिया मार्फत)	मोहीम पूर्ण
आय.आर.एस. - १ ई	सप्टेंबर २०, १९९३ (पी.एस.एल.व्ही.डी.)	कक्षेत गेले नाही.
आय.आर.एस. - पी २	ऑक्टोबर १५,१९९४ (पी.एस.एल.व्ही. - डी २)	मोहीम पूर्ण

उपग्रह	प्रक्षेपण (केव्हा आणि कोठून ?)	सद्य:स्थिती
आय.आर.एस. - १ सी	डिसेंबर २८, १९९५ (मोलनिया, रशिया मार्फत)	सेवा चालू
आय.आर.एस. - पी ३	मार्च २१, १९९६ (पी.एस.एल.व्ही. - डी ३)	मोहीम पूर्ण
आय.आर.एस. - १ डी	सप्टेंबर २९, १९९७ (पी.एस.एल.व्ही. - सी १)	सेवा चालू
ओशन सॅट - १	मे २६, १९९९ (पी.एस.एल.व्ही. - सी २)	सेवा चालू
टी.ई.एस.	ऑक्टोबर २२, २००१ (पी.एस.एल.व्ही. - सी ३)	सेवा चालू
रिसोर्ससॅट - १	ऑक्टोबर १७, २००३ (पी.एस.एल.व्ही. - सी ५)	सेवा चालू
कार्टोसॅट - १	मे ५, २००५ (पी.एस.एल.व्ही. - सी ६)	चालू सेवा
कार्टोसॅट - २	जानेवारी १०, २००७ (पी.एस.एल.व्ही. - सी ७)	सेवा चालू
आय.एम.एस. - १	एप्रिल २८, २००८ (पी.एस.एल.व्ही. - सी ९)	सेवा चालू
कार्टोसॅट - २ ए	एप्रिल २८, २००८ (पी.एस.एल.व्ही. - सी १४)	सेवा चालू
कार्टोसॅट - २ बी	जुलै १२, २०१० (पी.एस.एल.व्ही. - सी १५)	सेवा चालू
रिसोर्ससॅट - २	एप्रिल २०, २०११ (पी.एस.एल.व्ही. - सी १६)	सेवा चालू
मेगॅ - ट्रॉपिक्स	ऑक्टोबर १२, २०११ (पी.एस.एल.व्ही. - सी १८)	सेवा चालू
रिसॅट - १	एप्रिल २६, २०१२ (पी.एस.एल.व्ही. - सी १९)	सेवा चालू

आपल्या देशाने ७ जून १९७९ रोजी ४४४ किलोग्रॅम वजनाचा भास्कर - १ हा प्रायोगिक पृथ्वीनिरीक्षक उपग्रह आर्यभट्टप्रमाणेच रशियन सहकार्याने अवकाशात पाठवला. भास्करवर अन्य यंत्रोपकरणांबरोबर दोन टी. व्ही. कॅमेरे आणि मायक्रोवेव्ह रेडिओ मीटर यंत्रणा बसवण्यात आली. भास्करने भारताच्या जमीन, समुद्र आणि जंगलप्रदेशांचे सर्वेक्षण केले, त्याचप्रमाणे समुद्रातील प्रवाह, सागरतापमानातील चढउतार आणि वातावरणविषयक बरीच उपयुक्त माहिती देशाला मिळवून दिली. २० नोव्हेंबर १९८१ रोजी भारताने भास्कर - २ उपग्रहाचे प्रक्षेपण केले. भास्कर - २ सुद्धा आपल्या कार्यात पूर्णत: यशस्वी ठरला. सुदूर संवेदन करणारे हे दोन प्राथमिक उपग्रह यशस्वी ठरल्यानंतर 'आय.आर.एस.' अर्थात 'रिमोट सेन्सिंग सॅटेलाईट' म्हणजेच भारतीय दूरसंवेदन उपग्रहांची मालिका सुरू झाली.

सुमारे ९८० कि. ग्रॅ. वजनाचे सुरुवातीचे उपग्रह रशियाच्या सहकार्याने अवकाशात सोडण्यात आले. ते बैकानूर प्रक्षेपण तळावरून व्हास्टोक अग्निबाणातून पाठवले होते. तिन्ही उपग्रह पृथ्वीभोवती सुमारे ९०० किलोमीटर उंचीवरील कक्षेतून भ्रमण करत असतात.

आय.आर.एस. १ ए या उपग्रहात तीन कॅमेरे असतात. त्यांच्यामार्फत दृश्य वर्णपटलातील छायाचित्रे आणि इन्फ्रारेड (अवरक्त लांबीच्या) पट्ट्यातील छायाचित्रे टिपून ती आपल्या देशाकडे पाठवण्याची व्यवस्था असते.

सुदूर संवेदन मालिकेतील सुरुवातीच्या उपग्रहांना अंतराळात पाठवण्यासाठी भारताला रशियन अग्निबाणावर अवलंबून रहावे लागत होते. 'आय.आर.सी. - १ सी' हा महत्त्वाचा दूरसंवेदी उपग्रह नेहमीप्रमाणेच अंतराळात

सोडण्यासाठी रशियन अग्निबाणाची मदत घेण्यात आली होती. या मदतीदरम्यान भारताचा पी.एस.एल.व्ही. विकास प्रकल्प प्राथमिक टप्प्यात होता. ठरल्याप्रमाणे १९९५ साली २८ डिसेंबरला 'आय.आर.एस. - १ सी' रशियाच्या बैकनूर येथील प्रक्षेपण केंद्रावरून शक्तिशाली 'मोलनिया' अग्निबाणाचा उपयोग करून अंतराळात पाठवला गेला. त्यानंतर सव्वा वर्षातच भारतीय शास्त्रज्ञांनी 'पी.एस.एल.व्ही. - डी ३' च्या अग्निबाणाचे यशस्वी प्रक्षेपण करून सुदूर संवेदन मालिकेतील उपग्रह भारतीय भूमीवरून सोडण्याचे ठरवले. त्यात भारताला अपेक्षित यश मिळत आहे.

आय.आर.एस. - १ डी या उपग्रहाचे प्रक्षेपण भारताच्या भूमीवरून यशस्वी रित्या २९ सप्टेंबर १९९७ रोजी करण्यात आले. हा अतिप्रगत दूरसंवेदक उपग्रह आहे. या उपग्रहास अंतराळात पाठविणाऱ्या अग्निबाणाचे नाव होते 'पी.एस.एल.व्ही. - सी १' या प्रक्षेपक वाहनाचे वजन २९४ टन होते. त्याची उंची ४४.४ मीटर (म्हणजे १५ मजली इमारती एवढी उंच आहे.) या उड्डाणाचे वर्णन 'छापील पुस्तकाप्रमाणे झालेले प्रक्षेपण' असे करण्यात आले. या उपग्रहास अंतराळात घेऊन जाणारा अग्निबाण चार टप्प्यांचा होता. चार टप्प्यांतील या प्रक्षेपणासाठी द्रवरूप आणि घनरूप इंधन वापरण्यात आले होते. या प्रक्षेपणाने जे यश मिळाले ते लक्षात घेऊन केंद्र सरकारने खाजगी कंपन्यांना अवकाश आणि उपग्रहांचे खाजगी क्षेत्र खुले केले आहे.

सुदूर संवेदन - उपग्रह हे आपल्या देशासाठी खूप उपयुक्त ठरत आहेत, कारण या मोहिमेपासून होणारे लाभ पुष्कळ आहेत.

सुदूर संवेदनाचे काही उपयोग :

पृथ्वीसंबंधीच्या बहुतेक सर्व प्रकारच्या सर्वेक्षणासाठी सुदूर संवेदनाचे तंत्रज्ञान वापरता येते. प्रमुखत: भूवैज्ञानिक सर्वेक्षणामध्ये हे तंत्र वापरतात. एखाद्या भूभागातील खडकांचे प्रकार ओळखणे, खडकांच्या थरांचा अभ्यास, खडकांच्या वळ्या, प्रस्तर भंग, खडकांमधील दोन संगत शैलसमूहामधील संरचनात्मक विसंगती - अशा विविध संशोधनांसाठी सुदूर संवेदन उपग्रहाचा उपयोग होतो.

खनिज संपत्तीचा ठावठिकाणा, ती मिळण्याची संभाव्य जागा, खनिज तेल आणि नैसर्गिक वायू काही वैशिष्ट्यपूर्ण भूवैज्ञानिक संरचना निर्माण झाल्या असतील तरच सापडतात. तसे खडक व संरचना समजून येण्यास हे तंत्र उपयुक्त ठरते. पाणी जमिनीच्या कोणत्या भागातून वाहते आणि जिरते, त्याचा शोध घेता येतो. राजस्थानातील गुप्त सरस्वतीचा मागोवा या तंत्राद्वारे घेण्यात आला होता.

भूकंपप्रवण विभाग, त्याची कारणे याचे आकलन होण्यास हे तंत्र मदत करते. कोकणामधील भातसा आणि सूर्या नद्यांच्या आसमंतात झालेले भूकंप, कुर्डुवाडी भ्रंश या नावाने ओळखल्या जाणाऱ्या भूवैज्ञानिक संरचनांच्या दृष्टीने काहीशा दुर्बल असलेल्या पट्ट्यावर ती ठिकाणे आल्याने होतात, हे उपग्रह प्रतिमांवरून समजले. हा भ्रंश वायव्य - आग्नेय दिशांना पसरला असून त्याची लांबी सुमारे ५०० किलोमीटर आहे.

ज्वालामुखीचा उद्रेक झाला तर त्यातून बाहेर पडणारा लाव्हारस कोणत्या दिशेने आणि किती वेगाने पुढे सरकत आहे, किंवा पुराचे पाणी कुठेपर्यंत पसरले आहे, हे काही तासांच्या अंतराने प्रतिमा घेतल्या तर कळते. मानवी वस्तीला धोका असेल तर जीवितहानी आणि काही प्रमाणात वित्तहानी टळू शकते.

नगर रचना - विज्ञानात ठराविक कालावधीने उच्च प्रतीचे आकाशीय अवलोकन करून शहरांच्या वाढीची भौगोलिक माहिती, वाढीचा वेग आणि बेकायदा बांधकामे कोठे चालू आहेत, याचा छडा लागतो.

जंगलतोडीचा पुरावा देण्याकरता हे तंत्र योग्यच आहे. १९७२ आणि १९९२ च्या दरम्यान लॅंडसॅट उपग्रहाने घेतलेल्या प्रतिमांचा अभ्यास करून भारतातील जंगलांचा किती ऱ्हास झाला, ते ध्यानात येते, एवढंच नव्हे तर दक्षिण अमेरिकेत इतर निरुपद्रवी पिकांच्या आत चोरून लावलेली गांजाची झाडे देखील उपग्रहांनी शोधून काढली.

एखाद्या वनक्षेत्रामध्ये कोणत्या वृक्षांचं प्रमाण किती आहे, शेतातील पिकांवर, जंगलातील वनस्पतींवर कोणता रोग, कीड पडली आहे. याचा मागोवा घेता येतो.

हिमनद्यांचा प्रवास मंद गतीने होतो. वारंवार उपग्रह प्रतिमांचा अभ्यास करून हिमालयासारख्या बर्फाच्छादित प्रदेशातील हिमनद्यांच्या हालचाली लक्षात येतात. तसेच गिर्यारोहकांना धोकादायक विवरे कोठे आहेत, त्याचा अंदाज येतो.

सुदूर संवेदनामध्ये हेरगिरी करणारेही उपग्रह आहेत. युद्धाच्या काळामध्ये शत्रूच्या गुप्तठळांचा ठावठिकाणा लावता येतो. गरम पाण्याचे झरे, महासागरातील उष्ण प्रवाह यांचा शोध या तंत्रामार्फत घेता येतो. पुरातत्त्वविज्ञानामध्ये हे तंत्रज्ञान उपयोगाचे आहे. मातीच्या थराखाली दडलेल्या वस्त्या किंवा वास्तू यांच्यामध्ये वापरलेला चुना केशाकर्षण क्रियेने वर येऊन मातीच्या रंगछटांमध्ये त्या वस्तीचा अगर वास्तूंचा आकृतिबंध निर्माण होतो, त्यावरून पुराणवस्तूंचे संशोधन होऊन पुरातन संस्कृतीचा अभ्यास करता येतो.

दूरसंवेदन उपग्रहाचे आणखी वैशिष्ट्य म्हणजे हे उपग्रह पृथ्वीने उत्सर्जित केलेल्या प्रारणावरून तसेच पृथ्वीच्या पृष्ठभागावरून परावर्तित झालेल्या सूर्यप्रकाशावरून पृथ्वीचा भौगोलिक व जैविकदृष्ट्या अभ्यास करतात. उदाहरणार्थ - शेकोटीजवळ बसल्यावर आपल्याला आगीची धग जाणवते. परंतु, विस्तवाने उत्सर्जित केलेली सर्वच प्रारणे आपल्याला दिसत नाहीत. अगदी तशीच पृथ्वीने उत्सर्जित केलेली अदृश्य प्रारणे उपग्रहावर असलेल्या संवेदकामार्फत पकडली जातात. त्या प्रारणांचे रूपांतर छायाचित्रांमध्ये करण्यात येते. अर्थातच उपग्रहावर बसवलेले संवेदक जेवढे संवेदनक्षम तेवढी छायाचित्रांची सुस्पष्टता अधिक असते.

लोकसंख्येच्या अभ्यासासाठी, पाहणीसाठी दूरसंवेदनाचा उपयोग होतो. मानवी श्रमाचा उपयोग करून केलेल्या लोकसंख्येची क्षेत्रीय विभागणी कशी झाली आहे याचा अभ्यास करता येतो. लोकसंख्येच्या विभागणीवर त्या भागाची किंवा देशाची आर्थिक व सामाजिक स्थिती अवलंबून असते. निरनिराळ्या योजनांसाठी ती माहिती आवश्यक असते. लोकसंख्येचे स्थलांतर दूरसंवेदनाद्वारेच माहीत होते. इमारती, कारखाने, जंगलतोड, पिकांचे प्रकार इत्यादींसाठी वेगवेगळ्या पद्धती वापरून दूरसंवेदकांच्या माहितीचे पृथक्करण केले जाते.

वनस्पतीशास्त्राचे संशोधनही सुदूरसंवेदन तंत्राने होऊ शकते. अवकाशयानातून जंगलांची आणि पिकांची पाहणी करता येते, त्यामुळे उंची आणि विस्तार लक्षात येतो, कारण इन्फ्रारेड चित्रण सुलभतेने करता येते. थर्मल (तापमान विषयक) माहिती इन्फ्रारेड चित्रीकरणाने केल्यास मिळते. त्यायोगे जमिनीतील पाणी टिकवून ठेवण्याचे प्रमाण, पिकांचे प्रमाणात किती येईल आदी माहिती कळते.

आपत्ती व्यवस्थापन, पर्यावरणाची स्थिती याबद्दलची माहिती सुदूरसंवेदनामुळे कळते. वातावरणातील निरनिराळ्या वायूंची स्थिती, धूलिकणांची किंवा अन्य विषारी किरणांची माहिती गोळा करता येते. पर्यावरणाचा समतोल कुठे सांभाळला गेला आहे, कुठे पर्यावरणाचा समतोल ढासळला आहे, प्रदूषणाचे प्रमाण कोठे, किती प्रमाणात आहे ते कळते. नद्या, पर्वत-पठारांची स्थिती, भूकंप, वारा, वादळ, चक्रीवादळ, त्सुनामी, अतिवर्षा, वणवा, आगी इत्यादी माहिती सुदुरसंवेदन तंत्राने मिळते. या सर्व माहितीचे संकलन करून योग्य त्या पद्धतीने आपत्ती निवारण व्यवस्थापन करता येते.

सारांश (सुदूर संवेदनामार्फत मिळणारी माहिती)

१) पिकांचे उत्पन्न, दर्जा, जमिनीचा कस, पिकांवरील रोग वगैरे
२) भू-भागावरील जंगलव्याप्त जमीन किती आहे, रेताड / वाळवंटी जमीन किती आहे
३) भू-पृष्ठजलाचे आणि भू-गर्भजलाचे प्रमाण

४) भू-भागावरील खनिज द्रव्ये कुठे / किती आहेत
५) पावसाच्या ढगांची विभागणी / प्रमाण, प्रवास, दिशा, वेग वगैरे
६) सागरनिरीक्षण, मासेमारीचे किफायतशीर क्षेत्र कुठे आहे, किती आहे आदी
७) ज्वालामुखी, भूकंप, त्सुनामी, चक्रीवादळ, महापूर, आगी / वणवे यांचा स्थान - विस्तार आदी
८) नगर-नियोजन / व्यवस्थापन
९) आपत्ती व्यवस्थापन
१०) विविध प्रकारचे संशोधन (जैवविविधता)
११) सागरी भागाचे निरीक्षण

भौगोलिक माहिती यंत्रणा (Geo Information System - GIS)

उपग्रहामार्फत विविध प्रकारची भौगोलिक माहिती मिळत असते. या माहितीचे विश्लेषण जेव्हा संगणकाच्या साहाय्याने केले जाते तेव्हा एखाद्या ठिकाणच्या भौगोलिक परिस्थितीची सखोल आणि उपयुक्त माहिती कळते. तसेच त्याला संख्याशास्त्राचा आधार मिळतो. तेव्हा त्या माहितीचा दर्जा बराच वाढतो. पृथ्वीवरील नानाविध भागांच्या माहितीचे वर्णन करणाऱ्या सांख्यिकीची साठवण करून त्या माहितीचे वितरणवापर करणारी प्रणाली म्हणजे 'जी.आय.एस.' अशी व्याख्या ऱ्हींड यांनी केली होती. बुरो यांनी 'जी.आय.एस.' ची व्याख्या करताना म्हटलंय - 'काही निवडक उद्दिष्टे आणि हेतूंच्या पूर्ततेसाठी विशिष्ट भौगोलिक प्रदेशाबद्दल अवकाशीय माहितीचे संकलन, साठवण, जरुरीप्रमाणे माहितीचे पुनर्प्राप्तीकरण, रूपांतरण आणि सादरीकरण करणाऱ्या साधनांचा संच म्हणजे भौगोलिक माहिती प्रणाली (जी.आय.एस.)

या तंत्राचा उपयोग जगात सर्व प्रकारच्या नियोजनात, व्यवस्थापनात आणि परिसर अभियांत्रिकीच्या क्षेत्रातही होतो. यामुळे भूमीसंदर्भातील आवश्यक त्या माहितीचे संकलन आणि जपवणूक, तसेच विश्लेषण, पृथक्करण शक्य होते. हवामानविषयक अंदाज घेण्यासाठीही या माहितीचा उपयोग करून घेता येतो. अवकाशीय सांख्यिकी त्या स्थळाचे अक्षांश, रेखांश, अन्य गुणविशेष यांचा समावेश या तंत्रात होतो. या तंत्राचा उपयोग अभियांत्रिकी, भूदृश्य स्थापत्य, जीओडसी (geodesy), हवाई फोटोग्राफी, मापनशास्त्र, सर्वेक्षण व दूरसंवेदन या क्षेत्रांमध्ये होतो.

भौगोलिक माहितीप्रणालीचा उपयोग वाणिज्य, संशोधन, स्थानिक प्रशासन, सल्ला, सेवा वगैरे क्षेत्रांतील व्यवसाय, व्यवस्थापन आणि नियोजनासाठी होतो.

जी.पी.एस. (ग्लोबल पोझिशनिंग सिस्टीम)

याला मराठीत जागतिक स्थितीप्रणाली म्हणतात. कोणत्याही ठिकाणाची स्थिती, संपूर्ण जगाच्या आराखड्याच्या माध्यमातून स्पष्ट होते. त्या स्थानाची दिशा, क्षेत्र, आकार इत्यादी या संदर्भात स्पष्ट होतो. उपग्रहाच्या मार्फत संगणकीय संकलनावरून स्थान व अन्य माहिती गरजूंना जी.पी.एस. मध्ये मिळते. सागरामधील मोठ्या जहाजांना, नौकानयनात स्थाननिश्चिती महत्त्वाची असल्यामुळे जी.पी.एस. तंत्र अत्यंत उपयुक्त ठरत आहे. खगोलशास्त्राच्या संशोधनात दूरसंचार व्यवस्था आणि विविध प्रयोगशाळा यांच्यात समन्वय साधण्यासाठी जी.पी.एस. कडून मिळालेले संकेत (सिग्नल) उपयुक्त असतात. अशा रीतीने नौकानयन, विमान प्रवास, उपग्रह, वेळ, पल्ला यांच्या माहितीसाठी आता जी.पी.एस. तंत्राचा प्रसार मोठ्या प्रमाणात झालाय. दोन स्थळांची माहिती, त्यामधील अंतर यांची माहिती तत्काळ मिळण्यासाठी, तसेच तेथे पोहोचण्यासाठी वाहनांचा मार्ग आखून देण्यासाठी हे तंत्र विकसित करण्यात आले आहे.

जी.पी.एस. ही प्रणाली सुरुवातीला नॅव्हस्टार या नावाने विकसित करण्यात आली. त्याचा पहिला उपयोग सर्वेक्षणासाठी करण्यात आला. युद्धनौका, विमाने, क्षेपणास्त्रे यांना त्यांचे लक्ष्य नेमके कोठे आहे, हे दाखवून देणे हा जी.पी.एस. चा उद्देश पुढे विस्तारला गेला. आपण जिथे आहोत तेथून ज्या ठिकाणी जायचे आहे, ते ठिकाण किती दूर आहे, तिथे पोहोचायला किती मार्ग उपलब्ध आहेत; पोहोचायला किती वेळ लागेल ते समजते.

जी.पी.एस. तंत्रामध्ये अनेक उपग्रहांमार्फत माहिती मिळत असल्यामुळे दररोज होणारे लहान-मोठे बदलही टिपले जातात. या सुविधेमुळे नेमके ठिकाण शोधणे अधिक सोपे बनते. उदाहरणार्थ, इमारतींचे नकाशे तयार करण्यासाठी, औषधी झाडांचा शोध घेण्यासाठी एखाद्या कार्गो कंपनीला पत्ते शोधण्यासाठी जी.पी.एस. सर्वसामान्य लोक वापरू शकतात.

जी.पी.एस. रिसीव्हर तुलनात्मकदृष्ट्या स्वस्त असतात. काही हजार ते लाखांपर्यंत याची किंमत असते. हे उपकरण खरेदी करण्यासाठी कोणत्याही परवान्याची गरज लागत नाही. बाजारात ते सहज उपलब्ध असते. ते साध्या बॅटरीवर देखील कार्य करू शकते.

जी.पी.एस. कार्यपद्धती

अमेरिकेने 'जी.पी.एस.' स्वत:च्या देशाच्या संरक्षणासाठी सुरू केली होती. सुरुवातीला सुमारे ३२ उपग्रह याकरिता माहिती पाठवत असत. नंतर ते २० हजार कि. मी. उंचीवरचे उपग्रह नागरी उपयोगासाठी वापरण्यात येऊ लागले. प्रत्येक जी.पी.एस. सिस्टीम या उपग्रहांकडून मिळणाऱ्या संदेशांचा उपयोग करून त्या विशिष्ट जागेचे अक्षांश - रेखांश आणि त्या जागेची समुद्रापासूनची उंची देते. या तिन्ही गोष्टी कुठल्याही स्थळाचे / जागेचे जगाच्या नकाशावरील स्थान निश्चित करते. सर्वसाधारण जी.पी.एस. यंत्रणा ५ते १० मीटर किंवा जास्तच अचूकता देते. म्हणजे जी.पी.एस. ने दिलेल्या बिंदूपासून ती नेमकी जागा ५ ते १० मीटरच्या परिसरात कुठेही असू शकते. या त्रुटीवर मात करून अचूकता / तंतोतंतपणा यावा म्हणून आता 'पडताळणी तंत्र' वापरले जाते. त्यामध्ये एका ऐवजी दोन किंवा जास्त जी.पी.एस. प्रणाली वापरून त्यांच्यापासून मिळालेल्या माहितीची सरासरी काढून जास्तीतजास्त अचूकता मिळवली जाते. २७ एप्रिल १९९५ पासून जी.पी.एस. प्रणाली पूर्ण क्षमतेने कार्य करू लागली.

भारतातील 'जी.पी.एस. प्रणाली' : भारतामध्ये यासंबंधीचे प्रयोग केले जात आहेत. दक्षिण रेल्वेने इ. एम. यू. प्रणालीमार्फत प्रवाशांना अद्ययावत माहिती द्यायला सुरुवात केली आहे. ही रेल्वे (ई.एम.यू.बी. - २६) ताम्बरम स्टेशन ते चेन्नई दरम्यान धावत असते. येणारी (आगामी) गाडी कोणती आहे, ती स्टेशनवर निश्चित किती वाजता पोहोचणार आहे, सुरक्षिततेसंबंधीचे संदेश प्रवाशांना दिले जातील. प्रत्येक डब्यात दोन टी. व्ही. सारखे 'पडदे' असतील त्यावर माहिती दिली जाईल. ती प्रवाशांना सहज वाचता येईल अशीच प्रदर्शित केली जाईल. टॅक्सी (खास करून रेडिओ-टॅक्सी) मध्ये जी.पी.एस. चा खास वापर केला जाईल. दिल्लीमधील 'दिल्ली परिवहन निगम' या बस सेवेमध्येही जी.पी.एस. चा प्रयोग केला जातोय. अहमदाबादच्या अंतरिक्ष अनुसंधान प्रयोगशाळेत डी.ए.टी. नावाचं एक लहान यंत्र तयार करण्यात आले आहे. याला 'डिस्ट्रेस अलार्म ट्रान्समीटर' म्हणतात. ते जी.पी.एस. प्रणालीवर कार्य करते. बॅटरीवर चालणारे हे यंत्र दर पाच मिनिटांनी अद्ययावत माहिती ग्रहण करत असते आणि आवश्यक त्या खबरदारीच्या सूचना मिळवत असते, यामुळे तटरक्षक दलातील सुरक्षा अधिकाऱ्यांना सागरातील जहाजांची नेमकी स्थिती कळते.

दूरदर्शन / दूरचित्रवाणीचे कार्यक्रम

दूरचित्रवाणीचे कार्यक्रम इन्सॅट उपग्रहांमार्फत सुमारे ९० कोटी लोकांना पाहायला मिळतात. यासाठी दीड हजार ट्रान्समीटर्स काम करतात. सामाजिक विकास / लोकशिक्षण यासाठी टी.व्ही. चे शैक्षणिक कार्यक्रम उपयुक्त ठरतात. याचसाठी आपल्या देशामध्ये सुमारे १२०० दूरचित्रवाणी प्रक्षेपक इन्सॅट उपग्रहांच्या प्रणालीमध्ये जोडले गेले आहेत. 'ट्रेनिंग ॲण्ड डेव्हलपमेंटल कम्युनिकेशन चॅनेल (टी. डी. सी. सी.)' हा इन्सॅटमार्फत होणारा टी.व्ही. कार्यक्रम १९९५ पासून शिक्षक आणि विद्यार्थ्यांकरिता सुरू करण्यात आला आहे. यात शिक्षक आणि विद्यार्थी संवाद साधतात. 'ग्यानदर्शन' ही एक दूरचित्रवाणीवरील विशेष वाहिनी असून ती ज्ञान-विज्ञान प्रदान करण्याचे कार्य करीत असते. इन्सॅट - २ बी या जुन्या उपग्रहाकडून इन्सॅट - ३ सी कडे, 'ग्यानदर्शन' वाहिनी २००२ साली सुपूर्त केली गेली. इन्सॅट उपग्रह-सेवा मिळते म्हणून हे शक्य झाले आहे. प्राथमिक शाळेपासून विद्यापीठाच्या स्तरांपर्यंतच्या शैक्षणिक कार्यक्रमांचे प्रक्षेपण या प्रणालीमार्फत करतात.

१९७५ -७६ दरम्यान उपग्रहीय टेलिव्हिजनचा पहिला प्रयोग करण्यात आला. हा प्रयोग 'सॅटेलाईट इन्स्ट्रक्शनल टेलिव्हिजन एक्सपेरिमेंट' (एस.आय.टी.ई., 'साईट') या कार्यक्रमांतर्गत करण्यात आला. १९८२ पासून कृत्रिम उपग्रहाच्या माध्यमातून नियमित प्रक्षेपण सुरू झाले. नवी दिल्ली आणि इतर ट्रान्समीटर्स यांच्या दरम्यान नियमित उपग्रह लिंक प्रस्थापित झाल्याने 'राष्ट्रीय कार्यक्रम' (नॅशनल नेटवर्क) सुरू झाले. १९८४ साली मेट्रो चॅनेलची सुरुवात झाली. ती चार महानगरांमध्ये म्हणजे दिल्ली, मुंबई, कोलकाता आणि चेन्नई येथे कार्यक्रम प्रक्षेपित करू लागली. भारतात केबलसंबंधीचे कायदे १९९५ मध्ये संमत करून घेण्यात आले. दूरचित्रवाणीच्या प्रगतीचा आणखीन एक टप्पा म्हणजे डी.टी.एच. सेवा (डायरेक्ट टू होम सेवा), याचे नाव 'डी.डी.डायरेक्ट प्लस' असे आहे. या सेवेत ३३ टी.व्ही.च्या वाहिन्या आणि १२ रेडिओ स्टेशन्स आहेत.

दूरचित्रवाणीसाठी विविध ठिकाणांहून चित्रफिती (व्हिडिओ) ची गरज असते. इन्सॅट उपग्रहांकडून येणारी चित्रे आणि वार्ता तत्काळ मिळवून त्यांचे संकलन करण्याची व्यवस्था करण्यात आली आहे. याकरिता टी.डी.सी.सी. (ट्रेनिंग ॲण्ड डेव्हलपमेंटल कम्युनिकेशन चॅनेल) हा इन्सॅट आधारित माध्यमातून सुरू झाला आहे. १९९५ पासून शिक्षक आणि शिकवणारे यांच्यात सुसंवाद साधण्याची सुविधा आहे. एका बाजूने दृश्य प्रक्षेपण आणि दोन्ही बाजूंनी संवाद प्रक्षेपण, ग्रहण आदी व्यवस्था साधण्यासाठी त्या सुविधांचा उपयोग केला जातो, अर्थातच हे माध्यम दिवसेंदिवस प्रभावी होत चालले आहे. कृषी - ग्रामीण विकासाचे विविध कार्यक्रम, औद्योगिक प्रशिक्षण, ग्रामपंचायत राज्य प्रशिक्षण, महिला-विद्यार्थी यांचा शैक्षणिक विकास आणि इतर तितकेच महत्त्वाचे प्रसारण दूर शिक्षणासाठी अत्यंत उपयुक्त ठरत आहे. यात कृषी, आरोग्यविषयक सामान्यज्ञान, सांस्कृतिक अशा विषयांचे मनोरंजक कार्यक्रम होतात.

ग्रामसॅट : कोणत्याही देशाची प्रगती होण्यासाठी नागरिकांमधील साक्षरता महत्त्वाची असते. आपल्या देशात साक्षरतेचे प्रमाण वाढवणे अत्यंत गरजेचे आहे. हे लक्षात घेऊन इस्रोने ग्रामसॅट ही योजना आखून देशात निरक्षरता आणि अज्ञानाचे सावट दूर करण्याचे प्रयत्न चालू ठेवले आहेत. या योजनेत एखाद्या राज्याची राजधानी विविध जिल्ह्यांना जोडली जाईल आणि जिल्हे गावांना जोडले जातील. गावांमध्ये संगणक प्रणालीसाठी इंटरनेट, दूरचित्रवाणीवरील कार्यक्रम यामध्ये संपर्क - साधनांची व्यवस्था केली जाईल. संगणकावर आधारित माहिती सेवा, दूरशिक्षण, टेलि-मेडिसिन (वैद्यकीय - सेवा आरोग्य) आणि परस्पर संपर्क व्यवस्था साधली जाईल.

हॅमसॅट व रेडिओ : इस्रोच्या इन्सॅट मालिकेतील उपग्रहांचे ट्रान्सपाँडर वापरून रेडिओ केंद्रांचे एक नेटवर्क स्थापन करण्यात आले आहे. या यंत्रणेचा उपयोग सुमारे १० ते १५ किलो हर्ट्झ वारंवारिता (फ्रिक्वेन्सी) वापरणाऱ्या केंद्राचे जाळे तयार करण्यासाठी झाला आहे.

हॅमसॅट : हौशी रेडिओ प्रसारक स्थानिक आणि आंतरराष्ट्रीय पातळीवर कार्य करून आपत्तीच्याकाळी दळणवळण साधत असतात. अशा प्रसारकांना उपयुक्त ठरणारा हॅमसॅट हा एक छोटा उपग्रह पी.एस.एल.व्ही. सी. ६ या उपग्रह प्रक्षेपकाने ५ मे २००५ रोजी श्रीहरिकोटावरून अंतराळात पाठवला. त्याचे वजन ४२.५ कि. ग्रॅ. होते. तो ६१८ कि. मी. उंचीवरून सूर्यसंलग्न वर्तुळाकार कक्षेत भ्रमण करतो. यात व्ही.एच.एफ. (व्हेरी हाय फ्रिक्वेन्सी) आणि यू.एच.एफ. (अल्ट्रा हाय फ्रिक्वेन्सी) बँड वापरता येतो.

मासेमारीसाठी संभाव्य उत्पादक क्षेत्र : उपग्रहांवरील उपकरणांच्या साहाय्याने सागरी पाण्याचा रंग बदल आणि त्याच्या माहिती - विश्लेषणानुसार सर्वाधिक माशांचा संचार कुठे आहे, कसा आहे, त्याचा अंदाज बांधता येतो. आय.आर.एस. - पी ४ (ओशनसॅट) या उपग्रहाला अंतराळात यशस्वीरित्या २७ मे १९९९ रोजी श्री हरिकोटावरून प्रक्षेपित करण्यात आले होते. त्यावर दोन 'पे - लोड' (उपकरणे) होती. (१) ओशन कलर मॉनिटर (ओ.सी.एम.) (२) मल्टी चॅनेल स्कॅनिंग मायक्रोवेव्ह रेडिओ मीटर याचा उपयोग सागरी पाण्याचा रंग, त्यामधील होणारा बदल यांचे संकलन, पृथक्करण आणि संशोधन करून पुरवण्यासाठी केला जातो. संभाव्य मासेमारीसाठीचे क्षेत्र ('पोटेंशियल फिशरी झोन') जर समजले तर व्यावसायिक उत्पादकता वाढू शकते. सागरी पाण्याचा रंग तेथील सूक्ष्म, हरित वनस्पती आणि सूक्ष्म प्राणी यांच्यामुळे बदलत असतो. तेथे मासे सापडण्याचा संभव असतो. 'ओ.सी.एम.' मुळे त्यांचा वेध घेता येतो, तसेच नकाशे देखील करता येतात. या सागरी पाण्याच्या रंग विश्लेषण पद्धतीला 'एन.डी.व्ही.आय.' (नॉर्मलाइज्ड डिफरंशियल व्हेजिटेटिव्ह इंडेक्स) म्हणतात. भारताच्या पृथ्वी -विज्ञान मंत्रालयाच्या'इंडियन नॅशनल सेंटर फॉर ओशन इन्फॉर्मेशन सर्व्हिसेस' या संस्थेतर्फे (आय.एन.सी.ओ.आय.एस.) अशी माहिती पुरवण्याची सेवा दिली जाते. १९५० साली आपल्या देशामध्ये ६ लाख टन मासळी मिळाली होती. १९९८ साली ती वाढ सुमारे २७ लाख टन झाली. मासळीचे उत्पादन २०१६ पर्यंत १ कोटी ३० लाख टनांपर्यंत वाढू शकेल. सध्या ते ९० लाख टन प्रतिवर्षी आहे. मासेमारी व्यवसाय करणाऱ्या (सुमारे ६० लाख) लोकांचा ७० टक्के वेळ आणि इंधन उपग्रहाने दिलेल्या माहितीमुळे वाचतो. माहिती / नकाशे हे मच्छीमारांच्या सहकारी संस्थांना पुरवले जातात. त्याचा उपयोग करून मासळीचे उत्पादन वाढते, हे सिद्ध झाले आहे.

सागरासंबंधीची माहिती / संशोधन (ओशन सॅट)

ओशन सॅट उपग्रह भारताच्या सागरी किनाऱ्यांचे व सागरी प्रदेशांचे सर्वेक्षण करण्यासाठी उपयुक्त ठरले आहेत. किनारी प्रदेशांचा बारकाईने अभ्यास, सर्वेक्षण आणि व्यवस्थापन करण्यासाठी 'ओशन सॅट' वरून प्राप्त केलेली माहिती उपयुक्त आहे. किनारपट्टीजवळील झीज-भर, भरती-ओहोटीचे प्रवाह, नद्या, वादळे, वनस्पती, मत्स्य संस्था यासंबंधीची माहिती सागर किनारपट्टीच्या नियोजनासाठी उपयुक्त आहे. 'ओ सी एम' यंत्रणेमुळे जगातील हिमाच्छादित किनारपट्टी व उष्ण कटिबंधातील ढगांचे आवरण यांचीही माहिती मिळते. समुद्राची खोली, त्यावरील लाटा, भरती-ओहोटीच्या वेळा, काळानुसार त्यात होणारे बदल, किनारी भागातील जैवविविधता, सागरी समस्या इत्यादी सर्व माहिती 'ओशन सॅट' कडून उपलब्ध होत असते. ओशन सॅटमध्ये ओशनकलर, रेडिओमीटर (ओ.सी.एम.), मल्टि फ्रिक्वेन्सी स्कॅनिंग तसेच मायक्रोवेव्ह रेडिओमीटर (एम.एस.एम.आर.) असे सेंसर्स उपयोगात आणले आहेत. ओशन सॅटचा दुसरा संवेदक १२०, ४५ आणि ४० मीटर एवढं अवकाशीय मोजमापन (वियोजन) करतो. सागरी प्रदेशातील अतिसूक्ष्म हरित वनस्पतींचे (फायटो - प्लँकटन) प्रमाण आणि वितरण, सागरी प्रदेशातील वाऱ्याचा वेग, वातावरणातील पाण्याची वाफ वगैरे माहिती 'एम.एस.एम.आर.' मुळे मिळते. ओशन सॅट - १ आणि ओशन - २ चे प्रक्षेपण यशस्वी झाले आहे. हा उपग्रह पृथ्वीपासून ७२७ कि. मी. उंचीवरून भ्रमण करीत असतो. ओशन सॅट - २ हा उपग्रह २३ सप्टेंबर २००९ रोजी प्रक्षेपित करण्यात आला होता. त्याचे कार्य अजून चालू

आहे. ओशन सॅट - १ चा कार्यकाल मात्र आता संपुष्टात आलाय. ओशन सॅट - १ आणि ओशन सॅट - २ हे उपग्रह सुदूर संवेदनाशी संबंधित आहेत.

हवामानशास्त्राचा विकास (इन्सॅट - १ बी, इन्सॅट - २ ई, मॅटसॅट - १ आणि कल्पना - १)

उपग्रह तंत्रज्ञानाचा हवामानाच्या संशोधनासाठी बराच उपयोग होतो. टायरॉस - १ हा अमेरिकेचा उपग्रह १९६० साली अंतराळात भ्रमण करू लागला आणि त्यापासून उपयुक्त माहिती मिळू लागली. पुढच्याच वर्षी, म्हणजे १९६१ साली 'टायरॉस - ३' या उपग्रहाने अटलांटिक महासागरात तयार होणाऱ्या भीषण वादळाची पूर्वसूचना दिल्यामुळे प्राणहानी वाचली. गेल्या पन्नास वर्षांमध्ये उपग्रहांकडून हवामानासंबंधी ज्या सूचना आल्या त्यामुळे बरीच वित्तहानी आणि प्राणहानी टाळता आली.

इन्सॅट - १ बी हा उपग्रह भारताने ३० ऑगस्ट १९८३ रोजी अंतराळात पाठवला होता. त्यानंतर इन्सॅट - २ ई हा उपग्रह १९९९ पासून हवामानशास्त्राला पूरक अशी निरीक्षणे नोंदवू लागला; कारण वेगवेगळ्या प्रकारचे संवेदक उपग्रहातील उपकरणांमध्ये बसवलेले असतात. ते प्रतिमादर्शक किंवा अन्य प्रकारच्या सिग्नलमार्फत माहिती पाठवू शकतात. प्रतिमादर्शक संवेदकात कॅमेरे आणि विद्युत प्रकाशीय स्कॅनरचा समावेश केलेला असतो. ते अतिनील (किंवा अल्ट्रा व्हायोलेट) आणि नेहमीच्या प्रकाशासाठी वापरले जातात. या खेरीज रेडिओ मीटरच्या तत्त्वावर कार्य करणारे संवेदक देखील असतात. इन्फ्रारेड लहरींपेक्षा जास्त लहर लांबीच्या विद्युत चुंबकीय तरंगासाठी सर्रास वापरले जातात, यामुळे ढगांची रचना कळायला मदत होते. तसेच वारा आणि हवेचा दाब या संबंधीच्या त्रिमितीयुक्त आकृत्या काढता येतात. ढगांच्या अभ्यासामुळे वातावरणाच्या स्थिरतेविषयी अनुमान काढता येते. ढगांच्या चित्रणाच्या साहाय्याने तक्ते तयार करता येतात. वाऱ्याची दिशा कळते, म्हणून ढग कोठे जातील ते कळते. या माहितीवरून एखाद्या वर्षी किती पाऊस पडेल त्याचा अंदाज करता येतो. उपग्रहाने घेतलेल्या छायाचित्रणावरून वातावरणातील आर्द्रतेचे प्रमाण समजून घेणे सोपे जाते. ढगफुटी, चक्रीवादळे या संबंधीची माहिती / पूर्वसूचना, सुदूर संवेदन उपग्रहाकडून येते, त्यामुळे आवश्यक ती तयारी करायला वेळ मिळतो.

भारताचे सुदूर संवेदन उपग्रह हे अत्यंत अद्ययावत आहेत. १२ ऑक्टोबर २०११ रोजी भ्रमण करण्यासाठी ८६७ कि. मी. उंचीवर प्रक्षेपित केलेला मेघा-ट्रॉपिक्स हा फ्रेंच तंत्रज्ञांच्या सहकार्याने हवामानाचा अभ्यास करण्यासाठी पाठवला होता. तो वातावरणातील बाष्पाचे प्रमाण, जलचक्र, ढगांमधील द्रवरूपात रूपांतरित होणारे बाष्प अशा अनेक प्रकारच्या नोंदी ठेवून संशोधकांना पाठवतो. या उपग्रहावर 'MADRAS' (मायक्रोवेव्ह ॲनालिसिस अँड डिटेक्शन ऑफ रेन ॲण्ड ॲटमॉसफेरिक स्ट्रक्चर) नावाचे एक पे - लोड (उपकरण) आहे. ते इस्रोने फ्रेंच (सी.एन.ई.एस.) यांच्या सहकार्याने बनवले आहे. हवामानशास्त्राचे संशोधन करण्यासाठी इस्रोचे रिसॅट - १ (प्रक्षेपण २६-४-२०१२), रिसोर्स सॅट - २ (प्रक्षेपण २०-४-२०११) कार्टोसॅट २ बी (प्रक्षेपण १२-७-२०१०) आणि ओशनसॅट - २ (प्रक्षेपण २३-९-२००९) हे अलीकडच्या काळातील उपग्रह उत्तम कामगिरी पार पाडीत आहेत.

जैवविविधता / पर्यावरण / भूजल सर्वेक्षण :

जैवविविधतेच्या बाबतीत जगामध्ये पुढील चार ठिकाणांचा समावेश आहे- : १) ईशान्य भारत २) पश्चिम हिमालय ३) पश्चिम घाट ४) अंदमान - निकोबार बेटे. भारताचा अवकाश विभाग आणि जैवतंत्रज्ञान विभाग यांनी संयुक्त प्रयत्नाने या विभागाचे संशोधन करून नकाशे तयार केले आहेत. जैवविविधतेचे संरक्षण व संवर्धन कसे करता येईल, यासंबंधी प्रयत्न करण्यासाठी त्याचा उपयोग होतो. आता दुसऱ्या टप्प्यात पूर्व घाट, मध्य भारत या ठिकाणचे सर्वेक्षण केले जात आहे. इंदूर शहराचा नकाशा उपग्रहातून आणि विमानातून काढलेल्या छायाचित्रांच्या साहाय्याने तयार करण्यात आला आहे, त्यामुळे पर्यावरण आणि जमिनीचा उपयोग कसा, कुठे करता येईल यासंबंधी मार्गदर्शन

होते. बेंगळुरू, दिल्ली, म्हैसूर, जोधपूर, उदयपूर, हैदराबाद, कोटा, तिरुपती आदी शहरांचे अचूक तपशिलासह नकाशे दूरसंवेदन तंत्रज्ञानाच्या माहितीवरून तयार झाले आहेत. त्याचा उपयोग नगर नियोजन आणि अन्य सेवा सुधारण्याकरिता होऊ शकतो. जैवविविधतेचा सांभाळ करायचा म्हणजे प्रदूषण - नियंत्रण करणे जरुरीचे असते. वातावरणातील विविध वायूंची स्थिती / प्रमाण, धूलिकण / घातक किरण यांचे प्रमाण दूरसंवेदनामार्फत मिळते. त्यातून जिथे पर्यावरणाचा समतोल ढासळला जातोय, त्या ठिकाणी उपाययोजना करता येते.

देशभरातील पडीक जमिनींचे नकाशे आता तयार झाले आहेत. त्याचे संकलन - संशोधन झाल्यावर ग्रामीण विकास मंत्रालयाला तत्संबंधी उपयुक्त माहिती पुरवता येईल.

संयुक्त राष्ट्रसंघाचा 'वाळवंटीकरणाचे नियंत्रण' असा एक कार्यक्रम असून तो भारताच्या वनमंत्रालयाने स्वीकारला आहे. भारताच्या उष्ण व थंड प्रदेशांमधील वाळवंटी भागाचा त्यात समावेश आहे. बालिया जिल्हा (उत्तर प्रदेश), पलिआ व दौसा (राजस्थान), पंचकुला (हरियाना), बेलारी (कर्नाटक), मेहबूबनगर (आंध्र प्रदेश) यांचा त्यात समावेश आहे.

अति उंचावरून केलेल्या इन्फ्रारेड चित्रणाचा वापर जंगलाच्या निरीक्षणासाठी केला जातो. रंगीत-कृष्ण-धवल चित्रणाच्या साहाय्याने पिकाचे स्वरूप, प्रमाण, दर्जा कळू शकतो. थर्मल इन्फ्रारेड छायाचित्रणाच्या मदतीने जमिनीतील पाण्याचे प्रमाण, पिकांचे तापमान, उत्पन्नाचा अंदाज करता येतो. थिमॅटिक मॅपिंग ऑर्गनायझेशन, नॅशनल ॲटलास व पश्चिम बंगाल सरकार एकत्र येऊन देशातील महत्त्वाच्या पाणथळ जमिनीची माहिती संकलित करीत आहेत.

भूजल सर्वेक्षण करण्यासाठी उपग्रह प्रतिमांचा उपयोग करून भूजलाचे नकाशे तयार झालेले आहेत. हा प्रकल्प 'राजीव गांधी पेयजल अभियाना' मध्ये अंतर्भूत आहे. झारखंड, कर्नाटक, राजस्थान, आंध्रप्रदेश, केरळ, छत्तीसगढ आदी राज्यांमध्ये ग्रामीण विकास मंत्रालयाच्या पेयजल विकास विभागातर्फे प्रकल्प सुरू केला आहे. उपग्रहाकडून जी छायाचित्रे मिळतात त्यामध्ये पृथ्वीवरील रस्ते, नद्या, तलाव, पाणवठे, डोंगर, घळ्या, दऱ्या इत्यादी व्यवस्थित दिसतात, त्यामुळे उपग्रहांकडून मिळालेल्या प्रतिमांचा विविध प्रकारे विविध कामांसाठी उपयोग करता येतो. या प्रतिमा उपलब्ध करून देण्याचे कार्य 'एन.एन.आर.एम.एस.' (नॅशनल नॅचरल रिसोर्सेस मॅनेजमेंट (सिस्टिम) ही संस्था करते. ही संस्था भारत सरकारच्या अखत्यारीमध्ये असून 'अंतराळ विभागा'च्या नेतृत्वाखाली कार्य करते.

उपग्रहांमार्फत आपत्ती व्यवस्थापन

भारताचे भौगोलिक स्थान लक्षात घेतले, तर येथे प्रतिवर्षी कुठेतरी महापूर, भूकंप, त्सुनामी, दरडी कोसळणे, रोगराई, बॉम्ब स्फोट, दुष्काळ अशा संकटांची मालिका असल्याचे दिसून येईल. प्रतिवर्षी सरासरी सहा कोटी नागरिकांना कुठच्या ना कुठच्या आपत्तीला तोंड द्यायची पाळी येते. दुर्दैवाने संकटाची पूर्वसूचना देण्यासाठी आवश्यक असणारी प्रभावी धोरणे किंवा संस्था काही वर्षांपूर्वी नव्हत्या; साहजिक मोठी वित्तहानी, प्राणहानी होऊ नये म्हणून संकटांची पूर्वसूचना देण्यासाठी काही उपाययोजना करणे गरजेचे आहे; यासाठी जी.पी.एस. आणि जी.आय.एस. या दोन यंत्रणा दूरनियंत्रणासाठी उपयुक्त ठरतात. यासाठी अवकाश आणि हवेतून येणारी माहिती मिळवून त्याचे संशोधन करावे लागते. भूकंपासाठी पृथ्वीचे आकारमान आणि क्षेत्रफळ (जिओडेसिक टेक्निक) मार्फत उपयुक्त माहिती मिळते. याकरिता 'इलेक्ट्रॉनिक डिस्टन्स मेझरिंग' उपकरणे उपयोगी असतात, यामुळे भूकंपविषयक माहिती मिळते. तथापि, अद्याप भूकंपासंबंधीचे भाकीत किंवा भविष्य सांगता येत नाही. आपत्ती व्यवस्थापनासाठी पुढील काही संस्था एकत्रित काम करतात.

१) इंडियन इन्स्टिट्यूट ऑफ जिओमॅग्नेटिझम

२) इंडियन इन्स्टिट्यूट ऑफ टेक्नॉलॉजी (मुंबई)

३) जिऑलॉजीकल सर्व्हे ऑफ इंडिया
४) नॅशनल जिओफिजिकल रिसर्च इन्स्टिट्यूट
५) सेंटर फॉर मॅथेमॅटिकल मॉडेलिंग ॲण्ड कॉम्प्युटर सिम्युलेशन

आपत्तीची पूर्वसूचना मिळणारी सुमारे २५० केंद्रे भारताच्या पूर्व आणि पश्चिम किनारपट्टीत स्थापन करण्यात आली आहेत.

भारत सरकारने हिमालयाजवळील भूप्रदेशाचे भूकंपमापन करण्यासाठी एक राष्ट्रीय कार्यक्रम हाती घेतला होता. ३० सप्टेंबर १९९३ रोजी लातूरला भूकंप झाला होता. त्या भागाचा अभ्यास करण्यासाठी सुरुवात झाली आहे. २६ जानेवारी २००१ रोजी गुजरात राज्यातील भूज येथे भूकंप झाला होता. त्यावेळी बरीच प्राणहानी झाली होती. अशा भूकंपप्रवण स्थानांजवळील भू-सर्वेक्षण उपग्रहामार्फत करून यथायोग्य ते नियोजन करता येणं शक्य होते. २९ ऑक्टोबर १९९९ रोजी ओरिसा राज्यात चक्रीवादळाने थैमान घातले होते. त्यावेळी नुकसानीची व्याप्ती कुठे आणि किती आहे त्याची निरीक्षणे वादळानंतर उपग्रहाद्वारे करण्यात आली. याचा उपयोग संभाव्य संकट / दुष्काळ यासंबंधी अंदाज करण्यासाठी होतो. यासाठी संगणकाचाही वापर केला जातो.

आपत्तीचे स्थान हे हवेत, जमिनीवर किंवा पाण्यात असते. भू-विज्ञानाचा कोणत्याही आपत्तीशी सरळ संबंध असतो. आपत्ती व्यवस्थापनामध्ये नैसर्गिक आपत्तीपासून निर्माण झालेले नुकसान लवकर भरून काढणे सहजासहजी शक्य होत नाही. मानवी आपत्तीचे व्यवस्थापन लवकर करता येते. व्यवस्थापनामध्ये आपत्तीविषयक छायाचित्रण, व्याप्ती, संभाव्य धोका त्वरित कळला तर बरीच हानी टाळता येते. आपत्कालीन व्यक्तींचे पुनर्वसन / पुनर्निर्माण इत्यादी घटकांचा विचार करून कृती आराखडा करणे, योग्य सूत्रसंचालन करून किमान वेळेत मानसिक स्वास्थ्य मिळवून देणे अपेक्षित असते. सुदूर संवेदनाशी संबंधित असलेले उपग्रह अपेक्षित माहिती / विविध प्रतिमा तत्काळ पाठवून येणाऱ्या आपत्तिपासून सावध करणे व त्यांचे निवारण करणे तसेच त्यांचे व्यवस्थापन करण्यात साहाय्यकारी ठरतात.

भारताचा क्षेपणास्त्र कार्यक्रम

एखाद्या अग्निबाणाला विशिष्ट स्फोटक अस्त्र बांधून त्याचा मारा लढाईच्या धुमश्चक्रीत शत्रूपक्षाच्या हद्दीत करता येणं शक्य असतं. भारतात अशाप्रकारची क्षेपणास्त्रे सव्वा दोनशे वर्षांपूर्वी उपलब्ध होती. १७८० साली हैदरअलीच्या सेनेमध्ये क्षेपणास्त्रांचा मारा करू शकणारी खास प्रशिक्षित तुकडी होती. पोलितूरच्या लढाईत क्षेपणास्त्राचा वापर सव्वा दोनशे वर्षांपूर्वी करण्यात आला होता.

गेल्या ५० वर्षांत भारतात क्षेपणास्त्रासंबंधी बरेच संशोधन झालेले आहे. क्षेपणास्त्रांमध्ये रॉकेटला योग्य हत्यार जोडलेले असते. ते वेगाने आणि अचूक पद्धतीने नियोजित स्थळी स्फोटक अस्त्राचा मारा करण्यासाठी तयार केलेले असते. त्या अस्त्राची संहारक शक्ती वाढवण्यासाठी आता अण्वस्त्रांचाही मारा रॉकेटच्या साहाय्याने केला जातो. अशा क्षेपणास्त्राला जेव्हा अचूक दिशेने अचूक वेगाने नियोजित लक्ष्याकडे पाठवले जाते तेव्हा त्याला 'गाईडेड मिसाईल' म्हणतात. आता आंतरखंडीय क्षेपणास्त्रे तयार झालेली आहेत. जो क्षेपणास्त्रांचा उपयोग करणारा असतो, त्याचे त्या क्षेपणास्त्रावर पूर्ण नियंत्रण असते. 'इंटर कॉण्टिनेंटल बॅलिस्टिक मिसाईल' याचे संक्षिप्त रूप आहे 'आय.सी.बी.एम.' रशिया आणि अमेरिकेकडे अशी विध्वंसक शस्त्रे तयार असतात. शत्रूचे क्षेपणास्त्र चालून येत आहे, असा इशारा देणारा भोंगा वाजला की नागरिकांनी भूगर्भातील निवाऱ्यांमध्ये आश्रय घ्यावा, अशासाठी विशेष सोय करावी लागते. क्षेपणास्त्रांच्या निर्मितीमुळे अतिदूर अंतरावरून शत्रूशी युद्ध लढण्याची शक्यता प्रत्यक्षात उतरली. शस्त्र स्पर्धेने आता अधिकच अक्राळ-विक्राळ स्वरूप धारण केले आहे; कारण अण्वस्त्रांमुळे मोठी प्राणहानी आणि

वित्तहानी होऊ शकते.

वेगवेगळ्या घटकांचा विचार करून क्षेपणास्त्रांचे वर्गीकरण केले जाते. त्यांची निर्मिती आणि त्यांचे लक्ष्य यांच्या आधारावर जमिनीवरून जमिनीवर मारा करणारी, जमिनीवरून हवेत लक्ष्यभेद साधणारी, हवेतून जमिनीवरील स्थळावर लक्ष्यभेद करू शकणारी, हवेतून हवेत लक्ष्यभेद करणारी क्षेपणास्त्रे आता तयार झालेली आहेत.

क्षेपणास्त्रांच्या कार्यप्रणालीच्या आधारावर त्यांचे बॅलिस्टिक किंवा क्रूझ क्षेपणास्त्र असे प्रकार पडतात. बऱ्याच वेळा त्यांच्या उद्देशांच्या आधारावर त्याचे स्ट्रॅटेजिक आणि टॅक्टिकल असेही प्रकार पाडले जातात.

गाईडेड, बॅलिस्टिक आणि क्रूझ क्षेपणास्त्रे

कोणतेही नियोजित क्षेपणास्त्र हे शत्रूच्या सरहद्दीतील मोक्याच्या जागी जाऊन शत्रूची युद्धसामग्री नष्ट करणारे व शत्रूला नामोहरम करणारे हवे. यासाठी आधुनिक यंत्रणेचा उपयोग करून क्षेपणास्त्राची दिशा, मार्ग, वेग आदींवर नियंत्रण मिळवून क्षेपणास्त्र सोडायला पाहिजे. ज्या क्षेपणास्त्राची दिशा आणि मार्ग नियंत्रित करता येतो, त्याला 'गाईडेड मिसाईल' म्हणतात. अशा प्रकारच्या क्षेपणास्त्राचा पल्ला आणि मारकक्षमता मर्यादित असते.

विविध पल्ल्यांची क्षेपणास्त्रे

कमी पल्ल्याची क्षेपणास्त्रे : मारकक्षमता ५०० नॉटिकल मैल (सुमारे ९०० कि. मी.) असते. जमिनीवरील आणि हवाई युद्धात उपयुक्त. राष्ट्राच्या शेजारचे देश, सीमेलगतचे देश यांच्यामधील संघर्षात महत्त्वपूर्ण वापर.

मध्यम पल्ल्याची क्षेपणास्त्रे : मारकक्षमता सुमारे ५०० ते १५०० नॉटिकल मैल असते. युद्धात याचा मोठ्या प्रमाणात वापर होतो. बहुतेक राष्ट्रांकडे मध्यम पल्ल्याची क्षेपणास्त्रे असतात.

माध्यमिक पल्ल्याची क्षेपणास्त्रे : मारकक्षमता सुमारे १५०० ते ५००० नॉटिकल मैल असते. भारताने या तंत्रज्ञानात आघाडी मिळवली आहे.

आंतरखंडीय क्षेपणास्त्रे : मारकक्षमता ५००० नॉटिकल मैलांपेक्षा जास्त असते. दूरवरील लक्ष्यासाठी उपयोगात येणाऱ्या क्षेपणास्त्राचा मारा बहुउद्देशीय असतो. (उदाहरणार्थ - सूर्य)

प्रक्षेपण पद्धतीनुसार क्षेपणास्त्रांचे प्रकार

जमिनीवरून जमिनीवरील क्षेपणास्त्रे : पायदळामध्ये या क्षेपणास्त्रांचा उपयोग करतात. (उदाहरणार्थ - पृथ्वी, अग्नी, नाग)

जमिनीवरून हवेत प्रक्षेपित : जमिनीवरील युद्धात वापरण्यासाठी सामान्य पल्ल्याची ही क्षेपणास्त्रे आहेत. (उदाहरणार्थ - त्रिशूळ, आकाश)

हवेतून हवेतील क्षेपणास्त्रे : विमाने, हेलिकॉप्टर्समधून शत्रूवर मारा करण्यासाठी (उदा. - अस्त्र)

हवेतून जमिनीवरील क्षेपणास्त्रे : हवाई युद्धामध्ये आणि जमिनीवरील युद्धामध्ये या मालिकेतील क्षेपणास्त्रे उपयुक्त ठरतात. (उदाहरणार्थ - भारताची - केरी, करीन व लेसर)

पाण्यातून पाण्यात प्रक्षेपित होणारी क्षेपणास्त्रे : पाणबुडीतून १५०० कि. मी. पर्यंत प्रक्षेपित होऊ शकते. उदाहरणार्थ - भारताचे के - १५ (एस.एल.बी.एम.)

जेव्हा एखादे लक्ष्य निश्चित माहिती असेल आणि त्याचे स्थानही तंतोतंत माहिती असेल, तेव्हा 'बॅलिस्टिक मिसाईल' (क्षेपणास्त्र) वापरून लक्ष्यभेद करता येतो. पूर्वनिश्चित लक्ष्यभेद करणारे क्षेपणास्त्र प्रज्वलित करून प्रक्षेपित केले जाते. यासाठी प्रक्षेपणमार्गाचे दोन भागांत विभाजन केले जाते; प्रक्षेपण - मार्गाच्या पहिल्या टप्प्याला 'बूस्ट फेज' म्हणतात. जोरदार वेग घेण्यासाठी क्षेपणास्त्र या प्राथमिक टप्प्यात बहुतेक सर्व इंधन वापरून टाकले जाते, यामुळे इंजिन बंद झाल्यावर दुसऱ्या टप्प्यात लक्ष्यावर जाऊन आदळण्याकरिता पूर्वनियोजित (फ्लाईट पॅटर्नचे) हल्ल्याचे नियंत्रण करता येते. बॅलिस्टिक क्षेपणास्त्राचा मार्ग केवळ पहिल्या टप्प्यामध्येच नियंत्रित करता येतो. दुसऱ्या टप्प्यात ते (कक्षीय यांत्रिकी व प्रक्षेप नियमांमार्फत) नियंत्रित होते आणि त्यामुळे ठरलेल्या पूर्वनियोजित मार्गाने झेपावते. अशाप्रकारचे अस्त्र वाटेत कुठेही थांबवता येत नाही. तथापि, त्याचा मागोवा (स्थान-वेळ वगैरे) घेता येतो. साहजिक युद्धामध्ये ते वापरण्यापूर्वी शत्रूला त्याची पूर्वसूचना व पूर्वकल्पना दिली जाणे आवश्यक असते. जेव्हा आखातीयुद्ध पेटलेले होते तेव्हा तेल अव्हिव्ह आणि रियाध येथील नागरिकांना स्कड क्षेपणास्त्राचा प्रयोग केला जाणार असण्याची चेतावणी दिली होती. यावेळी सुरक्षित जागी आश्रय घेणे, गॅस - मास्क, हेल्मेट आदींचा वापर केला गेला तर प्राणहानी वाचते. तसेच पूर्वसूचना दिल्यामुळे वित्तहानी खूप कमी होते.

क्रूझ क्षेपणास्त्र हे मात्र वेगळं असतं. ते चालकरहित विमानाप्रमाणे असते. यामध्ये विस्फोटक पदार्थ भरलेले असतात. या अस्त्राला इंजिनासह 'पंख' ही असतात. लक्ष्यभेद अचूकपणे व्हावा म्हणून त्यात अत्याधुनिक यंत्रणा वापरली जाते. त्याला इंग्रजीत आय.एन.एस. (इनर्शियल नॅव्हिगेशन सिस्टीम) म्हणतात. प्रगत क्रूझ क्षेपणास्त्रामध्ये जी.पी.एस. (ग्लोबल पोझिशनिंग सिस्टीम) चा उपयोग केलेला असतो. शत्रूच्या इमारतीची खिडकी किंवा दरवाजा अचूकतेने भेदला जावा, अशी तंतोतंत रचना या अस्त्रात केली जाते. हे क्षेपणास्त्र अतिवेगवान आणि आकाराने छोटे असले तरी त्याला भेदून नष्ट करण्याचे तंत्रही उपलब्ध आहे.

क्षेपणास्त्रांचे काही प्रकार :
(टॅक्टिकल आणि स्ट्रॅटेजिक क्षेपणास्त्रे)

क्षेपणास्त्रांचे मुख्यत: दोन प्रकार आहेत. युद्धभूमीवर जेव्हा क्षेपणास्त्राचा वापर तत्कालीन कारणासाठी होतो तेव्हा टॅक्टिकल क्षेपणास्त्र वापरलं जातं. शत्रूच्या हद्दीमधील (किंवा अंतर्गत भागातील) महत्त्वाच्या ठिकाणी जेव्हा हल्ला होतो तेव्हा त्याला स्ट्रॅटेजिक क्षेपणास्त्राचा हल्ला असे म्हणतात. बॅलिस्टिक क्षेपणास्त्रांचे वर्गीकरण हे त्यांच्या संहारक शक्तीच्या क्षमतेवर केले जाते. अर्थात, अशाप्रकारचे वर्गीकरण करताना देशादेशांतील फरक लक्षात घ्यावे लागतात. रशिया आणि अमेरिका या देशांतील क्षेपणास्त्रांचे संहारकशक्तीच्या क्षमतेवरती केलेले वर्गीकरण बरीच तफावत दाखवते. अमेरिकेमध्ये क्षेपणास्त्राच्या चार श्रेणी आहेत -

१) आंतरखंडीय बॅलिस्टिक क्षेपणास्त्र (आय.सी.बी.एम.) : ५,५०० कि.मी. पेक्षा मारकक्षमता जास्त असते.
२) आंतरदेशीय रेंज बॅलिस्टिक क्षेपणास्त्र (आय.आर.बी.एम.) : ३००० ते ५,५०० कि. मी. पर्यंत मारकक्षमता
३) मध्यम पल्ल्याचे बॅलिस्टिक क्षेपणास्त्र (एम.आर.बी.एम.) १००० ते ३००० कि. मी. पर्यंत मारकक्षमता
४) कमी पल्ल्याचे बॅलिस्टिक क्षेपणास्त्र (एस.आर.बी.एम.) १००० कि. मी. पर्यंत मारकक्षमता

रशियामधील क्षेपणास्त्राचे प्रकार : (मारक शक्तीप्रमाणे)

१) स्ट्रॅटेजिक क्षेपणास्त्र : १००० कि. मी. पेक्षा जास्त
२) ऑपरेशनल स्ट्रॅटेजिक : ५०० ते १००० कि. मी. दरम्यान
३) टॅक्टिकल क्षेपणास्त्र : ५० कि. मी. पर्यंत

भारतीय क्षेपणास्त्रे - पृथ्वी, अग्नी, त्रिशूळ, नाग, अस्त्र, आकाश, सूर्य, ब्राह्मोस, सागरिका - धनुष आणि के - १५

आपल्या देशाने क्षेपणास्त्र तंत्रज्ञानात चांगली प्रगती केलेली आहे. भारतात विविध प्रकारची क्षेपणास्त्रे बनलेली असून ती वेगवेगळ्या नावांनी ओळखली जातात. या बाबतीत भारताची 'वर्गीकरण' करण्याची पद्धत पूर्णत: वेगळी आहे. भारताची क्षेपणास्त्रे ही त्यांच्या नावावरूनच ओळखली जातात. क्षेपणास्त्रांसंबंधी संशोधन आणि विकास करण्याच्या कार्यक्रमाचे नाव 'इंटिग्रेटेड गाईडेड मिसाईल डेव्हलपमेंट प्रोग्रॅम' (आय.जी.एम.डी.पी.) असे आहे. डॉ. ए. पी. जे. अब्दुल कलाम यांच्या मार्गदर्शनाखाली भारताचा क्षेपणास्त्रं कार्यक्रम १९८३ साली सुरू झाला. आय.जी.एम.डी.पी. पाच प्रकारच्या क्षेपणास्त्रांचा विकास करीत आहे. पृथ्वी, आकाश, त्रिशूल, अग्नि आणि नाग, अशी त्यांची नावे आहेत. अर्थात, या खेरीज इतरही काही क्षेपणास्त्रे भारताकडे आहेत.

पृथ्वी : हे क्षेपणास्त्र जमिनीवरून जमिनीवर मारा करणारे असून त्याचा पल्ला १५० ते २५० कि. मी. आहे. पूर्णत: स्वदेशी तंत्रज्ञान वापरून बनवलेले हे पहिलेच 'गाईडेड मिसाईल' आहे. हे कमी पल्ल्याचे मानले जाते. जेव्हा त्याचे वजन १००० कि. ग्रॅ. असते तेव्हा त्याचा पल्ला १५० कि. मी. चा असतो. जर वजन ५०० कि. ग्रॅ. पर्यंत कमी केले तर पल्ला २५० कि. मी. पर्यंत वाढवता येतो. याचा वेग रशियाच्या स्कड एस ए - २ किंवा (एस एस १५० श्रेणी) एवढा म्हणजे सुपरसॉनिक (आवश्यक तेव्हा आवाजाच्या तिप्पट) एवढा होऊ शकतो. पृथ्वी हे क्षेपणास्त्र पायदळ, हवाईदल आणि नाविकदल वापरू शकते. याचे संशोधन १९८३ पासून सुरू झाले. पहिली चाचणी २५ फेब्रुवारी १९८८ रोजी श्री हरिकोटावर घेण्यात आली. पृथ्वी - १ आणि ३ नाविक दलासाठी विशेष उपयुक्त असून त्यासाठीचे याच अस्त्राचे नाव 'धनुष' ठेवले आहे. या क्षेपणास्त्रांचा तपशील तक्त्यात दिलेला आहे.

क्षेपणास्त्र	प्रकार	अस्त्र	वजन (पे-लोड)	पल्ला कि. मी.	आकार (मीटर)	सेवेमध्ये रुजू
पृथ्वी-१	टॅक्टिकल	न्यूक्लिअर, केमिकल, हाय एक्स्प्लोसिव्ह	१००० कि. ग्रॅ.	१५०	८.५ × १.१	१९८८
पृथ्वी - २	टॅक्टिकल	न्यूक्लिअर, रासायनिक, हाय एक्स्प्लोसिव्ह	३५०-७५०	३५०	८.५ × १.१	१९९६
पृथ्वी - ३	टॅक्टिकल	न्यूक्लिअर, रासायनिक, हाय एक्स्प्लोसिव्ह	५००-१०००	३५०-६००	८.५ × १.१	२००४

अग्नी : हे क्षेपणास्त्र चांदीपूर (ओरिसा) तळावरून २२ मे १९८९ रोजी ७ वाजून १७ मिनिटांनी सोडण्यात आलं होतं. या चाचणीमध्ये यश मिळाल्यामुळे भारताची क्षमता सिद्ध झाली, कारण हे क्षेपणास्त्र संपूर्णत: भारतीय बनावटीचे आहे. हे जमिनीवरून जमिनीवर हल्ला करणारे आणि १५०० ते ३५०० कि. मी. चा पल्ला गाठणारे क्षेपणास्त्र आहे. हे क्षेपणास्त्र पृथ्वीच्या वातावरण कक्षेबाहेर जाऊन कमी इंधनात भरपूर अंतर पार करते. नंतर परत पृथ्वीवर आपल्याला आवश्यक त्या लक्ष्यावर हल्ला करते. १००० कि. ग्रॅ. चा बॉम्ब सहजपणे वाहून नेण्याची क्षमता या क्षेपणास्त्रात आहे.

क्षेपणास्त्र	प्रकार	अस्त्र	पे-लोड वजन (कि. ग्रॅ.)	पल्ला (कि. मी.)	आकार (मीटर)	एकूण वजन (कि.ग्रॅ.)	वर्ष
अग्नी - १	स्ट्रॅटेजिक	आण्वीय (न्यूक्लिअर) हाय एक्स्प्लोसिव्ह	१०००	७५०-१२५०	१५ × १	१२०००	२००२
अग्नी - २	स्ट्रॅटेजिक	आण्वीय (न्यूक्लिअर) हाय एक्स्प्लोसिव्ह	७५०-१०००	२०००-३५००	२० × १	१६०००	१९९९
अग्नी - ३	स्ट्रॅटेजिक	आण्वीय (न्यूक्लिअर) हाय एक्स्प्लोसिव्ह	२०००-२५००	३५००-५०००	१७ × २	४४०००	२०११
अग्नी - ४	स्ट्रॅटेजिक	आण्वीय (न्यूक्लिअर) हाय एक्स्प्लोसिव्ह	८००-१०००	३०००-४०००	२० × १	१७०००	चाचणी (फक्त)
अग्नी - ५	स्ट्रॅटेजिक	आण्वीय (न्यूक्लिअर) हाय एक्स्प्लोसिव्ह	१५००	५५००-५८००	१७ × २	५०००	चाचणी (फक्त)
अग्नी - ६	स्ट्रॅटेजिक	आण्वीय (न्यूक्लिअर) हाय एक्स्प्लोसिव्ह	१०००	८०००-१०,०००	४० × १	५५०००	विकास चालू

त्रिशूळ : हे जमिनीवरून आकाशात झेपावणारे क्षेपणास्त्र आहे. याची रचना रशियाच्या एस.ए. ८ - एस.ए.एम. या प्रणालीवर आधारित आहे. हे कमी पल्ल्याचे क्षेपणास्त्र आहे; ते ५०० मीटर ते ९ कि. मी. चा पल्ला पार करू शकते. खालून जाणारी विमाने, हेलिकॉप्टर इत्यादींवर हल्ला करण्यासाठी त्रिशूळचा उपयोग होतो. सशस्त्र दलांच्या तिन्ही सेवांसाठी त्रिशूळच्या तीन वेगळ्या रचना आहेत. २००६ सालच्या डिसेंबरपासून त्रिशूळ क्षेपणास्त्र विरोधी कार्यक्रम बंद करण्याचा निर्णय सरकारने घेतलाय. त्या अस्त्राचा मार्ग आणि नियंत्रण करण्यात काही ठिकाणी आलेल्या अपयशामुळे कार्यक्रम बंद केला आहे.

सागरी पृष्ठभागालगत प्रवास करणाऱ्या 'हार्पून' या अमेरिकन बनावटीच्या क्षेपणास्त्राला मध्येच नष्ट करण्यासाठी त्रिशूळ उपयुक्त आहे. लाटांच्या अगदी जवळून प्रवास करण्यासाठी त्रिशूळमध्ये उंची मोजणारे अत्यंत संवेदनशील उपकरण बसवण्यात आले आहे. पायदळाच्या वापरासाठी त्रिशूळ सोडू शकणारा खास हलका प्रक्षेपक बनवण्यात आलाय. त्यावर मार्गदर्शनासाठी दोन रडार प्रणाली बसवण्यात आल्या आहेत.

नाग : हे तिसऱ्या पिढीचे रणगाडा विरोधी गाईडेड क्षेपणास्त्र असून त्याचा पल्ला ४ कि. मी. आहे. याला

ए.टी.एम. म्हणजे अँटी - टँक मिसाईल म्हणतात. याला 'HEAT' असेही म्हणतात. ('हाय एक्स्प्लोसिव्ह अँटी-टँक') नाग क्षेपणास्त्राची अनेकवेळा प्रक्षेपणे झाली असून ४५ वे प्रक्षेपण १९ मार्च २००५ ला झाले. हे प्रक्षेपण महाराष्ट्रातील अहमनदनगर येथे करण्यात आले. यात घनइंधन वापरलेले आहे. यात मार्गदर्शक प्रणालीसाठी इन्फ्रारेड इमेजिंगचा उपयोग केलेला आहे. क्षेपणास्त्राच्या अखेरच्या टप्प्यात एम.एम.व्ही., म्हणजे 'मिलिमेट्रिक वेव्ह रडार शोधक यंत्रणा' बसवली आहे. हलत्या प्रक्षेपक वाहनातून किंवा हेलिकॉप्टरमधून 'नाग' चा वापर रणगाड्यावर करता येतो. तो दिवसा किंवा रात्रीही करता येतो. क्षेपणास्त्रातील इंधनाचा धूर होत नाही, हे एक वैशिष्ट्य आहे. परिणामी 'नाग'चा मागोवा घेता येणं अवघड जाते. 'नाग'मध्ये संगणकीय माहिती मिळण्याची सोय आहे, त्यामुळे नियोजित स्थानी ते अचूकपणे आदळते. रणगाड्यावर हे क्षेपणास्त्र वरच्या बाजूने आघात करू शकते. या प्रभावी हल्ल्यामुळे अनेक प्रकारचे प्रगत रणगाडे 'नाग' पुढे टिकाव धरू शकत नाहीत. या क्षेपणास्त्राचे आवरण हे फायबर ग्लासचे आहे. याचे वजन सुमारे ४२ किलोग्रॅम इतपत आहे. या क्षेपणास्त्रावर 'एम.एम.डब्ल्यू.' (मिलि मेट्रिक वेव्ह) ची जोड दिल्यामुळे 'नाग' चा उपयोग वर्षातील कोणत्याही ऋतूमध्ये करता येणे शक्य आहे. नाग क्षेपणास्त्र रडारवर लक्ष्य दिसताच हल्ला करते, यामुळे त्याला 'फायर अॅण्ड फरगेट' क्षमतेचे क्षेपणास्त्र म्हणतात.

अस्त्र : हवेतून हवेत हल्ला करणारे हे क्षेपणास्त्र दृष्टीपलीकडील, म्हणजे 'बी.व्ही.आर.' ('बियाँड व्हिज्युअल रेंज') म्हणून ओळखले जाते. हे 'डी.आर.डी.ओ.' च्या संशोधकांनी हवाई दलासाठी खास बनवलेले अस्त्र आहे. याचा उपयोग तेजस, मिराज - २०००, मिग - २९, सु - ३० एम.के.आय. आणि लाईट कॉंबॅट एअरक्राफ्ट (एल.सी.ए.) साठी होऊ शकेल. १९९८ मध्ये याचे प्रदर्शन करण्यात आले.

शत्रूच्या विमानावर समोरासमोरील स्थितीमध्ये ८० कि. मी. अंतरावरून, तर पाठलाग करताना २०कि. मी. अंतरावरून हल्ला करण्याची क्षमता 'अस्त्र' मध्ये आहे. त्याची प्राथमिक चाचणी २००३ सालच्या ९ मे रोजी घेतलेली होती. जानेवारी २०१० मध्ये दोन आणि २० मे २०११ रोजी एक अशी त्याची तीन यशस्वी प्रक्षेपणे करण्यात आली आहेत. सुमारे १५ कि. ग्रॅ. पर्यंतची पारंपरिक शस्त्रास्त्रे वाहून नेण्याची क्षमता असलेले, हे डी.आर.डी.ओ. मार्फत विकसित करण्यात आलेले सर्वात छोटे क्षेपणास्त्र आहे.

आकाश : जमिनीवरून हवेत विमानभेदी मारा करणाऱ्या एस.ए.एम. प्रकारातील हे क्षेपणास्त्र असून याची रचना हवाई संरक्षणासाठी करण्यात आली आहे. द्वि - स्तरीय भारवाहक क्षमतेच्या या क्षेपणास्त्राचा पल्ला २५ कि.मी. आहे. 'सॅम' प्रणालीतील या क्षेपणास्त्राची तुलना पॅट्रियाटशी केली जाते. हे मध्यम पल्ल्याचे क्षेपणास्त्र घडवण्यासाठी भारताने १२ कोटी यू.एस. डॉलर्स एवढी रक्कम खर्च केली आहे. याची लांबी ५.८ मीटर असून व्यास ३५ सें. मी. आहे. ते आवाजाच्या वेगाने जाते. आवश्यक तेव्हा आवाजाच्या अडीचपट वेगाने ते मारा करते. त्याचे वजन ७५० कि. ग्रॅ. पर्यंत असते. यासाठी अग्निरोधक बहुउद्देशीय 'राजेंद्र' नावाचे रडार कामी येते. त्याची क्षमता ८० कि. मी. आहे. २००७ सालच्या डिसेंबर महिन्यात आकाशची पाचवेळा यशस्वी कार्यात्मक चाचणी घेण्यात आली, यात दोन टप्प्यांचा अग्निबाण आहे. पहिला टप्पा घनइंधनाचा असून दुसऱ्या टप्प्यात 'रॅमजेट' मोटर व्यवस्था आहे. आकाश हे एकाच वेळी अनेक लक्ष्यांचा वेध घेणारे क्षेपणास्त्र आहे, त्यासाठी आवश्यक असणारी स्फोटके मुळातूनच वेगवेगळ्या पद्धतींनी बसवलेली असतात. हे क्षेपणास्त्र एकाच वेळी चार-पाच विमाने अथवा शत्रू-क्षेपणास्त्रांचा वेध घेऊ शकते, कारण 'राजेंद्र' रडार ४० ते ६० कि. मी. त्रिज्येमधील ६४ विमानांचा माग घेऊ शकते.

सूर्य : सूर्य क्षेपणास्त्राचा विकास भारतीय संरक्षण संशोधन विकास संघटनेच्या संशोधक - तंत्रज्ञांनी केला आहे. सूर्य हे आंतरखंडीय बॅलिस्टिक क्षेपणास्त्र आहे. (इंटरकाण्टिनेंटल बॅलिस्टिक मिसाईल, आय.सी.बी.एम.) याचा पल्ला ५ ते ८ हजार कि. मी. पर्यंत आहे. सूर्या - २ चा पल्ला १२ ते २० हजार कि. मी. आहे. या क्षेपणास्त्रावरून

३ हजार कि. मी. पर्यंत अणुशस्त्रे वाहून नेता येतील. हे क्षेपणास्त्र अधिकृतरित्या अस्तित्वात नाही. त्यात ध्रुवीय उपग्रह प्रक्षेपकातील पी.एस.एल.व्ही. तंत्रज्ञानाचा वापर केला जाईल.

ब्राह्मोस : हे क्षेपणास्त्र ध्वनीपेक्षा दुप्पट वेगाने झेपावते; ते सुमारे १४ कि. मी. उंची गाठू शकते. याची मारक क्षमता २५० कि. मी. उंचीपर्यंत आहे. हे अस्त्र भारत आणि रशिया यांच्या संयुक्त संशोधनाने विकसित होत आहे. हे ध्वनीपेक्षा अधिक गतीने जाणाऱ्या क्रूझ क्षेपणास्त्राचे नाव आहे. ब्राह्मोस हे नाव 'ब्रह्मपुत्र' आणि 'मॉस्को' या दोन नावांपासून तयार केले आहे. ब्राह्मोस हे एक अत्याधुनिक क्षेपणास्त्र आहे; कारण अमेरिकन बनावटीचे या प्रकारचे अस्त्र ध्वनीपेक्षा कमी वेगाने जाते. ब्राह्मोस आवाजाच्या दुप्पट वेगाने जाते. अशाप्रकारे जाणारे हे जगातील एकमेव क्रूझ अस्त्र आहे. भारताला ब्राह्मोस हे क्षेपणास्त्र रशियाच्या 'पी - ७०० ग्रानित' या क्षेपणास्त्राप्रमाणे मध्यम पल्ल्याचे क्षेपणास्त्र तयार करायचे होते. त्यासाठी संशोधनाची गरज होती. मात्र, रशियाने 'क्षेपणास्त्र तंत्रज्ञान प्रतिबंध करारा'स बांधील असल्याने हे क्षेपणास्त्र पी - ८०० ओनिक्स या निम्नपल्ल्याच्या क्षेपणास्त्रावर आधारित तयार करण्याचे प्रयत्न केले. ब्राह्मोसचे वजन ३००० कि. ग्रॅ. आहे. त्याची लांबी ८.४ मीटर आणि व्यास ०.६ मीटर आहे. भारताच्या नाविकदलाने ७ ऑक्टोबर २०१२ रोजी ब्राह्मोसची चाचणी केली होती. ९ जानेवारी २०१३ रोजी विशाखापट्टणम् सागरातील नाविकदलाच्या युद्धनौकेवरून ब्राह्मोसची एक चाचणी यशस्वीपणे पार पाडली. त्या आधीची चाचणी ७ ऑक्टोबर २०१२ रोजी गोवा किनाऱ्यावरून करण्यात आली. त्याचा पल्ला २९० कि. मी. चा होता. त्यावरील अस्त्राचे वजन ३०० कि. ग्रॅ. होते. आतापर्यंतच्या ब्राह्मोसच्या चाचण्यांमध्ये चांगले यश प्राप्त झालेले होते. या यशस्वी चाचण्यांची संख्या २०१३ पर्यंत ३५ पर्यंत पोहोचली आहे.

'सागरिका' - धनुष : हे कमी पल्ल्याचे क्षेपणास्त्र आहे. पृथ्वी क्षेपणास्त्राच्या सारखेच हे अस्त्र आहे. ५००० कि. ग्रॅ. शस्त्र वाहून नेण्याची याची क्षमता आहे. भारताच्या तटरक्षक दलात याचा समावेश करण्यात आला आहे. याचा पल्ला २५० किलोमीटरपर्यंत आहे. हे क्षेपणास्त्र नौकांवरून इतर नौका नेस्तनाबूत करण्यासाठी बनवण्यात आले आहे. या क्षेपणास्त्राची पहिली चाचणी २००० सालच्या एप्रिल महिन्यात करण्यात आली. या पुढे ३००-५०० कि. मी. चा पल्ला गाठणारी 'धनुष' क्षेपणास्त्रे बनवण्यात येतील.

के - १५ क्षेपणास्त्र (एस.एल.बी.एम., सबमरीन लॉंच्ड बॅलिस्टिक मिसाईल)

पृथ्वीच्या पाठीवर पाण्याने व्यापलेला पृष्ठभाग खूप विशाल असल्यामुळे युद्धामध्ये (युद्धभूमी) सागरी पृष्ठभाग महत्त्वाचा मानतात. भूपृष्ठावर डोंगर - दऱ्या - नद्या - जंगले असे अडथळे असतात. ते सागरी पृष्ठभागावर नाहीत. नाविकदल जेव्हा लढाईमध्ये सामील होते तेव्हा एस.एल.बी.एस. क्षेपणास्त्रे महत्त्वाची ठरतात. यामधील अस्त्रे ही अण्वस्त्रे असू शकतात. ती पाणबुडीवरून किंवा जहाजावरून प्रक्षेपित केली जातात.

के - १५ हे क्षेपणास्त्र भारताने संपूर्णत: 'स्वदेशी' म्हणून विकसित केलेले आहे. त्याचा पल्ला १५०० कि.मी. असून त्याला 'मध्यम पल्ल्याचे' अस्त्र म्हणतात. त्यावर आण्वीय शस्त्रे आहेत. बंगालच्या उपसागरात आय.एन.एस. अरिहंत नावाची पाणबुडी कार्यरत ठेवली असून त्या पाणबुडीवरून २७ जानेवारी २०१३ रोजी के - १५ हे क्षेपणास्त्र पाण्यातून सोडण्यात आले. ते यशस्वीरीत्या नियोजित लक्ष्याकडे गेले. यामुळे भारत हवा, जमीन आणि पाण्यातून क्षेपणास्त्र वापरणारा देश झालाय. या आधी अशाप्रकारचे अस्त्र यू.एस.ए., रशिया, फ्रान्स आणि चीन या फक्त चार राष्ट्रांमध्येच होते; पण आता त्या राष्ट्रांमध्ये पाचवा देश भारत समाविष्ट झालाय. भारतातील डी.आर.डी.ओ. हैदराबाद येथील प्रयोगशाळेत हे क्षेपणास्त्र बनवण्यात आले आहे. नौदलामध्ये अशाप्रकारचे अस्त्र अत्यंत महत्त्वाचे मानले जाते.

प्रश्न

१. रशियाने ४ ऑक्टोबर १९५७ रोजी कोणता उपग्रह अंतराळात प्रक्षेपित केला होता ?
(अ) रिस्पाँड (ब) स्फुटनिक-१ (क) ॲपल (ड) स्रोस -१

२. युरी गॅगारिन या जगातील पहिल्या अंतराळवीराने १२ एप्रिल १९६१ रोजी पृथ्वीभोवती प्रदक्षिणा घातल्या होत्या. त्याच्या यानाचे नाव होते -
(अ) स्फुटनिक -२ (ब) ॲपल -२ (क) वस्तोक -१ (ड) रिस्पाँड

३. 'क्रिया व प्रतिक्रिया समान असून त्या एकमेकांच्या विरुद्ध दिशेने कार्य करतात' या तत्त्वावर अग्निबाणाचे कार्य चालते; हा नियम प्रथम कोणी सांगितला ?
(अ) गॅलिलिओ (ब) कोपर्निकस (क) केपलर (ड) न्यूटन

४. सुदूरसंवेदनाशी संबंधित उपग्रहाची सुरुवात भारताने कोणत्या वर्षी सुरू केली ?
(अ) १७ मार्च १९८८ (ब) २९ ऑगस्ट १९९१ (क) २१ मार्च १९९६ (ड) २९ सप्टेंबर १९९७

५. इस्रो हे कशाचे संक्षिप्त रूप आहे ?
(अ) इंडियन सॅटेलाईट रिसर्च ऑर्गनायझेशन (ब) इंडियन स्पेस रिसर्च ऑर्गनायझेशन
(क) इंटरनॅशनल स्पेस रिसर्च ऑर्गनायझेशन (ड) इंडियन स्पेशलाईज्ड रिसर्च ऑर्गनायझेशन

६. भारतातील अवकाश कार्यक्रमाचे जनक आहेत -
(अ) होमी सेठना (ब) होमी भाभा
(क) विक्रम साराभाई (ड) अब्दुल कलाम

७. भारताच्या अवकाश कार्यक्रमाचे मुख्य ध्येय / उद्दिष्ट म्हणजे
(अ) चंद्रावर जाणे (ब) सामर्थ्य प्रदर्शनाचे माध्यम
(क) राष्ट्राचे संरक्षण करणे
(ड) अवकाश तंत्रज्ञानाचा विकास आणि राष्ट्रीय कार्यात उपयोग

८. उपग्रह परकीय देशाच्या मदतीने कक्षेमध्ये प्रक्षेपित केला तर-
(अ) आर्थिक बचत होते. (ब) फायदा / तोटा काहीच नाही.
(क) आर्थिक दृष्ट्या महाग पडते. (ड) या पैकी काहीच नाही.

९. भारतीय उपग्रह प्रक्षेपण यान घडवणाऱ्या प्रकल्पाचे नेतृत्व कोणी केले ?
(अ) प्रो. सतीश धवन (ब) डॉ. वसंत गोवारीकर
(क) विक्रम साराभाई (ड) डॉ. अब्दुल कलाम

१०. ए.एस.एल.व्ही. (ऑग्युमेंटेड सॅटेलाईट लाँच व्हेईकल) हे कोणत्या पिढीचे उपग्रहवाहक आहे ?
(अ) पहिल्या पिढीचे (ब) दुसऱ्या पिढीचे (क) पूर्ण स्वतंत्र (ड) तिसऱ्या पिढीचे

११. सुदूर संवेदनाची उपयुक्त क्षेत्रे कोणती आहेत ?
(अ) हवामान शास्त्र (ब) वनस्पतीशास्त्र
(क) पर्यावरण व आपत्ती व्यवस्थापन (ड) वरील सर्व

१२. सुदूरसंवेदनाचा उपयोग पुढीलपैकी कशासाठी केला जात नाही ?
(अ) खाणीतून धातू शुद्ध स्वरूपात मिळणे (ब) भूपृष्ठाच्या रचनेची माहिती मिळवणे
(क) खनिज संपत्तीचे साठे शोधणे (ड) भूगर्भाची माहिती मिळवणे

१३. इस्रोने प्रायोजित केलेले प्रकल्प कोणत्या नावाने ओळखले जातात?
(अ) रिस्पॉन्स (ब) रिप्लाय (क) सिस्पाँड (ड) इस्रो रिप्लाय

१४. भारतीय राष्ट्रीय अवकाश संशोधन समिती (इंडियन नॅशनल कमिटी फॉर स्पेस रिसर्च, INCOSPAR) ची स्थापना कोणत्या वर्षी झाली?
(अ) १९४७ (ब) १९६२ (क) १९७२ (ड) १९८२

१५. पी.एस.एल.व्ही. विकसित करण्याचे उद्दिष्ट म्हणजे सूर्यसंलग्न उपग्रह
(अ) १००० ते २००० किलोग्रॅम वजनाचा उपग्रह ८२० किलोमीटर उंचीवर पाठवणे
(ब) १५०० ते ३००० कि. ग्रॅ. वजनाचा उपग्रह ३६००० कि. मी. उंचीवर पाठवणे
(क) १००० ते २००० कि. ग्रॅ. उपग्रह ३०० कि. मी. उंचीवर पाठवणे
(ड) ५०० ते १००० कि. ग्रॅ. उपग्रह ८२० कि. मी. उंचीवर पाठवणे

१६. जी.पी.एस. म्हणजे
(अ) जिओग्राफिकल पोझिशनिंग सॅटेलाईट सिस्टीम
(ब) जिऑलॉजिकल पोझिशनिंग सॅटेलाईट सिस्टीम
(क) ग्लोबल पोझिशनिंग सॅटेलाईट सिस्टीम
(ड) जिओसिंक्रोनस पोझिशनिंग सॅटेलाईट सिस्टीम

१७. इन्सॅट उपग्रह ज्या कक्षेत भ्रमण करतात ती कक्षा कशी असते?
(अ) अंडाकृती आणि ध्रुवीय (ब) अंडाकृती आणि विषुववृत्तीय
(क) वर्तुळाकार आणि ध्रुवीय (ड) वर्तुळाकार आणि विषुववृत्तीय

१८. भारताचे इन्सॅट उपग्रह फ्रेंच गियाना (कोऊरू स्पेस स्टेशन) येथून अवकाशात सोडले जातात. त्याचे मालकी हक्क कोणाकडे आहेत?
(अ) जपान (ब) फ्रेंच (क) रशिया (ड) युरोपियन स्पेस एजन्सी

१९. भूसंलग्न (जिओसिंक्रोनस) किंवा भूस्थिर कक्षेमध्ये भ्रमण करणाऱ्या उपग्रहाला पृथ्वीभोवती एक फेरी पूर्ण करण्यासाठी किती वेळ लागतो?
(अ) ६७ मिनिटे (ब) २४ तास (क) एक वर्ष (ड) एक महिना

२०. सुदूरसंवेदनाशी संबंधित असलेले उपग्रह कोणत्या कक्षेमध्ये भ्रमण करतात?
(अ) वर्तुळाकार - ध्रुवीय (ब) वर्तुळाकार - विषुववृत्तीय
(क) अंडाकृती - ध्रुवीय (ड) अंडाकृती - विषुववृत्तीय

२१. भू-संदर्भित अवकाशिक सांख्यिकी मिळवून ती साठवणे, तपासणे, कौशल्याने हाताळणे, तिचे पृथक्करण करणे, विश्लेषण - प्रदर्शन - मांडणी करणे या प्रक्रिया म्हणजे जी.आय.एस., हे मत कुणी व्यक्त केले आहे?
(अ) ब्रिटिश पर्यावरण खाते (ब) बुरो
(क) डॉ. विक्रम साराभाई (ड) ऱ्हींड

२२. जी.आय.एस. उपयोजनात पुढीलपैकी कोणत्या प्रकारचा समावेश होत नाही?
(अ) संगणकीय संहिता (ब) संगणक संहिता
(क) नोंदीची देवाण-घेवाण (ड) १ ते ३ सर्व

२३. कोणत्या प्रकारातील उपग्रह पृथ्वीबरोबर फिरतात आणि पृथ्वीसापेक्ष स्थिर राहतात?
(अ) भूचल (ब) भूस्थिर (क) ध्रुवीय (ड) लँडसॅट

२४. पुढीलपैकी भौगोलिक माहिती प्रणालीचे घटक कोणते आहेत?
(अ) संगणक संहिता (ब) नोंदीचे आदान-प्रदान
(क) संगणकीय संहिता (ड) वरील सर्व

२५. इस्रो सॅटेलाईट सेंटर कोठे आहे?
(अ) थुंबा (ब) बंगळुरू (क) श्रीहरिकोटा (ड) अहमदाबाद

२६. नॅशनल रिमोट सेन्सिंग एजन्सीचे कार्यालय कोठे आहे?
(अ) हैदराबाद (ब) हसन (क) महेंद्रगिरी (ड) थुंबा

२७. ओशनसॅटशी संबंधित नसलेला सेन्सर कोणता आहे?
(अ) रेडिओमीटर (ब) ओशन कलर
(क) मल्टि-फ्रिक्वेंसी स्कॅनिंग मायक्रोवेव्ह रेडिओमीटर (ड) वरील सर्व

२८. भूस्थिर किंवा भूसंलग्न उपग्रह कक्षेचे वैशिष्ट्य काय?
(अ) मुख्यत: इन्सॅट मार्फत पाठवलेला उपग्रह असून तो वर्तुळाकार-विषुववृत्तीय कक्षेत फिरतो आणि २४ तासात पृथ्वीला फेरी मारतो.
(ब) हे उपग्रह पृथ्वीच्या पृष्ठभागापासून पश्चिम ते पूर्व असे भ्रमण ३६००० किलोमीटर उंचीवरून भ्रमण करतात.
(क) वरील दोन्ही विधाने बरोबर आहेत.
(ड) वरील दोन्ही विधाने चूक आहेत.

२९. सुदूर संवेदनाशी संबंधित असलेले उपग्रह -
(अ) अंडाकृती - विषुववृत्तीय कक्षेत भ्रमण करतात.
(ब) हा उपग्रह प्रतिदिन पृथ्वीभोवती १४ फेऱ्या पूर्ण करतो.
(क) हा उपग्रह पृथ्वीच्या पृष्ठभागापासून ३६००० कि. मी. उंचीवरून भ्रमण करतो.
(ड) या कक्षेत मुख्यत: इन्सॅट उपग्रह सोडले जातात.

३०. भारताचा पहिला उपग्रह १९ मार्च १९७५ रोजी अवकाशात प्रक्षेपित करण्यात आला. त्याचे नाव काय?
(अ) भास्कर (ब) ॲपल (क) आर्यभट्ट (ड) रोहिणी

३१. भारताच्या उपग्रहाचे आराखडे, सांगाडे, नियंत्रण रचना आणि निर्मिती कोठे केली जाते?
(अ) इस्रो केंद्र, बंगळुरू (ब) विक्रम साराभाई स्पेस सेंटर, तिरुअनंतपुरम
(क) सतीश धवन स्पेस सेंटर, श्रीहरिकोटा (ड) स्पेस ॲप्लिकेशन सेंटर, अहमदाबाद

३२. सतीश धवन अवकाश केंद्र कुठे आहे?
(अ) श्रीहरिकोटा (ब) बंगळुरू (क) मुंबई (ड) थुंबा

३३. कृत्रिम उपग्रहात ऊर्जा मिळवण्यासाठी कशाचा वापर करतात?
(अ) बॅटरी (ब) सौर विद्युत घट (सोलर सेल)
(क) जनरेटर (ड) आण्वीय ऊर्जा

३४. खालील पैकी कोणते चूक आहे ?
(अ) ए.एस.एल.व्ही. : ॲडव्हान्स्ड सॅटेलाईट लाँच व्हेईकल
(ब) पी.एस.एल.व्ही. : पोलर सॅटेलाईट लाँच व्हेईकल
(क) जी.एस.एल.व्ही. : जिओस्टेशनरी सॅटेलाईट लाँच व्हेईकल
(ड) इन्सॅट : इम्निशन नॅशनल सॅटेलाईट

३५. खगोलीय अंतराचे परिमाण (एकक) कोणते आहे ?
(अ) नाविक मैल (ब) किलोमीटर (क) प्रकाश वर्ष (ड) नॅनोमीटर

३६. खालीलपैकी कोणता उपग्रह ध्रुवीय कक्षेतील नाही ?
(अ) एज्युसॅट (ब) ओशन सॅट (क) रिसोर्ससॅट (ड) कार्टोसॅट

३७. खालीलपैकी कोणता उपग्रह भूस्थिर कक्षेतील नाही ?
(अ) हॅमसॅट (ब) कार्टोसॅट (क) मेटसॅट (ड) एज्युसॅट

३८. भारताने विकसित केलेले महत्त्वाचे क्षेपणास्त्र म्हणजे नाग; याचे वैशिष्ट्य म्हणजे -
(अ) तिसऱ्या पिढीतील रणगाडा विरोधी क्षेपणास्त्र
(ब) या मध्ये 'फायर अँड फरगेट' क्षमता आहे.
(क) पल्ला चार किलोमीटरचा आहे.
(ड) वरील सर्व बरोबर

३९. ब्राम्होस क्रूझ क्षेपणास्त्राचा वेग किती आहे ?
(अ) आवाजाच्या वेगाने (१ मॅख) (ब) आवाजाच्या दुप्पट वेगाने
(क) आवाजाच्या तिप्पट वेगाने (ड) सेकंदाला ५२८० मीटर

४०. चांद्रयान मोहिमेतील 'एम. आय. पी.' या उपकरणाचे पूर्ण नाव काय ?
(अ) मून इम्पॅक्ट प्रोब (ब) मून इन्व्हेस्टिगेशन प्रोब
(क) मून इंडिया प्रोग्रॅम (ड) मून इन्व्हेस्टिगेशन प्रोग्रॅम

४१. विविध भूस्थिर कक्षांतील उपग्रहांद्वारे सदस्य राष्ट्रांना संदेशक्षेपण सुविधा उपलब्ध करून देणाऱ्या आंतरराष्ट्रीय संघटनेचे नाव काय ?
(अ) इंटेलसॅट (ब) नासा (क) इस्रो (ड) इन्मरसॅट

४२. 'कावलूर' हे उपग्रह प्रक्षेपण केंद्र कोणत्या राज्यात आहे ?
(अ) आंध्र प्रदेश (ब) तमिळनाडू (क) ओरिसा (ड) कर्नाटक

४३. 'भारत डायनॅमिक्स लिमिटेड' (आंध्र प्रदेश) ही सार्वजनिक क्षेत्रातील कंपनी मुख्यत्वे काय उत्पादने करते ?
(अ) घरगुती इलेक्ट्रॉनिक उत्पादने (ब) पोलादी चिलखते
(क) क्षेपणास्त्रे / अस्त्रे (ड) उखळी तोफा

४४. पाण्याच्या आतून प्रक्षेपित करता येईल असे २६ जानेवारी २०१३ रोजी चाचणी घेतलेले अस्त्र कोणते आणि त्याचा पल्ला किती दूरचा आहे ?
(अ) के-१५ (बी ओ - ५) पल्ला ७०० किलोमीटर
(ब) के-१५ (ओ बी -५) पल्ला ७००० किलोमीटर
(क) के-१५ (बीबी-५) पल्ला ७० किलोमीटर
(ड) के-१५ (ओओ-५) पल्ला ७ किलोमीटर

४५. 'मानवाच्या सेवेसाठी अवकाश तंत्रज्ञान' हे घोषवाक्य कोणाचे आहे?
(अ) इंडियन नॅशनल कमिटी फॉर स्पेस रिसर्च (ब) इस्रो
(क) नासा (ड) डिपार्टमेंट ऑफ स्पेस, भारत सरकार

४६. 'इस्रो' ची स्थापना केव्हा झाली?
(अ) १५ ऑगस्ट १९६९ (ब) २६ जानेवारी १९६९
(क) २ ऑक्टोबर १९६९ (ड) १ जानेवारी १९६९

४७. चांद्रयान - १ कडून कोणती कामगिरी अपेक्षित होती / आहे?
(अ) चंद्राच्या पृष्ठभागाचे त्रिमितीयुक्त नकाशे तयार करणे
(ब) चंद्रावर पाणी आहे का, याचा शोध घेणे
(क) चंद्रावर हेलियम व अन्य खनिजद्रव्ये आहेत का, असल्यास कितपत आहेत, याचा शोध घेणे
(ड) वरील सर्व बरोबर

४८. खालीलपैकी फक्त प्रायोगिक उद्दिष्ट असलेले कृत्रिम (लघु) उपग्रह कोणते आहेत?
(अ) जुगुनू / एस. आर. एम. सॅट (ब) यूथसॅट / अनुसॅट
(क) स्टुडसॅट / एस. आर. ई. (ड) वर लिहिलेले सर्व बरोबर

४९. अंतरिक्ष (अँट्रिक्स) कॉर्पोरेशन लिमिटेड (भारत सरकार, बंगळुरू) यांचं कार्यक्षेत्र काय आहे?
(अ) सुदूरसंवेदन सेवा (ब) अंतराळयानाचे परीक्षण / निरीक्षण करणे
(क) अंतराळ तंत्रज्ञानाशी संबंधित सर्व सेवा (ड) सर्व पर्याय बरोबर

५०. इंडियन इन्स्टिट्यूट ऑफ रिमोट सेन्सिंग (भारतीय सुदूरसंवेदन संस्था) कुठे आहे?
(अ) हसन (ब) शिलाँग (क) डेहराडून (ड) चंदीगड

५१. हवामानविषयक सेवांसाठी कोणता उपग्रह उपयुक्त आहे?
(अ) आयकोनॉस (ब) मेटसॅट (कल्पना - १)
(क) एज्युसॅट (ड) रोहिणी

५२. भारतीय दूरसंवेदन मालिकेतील उपग्रह म्हणजे -
(अ) रोहिणी (ब) भास्कर (क) ओशन सॅट (ड) अपोलो

५३. स्ट्रॅटेजिक आणि टॅक्टिकल असे क्षेपणास्त्राचे दोन प्रकार आहेत. त्यातील टॅक्टिकलचा उपयोग म्हणजे -
(अ) युद्धक्षेत्रात तात्कालिक वापरासाठी होतो. (ब) फक्त सरावासाठी होतो.
(क) शत्रूला बिथरायला लावण्यासाठी होतो. (ड) तंत्रज्ञानाचा विकास करण्यासाठी होतो.

५४. स्ट्रॅटेजिक क्षेपणास्त्राचा उपयोग -
(अ) शत्रूच्या महत्त्वपूर्ण अंतर्गत स्थानावर मारा करण्यासाठी होतो.
(ब) तंत्रज्ञान विकसित करण्यासाठी
(क) सरावासाठी होतो.
(ड) युद्धक्षेत्रात तात्कालिक वापरासाठी होतो.

५५. त्रिशूळ हे कोणत्या प्रकारचे अस्त्र आहे?
(अ) सागरातून जमिनीकडे सोडले जाणारे (ब) आकाशातून जमिनीकडे झेपावणारे
(क) आकाशातून आकाशात झेपावणारे (ड) जमिनीवरून आकाशात सोडले जाणारे

५६. आवाजापेक्षाही वेगाने जाणारे भारतीय क्रूझ क्षेपणास्त्र कोणते आहे?
(अ) अग्नी (ब) पिनाक (क) ब्राह्मोस (ड) गझनी

५७. विरोधी क्षेपणास्त्रांना वातावरणातच नष्ट करणारे भारतीय क्षेपणास्त्र
(अ) सूर्य (ब) प्रद्युम्न (क) धनुष्य (ड) सागरिका

५८. खालीलपैकी कोणती अस्त्रे जमिनीवरून आकाशात सोडली जातात?
(अ) त्रिशूळ आणि आकाश (ब) नाग आणि अग्नी
(क) अस्त्र आणि धनुष्य (ड) के-१५ आणि शौर्य

५९. भारताचे पहिले आंतरखंडीय बॅलिस्टिक क्षेपणास्त्र कोणते आहे?
(अ) सागरिका (ब) शौर्य (क) सूर्य (ड) प्रहार

६०. इस्रोमार्फत अवकाशात सोडण्याचे नियोजित असलेला ॲस्ट्रोसॅट हा काय आहे?
(अ) अंतराळ वेधशाळा (ब) जी.पी.एस. यंत्रणा
(क) दूरसंचार उपग्रह (ड) रडार यंत्रणा

६१. ..... यांना भारतीय अंतराळ कार्यक्रमाचे जनक म्हटले जाते.
(अ) विक्रम साराभाई (ब) डॉ. के. राधाकृष्णन्
(क) डॉ. होमी भाभा (ड) डी.एन.राव

६२. खालील विधानांवर विचार करा.
(१) इन्सॅट - १ डी हा इन्सॅट - १ मालिकेतील शेवटचा उपग्रह होता.
(२) ९ सप्टेंबर २०१२ रोजी भारताची १०० वी अवकाश मोहीम पार पडली.
(३) २०१५ पर्यंत अवकाशात अवकाशयात्री पाठवण्याचे भारतीय अवकाश कार्यक्रमाचे उद्दिष्ट आहे.
(४) रिसॅट हा भारताचा पहिला हेरगिरी व नैसर्गिक आपत्ती विषयक माहिती देणारा उपग्रह आहे.
यापैकी बरोबर विधाने आहेत.
(अ) १, २ व ३ (ब) १, २ व ४ (क) ३ व ४ (ड) दिलेली सर्व

६३. २८ एप्रिल २००८ रोजी भारताच्या 'पी.एस.एल.व्ही.सी. - ९' या उपग्रह वाहकाने .... उपग्रह अवकाशात सोडले.
(अ) २ (ब) ४ (क) ७ (ड) १०

६४. भारताची ...... ही उपग्रह प्रणाली सर्वात मोठी प्रणाली आहे.
(अ) इन्सॅट (ब) आय.आर.एस. (क) जी-सॅट (ड) आर.एस.

६५. .... हा भारताचा प्राथमिक स्वरूपातील दूरसंवेदी उपग्रह होता.
(अ) भास्कर (ब) आर्यभट्ट (क) रोहिणी (ड) ॲपल

६६. ..... या उपग्रहाच्या मदतीने भारताने भूस्थिर उपग्रहांसाठी लागणारे प्रयोग केले.
(अ) भास्कर (ब) ॲपल (क) रोहिणी (ड) आर्यभट्ट

६७. भारताच्या 'ओशिएनसॅट' या उपग्रहासंदर्भात खालीलपैकी ...... हे विधान चूक आहे.
(अ) यात सागरवर्णप्रमापक (Ocean Colour Monitor) आहे.
(ब) हा सूर्यस्थिर ध्रुवीय निश्चित आहे.
(क) ओशिएनसॅट मालिकेत भारताने आत्तापर्यंत २ उपग्रह प्रक्षेपित केले आहेत.
(ड) या उपग्रहाचा उपयोग जी.पी.एस. सेवेसाठी सुद्धा केला जातो.

६८. भारताच्या ईशान्येकडील राज्यांसाठी उभारलेली ग्रामीण दूरसंचार केंद्रे (RTT) ही .... या उपग्रह प्रणालीवर निर्भर आहेत.

(अ) कार्टोसॅट (ब) इन्टेलसॅट (क) जी-सॅट (ड) इन्सॅट

६९. अमेरिकेच्या जी.पी.एस.ला पर्याय म्हणून रशियाने ...... ही प्रणाली विकसित केली आहे.

(अ) ग्लोनास (ब) ॲन्यूसॅट (क) जी-सॅट (ड) होस्टोक

७०. भारताने आत्तापर्यंत 'एरियन-५' या उपग्रह वाहकाद्वारे १४ उपग्रह ..... या स्थानावरून प्रक्षेपित केले आहेत.

(अ) श्रीहरिकोटा (ब) फ्रेंच गियाना (क) बैकानूर (ड) केप केनडी

७१. भारताची चांद्रयान 'मोहीम-१' हिचा कालावधी .... हा होता.

(अ) २२ ऑक्टोबर २००८ ते ५ सप्टेंबर २००९

(ब) १५ ऑक्टोबर २००८ ते २२ जून २००९

(क) १५ जानेवारी २००८ ते १६ डिसेंबर २००८

(ड) २० मार्च २००८ ते २५ मार्च २००९

७२. भूमी उपयोजन, नागरी नियोजन आणि आपत्ती व्यवस्थापन यासाठी भारताचा ..... हा उपग्रह महत्त्वाचा आहे.

(अ) ओशियनसॅट (ब) रिसोर्ससॅट (क) एज्युसॅट (ड) इन्सॅट

७३. केंद्र शासनाच्या अंतरिक्ष विभागाबरोबर संयुक्तपणे राबविण्यात येणाऱ्या एकात्मिकृत प्रमाणशीर विकास कार्यक्रमातील केंद्र खालीलपैकी .... या ठिकाणी नाही.

(अ) शिंदखेडा (ब) शिरूर (क) सिल्लोड (ड) बारामती

७४. 'महाराष्ट्र सुदूर संवेदन केंद्र' या संस्थेच्या नियामक मंडळाचे अध्यक्ष राज्याचे ..... हे असतात.

(अ) मुख्यमंत्री (ब) मुख्य सचिव (क) गृहमंत्री (ड) कृषी मंत्री

७५. महाराष्ट्रात सुदूर संवेदन उपयोजन केंद्र ..... येथे आहे.

(अ) पुणे (ब) नाशिक (क) नागपूर (ड) औरंगाबाद

७६. राष्ट्रीय नैसर्गिक संसाधन व्यवस्थापन यंत्रणे (NNRMS) अंतर्गत खालीलपैकी .... या ठिकाणी केंद्र स्थापन करण्यात आले नाही.

(अ) जोधपूर, खरगपूर (ब) डेहराडून, नागपूर

(क) बंगळुरू, नागपूर (ड) जयपूर, भोपाळ

७७. भारताच्या क्षेपणास्त्र क्षेत्रासंबंधित खालील विधानांवर विचार करा.

(१) अग्नी-५ हे भारताचे पहिले आंतरखंडीय क्षेपणास्त्र आहे.

(२) अग्नी-३ हे भारताचे आंतरक्षेत्रीय क्षेपणास्त्र आहे.

(३) अग्नी-२ व अग्नी - ४ हे भारताचे मध्यम पल्ल्याचे क्षेपणास्त्र आहे.

(४) पृथ्वी - १, २ व ३ ही भारताची लघु पल्ल्याची क्षेपणास्त्रं आहेत.

यापैकी बरोबर विधान / विधाने आहेत.

(अ) १, २ व ४ (ब) २, ३ व ४ (क) १, ३ व ४ (ड) दिलेली सर्व

७८. संरक्षण संशोधन आणि विकास संघटने (DRDO) द्वारा विकसित करण्यात आलेल्या शस्त्रप्रणाली संदर्भातील खालील जोड्या लावा.

प्रणाली	नाव
अ) जमिनीवरून जमिनीवर मारा करणारे क्षेपणास्त्र	१) अर्जुन
ब) जमिनीवरून हवेत मारा करणारे क्षेपणास्त्र	२) नाग
क) रणगाडा विरोधी क्षेपणास्त्र	३) त्रिशूळ
ड) रणगाडा	४) पृथ्वी

(अ) अ - १, ब - २, क - ४, ड - ३ (ब) अ - ४, ब - २, क - १, ड - ३

(क) अ - २, ब - ४, क - १, ड - ३ (ड) अ - ४, ब - ३, क - २, ड - १

७९. खालीलपैकी ...... ही भारताने विकसित केलेली क्रूझ क्षेपणास्त्रे आहेत.

(अ) अग्नी, प्रहार व निर्भय (ब) ब्राह्मोस, निर्भय व कार्नेट - इ

(क) ब्राह्मोस, शौर्य व त्रिशूळ (ड) आकाश, अग्नी व ब्राह्मोस

८०. भारताच्या मिशन चांद्रयानाची .... ही उद्दिष्टे आहेत.

(१) चंद्रावरील भौतिक व रासायनिक गुणधर्मांचा अभ्यास करणे.

(२) चंद्रावरील खनिज संपत्तीचे सर्वेक्षण करणे.

(३) चंद्रावर विपुल प्रमाणात आढळणाऱ्या हेलियम - ३ चा भविष्यात ऊर्जा स्रोत म्हणून उपयोग करणे.

(४) दूर संवेदी उपग्रहांसाठी ऊर्जा स्रोत मिळवणे.

(५) चंद्रावर मानव पाठविणे.

(अ) १, २, ३ व ४ (ब) १, ३, ४ (क) १, २, ४ व ५ (ड) दिलेली सर्व

८१. सध्या इन्सॅट प्रणाली अंतर्गत ...... हा उपग्रह कार्यरत नाही.

(अ) इन्सॅट - ३ बी (ब) कल्पना - १

(क) इन्सॅट - ३ सी (ड) इन्सॅट - ४ बी

८२. खालील जोड्या लावा.

उपग्रह	देश
१) ट्यूबसॅट	अ) बेल्जियम
२) किटसॅट	ब) भारत
३) ओशियनसॅट	क) जर्मनी
४) प्रोब	ड) दक्षिण कोरिया

(अ) १ - अ, २ - क, ३ - ड, ४ - ब (ब) १ - क, २ - ड, ३ - ब, ४ - अ

(क) १ - क, २ - अ, ३ - ब, ४ - ड (ड) १ - ड, २ - क, ३ - ब, ४ - अ

८३. खालीलपैकी .... हे भूस्थिर कक्षेमध्ये उपग्रह प्रस्थापित करण्यासाठी वापरले जाणारे प्रक्षेपक (रॉकेट) नाही.

(अ) एरियन - ४ (ब) डेल्टा - २ (क) लाँगमार्च - २ (ड) होस्टोक

८४. सूक्ष्म उपग्रह विकास प्रकल्प हाती घेणारे ..... हे देशातील पहिले विद्यापीठ आहे.

(अ) पुणे विद्यापीठ (ब) अण्णा विद्यापीठ चेन्नई

(क) दिल्ली विद्यापीठ. (ड) बंगळुरू विद्यापीठ

८५. खालीलपैकी .... हा उपग्रह प्रक्षेपकाचा प्रकार नाही.
(अ) ए.एस.एल.व्ही. (ब) के.एस.एल.व्ही.
(क) पी.एस.एल.व्ही. (ड) जी.एस.एल.व्ही.

८६. दूरसंचार उपग्रहासंदर्भातील खालील विधानांवर विचार करा.
(१) हे उपग्रह पृथ्वीपासून ३६००० कि.मी. अंतरावर भूस्थिर कक्षेत प्रस्थापित केले जातात.
(२) पृथ्वीभोवती एक फेरी पूर्ण करण्यास या उपग्रहांना २४ तास इतका अवधी लागतो.
(३) हे उपग्रह अवकाशातील रिले केंद्रासारखे कार्य करतात.
(४) या उपग्रहावर 'रेडिओ ट्रान्सपाँडर' हे उपकरण असते.
यापैकी बरोबर विधान / विधाने आहेत.
(अ) १, ३ व ४ (ब) २ व ४ (क) १, २ व ४ (ड) दिलेली सर्व

८७. भारताने आत्तापर्यंत उपग्रह प्रक्षेपणासाठी ..... या प्रक्षेपकाचा सर्वात जास्त उपयोग केला आहे.
(अ) एरियन (ब) जी.एस.एल.व्ही. (क) पी.एस.एल.व्ही. (ड) एस.एल.व्ही.

८८. भारताने चांद्रयान - १ च्या प्रक्षेपणासाठी ...... हा उपग्रह प्रक्षेपक वापरला.
(अ) पी.एस.एल.व्ही.सी. - ११ (ब) पी.एस.एल.व्ही. - ८१२
(क) पी.एस.एल.व्ही. - ८१४ (ड) पी.एस.एल.व्ही. - ८१५

८९. भारताची चांद्रयान - १ ही मोहीम जगातील चंद्रावरील .... वी मोहीम होती.
(अ) ५२ (ब) ६१ (क) ६८ (ड) ७९

९०. इस्रोच्या कार्यासंदर्भातील खालील घटनांना योग्य चढता क्रम द्या.
(१) आर्यभट्ट उपग्रहाचे प्रक्षेपण. (२) ॲपल उपग्रहाचे प्रक्षेपण.
(३) इन्सॅट १ - अ उपग्रहाचे प्रक्षेपण. (४) भास्कर उपग्रहाचे प्रक्षेपण.
(अ) १, २, ३, ४ (ब) १, ३, २, ४ (क) १, ४, २, ३ (ड) १, ३, ४, २

९१. वातावरणात वेगवेगळ्या उंचीवर जाऊन वातावरणाचा वेध घेणाऱ्या अग्निबाणांना ...... म्हणतात.
(अ) वेदर रॉकेट (ब) साऊंडिंग रॉकेट (क) मेट्रोलॉजिकल रॉकेट (ड) शेल रॉकेट

९२. इस्रोने स्थापन केलेली .... ही संस्था इस्रोचे तंत्रज्ञान जगभर विकते.
(अ) अँट्रिक्स (ब) स्पियर (क) शार (ड) पी.आर.एल.

९३. अमेरिकेच्या 'जी.पी.एस.' या प्रणाली संदर्भात खालीलपैकी कोणते विधान चूक आहे.
(अ) या प्रणालीत १२ उपग्रह आहेत.
(ब) पृथ्वीपासून सुमारे २०,००० कि.मी. उंचीवर या प्रणालीतील उपग्रह ध्रुवीय कक्षेत फिरतात.
(क) या प्रणालीतील उपग्रहांना पृथ्वीची एक फेरी पूर्ण करण्यास बारा तासांचा कालावधी लागतो.
(ड) या प्रणालीची जगभर ५ केंद्रे आहेत.

९४. अद्ययावत नकाशे .... या उपग्रहाच्या साहाय्याने तयार केले जातात.
(अ) रिसोर्स सॅट (ब) मेटसॅट (क) कार्टोसॅट (ड) व्ही-सॅट

९५. 'सक्रिय दूरस्थ संवेदन' या तंत्रात खालीलपैकी ...... याचा समावेश होत नाही.
(अ) रडार (ब) सोनार (क) लिडार (ड) सोडार

९६. शहर नियोजन प्रक्रियेत .... या उपग्रहाने प्रगत राष्ट्रांत एक नवा अध्याय सुरू केला आहे.
(अ) लॅण्डसॅट (ब) आयकोनॉस (क) रिसोर्ससॅट (ड) मॅटसॅट

९७. उपग्रहांच्या अपलिंक आणि डाऊनलिंक वारंवारतेतील फरक ...... इतका असतो.
(अ) 6GHz (ब) 2GHz (क) 4GHz (ड) 0GHz

९८. खालील जोड्या लावा.

केंद्र	शहर
१) अवकाश उपयोजन केंद्र	अ) हसन
२) उपग्रह मुख्य नियंत्रण केंद्र	ब) अहमदाबाद
३) राष्ट्रीय दूर-संवेदी संस्था	क) तिरूअनंतपुरम
४) विक्रम साराभाई अवकाश केंद्र	ड) हैदराबाद

(अ) १ - अ, २ - क, ३ - ड, ४ - ब   (ब) १ - ब, २ - अ, ३ - ड, ४ - क
(क) १ - ड, २ - अ, ३ - ब, ४ - क   (ड) १ - क, २ - ब, ३ - अ, ४ - ड

९९. भारताच्या ...... या क्षेपणास्त्राची तुलना अमेरिकेच्या 'पॅट्रीयट' या क्षेपणास्त्राशी केली जाते.
(अ) आकाश (ब) नाग (क) पिनाक (ड) लक्ष्य

१००. भारताच्या ..... या क्षेपणास्त्राची तुलना रशियाच्या 'स्कड' या क्षेपणास्त्राशी केली जाते.
(अ) त्रिशूळ (ब) पृथ्वी (क) अग्नी (ड) धनुष्य

उत्तरे

१. ब	२. क	३. ड	५. ब	६. क	७. ड	८. क
९. ड	१०. ब	११. ड	१२. अ	१३. क	१४. ब	१५. अ
१६. क	१७. ड	१८. ड	१९. ब	२०. अ	२१. अ	२२. ड
२३. ब	२४. ड	२५. ब	२६. अ	२७. ड	२८. क	२९. ब
३०. क	३१. अ	३२. अ	३३. ब	३४. ड	३५. क	३६. अ
३७. ब	३८. ड	३९. क	४०. अ	४१. अ	४२. ब	४३. क
४४. अ	४५. ब	४६. अ	४७. ड	४८. ड	४९. ड	५०. क
५१. ब	५२. क	५३. अ	५४. अ	५५. ड	५६. क	५७. ब
५८. अ	५९. क	६०. अ	६१. अ	६२. ड	६३. ड	६४. अ
६५. अ	६६. ब	६७. ड	६८. ड	६९. अ	७०. ब	७१. अ
७२. क	७३. ड	७४. ब	७५. क	७६. ड	७७. ड	७८. ड
७९. ब	८०. अ	८१. अ	८२. ब	८३. ड	८४. ब	८५. ब
८६. ड	८७. क	८८. अ	८९. क	९०. क	९१. ब	९२. अ
९३. अ	९४. क	९५. ब	९६. ब	९७. ब	९८. ब	९९. अ
१००. ब						

४

जैव तंत्रज्ञान

Biotechnology

जीवशास्त्र हा विषय शालेय अभ्यासक्रमात शिकवतात. त्यामध्ये वनस्पतीशास्त्र आणि प्राणीशास्त्र हे विषय समाविष्ट असतात. या सजीवसृष्टीच्या अभ्यासामध्ये सूक्ष्मजीवशास्त्राची ओळख विद्यार्थ्यांना होत असते. या शास्त्राचा विस्तार आता खूप वाढलाय. वैद्यकशास्त्र, कृषीविज्ञान, औषधनिर्मितीशास्त्र अशा अनेक महत्त्वपूर्ण शाखांमध्ये सूक्ष्मजीवशास्त्र या विषयाचे महत्त्व लक्षात आले आहे. सूक्ष्मजिवांचा उपयोग आंबवण्याच्या क्रियेमध्ये अगदी प्राचीन काळापासून केला जातो. दुधापासून दही, दह्यापासून लोणी, लोण्यापासून तूप करणे या प्रक्रिया दीर्घकाळापासून माहिती आहेत. फळांच्या गोड रसापासून मद्यार्क बनवणे, हा देखील जैवतंत्रज्ञानातील एक भाग आहे. दही किंवा मद्यनिर्मितीचे प्रयोग करताना विशिष्ट यीस्ट (कवक, बुरशी) व क्वचित जिवाणूंचा उपयोग केला जातो. याचा अर्थ जीवशास्त्राचा मानवी व्यवहारांसाठी उपयोग करून घेण्याची कल्पना वाटते तेवढी नवी नाहीये. उदाहरणार्थ, मद्य, दही असे किण्वन प्रक्रियेने घडवलेले पदार्थ अडीच हजार वर्षांपूर्वीही तयार करण्याची पद्धत मानवाला माहिती होती.

जैवतंत्रज्ञानाला इंग्रजीत बायोटेक्नॉलॉजी म्हणतात. हा इंग्रजी शब्द १९२० साली इंग्लंडमधील लीड्स नगरपरिषदेमध्ये वापरण्यात आला होता. आपल्याकडे जैवतंत्रज्ञान या शब्दाचा वापर साधारणत: १९८० नंतर जास्त प्रमाणात होऊ लागला. आता सर्वसामान्यांपर्यंत हा शब्द पोहोचलाय. जैवतंत्रज्ञानाची व्याप्ती बरीच आहे. जैवतंत्रज्ञानाचे ढोबळमानाने वर्गीकरण तक्ता क्रमांक १ मध्ये दिले आहे. ते विविध उत्पादनांवर आधारलेले आहे.

तक्ता क्र. १

जैवतंत्रज्ञानाचे वर्गीकण		
१) रसायने	:	ॲसिटोन, ब्युटेनॉल, इथेनॉल, कार्बनिक आम्ल, सुगंधी द्रव्ये, पॉलिमर (बहुलक)
२) औषधे	:	प्रतिजैविके, चिकित्सेसाठीची रसायने (रोगनिदान), लसीकरण, स्टिरॉईड्स
३) ऊर्जा	:	जैवपदार्थ, अल्कोहोल, मिथेन
४) खाद्यपदार्थ	:	ॲमिनो आम्ल-पेय पदार्थ, यीस्ट (किण्वन क्रियेनंतर उर्वरित), मशरूम (आळिंबी), स्टार्च, ग्लुकोज, उच्च फ्रुक्टोज सायरप

५) कृषी : आनुवंशिक संशोधित धान्य, पशु आहार, सोनखत करणे (कंपोस्टिंग) जैविक कीटकनाशके, पशुलसीकरण, पादप कोशिका संवर्धन (ऊती संवर्धन)

६) लोकोपयोगी : विविध चिकित्सा उपकरणे, कचऱ्याचे शास्त्रशुद्ध नियोजन

भारतातील जैवतंत्रज्ञानाशी संबंधित उद्योगाची प्रगती प्रतिवर्षी सुमारे ४०% वाढत आहे. २००५-०६ मध्ये या उद्योग क्षेत्रातील उलाढाल १.५ अब्ज डॉलर्सची होती. सध्या या उद्योगधंद्यातील उलाढाल सुमारे १० अब्ज डॉलर्स होणार आहे. या पुढे २०१५ पर्यंत हा उद्योग प्रतिवर्षी २५% वाढत जाईल अशी चिन्हे आहेत.

औद्योगिक रसायने, औषधे आणि दैनंदिन जीवनातील काही पदार्थांचे उत्पादन करण्यासाठी जैवतंत्रज्ञानाचा उत्तम उपयोग करून घेण्यात येतो, त्याचप्रमाणे कृषीक्षेत्रात उत्पादकता वाढवण्यासाठीही त्याचा उपयोग झालाय.

जैवतंत्रज्ञानाचा उपयोग करून अभिनव पॉलिमर किंवा प्लॅस्टिक तयार करता येईल. धातूंच्या जागी त्या प्लॅस्टिकचा उपयोग होतो. जैवतंत्रज्ञानाचा उपयोग करून मानवी जीवनासाठी आवश्यक घटकांचे नव्याने उत्पादन करणे किंवा त्यांच्या उत्पादनप्रक्रियेमध्ये सकारात्मक बदल करणे यासाठी कारणीभूत असलेल्या तंत्रज्ञानाचा अंतर्भाव होतो. परंतु, यामध्ये कोणत्या ना कोणत्या टप्प्यावर, कुठल्या ना कुठल्या स्वरूपात जैविक घटकांचा उपयोग हा निश्चितपणे केला जातो. पारंपरिक स्वरूपात वापरात असलेल्या बीजसंकर, वनस्पती उत्पादन नियंत्रणपद्धती, कलमपद्धती वगैरे तंत्रांचा समावेश जैवतंत्रज्ञान विषयात करता येतो. या विषयात प्रामुख्याने जैव अभियांत्रिकी, जनुकीय तंत्रज्ञान, ऊती संवर्धन यासारख्या महत्त्वाच्या क्षेत्रांचा समावेश होत असला तरी प्रत्यक्षात त्यात इतरही अनेक घटकांचा समावेश होतो. खनिज तेल हा काही पुनरुत्पादित करता येईल, असा इंधन स्रोत नाही. अल्कोहोल मात्र पुनरुत्पादित करता येण्यासारख्या वनस्पतिजन्य पिष्टमय किंवा मळीसारख्या कच्च्या मालापासून तयार करता येते. शेणापासून जैववायू बनवण्याची प्रक्रिया बॅक्टेरियामार्फत करता येते; मात्र, हे जंतू प्राणवायूविरहित माध्यमातच फक्त वाढतात. कृषीक्षेत्रात 'अ‍ॅझो-रायझो' या पूर्णत: नैसर्गिक खताचा वापर आता वाढत चाललाय. तक्ता क्र. २ मध्ये जैवतंत्रज्ञानाचा वापर करून होणारी उत्पादने संक्षिप्त स्वरूपात दिलेली आहेत.

तक्ता क्र. २

सूक्ष्मजीव (जिवाणू / कवक)	औद्योगिक / कृषी /वैद्यक क्षेत्रातील उपयोग
पेनिसिलियम क्रायसोजेनम (कवक / बुरशी)	अँटिबायोटिक्स (प्रतिजैविके) - पेनिसिलिन
इ. कोलाय (जिवाणू) (जनुक अभियांत्रिकीचा उपयोग करून बनवलेला जिवाणूंचा प्रकार) आणि बॅसिलस लायकेनीफॉर्मिस	मानवी इन्शुलिन, ह्युमन ग्रोथ फॅक्टर (वृद्धी संप्रेरक), इंटरल्युकीन (कर्करोगाच्या पेशीचा नाश करण्यासाठी)
सॅकॅरोमायसेस सर्विसाय (यीस्टचा प्रकार)	साखरेपासून अल्कोहोल, मळीपासून अल्कोहोल
ॲस्परजिलस नायजर (बुरशी)	सायट्रिक आम्ल

सूक्ष्मजीव (जिवाणू / कवक)	औद्योगिक / कृषी /वैद्यकक्षेत्रातील उपयोग
सुडोमोनास (जनुक अभियांत्रिकीचा उपयोग करून बनवलेला जिवाणूचा प्रकार)	सागरी पाण्यावर खनिज तेलाचा तवंग आल्यावर तो नष्ट करण्यासाठी, तेलाचे डाग काढण्यासाठी, धातुजन्य विष काढून टाकण्यासाठी
ट्रायकोडर्मा व्हिरीडे (बुरशी) / ट्रायकोडर्मा रीसाय	वनस्पतीमधील वेगवेगळ्या कवकजन्य रोगांवर नियंत्रण, सेल्युलोजपासून शर्करा बनवता येणे शक्य
रायझोबियम मेलिलोटी	स्ट्रॉबेरीवर हिमवृष्टी झाल्यावर धोका टाळण्यासाठी
ॲझोटोबॅक्टर / रायझोबियम	(कृषी क्षेत्रात) जमिनीतील नत्राचे प्रमाण वाढवण्यासाठी जिवाणू खते
बॅसिलस थुरिनजेन्सीस	बी टी टॉक्सिन हे कीटकनाशक वापरून कापूस / वांगी यांची बियाणे तयार करणे

व्याख्या आणि आंतरविद्याशाखीय स्वरूप

आपले दैनंदिन जीवन सुलभ-सुखावह करण्यासाठी आपण विज्ञान-तंत्रज्ञानाचा आधार घेतो. जैवतंत्रज्ञानाचा उल्लेख विज्ञान-तंत्रज्ञानाच्या प्रगतीमधील एक क्रांतिकारी टप्पा म्हणून केला जातो. विविध देश आणि संस्था यांनी जैवतंत्रज्ञानाच्या वेगवेगळ्या व्याख्या केलेल्या आहेत, तरीही प्रत्येक व्याख्येतून सर्वसाधारण मथितार्थ सारखाच निघतो, हे विशेष. संयुक्त राष्ट्राच्या जैवविविधता या विषयावरील परिषदेमध्ये जैवतंत्रज्ञानाची व्याख्या आहे-

'जैविक घटक, जैविक संस्था, जैविक प्रक्रिया आणि त्यापासून निर्मित अन्य घटक यांचा उपयोग करून मानवी गरजांच्या पूर्ततेसाठी तंत्रज्ञानाचा विकास करणे म्हणजे जैवतंत्रज्ञान.' या खेरीज अजून एक व्याख्या प्रो. कॉलिन रॅटलेज यांनी तयार केली आहे - 'संपत्ती निर्माण करण्यासाठी सजीवांचा उपयोग म्हणजे जैवतंत्रज्ञान.'

एक उदाहरण म्हणून पेनिसिलिन या प्रतिजैविकाकडे नजर टाकू. उपयुक्त जीवरक्षक औषध म्हणून त्याचा आता सर्रास वापर होतोय. १९२८ साली स्कॉटलंडच्या ॲलेक्झांडर फ्लेमिंग यांनी एका बुरशीच्या भोवताली वाढलेल्या स्टेफायलोकॉकस नामक जिवाणूंचा, म्हणजे बॅक्टेरियांचा नाश होतो, असे निरीक्षण केले. त्यानंतर हॉवर्ड फ्लोरी आणि अर्नेस्ट बोरिस चेन यांनी पेनिसिलिनचे पुरेसे रसायन गोळा केले, त्याचे शास्त्रशुद्ध संशोधन केले. तसेच ते उत्पादन करण्याची पद्धत विकसित केली. १९४० सालापासून पेनिसिलिन या औषधाची चाचणी यशस्वीपणे घेण्यात आली. दुसऱ्या महायुद्धामध्ये जखमी सैनिकांचे प्राण वाचवण्यासाठी पेनिसिलिनचा खूप उपयोग झाला. पेनिसिलिन हे औषध **पेनिसिलियन नोटॅटम** किंवा **पे. क्रायसोजेनम** या बुरशींचा उपयोग करून निर्मिले जाते. पे. नोटॅटम पेक्षाही पे. क्रायसोजेनमपासून जास्त पेनिसिलिन मिळते हे फ्लोरी यांनी शोधून काढले. पेनिसिलिनचा अनेक पद्धतींनी अभ्यास - संशोधन चेन यांनी केले. यामध्ये रसायनशास्त्र, सूक्ष्मजीवशास्त्र, वैद्यकशास्त्र, जीवभौतिकी अशा विविध विद्याशाखांचा अभ्यास करावा लागला. यावरून जैवतंत्रज्ञान हा विषय आंतरविद्याशाखीय असून त्यात अनेकजणांना वाव व रोजगार मिळू शकतो, हे सिद्ध होते.

जैवतंत्रज्ञानाच्या विविध शाखा :

उद्योगक्षेत्र, कृषी, आरोग्य, पर्यावरण संरक्षण अशा अनेक क्षेत्रांमध्ये जैवतंत्रज्ञानाचा आणि त्यासंबंधीचे संशोधन करण्यासाठी बराच वाव आणि कार्य करण्यासाठी संधी उपलब्ध होत आहेत. काही विशिष्ट क्षेत्रांतील

जैवतंत्रज्ञानाच्या वापराबद्दल विशिष्ट नावे देखील प्रचलित झाली आहेत.

(१) जैव-माहिती तंत्रज्ञान (बायोइन्फॉरमॅटिक्स) : जैव माहितीचे संकलन आणि व्यवस्थापन करण्यासाठी संगणकाचा वापर करावा लागतो. याबद्दल संशोधन करणाऱ्या विषयाला बायोइन्फॉरमॅटिक्स म्हणतात. जनुकांमधील डि.एन.ए. ची क्रमवारी त्यातील चार 'बेस' वर्गीय रेणूंच्या क्रमवारीप्रमाणे मांडणी केली जाते. या क्रमवारीनुसार त्यापासून विशिष्ट प्रथिनांची निर्मिती होत असते. या क्रमवारीचे काटेकोर पद्धतीने पृथक्करण करावे लागते. मानवी जनुकांचा आराखडा तयार झालेला आहे. त्यातील हजारो जनुकांच्या क्रमवारीचे पद्धतशीर निरीक्षण करण्यासाठी संगणकाच्या अनेक प्रणाली (सॉफ्टवेअर्स) उपलब्ध आहेत. संशोधक सतत त्याचा वापर करून जनुकांमधील क्रमवारीचे संशोधन करतात. या लाखो जनुकांमधील क्रमवारीतील साम्यभेद शोधण्यासाठी संगणक फार उपयुक्त असतो. जीनॉमिक्स या विषयात मानवी जनुकांचा आराखडा अभ्यासला जातो. याला मानवी जीवनाची 'ब्ल्यू प्रिंट' म्हणता येईल. या जनुकांमधील माहितीप्रमाणेच हजारो प्रथिनांची निर्मिती होते. प्रत्यक्ष 'जिवा' ची जडणघडण म्हणजेच एकप्रकारे प्रथिनांची जडणघडण असते. याला 'प्रोटिऑमिक्स' म्हणतात. संगणकाच्या साहाय्याने जैविक आणि जनुकीय माहितीचे संकलन, जतन (साठवणूक) आणि पृथक्करण (विश्लेषण) करून ते संशोधन कार्यासाठी उपलब्ध करून देण्याचे कार्य बायोइन्फॉरमॅटिक्स (जैव-माहिती तंत्रज्ञान) या विषयात केले जाते. मानवी शरीरशास्त्र, आरोग्यशास्त्र आणि औषधशास्त्र या तिन्ही गोष्टी परस्परावलंबी आहेत. औषध निर्मितीसाठी या माहितीचे शास्त्रशुद्ध संकलन आणि विश्लेषण या शाखेत होत असल्यामुळे जैव-माहिती तंत्रज्ञान हा विषय महत्त्वाचा आहे. दिल्लीमधील जवाहरलाल नेहरू विद्यापीठ आणि पुणे विद्यापीठ येथे जैव-माहिती तंत्रज्ञान विषयक अध्यापन आणि संशोधन होत आहे. पदवी आणि पदव्युत्तर शिक्षणासाठी भारतातील ही दोन केंद्रे अग्रगण्य आहेत.

(२) हरित जैवतंत्रज्ञान (ग्रीन बायोटेक्नॉलॉजी) : कृषी क्षेत्रात पिकाची उत्पादकता (हेक्टरी उत्पादन) तर वाढली पाहिजेच, पण त्या बरोबर पिकांचा दर्जादेखील वाढायला हवा. विषाणू, जिवाणू, कीटक यापासून स्वसंरक्षण करणाऱ्या पिकांचे वाण करणे आता आवश्यक आहे. रोगप्रतिबंधक शक्ती आणि कोणत्याही मोसमात घेता येण्यासारखे पीक हवे. तणनाशकाच्या फवारणीचा त्यावर दुष्परिणाम होता कामा नये. विभिन्न वाणात चांगले-वाईट दोष असतात. त्यातील अनुकूल गुण एकत्र करून जर एखाद्या वनस्पतीचे वाण बनवले तर पिकाची उत्पादकता आणि दर्जा वाढवता येतो. याला संकरित पीक म्हणतात. वनस्पतींमध्ये कृत्रिम पद्धतीने गर्भाधान आणि फलन घडवून संकरीकरण करता येते. या पद्धतीमध्ये एका प्रजातीचे परागकण आणि दुसऱ्या प्रजातीचे बीजांड यांचा संयोग घडवला जातो. वनस्पतींमधील रोगप्रतिकारक शक्ती, प्रतिकूल हवामान, जमिनीच्या खारटपणात तगून राहण्याची क्षमता, तणनाशक प्रतिरोधशक्ती आदी गुणांचे जनुक हे परागकणात असतात. संकरीकरणासाठी परागकणांचे संशोधन जास्त महत्त्वाचे असते. याकरिता परागकण जैव-तंत्रशास्त्र (पॉलन बायोटेक्नॉलॉजी) ही शाखा उदयास आली आहे. जनुक अभियांत्रिकी (जेनेटिक इंजिनिअरिंग) या शाखेचा विकास झाल्यामुळे संकरीकरणाच्या मर्यादा विस्तारल्या आहेत. जनुक अभियांत्रिकीमुळे एखाद्या सजीव पेशीतील जनुक दुसऱ्या एखाद्या सजीव पेशीत स्थानांतरित करता येतो. कृषी क्षेत्रामध्ये अशा अनेक प्रकारचे संशोधन होत आहे. या कृषीसंबंधित तंत्रज्ञानाला हरित जैवतंत्रज्ञान म्हणतात. उत्पादकता वाढ, पोषणमूल्य वाढ, रोगप्रतिकारक शक्ती निर्मिती इत्यादी हेतूंनी या तंत्रज्ञानाचा वापर होतो.

(३) रक्त जैवतंत्रज्ञान (रेड बायोटेक्नॉलॉजी) : आरोग्य आणि औषधशास्त्राशी निगडित जैवतंत्रज्ञानाला रक्त जैवतंत्रज्ञान म्हणतात. मानवाच्या आधीपासूनच या पृथ्वीवर रोगजंतूंचे अस्तित्व आहे. रोगांचे तीन प्रकार म्हणजे सांसर्गिक रोग, चयापचयाचे (क्रियात्मक) रोग आणि आनुवंशिक रोग. आरोग्यरक्षणासाठी तीन टप्पे महत्त्वपूर्ण मानले जातात- रोगप्रतिबंधक उपाययोजना करणे, रोगाचे अचूक निदान करणे आणि उपचार करणे. लसीकरण हा

संसर्गजन्य रोगांपासून दूर राहण्याचा एक मार्ग आहे. याचा प्रभावीपणे वापर केल्यामुळे भारत देवीरोगमुक्त झाला आहे. आता पोलिओसारखा रोगदेखील पूर्णपणे हटवता येतो आहे. प्रभावी प्रतिजैविकांमुळे (अँटीबायोटिक्समुळे) अनेक जीवघेणे रोग आता बरे करता येत आहेत. यामध्ये पेनिसिलिन, स्ट्रेप्टोमायसिन, टेट्रासायक्लीन, जेंटामायसिन, एरिथ्रोमायसिन, नियोमायसिन महत्त्वपूर्ण आहेत.

आरोग्य आणि औषधशास्त्र, लसींची निर्मिती आणि प्रभावी लसींसंबंधीचे संशोधन, प्रतिजैविके आणि इन्शुलीनसारख्या महत्त्वपूर्ण संप्रेरकाची (हार्मोनची) मोठ्या प्रमाणात निर्मिती, जनुकीय क्रमवारीमध्ये आवश्यक तो बदल करून रुग्णावर उपचार करणे इत्यादी हेतुंनी हे तंत्रज्ञान वापरले जाते.

जैवतंत्रज्ञानाच्या वाटचालीमध्ये रोजगार निर्मितीची संधी

एकूण मानवी जीवन सुखी आणि संपन्न करण्यासाठी जैवतंत्रज्ञानाचा निश्चित उपयोग होईल. त्यासाठी भारतीय संशोधक कटिबद्ध झालेले आहेत. यातून विविध प्रकारे औद्योगिक विकास तर साधला जाईलच, पण प्रशिक्षित तरुणांना अनेक क्षेत्रांमध्ये कर्तृत्व सिद्ध करण्याची संधी मिळणार आहे. जैवतंत्रज्ञानाच्या वाटचालीत स्पर्धात्मक युगामध्ये व्यवसायाभिमुख केलेले संशोधन आता महत्त्वपूर्ण ठरणार आहे. यामुळे कृषी, आरोग्य, पर्यावरण संरक्षण या क्षेत्रांमध्ये व्यवसायाच्या आणि त्याचबरोबर रोजगाराच्या संधी उपलब्ध होतील.

सभोवतालच्या वनस्पती, सूक्ष्मजीव-प्राणी, यामधील जैवप्रक्रिया लक्षात घेतल्या तर औद्योगिक क्षेत्रामध्ये त्याचा उपयोग करता येईल. विशेषत: सूक्ष्मजीवजंतूंचा वापर करून अनेक महत्त्वपूर्ण औषधे-रसायने यांची निर्मिती केली जाते. जनुकीय दृष्टीने त्यापैकी काही उपयुक्त जीवजंतूंची नावे तक्ता क्रमांक २ मध्ये दिलेली आहेत. आधुनिक जैवतंत्रज्ञानाची ' अर्थ ' पूर्ण वाटचाल करण्यासाठी बाजारपेठ नजरेसमोर ठेवून संशोधन करायला हवे. उदाहरणार्थ, पपई या फळापासून विविध ठिकाणी उपयुक्त असणारे ' पेपेन ' नावाचे एक विकर (एन्झाईम) भरपूर पैसा मिळवून देणारे आहे. तथापि, त्याचा दर्जा कसा आणि किती वाढवायचा, तसेच त्याची देशात - परदेशात किती मागणी आहे, त्याचे पॅकिंग कसे करायचे-अशा अनेक बाबींचा अभ्यास आणि संशोधन यामध्ये करायला पाहिजे.

जैवतंत्रज्ञानाच्या कक्षा विशाल आहेत आणि त्या विस्तारत चालल्या आहेत. साहजिकच जीवशास्त्र, रसायन-अभियांत्रिकी-भौतिकीशास्त्र, इलेक्ट्रॉनिक्स, संगणकशास्त्र अशा अनेक शाखांमधील होतकरू व जाणकार लोक जैवतंत्रज्ञानाच्या वाटचालीमध्ये उत्तम कामगिरी करू शकतात.

महिलाभिमुख तंत्रज्ञानाची प्रगती वेगाने साध्य करण्याची आज गरज आहे. कृषीक्षेत्राशी निगडित अशा सूक्ष्मजीवशास्त्र, जीवाणूखते, ऊतिसंवर्धन (टिश्यू कल्चर), आरोग्यविषयक प्राथमिक उपचार पद्धती - असे विषय त्यांना सहज आत्मसात करता येतील. महिला वैज्ञानिकांची विशेष पसंती जीवनविषयक शास्त्रांची (लाईफ सायन्सेसची) असते, हे आपण लक्षात घ्यायला हवे. जैवतंत्रज्ञान या शब्दामध्ये जीवशास्त्राचा संबंध उपयुक्त तंत्रज्ञानाशी जोडला गेला आहे. यात जीवशास्त्राइतकेच महत्त्व अभियांत्रिकी-तंत्रज्ञान आणि विज्ञानाच्या अन्य विषयांचे आहे. अनेक विषयांचे जाणकार आणि तंत्रज्ञ एकत्र येऊनच सर्वांना उपयुक्त होईल असे जैवतंत्रज्ञानाशी संबंधित उपयुक्त पदार्थ, औषध, ऊर्जासाधन (इंधन) घडवू शकतात.

उदाहरणार्थ, मानवी वाढ संप्रेरक, पेनिसिलिन (प्रतिजैविक), मानवी इन्शुलिन (संप्रेरक), विविध लसींची निर्मिती, ऊती संवर्धन, जनुक उपचारपद्धती, उत्पादन वाढवणाऱ्या बी-बियांणाची निर्मिती यासाठी सूक्ष्मजीवशास्त्रज्ञ, सेंद्रिय रसायनशास्त्रज्ञ, जैवभौतिकीशास्त्रज्ञ, रसायन अभियांत्रिकीचे तज्ज्ञ, औषधांची चाचणी घेणारे जाणकार, वैद्यकशास्त्रातील जाणकार कृषीतंत्रज्ञ, वनस्पतीशास्त्रज्ञ अशा सगळ्यांची गरज पडते; त्यानंतर

अभिनव उत्पादनांची विक्रीव्यवस्था करण्यासाठी वाणिज्य क्षेत्रातील व्यक्ती, जाहिराततज्ज्ञ यांनाही या मालाच्या वितरणासाठी काम करण्याची संधी मिळते, त्यामुळे यातील कोणताही घटक कमी महत्त्वाचा नाही. रसायनशास्त्रातील किंवा जीवशास्त्रामधील व्यक्ती जैविक रसायनांची जुळवाजुळव, मिश्रण किंवा निर्मिती करू शकतील. तथापि, त्यापासून व्यापारी तत्त्वावर मोठ्या प्रमाणात त्यांची निर्मिती करायची असेल तर रसायन-अभियांत्रिकीची, भौतिकीशास्त्र जाणकार आणि अनेक तरुण कुशल साहाय्यकांची गरज पडेल; याचा अर्थ बहुतेक क्षेत्रांतील सर्वांना जैवतंत्रज्ञानामधील प्रगतीमध्ये वाटेकरी होता येईल. यासाठीच रोजगार निर्मितीमध्ये हे क्षेत्र अग्रगण्य राहू शकते.

रोजगार निर्मितीची व्याप्ती

भारतामध्ये जैवतंत्रज्ञानावर आधारित असलेल्या अनेक उत्पादने आणि सेवा-सुविधा यांची उलाढाल प्रचंड आहे. या उद्योगात विविध जीवपेशी, सूक्ष्मजीवजंतू आणि जैविक रेणूंचा उपयोग केला जातो. त्यांचा उपयोग नानाविध प्रकारची रसायने, प्रतिजैविके, विकरे (एन्झाइम्स, जैविक उत्प्रेरके) तयार करण्याकरिता होतो. अनेक औषधांची निर्मिती जैवतंत्रज्ञानाचा वापर करून केली जाते. भारतात अशी उत्पादने करणाऱ्या कंपन्यांची संख्या सुमारे आठशे आहे. यामुळे एक लाख ऐंशी हजार लोकांना रोजगार उपलब्ध झाला आहे. यामध्ये संशोधक, तंत्रज्ञ, विक्रेते, जाहिरात करणारे वगैरे कर्मचारी आहेत. २०२० सालापर्यंत जैवतंत्रज्ञान क्षेत्राची उलाढाल ४ लाख ४० हजार कोटी रुपयांची होऊ शकेल.

देशी आणि परदेशी उद्योजक या क्षेत्रात मोठी गुंतवणूक करीत आहेत. भारत सरकारच्या विज्ञान तंत्रज्ञान मंत्रालयाच्या जैवतंत्रज्ञान विभागामार्फत वैद्यक आणि वनस्पतीशास्त्रातील संशोधनासाठी पुरेसा निधी उपलब्ध करून दिला जात आहे. 'नॅशनल इन्स्टिट्यूट ऑफ बायोलॉजिकल्स' या नवी दिल्लीच्या संस्थेने जैवतंत्रज्ञान विकसित करण्यासाठी रचनात्मक कार्यक्रम आखलेला आहे.

भारतात जैवतंत्रज्ञानाची प्रगती करण्यासाठी भरपूर वाव आहे. त्याची कारणे पुढीलप्रमाणे :

१) देशातील विविध प्रयोगशाळांमध्ये उत्तम संपर्क साधण्यासाठीची यंत्रणा सज्ज आहे.

२) औद्योगिक क्षेत्रात उत्तम पायाभूत सुविधा आहेत.

३) जैवविविधतेत भारत हा जगातील एक अग्रगण्य देश आहे.

४) नवीन औषधांची चाचणी घेण्यासाठी यंत्रणा तयार आहे.

५) देशात कुशल सुशिक्षित - प्रशिक्षित तरुणांची उपलब्धता आहे.

जैवउद्योग क्षेत्रात भारताचे स्थान आघाडीवरील देशांमध्ये आहे. त्यासंबंधीची टिपणे :

१) जैवतंत्रज्ञानाशी संबंधित उलाढालीत भारताचा जगात १२ वा क्रमांक लागतो. मात्र, आशियामध्ये (कोरिया, जपाननंतर) तिसरा क्रमांक आहे.

२) जगात जैवतंत्रज्ञानाच्या एकूण उत्पादनापैकी फक्त २% उत्पादन भारतात होते. त्यातील ६०% उत्पादन निर्यात केले जाते.

३) २०१५ पर्यंत जैवतंत्रज्ञानासंबंधीचे उत्पादन २५०० कोटी डॉलर्सचा टप्पा ओलांडेल.

४) औषधनिर्मितीच्या क्षेत्रात भारताचा जगात चौथा क्रमांक आहे.

जैवतंत्रज्ञान उद्योगाचे ढोबळमानाने पाच भाग आहेत.

१) जैव औषध निर्माण (बायोफार्मा) उत्पादन ७५%

२) जैव सेवा-सुविधा (बायो सर्व्हिसेस) उत्पादन ९%

३) जैव कृषी उद्योग (बायो ॲग्रि.) उत्पादन ७%

४) जैव औद्योगिक उत्पादन (बायो इंडस्ट्रियल) उत्पादन ७%

५) जैव - माहिती तंत्रज्ञान (बायो इन्फॉरमॅटिक्स) उत्पादन २%

बायो ॲग्रि. क्षेत्रामध्ये जैव खते, जैव अभियांत्रिकीच्या साहाय्याने घडवलेली बी-बियाणे आहेत. या खेरीज काही प्रमाणात जैवइंधनेही आहेत.

गेल्या काही वर्षांत जैवतंत्रज्ञान क्षेत्रात भारताची उल्लेखनीय झालेली वाटचाल पुढीलप्रमाणे आहे :

१) दोनशे नवीन औषधे आणि लसी बाजारात आलेल्या आहेत.

२) शेतकऱ्यांना उत्तम बियाणे आणि कीड / कीटकनाशके मिळाल्यामुळे समाधानकारक फायदा झाला आहे.

३) गुन्हेगारांचा शोध लावण्यासाठी जैवतंत्रज्ञानाचा बराच उपयोग झाला आहे.

४) जैवतंत्रज्ञानाच्या उपयोगामुळे कमीतकमी पाणी व ऊर्जा वापरून औद्योगिक क्षेत्र अधिकाधिक उत्पादन करीत आहे.

५) भारतात या क्षेत्रात खूप संशोधन करण्यासाठी उत्तेजन-निधी आणि वाव मिळत आहे.

भारताची जैवतंत्रज्ञानाच्या क्षेत्रामध्ये यापुढे अधिक चांगली प्रगती होऊ शकेल; कारण राष्ट्रीय पातळीवरील चाळीस अद्ययावत अशा प्रयोगशाळा वैज्ञानिक आणि औद्योगिक अनुसंधान परिषदेच्या देखरेखीखाली उत्तम संशोधन करीत आहेत. उदाहरणार्थ, राष्ट्रीय रासायनिक प्रयोगशाळा (पुणे), राष्ट्रीय भौतिकीशास्त्र प्रयोगशाळा (नवी दिल्ली), राष्ट्रीय सागर विज्ञान संस्था (गोवा), भारतीय रसायन-तंत्रज्ञान संस्था (हैदराबाद), राष्ट्रीय अन्नप्रक्रिया अनुसंधान संस्था (म्हैसूर) अशा अनेक प्रयोगशाळांमध्ये जैवतंत्रज्ञानविषयक प्रकल्पांसंबंधीचे संशोधन चालू आहे. भारतात जीवशास्त्रविषयक अध्यापन-संशोधन करणाऱ्या ३०० संस्था असून १२० वैद्यकीय महाविद्यालये आहेत. तसेच जैवतंत्रज्ञानावर आधारलेल्या रसायनांचे व विविध औषधांचे उत्पादन दोनशे कंपन्यांमध्ये होत आहे. भारताच्या विविध भागांमध्ये जैवतंत्रज्ञानावरील संशोधन करताना पुढील आघाडीवरील विषय सध्या महत्त्वपूर्ण ठरलेले आहेत. : १) जेनेटिक इंजिनिअरिंग (जनुक अभियांत्रिकी) २) डी.एन.ए.तंत्रज्ञान ३) मूळपेशी (स्टेम सेल) संबंधीचे तंत्रज्ञान (४) नवीन औषधांचा शोध ५) जैव माहितीशास्त्र तंत्रज्ञान

अनेक विषयांतील जाणकार आता एकत्र येऊन संशोधन करीत असल्यामुळे जैवतंत्रज्ञानाशी संबंधित असलेल्या प्रकल्पांची निश्चित प्रगती होत राहील, अशी आशा आहे.

जैवतंत्रज्ञानाशी संबंधित शैक्षणिक संधी

भारतात अनेक विद्यापीठांमध्ये जैवतंत्रज्ञान हा विषय घेऊन पदवी किंवा पदव्युत्तर शिक्षण घेण्याची सोय आहे. आय. आय. टी. सारख्या संस्थांमधूनही बी. टेक्., एम. टेक्. करण्याची सोय आहे. जवाहरलाल नेहरू विश्व विद्यालयातर्फे जैवतंत्रज्ञानविषयक अभ्यासक्रम पूर्ण करण्याकरिता उत्सुक असलेल्या तरुणांसाठी अखिल भारतीय स्तरावर पात्रता चाचणीसाठी एक परीक्षा घेतली जाते. आता तर बारावीपासून थेट एम. एस्सी. पदवीसाठी पात्रता-चाचणीतील यशस्वी विद्यार्थ्यांची निवड केली जाते.

काही राज्यांमध्ये सरकारी आणि खाजगी संस्थांमध्येही जैवतंत्रज्ञान विषय घेऊन पदव्युत्तर शिक्षण मिळत

आहे. भारत सरकारच्या विज्ञान-तंत्रज्ञान मंत्रालयाने त्यांच्या जैवतंत्र विभागा (डी. बी. टी., डिपार्टमेंट ऑफ बायोटेक्नॉलॉजी) मार्फत प्रशिक्षण आणि संशोधनासाठी निधी उपलब्ध केला आहे. पदव्युत्तर शिक्षण घेण्यासाठी देशाच्या विविध भागांतील निवडक विद्यार्थ्यांसाठी डी. बी. टी. तर्फे शिष्यवृत्ती देण्यात येते. पुणे विद्यापीठ, बडोदा, दिल्ली, चेन्नई, मदुराई वगैरे ठिकाणच्या पात्र संस्थांमध्ये पदव्युत्तर विद्यार्थ्यांना ही शिष्यवृत्ती मिळत आहे. देशातील अनेक भागांत जेनेटिक्स (आनुवांशिकी), मॉलिक्युलर बायोलॉजी (रेण्वीय जीवशास्त्र), बायोफिजिक्स (जैवभौतिकी), जीनॉमिक्स - प्रोटिऑमिक्स, स्ट्रक्चरल बायोलॉजी (संरचनात्मक जीवशास्त्र), बायोकेमिस्ट्री (जैव रसायनशास्त्र), बायोमेडिकल इंजिनिअरिंग (जैववैद्यक अभियांत्रिकी), बायोइन्फॉरमॅटिक्स (जैवमाहितीशास्त्र) मायक्रो बायोलॉजी (सूक्ष्मजीवशास्त्र) या विषयांतील संशोधन करणाऱ्या अनेक संस्था आहेत.

जैव - औद्योगिक क्रांतीमुळे या तंत्रातील तज्ज्ञांना फार मोठ्या प्रमाणात मागणी आहे. भारतातील जैवतंत्रज्ञान संस्था आता उत्तम वाटचाल करीत आहेत. त्यामध्ये उल्लेखनीय संस्था -

१) नॅशनल इन्स्टिट्यूट ऑफ इम्युनॉलॉजी (नवी दिल्ली)
२) नॅशनल सेंटर फॉर सेल्स सायन्स (पुणे)
३) नॅशनल ब्रेन रिसर्च सेंटर (मानेसर, हरियाणा)
४) सेंटर फॉर डी.एन.ए. फिंगर प्रिंटिंग ॲण्ड डायग्नोस्टिक (हैदराबाद)
५) इन्स्टिट्यूट ऑफ बायोरिसोर्सेस अँड सस्टेनेबल डेव्हलपमेंट (इंफाळ, मणिपूर)
६) इन्स्टिट्यूट ऑफ लाईफ सायन्सेस (भुवनेश्वर)
७) इंडियन व्हॅक्सिन कॉर्पोरेशन लिमिटेड (बुलंदशहर)
८) इंटरनॅशनल सेंटर फॉर जेनेटिक इंजिनिअरिंग ॲण्ड बायोटेक्नॉलॉजी (नवी दिल्ली)
९) भारत इम्युनॉलॉजिकल ॲण्ड बायोलॉजिकल कॉर्पोरेशन (बुलंदशहर)

भारतातील जैवतंत्रज्ञान - एक दृष्टिक्षेप

जैवतंत्रज्ञानाची वाढ व्हावी, उद्योगधंदे निर्माण होऊन रोजगार वाढावेत यासाठी :

१) पायाभूत सोयी-सुविधा अद्ययावत करणे
२) तज्ज्ञांचा सल्ला मिळावा म्हणून विविध ठिकाणी केंद्रांची स्थापना करणे
३) एकूण कार्यक्षमतेची वाढ करणे
४) खाजगी क्षेत्रात - सरकारी भागीदारीने 'मिशन - मोड प्रोग्रॅम्स' विकसित केले आहेत; देशातील २०० विद्यापीठे आणि संशोधन प्रयोगशाळांतील ४५० संशोधन प्रकल्प सध्या चालू झालेत.

जैवतंत्रज्ञानाची वाटचाल उत्तम होण्यासाठी :

'मानवी साधनसंपत्ती विकास' हा अत्यावश्यक आहे. यासाठी देशातील जैवतंत्रज्ञान क्षेत्राचा विकास करण्यासाठी सध्या ६३ पदव्युत्तर संस्था कार्यरत आहेत. राष्ट्रीय पातळीवर प्रवेश प्रक्रिया घेऊन १००० विद्यार्थी प्रतिवर्षी या संस्थांमध्ये दाखल होतात.

सामाजिक विकास कार्यक्रमात जैवतंत्रज्ञानाचा वापर खालीलप्रमाणे केला जातो :

१) ह्यूमन जेनेटिक्स प्रॉजेक्ट
२) आरोग्य, पोषण सुरक्षितता, रोजगारनिर्मिती १९९० मध्ये या बाबतच्या संशोधनास सुरुवात झाली. देशामध्ये आत्तापर्यंत २१ जेनेटिक डायग्नोस्टिक आणि काउन्सिलिंग केंद्रे कार्यरत आहेत. त्याचे प्रशिक्षण देणाऱ्या ४

संस्था आहेत : (१) सी.एम.सी., वेल्लोर, (२) ऑल इंडिया इन्स्टिट्यूट ऑफ मेडिकल सायन्सेस, नवी दिल्ली, (३) आय.आय.टी., मुंबई, (४) लखनौ

वैद्यकक्षेत्रात जैवतंत्रज्ञानाचा वापर

विविध प्रकारची प्रतिजैविके (अँटिबायोटिक्स) वैद्यकशास्त्राला आधुनिक उपचार करण्यासाठी मिळालेले वरदान आहे. प्रतिजैविक म्हणजे सूक्ष्मजंतूंपासून बनवलेले औषधी रसायन आहे. प्रतिजैविके निवडक जंतूंच्या दृष्टीने विषकारक ठरतात. प्रतिजैविके मानवी सूक्ष्मपिंडांना अपाय करीत नाहीत. क्षय, परमा, टायफॉईड, श्वसनेंद्रियांचे संसर्गजन्य रोग यावर प्रभावी प्रतिजैविके आता उपलब्ध आहेत. ज्या आजारांवर पूर्वी औषधे नव्हती, त्यासाठी आता प्रतिजैविके उपलब्ध आहेत. उदाहरणार्थ - प्लेगवरील नवीन उपचारपद्धतींमुळे प्राणहानी वाचते.

प्राण्यांना होणाऱ्या संसर्गजन्य रोगांच्या उपचारासाठी प्रतिजैविकांचा वापर केला जात आहे. फळे-धान्ये यांचे नुकसान करणाऱ्या रोगकारक सूक्ष्मजंतूंचे आणि बुरशीचे नियंत्रण करण्यासाठी प्रतिजैविकांचा वापर होत आहे.

रोगजंतूंना बाह्य आवरण असते. ते नाजूक असते. याला कोशिका भिंती (भित्ति) म्हणतात. पेनिसिलिन ही बाह्य नाजूक त्वचा निर्माण होण्यात अडथळे आणतात. त्यामुळे नवीन उपद्रवी जिवाणूंची उत्पत्ती कमी होत जाते. मानवी पेशीचे बाह्य आवरण वेगळ्या प्रकारचे असल्यामुळे त्यावर प्रतिजैविके अनिष्ट परिणाम करीत नाहीत.

ॲम्फोटेरिसिन बी किंवा निस्टॅटिन ही प्रतिजैविके अपायकारक पेशींची अंत:त्वचा चिरून काढतात. त्यामुळे त्याची वाढ रोखली जाते. प्रतिजैविकांचा परिणाम मुख्यत: अपायकारक सूक्ष्मजिवांवर होतो. मानवी पेशी त्यामुळे सुरक्षित राहतात. जैवतंत्रज्ञानाचा उपयोग करून आता अधिक परिणामकारक प्रतिजैविके तयार करता येतील. ती कमी खर्चीक असतील. त्याचप्रमाणे त्यांचा वापर करताना 'साईड इफेक्ट' (अन्य उपद्रव) कमीतकमी असतील.

आधुनिक औषध निर्मितीच्या प्रक्रियेमध्ये जंतूंच्यामुळे फैलावणाऱ्या रोगांचे संशोधन केले जाते व विशिष्ट रोगजंतूंसाठी विशिष्ट प्रतिजैविकांची निर्मिती केली जाते. आत्तापर्यंत सुमारे ५००० प्रतिजैविकांचा शोध लागला आहे. त्यापैकी फक्त १०० प्रतिजैविके वैद्यकीय क्षेत्रात वापरली जातात.

प्रतिजैविकांचे चार मुख्य प्रकार आहेत-पेनिसिलिन, टेट्रासाइक्लिन, सिफेलोस्पोरीन आणि एरिथ्रोमायसिन जुन्या पद्धतीप्रमाणे सूक्ष्मजिवांपासून प्रतिजैविके मिळवणे फार अवघड होते. १९४० पर्यंत एका मिलिमीटर द्रवात पेनिसिलियम क्रायसोजेनम नावाच्या बुरशीपासून फक्त २ युनिट्स प्रतिजैविक तयार होत असे. १९५० साली हे प्रमाण २ ते ३ हजार युनिट्स एवढे वाढले. आता जैवतंत्रज्ञानाचा वापर केल्यामुळे प्रति मिलिमीटर ८० हजार ते १ लाख युनिट्स पेनिसिलिन हे प्रतिजैविक मिळवता येत आहे. जैवतंत्रज्ञानाच्या संवर्धन, वितंजन, जनुक अभियांत्रिकी, संकरीकरण आदी तंत्रांचा उपयोग केला जात असल्यामुळे फक्त प्रतिजैविकांच्या निर्मितीचे प्रमाण वाढले आहे. त्याचा दर्जा पण वाढलेला आहे.

न्यूमोनिया, मॅनिनजायटिस, उपदंश (सर्प, कुत्रा आदी), घसा आणि मूत्रमार्गातील संसर्ग, घटसर्प, प्लेग, पटकी, विषमज्वर, क्षय, त्वचेतील संसर्ग, रक्तदोष अशा विकारांवरती पेनिसिलिन, स्ट्रेप्टोमायसिन, रिफॉमपिसिन, टेट्रासायक्लिन, एरिथ्रोमायसिन, नियोमायरिन, जेंटामायसिन या प्रतिजैविकाचा उपयोग होतो. बराच वापर केल्यावर अपायकारक सूक्ष्मजीव स्वत:च या प्रतिजैविकांवर प्रतिरोध करून मात करतात. साहजिक जैवतंत्रज्ञानाचा वापर करून अधिक प्रभावी व सुरक्षित प्रतिजैविके शोधून काढण्यासाठी संशोधकांना संशोधन करावे लागते.

सांसर्गिक रोगांपैकी ६ ते ७ टक्के रोग विषाणू (व्हायरस) मुळे होतात. सर्दी-पडसे, कावीळ, कांजिण्या, गोवर, एड्स हे विषाणूजन्य रोग आहेत. सर्वात जास्त संसर्गजन्य रोग जिवाणू (बॅक्टेरियां) मुळे होतात. विषमज्वर, घटसर्प, क्षय, मूत्रमार्गातील संसर्ग, पटकी, जठरदाह वगैरे होण्यास जिवाणू कारणीभूत होतात. त्वचेसंबंधीचे रोग हे

कवकांमुळे होतात. त्याचे प्रमाण १ ते २ टक्के असते. हिवताप, डेंगी (डेंग्यू), चिकनगुनिया हे डासांमुळे उद्‌भवणारे रोग आहेत. कीटकदंशामुळे परोपजीवी जंतूंचा प्रवेश शरीरात होतो.

रोगप्रतिबंध हा उपचारांपेक्षा उत्तम असतो. यासाठी नवीन लसींचा वापर केला जात आहे. शरीरात एखाद्या रोगाचे जंतू शिरले की त्या रोगजंतूच्या पृष्ठभागात काही विशिष्ट प्रथिनांची निर्मिती होते. त्यांना प्रतिजन (अँटिजेन) म्हणतात. ते रक्तात मिसळल्यावर काही विशेष रक्तपेशींपासून काही प्रथिनांची निर्मिती होते. त्यांना प्रतिपिंड (अँटिबॉडी) म्हणतात. वेगवेगळ्या प्रतिजनांपासून वेगवेगळी प्रतिपिंडे तयार होतात. रोगजंतूंचा शिरकाव झाला की, लागलीच प्रतिपिंडे तयार करून त्यांना थोपवण्याची क्षमता शरीरात निर्माण होते, याला प्रतिकारशक्ती म्हणतात. १९९२ साली डी. एन. ए. पासून तयार केलेल्या लसी उंदीर आणि माकड यांच्या शरीरात टोचल्यानंतर त्यांच्या शरीरातील प्रतिरक्षा यंत्रणा सक्रिय झाल्याचे आढळले. त्यामुळे त्यांच्या शरीरात बी-पेशी आणि टी-पेशी यांची निर्मिती झपाट्याने होऊ लागली. अशाप्रकारे शास्त्रज्ञांना कर्करोग आणि इतर रोगांविरुद्ध या प्राण्यांची प्रतिरक्षा यंत्रणा सक्रिय करण्यात यश आले. या प्रकारची पहिली चाचणी माणसांवर १९९५ साली करण्यात आली. या चाचणीत एड्‌सग्रस्त व्यक्तीमध्ये एड्‌सचे जनुक असलेली लस प्रविष्ट करण्यात आली होती. जनुक-लस तयार करण्यासाठी एखाद्या अपायकारक नसलेल्या बॅक्टेरियाच्या वर्तुळाकृती डी. एन. ए. च्या तुकड्याचा वापर करतात. त्याला प्लासमिड म्हणतात.

जनुक-लसींचे अनेक फायदे आहेत; कारण यामुळे शरीरातील प्रतिरक्षा यंत्रणा पूर्णत: सक्रिय होते. जनुक-लसींमुळे कुठल्याही प्रकारचा संसर्ग होण्याची भीती नसते; कारण या लसींमध्ये रोगजंतूंची पुनर्निर्मिती करू शकणारा असा कोणताही भाग नसतो. इतर लसींच्या निर्मितीपेक्षा जनुकलसींची निर्मिती करणे सुलभ शक्य असते. शिवाय ही लस इतर लसींपेक्षा जास्त टिकाऊ असते.

फ्ल्यू, एड्‌स यासारख्या रोगांच्या वेगवेगळ्या बऱ्याच जाती असतात. त्या सर्वांचे जनुक एकाच लसीमध्ये समाविष्ट करून त्यापासून एकच परिणामकारक प्रभावी लस करता येते.

सध्या आजाराचे निदान करणे (चिकित्सा), नवीन औषधांची निर्मिती करणे, जनुकीय व्याधींचे पूर्वानुमान, जनुकीय चिकित्सा पद्धती, जनुकीय परीक्षा यांचे महत्त्व वाढत आहे.

जनुक अभियांत्रिकीचा इन्शुलिन निर्मितीसाठी उपयोग :

अनेक औषधांची निर्मिती जनुक अभियांत्रिकीच्या तंत्राचा वापर करून केली जाते. उदाहरणार्थ, मानवी इन्शुलिनची निर्मिती ई-कोलाय नामक बॅक्टेरिया (जिवाणू) मार्फत केली जाते. तथापि, हा जिवाणू सामान्य परिस्थितीत कधीच इन्शुलिनची निर्मिती करत नाही. इन्शुलिनची निर्मिती करणारे मानवी जनुक अलग करून ते जिवाणूंच्या जनुकांमध्ये जनुक अभियांत्रिकीचे तंत्र वापरून समाविष्ट केलेले असते. हेच तंत्र वापरून मानवी संवृद्धी संप्रेरक (ह्यूमन ग्रोथ हार्मोन), इंटरफेरॉन, रक्त न गोठण्याच्या दोषावरील औषधे, कॅन्सर, हृदयरोगावरील औषधे सध्या मोठ्या प्रमाणात उत्पादित केले जात आहे. अशाप्रकारे औषधांची निर्मिती ही जनुकीयदृष्ट्या परिवर्तित केलेल्या ई कोलाय सारख्या जिवाणूपासून केल्यामुळे तीन फायदे होतात. ते म्हणजे (१) जशी मागणी आहे, त्या प्रमाणात औषध तयार केले जाते. (२) मानवी जनुकाचा उपयोग केल्यामुळे 'साईड इफेक्ट' (अन्य दुष्परिणाम) होत नाहीत. (३) दर्जा चांगला आणि सातत्यपूर्ण ठेवता येतो. तसेच किंमतही कमी राखता येते.

जनुक परिवर्तित करण्याचे तंत्र आता वनस्पतींमध्येही साधण्याचे यशस्वी प्रयत्न केलेले आहेत. उदाहरणार्थ, रक्तस्कंदक घटक, एरिथ्रोपोएटीन, वृद्धी संप्रेरक, वंध्यत्वनाशक घटक इत्यादी महत्त्वपूर्ण औषधे जिवाणू, यीस्ट आणि वनस्पतींपासून बनवण्याचे प्रयत्न सतत केले जातील. वनस्पतीजन्य औषधे मुखावाटे देणं शक्य असल्यामुळे इंजेक्शनची गरज भासत नाही. यामुळे औषधनिर्मिती करणाऱ्या उद्योगांचे विकेंद्रीकरण होऊन गरीब देशांना त्याचा

फायदा मिळतो. बटाटा, टोमॅटो, तंबाखू आणि सूर्यफूल या वनस्पतींमध्ये जनुकीय परिवर्तन घडवून आणण्याची किमया साध्य झाली आहे.

जनुक अभियांत्रिकीचे तंत्र वापरून जेव्हा जिवाणू, यीस्ट आणि वनस्पतींचे जनुकीय परिवर्तन केले जाते, तेव्हा त्याला ट्रान्सजेनिक प्लँट, ॲनिमल किंवा 'जेनेटिकली मॉडिफाईड ऑरग्यॅनिझम' म्हणतात.

जेनेटिक इंजिनिअरिंग म्हणजे काय ?

आपल्या शरीरातील प्रत्येक पेशीमध्ये आनुवंशिक गुणांशी घनिष्ट संबंध असणारे मुख्य रेणू म्हणजे डी. एन. ए. खरं तर आनुवंशिक गुण हे एखाद्याच रेणूशी संबंधित नसून त्या रेणूंच्या साखळ्यांमधील 'बेस' च्या क्रमवारीवर अवलंबून असतात. बेस मुख्यत्वे चारच आहेत - ॲडेनिन, थायमिन, सायटोसिन आणि ग्वानिन. १९५२ साली जोशुआ लिडेरबर्गने सूक्ष्मजंतू (जिवाणू) वर हल्ला करणारे विषाणू (व्हायरस) असतात, असे सिद्ध केले. तसेच विषाणू हे 'जेनेटिक मटेरियल' चे वाहक असल्याचे त्याने दाखवून दिले. ई-कोलाय जिवाणूच्या पेशीमध्ये २ ते ३ हजार जनुके असतात. त्यांच्याबरोबर 'प्लासमिड' ही डी. एन. ए. रेणूंची साखळी असते. त्यात ५ ते १० जीन्स किंवा जनुके असतात. विशिष्ट 'रिस्ट्रिक्शन एन्झाईम' वापरून ही साखळी तोडून त्यात आपल्याला आवश्यक असलेल्या प्रथिनांशी संबंधित असलेले जनुक 'बसवता' येते. १९७३ साली पॉल बर्ग यांनी दोन निरनिराळ्या जंतूंमधील डी. एन. ए. रेणू अशा पद्धतीने 'बदलून' पाहिले. त्यामुळे अर्थातच काही वेगळ्याच प्रथिनाची निर्मिती करता येणं शक्य असल्याचे सिद्ध झाले. या पद्धतीने ई-कोलाय मधील प्लासमिडमध्ये इन्शुलिन (एक छोटे प्रथिन) बनवणारे जनुक स्थापन करण्याचे तंत्र यशस्वी झाले आहे. या संशोधनासाठी १९७३ साली पॉल बर्गना नोबेल पारितोषिक मिळाले. त्यांनी या प्रक्रियेला 'रिकॉम्बिनंट डि. एन. ए.' असे नाव दिले. ही महत्त्वपूर्ण प्रक्रिया फक्त वैद्यकशास्त्रातच नव्हे, तर कृषीक्षेत्रात सुदृढ पिके तयार करण्यासाठी आता वापरता येऊ लागली आहेत.

जनुक उपचार पद्धती (जीन थेरपी) म्हणजे काय ?

आगामी काळात वैद्यकीय उपचारपद्धतीमध्ये जीन थेरपी, म्हणजे जनुक उपचार पद्धतीचा उपयोग वाढत जाणार आहे. एखाद्या व्यक्तीचा 'जेनेटिक-मेकअप' किंवा एकूण रंगसूत्रांची जडणघडण ही जर संगणकाचा उपयोग करून तपासली तर त्या व्यक्तीला विशिष्ट वयानंतर कोणती व्याधी जडणार आहे, हे आधीच अनुमान करून सांगता येते. उदाहरणार्थ - 'सिस्टिक फायब्रोसिस हिमोफिलिया' ही आनुवंशिक व्याधी प्राणघातक असल्यामुळे योग्यवेळी पथ्यपाणी आणि औषधोपचार चालू करता येते. कर्करोग, एड्स, हृदयविकार आदी व्याधींवर जनुक उपचार पद्धतीचा उपयोग होऊ शकेल. सध्यातरी फक्त एखादाच जीन दुरुस्त करण्याचे तंत्र संशोधकांनी आत्मसात केले आहे. त्याला 'मोनोजेनिक डिसऑर्डर' म्हणतात.

एखाद्या व्यक्तीच्या विशिष्ट जनुकाचा क्रम जर सदोष असेल तर तो दुरुस्त करता येणं शक्य आहे, त्यांच्या रंगसूत्रातील जनुकात 'बेस' चा क्रम अचूक (तंतोतंत) असलेला जनुक विस्थापित करता येतो. परिणामी संभाव्य व्याधीला मुळातच दूर ठेवता येते.

जीन थेरपीमध्ये सर्वात महत्त्वाचं काय असेल तर योग्य जनुक योग्य त्याच (अपायकारक किंवा निकामी) पेशीमध्ये योग्य प्रमाणात आणि योग्यवेळी जाऊन कार्यान्वित करणे. जीन थेरपीचे उपचार चालू असताना इतर सामान्य पेशींचे कार्य यथास्थित चालू कसे राहील, या मुद्द्याकडे संशोधक लक्ष केंद्रित करीत आहेत. याचे संशोधन केलेल्या डॉ. गुंटर ब्लोबेल यांना १९९९ सालचा नोबेल पुरस्कार मिळाला.

जनुकीय प्रत्यारोपणासाठी वाहक (व्हेक्टर) म्हणून विषाणूंचा उपयोग करतात, परंतु काही वेळा विषाणूंमुळे काही दुष्परिणाम होतात. तसेच या प्रक्रिया खूप खर्चीक आहेत. पुढारलेल्या देशातही मर्यादित स्वरूपात ही पद्धत वापरली जाते. सामान्यत: जनुकीय विकृतीशी संबंधित फक्त एकच जनुक असते, हे खरे नाही. बऱ्याचदा अनेक

जनुकांचा एकाच व्याधीशी संबंध असू शकतो. साहजिक या चिकित्सापद्धतीवर मर्यादा आहेत. कधी कधी उपयुक्त जनुक स्थापित केलेल्या आणि वाहक (व्हेक्टर) म्हणून उपयोगात आणलेल्या विषाणूंवर रुग्णांच्या संरक्षक पेशी हल्ला चढवतात. हा ही एक दोष संशोधकांना आव्हानात्मक आहे.

जीन थेरपीचे उद्दिष्ट फक्त आनुवंशिक व्याधींसाठीच राहिलं आहे, असं नाही. सध्या एड्स आणि कर्करोगावर नियंत्रण आणण्यासाठी त्या उपचार पद्धतीचा उपयोग केला जातो आहे. हृदय विकारासाठी या पद्धतीचा उपयोग यशस्वी होत आहे.

मूलपेशींसंबंधीचे जैवतंत्रज्ञान ('स्टेम सेल्स')

बहुपेशीय सजीवांमध्ये विविध कार्य पार पाडणाऱ्या पेशी असतात. मायटॉसिस नावाच्या पेशीय विभाजनामार्फत स्वत:ची पुनर्निर्मिती करण्याचा वैशिष्ट्यपूर्ण गुणधर्म मूलपेशींमध्ये असतो. शिवाय सजातीय पेशीप्रकारांपेक्षा वेगळ्या पेशींमध्ये परिवर्तन करून घेण्याचीही क्षमता या पेशींच्या ठायी असते. गर्भातून मिळवलेल्या मूलपेशींपासून नंतर कुठलाही अवयव तयार करता येतो. त्यामुळे नाळेचे रक्त साठवण्याची काळजी काही पालक घेतात. वैज्ञानिकांनी उंदराच्या शरीरात इन्शुलिनची निर्मिती करणाऱ्या बीटा आयलेट पेशी मानवी वृषणाच्या पेशींपासून तयार करण्यात यश मिळवलं (तक्ता क्र. ३ पाहा.)

केंद्र सरकारच्या जैव अभियांत्रिकी विभागाने देशातील १८ संस्थांमध्ये १०० पेक्षा जास्त 'स्टेम सेल्स संशोधन प्रकल्प' सुरू केले आहेत. बंगलोर येथे 'इन्स्टिट्यूट फॉर स्टेम बायोलॉजी अॅण्ड रिजनरेशन मेडिसिन' ची स्थापना करण्यात आली आहे. 'रिलायन्स लाईफ सायन्सेस' कंपनीने अतिउच्च असे 'कॉर्ड ब्लड रिपॉझिटरी तंत्रज्ञान' विकसित केले आहे. प्रसूतीनंतर लगेचच बाळाची नाळ या केंद्रामध्ये पुढील १०० वर्षे साठवून ठेवता येते. काही संस्था 'स्टेमसेल्स थेरपी' आणि 'ऊती उत्पादने' विकसित करीत आहेत. येत्या काही वर्षांत भारतातील असंख्य रुग्णांना 'स्टेम सेल्स थेरपी' चा फायदा होणार आहे; कारण यामध्ये आवश्यक त्या प्रमाणात स्टेम पेशी (मूलपेशी) निर्माण करून शरीराचा निकामी अवयव (यकृत, हृदय, स्वादुपिंड वगैरे) दुरुस्त करण्याचे प्रयत्न या उपचारपद्धतीत होतील.

तक्ता क्र. - ३

मूलपेशीच्या साहाय्याने उपचार कसे करतात ?

पार्किनूसन्स आजार, भाजणे, पाठीचे विकार, मधुमेह, हृदयविकार, चेतासंस्थांचे आजार, जखमा - अशा अनेक व्याधी-विकारांवर मूलपेशींची उपचारपद्धती उपयुक्त ठरू शकते. मानवी शरीरातील कोणताही अवयव, घटक निर्मिती यामुळे शक्य झाली आहे. स्टेम सेल्सला मातृपेशी किंवा मूलपेशी असेही म्हणतात. त्या खालील पद्धतीने मिळवता येतात -

१) **एम्ब्रियॉनिक स्टेम सेल्स :** परीक्षानळीत तयार झालेल्या गर्भाचा वापर करून मूलपेशी तयार करता येतात. या खूप कार्यक्षम असतात.

२) **अंबिलिकल कॉर्ड सेल्स :** प्रसूतीनंतर बाळाच्या नाळेतील या पेशी काढून घेऊन त्यांचे रूपांतर अस्थी, हृदय, स्नायू किंवा मेंदू पेशीत करता येते.

३) **अॅडल्ट मूळ पेशी :** मोठ्या हाडाच्या टोकाला असलेल्या अस्थिमज्जेत या पेशी आढळतात. त्यांचा वापर हृदय किंवा नेत्रपटलाच्या पेशी तयार करण्यासाठी करतात.

आवश्यक त्या प्रमाणात मूळ पेशी निर्माण करून त्या शरीराचा जो अवयव खराब झाला आहे, तिथे घातल्या जातात. यामुळे विशिष्ट अवयवाची जडणघडण होऊ शकते.

कृषी क्षेत्रातील जैवतंत्रज्ञान

जैवतंत्रज्ञानाचा खरा उपयोग म्हणजे सर्वसामान्य माणसाचं जीवनमान सुधारणे होय. मानवाच्या मूलभूत - 'रोटी, कपडा और मकान' या तिन्ही गरजा पूर्ण करण्यासाठी आपल्याला वनस्पतींचा उपयोग होतो. अन्न ही तर सर्वात मोठी गरज. शंभर वर्षांपूर्वी शेतीसाठी विशेष तंत्रज्ञानाचा वापर अत्यल्प होता. कृषी उत्पन्न वाढले पाहिजे आणि ते दर्जेदार पण हवं आहे. यासाठी आता जैवतंत्रज्ञान वापरले जात आहे. भारतातील शेती ही निसर्गावर अवलंबून आहे. कोरड्या जमिनीत कमी पाण्यात तग धरून राहणाऱ्या धान्याची निर्मिती करण्याकडे आता शेतकरी वळला आहे.

जमिनीचा कस नायट्रोजनच्या प्रमाणावर ठरवला जातो. हे प्रमाण टिकवण्यासाठी अॅझो-रायझो सारखी पूर्ण नैसर्गिक सेंद्रिय जिवाणू खते वापरण्यात येतात. अधिक उत्पादन देणाऱ्या संकरित बियांची निर्मिती, विविध रोगांचा आणि किडींचा प्रतिकार करणाऱ्या पिकांची लागवड असे अनेक प्रयोग शेतकरी करत असतात. आता तर चंदन, बांबू, निलगिरी, साग आणि विविध फळांपर्यंत जैवतंत्रज्ञान वापरले जात आहे.

भारतात गरजेएवढं धान्य पिकतं. ते प्रतिवर्षी सुमारे २३ ते २४ कोटी टन एवढं असतं, शिलकी धान्याच्या साठ्यात आधीच्यापेक्षा जास्त भर पडत आहे. याला हरितक्रांतीचा परिपाक म्हणायला हरकत नाही. चीनने धान्य उत्पादन वाढवण्यासाठी जैवतंत्रज्ञानाचा उपयोग केल्यामुळे तिथे प्रतिडोई प्रतिवर्षी ३०० किलोग्रॅम धान्य उत्पादन होत आहे. आपण प्रतिवर्षी २५ कोटी टनांपेक्षा जास्त उत्पादन केले तर तो पल्ला गाठता येईल. आपण तो पल्ला आता सहज गाठू शकतो. बरेचसे धान्य कीड / कीटक यांच्या उपद्रवामुळे वाया जाते. यासाठी तण आणि कीड / कीटक यांचा प्रतिकार करून वाढणारे वाण घडवायला हवे.

जनुकीय परिवर्तित बी - बियाणे

(कीड / कीटक आणि तणप्रतिकारक जाती)

शेतीमध्ये कीडनियंत्रण, विविध रोगांपासून पिकांचे संरक्षण तसेच तण-नियंत्रण या महत्त्वाच्या प्रक्रिया ठरतात. यासाठी नेहमीच्या प्रकारच्या बिया किंवा बियाणांचा वापर करणं फायद्याचं ठरत नाही. त्यामुळे उत्पादनात घट होते. त्याचप्रमाणे रासायनिक खते, कीटकनाशके किंवा तणनाशकांच्या वापरामुळे अन्नधान्यामध्येही हे घटक काही प्रमाणात उतरून त्याचे काही अनिष्ट परिणाम दिसून येतात.

'पेराल तसे उगवेल' या म्हणीत बराच गूढ 'अर्थ' आहे. कनिष्ठ दर्जाचे बी-बियाणे जर वापरले तर पिकाच्या उत्पादकतेत बरीच घट येईल. याचा अर्थ आर्थिक नुकसान एवढाच होतो. हे लक्षात घेऊनच आता संशोधक 'जेनेटिकली मॉडिफाईड क्रॉप्स' (जी. एम. सी.) तयार करू लागले आहेत.

जैविक अभियांत्रिकीचे (जेनेटिक इंजिनिअरिंगचे) तंत्र वापरून नवीन प्रकारची पिके घडवता येतात. त्यामुळे पिकांची उत्पादकता वाढते आणि शेतकऱ्यांना आर्थिक लाभ होतो. या तंत्रात अल्प वेळेत जास्तीतजास्त उत्पादन देणाऱ्या निरोगी पिकांचे उत्पादन करणे शक्य झालंय.

एखाद्या पिकाच्या वाणामध्ये जर निसर्गत:च रोगप्रतिबंधक जनुके असतील तर ती जनुके दुसऱ्या पिकात टाकता येतात. कापूस, मका, तांदूळ यामध्ये कीडरोधक जनुके विकसित करणे, किंवा टोमॅटो, बटाटा, मका यात विषाणूरोधक जनुके घालता येणे शक्य झालं आहे. पूर्वी टोमॅटोचे साल खूप पातळ होते आणि आतील गर पाणीदार असे. आता टोमॅटो बऱ्यापैकी घट्ट आणि घाटदार गराचा मिळतो. आता जनुक अभियांत्रिकीचे तंत्र वापरून टोमॅटोचा आकार गोलाकार न ठेवता काहीसा चौकोनी करणे शक्य झालंय. त्यामुळे खोकी किंवा टोपलीत तो नीट रचून त्याची

सुरक्षितपणे वाहतूक करता येते. पॅकिंगमध्ये टोमॅटो जास्त मावल्यामुळे वाहतूक स्वस्त पडते. त्यामुळे टोमॅटो फुटत नाहीत आणि परिणामी आर्थिक फायदा वाढतो.

१९९६ ते २००१ या कालखंडात काही जनुकीय परिवर्तित प्रजाती तयार करण्यात आल्या होत्या. त्यामध्ये तणनाशक (तणरोधक) प्रजातींचे प्रमाण ७७% होते. कीड प्रतिबंधक प्रजातीचे प्रमाण मात्र काहीसे कमी, म्हणजे सुमारे १५ टक्के होते.

क्षारयुक्त जमिनीत तगून राहणारी पिके - जमिनीत जेव्हा क्षाराचे प्रमाण जास्त असते तेव्हा त्यामध्ये पीक काढणे जवळ जवळ अशक्य असते. दुष्काळात किंवा खारजमिनीत तगून, ताण सहन करू शकणारे पिकांचे वाण आता मिळू शकते. एका तणापासून 'ए टी. डी.बी. एफ. २' नावाचे जनुक वेगळे करण्यात यश आले आहे. हे जनुक प्रायोगिक तत्त्वावर टोमॅटो तसेच तंबाखूमध्ये समाविष्ट केले तर त्या प्रजाती सामान्य प्रजातींपेक्षा जास्त काळ पर्यावरणीय ताण सहन करू शकल्या असत्या. भविष्यात या जनुकांचा व्यावहारिक पातळीवर देखील वापर सुरू आहे. विशिष्ट वनस्पतींना विशिष्ट जमीन, हवामान, जमिनीची आम्लता, अल्कधर्मीपणा, क्षारता, जलधारणक्षमता लागते. समुद्रकिनाऱ्यावरील जमीन केवळ क्षारतेमुळे (खारटपणामुळे) लागवडीखाली आणता येत नाही. मात्र, खास वनस्पती खारट जमिनीत सहज वाढतात. क्षारतेला अवरोध करणारी जनुके त्यांच्यापासून अलग करून भातासारख्या पिकामध्ये समाविष्ट करू शकतात. त्यामुळे खारट जमिनीत वाढणारा भाताचा वाण तयार करता येईल. अशाप्रकारचे तंत्रज्ञान वापरून विपरीत भौगोलिक परिस्थितीत तग धरून राहणारे उपयुक्त वनस्पतींचे प्रकार घडवता येतील. हे तंत्र वापरून कोरड्या जमिनीत कमी पाण्यात तगून राहणारे पिकांचे वाण तयार करता येणं शक्यं झालं आहे. एवढंच नव्हे तर अतिवृष्टीमुळे खूप पाणी साचले तरी तगून राहणारी पिके भावी काळात तयार होतील.

पिकांच्या पोषणमूल्यामध्ये वाढ : प्रथिन हा खाद्यपदार्थांमधील प्रमुख घटकांपैकी एक आहे. अमिनो आम्ले ही प्रथिनांमधील मूलभूत घटक आहेत. शारीरिक वाढीसाठी मुलांना, प्रसंगी काही रुग्णांना विशिष्ट अमिनो आम्लाची गरज असते. उदाहरणार्थ - मेथिओनिन हिस्टिडीन, अर्जिनीन, लायसिन या अमिनो आम्लाची गरज तर सर्वांनाच असते. जैवतंत्रज्ञानाचा उपयोग करून डाळी आणि कडधान्यातील प्रथिन घटक इतर धान्यांमध्ये स्थानांतरित करता येतात.

गोल्डन राईस नावाचा सोनेरी पिवळ्या रंगाचा एक तांदळाचा प्रकार संशोधकांनी विकसित केलाय. यामध्ये जैवतंत्रज्ञानातील प्रक्रिया साधून तांदळातील बीटा - कॅरोटिन नामक रसायनाचे प्रमाण सुमारे २३ पट वाढलं आहे. शरीरात बीटा - कॅरोटिनपासून व्हिटॅमिन ए (जीवनसत्त्व अ) तयार होते. वाढीच्या वयात हे पीत रंगाचे रसायन लहान मुलांना अत्यावश्यक असते. विशेषत: कुपोषित मुलांना त्याची गरज असते. गोल्डन राईसचे श्रेय हे बऱ्याचजणांकडे जाते, तरीही फ्रायबर्ग युनिव्हर्सिटीचे पीटर बेयर आणि स्विस फेडरल इन्स्टिट्यूट आणि इंटरनॅशनल राईस रिसर्च इन्स्टिट्यूकडे याचे बरेचसे श्रेय जाते. अशाप्रकारे तंत्रज्ञानाच्या आधारे आहार घटकातील पिष्टमय - स्निग्ध पदार्थ आणि व्हिटॅमिन, खनिज द्रव्ये यांचे प्रमाण वाढवून त्यांच्या पोषणमूल्यांमध्ये वाढ घडवून आणता येते. कॉर्निबॅक्टेरियम ग्लुटेमाइकम या बॅक्टेरियाची वाढ करून प्रतिवर्षी ४० हजार टन लायसिन निर्मिती करण्याची पद्धत शास्त्रज्ञांनी शोधून काढली आहे.

टिकाऊ फळभाज्या-फळे : शेतीमाल योग्यवेळी बाजारात येऊन ग्राहकांकडे जर गेला नाही तर खराब होतो. त्यांचा रंग, आकार, चव यावर अनिष्ट परिणाम होतो. कृषिपणन व्यवस्थेमध्ये हा एक प्रमुख धोका आहे. त्यामुळे उत्पादन चांगले असूनही शेतकरी लाभापासून वंचित होतो. ग्रामीण भागात दळणवळण व्यवस्थाही चांगली नसते. जैवतंत्रज्ञानाचा उपयोग करून कृषीमाल टिकाऊ व्हावा म्हणून काही वाण संशोधकांनी घडवलेले आहेत. या

दृष्टीने सर्वप्रथम टोमॅटोची सावकाश पिकत जाणारी प्रजाती घडवण्यात यश आले आहे. तसेच माल्टोज अमायलेज हे एन्झाइम (विकर, जैविक उत्प्रेरक) वापरले तर ब्रेड जास्त काळ टिकतो. दुधापासून चीज बनवताना रेनेट नावाचे एन्झाईम वापरावे लागते. तथापि, तो एक प्राणिज पदार्थ असल्यामुळे शाकाहारी लोकांची कुचंबणा होणे शक्य असते. याकरिता आता सूक्ष्मजिवाणूंपासून रेनेट निर्मिती केली जात आहे. याचा उत्पादनखर्च कमी आहे.

तयार कृषीमाल टिकावा म्हणून आता 'किरणोत्सर्जन' किंवा 'विकरण' पद्धतीचा वापर केला जातो आहे. बटाट्याला बेणं (कोंब आदी) फुटू नये, कांदा टिकाऊ व्हावा म्हणून या पद्धतीचा वापर होतो आहे. अन्नपदार्थ खराब करणारे जीव-कीटक, अळ्या, जिवाणू, विषाणू 'विकरण' पद्धतीने नाश केले जातात. यामुळे पदार्थांचे पोषणमूल्य कमी होते. ही पद्धत महाग पडते म्हणून मोठ्या प्रमाणात ती वापरली जात नाही.

जिवाणू खते : पुढारलेल्या देशातील शेतकरी सरासरी प्रतिहेक्टरी ७५ किलोग्रॅम नत्रयुक्त खतांचा वापर करतात. विकसनशील देशांमध्ये ते प्रमाण फक्त ३० किलोग्रॅम आहे. रासायनिक खते महाग असतात आणि त्यांचे उत्पादनही मर्यादित असते. यावरती उपाय म्हणजे सेंद्रिय-जैविक खतांचा वापर वाढवायचा. कित्येक द्विदल वनस्पतींच्या मुळांवरील ॲझेटोबॅक्टर आणि रायझोबियम हे जिवाणूंचे प्रकार हवेतील नत्रवायूचे संयुग बनवू शकतात. अशा रीतीने जंतू वनस्पतींच्या सहयोगाने वाढतात व त्यांच्यामुळे वनस्पतींनाही आवश्यक असलेला नत्र संयुगांच्या रूपाने मिळतो. संशोधकांनी नत्रवायूंची संयुगे बनवणाऱ्या जिवाणूंची वाढ करण्याच्या पद्धती शोधून काढल्या आहेत. त्यांचे विक्रीयोग्य पुडे अनेक शेतकरी वापरतात. काही फर्नचे आणि शैवालाचे प्रकारही विक्रीयोग्य स्वरूपात मिळतात. त्यात ॲझोला, ॲनाबीना, तोलिपोथ्रिक्स ही शैवाले महत्त्वपूर्ण आहेत. यामुळे पिकांच्या उत्पादनात वाढ झाल्याचे दिसून आले आहे.

ऊती संवर्धन (टिश्यू कल्चर) : चहा, सागवान, निलगिरी, केळी, बांबू अशा अनेक वनस्पतींच्या बिया सहजासहजी उपलब्ध नसतात. त्या बिया रुजणे देखील कठीण असते. संशोधकांनी अशा वनस्पतींच्या पेशींपासून परीक्षानळीत छोटी रोपे बनवण्याचे तंत्र शोधून काढले आहे. टिश्यू कल्चर नामक या तंत्रात वनस्पतींच्यामध्ये खोलवर 'रुतून' बसलेला विषाणू देखील बाहेर काढता येतो आणि त्यामुळे निरोगी वनस्पती मिळू शकते. टॅक्सॉल (यू-वृक्ष) साठ वर्षांचे झाल्यावरच त्यामध्ये कर्करोगविरोधी (गुणकारी) रसायने तयार होत असतात. ऊतक संवर्धन तंत्रात साठ वर्षे 'वय' असलेल्या गुणी रोपट्यांची निर्मिती टेस्टट्यूब मध्ये करता येते. नंतर ती रोपे काळजीपूर्वक जमिनीत रीतसर वाढवली जातात.

केळीच्या बिया मिळत नाहीत. यासाठी केळीचा एक निरोगी कंद निर्जंतुक करून त्याचे असंख्य तुकडे बाटल्यांमध्ये वाढवतात. त्यातून अनेक फुटवे बाहेर पडतात. एका कंदातून सुमारे ५००० रोपे तयार होतात. वर्षभरात प्रयोगशाळेत अशारीतीने ३५ लाख रोपे तयार होतात. मग ती शेतामध्ये रीतसर वाढवतात. नेहमीच्या पारंपरिक पद्धतीने केळी वाढवल्यास हेक्टरी ३० ते ३७ टन उत्पन्न मिळते. ऊती संवर्धनामुळे हेक्टरी उत्पन्नात १०० ते १२५ टन एवढी लक्षणीय वाढ होते.

लस, औषध-निर्मितीसाठी वनस्पतींचा वापर :

बालकांना लस टोचताना वेदना होतात. आता नियोजित लस वनस्पतींमार्फत निर्माण करता येते आणि टोचण्याऐवजी मुखावाटे कोणालाही लस देऊन त्याची प्रतिकारशक्ती वाढवता येते. यासाठी सुरुवातीचे प्रयोग बटाटा आणि तंबाखूच्या पिकांवर केले जात होते. आता केळ्यामध्येच 'लस देता' येईल अशी रसायने घडवता येतात.

अशाच पद्धतीने जैविक प्लॅस्टिकची निर्मिती जेनेटिक इंजिनिअरिंगचे तत्त्व वापरून कारखान्यात करता येईल. जैविक प्लॅस्टिकसाठी भात, गहू आणि मका या पिकांची वाढ विशिष्ट तंत्र वापरून केली जाईल, जपानमध्ये

खाद्यपदार्थांचे पारदर्शक पॅकिंग करण्याचे कागद (जिलेटिन) जैवतंत्रज्ञान पद्धतीने वनस्पतींमार्फत केले जाते.

जट्रोफा म्हणजे मोगली एरंड याच्या बी पासून निघणारे तेल बायोडिझेलची निर्मिती करण्यासाठी उपयुक्त आहे. अमेरिकेत इंधननिर्मितीसाठी मका आणि सोयाबीन वापरले जात आहे. मळीपासून अल्कोहोल निर्मिती होत असल्यामुळे साखर उद्योगाची घडी मजबूत होऊ शकते. आता ५ टक्के इथेनॉल पेट्रोलमध्ये मिसळले जाते. त्यामुळे इथेनॉलची मागणी वाढू शकते.

बीटी कॉटन आणि बीटी वांगी

बॅसिलस थुरिनजिएन्सिस (Bt) नावाचा जिवाणू एक विशिष्ट प्रथिनाची निर्मिती करीत असतो. हे प्रथिन जर कापसाच्या बोंडातून आरपार जाणाऱ्या अळीमध्ये गेले तर ते त्या अळीचा नाश करते. यासाठी जर कापसाच्या सरकीमध्येच ते घातक प्रथिन निर्माण करण्यासाठीची यंत्रणा निर्माण केली तर कापसाच्या झाडाचे त्या अळीपासून संरक्षण होऊ शकते. जनुक तंत्रज्ञानाचा वापर करून सुरुवातीला कीटकांच्या आक्रमणापासून तंबाखूची पानं सुरक्षित राहावीत म्हणून त्यामध्ये बीटी चे जनुक (जे अपायकारक प्रथिन तयार करते.) समाविष्ट करण्यात आले. हे प्रयोग यशस्वी झाल्यावर ते जनुक कापूस, वांगी, बटाटा, मका, फ्लॉवर यासारख्या पिकांना रोग आणि अनेक शत्रूंच्या आक्रमणापासून संरक्षण देण्यासाठी बीटी चे प्रथिन समाविष्ट करण्यात आले. आंतरराष्ट्रीय पातळीवर वरिष्ठ शास्त्रज्ञांनी या बीटी कॉटनच्या बियाणाचा गौरव केला. याला जेनेटिकली मॉडिफाईड क्रॉप्स (जी एम क्रॉप्स) म्हणतात; अशा प्रकारच्या पिकांबाबत उलट-सुलट चर्चा चालू असते. त्याच्या पेशी रचनेत केलेल्या बदलामुळे ती भावी काळात उपद्रवकारक ठरतील असे काही जाणकारांना वाटते.

बीटी कॉटन हे कापसाचे बोंड आरपार पोखरून जाणाऱ्या बोंड अळीचा नाश करते. तथापि, त्यामुळे उपयुक्त किडे मरतील, अशी भीती व्यक्त केली जात आहे. त्यामुळे माणसांना ॲलर्जी होणं शक्य आहे. असे बीटी कॉटनचे विरोधक म्हणतात. भारत सरकारच्या जेनेटिक इंजिनिअरिंग अप्रूव्हल कमिटीने मात्र बीटी कॉटनसाठी काही अटी घातल्या आहेत. कित्येक भारतीय शेतकऱ्यांना बीटी कॉटनसंबंधी काही माहिती नाही. या समितीने छोट्या शेतकऱ्यांना 'बीटी कॉटनची सरकी पेरू नका' असे सांगितले आहे. बीटी कॉटनचे समर्थक म्हणतात की, बोंडअळी किंवा तत्सम 'स्टेम बेअरर' अळ्यांसाठीच बीटी कॉटन मारक आहे. अन्य कीटकांना, माशांना, पक्ष्यांना बीटी कॉटनचा काही त्रास होत नाही. तसेच ते पर्यावरणात पसरत नाही. ते हवेत, जमिनीत, पाण्यात शिरकाव करत नाही. बीटी कॉटन अशा प्रकारे पूर्ण सुरक्षित आहे, असे त्यांचे म्हणणे आहे. बीटी कॉटनमुळे दरवर्षी लाखो टन कीटकनाशकांचा वापर थांबल्यामुळे रसायनांचे प्रदूषण झालेले नाही. ही पर्यावरणाला फायदेशीर गोष्ट आहे.

जैवतंत्रज्ञानाद्वारा विकसित केलेल्या वांग्याच्या वाणाला बीटी ब्रिंजल म्हणतात. जैवतंत्रज्ञान मान्यता समितीने बीटी वांग्याच्या वाणांना हिरवा कंदील दाखवला आहे. किडीच्या प्रादुर्भावापासून रक्षण, पर्यावरणाला कोणतीही हानी न पोहोचवणारे, घातक विषारी द्रव्ये नसणारे हे वाण आहे. हे वांगे रीतसर प्राण्यांना खायला दिल्यावर त्यांना कोणताही त्रास झाला नाही. हे वाण शेतकऱ्यांना भरपूर उत्पन्न मिळवून देते. आंतरराष्ट्रीय पातळीवर वरिष्ठ शास्त्रज्ञांनी या वाणाचा गौरव केला आहे. असे असूनही भारत सरकारने (पर्यावरण मंत्रालय) बीटी वांग्याच्या वापरास स्थगिती दिली आहे. पर्यावरणाविषयी कार्य करणाऱ्या गटांनी या वाणाचा वापर करण्यास आक्षेप घेतला आहे. हे वाण वापरल्यास माणसाच्या आणि प्राण्यांच्या आरोग्यावर विपरीत परिणाम होईल असे त्यांना वाटते. तसेच भारतातील जैवविविधता धोक्यात येईल असेही त्यांना वाटते. साहजिक या वाणास बेमुदत स्थगिती देऊन पर्यावरण मंत्रालयाने या बाबतीत सावधगिरीचे धोरण स्वीकारलेले आहे.

दहा वर्षे सातत्याने या वाणाच्या व्यापक पातळीवर चाचण्या करूनच संशोधकांनी सर्वसामान्य लोकांचा

आणि शेतकऱ्यांचा फायदा करून देणारा वाण पुढे आणला होता. त्यामुळे संशोधकांना धक्का बसला आहे. त्यांच्या संशोधन, श्रम, पैसा-आदी बाबींकडे दुर्लक्ष करू नये असे त्यांना वाटते. वांग्याचे भरपूर उत्पादन करणारा भारत हा जगात दुसऱ्या क्रमांकाचा देश आहे.

मात्र, किडीमुळे शेतकऱ्यांना दरवर्षी एकूण उत्पन्नापैकी ४० टक्के उत्पन्नावर पाणी सोडावे लागते. बीटी वांग्याच्या वापराने हे नुकसान टळणार आहे. बीटी वांग्याप्रमाणेच अन्य पिकांचे ४० हून जास्त वाण संशोधक तयार करीत असून ते जवळ जवळ तयारच झालेले आहेत. त्यामुळे शास्त्रज्ञांचे कौशल्य आणि संशोधन याची मान्यता त्यांना न मिळाल्याने त्यांचे मनोधैर्य खचते.

गेल्या पाच वर्षांत भारतातील कापसाचे उत्पादन दुप्पट झाले आहे. देशातील उत्पादनांपैकी ८० टक्के उत्पन्न बीटी कापसाचे आहे. भारताने अमेरिकेलाही कापसाच्या उत्पादनात मागे टाकलं आहे. येत्या काही वर्षात भारत कापूस उत्पादनात चीनला मागे टाकून प्रथम क्रमांकावर येईल असे जाणकारांना वाटते. भारतातून सुमारे ५० अब्ज रुपयांचा कापूस निर्यात होत आहे. या पार्श्वभूमीवर बीटी वांग्याला विरोध न करता वैज्ञानिक वास्तव लक्षात घ्यावे असे जैवतंत्रज्ञांना वाटते.

वांगे हे प्रत्यक्ष खाल्ले जाते. त्यामुळे त्याच्या अजून चाचण्या घेणे आरोग्याच्या दृष्टीने गरजेचे आहे, असे पर्यावरण मंत्रालयाला वाटते. पर्यावरणवाद्यांनी बीटी कॉटनला विरोध केल्याने एका उत्तम वाणाचे बियाणे बाजारात यायला चार वर्षे विलंब झाला असे टीकाकारांना वाटते. तसे बीटी वांग्याला होऊ नये; कारण त्यामुळे शेतकरी एका फायदेशीर वांग्याच्या पिकापासून वंचित राहतील. अशा प्रकारची कीटकनाशके जैविक असल्यामुळे ती आपोआप नष्ट होतात. ती बायोडिग्रेडेबल (जैवविघटनशील) आहेत. रासायनिक कीटकनाशके अन्य प्राणिमात्रांना घातक ठरू शकतात.

तंबाखूचे तणापासून संरक्षण : शेतात पिकांबरोबर तणही मोठ्या प्रमाणात उगवते. कीटकांप्रमाणे त्याचा नाश करण्यासाठी रसायनांचा फवारा मारावा लागतो. या रसायनांमुळे काही प्रमाणात पिकांचा नाश होतो. यावर उपाय म्हणून जनुक स्थानांतरणाने ज्यांच्यावर जंतुनाशक किंवा तणनाशकाचा, रसायनांचा दुष्परिणाम होत नाही, अशी पिके तयार करण्यात आली आहेत. उदाहरणार्थ, गंधकापासून तयार केलेल्या काही रसायनांचा तणनाशक म्हणून वापर केला जातो. तथापि, जमिनीत शिल्लक राहिलेल्या या रसायनांमुळे पिकांचाही नाश होतो. आता ज्यांच्यावर या रसायनांचा काहीही परिणाम होत नाही, अशा जिवाणूंचा शोध लागला आहे. या बॅक्टेरियांचे (जिवाणूंचे) जनुक तंबाखूसारख्या वनस्पतीत प्रविष्ट केल्यामुळे तणनाशकाचा परिणाम होणार नाही असा तंबाखूचा वाण संशोधकांनी शोधून काढला आहे. त्यामुळे तंबाखूचे तणांपासून संरक्षण होते. त्याचबरोबर त्यांना जमिनीतून नायट्रोजन (नत्र) वायू शोषून घेण्यास मदत होते.

जनुकीय पिकांसंबंधी अपसमज आणि होणारा विरोध

१) महाग बियाणे आणि शेतकऱ्यांचा कर्जबाजारीपणा : सर्व सुधारित बियाणे महाग असतात; जर खप वाढला तरच किंमत कमी येऊ शकते कारण उत्पादक स्पर्धेमुळे किमती आटोक्यात ठेवतात.

२) जमीन, हवा आणि पाणी यांचे नुकसान : हा विरोध तर्कविसंगत आहे. जंतुनाशकांचा वापर कमी झाल्यामुळे पर्यावरणाचे रक्षण होते.

३) पिके अपायकारक आहेत : बीटी कापूस व इतर पिके बरीच वर्षे अमेरिकेत वापरात आहेत. इतर देशांतही ती वापरतात. राजस्थान, गुजरात, पंजाब येथे बीटी कापूस बरीच वर्षे वापरात आहे. सरकीचे तेल माणसे कित्येक वर्षे वापरीत आहेत. पेंड जनावरे खातात. कोणालाही विषबाधा झालेली नाही.

४) बियाणांसाठी परावलंबित्व : कोणत्याही सुधारित बियाणांच्या बाबतीत शेतकरी परावलंबी असतो. एकदा त्याचा वापर करून नंतर ते बियाणे शेतकरी घेऊ शकतो.

५) बियाणांच्या पुरवठ्यासंबंधीची मक्तेदारी : मोनसॅटो कंपनी रॉयल्टी घेऊन जी. एम. तंत्रज्ञान, बियाणे तयार करणाऱ्या कंपन्यांना विकते. भारतात ३० बियाणे बनवणाऱ्या कंपन्या आहेत. सर्व बियाणे भारतातच तयार होते. मोनसॅटो कंपनीला भारतातील उलाढालीत वार्षिक ७० कोटी रुपयांचा फायदा होतो.

बियाणांसाठी जैवतंत्रज्ञान / जीन बँक

भरपूर आणि दर्जेदार पिके उत्पादित करण्यासाठी त्याचे बीज दर्जेदार असणे गरजेचे आहे. एकाच जातीच्या पिकात एकत्रितपणे आवश्यक ते सर्व गुण असणे अशक्य असते. तथापि, विभिन्न गुण एकाच प्रकारच्या पिकात असलेले बरेच वाण असतात. विभिन्न बीजांमधील चांगले गुण एकत्र आणण्याचे प्रयोग केल्यानंतर संकरित बियाणे तयार झाले. ऑस्ट्रियन संशोधक जॉन ग्रेगर मेंडेल यांनी वाटाण्याच्या पिकांवर १८६६ मध्ये अनेक प्रयोग करून बीजांच्या आनुवंशिकतेचे नियम शोधून काढले. त्याचा उपयोग संकरित बी - बियाणे करताना उपयुक्त ठरला. अशी पिके लवकर वाढतात, त्यांची चव उत्तम असते, उत्पादकता चांगली असते. गेल्या काही वर्षांत विविध पिकांची उत्तम संकरित बियाणे तयार झालेली आहेत. उदाहरणार्थ, बुरशी आणि कीटकांपासून बचाव करणारी मक्याची जात विकसित केली गेली आहे. त्यामुळे उत्पादनात ८% वाढ झाली. शेतकऱ्यांना दोन वेळा पिके घेणे शक्य झाले. कीटकनाशकांचा खर्च वाचला; प्रदूषणही टळले.

संकरित बियाणांच्या बाबतीत भारत गेली कित्येक वर्षे आघाडी राखून आहे. २७ टक्के पेरण्या संकरित बियाणांच्या असतात. त्यातही मका आणि सूर्यफुलासाठी ६० ते ७५ टक्के संकरित बियाणांना आपले शेतकरी प्राधान्य देतात. भारतीय कृषी अनुसंधान परिषद संकरित बियाणांचे संशोधन आणि प्रचार करते. १९६३ पासून राष्ट्रीय बीज निगम लि. ही कंपनी सुधारित बियाणांची निर्मिती आणि वितरण करीत असते. त्यांचे बीजोत्पादन सुमारे ५०,००० टन आहे. सध्या बीजांच्या मान्यताप्राप्त प्रमाणीकरणाचे कार्य करणाऱ्या संस्था निघालेल्या आहेत. संकरित बियाणांमध्ये हवे तसे गुण असले तरी ते जननक्षम असतीलच असे नाही. यासाठी आधुनिक तंत्रामध्ये 'डि. एन. ए. फिंगर प्रिंटिंग' तंत्र वापरले जाते. योग्य गुणांचे सक्षम बीज तयार झाल्यावर त्याचे परीक्षण करून पेटंट घेतले जाते. तज्ज्ञांच्या मतानुसार भारतातून बीज निर्यातीसाठी मोठा वाव आहे; कारण भारतात विविध भू-भागात, विविध हवामानात वाढणारी पिके आहेत. साहजिक जगातील कोणत्याही भागात उदंड पीक देणाऱ्या बियाणांची निर्मिती भारतात होऊ शकते. उत्तम बियाणांचा साठा आधुनिक पद्धतीने व्हावा म्हणून त्यांचे पॅकिंग आधुनिक पद्धतीने होणे गरजेचे आहे. त्या केंद्राचे संगणकीकरण व्हायला हवे. 'अल्ट्रा साउंड' आणि 'इमेज ॲनालिसिस' ची सुविधा त्यामध्ये असावी. बियाणांच्या संदर्भात त्यांची निर्मिती, प्रोसेसिंग आणि साठवण महत्त्वाची ठरते. त्यांचे वितरण करण्यासाठी कार्यक्षम केंद्रे आवश्यक असतात. त्यासाठी आवश्यक तेवढी आर्द्रता आणि तापमान राखावे लागते. सरकारने पण बियाणांसंबंधी बीज अधिनियम १९६६, १९८८ बीज कंट्रोल ऑर्डर वगैरे कायदे जारी केले आहेत.

दर्जेदार बियाणांचा वापर केला तर उत्पादनात २० टक्के एवढी वाढ होऊ शकते. भारतात सरासरी हेक्टरी १.६ टन उत्पादन मिळते. हा आकडा चीन, ब्राझील आणि मेक्सिको या देशांतील हेक्टरी मिळणाऱ्या धान्योत्पादनापेक्षा खूप कमी आहे. बियाणांच्या व्यापारात जगातील १६ देश आघाडीवर असून त्यात भारताचा क्रमांक साधारण मध्यावर आहे.

जैवऊर्जा निर्मिती

उसाची चिपाडे (बगॅस), धान्य काढून घेतल्यानंतर राहिलेलं कणीस, गवत, भाताची तुसं, नारळाच्या शेंड्या, शेण, भुईमुगाची टरफलं, पेंड आणि तत्सम कृषीक्षेत्रातील वाया गेलेले पदार्थ, घनकचरा म्हणजे बायोमास (टाकाऊ जैवपदार्थ). ऊर्जेची निर्मिती करण्यासाठी उपयुक्त कच्चा माल म्हणून बायोमासचं महत्त्व वाढणार आहे. वनस्पती स्वतःचं 'अन्न' स्वतःच बनवतात. त्यासाठी पाणी, सूर्यप्रकाश, कार्बन-डाय-ऑक्साईड आणि वनस्पतींचे हरितद्रव्य एकत्र येऊन 'फोटोसिंथेसिस' प्रक्रिया साधून बायोमास तयार होत जातो. बायोमास हे बहुतांशी सेल्युलोज नामक कर्बोदक असते. वनस्पती सेल्युलोजचा उपयोग कणखर आधारासाठी करतात तर स्टार्चचा उपयोग आवश्यक त्यावेळी गरजेनुसार करतात. वनस्पती आपोआप उगवलेल्या असोत किंवा मुद्दाम लागवड केलेल्या असोत, त्यांना 'बायोमास' म्हटलं जातं. ऊर्जेच्या संदर्भात टाकाऊ पण उपलब्ध असलेल्या वनस्पतीजन्य घटकांना बायोमास म्हणतात. त्याचे पायरॉलिसिस (नियंत्रित ज्वलन), प्राणवायूच्या अनुपस्थितीत वाढणाऱ्या जंतूंमार्फत विघटन करून इंधनवायूंच्या (गॅसिफिकेशन किंवा मद्यार्क) निर्मितीसाठी त्याचा उपयोग केला जातो, अशा रीतीने बायोमासपासून वीज, उष्णता, द्रवरूप इंधन, तेल, हायड्रोकार्बनसारखी रसायने (उदाहरणार्थ २,३ ब्युटेनडायोन), मिथेन, हायड्रोजनसारखी वायुरूप इंधने, ग्लुकोजसारखी कर्बोदके, अल्कोहोल वगैरे.

वनस्पतींनी आपल्या वाढीसाठी जेवढा कार्बन-डाय-ऑक्साईड वातावरणातून प्राप्त केलेला असतो तेवढाच तो वायू बायोमासचा वापर करताना हवेत सोडला जातो. त्यामुळे कार्बन-डाय-ऑक्साईडचे नैसर्गिक चक्र बिघडत नाही. त्यामुळे बायोमास जाळून ऊर्जा मिळवणे ही प्रक्रिया पर्यावरण अनुकूल आहे. बायोमास हा पुनरुत्पादित करता येणारा पदार्थ आहे. (खनिजतेल पुनरुत्पादित करता येत नाही). सध्या साऱ्या जगात जेवढं इंधन वापरलं जातं आहे, त्याच्या आठपट इंधन तयार करता येईल, एवढा बायोमास उपलब्ध आहे. तो वापरला नाही तर साचला जातो आणि प्रदूषणात भर पडते.

बायोमास सरळ जाळूनही त्यायोगे उष्णता मिळवली जाते. साखर कारखान्यांमधील बॉयलरसाठी इंधन म्हणून बगॅस अशा पद्धतीनेच वापरतात. आदिमानवाने उष्णता मिळवायला लाकूड, पाने, काटक्याकुटक्या, उर्वरित शेतीमालाचा सरळ वापर केलेला होता. अजूनही ही पद्धत कालबाह्य झालेली नाही. यातून निर्माण झालेल्या उष्णतेतून पाण्याची वाफ तयार करता येईल आणि जनित्रे-टर्बाइन्स कार्यान्वित करता येतील. युरोप आणि अमेरिकेतही बायोमास जाळून ऊर्जा मिळवायचे प्रकल्प आहेत. बायोमास जाळल्यानंतर त्याची राख होते. त्यामुळे मूळचे वस्तुमान कमी होते. त्याची विल्हेवाट लावणेही सोपे जाते. राखेचा उपयोग विटा करण्यासाठी आणि खत तयार करण्यासाठी होतो. जमिनीची धूप थांबवण्यासाठी बायोमासची राख उपयुक्त ठरली आहे.

बायोमासपासून ऊर्जानिर्मिती करीत असताना हजारो रोजगार निर्माण होतात. जगात सध्या जेवढी एकूण ऊर्जा वापरली जाते, त्यापैकी १४ टक्के ऊर्जा बायोमास मार्फत निर्माण होते. ब्राझील देशामध्ये १०० साखर कारखान्यांमधून वीज उत्पादन करण्यासाठी उसापासून मिळालेल्या बगॅसेचा वापर करतात.

यांत्रिक ऊर्जा + वीज असा दुहेरी फायदा त्यातून मिळतो. बॉयलरमधील वाफेचा दाब वातावरणाच्या २० पट अधिक असतो. मळीपासून अल्कोहोल बनवताना अशीच परस्पर बगॅस जाळून ऊर्जा मिळवतात. १५ कारखान्यांमध्ये अतिरिक्त वीज तयार होते. ती मुख्य राष्ट्रीय 'ग्रिड' (विजेचे जाळे) मध्ये पाठवतात. तेथून विजेचे पद्धतशीर वितरण होते.

भारतात शेणाचा उपयोग करून मिथेन हा ज्वलनशील वायू बनवतात. गोबर गॅस बनवल्यावर उर्वरित शेणापासून नत्रयुक्त सेंद्रिय खत मिळते. त्याचा वापर गवऱ्या करण्यासाठी देखील होतो. साखर निर्मितीमध्ये भारत हा एक

आघाडीवरील देश आहे. या उद्योगातून प्रतिवर्षी किमान ५ कोटी टन बगॅस मिळेल. भात आणि गहू यांच्या उर्वरित गवतापासून सुमारे २० कोटी टन बायोमास उपलब्ध होईल, त्यामुळे बायोमासचा उपयोग महाराष्ट्र राज्यात उत्तम प्रकारे करता येईलच, पण देशाच्या विविध भागांतही करता येईल. मळी हा पण एक प्रकारचा बायोमासच आहे. त्यात शर्करेचे पुरेसे प्रमाण असल्याने त्यापासून अल्कोहोल तयार होते. त्यामुळे मळीची दुर्गंधी आणि अन्य प्रदूषणही टळते.

बगॅस वापरून कागदनिर्मिती करता येते. बगॅस आणि इतर बायोमासमधील मुख्य घटक हे सेल्युलोज आणि हेमिसेल्युलोज आहेत. ते मुख्यत: ग्लुकोज आणि झायलोजसारख्या शर्करांनी तयार झालेले आहेत. तथापि, त्या शर्करांच्या घट्ट साखळ्या असल्यामुळे त्यातील शर्करा मुक्त करता येत नाहीत. ट्रायकोडर्मा, ॲस्पर्जिल्स, लेशियम रोल्फसाय आदी बुरशींचे प्रकार सेल्युलेज व हेमिसेल्युलेज ही एन्झाइम्स् बनवून बगॅसचे विघटन करतात. यावेळी मुक्त झालेल्या शर्करेपासून यीस्टची वाढ करतात. त्यावेळी अल्कोहोल तयार होते. तथापि, जैवतंत्रज्ञानाची ही प्रक्रिया सध्या महाग पडत आहे. भावी काळात बायोमासचा वापर वाढत जाणार आहे, यामुळे प्रदूषण कमी होऊन वीज निर्मिती करता येते.

औद्योगिक क्षेत्रात उसाची चिपाडे सोडून अन्य जैविक कचऱ्यापासून जर उद्योगधंद्यासाठी वीज बनवली तर केंद्र सरकारची थोडी मदत त्या उद्योगाला दिली जाते. सध्या प्रतिमेगॅवॉट वीजनिर्मितीसाठी २० लाखांपासून १.५ कोटी रुपये भांडवली अनुदान मिळू शकते. ७.५ मेगॅवॉट आणि ६.५ मेगॅवॉट क्षमतेची प्रत्येकी एकेक वीजनिर्मिती केंद्रे सुरू झाली आहेत.

धान्यापासून मद्यनिर्मिती

विविध प्रकारच्या धान्यांमध्ये मुख्य घटक हा 'स्टार्च' म्हणजे पिष्टमय पदार्थ असतो. मूलत: तो पॉलिसॅकराईड (कर्बोदक) वर्गीय आहे. त्यातील बहुतांशी घटक ग्लुकोज असतो. काही वेळा अनेक कारणांमुळे धान्य सडते, त्याला कीड लागते आणि सुरक्षित खाद्य म्हणून त्याचा उपयोग करता येणं शक्य होत नाही. त्यावर यीस्टवर्गीय सूक्ष्मजिवांची वाढ केली की त्यातून अल्कोहोल निर्मिती होते. या प्रक्रियेतून मद्यनिर्मिती करण्यापेक्षा 'बायोगॅस' तयार करता येईल का, या विषयी संशोधन चालू आहे. विशेषत: जैववायू हे इंधन वापरून जर वीजनिर्मिती केली तर एखादं खेडेगाव इंधनाच्या बाबतीत स्वयंपूर्ण होऊ शकते. जगात चीन आणि भारत ही दोन राष्ट्रे या बाबतीत आघाडीवर आहेत. परंतु, एकूण लोकसंख्येचा विचार केला तर जैववायू हे इंधन वापरून स्वयंपाक करणाऱ्यांची संख्या मर्यादित आहे. पर्यावरणाचे आणि समाजाचे हित जर लक्षात घेतले तर धान्यापासून मद्यनिर्मिती करण्यापेक्षा जैववायू इंधनाची निर्मिती करणे व्यवहार्य ठरेल, असे तज्ज्ञ मानतात. पर्यावरण स्वच्छतेच्या दृष्टीने बायोगॅस निर्मिती ही भावी पिढीसाठी हितावह ठरू शकते. चांगल्या धान्याला प्रति किलोग्रॅम पंधरा रुपयांपेक्षा अधिक रक्कम मिळते. खराब झालेले धान्य मात्र फारच कमी, म्हणजे २ रुपयांपर्यंतच भाव मिळतो. त्यापासून मद्य बनवले तर जास्त फायदेशीर ठरेल, असा विचार आता बळावत चालला आहे. धान्यापासून मद्यार्क निर्मितीसाठी २००९ साली १६ कारखान्यांना मंजुरी देण्यात आली आहे. आतापर्यंत महाराष्ट्रात ३३ कारखाने खराब झालेल्या धान्यापासून मद्यनिर्मिती करीत आहेत.

भाताच्या तुसांपासून गॅसिफायरमार्फत ऊर्जानिर्मिती

बायोमास गॅसिफिकेशन प्रक्रियेमार्फत बायोमासला योग्य अशा वायू स्वरूपात रूपांतर करता येते. बायोमासचे पूर्ण ज्वलन होण्यासाठी हवा आणि इंधनाचे प्रमाण ६:१ असे लागते. त्यापासून कार्बन-डाय-ऑक्साईड व पाणी तयार होते. बायोमास गॅसिफिकेशनमध्ये हवा व इंधनाचे प्रमाण १.५ ला १ किंवा १.८ ला १ असे ठेवले जाते. यातून बाहेर पडणारा गॅस ज्वलनशील आहे. यात कार्बन मोनॉक्साईड २०%, मिथेन ३%, हायड्रोजन २०%, कार्बन-डाय-ऑक्साईड १२% आणि उर्वरित नायट्रोजन गॅस असतो. गॅस तयार होण्याची प्रक्रिया ज्या संयंत्रात होते, त्याला

गॅसिफायर म्हणतात. जिथे गॅस तयार होतो, त्याला रिॲक्टर म्हणतात. गॅसचा उपयोग वीजनिर्मिती किंवा औष्णिक ऊर्जेकरिता होतो. हा गॅस उपयोगात आणण्यापूर्वी तो थंड असणे गरजेचे असल्यामुळे तशी योजना केली जाते.

भाताच्या गिरणीत भात भरडल्यानंतर त्यावरील तुसे (साल) काढून टाकली जातात. भारतात तुसाचे उत्पादन दोन कोटी टन तरी मिळतेच, उकडा तांदूळ करण्यासाठी ते वापरता येते. त्यापासून विटाही बनतात. 'राईस हस्क' (तुसे) वापरून फरफ्युराल व सोडियम सिलिकेट ही रसायने बनतात. कोळसा किंवा खनिज तेलजन्य पदार्थ म्हणून त्याचा वापर केला जातो. भाताच्या तुसावर गॅसिफायर चालवणे काहीसे अवघड असते, कारण फोलफटे जळण्याची क्रिया अकार्यक्षम आहे. या गॅसिफायरला 'ओपन कोअर थ्रोट डाऊन ड्राफ्ट गॅसिफायर' म्हणतात. यात ताशी ९ किलोग्रॅम तांदुळाची तुसे जळतात. या गॅसने डिझेल इंजिन चालवता येते. मात्र, त्यासाठी २०% डिझेलची गरज पडते. यावर जनरेटर चालवता येतो. एक किलोग्रॅम बायोमासपासून साधारण १ युनिट वीज निर्माण होते. औष्णिक ऊर्जेसाठी ४ किलो बायोमास आणि १ लिटर फरनेस ऑईल किंवा डिझेल लागते. हे संयंत्र चालवण्यासाठी लागणारे बायोमास सतत मिळवण्यासाठी आवश्यक त्या वनस्पतींची लागवड करणे गरजेचे पडते. या गॅसिफायरमुळे तरुणांना रोजगार मिळेल; तसेच गावातील लोकांना आर्थिक हातभार मिळू शकतो.

सहवीज निर्मिती :

इंधन जाळून एकाच वेळेस दोन प्रकारच्या किंवा त्यापेक्षा अधिक उपयुक्त ऊर्जा, उदाहरणार्थ, वाफ आणि विद्युत किंवा वाफ-यांत्रिक व विद्युत निर्माण केली तर त्यास सहवीज निर्मिती म्हणतात. साखर कारखान्यात उसाच्या चिपाडापासून सहवीज निर्मिती करून गळीत हंगामातील वीज व वाफ यांची गरज भागवण्याचे तंत्रज्ञान साखर कारखान्यांमध्ये सुरुवातीपासूनच माहिती आहे. तिथे बॉयलर व टर्बाईनचा वापर केला जातो. अशा रितीने उसाची चिपाडे वापरून साखरकारखाने अधिक कार्यक्षमतेने चालवणे शक्य आहे. ऊस गाळपाचा हंगाम व सर्वाधिक विजेच्या मागणीचा कालावधी हा एकत्र येत असल्यामुळे वीज विक्रीस योग्य ठरते. ही वीज निर्मिती पर्यावरणाला अनुकूल ठरते.

भारताचे जैवइंधन धोरण (बायोडिझेल / बायोइथेनॉल)

मोगली एरंडापासून जे अखाद्य तेल मिळते, त्या पासून जैव डिझेल किंवा बायोडिझेल तयार करता येते. मोगली एरंडा (जट्रोफा) चे ४००० किलोग्रॅम बियाणे जर प्रोसेस केले तर त्यातील सुमारे १००० किलोग्रॅम तेलापासून १००० किलोग्रॅम बायोडिझेल तयार होऊ शकते. बाय प्रॉडक्ट म्हणून सुमारे २५० किलोग्रॅम अशुद्ध ग्लिसरीन मिळते. जट्रोफा हे कमी पावसाच्या प्रदेशात, भरड, साध्या जमिनीत वाढते. करंजा, मोहरी, खोबरेल तेल अशा काही वनस्पतींच्या तेलापासूनही बायोडिझेल तयार करता येते. जैवडिझेल २०% आणि डिझेल ८०% असेल तर इंजिनची कार्यक्षमता उत्तम राहते. कृषिक्षेत्रात व अभियांत्रिकी क्षेत्रात बायोडिझेलच्या निर्मितीमध्ये खूप मोठ्या प्रमाणात रोजगार निर्माण होऊ शकतील; स्वदेशी जागरण फाउंडेशन (सेंटर फॉर भारतीय मार्केटिंग डेव्हलपमेंट ही संस्था या कामात पुढाकार घेत आहे.) बायोडिझेल आणि बायोइथेनॉल ही सुरक्षित इंधने आहेत. पुनरुत्पादित करता येण्यासारख्या कच्च्या मालापासून ही दोन्ही इंधने बनतात. त्यामुळे अक्षय विकास आणि पर्यावरण अनुकूल तंत्रज्ञानामध्ये या इंधनाचे महत्त्व वाढत आहे. बायोइथेनॉलसाठी साखर उद्योगातील मळीचा वापर कच्चा माल म्हणून करता येतो. यामुळे मळीमुळे होणारे प्रदूषण कमी करता येईल. बायोइथेनॉल आता नेहमीच्या पेट्रोलमध्ये ५ ते १०% मिसळले जाते. साहजिकच त्याची मागणी दिवसेंदिवस वाढत जाईल. कृषीक्षेत्रातील ही दोन्ही उत्पादने बेकारांना रोजगार आणि शेतकऱ्यांना जोडधंदा मिळवून देऊ शकतात.

जैवइंधन धोरण

१) २०१७ पर्यंत देशातील वाहन इंधनामध्ये २० टक्के बायोफ्युएलचे मिश्रण करणे
२) अखाद्य तेलबियांपासून जैवइंधन निर्मिती करणे, अखाद्य तेलबियांची लागवड पडीक / नापीक जमिनीवर करणे
३) स्वदेशी तंत्रज्ञानाने बायोडिझेलचे उत्पादन करणे, पामतेल आणि अन्य तेलाच्या आयातीवर निर्बंध आणणे
४) सरकारी तसेच वनखात्याच्या किंवा गाव जमिनीवर जैवइंधनाच्या वनस्पतींची लागवड करणे
५) किमान आधारभूत किंमत जैवइंधन वनस्पतींसाठी जाहीर करणे
६) ऑईल मार्केटिंग कंपन्यांकडून जैवइंधन खरेदी करण्यासाठी मिनिमम पर्चेस प्राइस जाहीर करणे
७) बायोडिझेलवर कोणताही कर / शुल्क न आकारणे
८) पंतप्रधानांच्या अध्यक्षतेखाली नॅशनल बायोफ्युएल को ऑर्डिनेशन कमिटीची स्थापना करणे

भारतातील जैवतंत्रज्ञान विभागाचे मुख्य उद्दिष्ट म्हणजे ‘देशातील जैविक विविधतेने संपन्न अशा जैवसंसाधनांचे रूपांतर उपयुक्त उत्पादने आणि प्रक्रियेद्वारे करून देशाचा आर्थिक विकास आणि रोजगारनिर्मिती करणे’

पर्यावरण संरक्षणासाठी जैवतंत्रज्ञान

पर्यावरण प्रदूषण ही एक जटिल समस्या आहे. पर्यावरण हे स्थायी विकासाच्या प्रक्रियेतील महत्त्वाचा अडथळा आहे. अशा प्रदूषण करणाऱ्या घटकांचे नियंत्रण करणे किंवा त्या वस्तू नष्ट करणे यासाठी जैवतंत्रज्ञानाचे साहाय्य घेतले जाते.

औद्योगिक विकासाबरोबर हवा, पाणी, जमीन मोठ्या प्रमाणात प्रदूषित होते. उद्योगधंद्यामध्ये बाहेर पडणारा धूर, त्यातून बाहेर पडणारे रासायनिक घटकयुक्त दूषित पाणी, घनकचरा, टाकाऊ पदार्थ या सर्व कारणांमुळे प्रदूषण घडते. अशा प्रदूषणाला आळा बसण्यासाठी आता सूक्ष्मजिवांची मदत घेतली जाते. जिवाणू विविध प्रकारच्या रसायनांचे विघटन करून त्यांची घातकता कमी किंवा पूर्णत: निष्प्रभ करतात. विविध उद्योगांत जे वाया जाणारे पदार्थ आहेत, त्यावर प्रक्रिया करून ते निष्प्रभ करण्यासाठी जी यंत्रणा उभारतात, त्यात खास जिवाणूंचा वापर केला जातो आहे. वाहतूक करताना तेल सांडते. सागरातून खनिज तेलाची वाहतूक करताना तेल सांडते. सागरातून खनिज तेलाची वाहतूक करताना थोडे-फार तेल सागरी पाण्यात मिसळून ते दूषित होते. जलचरांना ते घातक आणि उपद्रवी ठरते. जड धातू, विषारी रसायने-यामुळे तलाव, सरोवर, नद्या, समुद्रातील पाणी खराब होते. या प्रदूषित जागांवर जैवशास्त्राचा आधार घेऊन उपाययोजना केली जात आहे.

मनुष्य वस्त्यांमधील सांडपाणी आणि कचरा तसेच विभिन्न कारखान्यांतून बाहेर टाकले जाणारे दूषित पाणी यामुळे प्रदूषण खूप वाढते.

आजकाल अशा प्रकारच्या दूषित पाण्यावर अनेक प्रकारच्या प्रक्रिया केल्या जातात. सागरी पाण्यावरील तेलतवंग दूर करण्यासाठी अमेरिकेत प्रो. आनंद चक्रवर्ती यांनी जैविक अभियांत्रिकीच्या साहाय्याने विशेष जिवाणू विकसित केला. सुडोमोनास नावाचा (‘सुपरबग’) हा जिवाणू तेलाचे विघटन करू शकतो. जैविक अभियांत्रिकीच्या साहाय्याने विशेष महत्त्वाचे कार्य करणाऱ्या या जिवाणूचे जनक प्रो.आनंद चक्रवर्ती यांनी त्याचे पेटंट घेतले आहे. अशा तऱ्हेचे पेटंट मिळवणारे ते जगातील पहिले संशोधक आहेत. त्याला ‘एच.सी.सी.बी. जिवाणू’ असे नाव आहे.

प्लॅस्टिक घनकचरा या पर्यावरणीय समस्येकरिता जैवतंत्रज्ञानाचा उपयोग होतो आहे. विशेषत: पॉलिथिनमुळे बरेच प्रदूषण होते. सूक्ष्मजिवांच्या साहाय्याने आता प्लॅस्टिकचे विघटन वेगाने करण्याचे प्रयत्न सुरू आहेत. काही

प्रकारच्या जलपर्णी, विशिष्ट गवत, तण-यांचा उपद्रव थांबवण्यासाठी जैवतंत्रज्ञानातील विशेष प्रक्रियांचा वापर केला जातो.

सुक्या कचऱ्याची विल्हेवाट लावण्यासाठी सर्वात मोठी अडचण योग्य जागेची येते. यासाठी सुका कचरा विशिष्ट ठिकाणी साठवला जातो .

जमिनीत मोठा खड्डा करून त्यात कचऱ्याचा एक थर पसरण्यात येतो. त्यावर मातीचा थर पसरतात; असे एकावर एक थर पसरल्यावर त्यामध्ये ऑक्सिजन विरहित अवस्थेत वाढणारे जिवाणू मिसळतात. खड्ड्यामध्ये सोडलेले जिवाणू वाढताना सुक्या कचऱ्याचे विघटन होते. त्यातून मिथेन वायूची निर्मिती करता येते. अनेक नगरपालिका आता ही पद्धत वापरत आहेत. या प्रक्रियेत उरलेला कचरा खत म्हणून वापरता येतो.

पशु आरोग्य / पशुपैदास धोरण

ग्रामीण विकासामध्ये पशुपालन – पशुपैदास व्यवसाय अत्यंत महत्त्वाचा ठरला आहे. हा शेतीशी निगडित असलेला व्यवसाय शेती व्यवसायातून निर्माण होणाऱ्या एकूण उत्पन्नाच्या २५ टक्के आहे. त्यामुळे ग्रामीण अर्थव्यवस्थेत पशुपालनाचा वाटा मोठा आहे. पशुपालनामुळे दूध, अंडी, मांस, खते, लोकर, कातडी, हाडे अशी अनेक उत्पादने मिळतात. या नैसर्गिक उत्पादनांना पर्याय उपलब्ध नाही. या पदार्थांचे महत्त्व मानवी जीवनात कायमच राहणार आहे. यामुळे पशुपालन-पशुपैदास व्यवसायात आजकाल सुसंगत बदल करणे गरजेचे आहे. गायींपासून शेतीसाठी उपयुक्त बैल, सेंद्रिय शेणखत, दूध मिळते.

पशुपालन व्यवसायाचे यश पशुधनाच्या दर्जावर अवलंबून असते. दुग्ध व्यवसाय करायचा असेल तर पशुधन आरोग्यसंपन्न हवे, कारण त्यामुळेच दुधाचा दर्जा आणि उत्पादकता किफायतशीर ठरते. दुग्ध व्यवसायाला चालना देण्यासाठी सहा संकरित गायी / म्हशींचे गट वाटप करणे या नावीन्यपूर्ण योजनेस २०११ वर्षांत जूनमध्ये महाराष्ट्र शासनाने मंजुरी दिली आहे.

पशुधनापासून निर्माण होणारा जैविक कचरा वाया जात नाही. त्याचा इंधनासाठी व खतांसाठी उपयोग होतो. देशामधील पशुधनाचा विकास आणि पशुपालन क्षेत्रातील संशोधनामध्ये प्रामुख्याने तीन ठिकाणांहून प्रयत्न केले जात आहेत - (१) उत्पादनात व उत्पादकतेत वाढ करणे (२) रोग आणि मृत्यू यामुळे होणारा पशुधनाचा ऱ्हास थांबवणे (३) पशुधनापासून मिळणाऱ्या उत्पादनांचा विविध कारणांनी होणारा नाश कमी करणे

पशुआरोग्य हा पशुधन व्यवसायाचा मुख्य कणा आहे. पशुधनातील रोग प्रादुर्भावामुळे आर्थिक नुकसान तर होतेच पण त्याचबरोबर उत्पादनही घटते. जनावरातील सांसर्गिक रोग यावर नियंत्रण ठेवणे हे अत्यंत गरजेचे आहे. या संबंधीच्या सूचना मुख्यत्वे राष्ट्रीय कृषीआयोगाकडून मिळतात. **पूर्वपीठिका** : इंपेरिअल जिवाणूशास्त्र प्रयोगशाळा ही संस्था सर्वप्रथम पुणे येथे स्थापन झाली होती. ती १८९० साली मुक्तेश्वर येथे स्थलांतरित झाली. या संस्थेचे नाव आता 'भारतीय पशुविज्ञान संशोधन संस्था' (आय.व्ही.आर.आय.) असे आहे. या खेरीज इतरही काही प्रयोगशाळांची स्थापना करण्यात आली आहे. त्या पुढीलप्रमाणे आहेत :-

(१) रोग अन्वेषण विभाग (मुंबई, १९३२) (वरील प्रयोगशाळा पुण्यात कार्य करीत असून ती महाराष्ट्र राज्यस्तरीय प्रयोगशाळा आहे.)

(२) रोग निदान प्रयोगशाळा (वराह), रोग अन्वेषण विभाग (कोल्हापूर, १९७०)

(३) लारखुरकूत रोग प्रयोगशाळा (१९७२)

(४) जिवाणूशास्त्र व विकृतिशास्त्र प्रयोगशाळा (१९७५)

(५) विषशास्त्र व परोपजीवीशास्त्र प्रयोगशाळा (१९८०)

(६) पशुरोग, कुक्कुटरोग प्रयोगशाळा (१९८३)
(७) स्वतंत्र ऊतीसंवर्धन प्रयोगशाळा (१९८५)
(८) पश्चिम विभागातील राज्यांसाठी संदर्भीय प्रयोगशाळा म्हणून मान्यता

रोग अन्वेषण विभागाची उद्दिष्टे :

(१) रोग प्रादुर्भावामधून नमुन्यांचे संकलन करणे
(२) ऊती नमुने अन्वेषित करून रोगनिदान करणे
(३) पशुधनातील व कुक्कुटांमधील रोग प्रादुर्भाव निश्चित करणे
(४) क्षेत्रीय अधिकाऱ्यांना रोग प्रादुर्भाव आटोक्यात आणण्यासाठी मार्गदर्शन करणे
(५) विषबाधा निदान विषशास्त्रीय चाचण्या करून ठरवणे व त्यावर उपाय सुचवणे
(६) राज्यातील ज्ञात आणि अज्ञात रोगांचे संशोधन करणे
(७) पशुधनातील क्षय, जोन्स, सांसर्गिक गर्भपात व कुक्कुटांमधील सालमोनेल्सिस या आर्थिकदृष्ट्या महत्त्वाच्या रोगाचे नियंत्रण करण्यासाठी चाचण्या घेणे
(८) राज्यातील आणि राज्याबाहेरील रोगनिदान प्रयोगशाळांना रोगनिदानासंबंधी प्रशिक्षण देणे
(९) निर्यातक्षम पशुधन, कुक्कुट व मांसजन्य पदार्थ यांचे संदर्भात प्रमाणपत्र देणे
(१०) राज्यातील आय. बी. आर., सांसर्गिक गर्भपात, पी. पी. आर. व इतर रोगांचे सर्वेक्षण करणे
(११) रोग प्रादुर्भावासंबंधी आणि झालेल्या आर्थिक नुकसानीबाबत संशोधन करून माहिती संकलित करणे

विभागीय रोगनिदान प्रयोगशाळा (पश्चिम विभाग) (उद्दिष्टे)

(१) रोग प्रादुर्भावामधून नमुन्यांचे संकलन करणे
(२) जिवाणू, विषाणू, परोपजीवी आणि इतर आर्थिकदृष्ट्या महत्त्वाच्या रोगांसाठी संदर्भीय प्रयोगशाळा म्हणून कार्य करणे
(३) पश्चिम विभागातील राज्यांमधील रोगांबाबत माहिती गोळा करून त्याची माहिती इतर राज्यांना देणे
(४) वर्गीकृत केलेले जिवाणू, विषाणू, परोपजीवी जंतू यांची जपणूक करणे आणि आवश्यकतेप्रमाणे राष्ट्रीय जपणूक प्रयोगशाळेकडे पाठवणे
(५) रोगनिदानासाठी मान्यताप्राप्त असणाऱ्या चाचण्या प्रमाणित करणे, त्याबरोबर रोगनिदान करणे व ती माहिती अन्य राज्यांतील प्रयोगशाळांना देणे
(६) इतर राज्यांतील प्रयोगशाळेतील अधिकाऱ्यांना रोगनिदानांसंबंधी प्रशिक्षण देणे
(७) पशुधनातील क्षय, जोन्स, सांसर्गिक गर्भपात, आय. बी. आर. व कुक्कुटांमधील सालमोनेल्सिस या आर्थिकदृष्ट्या महत्त्वाच्या रोगाच्या चाचण्या घेणे
(८) भारत सरकार कृषि खाते, पशुसंवर्धन विभाग यांनी ठरवून दिलेल्या उदाहरणार्थ - स्क्रेपी वगैरे रोगांसाठी सर्वेक्षण करणे

बर्ड-फ्ल्यू

ए. व्ही. एन. एन्फ्ल्युएन्झा किंवा बर्ड - फ्ल्यू हा कुक्कुटवर्गीय पक्ष्यांमधील विषाणुजन्य रोग आहे. पक्षीवर्ग, मनुष्यप्राणी तसेच इतर सस्तन प्राण्यांना या विषाणूची बाधा होऊ शकते. पाणथळ जागेजवळ वास्तव्यात असणारे

जंगली पक्षी, पाणकोंबड्या, बदके, राजहंस, बगळे व फिरते पक्षी यांच्या शरीरात याचे विषाणू मोठ्या प्रमाणात आढळतात. या रोगात श्वसनसंस्था, पचनसंस्था आणि मज्जासंस्थेवर विपरीत परिणाम होतो. या आजारात कधी कधी फारशी लक्षणे आढळत नाहीत, पण मोठ्या प्रमाणात पक्षी मरण पावतात.

गोवंशीय जनावरे आणि पशुधनाचा विकास

जगातील गोवंशीय जनावरांपैकी १६ टक्के गोवंशीय जनावरे भारतात आहेत. दुग्धोत्पादक गाईंची संख्या तुलनेने कमी म्हणजे जगातील एकूण दुग्धोत्पादक गायींच्या संख्येच्या ३.२ टक्के आहे. भारतातील गाईंची दुग्धोत्पादकता खूप कमी आहे. भारतात गोवंशीय जनावरांचे अनेक वाण आहेत. या वाणांपैकी सिंधी, सहिवाल, खिलनर, गीर, ओंगोळ व देवनी यांच्यापासून जास्त दूध मिळते. डांगी व अमृतमहल या वाणांचा उपयोग शेतीकामासाठी होतो. भारतातील गोवंशीय जनावरांचे वैशिष्ट्य म्हणजे ती उष्ण कटिबंधातील अनेक रोगांना चांगला प्रतिकार करतात. तसेच सुमारे ८० टक्के गोवंशीय जनावरांच्या वाणांमध्ये एकसमानता नाही. गोवंशीय जनावरांत खूपच विविधता असल्यामुळे त्यात सुधारणा होणे गरजेचे आहे.

दुग्धोत्पादनात भारतामध्ये म्हैस महत्त्वाची ठरते. देशामध्ये ५०% दुधाचे उत्पादन म्हशींपासून होते. महिषवर्गीय जनावरांचे खालील प्रकार आहेत- (१) मूरा (२) भव्दारी (३) जाफराबादी (४) निली (५) सुरती (६) नागपुरी

या जातीच्या म्हशी प्रत्येक वेताच्या वेळी ११०० ते २००० लिटर दूध देतात. आपल्या देशात गोवंशीय जनावरांच्या २७ तर महिषवर्गीय जनावरांच्या ७ जाती असल्याचे दिसून आले आहे. देशामधील पशुधनाचा विकास आणि पशुपालन क्षेत्रातील संशोधनामध्ये प्रामुख्याने तीन दिशांनी प्रयत्न केले जात आहेत - (१) उत्पादनात आणि उत्पादकतेत वाढ करणे (२) रोग आणि मृत्यू यामुळे होणारा पशुधनाचा ऱ्हास थांबवणे आणि (३) पशुधनापासून मिळणाऱ्या उत्पादनांचे विविध कारणांमुळे होणारे नुकसान कमी करणे

पशुधन पैदास

गायी, म्हशी नियमितपणे व्यायल्यासच ती फायदेशीर ठरते. गाय वेळेत माजावर न येणे, दोन वेतांतील गर्भधारणेचा कालावधी अधिक असणे, गायी / म्हशी वारंवार उलटणे, या समस्यांमुळे जनावरांमध्ये वांझपणा येतो. त्यामुळे शेतकरी अडचणीत येतो. हा तात्पुरता किंवा कायमचा वांझपणा असू शकतो. शेतकऱ्यांनी जनावरांच्या काही नोंदी ठेवणे गरजेचे आहे. उदाहरणार्थ, जनावर माजावर आल्याची तारीख, माज किती दिवस टिकला, कृत्रिम रेतनाची तारीख, जनावर उलटलेले असेल तर जनावराची पूर्वी माजावर आलेली तारीख वगैरे.

शेतकऱ्यांनी वंध्यत्व निवारण शिबिरामध्ये आपल्या गायी / म्हशी पशुवैद्यकांकडून तपासून घेणे आवश्यक ठरते. ते तपासणीअंती निष्कर्ष, योग्य उपाय व औषधोपचारांसाठी मार्गदर्शन करतात. जनावर अंदाजे कधी माजावर येईल व माज ओळखायच्या दृष्टीने त्यांचे मार्गदर्शन उपयुक्त ठरते. त्यानुसार कृत्रिम रेतनाची योग्य वेळ ठरवता येते. साधारणत: सकाळी माज दाखवणाऱ्या जनावराला संध्याकाळी कृत्रिम रेतन करणे उचित ठरते; जर जनावराला संध्याकाळी माज आला असेल तर कृत्रिम रेतन सकाळी करावे लागते. या खेरीज जनावरांना मार्गदर्शकातर्फे आहार ठरवून घेणे आणि योग्यवेळी रोगप्रतिबंधक लसीकरण करून घ्यावे लागते. महाराष्ट्र पशुधन विकास मंडळाने 'दरवर्षी मिळवू एक वासरू, वंध्यत्व निवारणाची कास धरू' असे एक उचित घोषवाक्य तयार केलेले आहे. ते शेतकऱ्यांनी समजून घेतले तर पशुपैदास करणे सुलभ होईल.

जास्त दूध देणाऱ्या गाईची पैदास

आपल्या देशी गाईचा संकर जास्त दूध देणाऱ्या परदेशी जातीच्या खानदानी वळूशी घडवून आणल्यास निर्माण होणाऱ्या प्रजेस संकरित गाय म्हणतात. संकरित गाईंची पैदास केल्यास बरेच फायदे होतात. ते म्हणजे :

(१) संकरित गायी देशी गायींपेक्षा तिप्पट ते चौपट जास्त दूध देतात.

(२) संकरित कालवड लवकर वयात येते. देशी कालवडी वयात येण्यास ३ ते ४ वर्षे लागतात तर संकरित कालवड एक ते दीड वर्षांच्या आत वयात येते. परिणामी दूध मिळण्यासाठी संकरित गायीला कमी काळ पोसावे लागते. साहजिक पोषणाच्या खर्चात निम्म्यापेक्षा जास्त बचत होते.

(३) वयाची अडीच वर्षे पूर्ण झाल्यावर संकरित गाईला वासरू होते. देशी गाईपासून पहिले वेत यायला ४-५ वर्षे लागतात.

(४) संकरित गाईच्या दोन वेतांमधील अंतर ३८० दिवस असते. देशी गाईच्या दोन वेतांमधील अंतर ४६६ दिवस असते. संकरित गायीला आटलेल्या स्थितीत (भाकड काळ) फार थोडे दिवस (२ ते ४ महिनेच) पाळावे लागते. देशी गायीचा काळ फार जास्त, म्हणजे ८ ते १० महिने असतो.

(५) खाद्याचे रूपांतर दुधात करण्याची संकरित गाईची क्षमता देशी गाईंपेक्षा जास्त असते.

(६) देशी गायींपासून एक लिटर दूध उत्पादनाचा खर्च संकरित गाईंपेक्षा जवळजवळ दीडपट जास्त असतो.

(७) संकरित गायी गरीब असून मारक्या अजिबात नसतात. त्यांच्या गळ्यात लोढणे अडकवावे लागत नाही. संकरित गायी सांभाळणे हे देशी गायींचा कळप सांभाळण्यापेक्षा सोपे असते.

(८) देशी गायींप्रमाणे संकरित गायींच्या प्रजोत्पादनामध्ये अनियमितपणा नसतो. संकरित गायी नियमित वेळेस माजावर येतात, गाभण राहतात. त्यांच्यापासून दर एक ते दीड वर्षास एक वेत मिळत गेल्यामुळे त्यांच्यापासून दुधाचे व वासराचे उत्पादन हमखास मिळते.

(९) संकरित गायी माजावर आल्याचे सहज समजते; कारण त्यांच्या माजाची लक्षणे सुस्पष्ट असतात. माज टिकण्याचा कालावधी थोडा जास्त असल्यामुळे कृत्रिम गर्भधारणा करणे सोपे ठरते.

(१०) संकरित गायींपासून मिळणारे गोऱ्हे देखील शेतीच्या कामात गाईइतकेच उपयुक्त असतात.

भारतात स्थानिक वाणांचे आणि बाहेरून आणलेल्या वाणांचे प्रजनन करण्यासाठी देशात सात ठिकाणी 'केंद्रीय गोवंशीय जनावरे प्रजनन केंद्रे' स्थापन करण्यात आली आहेत. ती पुढील ठिकाणी आहेत सुरतगढ (राजस्थान), धामरूद (गुजरात), अलमाडी (तमिळनाडू), अंदेशनगर (उत्तर प्रदेश), हेस्सरघाटा (कर्नाटक), सिमलीगुडा, चिपलिमा (दोन्ही ओरिसामध्ये). गोवंशीय जनावरांच्या विकासामध्ये आता बाहेरून वळूबीज (वीर्य) आणणे व संकर करणे या खेरीज जैवतंत्रज्ञानातील विविध तंत्रांचा वापर केला जात आहे.

दुग्धोत्पादनाचा उपयोग ग्रामीण भागातील आर्थिक स्तर उंचावण्याच्या हेतूने सन १९८९ मध्ये 'दुग्धविकास तंत्रज्ञान अभियान' (टेक्नॉलॉजी मिशन ऑन डेअरी डेव्हलपमेंट) सुरू करण्यात आले होते.

दुग्धोत्पादन क्षेत्राचा विकास आणखी वेगाने करून ग्रामीण भागात रोजगाराच्या नवीन संधी उत्पन्न करणे हा या अभियानाचा मुख्य हेतू आहे. विविध विद्यापीठांमध्ये आणि संस्थांमध्ये दुग्ध-प्रक्रिया उद्योग, या संबंधी संशोधन चालू असते. देशामध्ये सुमारे १० कोटी टन दुग्धनिर्मिती प्रतिवर्षी होत आहे. एकूण दूध उत्पादनात भारताचा पहिला क्रमांक आहे. भारतातील दुग्धोत्पादक पशुधन सुमारे ७ कोटी लहान शेतकऱ्यांकडे विखुरलेले आहे. एकूण दूध

उत्पादनापैकी ९७ टक्के उत्पादन गाई व म्हशी यांच्यापासून मिळते. साधारण ३ टक्के दूध शेळ्यांपासून मिळते.

देशातील दुग्धनिर्मिती वाढावी म्हणून भारतीय कृषी संशोधन परिषदेतर्फे संशोधन-विकास कार्यक्रम हाती घेतले जातात. त्यापैकी काही कार्यक्रमांची माहिती पुढीलप्रमाणे आहे :

(१) शीत केलेल्या वळूबीजाचा वापर करण्याबरोबरच जैवतंत्रज्ञानातील प्रगतीचा फायदा अधिक उत्पादन देणाऱ्या वाणांसाठी करणे

(२) दुग्ध उत्पादानाचा संबंध पशुखाद्यांशी आहे, त्यामुळे चारा पिकांवर संशोधन करणे

(३) दुग्ध उत्पादनानंतर प्रक्रियांसाठी स्वस्त तंत्रज्ञान विकसित करणे

(४) गुरांना प्राणघातक असणाऱ्या रोगांविरुद्ध प्रभावी लशी तयार करणे

(५) प्राण्यांच्या रोगांवरील संशोधनासाठी उच्च तंत्रज्ञान वापरणारी प्रगत प्रयोगशाळा भोपाळ येथे २००० साली सुरू करण्यात आली आहे.

भारतातील कुक्कुटपालन उद्योगाने गेल्या २५ वर्षांत मोठी प्रगती केली आहे. २०१३ सालापर्यंत या उद्योगातील उलाढाल ७५ हजार कोटी रुपयांपर्यंत वाढली आहे. या उद्योगात विविध प्रकारे रोजगार मिळवणाऱ्यांची संख्या सुमारे ५० लाख आहे. कृषी उद्योगातील दोन कोटी शेतकऱ्यांची आर्थिक परिस्थिती कुक्कुटपालन व्यवसायामुळे सुधारलेली आहे. या व्यवसायात मुख्य खर्च हा कोंबडीच्या खाद्यपदार्थांचा असतो. तो ७५% असू शकतो. जगात भारताचा अंडी उत्पादनात दुसरा क्रमांक लागतो (६५०० कोटी अंडी प्रतिवर्षी) तर कोंबडीच्या मांसाच्या उत्पादनात तिसरा क्रमांक लागतो (३५ लाख टन). सध्या प्रतिव्यक्ती प्रतिवर्षी अंड्याचा खप ५४ आहे आणि मांसाचा खप साडेतीन किलोग्रॅम आहे. नॅशनल इन्स्टिट्यूट ऑफ न्यूट्रिशन यांच्या शिफारशीप्रमाणे माणशी प्रतिवर्षी १८० अंडी आणि ११ कि. ग्रॅ. मांसाची विक्री व्हायला हवी. याचा अर्थ एवढाच की कुक्कुटपालन उद्योगासाठी भारतात मोठा वाव आहे. शेतकऱ्यांनी यापुढे कुक्कुटपालन हा मुख्य व्यवसाय आहे, असे खुशाल समजायला हरकत नाही. गेली दहा वर्षे हा व्यवसाय प्रतिवर्षी दहा टक्क्यांनी वाढतो आहे. महाराष्ट्रात कुक्कुटपालन व्यवसायासाठी सर्वत्र अनुकूल वातावरण आहे. करार-पद्धतीमुळे ब्रॉयलर पोल्ट्री उद्योगाची झपाट्याने वाढ होत आहे. नाशिक, पुणे, ठाणे, रायगड आणि औरंगाबाद जिल्ह्यात करार पद्धतीला शेतकऱ्यांचा प्रतिसाद मिळतो आहे. शेतकऱ्यांनाही निश्चित स्वरूपाचा परतावा मिळतो आहे.

कुक्कुटपालन, इमू पालन आणि बदक पालन

शेती व्यवसायाला पूरक अशा कुटीरोद्योगांमध्ये कुक्कुटपालन अत्यंत महत्त्वाचे मानले गेले आहे. इमूपालन हा त्या मानाने अलीकडे शेतकऱ्यांपर्यंत जाऊ लागलेला उद्योग असला तरी तो अजूनही पुरेसा परिचित झालेला नाही. इमू हा मूळचा ऑस्ट्रेलियाचा मोठा पक्षी आहे. स्थानिक परिस्थितीशी तो जुळवून घेऊ शकतो. तसेच त्याचे पालन-पोषण सहजपणे करता येते. या व्यवसायात मुख्य खर्च पक्ष्यांच्या किमतीचा आहे. व्यवसाय सुरू करताना यात नर व मादी पक्ष्यांच्या दहा जोड्या घ्याव्या लागतात. त्यांची किंमत सव्वा लाख ते दीड लाखांपेक्षा जास्त असते. या शिवाय वाहतूक आणि अन्य खर्च वेगळे असतात. कुक्कुटपालनामध्ये मोठ्या खर्चाची शेड उभारावी लागत नाही. फक्त खुल्या जागेभोवती चारही बाजूंनी जाळीदार शेड उभारावी लागते. हा पक्षी अतिशय मजबूत व काटक असतो. त्याची अंडी, पिसे, मांस, कातडी अतिशय मौल्यवान आहे. इमू पालनाचे प्रशिक्षण माळेगाव (बु.॥), ता. बाटालानी जिल्हा - पुणे येथे मिळते. बटेर आणि बदक पालन हे पूरक उद्योग आहेत. बदक पालन करून अंडे व मांस विक्री केली जाते. तसेच शोभिवंत बदकांची, विशेषतः पांढऱ्या बदकांची विक्री करता येते.

बर्ड फ्ल्यू चा प्रसार कसा होतो ?

(अ) पक्षी एकमेकांच्या सान्निध्यात आल्यास

(ब) आजारी पक्ष्यांच्या श्वासनलिकेतील श्वासावाटे (किंवा विष्ठेवाटे) थेट संपर्क झाल्यास

(क) विषाणूंचे उत्पादन थेट त्यांच्या आतड्यात होते. विषाणू लाळेवाटे, विष्ठेवाटे किंवा नाकातील श्वासावाटे बाहेर पडतात.

बर्ड फ्ल्यू मध्ये पक्ष्यांची भूक मंदावते. ते अशक्त होतात. डोक्यावर, पाय- तुरा यावर सूज येते. हा रोग जर आटोक्यात आणायचा असेल तर जैवसुरक्षा उपाययोजनेची कठोर अंमलबजावणी करावी लागते. मृत पक्ष्यांची त्वरित विल्हेवाट लावणे (जाळणे, पुरणे) पक्षी व पक्ष्यांपासून निर्मित अंडी, मांस वगैरेंच्या वाहतुकीवर नियंत्रण ठेवणे

जैवतंत्रज्ञानाबाबतचे धोरण, नियमन व विकास (शासनाची भूमिका आणि प्रयत्न)

महाराष्ट्र राज्यातील जनतेला उत्कृष्ट अन्न, पौष्टिक आहार, आरोग्य, पर्यावरण व जीवन सुरक्षितता लाभावी, असा महाराष्ट्र सरकारचा दृष्टिकोन आहे. त्यासाठी दूरदृष्टीच्या जैवतंत्रज्ञान धोरणाची गरज होती. राज्यातील जैवउद्योगांना विकास मार्गावरून जाताना ते जागतिक पातळीवर स्पर्धात्मक होण्यासाठी कार्याची दिशा ठरवण्यात आली. त्यातील काही मुद्दे महत्त्वाचे आहेत-

(१) कार्यपद्धती सोपी होण्यासाठी सुयोग्य धोरणाची चौकट आखणे (२) पायाभूत सुधारणा / सुविधांसाठी जैवतंत्रज्ञान पार्क उभारणे (३) उचित सामूहिक प्रोत्साहन देणे (४) दर्जेदार संशोधनासाठी प्रोत्साहन देणे (५) उद्योगाला साहाय्यक संस्था आणि मुनष्यबळ विकसित करणे (६) कायद्यांचे आणि कार्यपद्धतीचे सुलभीकरण करून जैवतंत्रज्ञान उद्योगांचा विकास करणे

महाराष्ट्र राज्याने धोरणात्मक पुढाकार घेऊन महाराष्ट्र जैवतंत्रज्ञान मंडळ आणि महाराष्ट्र जैवतंत्रज्ञान आयोग अशा दोन शिखर संस्थांना आर्थिक पाठबळ दिले आहे. राज्याचे मुख्यमंत्री हे जैवतंत्रज्ञानाचे अध्यक्ष राहतील. या मंडळात अग्रगण्य वैज्ञानिक व तंत्रज्ञ राहतील अशी आखणी करण्यात आली आहे. जैवतंत्रज्ञान क्रांतीचा सामाजिक व आर्थिक लाभ राज्यातील सर्व नागरिकांना मिळणे गरजेचे आहे.

राज्यशासन हे सार्वजनिक (आणि खाजगी) रीतीने सुरुवातीला ५० कोटी रुपये जमा करून विशेष जैवतंत्रज्ञान विकास निधी उभा करत आहे. जेणेकरून जैवतंत्रज्ञान क्रांतीमुळे लाभ होऊ शकणाऱ्या शासनाच्या विविध विभागांकडून केलेल्या वार्षिक योजना निधीतून १ टक्का निधी दरवर्षी उपलब्ध होईल.

राज्याचा जैवतंत्रज्ञान आयोग विकास निधीचा सुयोग्य विनियोग करेल. यामुळे राज्याचा विस्तृत आर्थिक व सामाजिक विकास साध्य होईल. राज्यास लाभदायक संशोधन आधारित प्रकल्पासाठी सदर आयोग विविध संस्था व औद्योगिक आस्थापनेकडून प्रस्ताव मागवेल. त्याचे मूल्यमापन होऊन आयोग त्यांना वित्तीय अनुदानासाठी मंजुरी देईल. शिवाय पुणे येथील जैवतंत्रज्ञान पार्कमध्ये स्थापित होणारी साधनसामग्री, सुविधा केंद्रे व व्यवसाय सुविधा केंद्रे यांचे व्यवस्थापनही आयोग सांभाळेल. तसेच जैविक सुरक्षिततेच्या विविध बाबींचा विचार- मान्यता - पुनर्लोकन- समन्वय आदी कार्ये हा आयोग सांभाळेल. नवीन जैवतंत्रज्ञानामुळे निर्माण होणाऱ्या सांस्कृतिक, नैतिक, आर्थिक व सामाजिक मुद्यांसंदर्भात जनजागृती करण्यास आयोग मदत करेल.

जैवतंत्रज्ञान : महाराष्ट्र राज्याची अपेक्षा :

अधिक उत्पादन करणाऱ्या, दुष्काळाला तोंड देऊन तगून राहणाऱ्या, रोगप्रतिकारक, जैविकदृष्ट्या सुधारित अशा पिकांची अपेक्षा शेतकरी वर्ग करीत असतो. महाराष्ट्र सरकार ही अपेक्षा पूर्ण करण्यासाठी सज्ज आहे. तालुका

स्तरावरील बीज केंद्रे, कृषी विद्यापीठांचे फार्म्स व एम.आय.डी.सी. क्षेत्रातील जमिनी या क्षेत्रीय प्रयोगांसाठी व मान्यताप्राप्त विविध जातींचे बीजगुणन कार्यासाठी जैवतंत्रज्ञान घटकांना उपलब्ध करून देण्याची सरकारची इच्छा आहे.

राज्याची सार्वजनिक आरोग्य-यंत्रणा ही जैवतंत्रज्ञान घटकांबरोबर वैद्यकीय संशोधनात आंतरराष्ट्रीय स्वीकृत मापदंडानुसार सक्रिय भाग घेईल.

राज्याची अन्न - औषधे प्रशासन यंत्रणा ही प्रगत व सक्षम आहे. जैवतंत्रज्ञान उद्योगाची वाढ व विकास करण्यासाठी त्याचा उपयोग होऊ शकतो. विविध प्रकारच्या लसी निर्माण करण्यासाठीही अन्न-औषध प्रशासन यंत्रणा साहाय्यभूत ठरू शकते. अशाप्रकारचे नियमन राज्यातील पशुधन व मत्स्य व्यवसायाबाबत करता येईल.

पर्यावरण संरक्षण :

शहरी भागातील केरकचरा आणि औद्योगिक सांडपाणी यावर सुयोग्य प्रक्रिया करणे हे राज्याच्या दृष्टीने विभागीय पर्यावरणाचा समतोल राखण्यासाठी महत्त्वाचे आहे. विविध नगरपालिका, सिडको, म्हाडा, महाराष्ट्र जीवन प्राधिकरण व एम.आय.डी. सी. सारख्या संस्था जैवतंत्रज्ञान कंपन्यांबरोबर संयुक्त प्रभावी तंत्रज्ञान विकसनाद्वारे टाकाऊ कचऱ्याचे रूपांतर उपयुक्त उत्पादनात करू शकतात तसेच जलशुद्धीकरण व संवर्धन प्रकल्पातही या संस्था सहभागी होऊ शकतात. परिणामी सदर उपक्रमांकडील पायाभूत सुविधा व माहिती जैवतंत्रज्ञान कंपन्यांना प्रयोगांसाठी आणि परीक्षणासाठी उपलब्ध होईल. माहिती तंत्रज्ञान घटकांना ज्याप्रमाणे दुकाने व आस्थापना अधिनियमातील तरतुदीअंतर्गत कामाची पाळी, कामाचे तास आणि महिलांना रोजगार यावरील बंधने शिथिल केली आहेत, त्याप्रमाणे ती जैवतंत्रज्ञान घटकांबाबतही शिथिल करण्यात येतील. तसेच औद्योगिक कायद्यातील विशेष तरतुदींचा फायदाही जैवतंत्रज्ञान उद्योजकांना मिळू शकेल.

जैवतंत्रज्ञान वृद्धीसाठी आर्थिक प्रोत्साहन :

उच्च दर्जाची उत्पादने निर्माण करणाऱ्या जुन्या व नव्या जैवतंत्रज्ञान उद्योगांना औद्योगिक वीजदर लागू करण्यात येईल. कृषी जैवतंत्रज्ञान उद्योगांना कृषीदराने वीज पुरवण्यात येईल. राज्यातील जैवतंत्रज्ञान पार्कसाठी 'इंडिपेंडंट पॉवर प्रोड्यूसर्स' स्थापन करायला परवानगी मिळेल.

जैवतंत्रज्ञान उत्पादनांवर विक्री कराचे / मूल्यवर्धित कराचे दर राष्ट्रीय पातळीच्या शक्ती प्रदत्त शिफारशीनुसार ठरवण्यात येतील. लघु जैवतंत्रज्ञान उद्योगांना भांडवली प्रोत्साहन, ऑक्ट्रॉय परतावा यासंबंधीच्या सवलती मिळतील. विना उद्योग जिल्ह्यातील सर्व घटकांना नवीन जैवतंत्रज्ञान घटकांसह अस्तित्वातील घटकांचे विस्तारीकरण यांना स्टँप ड्युटी व नोंदणी फी भरण्यापासून सूट देण्यात येईल. खाजगी क्षेत्रातील जैवतंत्रज्ञान पार्कमध्ये स्टँप ड्युटी व नोंदणी फीमध्ये ५० टक्के सूट देण्यात येईल. जैवतंत्रज्ञान कंपन्यांचे एकत्रीकरण झाल्यास त्यामुळे मालमत्ता व्यवहारावर फक्त १०% स्टँप ड्युटी लागू राहील.

नवीन ज्ञानाची सतत निर्मिती व विकास यामुळे माहिती तंत्रज्ञान व जैवतंत्रज्ञानास उत्तेजन मिळते, त्यामुळे हे 'ज्ञान प्रक्रिया क्षेत्र' समजले जाते. या क्षेत्रासाठी विशेष हक्क आहेत. तसेच त्यांना नियमानुसार सर्व प्रकारचे प्रोत्साहन मिळेल. जैवविज्ञान व तंत्रज्ञान या उभरत्या क्षेत्रातील स्पर्धात्मक संशोधन व विकासाच्या सर्व बाबींचा अंतर्भाव असणारे जागतिक दर्जाचे 'सेंटर्स ऑफ एक्सलन्स' स्थापण्यासाठी राज्यशासन प्रोत्साहन देईल.

जैवतंत्रज्ञान पार्कसाठी सोयी-सुविधा -प्रोत्साहन

जैवतंत्रज्ञान पार्क, संशोधन व विकास केंद्रे आणि पथदर्शी उद्योग सुविधा यांच्या उभारणीसाठी महाराष्ट्र शासन प्रयत्नशील राहील. कंत्राटी पद्धतीने संशोधनाच्या प्रकल्पात समभागाच्या माध्यमातून महाराष्ट्र शासन सहभाग

घेईल आणि तो जमिनीच्या स्वरूपात राहील. एम.आय.डी.सी. तर्फे त्यांच्या कार्यक्षेत्रातील जमिनी घटकांना औद्योगिक दराने देण्यात येतील.

पायाभूत सुविधांचे पाठबळ : दर्जेदार पायाभूत सुविधा उपलब्ध करून देण्यास सरकार तयार आहे. जैवतंत्रज्ञान उद्योगात सर्व कार्यस्तरांवर अतिकुशल कर्मचाऱ्यांची गरज असते. अशाप्रकारचे मनुष्यबळ पुरवठा करणाऱ्या सध्याच्या केंद्रांना सक्षम आणि बहुउद्देशीय करण्यासाठी शासन प्रयत्न करेल. जैवतंत्रज्ञान पार्क (औषधी जैवतंत्रज्ञान) शेंद्रे, जालना व अकोला (कृषी जैवतंत्रज्ञान) येथे स्थापन झाले असून येथील सुविधा अधिक व्यापक करण्यात येतील. जैवतंत्रज्ञान पार्कसाठी पुढील सोयी दिल्या जातील -

(१) उपद्रवमुक्त वातावरणात व्यवसाय सुविधा केंद्र उभारणे.

(२) शासन संस्थांबरोबर व्यवहार, नियामक आणि कस्टमविषयक मान्यता सत्वर मिळण्यासाठी केंद्र

(३) उद्योजकांना वीज, दूरध्वनी आणि अन्य जोडणीसाठी साहाय्य

(४) तंत्रज्ञान हस्तांतर व तंत्रज्ञान पोहोच सेवा

(५) व्यापारीकरण सेवा

(६) संशोधन संस्थांबरोबर सेवा / सलोखा

(७) बौद्धिक स्वामित्व संरक्षण व इतर बाबींसाठी समुपदेश, माहिती व साहाय्य

(८) व्यवसाय सुविधा केंद्र

(९) जैवतंत्रज्ञान व पणन विषयातील तज्ज्ञांची सेवा नियोजित करण्यात येईल.

(१०) या तंत्रज्ञांना साहाय्यभूत, पुरेसा कर्मचारी वर्ग देण्यात येईल.

(११) या व्यवसाय सुविधा केंद्रात सचिवालयीन कामकाजासाठी दळणवळण व उपयुक्त सुविधा उपलब्ध करून देण्यात येईल.

(१२) मनुष्यबळ विकास पाया उपलब्ध होण्यासाठी शैक्षणिक व संशोधन संस्थांबरोबर समन्वय साधण्यास प्रोत्साहन देणे

(१३) चांगल्या दर्जाची दळणवळण जोडणी, वीज, इंटरनेटसाठी पुरेशी बँड विड्‌थ, विश्वासार्ह पाणीपुरवठा वगैरे पायाभूत सुविधा

(१४) वैज्ञानिक व जैवतंत्रज्ञानासाठी शैक्षणिक व मनोरंजन सुविधांसह निवासी संकुले उभारणीसाठी जमिनी देणे

(१५) राज्यशासन जैवतंत्रज्ञान साधनसामुग्री केंद्र व उत्पादनाच्या प्रमाणीकरणासाठी संदर्भ केंद्राची स्थापना करेल. या प्रयोजनासाठी जमीनही उपलब्ध करून देण्यात येईल.

(१६) नैतिक, कायदेशीर व संरक्षण मानकांसह प्राणिमात्रांवर प्रयोगांची सुविधा निर्माण करेल. उद्योगक्षेत्र किंवा धर्मादाय संस्थांकडून मिळणाऱ्या वर्गणीच्या आधारे या सुविधांसाठी राज्यशासन स्थापत्य बांधकाम सुरू करू शकेल.

(१७) जैवतंत्रपार्क व साधन सामुग्री केंद्र हे जैवतंत्रज्ञानाचे मूल्य व फायदे यांचा विस्तृत प्रसार होण्याच्या दृष्टीने संशोधक, शास्त्रज्ञ, उद्योजक, विस्तार कार्यकर्ते, शेतकरी आणि ग्राहक यांच्यात सहकार्याची नवीन पद्धती निश्चित करतील.

(१८) जैवतंत्रज्ञान जनमानसात पोहोचवण्यासाठी विशेष प्रयत्न करण्यात येतील. त्यासाठी पुणे विद्यापीठाच्या एज्युकेशनल मीडिया सेंटरचे सहकार्य घेण्यात येईल.

जैवतंत्रज्ञान दिवस १४ नोव्हेंबर रोजी साजरा करण्यात येईल; कारण ज्यांनी स्वतंत्र भारतात विज्ञान-तंत्रज्ञानाची मुहूर्तमेढ रोवली त्या पंतप्रधान पंडित नेहरूंचा तो जन्मदिन आहे. 'जीवनाची काळजी घेणाऱ्या साधनांची किल्ली म्हणजे जैवतंत्रज्ञान'- हा संदेश जनमानसात पोहोवण्याचा विशेष प्रयत्न केला जात आहे.

जैवतंत्रज्ञानाला होणारा विरोध

(जैवतंत्रज्ञान : नैतिक, सामाजिक आणि कायदेशीर प्रश्न)

भ्रामक कल्पना : जैवतंत्रज्ञानाच्या संबंधात अनेकांच्या मनामध्ये काल्पनिक, अवास्तव गोष्टी कुणीतरी भरवते आणि गैरसमजुतींना येथूनच सुरुवात होते. नैसर्गिक गोष्टींच्या विरुद्ध आपण काहीतरी विपरीत करीत आहोत, अशी धारणा सामान्य व्यक्तीच्या मनात येते. जैवतंत्रज्ञानालाही आज अशाच प्रकारच्या विरोधाला तोंड द्यावे लागत आहे. हा विरोध फक्त भारतातच आहे, असं नाही. अनेक राष्ट्रांमधील राजकारणी, धर्मोपदेशक, पर्यावरणप्रेमी त्यांचा कार्यभाग साधण्याकरिता सामान्यजनांना संभ्रमित करतात. खरं तर विज्ञानामुळे लोकांचा तोटा न होता फायदाच झालेला आहे. उदाहरणार्थ, संगणकामुळे लाखो लोकांची नोकरी-रोजगार जाईल असा प्रसार २५ वर्षांपूर्वी केला गेला. प्रत्यक्षात संगणकामुळे लाखो लोकांना रोजगार मिळाला आहे. जैवतंत्रज्ञानाचा मुख्य आधार म्हणजे जैविक घटक. त्यात तंत्रज्ञानाच्या साहाय्याने अनुकूल बदल घडवला जातो. असे करणे म्हणेज निसर्गचक्राच्या नियमात मानवाने ढवळाढवळ करणे, ही अशी जनमानसात धारणा असते. त्यामुळे सृष्टीचे संतुलन बिघडेल, ही भीती असते.

मानवी जनुकांमध्ये अनुकूल बदल करूनच वैद्यकशास्त्राला जनुक उपचार पद्धतीचा अवलंब करावा लागेल. एखाद्याचं विधिलिखित (पूर्वसंचित) बदलण्याचा अधिकार शास्त्रज्ञांना आहे का? हे वरकरणी व्यक्तिगत वाटणारे प्रश्न राष्ट्रीयच नव्हे तर आंतरराष्ट्रीय व्यासपीठांवर चर्चिले जातात. या संबंधीचे नियम / कायदे / प्रतिबंध / संकेत हे सर्व संमतीने केव्हातरी होतीलच.

नैतिक आणि धार्मिक विरोध

जैवतंत्रज्ञानाला विरोध करू नये, असे सांगताना व्यक्तिस्वातंत्र्याचा पुळकाही अनेकांना येतो. यासाठी सर्वसामान्य माणसांपुढे आधुनिक जैवतंत्रज्ञानामधील बऱ्या-वाईट-नैतिक-अनैतिक गोष्टी प्रभावीपणे पुढे यायला हव्यात.

बीटी बियाणे : अन्नधान्याच्या बीटी प्रजातीमध्ये पुनरुत्पादनाची क्षमता नष्ट झालेली असते. त्यामुळे त्याचा दुष्परिणाम शरीरावर होऊ शकतो. तसेच बीटी बियाणे हे दरवर्षी नव्याने विकत घ्यावे लागल्याने परकीय कंपन्यांवरील अवलंबित्व वाढते. त्यामुळे शेतकऱ्यांवरील आर्थिक ताण वाढतो. शेतकरी सामान्यत: स्वत:च बियाणे राखून ठेवतात आणि त्याचा उपयोग पुढच्या पेरणीसाठी करतात. दरवर्षी नवीन बियाणे विकत घेत नाहीत. बीटी बियाणे हे परत रुजवण्यासाठी सक्षम नसते.

वैद्यकशास्त्र : मानवी जनुकांचा आराखडा (जनुकसंच, जनुक नकाशा) आता तयार झाला आहे. काही कंपन्यांनी त्यातील विशिष्ट भाग पेटंट करून घेण्यासाठी अर्ज केले आहेत. त्यांच्याशी संबंधित जर औषध बनवायचे असेल तर कंपनीला त्याची फी (शुल्क) द्यावे लागेल. अशा नैसर्गिक जनुक आराखड्याचे पेटंट घेणे नैतिकतेच्या विरुद्ध आहे, असे विरोधकांना वाटते. नवीन पद्धतीने रोगांचे निदान करताना व्यक्तीच्या जनुकातील खाजगी बाबी सुरक्षित राहण्याची काय हमी आहे? तसेच माणसांवर जैव-तंत्रशास्त्राचे प्रयोग करणे नैतिकतेला धरून नाही. या

तंत्राचा उपयोग माणसांवर फक्त आनुवंशिक रोगांच्या उपचारापुरताच मर्यादित असावा. मानवी क्लोनिंग सुरू झाल्यास व्यक्तीच्या नैसर्गिक निवडीच्या अधिकारावरच बाधा येईल. तसेच क्लोनिंगमुळे निर्माण झालेले जीव पर्यावरणाचा ताण कितपत सहन करू शकतात, याबद्दल साशंकता आहे. अशा क्लोनिंगमुळे अनेक नैतिक, भावनिक आणि सामाजिक प्रश्न निर्माण होतील.

धार्मिक समस्या : जैव-तंत्रशास्त्राच्या मदतीने जे पदार्थ तयार केले जातात, त्याच्यावर तसे लेबल लावणे गरजेचे आहे. नाहीतर त्यामुळे काही लोकांच्या धार्मिक भावना दुखावल्या जाणं शक्य आहे. उदाहरणार्थ - काही लोकांच्या धर्मात कांदा, लसूण खाणे वर्ज्य आहे. जर या वस्तूंच्या जनुकांचा वापर करून खाद्यपदार्थ किंवा औषधे तयार केली असतील तर ती काही लोकांना वर्ज्य ठरतात. तसेच डुकरासारख्या काही प्राण्यांच्या बाबतीत घडू शकते; कारण काही संशोधक विशिष्ट औषधांच्या निर्मितीसाठी डुकरांचा वापर करीत आहेत. तसेच पूर्ण शाकाहारी लोकांना कीटक, मासे, डुक्कर किंवा इतर प्राण्यांच्या जनुकांच्या वापराने तयार केलेले खाद्यपदार्थ किंवा औषध दिले गेले, तर त्यांच्या धार्मिक भावना दुखावल्या जाऊ शकतात.

पर्यावरणावर होणारे दुष्परिणाम : जैवतंत्रशास्त्राचा पर्यावरणावर वाईट परिणाम होतो हे दर्शवणारे नि:संदिग्ध पुरावे मिळालेले नाहीत, तरीही तशी शक्यता आहे.

अ) जनुकांतरित नवीन सजीवातही काही नवीन अनावश्यक गुण उत्पन्न होऊ शकतात.

ब) जनुकांतरित सजीवांपासून इतर सजीवांना आणि पर्यावरणाला अपाय होऊ शकतो.

क) जनुकांतरित सजीवांची बेसुमार वाढ झाली तर नैसर्गिक सजीवांची संख्या कमी होऊ शकते.

कायदेशीर बाबी : जनुकीय बाबींचा तपास एखाद्या व्यक्तीच्या खाजगी गोष्टी प्रकट करू शकतात. जनुकीय तपासणीत एखादा लहानसा दोषही उघड झाल्यास त्या व्यक्तीला योग्य नोकरी मिळवण्यास, विवाह होण्यास अडथळा येऊ शकतो. एखाद्या व्यक्तीमध्ये प्राणघातक जनुकीय अनैसर्गिकता आढळली तर ती माहिती त्या व्यक्तीला देणे योग्य होईल का? जनुकीय तपासणीमुळे अनावश्यक गर्भपात आणि स्त्रियांचा गैरफायदा घेण्याच्या वृत्तीला वाव मिळू शकतो का? जनुकांतराचे तंत्र वापरून अनेक प्रकारचे 'नवीन' खाद्यपदार्थ बनवता येतील. त्याचे उत्पादन आणि वितरण करण्यासाठी विशेष कायदेशीर व्यवस्था करावी लागेल. जैवतंत्रशास्त्राचा दुरुपयोग युद्धसामुग्रीच्या (शस्त्रांच्या) निर्मितीसाठी होऊ शकतो. शत्रूला जेरबंद करण्यासाठी अत्यंत हानिकारक जिवाणू, विषाणू आणि अन्य सूक्ष्मजीव बनवून त्याचा वापर करता येणं शक्य आहे. अशा प्रकारच्या संशोधनावर जागतिक बंदी असावी.

जैवतंत्रज्ञान - विरोध आणि उपाययोजना :

जैवतंत्रशास्त्रासंबंधी घेतल्या जाणाऱ्या बहुतांश शंका शास्त्रज्ञांच्या मते निराधार आहेत. ज्या संशोधनापासून काही धोका संभवतो त्याच्याबद्दल सर्व सावधगिरी बाळगली जात आहे. भविष्यात समोर येणाऱ्या अशा सर्व प्रश्नांकडे शास्त्रज्ञांचे विशेष लक्ष राहील याची काळजी सर्व पातळ्यांवर घेतली जाते. विज्ञान तंत्रज्ञानाचे उद्दिष्ट मानवाचे जीवनमान सुखी व्हावे, असे पूर्वीपासून होते. त्याचा वापर कसा आणि किती करायचा हे आपल्याच हातात आहे. जेथे नैसर्गिकता संपते, तेथे प्रदूषण जन्माला येते, असं म्हणतात. हे लक्षात घेऊन जैवतंत्रज्ञानाच्या कोणत्याही प्रकल्पांना निधी देऊन सुरुवात करण्यापूर्वी त्याचे संभाव्य परिणाम बरे-वाईट-उत्तम आहेत की नाहीत, याचा कसून अनेक पातळ्यांवर विचार केला जातो. त्यातून किती ज्ञानवृद्धी होईल, उत्पादन-संपत्ती-रोजगार-प्रदूषण-आरोग्य संपन्नता - निरोगी शरीर-स्वास्थ्य अशा अनेक मुद्यांवर चर्चा होते. अक्षय-स्थायी विकासाची वाटचाल कशी होईल ते पाहिलं जात आहे. इथं टोकाची भूमिका घेऊन चालणार नाही. 'तारतम्यता' हा निकष लावावा लागेल. रस्ते,

जंगले, बोगदे हवे असतील तर निसर्ग पोखरावा लागतोच. संस्कृती ही स्थिर नसते. स्थित्यंतरे होत राहतात. नीती-अनीती-संकेत बदलत असतात. तेव्हा जुनाट, बुरसटलेल्या विचारांना घट्ट चिकटून जैवतंत्रज्ञानाला विरोध करीत राहणे घातक ठरेल; कारण पुरेसे अन्न-धान्य, फळफळावळ निर्मिती, नवीन औषधांची निर्मिती, पर्यावरणाचे संरक्षण, आरोग्य-स्वास्थ्य रक्षण अशा सर्व बाबींसाठी जैवतंत्रज्ञान सर्वसामान्य लोकांना वरदान ठरू शकते, याचा विचार मनामध्ये जागता ठेवला पाहिजे.

प्रश्न

१. बायोटेक्नॉलॉजी (जैवतंत्रज्ञान) शब्दाचा प्रथम वापर कोणी केला ?
   (अ) कार्ल इरेकी   (ब) पॉल टेरासाकी
   (क) जेम्स क्लार्क   (ड) कार्के-सॉमर

२. औद्योगिक क्षेत्रात अल्कोहोल (मद्य) निर्मितीसाठी सध्या मुख्य कच्चा माल कोणता वापरतात ?
   (अ) सर्व प्रकारचे स्टार्चयुक्त (पिष्टमय) पदार्थ   (ब) उसाची मळी
   (क) जंगलात मिळणारा सर्व पालापाचोळा   (ड) वरील सर्व

३. शर्करायुक्त कच्च्या मालापासून मद्यनिर्मितीसाठी खालीलपैकी कोणता / कोणते सूक्ष्मजीवजंतू महत्त्वाचे आहेत?
   (अ) विषाणू   (ब) जिवाणू   (क) अमिबा   (ड) यीस्ट

४. औद्योगिक क्षेत्रातील मद्यनिर्मिती कोणत्या पद्धतीने केली जाते ?
   (अ) 'बॅच' पद्धतीने   (ब) सतत किण्वन पद्धतीने
   (क) वरीलपैकी दोन्ही पद्धतींनी   (ड) वरीलपैकी कोणत्याही नाही.

५. अल्कोहोल (मद्य) निर्मिती करताना यीस्ट मोठ्या प्रमाणात तयार होतात, त्याचा काय उपयोग करतात ?
   (अ) पुढच्या 'किण्वन' पद्धतीसाठी वापरतात.   (ब) पशुखाद्य / प्रोटिन म्हणून वापरतात.
   (क) खत म्हणून वापरतात.   (ड) वरील सर्व गोष्टींसाठी उपयुक्त.

६. किण्वन पद्धतीने अल्कोहोल तयार झाल्यावर कोणत्या पद्धतीने ते अलग (वेगळे) करतात ?
   (अ) गाळण पद्धत   (ब) यीस्ट पेशी दूर करून
   (क) ऊर्ध्वपातन   (ड) सेंट्रिफ्युगल पद्धत

७. साखरयुक्त माध्यमात कोणते सूक्ष्मजीव वाढवून अल्कोहोल (मद्य) निर्मिती केली जाते ?
   (अ) सॅकॅरोमायसेस सर्व्हिसाय   (ब) सॅकॅरोमायसेस उव्हारम
   (क) झायमोमोनास मोबिलिस   (ड) वरील तिन्ही उपयुक्त

८. योग्य माध्यमात यीस्ट वाढवून अल्कोहोल निर्मिती करत असताना प्रत्यक्ष अल्कोहोल निर्मिती किती तासांनी होऊ लागते ?
   (अ) ६ तास   (ब) १२ तास   (क) १८ तास   (ड) ४८ तास

९. औद्योगिक क्षेत्रात यीस्ट वापरून किण्वन पद्धतीने कोणता / कोणते पदार्थ बनतात ?
   (अ) असेटिक आम्ल   (ब) चीज
   (क) एथिल अल्कोहोल   (ड) दही

१०. वनस्पतींच्या वाढीसाठी नत्रक्षार आवश्यक असतात. त्यांना ते मुख्यत: कोठून मिळतात?
(अ) नायट्रेट मार्फत (ब) हवेतील नायट्रोजनमधून
(क) अमोनियाचे क्षार (ड) सेंद्रिय नत्रयुक्त संयुगांमधून

११. वनस्पती 'नायट्रेट' मधून नत्र (नायट्रोजन) मिळवतात. त्यानंतर त्याचे रूपांतर कशात होते?
(अ) नायट्रोजन (ब) अमोनिया (क) युरिया (ड) यापैकी एकही नाही.

१२. नायट्रोजनपासून नायट्रेट तयार करण्याची क्षमता कोणत्या प्रकारच्या सूक्ष्मजिवात असते?
(अ) जंत (ब) यीस्ट
(क) बॅक्टेरिया(जिवाणू) (ड) बुरशी

१३. दूषित पाण्यातील 'फेनॉल' चे विघटन कोणते सूक्ष्मजीव करतात?
(अ) ऑरिओ बॅसिडियम पुलुलान (ब) सुडोमोनास
(क) दोन्ही (१ व २) (ड) फॅनेरोचिटे क्रायसोस्पोरियम

१४. प्रतिजैविकांची (अँटिबायोटिक्स) निर्मिती कशावर अवलंबून असते?
(अ) ज्या माध्यमात बुरशी वाढवायची त्या माध्यमाची योग्य आम्लता
(ब) बुरशीची योग्य प्रमाणात मात्रा वाढ करण्यासाठी घेणे
(क) माध्यमातील सर्वच घटकांवर
(ड) वरील सर्वच महत्त्वाचे

१५. प्रकाश संश्लेषण (फोटोसिंथेसिस) प्रक्रियेमध्ये वनस्पती कार्बन-डाय-ऑक्साईड ग्रहण करून प्राणवायू (ऑक्सिजन) हवेत सोडतात. या प्रक्रियेत ऑक्सिजन आणि कार्बन-डाय-ऑक्साईडचे प्रमाण किती असते?
(अ) १:१ (ब) ३:१ (क) १:२ (ड) २:१

१६. जीनोटाईप म्हणजे काय?
(अ) शरीरांतर्गत रचना न बदलणारा घटक
(ब) शरीरांतर्गत रचना बदलणारा घटक
(क) वातावरणामुळे बदल झालेले सजीवाचे दृश्य स्वरूप
(अ) फक्त अ आणि क (ब) फक्त ब
(क) फक्त ब आणि क (ड) फक्त अ

१७. डि.एन.ए. म्हणजे ....
(अ) डिरायबो न्यूक्लिक ॲसिड (ब) डिऑक्सिरायबो न्यूक्लिक ॲसिड
(क) डेव्हलपिंग न्यूक्लिक ॲसिड (ड) डिक्रिझिंग न्यूक्लिक ॲसिड

१८. H_5N_1 (एच फाईव्ह एन वन) या विषाणूमुळे कोणता रोग होतो?
(अ) देवी (ब) कॉलरा (क) मलेरिया (ड) बर्ड फ्ल्यू

१९. खालीलपैकी कोणत्या ठिकाणी जैवविविधता आढळते?
(अ) दलदलयुक्त भागात जैवविविधता आढळते.
(ब) उष्णकटिबंधीय उथळ प्रदेशात
(क) पाणथळ प्रदेशात आणि अधिक क्षारता असलेल्या मॅंग्रुव्हज क्षेत्रात
(ड) वरील सर्व भागांत जैवविविधता आढळते

२०. बालकाला आई आणि वडिलांकडून मिळणाऱ्या गुणसूत्रांचे प्रमाण कसे असते ?
(अ) वडिलांकडून जास्त गुणसूत्रे मिळतात.
(ब) आई व वडिलांकडून सारख्याच प्रमाणात गुणसूत्रे मिळतात.
(क) अनियमित प्रमाणात आई व वडिलांकडून गुणसूत्रे मिळतात.
(ड) आईकडून जास्त गुणसूत्रे मिळतात.

२१. खालीलपैकी कोणता रोग जिवाणूंमुळे होत नाही ?
(अ) टायफॉईड (ब) कॉलरा (क) एड्स (ड) क्षय

२२. खालीलपैकी कोणता रोग विषाणूंमुळे होत नाही ?
(अ) प्लेग (ब) फ्ल्यू (क) चिकनगुनिया (ड) पोलिओ

२३. इन्शुलिनच्या अभावामुळे कोणती व्याधी जडते ?
(अ) संधिवात (ब) पित्तक्षय (क) ॲलर्जी (ड) मधुमेह

२४. प्रतिग्रॅम सर्वात जास्त उष्मांक (कॅलरी) असणारा घटक कोणता ?
(अ) कर्बोदके (ब) खनिज द्रव्ये (क) स्निग्धयुक्त पदार्थ (ड) प्रथिने

२५. डॉली मेंढीचा क्लोनिंग तंत्रज्ञानाद्वारे जन्म होण्यासाठी यशस्वी ठरलेल्या शास्त्रज्ञाचे नाव काय ?
(अ) वॅटसन (ब) इयान विल्मुट (क) क्रिक (ड) यापैकी कोणी नाही.

२६. व्हिनेगारमध्ये खालीलपैकी कोणता घटक असतो ?
(अ) सायट्रिक आम्ल (ब) नायट्रिक आम्ल (क) ॲसेटिक आम्ल (ड) टार्टारिक आम्ल

२७. खाली दिलेल्यापैकी कोणते रसायन प्रतिजैविक (अँटीबायोटिक्स) म्हणून वापरले जात नाही ?
(अ) एरिथ्रोमायसिन (ब)स्ट्रेप्टोमायसिन (क) पेनिसिलिन (ड) इन्शुलिन

२८. खाली दिल्यापैकी कोणते औषध जनुक यांत्रिकीचा उपयोग करून बनवले जाते ?
(अ) इन्शुलिन (ब) जेंटामायसिन (क) नियोमायसिन (ड) पेनिसिलिन

२९. जनुक अभियांत्रिकीचे तंत्र वापरून जेव्हा जिवाणू, यीस्ट आणि वनस्पतींचे जनुकीय परिवर्तन केले जाते तेव्हा त्याला काय म्हणतात ?
(अ) ट्रान्सजेनिक प्लँट (ब) ट्रान्सजेनिक ॲनिमल
(क) जेनेटिकली मॉडिफाईड ऑरगॅनिझम (ड) वरील तिन्ही बरोबर

३०. औद्योगिक क्षेत्रात सायट्रिक आम्ल निर्मितीसाठी कोणती बुरशी (कवक) वापरली जाते ?
(अ) ई-कोलाय (ब) अस्पर्जिलस नायजर
(क) सॅकॅरोमायसेस सर्व्हिसाय (ड) ट्रायकोडर्मा व्हिरिडे

३१. पेपेन नावाचे विकर (एन्झाईम) कोणत्या फळापासून मिळू शकते ?
(अ) पपई (ब) पेरू (क) पपनस (ड) पॅशन फ्रूट

३२. भारतात जैवतंत्रज्ञानाची प्रगती करण्यासाठी वाव आहे, कारण -
(अ)देशात कुशल प्रशिक्षित - सुशिक्षित तरुणांची उपलब्धता आहे.
(ब) देशातील विविध प्रयोगशाळा आणि औद्योगिक क्षेत्रांमध्ये आता उत्तम संपर्कसाधने आणि सुविधा उपलब्ध आहेत.
(क) जैवविविधतेत भारत एक अग्रगण्य देश आहे.
(ड) वरील सर्व कारणे बरोबर आहेत.

३३. प्रतिजैविकांचा वापर आवश्यक तेवढाच (मर्यादित स्वरूपात) करणे गरजेचे आहे - कारण -

(अ) प्रतिजैविके खूप महाग असतात.

(ब) प्रतिजैविकांच्या सेवनामुळे अशक्तपणा येतो.

(क) बराच वापर केल्यावर अपायकारक सूक्ष्मजीव त्या प्रतिजैविकांना प्रतिरोध करतात.

(ड) अन्य अनेक उपचार उपलब्ध आहेत.

३४. खालीलपैकी कोणता घटक जनुक अभियांत्रिकीचे तंत्र वापरून उत्पादित करता येत नाही ?

(अ) इंटरफेरॉन (ब) इन्शुलिन

(क) मानवी संवृद्धी संप्रेरक (ड) ॲस्पिरिन

३५. 'प्लासमिड' ही एक प्रकारची साखळी असून तिच्या जडणघडणीमध्ये -

(अ) अमिनो आम्ले असतात. (ब) डि. एन. ए. चे रेणू असतात.

(क) ग्लुकोज आणि फ्रुक्टोज असतात. (ड) मेदाम्ले असतात.

३६. 'गोल्डन राईस' या सोनेरी पिवळ्या रंगाच्या तांदुळाचा प्रकार जैवतंत्रज्ञान वापरून विकसित केला आहे. त्याचे मुख्य वैशिष्ट्य म्हणजे -

(अ) तो रंगीत आहे.

(ब) त्यात व्हिटॅमिन ए (जीवनसत्त्व अ) चे प्रमाण खूप आहे.

(क) तो टिकाऊ आहे.

(ड) तो स्वस्त आहे.

३७. बीटी कॉटन किंवा बीटी वांग्यामधील बीटी म्हणजे -

(अ) बॅसिलस थुरिनजिएन्सिस (ब) बायो टेक्नॉलॉजी

(क) ब्रॉड ट्रान्सपोर्टेशन (ड) ब्रॉड ट्रिटमेंट

३८. सागरी पाण्यावरील तेलाचा तवंग दूर करण्यासाठी प्रो. आनंद चक्रवर्ती यांनी जैवअभियांत्रिकीच्या साहाय्याने एक जंतू घडवून त्याचे पेटंट घेतले आहे. त्या सुडोमोनासवर्गीय जंतूचे नाव आहे -

(अ) सुपरबग (ब) स्पेशल बग (क) एच.सी.सी.बी. (ड) एच.एच.बी.सी.

३९. पशुपैदास व्यवसाय शेती व्यवसायातून निर्माण होणाऱ्या एकूण उत्पन्नाच्या किती टक्के असतो ?

(अ) ५ टक्के (ब) १० टक्के (क) २५ टक्के (ड) ३० टक्के

४०. 'दरवर्षी मिळवू एक वासरू, वंध्यत्व निवारणाची कास धरू' हे घोषवाक्य कुणी तयार केले आहे ?

(अ) भारत पशुधन विकास मंडळ (ब) महाराष्ट्र पशुधन विकास मंडळ

(क) अमूल (ड) महाराष्ट्र पशुपैदास केंद्र

४१. देशातील पशुधनाचा विकास साधण्यासाठी कोणता कोणते प्रयत्न केले जात आहेत ?

(अ) उत्पादन / उत्पादकता वाढवणे

(ब) पशुधनाचा रोग-मृत्यूमुळे होणारा ऱ्हास थांबवणे आणि पशुधनापासून मिळणाऱ्या उत्पादनाचे संभाव्य नुकसान टाळणे

(क) वरीलपैकी फक्त दुसरे बरोबर

(ड) १ आणि २ दोन्ही बरोबर

४२. संकरित गाई देशी गाईंपेक्षा किती जास्त दूध देतात ?
(अ) २०% जास्त (ब) ५०% जास्त (ड) ३००% (ड) १०%

४३. संकरित गाईंच्या दोन वेतांमधील अंतर ३८० दिवस असते. देशी गाईच्या दोन वेतांमधील अंतर किती असते ?
(अ) ४६६ दिवस (ब) ४२६ दिवस (क) ३६६ दिवस (ड) ३८० दिवस

४४. कुक्कुटपालनातील मुख्य खर्च खाद्य पदार्थांचा असतो त्यांचे प्रमाण किती असते ?
(अ) २५% (ब) ४०% (क) ६०% (ड) ७५%

४५. महाराष्ट्र राज्याने धोरणात्मक पुढाकार घेऊन राज्याची जैवतंत्रज्ञानविषयक प्रगती व्हावी म्हणून कोणाला आर्थिक पाठबळ दिले आहे ?
(अ) महाराष्ट्र जैवतंत्रज्ञान मंडळ (ब) महाराष्ट्र जैवतंत्रज्ञान आयोग
(क) फक्त वरील १ बरोबर (ड) १ आणि २, दोन्ही बरोबर

४६. केळी कृत्रिम रीतीने पिकवण्यासाठी कोणत्या वायूचा उपयोग करतात ?
(अ) एथिलिन (ब) ब्युटिलिन (क) मेथिलीन (ड) प्रॉपिलिन

४७. दुधाचे दह्यात रूपांतर होणे ही रासायनिक क्रिया म्हणजे -
(अ) संप्लवन (ब) किण्वन (क) ऑक्सिडेशन (ड) रिडक्शन

४८. फायबर ऑप्टिक्समध्ये संदेश देवाण-घेवाणीसाठी प्रकाशाचे कोणते तत्त्व वापरतात ?
(अ) अपवर्तन (ब) वक्रीभवन (क) परावर्तन (ड) अपस्करण

४९. डॉ. हरगोविंद खुराना यांना कशासाठी नोबेल पारितोषिक मिळाले ?
(अ) प्रथिनांची सांकेतिक भाषा उलगडणे (ब) कृत्रिम जनुक निर्माण करणे
(क) १ व २, दोन्ही बरोबर (ड) यापैकी नाही

५०. सनस्क्रीन लोशनचा रोजच्या व्यवहारात होणारा उपयोग, हे कशाचं उदाहरण आहे?
(अ) माहिती तंत्रज्ञान (ब) नॅनोटेक्नॉलॉजी
(क) अवकाश तंत्रज्ञान (ड) बायोटेक्नॉलॉजी

५१. करडईचे तेल हृदयरोग्यांसाठी हितावह असते. कारण त्यात -
(अ) असंपृक्त स्निग्ध पदार्थ असतात. (ब) प्रथिने असतात.
(क) संपृक्त स्निग्ध पदार्थ असतात. (ड) जीवनसत्त्वे असतात.

५२. मातृपेशींना (मूलपेशी, स्टेम सेल) 'सुप्त नैसर्गिक जैविक दुरुस्तींचे एकक समजतात. कारण -
(अ) हाडातील अस्थिमज्जेत त्या निष्क्रिय स्थितीत असतात.
(ब) एखाद्या अवयवाला गरज असेल तेव्हा तशा पेशीत त्याचे रूपांतर होते.
(क) हृदयविकार, न्यूरॉलॉजीकल व्याधी, कॉर्निओप्लॅस्टी (डोळ्यांसाठी) उपयोग होतो.
(ड) वरील सर्व कारणे बरोबर

५३. कोणते बायोपेस्टिसाईड (जैविक कीड / कीट नियंत्रक) 'त्रिवीर' म्हणून ओळखले जाते ?
(अ) ॲस्पर्जिलस नायजर (ब) पेनिसिलियम क्रायसोजेनम
(क) ट्रायकोडर्मा विरिडाय (ड) क्रायसोस्पोरियम लिग्नोरम

५४. खालीलपैकी कोणती जोडी चूक आहे?

(अ) गजकर्ण-बुरशी (ब) कॉलरा-बॅक्टिरिया (जिवाणू)

(क) सर्दी / पडसे - विषाणु (ड) सर्व जोड्या अचूक आहेत.

५५. ग्रामीण जनतेसाठी कोणता ऊर्जास्रोत सर्वांत सुलभ / स्वस्त आहे?

(अ) द्रवरूप वायू (एल. पी. जी.) (ब) जैविक वायू

(क) हायड्रोजन वायू (ड) पेट्रोलियम

५६. बेकरीमध्ये पाव बनवण्यासाठी कोणते सूक्ष्मजीव उपयुक्त ठरतात?

(अ) म्यूकर (ब) बॅक्टेरिया (जीवाणू)

(क) यीस्ट (ड) कवक

५७. जैवतंत्रज्ञानाचा कृषीक्षेत्राला काय फायदा झाला?

(अ) पिकांमध्ये अनिष्ट हवामान, कीड, कीटकांपासून संरक्षण करण्याची क्षमता निर्माण होते.

(ब) जीवाणू खतांची निर्मिती.

(क) दर्जेदार बी-बियाणांची निर्मिती.

(ड) वरील सर्व फायदे बरोबर.

५८. अनेक जैवशास्त्रज्ञांनी जनुकबदल तंत्रज्ञानावर बंदी घालावी, अशी मागणी केली. त्या बाबतचा विचार (आणि कृती) करणारी संस्था कोणती आहे?

(अ) युनो (संयुक्त राष्ट्रसंघ) (ब) आंतरराष्ट्रीय लोकसंरक्षक अधिकारी.

(क) मानवी हक्क आयोग (ड) राष्ट्रीय लोक संरक्षक आयोग.

५९. बायोगॅसमध्ये ...... मिथेन आणि ..... कर्ब-द्वी-प्राणील वायू (कार्बन-डाय-ऑक्साईड) असतो.

(अ) ८०%, २०% (ब) ६०%, ४०% (क) ३०%, ७०% (ड) ४०%, ६०%

६०. अन्न, आरोग्य व पर्यावरणाच्या व्यापक विकासाद्वारे जैवतंत्रज्ञान हे एकविसाव्या शतकात 'जीवनाची काळजी घेणाऱ्या साधनांची किल्ली आहे.' हा संदेश जनमानसात पोचवण्यासाठी कोणता दिवस निवडलाय?

(अ) १ जानेवारी (ब) १ मे (क) १४ सप्टेंबर (ड) १४ नोव्हेंबर

६१. जैवसयंत्रका (Bioreactors) चे ..... हे उपयोग आहेत.

(१) प्लॅस्टिकचे नैसर्गिक विघटन घडवून आणणे.

(२) इन्सुलिनची निर्मिती करणे.

(३) जटिल प्रथिनांची निर्मिती करणे.

(४) जनुकीय उपचार पद्धतीत.

(अ) १, २ व ४ (ब) २, ३ व ४ (क) १, २ व ३ (ड) दिलेले सर्व

६२. जैवडिझेलचे आंतरराष्ट्रीय प्रमाण (Standard) ...... हे आहे.

(अ) ISO 14214 (ब) ISO 14133 (क) ISO 14222 (ड) ISO 14316

६३. रिकॉम्बिनन्ट डी.एन.ए. तंत्रज्ञानाद्वारे 'हिपॅटायटीस-B' ही लस भारतात सर्वप्रथम .... या कंपनीने बनवली.

(अ) बायोकॉन (ब) वोकूहार्ट (क) शांता बायोटेक (ड) नागार्जुन बायोटेक

६४. खालीलपैकी ..... हे जैवखत नाही.
(अ) रायझोबियम (ब) सायनोबॅक्टेरिया (क) अझोला (ड) ट्रायकोडर्मा
६५. खालीलपैकी .... प्रथिने जैवतंत्रज्ञानाद्वारे व्यापारी तत्त्वावर निर्मित केली जातात.
(अ) tPA (ब) ईरिथ्रोपोइटिक (क) MoAb (ड) दिलेली सर्व
६६. जिन थेरपीच्या संदर्भात खालीलपैकी ...... हे विधान / विधाने बरोबर आहेत.
(१) जिन थेरपीचे सोमॅटिक व जर्मलाईन हे दोन प्रकार आहेत.
(२) सोमॅटिक जिन थेरपीचे एक्स व्हिहो, इन व्हिहो आणि ॲण्टिसेन्स हे तीन प्रकार आहेत.
(३) सोमॅटिक जिन थेरपीमध्ये पेशीतील त्रुटी दूर केल्या जातात.
(४) १४ सप्टेंबर, १९९० मध्ये अमेरिकेत पहिली जिन थेरपी करण्यात आली.
(अ) १, २ व ३ (ब) २, ३ व ४ (क) १ व ४ (ड) दिलेली सर्व
६७. चीज, बिअर आणि वाईन उद्योगात ...... चा उपयोग केला जातो.
(अ) जैव उत्प्रेरक (ब) जैवसंवेदके (क) जैवसयंत्रक (ड) ऊती संवर्धन
६८. ऊती संवर्धनासंदर्भातील खालीलपैकी कोणते विधान / विधाने योग्य आहेत.
(१) सन १८९८ मध्ये हॅबरलॅण्ड यांनी या शास्त्राची मुहूर्तमेढ रोवली.
(२) सन १९०३ मध्ये जॉली या शास्त्रज्ञाने प्राण्यांच्या पेशी प्रयोगशाळेत जगवता व वाढवता येतात हे दाखवून दिले.
(३) सन १९०७ मध्ये हॅरिसन या शास्त्रज्ञाने केलेले संशोधन हे या क्षेत्रातील मूलभूत संशोधन ठरले.
(४) सन १९३५ नंतर जीवनसत्त्वांच्या शोधामुळे ऊती संवर्धनाचे महत्त्व वाढले.
(अ) १, २ व ३ (ब) २ व ४ (क) ३ व ४ (ड) दिलेली सर्व
६९. वनस्पतीतील वेगवेगळ्या कवकजन्य रोगांवर नियंत्रण प्राप्त करण्यासाठी ..... या सूक्ष्म जीवांचा उपयोग केला जातो.
(अ) इ-कोलाय (ब) रायझोबियम मेलीलोटी
(क) ट्रायकोडर्मा (ड) सुडोमोनास
७०. पाण्यावरील तेलाचा तवंग नष्ट करण्यासाठी .... याचा उपयोग केला जातो.
(अ) इ-कोलाय (ब) बॅसिलस थुरीनजेन्सीस
(क) सुडोमोनास (ड) ट्रायकोडर्मा
७१. औद्योगिक क्षेत्राशी संबंधित जैवतंत्रज्ञानाला ...... म्हणतात.
(अ) जैव माहिती तंत्रज्ञान (ब) श्वेत जैवतंत्रज्ञान
(क) जनुकीय अभियांत्रिकी (ड) नील जैवतंत्रज्ञान
७२. खालील जोड्या लावा.

शास्त्रज्ञ	**शोध**
१) डब्ल्यू. ए. सटन	अ) जिनोटाईप - फिनोटाईप संकल्पना
२) जोहान्सन	ब) गुणसूत्र सिद्धान्त
३) विल्यम बिट्स	क) आनुवंशिक घटकांची संकल्पना
४) ग्रेगर मेंडल	ड) जेनेटिक्स संज्ञा

(अ) १ - ब, २ - ड, ३ - क, ४ - ड (ब) १ - ब, २ - अ, ३ - ड, ४ - क
(क) १ - ड, २ - ब, ३ - अ, ४ - क (ड) १ - क, २ - ब, ३ - अ, ४ - ड

७३. .... या डी.एन.ए. चाचणीमध्ये डी.एन.ए. चा छोटासा भाग अनेक पट वाढविला जातो.
(अ) पी.सी.आर. (ब) ए.जी.टी. (क) पी.ए.डी.टी. (ड) जी.डी.टी.

७४. जनुके म्हणजेच .....
(अ) डि.एन.ए. + आर.एन.ए. + प्रथिने (ब) डि.एन.ए. चे विशिष्ट घटक
(क) डि.एन.ए. + संबंधित आर.एन.ए. (ड) डि.एन.ए. + हीस्टोन्स

७५. mRNA भाषेलाच म्हणतात .....
(अ) क्रिप्टोगॅम्स (ब) क्रिप्टो ॲनालिसिस
(क) क्रिप्टोग्रॅम्स (ड) फॅनेरोगॅम

७६. डि.एन.ए.च्या प्रतिकृती तयार करण्यासाठी केल्या जाणाऱ्या अभ्यासात ...... याचा उपयोग होतो.
(अ) ई-कोलाय (ब) डी. न्यूमोनाय (क) पी. डेंट्रिफीकन्स (ड) एन. क्रासा

७७. ..... हा जनुकाचा कार्यरत घटक असतो.
(अ) सिस्ट्रॉन (ब) म्युटॉन (क) रिकॉन (ड) इन्ट्रॉन

७८. खालील शास्त्रज्ञांपैकी कोण एकाच क्षेत्राशी संबंधित नाही ?
(अ) मॉरिस विल्कीन्स (ब) जेम्स वॅटसन
(क) रोझलिन्ड फ्रँकलिन (ड) फ्रान्सिस कर्क

७९. जनुकीय अभियांत्रिकीमध्ये सर्वात जास्त प्रमाणात वापरले जाणारे जिवाणू ...... हे आहेत.
(अ) नायट्रोसोमोनस आणि नायट्रोकोक्कस (ब) रायझोबियम आणि ॲझोटोबॅक्टर
(क) नायट्रोसोमोनस आणि ॲझोटोबॅक्टर (ड) श्चेरिटीया आणि ॲग्रोबॅक्टर

८०. डि.एन.ए. फिंगरप्रिंटिंगसाठी आवश्यक असणारा आधार .... हा आहे.
(अ) डि.एन.ए.च्या क्लोनची उपलब्धता (ब) व्हि.एन.टी.आर. ची उपलब्धता
(क) मानवी जिनोमची उपलब्धता (ड) नवजन्मातील भिन्नता

८१. भारतीय जैवतंत्रज्ञान चळवळीचे जनक म्हणून .... यांना ओळखले जाते.
(अ) प्रो.व्ही.एल.चोप्रा (ब) इ.जे.बटलर
(क) डॉ. लालजी टंडन (ड) एस.सी.महेश्वरी

८२. खालीलपैकी ...... ही जनुक स्थानांतरणाची पद्धत आहे.
(अ) मायक्रोइन्जेक्शन (ब) पार्टिकल गन (क) इलेक्ट्रोपोरेशन (ड) वरील सर्व

८३. ...... या तांदळामध्ये 'अ' जीवनसत्त्व सर्वाधिक प्रमाणात असते.
(अ) सुपर राईस (ब) बासमती राईस (क) गोल्डन राईस (ड) इंडिका राईस

८४. खालीलपैकी कोणत्या बीटी पिकाला नुकतीच भारतात लागवडीसाठी अनुकूलता दर्शविली गेली आहे.
(अ) टोमॅटो (ब) कापूस (क) गहू (ड) तांदूळ

८५. खालीलपैकी .... हे जनुकीय पद्धतीने तयार केलेले मानवी इन्सुलिन आहे.
(अ) ह्यूम्युलिन (ब) टेट्रासायक्लिन (क) इन्सुलिन (ड) ॲमोक्सिलीन

८६. डि.एन.ए. फिंगरप्रिंटिंगचे जनक ..... हे आहेत.
(अ) कॅरी म्युलिस (ब) जेफ्रीस (क) रॉकफेलर (ड) सॅम्युअल

८७. डि.एन.ए. फिंगरप्रिंटिंगसाठी लागणारा डि.एन.ए. हा .... मधून प्राप्त करतात.
(अ) पांढऱ्या रक्त पेशी (ब) शरीरातील स्राव
(क) केसांच्या मुळांतील पेशी (ड) वरीलपैकी कोणताही

८८. पहिले ट्रान्सजेनिक पिक ...... हे होते.
(अ) मटर (ब) सोयाबिन (क) तंबाखू (ड) कापूस

८९. डि.एन.ए. श्रृंखलेला विभक्त करण्याची सर्वात आधुनिक पद्धत ..... ही आहे.
(अ) नॉर्दर्न ब्लॉटिंग (ब) साउदर्न ब्लॉटिंग
(क) इस्टर्न ब्लॉटिंग (ड) वेस्टर्न ब्लॉटिंग

९०. क्विनन हे ...... पासून प्राप्त होते.
(अ) निंब (ब) अंजीर (क) तंबाखू (ड) मोमॉर्डिका

९१. ट्रान्सजेनिक प्राण्यात असते ....
(अ) त्याच्या सर्व पेशींमध्ये बहिर्गत डि.एन.ए.
(ब) त्याच्या काही पेशींमध्ये बहिर्गत डि.एन.ए.
(क) त्याच्या सर्व पेशींमध्ये बहिर्गत आर.एन.ए.
(ड) वरील ब आणि क

९२. ऊती संवर्धनाद्वारे विषाणुमुक्त वनस्पती प्राप्त करण्याची सर्वात उत्तम पद्धत ...... ही आहे.
(अ) प्रोटोप्लास्ट कल्चर (ब) ॲन्थर कल्चर
(क) एब्रियो रेस्क्यू (ड) मेरिस्टेम कल्चर

९३. बटाटा आणि टोमॅटो यांचा संकर ...... हा आहे.
(अ) टोमॅपो (ब) पोटॅमॅटो (क) पोमॅटो (ड) पोटॅमो

९४. डि.एन.ए. चे ...... प्रकार आहेत.
(अ) २ (ब) ३ (क) ४ (ड) ५

९५. खालीलपैकी ...... हा डि.एन.ए.चा प्रकार नाही.
(अ) A-DNA (ब) D-DNA (क) E-DNA (ड) Z-DNA

९६. अमेरिकेद्वारे केल्या गेलेल्या बायोपायरसीचे उत्तम उदाहरण ..... या पिका संदर्भातील आहे.
(अ) बटाटा व टोमॅटो (ब) मटर व मोहरी
(क) हळद व निंब (ड) मशरूम व तंबाखू

९७. पूर्ण मानवी जिनोममध्ये ..... पेक्षा जास्त जनुके नसतात.
(अ) १०० (ब) १००० (क) ४०,००० (ड) ५०,०००

९८. ट्रान्सजेनिक टोमॅटोचे ..... हे वैशिष्ट्य असते.
(अ) जास्त गर (ब) मोठा आकार
(क) पातळ साल (ड) जास्त साठवण्याचा कालावधी

९९. एकसारख्या असणाऱ्या पेशी क्लोन्स ...... मध्ये साठवतात.

    (अ) जीनबँक   (ब) जिनोम   (क) जिन लायब्ररी   (ड) व्हेक्टर

१००. जैव उर्वरकांचा मुख्य स्रोत ..... हा आहे.

    (अ) ग्रीन अलगाय   (ब) ब्राऊन अलगाय

    (क) ब्लू-ग्रीन अलगाय   (ड) रेड अलगाय

उत्तरे

१. अ	२. ड	३. ड	४. क	५. ब	६. क	७. ड
८. ब	९. क	१०. अ	११. ब	१२. क	१३. क	१४. ड
१५. अ	१६. ड	१७. ब	१८. ड	१९. ड	२०. ब	२१. क
२२. अ	२३. ड	२४. क	२५. ब	२६. क	२७. ड	२८. अ
२९. ड	३०. ब	३१. अ	३२. ड	३३. क	३४. ड	३५. ब
३६. ब	३७. अ	३८. क	३९. क	४०. ब	४१. ड	४२. क
४३. अ	४४. ड	४५. ड	४६. अ	४७. ब	४८. ड	४९. क
५०. ब	५१. अ	५२. ड	५३. क	५४. ड	५५. ब	५६. अ
५७. ड	५८. अ	५९. ब	६०. ड	६१. क	६२. अ	६३. क
६४. ड	६५. ड	६६. ड	६७. अ	६८. ड	६९. क	७०. क
७१. ब	७२. ब	७३. अ	७४. ब	७५. क	७६. अ	७७. अ
७८. क	७९. ड	८०. ब	८१. अ	८२. ड	८३. क	८४. ब
८५. अ	८६. ब	८७. ड	८८. क	८९. ब	९०. क	९१. अ
९२. ड	९३. क	९४. ड	९५. क	९६. क	९७. क	९८. ड
९९. क	१००. क					

५

भारताचे आण्विक धोरण
India's Nuclear Policy

अणुशक्ती म्हणजे काय?

जगातील प्रत्येक जिन्नस हा मूलत: अतिशय सूक्ष्म अशा अणु-रेणुंनी बनलेला असतो. वसुंधरेवर सापडणारी मूलद्रव्ये सुमारे ८० आहेत. जीवसृष्टीमात्र मोजक्या २० ते २५ मूलद्रव्यांच्या अणु-रेणुंनी घडलेली आहे. मानवाला तांबे, सोने, चांदी, गंधक, लोह, टिन, शिसे, पारा अशी काही निसर्गात आढळणारी मूलद्रव्ये पूर्वीपासून माहिती होती. गेल्या सव्वाशे वर्षांत मात्र बहुतेक सर्व मूलद्रव्ये शास्त्रज्ञांना शोधून काढता आली आहेत. हायड्रोजन हे मूलद्रव्य क्रमांक एकचे आहे. ते अत्यंत (सर्वात) हलके आहे. युरेनियम हे पृथ्वीच्या पाठीवर सापडणारे सर्वात 'जड' मूलद्रव्य आहे. 'जड' मूलद्रव्ये ही सर्वसाधारणपणे अस्थिर असतात. युरेनियमचा अणुक्रमांक ९२ आहे. त्यापेक्षा 'जड' असणारी मूलद्रव्ये अस्थिर असल्याचे आढळून आले आहे. अणुक्रमांक ८४ (पोलोनियम) नंतरची बहुतेक सर्वच मूलद्रव्ये ही अस्थिर असल्यामुळे ती सहजासहजी सापडत नाहीत. त्यांचे साठे मर्यादित आहेत. जेव्हा एखाद्या मूलद्रव्याच्या केंद्रस्थानी २, ८, २०, ५०, ८२ आणि १२६ प्रोटॉन किंवा न्यूट्रॉन असतात. तेव्हा ते मूलद्रव्य त्याच्या जवळच्या मूलद्रव्यापेक्षा जास्त स्थिर असते. कोणत्याही वस्तूचा सर्वांत सूक्ष्मकण म्हणजे अणू असतो. अणुची अंतर्गत रचना म्हणजे त्याचे केंद्र; ते प्रोटॉन आणि न्यूट्रॉनने तयार झालेले असते. अणूचे सर्वांत मान्यवर झालेले 'मॉडेल' प्रथम भौतिकीशास्त्रज्ञ अर्नेस्ट रूदरफोर्ड (१८७६ - १९३७) यांनी मांडले होते.

अणुकेंद्रामध्ये धनभारित कण असतात. त्या कणांना १९१९ साली प्रोटॉन असे नाव दिले गेले. अणुकेंद्रात प्रोटॉनसमवेत कोणताही विद्युतभार नसलेला (भाररहित) कण असावा असा रूदरफोर्ड यांचा कयास होता. सर जे. जे. थॉमसन या इंग्लिश भौतिकीशास्त्रज्ञाने अत्यंत हलक्या वस्तुमानाच्या ऋणभारित कणांचा म्हणजे इलेक्ट्रॉनचा शोध लावला होता. अणुच्या केंद्रस्थानी अणूचे बहुतेक सर्व वस्तुमान एकवटलेले असते, कारण इलेक्ट्रॉनचे वस्तुमान न्यूट्रॉन व प्रोटॉनपेक्षा खूपच कमी असते. त्यानंतर नील्स बोहर यांनी १९१२ साली अणुरचनेत थोडी सुधारणा केली. त्यांच्या 'मॉडेल' मध्ये इलेक्ट्रॉनच्या निरनिराळ्या स्थिर अवस्था या वेगवेगळ्या ऊर्जा - पातळ्यांशी निगडित असतात, हे दाखवून दिलं. या पातळ्यांशी निगडित विशिष्ट ऊर्जा असते. इलेक्ट्रॉन खालच्या पातळीतून वरच्या पातळीत जाताना विशिष्ट ऊर्जा मिळाल्याशिवाय जात नाहीत. अणुला उष्णता ऊर्जा दिल्यास इलेक्ट्रॉन मूळच्या (खालच्या) कक्षेतून बाहेर पडून जास्त ऊर्जा पातळीच्या कक्षेत जातात.

अणुकेंद्राच्या सर्वांत बाहेरील कक्षेतील इलेक्ट्रॉनला ऊर्जा मिळाली तर तो अणुगर्भापासून दूर जातो. परिणामी

अणुचे रूपांतर आयना (अयॉन) मध्ये होते.

युरेनियम या मूलद्रव्यानंतरची (बहुतेक) सर्व मूलद्रव्ये ही कृत्रिम रीतीने प्रयोगशाळेत बनवली जातात. उदाहरणार्थ, युरेनियम (अणुक्रमांक ९२) नंतरची नेपच्युनियम (अणुक्रमांक ९३), प्लुटोनियम (९४), अमेरिसियम (९५) वगैरे मूलद्रव्ये कृत्रिम आहेत. अणुक्रमांक ८९ नंतरच्या मूलद्रव्यांना 'ॲक्टिनाईड मालिका'(ॲक्टिनाईड सिरीज) असं म्हणतात. युरेनियम (९२) नंतरच्या मूलद्रव्यांना 'ट्रान्सयुरेनियम मालिका' म्हणतात.

किरणोत्सर्गी मूलद्रव्ये (नैसर्गिक आणि कृत्रिम)

मूलद्रव्य	अणुक्रमांक / संज्ञा	नैसर्गिक / कृत्रिम	शोध / वर्ष
पोलोनियम	८४ (Po)	नैसर्गिक	१८९८
ॲस्टाटाईन	८५ (At)	कृत्रिम	१८९९
रेडॉन	८६ (Rn)	नैसर्गिक	१९००
फ्रान्सिअम	८७ (Fr)	कृत्रिम	१९३९
रेडिअम	८८ (Ra)	नैसर्गिक	१८९८
ॲक्टिनियम	८९ (Ac)	नैसर्गिक	१८९९
थोरियम	९० (Th)	नैसर्गिक	१८२८
प्रोटोॲक्टिनियम	९१ (Pa)	नैसर्गिक	१९१७
युरेनियम	९२ (U)	नैसर्गिक	१९१७
नेपच्युनियम	९३ (Np)	नैसर्गिक	१९४०
प्लुटोनियम	९४ (Pu)	कृत्रिम	१९४०
अमेरिसियम	९५ (Am)	कृत्रिम	१९४४
क्युरियम	९६ (Cm)	कृत्रिम	१९४४
बर्कलियम	९७ (Bk)	कृत्रिम	१९४९
कॅलिफोर्नियम	९८ (Cf)	कृत्रिम	१९५०
आईन्स्टेनियम	९९ (En)	कृत्रिम	१९५२
फर्मियम	१०० (Fm)	कृत्रिम	१९५२
मेंडेलेव्हिअम	१०१ (Md)	कृत्रिम	१९५५
नोबेलियम	१०२ (No)	कृत्रिम	१९५६
लॉरेन्शियम	१०३ (Lw)	कृत्रिम	१९६१
रूदरफोर्डियम	१०४ (Rf)	कृत्रिम	१९६८
डुबनियम	१०५ (Db)	कृत्रिम	१९७०
सीबोर्जियम	१०६ (Sg)	कृत्रिम	१९७४
बोहरियम	१०७ (Bh)	कृत्रिम	१९८१

अणुक्रमांक आणि अणुभार

अणूकेंद्रामध्ये प्रोटॉन्स् आणि न्यूट्रॉन्स् असतात. या केंद्रापासून (तुलनात्मक दृष्टीने) दूर अंतरावरून इलेक्ट्रॉनची भ्रमंती चालू असते. प्रत्येक प्रोटॉनला धनभार (पॉझिटिव्ह इलेक्ट्रिकल चार्ज) असतो आणि प्रत्येक इलेक्ट्रॉनला ऋणभार (निगेटिव्ह इलेक्ट्रिक चार्ज) असतो. कोणत्याही अणुमध्ये जेवढे प्रोट्रॉन्स् असतात तेवढेच इलेक्ट्रॉन्स् असतात. याचा अर्थ एवढाच की अणू हे 'इलेक्ट्रिकली न्यूट्रल' असतात. अणूला कोणताही विद्युतभार नसतो. प्रोटॉन आणि इलेक्ट्रॉनवर अनुक्रमे धनभार आणि ऋणभार समान असले तरी त्यांच्या 'वजना'त (वस्तुमानात) फरक असतो. प्रोटॉन हा इलेक्ट्रॉनपेक्षा सुमारे १८५० पट वस्तुमानाने मोठा असतो. याचा अर्थ अणूचे बहुतेक वजन प्रोटॉन आणि न्यूट्रॉनमुळे असते, कारण प्रोटॉन आणि न्यूट्रॉन तुलनात्मक दृष्टीने साधारण सारख्याच वस्तुमानाचे असतात. आपण प्रोटॉनचे वस्तुमान P मानले आणि न्यूट्रॉनचे वस्तुमान N मानले तर अणुभारचे द्रव्यमान / वस्तुमान Z म्हणजे,

अणुभार = प्रोटॉनचे वस्तुमान + न्यूट्रॉनचे वस्तुमान

$$Z = P + N$$

'ॲटॉमिक वेट' (वजन), म्हणजे अणुभार. तथापि अणुक्रमांक आपल्याला विशिष्ट अणूमध्ये किती प्रोटॉन्स् आहेत, (किंवा किती इलेक्ट्रॉन्स् आहेत) हे दर्शवणारा आकडा. युरेनियम ९२ याचा अर्थ युरेनियमच्या अणुमध्ये ९२ प्रोट्रॉन्स् आहेत. या प्रोट्रॉन्सूना एकत्रित ठेवण्यासाठी त्यात पुरेसे न्यूट्रॉन्स् असतात. युरेनियममध्ये ते १४२, १४३ किंवा १४६ (न्यूट्रॉन्स्) आहेत. यामुळे निसर्गात तीन अणुभाराचे तीन युरेनियमचे प्रकार आढळून येतात - ९२ + १४२ = २३४, ९२ + १४३ = २३५ आणि ९२ + १४६ = २३८; जेव्हा ॲटॉमिक क्रमांक सारखाच पण ॲटॉमिक 'वजन' भिन्न असते तेव्हा त्यांना समस्थानिक (आयसोटोप) म्हणतात. युरेनियमचे तीन आयसोटोप्स् आहेत. यू - २३४, यू-२३५ आणि यू-२३८ अशा तीन भिन्न युरेनियमच्या आयसोटोप्सूना पुढीलप्रमाणे दर्शवले जाते.

$^{234}U_{92}$, $^{235}U_{92}$, आणि $^{238}U_{92}$ वरील तिन्ही युरेनियमचे समस्थानिक आहेत.

किरणोत्सर्जन (रेडिओ ॲक्टिव्हिटी)

रेडिओॲक्टिव्ह मूलद्रव्ये किंवा त्यांच्या समस्थानिकांपासून तीन प्रकारचे कण / प्रारण बाहेर पडत असतात. या किरणांना अल्फा (α), बीटा (β) आणि गॅमा (r) ही तीन ग्रीक अक्षरे वापरली गेली आहेत. या तिन्ही किरणांची मारक क्षमता निरनिराळी आहे. विद्युत क्षेत्रातही त्यांचे गुणधर्म वेगळेपणा दाखवतात. अल्फा किरण हे धनभारित असतात आणि त्यांचे स्वरूप हेलियम आयॉन सारखे असते. ते ऋणभाराकडे आकर्षित होतात. बीटा किरणांचे स्वरूप हे इलेक्ट्रॉनसारखे ऋणभाराचे असते. बीटा किरण धनभाराकडे आकर्षित होतात. गॅमा किरणांवर कोणताच भार नसल्यामुळे ते विद्युत क्षेत्रातून तसेच काहीही दिशा न बदलता बाहेर पडतात.

अल्फा किरण हे हेलियमच्या आयॉनचे असतात; साहजिक ते जड असतात. बीटा किरण हे इलेक्ट्रॉन प्रमाणेच नगण्य वस्तुमानाचे असतात.

गॅमा किरणांनाही कोणतेही वस्तुमान नसते. त्यांचा वेग मात्र प्रकाशाच्या वेगाएवढा असतो.

अणुशक्तीसाठी युरेनियमचा उपयोग

युरेनियम हे एक मूलद्रव्य आहे. याचे बरेच संशोधन १०० वर्षांपूर्वी झाले होते. तथापि, या मूलद्रव्याचा शोध सव्वा दोनशे वर्षांपूर्वी, १७८९ मध्ये जर्मन शास्त्रज्ञ क्लॅपरॉथ यांनी लावलेला होता. युरेनियमसारख्या जड मूलद्रव्याच्या अणुकेंद्राचा जर भंग केला तर त्यातून निर्माण होणाऱ्या ऊर्जेचा उपयोग व्यवहारात करता येईल, असे १९३५ मध्ये जोलिओत आणि ईरेन क्युरी या पती-पत्नीच्या लक्षात आले होते. त्या सुमारास ऑटो हान, फ्रिट्झ स्ट्रासमन आणि लिझी माईटनर या तिघांना युरेनियमचा अणु फोडता आला; त्यासाठी त्यांनी युरेनियमच्या अणुकेंद्रावर न्यूट्रॉनच्या

कणांचा आघात केला होता. युरेनियमचे अणुकेंद्र ९२ प्रोटॉन्स् आणि १४६ न्यूट्रॉन्सूनी तयार झालेले असते. त्याचा अणुभार २३८ असतो. त्याचे समस्थानिक (यू-२३५) फुटल्यानंतर त्यातून बेरियम आणि क्रिप्टॉन ही दोन मूलद्रव्ये अनपेक्षितपणे तयार झाली होती. या खेरीज दोन न्यूट्रॉन्स् त्यातून मुक्त झाले होते. लिझी माईटनरने या प्रक्रियेला 'फिशन' असे नाव दिले. नव्याने तयार झालेल्या दोन हलक्या अणूंचे (बेरियम आणि क्रिप्टॉनचे) एकंदर वस्तुमान मात्र युरेनियम अणूच्या वस्तुमानापेक्षा थोडेसे कमी होते. वस्तुमानातील या फरकाचे आइन्स्टाइन यांच्या सूत्रानुसार ऊर्जेत रूपांतर होते. या प्रक्रियेतून ऊर्जानिर्मितीची शक्यता आइन्स्टाइन यांच्या लक्षात आली. त्यांनी २ ऑगस्ट १९३९ रोजी त्यावेळचे अमेरिकन अध्यक्ष एफ. डी. रूझवेल्ट यांना एक महत्त्वपूर्ण पत्र लिहिले. 'भावी काळात युरेनियम हे एक महत्त्वपूर्ण ऊर्जा स्रोत निर्माण करणारे मूलद्रव्य ठरेल' असे त्या पत्रात त्यांनी अध्यक्षांना पटवून दिले होते. युरेनियम अणुभेद होत असताना २९० अंश सेल्सिअस तामपान झाल्यामुळे पाण्याची वाफ होते. वेगाने वाफ तयार झाल्यामुळे टर्बाईनची पाती फिरू लागतात, परिणामीवीज निर्मिती होते.

युरेनियम अणूचा भेद केल्यास ऊर्जा मुक्त होते, हे सिद्ध झाले होते. अर्थात, जर मोठ्या प्रमाणात ऊर्जा हवी असेल तर युरेनियमचे प्रमाणही जास्त घ्यावे लागते. न्यूट्रॉन कणाने युरेनियम अणुकेंद्राचा विच्छेद केल्यावर त्यामधून ऊर्जा उत्पन्न होताक्षणी दोन न्यूट्रॉन कण उत्सर्जित होतात. त्यानंतर ते मुक्त न्यूट्रॉन युरेनियमचे इतर अणू फोडायला सुरुवात करतात, त्यातून ही अणुभेदाची एक साखळी तयार होते. फ्रान्सचे फ्रेड्रिक जुलियो आणि अमेरिकेतील कोलंबिया विद्यापीठात एन्रिको फर्मी यांच्या नेतृत्वाखाली अशा तऱ्हेचे अनेक प्रयोग यशस्वी झाले होते. १५ मार्च १९३९ रोजी कोलंबिया विद्यापीठातील शास्त्रज्ञांनी या प्रयोगांवर आधारित आपला शोधनिबंध पूर्ण केला. त्यानंतर फ्रेंच शास्त्रज्ञांनी २२ एप्रिल १९३९ रोजी 'नेचर' या अव्वल दर्जाच्या नियतकालिकात त्या विषयावर त्यांचा शोधनिबंध प्रसिद्ध केला. अणुशक्तीमध्ये असलेली प्रचंड क्षमता आपल्या द्रष्ट्या नेत्यांनी वेळीच जाणलेली होती. साहजिक भारताला स्वातंत्र्य मिळाल्यानंतर थोड्याच अवधीत, म्हणजे १४ एप्रिल १९४८ रोजी अणुविषयक कायदा होऊन १० ऑगस्ट १९४८ रोजी भारताच्या पहिल्या अणुशक्ती मंडळाची स्थापना झाली. ऑगस्ट १९५४ मध्ये अणुशक्तीच्या संशोधन व विकासासाठी एक स्वतंत्र विभाग करण्यात आला. याचे मुख्य कार्यालय मुंबई येथे स्थापन करण्यात आले.

किरणोत्सर्जनाचे गुणधर्म

किरणोत्सर्जन	रचना	विद्युतभार	वस्तुमान	वेग	भेदकक्षमता
अल्फा किरण	हेलियम अणुकेंद्र	धनभार	४ एकक	प्रकाशाच्या ५ टक्के	०.०१ मिलिमीटर जाडीचा ॲल्युमिनियमचा पत्रा
बीटा किरण	इलेक्ट्रॉन	ऋणभार	१ / १८३७ एकक	प्रकाशाच्या ४ टक्के	१ मिलिमीटर जाडीचा पत्रा
गॅमा किरण	कमी तरंग लांबीचे प्रारण	भार नाही.	वस्तुमान नाही.	प्रकाश वेग	१०. सें. मी. जाडीचा पत्रा

युरेनियमचे विभाजन कसे होते? ('चेन रिॲक्शन' म्हणजे काय?)

युरेनियमचे २३३, २३८ आणि २३५ असे तीन प्रकार आहेत. अणुविभाजनासाठी २३५ हा उपयुक्त ठरतो. यू-२३५ या अणूवर एक मध्यम वेगाचा न्यूट्रॉन आदळला की युरेनियमच्या अणूचा भंग (विभाजन) होतो. त्यातून

दोन पूर्ण वेगळी मूलद्रव्ये तयार होतात. बेरियम आणि क्रिप्टॉन याशिवाय तीन न्यूट्रॉन मुक्त होतात व प्रचंड ऊर्जानिर्मिती होते. अणूचे विभाजन होण्यासाठी न्यूट्रॉन्स् मध्यम किंवा कमी वेगाने युरेनियमच्या अणूकेंद्रावर आपटावे लागतात. या अणूच्या विभाजनातून ठराविक वस्तुमानाचे ऊर्जेमध्ये रूपांतर होते. ही ऊर्जा उष्णतारूपात असते. ही प्रक्रिया सूत्ररूपात पुढीलप्रमाणे मांडता येते.

$$ {}_{92}U^{235} + {}_{o}n^{1} \rightarrow {}_{56}Ba^{141} + {}_{36}Kr^{92} + 3{}_{o}n^{1} + \overset{\uparrow}{Energy} $$

अणुभेद झाल्यानंतर तयार झालेली मूलद्रव्ये देखील कधी कधी किरणोत्सर्गी असतात. परिणामी अणुभेद झाल्यानंतर युरेनियम - २३५ पासून तयार झालेली मूलद्रव्ये वेगवेगळी दर्शवली जाऊ शकतात. उदाहरणार्थ, खालील प्रक्रियेत झेनॉन आणि स्टोन्शियम ही मूलद्रव्ये तयार झाली आहेत.

$$ {}_{92}U^{235} + {}_{o}n^{1} \rightarrow {}_{92}U^{236} \rightarrow {}_{54}Xe^{140} + {}_{35}Sr^{94} + 2{}_{o}n^{1} + Energy $$

या प्रक्रियांमध्ये तीन किंवा दोन न्यूट्रॉन्स् तयार होऊन ते मुक्त झाले. हे न्यूट्रॉन्स् बाजूच्या युरेनियम - २३५ अणूकेंद्रावर आदळतात. अशा प्रत्येक प्रक्रियेमध्ये निर्माण झालेले न्यूट्रॉन्स् अतिद्रुत वेगाने आजूबाजूच्या युरेनियमच्या अणूंचा भेद (भंजन) करतात. या काही क्षणांत घडणाऱ्या प्रक्रिया 'अनियंत्रित अणुविघटन' (अनकंट्रोल्ड फिशन) म्हणून ओळखल्या जातात. अणु बॉम्बमध्येही अशाच प्रक्रिया क्षणार्धात घडून स्फोट होतो. ही बाहेर पडणारी ऊर्जा 'किलोटन' या परिमाणामध्ये मोजली जाते. 'ट्राय नायट्रो टोल्यून' (TNT) ('टी.एन.टी.') नावाचा एक स्फोटक पदार्थ आहे. एक किलोटन शक्तीचा बॉम्बस्फोट याचा अर्थ एक हजार टन टी.एन.टी. जळून यातून बाहेर पडणारी ऊर्जा.

या अणुविघटन प्रक्रियांवर जर नियंत्रण मिळवले तर त्यातून बाहेर पडणारी ऊर्जा विधायक कार्यासाठी वापरता येऊ शकेल असे पाऊणशे वर्षांपूर्वीच्या काही शास्त्रज्ञांना वाटत होते. एन्रीको फर्मी या इटलीच्या शास्त्रज्ञाने अणुविघटन प्रक्रियेवर नियंत्रण मिळवण्याचा एक यशस्वी प्रयोग २ डिसेंबर १९९४ रोजी करून दाखवला. अशा प्रकारच्या प्रयोगामध्ये मोठ्या प्रमाणात खूप वेगाने बाहेर पडणाऱ्या न्यूट्रॉन्स्ची संख्या आणि वेग नियंत्रित केला जातो. तसेच अणुविघटन प्रक्रिया देखील परिणामी नियंत्रित होते. या युरेनियम विघटनाच्या प्रकाराला नियंत्रित अणुविघटन किंवा 'कंट्रोल्ड फिशन' म्हणतात. न्यूट्रॉन्स्ची संख्या, त्यांचा वेग नियंत्रित करण्यासाठी न्यूट्रॉन शोषून घेणारी द्रव्ये वापरतात. 'हेवी वॉटर' (जड पाणी) हे हायड्रोजनच्या आयसोटोप (समस्थानिका) पासून तयार झालेले पाणी आहे. जड पाणी हे नियंत्रित अणुविघटनासाठी 'मॉडिरेटर' म्हणून वापरले जाते. ग्राफाईटचा देखील या कामासाठी 'मॉडिरेटर' म्हणून उपयोग होतो. नियंत्रित वेगाने सोडलेल्या न्यूट्रॉन्स्च्या साहाय्याने जेव्हा एखाद्या युरेनियमच्या अणूचे विघटन (भंग / भेद) होते तेव्हा ऊर्जा निर्माण होतेच, पण त्या क्षणाला तीन न्यूट्रॉन्स् बाहेर पडतात. तेव्हा हे तिन्ही न्यूट्रॉन्स् बाजूच्या युरेनियमचा अणुभंग करतात. परिणामी २७ न्यूट्रॉन्स् बाहेर प्रक्षेपित होतात. अशा प्रकारे न्यूट्रॉन कणांची संख्या क्षणाक्षणाला भौमितिक श्रेणीने वाढत जाते. या वेळी खूपच ऊर्जा बाहेर पडते. ही प्रक्रिया अशीच सुरू राहते. या अशा सततच्या पण अतिवेगाने घडणाऱ्या प्रक्रियांना 'साखळी प्रक्रिया', शृंखला प्रक्रिया किंवा इंग्रजीत चेन रिॲक्शन म्हणतात. साखळीच्या या प्रक्रियेत एका अणुकेंद्रानंतर दुसरे अणुकेंद्र दुभंगण्यासाठी फक्त एक दशकोट्यांश सेकंद एवढाच वेळ लागतो. साहजिक अणुस्फोट होण्यासाठी एक दशलक्षांश सेकंद पुरतो. या काळात युरेनियमचे २×१०^{२४} अणूंचा विध्वंस होतो. अणुभट्टीमध्ये या शृंखला प्रक्रिया 'स्फोटा' साठी वापरण्याऐवजी नियंत्रित करून त्याचा उपयोग उपयुक्त अशा रचनात्मक कार्यासाठी केला जातो.

युरेनियम या मूलद्रव्याची दोन समस्थानिके सृष्टीत सापडतात. युरेनियम - २३५ आणि युरेनियम - २३८ यापैकी युरेनियम - २३५ चे विघटन होऊन शकते. तथापि, नैसर्गिकरीत्या सापडणाऱ्या युरेनियममध्ये यू - २३५ चे प्रमाण अतिशय कमी, म्हणजे ०.७२ टक्के असते. असे इंधन एखाद्या अणुभट्टीसाठी चालू शकत नाही, कारण अणुभट्टीचे कार्य सातत्याने / सुलभपणे व्हावे लागते.

निसर्गात सापडणारे युरेनियम आणि समृद्ध युरेनियम

निसर्गात युरेनियमची तीन समस्थानिके आढळतात. सर्वात जास्त प्रकार म्हणजे युरेनियम - २३८ (९९.३%) त्यानंतर युरेनियम - २३५ (०.७%) नगण्य प्रमाणात सापडणारे समस्थानिक म्हणजे युरेनियम - २३४. आण्विक साखळी प्रक्रिया सुरू करण्यासाठी युरेनियम - २३५ चे ०.७% इतके कमी प्रमाण उपयोगी पडत नाही. अणुशक्ती किंवा विद्युतनिर्मितीसाठी युरेनियम - २३५ चे प्रमाण जास्त असणे आवश्यक आहे. जेव्हा अणुइंधनात युरेनियम - २३५ चे प्रमाण वाढवले जाते, तेव्हा त्याला समृद्ध युरेनियम ('एनरिच्ड' युरेनियम) म्हणतात. प्रमाण २० टक्क्यांपेक्षा जास्त असेल तेव्हा त्याला हायली एनरिच्ड युरेनियम म्हणतात. त्याचा वापर अणुभट्टीवर चालणाऱ्या पाणबुड्यांसाठी करतात. यासाठीच्या इंधनात कधी कधी युरेनियम - २३५ चे प्रमाण ५० ते ९० टक्के एवढे वाढवलेले असते.

एकूण उपलब्ध असलेल्या युरेनियमचे साठे (२०१३)

देश	टन	जागतिक टक्केवारी
ऑस्ट्रेलिया	११,४३,०००	२४
कझाकिस्तान	८,१६,०००	१७
कॅनडा	४,४४,०००	९
अमेरिका	३,४२,०००	७
दक्षिण आफ्रिका	३,४१,०००	७
नामिबिया	२,८२,०००	६

अण्वस्त्रांमध्ये जे अणुइंधन वापरतात त्यात युरेनियम - २३५ चे प्रमाण ८५ टक्के तरी असावेच लागते. अगदी साध्या अण्वस्त्रात ते निदान २०% तरी असणे गरजेचे असते. याला अणुभंजन करण्यास योग्य, म्हणजे 'फिझाईल युरेनियम' म्हणतात.

ज्या अणुइंधनात युरेनियम - २३५ चे प्रमाण २०% पेक्षा कमी असते; त्याला 'लो-एनरिच्ड युरेनियम' म्हणतात. विद्युतनिर्मितीसाठी ते वापरतात, कारण त्याचा उपयोग 'लाईट वॉटर रिॲक्टर' मध्ये होतो. या अणुइंधनात युरेनियम - २३५ चे प्रमाण ३ ते ५ टक्के असते. काही वेळा त्याचे प्रमाण १२ ते २० टक्के वाढवले जाते. 'स्लाईटली एनरिच्ड युरेनियम' मध्ये युरेनियम - २३५ चे प्रमाण ०.९ ते २ टक्के असते. भारतातील 'सी. एन. डी. यू.' (कॅनडा ड्युटेरियम युरेनियम) या विद्युतभट्टीत ते वापरले आहे. हे अणुविद्युत प्रकल्प स्वस्त असतात, कारण यात इंधनाचा खर्च कमी असतो. शिवाय अणुकचऱ्याच्या व्यवस्थापनेचा खर्च देखील कमी असतो.

अणुकेंद्र संमीलन प्रक्रियेतून ऊर्जानिर्मिती

ऊर्जानिर्मिती करणाऱ्या अणुभट्टीमध्ये युरेनियम - २३५, युरेनियम - २३३ किंवा प्लुटोनियम - २३९ अशा मूलद्रव्यांचे (किंवा समस्थानिकांचे) विभाजन होते. याला इंग्रजीत 'न्यूक्लिअर फिशन' म्हणतात. अशा अणुभट्टीमधून

अपायकारक किरणोत्सर्जन होऊ शकते. मग त्याचे व्यवस्थापन करणे ही एक समस्या होऊन बसते. युरेनियम सारख्या अवजड अणूचे विभाजन (द्विभंजन) होताना जसा वस्तुसंक्षेप होतो, तसाच वस्तुसंक्षेप दोन छोट्या अणूंचे संमीलन किंवा एकत्रीकरण केल्यावरही होतो; यातून प्रचंड ऊर्जा निर्माण होते. या प्रक्रियांचे संशोधन करण्यासाठी टोकोमॅक नावाचे रिॲक्टर बांधण्यात आले. कोट्यवधी अंश सेल्सिअस तपमान असतानाच अणुकेंद्र संमीलन प्रक्रिया शक्य होते. दुसऱ्या महायुद्धानंतर हायड्रोजन, ड्युटेरियम आणि ट्रिटियम यांचे अति उच्च तपमानाला विविध पद्धतींनी संमीलन करण्याचे वैज्ञानिक प्रयोग जगभरातील प्रमुख प्रयोगशाळांत सुरू झाले. हान्स बेथे (यू. एस.) यांनी ताऱ्यांवर अणुसंमीलनामुळे ऊर्जानिर्मिती होते असे मत मांडले होते. या बद्दल त्यांना नोबेल पारितोषिकही मिळाले होते. काय आहे ही प्रक्रिया ?

चार हायड्रोजनचे अणू उच्च तपमानाला एकत्रित आले तर त्यातून एक हेलियमचा अणू बनू शकतो; कारण चार हायड्रोजनमधील चार प्रोटॉन्स्‌चे दोन प्रोटॉन्स्‌ आणि दोन न्यूट्रॉन्स्‌ तयार होतात. हेलियम अणूत नेमके दोन प्रोटॉन्स्‌ व दोन न्युट्रॉन्स्‌ असतात. चार हायड्रोजन्स्‌चे एकत्रित वस्तुमान ४.०३१९ आहे. एका हेलियमचे वस्तुमान ४.००२ या वरून वस्तुमान ०.०२९३ ने कमी होते. या वस्तुमानाचे रूपांतर आइन्स्टाइन यांच्या समीकरणामुळे ($E = mC^2$) ऊर्जेत होते. हायड्रोजन बॉम्बचे तत्त्व हेच आहे. याला सूर्याच्या पृष्ठभागाएवढे तपमान लागते, यासाठीच त्याला अणुऔष्णिक बॉम्ब किंवा थर्मोन्यूक्लिअर डिव्हाईस म्हणतात.

अणुसंमीलनाची प्रक्रिया हायड्रोजनचे समस्थानिक ड्युटेरियम आणि ट्रिटियम वापरूनही साधता येते.

$$ {}_1D^2 + {}_1T^3 \xrightarrow{\text{उच्च तपमान}} {}_2H^4 + {}_0n^1 + \text{Energy} $$

ड्युटेरियम ट्रिटियम हेलियम न्यूट्रॉन (ऊर्जा)

ड्युटेरियम आणि ट्रिटियम अत्युच्च तपमानाला संमीलित होऊन एक हेलियमचा अणू आणि एक न्यूट्रॉन तयार होतो. या क्षणाला प्रचंड ऊर्जा बाहेर प्रक्षेपित होते. सूर्यावर खूप प्रचंड प्रमाणात हायड्रोजन असल्यामुळे तेथे अणुसंमीलनाची अखंड प्रक्रिया चालू असते. अशी आण्विक प्रक्रिया साधण्याकरिता १० लाख अंश सेल्सिअस तपमान आवश्यक असते. यासाठी हायड्रोजन बॉम्ब तयार करताना तो 'युरेनियम बॉम्ब' च्या वेष्टनात असतो. अणुसंमीलनाची प्रक्रिया जर पृथ्वीवर वापरून ऊर्जा मिळवायची असेल तर त्या प्रक्रियेवर संपूर्ण नियंत्रण मिळवावे लागेल. असे नियंत्रण मिळवणे अत्यंत कठीण आहे.

आदित्य टोकोमाक : आण्वीय संमीलनसंबंधी संशोधन करणे हे आव्हानात्मक आहे, कारण याकरिता सूर्याच्या तपमानाइतकं तपमान निर्माण करण्याची क्षमता निर्माण करावी लागते. अहमदाबाद (गांधीनगर) मध्ये 'इन्स्टिट्यूट ऑफ प्लाझमा रिसर्च' मध्ये आदित्य टोकोमॅकसंबंधीचे कार्य १९८९ पासून सुरू झाले. या ठिकाणी एखाद्या पदार्थाचे चुंबकीय दृष्ट्या प्लाझमा स्थित्यंतरात परावर्तन करता येते. प्लाझमा स्थितीमधील अणुविद्युतभारित (आयनिक स्थितीत) असतात. जगातील पहिली सुपर कंडक्टिंग स्टेडी स्टेट टोकोमाकमध्ये साधता येते. यात ताणलेला डायव्हर्टर प्लाझमा असून टिकून राहण्याची क्षमता एक हजार सेकंद आहे. भारतात स्वदेशी बनावटीचे दोन टोकोमाक गांधीनगरच्या 'प्लाझमा रिसर्च इन्स्टिट्यूट' मध्ये बनवण्यात आले आहेत. यासाठी संपूर्ण देशी तंत्रज्ञान वापरण्यात आलंय. हा टोकोमाक मध्यम आकाराचा आहे. याची दीर्घ त्रिज्या ०.७५ मीटर असून लघुत्रिज्या ०.२५ मीटर आहे. अहमदाबादप्रमाणे एक टोकोमाक कोलकातामधील साहा इन्स्टिट्यूट ऑफ न्युक्लियर फिजिक्स मध्ये आहे. मात्र, हा जपानच्या तोशिबा कंपनीकडून आयात केला आहे. आदित्य टोकोमाक मध्ये ५० लाख अंश

सेल्सिअस तपमान गाठता आलेलं आहे. आदित्यच्या पुढच्या टप्प्याचे काम सुरू आहे. आदित्यमधील संशोधन आणि विकास कार्य हे सतत उच्च दर्जाचं झालेले आहे.

इंटरनॅशनल थर्मोन्यूक्लिअर एक्सपिरिमेंटल रिॲक्टर (आय.टी.इ.आर.)

हा आण्विक संशोधन प्रकल्प सूर्यामध्ये निर्माण होणाऱ्या ऊर्जेच्या प्रक्रियेसारखा आहे. येथे आण्विक भंजनापेक्षा आण्विक सम्मीलनावर संशोधन केले जाते. १९९५ साली याची सुरुवात जपान, युरोपियन युनियन, रशिया आणि यू.एस.ए. यांनी एकत्र येऊन केली होती. २००५ मध्ये यात दक्षिण कोरिया आणि चीन सहभागी झाले होते. ५ डिसेंबर २००५ रोजी दक्षिण कोरियातील जेजू येथे झालेल्या बैठकीत भारताला आय.टी.आर.मध्ये सहभागी करून घेण्यात आले. आय.टी.इ.आर. प्रकल्प आता दक्षिण फ्रान्समधील कँडार येथे सुरू आहे.

भारतीय अण्वस्त्र कार्यक्रम

भारताला १९४७ साली स्वातंत्र्य मिळालं आणि त्यानंतर भारतीय अणुविज्ञान कार्यक्रमाची रूपरेषा मांडली गेली. भारताची राज्यघटना लिहिली जात असताना, १९४९ साली 'अणुऊर्जा मंडळ' स्थापन झाले. अणुशक्तीचा वापर करून विद्युतनिर्मिती व्हावी म्हणून प्रयत्न करावेत, असे त्यावेळी ठरवण्यात आले. अणुकार्यक्रमाचा उद्देश हा विधायक कार्यासाठी असून 'विध्वंस' हा त्याचा उद्देश कधीच नव्हता. शांततामय कार्य हेच भारताच्या अण्वस्त्र कार्यक्रमाचं वैशिष्ट्य आहे. गरज असेल तेव्हाच अणुऊर्जेचा उपयोग अस्त्रनिर्मितीसाठी करता येईल, असा या कार्यक्रमाचा आराखडा आहे.

भारताचे पहिले पंतप्रधान पंडित नेहरू यांनी यासाठी सुरुवातीपासून डॉ. होमी भाभा यांचे सहकार्य मिळवून भारताच्या अण्वस्त्र कार्यक्रमास आरंभ केला.

विविध देशांनी अण्वस्त्र निर्मिती केलेली असल्यामुळे जागतिक शांततेसाठी अण्वस्त्रे नष्ट करावीत म्हणून पंडित नेहरू प्रयत्न करीत होते. 'शांततेसाठी अणू' (ॲटम फॉर पीस) अशी मूळ संकल्पना १९५३ साली अमेरिकन अध्यक्ष आयझेन हॉवर यांनी मांडली होती. अण्वस्त्र विकसित केलेल्या देशांनी अन्य देशांना त्यांच्या अणुऊर्जा विकास प्रकल्पांना हातभार लावावा, असं त्यांचं धोरण होतं. मात्र, इतर देशांना विभाजनक्षम अणुइंधन मिळू नये, असा देखील त्यांचा प्रयत्न होता. तथापि पडित नेहरूंना ही कल्पना पसंत पडली नाही. त्यांनी या धोरणाला जोरदार विरोध केला होता; तरी देखील अमेरिकेने भारताला १९५६ सालच्या फेब्रुवारी महिन्यांत २१ टन जड पाणी देण्याची तयारी दर्शवली होती; त्या जड पाण्याचा उपयोग कॅनडाने भारताला १९५५ सालच्या सप्टेंबरमध्ये दिलेल्या अणुभट्टीसाठी झाला.

भारत अण्वस्त्रे बनवणार नाही, असे ठामपणे प्रतिपादन पंडित नेहरूंनी केले. जगातील अनेक व्यासपीठांवर जाऊन त्यांनी अण्वस्त्रे नष्ट करण्यासाठी आवाहन केले.

भारत अण्वस्त्र सज्ज कसा झाला

भारताकडे अण्वस्त्र सज्ज होण्याची क्षमता असावी असं मात्र डॉ. होमी भाभा आणि पंडित नेहरू यांना वाटत होतं. त्या दृष्टिकोनातून त्यांनी भारतीय अणुऊर्जा प्रकल्पांची रचना / उभारणी केलेली होती. यासाठी त्यांनी १९५६ साली कॅनडाच्या सहकार्याने 'कॅनडा-भारत' अणुभट्टी (कॅनडा-इंडिया-रिॲक्टर यू.एस.) म्हणजे 'सायरस' असं नाव दिलं. या रिॲक्टरमध्ये अस्त्र तयार करण्याच्या दर्जाचे (वेपन ग्रेड) प्लुटोनियम करण्याची क्षमता होती. अण्वस्त्रे तयार करण्यासाठी भारताकडे त्या काळात योग्य असे युरेनियम नव्हते, त्यामुळे भारतात युरेनियमचे खनिज द्रव्य शोधण्यासाठी सर्वेक्षण करणे सुरू झाले. अर्थात, विद्युतनिर्मितीसाठी आवश्यक असणारे समृद्ध युरेनियम अस्त्र निर्मितीसाठी चालत नाही. विद्युतनिर्मितीसाठी जे युरेनियम लागतं, त्यात युरेनियम - २३५ चे प्रमाण ३ ते ५ टक्के

असतं. अस्त्र बनवण्यासाठी अणुइंधनात ५० ते ८० टक्के युरेनियम - २३५ चे प्रमाण असणे आवश्यक असतं. कॅनडाने भारताला सायरस अणुभट्टीसाठी आवश्यक ते अणुइंधन पुरवलं होतं. या अणुभट्टीमध्ये थोरियमचे आवरण देखील होते. या योजनेमुळे अण्वस्त्रनिर्मितीसाठी उपयुक्त ठरणारं प्लुटोनियम देखील तयार होत होतं.

सायरस अणुभट्टी सुरू झाल्यानंतर भारतीय संशोधकांनी १९६१ मध्ये प्लुटोनियम मिळवण्यासाठी आवश्यक त्या डिझाईनची संयंत्र यंत्रणा (पायलट प्लँट) बांधला. हा पायलट प्लँट १९६४ मध्ये पूर्ण झाला, त्यामुळे भारताला अणुस्फोटासाठी आवश्यक असलेल्या प्लुटोनियमचा साठा मिळाला.

अणुशक्ती मंडळाची रूपरेषा

अणुशक्ती मंडळाने प्राथमिक स्वरूपाच्या योजना हाती घेतल्या आणि त्या रूपरेषेवर कार्यवाही सुरू झाली.

(१) भारतातील अणुशक्तीच्या दृष्टीने उपयुक्त खनिजांचे संशोधन करणे

(२) त्या खनिजाचे मोठ्या प्रमाणात उत्पादन करणे

(३) अणुशास्त्राचा शांततामय कार्यासाठी उपयोग; तसेच शास्त्रीय व तांत्रिक विषयातील संशोधन करणे

(४) अशा संशोधनाची जबाबदारी घेऊन कार्य करणारी एक संशोधकांची तुकडी घडवणे

(५) प्रयोगशाळांमध्ये अणुकेंद्रविषयक मौलिक संशोधनावर भर देणे; या शिवाय इतर विश्व विद्यालये व इतर राष्ट्रीय संशोधनसंस्थांद्वारे संशोधनास चालना देणे

भारतात अणुशक्तीचा विकास व्हावा म्हणून डॉ. होमीभाभा यांनी केलेल्या तीन मुख्य सूचना

(१) जड पाणी शीतक / शामक असेल अशाच रिॲक्टरची बांधणी करणे; त्यासाठी ब्रीडर्स सुरू करायला वीज आणि प्लुटोनियमचे उत्पादन करणे

(२) या रिॲक्टरमधून प्लुटोनियम तर व्हावे. त्याचा उपयोग ब्रीडरमध्ये करणे (जोपर्यंत थोरियम पासून युरेनियम - २३३ तयार होत नाही.)

(३) ब्रीडरला थोरियम फीडवर चालवून युरेनियम -२३३ चे उत्पादन करणे

असे असले तरी आंतरराष्ट्रीय पातळीवर अणुचाचण्यांवर बंदी असावी, हे भारताचं धोरण बदललं नाही. याचा परिणाम म्हणजे १९६३ साली 'मर्यादित स्वरूपाची अणुचाचणी बंदी' करार अस्तित्वात आला.

आशियातील पहिली अणुचाचणी १९६४ साली चीनने केली होती. १९६५ च्या आधी अणुचाचणी केलेल्या राष्ट्रांना 'अण्वस्त्र संपन्न देश' म्हटलं जात होतं. या राष्ट्रांमध्ये यू.एस.ए., ब्रिटन, रशिया, फ्रान्स आणि चीनचा सदस्य म्हणून समावेश आहे. त्यांना 'ॲटॉमिक क्लब राष्ट्रे' म्हणतात. यामध्ये जगातील अन्य कोणत्याही राष्ट्राला आता समाविष्ट केले जात नाही. नंतर 'आंतरराष्ट्रीय अणुऊर्जा एजन्सी' (आय.ए.ई.ए.)ची स्थापना झाली. ती जगभर

चालणाऱ्या आण्विक तंत्रज्ञान संशोधनासंबंधी आवश्यक असलेली दक्षता घेते. १९६३-६४ च्या दरम्यान कैरो येथे अलिप्ततावादी चळवळीच्या अधिवेशनात तत्कालीन पंतप्रधान लाल बहादुर शास्त्री यांनी म्हटले होते - 'तांत्रिक व वैज्ञानिक दृष्टीने भारताने अण्वस्त्र बनवण्याची क्षमता प्राप्त केली आहे. तथापि, अण्वस्त्र बनवण्याच्या ठाम विरोधात भारत आहे. अणुशक्तीचा उपयोग भारत युद्धासाठी करू इच्छित नाही. विद्युतनिर्मितीसाठी, कृत्रिम रासायनिक खते उत्पादित करण्यासाठी अणुशक्तीचा वापर केला जाईल. याचा अर्थ भारताचा अणुकार्यक्रम संपूर्णत: शांततामय कार्याकरिताच आहे.

शांततेसाठी अणुचाचणी करता येईल, असा विचार पंतप्रधानांनी १९६४ ते १९७४ या कालखंडात, जाहीरपणे सांगितला होता. याला 'शांततामय अणुस्फोट' असं म्हणतात. पंतप्रधान शास्त्री यांच्या नंतर श्रीमती इंदिरा गांधी पंतप्रधानपदावर आल्या होत्या. १८ मे १९७४ रोजी भारताने पोखरण (जैसलमेर जिल्हा, राजस्थान) येथे पहिली अणुचाचणी यशस्वीपणे घेतली. ती चाचणी प्लुटोनियम वापरून घेतलेली होती. या तंत्रज्ञानावर प्रभुत्व मिळवण्यसाठी 'पूर्णिमा' या संशोधन अणुभट्टीचा खूप फायदा झाला.

पोखरण येथील अणुचाचण्यांच्यानंतरची बदलती परिस्थिती

पोखरण येथील पहिल्या अणुचाचणी नंतर दीर्घकाळ भारताने पुन्हा अणुचाचणी घेतली नाही. तथापि, ११ मे १९९८ रोजी भारतीय अणुवैज्ञानिकांनी तीन अणु-उपकरणांचा स्फोट घडवून आणला, त्यामुळे जगभर तीव्र स्वरूपाची राजकीय प्रतिक्रिया उमटली. त्या अणुस्फोटांना भारताने शांततामय कामासाठी केलेले प्रयोग असे म्हटले होते, तरीही आपण अण्वस्त्रेविरोधी असल्याची भूमिका भारताने सतत २४ वर्षे ठेवली होती. १९९८ च्या पोखरण स्फोटानंतर मात्र भारताने आपण अण्वस्त्रधारी राष्ट्र असल्याचे मान्य केले होते. ११ आणि १३ मे १९९८ या दोन दिवशी केलेल्या अणुस्फोटांमुळे अमेरिकेने आणि कॅनडाने भारतावर आर्थिक निर्बंध घातले. २००१ मध्ये ते अमेरिकेने माघारी घेतले भारताच्या आण्विक कार्यक्रमात सामग्री पुरवणे बंद झाले होते. तसेच इतर देशांनी देखील या कार्यक्रमाच्या बाबतीत असहकार पुकारला होता. १९७५ साली 'न्यूक्लिअर सप्लाय ग्रुप' (एन.एस.जी.) ही संघटना जगात अस्तित्वात आली. तिने भारताप्रमाणेच इतर देशांना अण्वस्त्र तंत्रज्ञान आणि सामग्री देण्यास प्रतिबंध घातला. १९७४ सालच्या पोखरण येथील भारताच्या आण्विक चाचणीनंतर अमेरिकेच्या पुढाकाराने ५ अण्वस्त्र राष्ट्रांनी 'लंडन सप्लायर क्लब' ची स्थापना केली. त्यावेळी त्याचे सदस्य म्हणून यू.एस.ए., ब्रिटन, सोव्हिएट संघ (रशिया), फ्रान्स, जपान, कॅनडा आणि जर्मनी यांचा समावेश झाला. जगातील कोणत्याही राष्ट्राला आण्विक तंत्रज्ञान सामग्री आणि उपकरणे निर्यात करण्यासाठी या 'क्लब' ने निर्बंध आणले. भारताच्या आण्विक कार्यक्रमाला व प्रगतीला खीळ घालण्यासाठीच हा क्लब स्थापन झाला होता. १८ जुलै २००५ मध्ये अमेरिकेच्या दौऱ्यावर असताना डॉ. मनमोहन सिंग यांनी तत्कालीन राष्ट्राध्यक्ष जॉर्ज बुश यांच्याशी नागरी अणुऊर्जा वापर सहकार्य करार करण्याचे सुचवले. त्यावेळी जॉर्ज बुश यांनी भारताला अतिउच्च दर्जाचे आण्विक तंत्रज्ञान असलेला जगातील एक जबाबदार देश म्हणून जाहीर केले होते. भारताच्या अणुकार्यक्रमात २००५-०६ या कालखंडात भारत-अमेरिका दरम्यान एका व्यापक पातळीवर अणुकरारावर स्वाक्षऱ्या झाल्या. अमेरिकेच्या संसदीय प्रक्रियेतून हा करार मान्यताप्राप्त झाला आहे. सिनेटने त्याला मान्यता दिली आहे. त्यानुसार भारताने आपल्या अणुभट्ट्यांपैकी काही भट्ट्या नागरी आणि काही लष्करी उपयोगाच्या ठेवण्याचे कबूल केले आहे. नागरीक्षेत्रातील अणुभट्ट्या आंतरराष्ट्रीय देखरेखीखाली खुल्या ठेवण्यात येतील, तसेच भारताला अणुइंधनाची (समृद्ध युरेनियमची) जी चणचण भासते, ती या करारामुळे कमी होईल. दोन्ही देश या कराराचा अर्थ आपआपल्या सोयीनुसार घेतील. त्यावर दोन्ही देशांतील बदलत्या राजकीय धोरणांचा आणि जागतिक घडामोडींचा परिणाम होणार आहे.

एन.एस.जी. (न्यूक्लियर सप्लाय ग्रूप) आणि भारत :

एन.एस.जी. चे ४५ सदस्य आहेत. त्यापैकी ९ सदस्यांनी भारताला अणुऊर्जा सहकार्य करण्याचे करारान्वये मान्य केलं आहे.

(१) फ्रान्स : भारताबरोबरच्या अण्वस्त्र तंत्रज्ञान हस्तांतरणावरील बंदी 'एन.एस.जी.' ने उठवली. त्यानंतर भारताशी अणुऊर्जा तंत्रज्ञान हस्तांतरण करणारा पहिला देश म्हणजे फ्रान्स. फ्रान्सच्या मार्सेलिस येथे संपन्न झालेल्या भारत-युरोपियन युनियन शिखर परिषदेनंतर पॅरिसच्या ॲलिस पॅलेसमध्ये ३० सप्टेंबर २००८ रोजी या संबंधी करारावर सह्या झाल्या. यावर पंतप्रधान मनमोहन सिंग आणि फ्रान्सचे राष्ट्राध्यक्ष निकोलस सरकोजी यांनी स्वाक्षऱ्या केल्या आहेत.

(२) यू.एस.ए. : ८ ऑक्टोबर २००८ रोजी एक अणुऊर्जा करार झाला. भारताच्या शांततामय अणुऊर्जा प्रकल्पांना यू.एस.ए. (अमेरिके) ची मदत होणार आहे. १२३ दुरुस्ती करारावर तत्कालीन यू.एस. अध्यक्ष जॉर्ज बुश आणि भारताचे तत्कालीन विदेश मंत्री प्रणव मुखर्जी यांनी ११ ऑक्टोबर २००८ रोजी स्वाक्षऱ्या केल्या.

(३) रशिया : भारत - रशिया यांच्यातील वार्षिक शिखर परिषद ५ डिसेंबर २००८ रोजी झाली होती. त्यावेळी भारताला रशियाचे अध्यक्ष दमित्री मेदवेदेव यांनी भेट दिली होती. त्यावेळी या करारावर सह्या झाल्या.

(४) कझाकिस्तान : युरेनियमचे मोठे साठे ज्या राष्ट्रांकडे आहेत त्यात दुसऱ्या क्रमांकाचे हे राष्ट्र आहे. या देशाने भारताबरोबर अणुऊर्जा करार केला आहे.

(५) नामिबिया : या देशाचे राष्ट्राध्यक्ष हिफिके भारतात ३१ ऑगस्ट २००९ रोजी आले होते. तेव्हा त्यांनी अणुऊर्जा करारावर स्वाक्षरी केली.

(६) मंगोलिया : भारत-मंगोलिया अणुऊर्जा सहकार्य करार : सप्टेंबर २००९ रोजी भारताचे पंतप्रधान मनमोहन सिंग आणि मंगोलियाचे राष्ट्राध्यक्ष साखिया जान अलबेग दोर्जे यांनी त्यावर स्वाक्षऱ्या केल्या.

(७) अर्जेंटिना : अर्जेंटिनाचे राष्ट्रपती फर्नांडो डी किर्चनर आणि भारताचे पंतप्रधान मनमोहन सिंग यांनी १४ ऑक्टोबर २००९ रोजी अणुऊर्जा संबंधी करारावर स्वाक्षऱ्या केल्या.

(८) कॅनडा - कॅनडाचे पंतप्रधान स्टिफन हार्पर आणि भारताच्या पंतप्रधानांनी २८ नोव्हेंबर २००९ रोजी पोर्ट ऑफ स्पेन (टोबॅगो व त्रिनिदादची राजधानी) येथे अणुऊर्जा करारावर स्वाक्षऱ्या केल्या.

(९) ब्रिटन : २०१० (फेब्रुवारी) मध्ये अम्ब्रेला ॲग्रिमेंट अंतर्गत भारत व ब्रिटन दरम्यान ऊर्जा सहकार्य करार झाला.

भारतीय अणुऊर्जा कार्यक्रमाचे तीन टप्पे

१) भारतीय अणुऊर्जा विकास - पहिला टप्पा : उकळत्या पाण्याची अणुभट्टी (बी.डब्ल्यू.आर. - बॉयलिंग वॉटर रिॲक्टर) आणि प्रभारित जड पाण्याची अणुभट्टी (पी.एच.डब्ल्यू.आर. प्रेशराईज्ड हेवी वॉटर रिॲक्टर) यावर पहिला अणुऊर्जा विकासाचा पहिला टप्पा अवलंबून आहे. या टप्प्यात जड पाण्याचा उपयोग शीतक आणि शामक म्हणून केला जाईल. 'अमोनिया वॉटर एक्स्चेंज' प्रक्रियेने जड पाण्याची निर्मिती केली जाईल. अन्य अनेक ठिकाणी जड पाणी-उत्पादित केले जात आहे. तुतीकोरीन येथील जड पाण्याचा प्रकल्प सतत १२ वर्षे जड पाणी उत्पादन करीत आहे. 'हेवी वॉटर' वापरल्यावर त्याचा पुनर्वापर करता येतो; परंतु त्याचे पुनर्शुद्धीकरण करावे लागते. हे लक्षात घेऊन ट्रॉम्बे (मुंबई) येथे 'हेवी वॉटर अपग्रेडेशन फॅसिलिटी' १९६२ सालीच सुरू करण्यात आली होती. विविध ठिकाणी ज्या संशोधन अणुभट्ट्या आहेत, तेथे वापरलेले जड पाणी काही प्रमाणात अशुद्ध

होते. त्याला 'डिग्रेडेड हेवी वॉटर' म्हणतात. पहिल्या टप्प्यामधील अणुभट्ट्यांची विद्युतनिर्मितीक्षमता सुमारे २०० मेगावॅटपर्यंत आहे. या भट्ट्यांमध्ये प्लुटोनियम २३९ हे उपउत्पादन (बाय प्रॉडक्ट) म्हणून तयार होते. पहिल्या टप्प्यामध्ये बडोदा येथे जड पाणी प्रकल्प उभारला जाईल. त्यासाठी अमोनिया वॉटर एक्स्चेंज प्रक्रिया वापरली जाईल.

भारतीय अणुऊर्जा विकास - दुसरा टप्पा

या टप्प्यामध्ये द्रुतगती प्रभंजक अणुभट्ट्यांचा विकास करण्याचे योजलेले आहे. याला इंग्रजीत फास्ट ब्रीडिंग रिॲक्टर किंवा 'एफ.बी.आर.' म्हणतात. कल्पक्कम (तमिळनाडू) येथे 'इंदिरा गांधी सेंटर फॉर ॲटॉमिक रिसर्च' (आय.जी.सी.ए.आर.) आणि 'भारतीय नाभिकीय विद्युत निगम' ची (भा. वि. नि.) स्थापना करण्यात आली आहे. डिपार्टमेंट ऑफ ॲटॉमिक एनर्जी यांच्या व्यवस्थापनेखाली या दोन्ही संस्था कार्य करतात. 'प्रेशराईज्ड हेवी वॉटर रिॲक्टर्स' (पी.एच.डब्ल्यू.आर.) च्या साठपटीने अधिक क्षमता 'एफ.बी.आर.' ची असते. येथे ५०० मेगावॅट पर्यंतचे रिॲक्टर विकसित करण्यात आले आहेत. हा प्रकल्प महत्त्वाकांक्षी असून तो १९८५ पासून सुरू आहे. एफ.बी.आर. मध्ये 'मिक्स ऑक्साईड फ्लुएल' (एम.ओ.एक्स.) वापरले जाते. ते प्लुटोनियम -२३९ पासून बनवले जाते. मार्क - १ हा 'मिक्स्ड् कार्बाईड फ्युएल कोअर' हा खास करून 'एफ.बी.आर.' साठी विकसित केला आहे. मुख्य उद्देश हा 'क्लोज्ड फ्युएल सायकल' ची रचना करणे असा आहे. या प्रकल्पामध्ये वापरलेल्या इंधनापेक्षा जास्त अणुइंधन उत्पादित होते. 'भा. वि. नि.' या संस्थेकडे मुख्यत्वे करून 'पी.एफ.बी.आर.' चा विकास करण्याची कामगिरी सोपवली आहे. 'एफ.बी.आर.' साठीच्या अणुइंधनाची पुनर्प्रक्रिया करण्यासाठी लेड मिनिसेलचा उपयोग करतात. त्याला 'कोरल' (कॉम्पॅक्ट रिप्रोसेसिंग फॅसिफिटी फॉर ॲडव्हान्स्ड फ्युएल इन लेड सेल्स) म्हणतात. हे कल्पक्कम येथे आहे.

भारतीय अणुऊर्जा विकास - तिसरा टप्पा

तिसऱ्या टप्प्यामध्ये 'थोरियम-युरेनियम - २३३' या सायकल (चक्रीय प्रक्रिया) वर विशेष भर दिला जाणार आहे. यासाठीच्या अणुभट्टीची रचना कल्पक्कम येथे करण्यात आली आहे. या अणुभट्टीचे नाव 'कामिनी' आहे. या भट्टीसाठी अणुइंधन म्हणून विविध मूलद्रव्यांच्या न्यूट्रॉन रेडिओग्राफीचा उपयोग केला जाईल. कामिनीची क्षमता ३० किलोवॅट असेल. यासाठी युरेनियम - २३३ ची गरज लागेल. ते थोरियमपासून तयार करण्याचे तंत्रज्ञान विकसित केले जात आहे. या अणुभट्टीला 'ॲडव्हान्स्ड हेवी वॉटर रिॲक्टर' (ए.एच.डब्ल्यू.आर.) म्हणतात. भाभा ॲटॉमिक रिसर्च सेंटर (बी.ए.आर.सी. मुंबई) मध्ये त्या बाबतचे संशोधन चालू आहे. त्यासाठी 'ए.डी.एस.' (ॲक्सिलरेटेड ड्रिव्हन सबक्रिटिकल सिस्टिम) विकसित करावी लागणार आहे. अशा रीतीने तिसऱ्या टप्प्यामध्ये टी.बी.आर. (थोरियम बेस्ड रिॲक्टर) मध्ये 'थोरियम - युरेनियम २३३' इंधनाचा वापर केला जाईल.

अणुभट्टीसाठी 'नेहमीचे' (साधे) आणि 'जड' पाणी

नेहमीच्या पाण्याचा उपयोग जेव्हा अणुभट्टीकरिता केला जातो, तेव्हा समृद्ध युरेनियम वापरले जाते. समृद्ध युरेनियममध्ये यू - २३५ चे प्रमाण सुमारे ५ टक्के असते. भारताने सुरुवातीच्या काळात 'अप्सरा' या भट्टीमध्ये 'साधे' पाणी शामक म्हणून वापरले होते. या प्रकारामध्ये पाण्याची वाफ तयार होते. ही वाफ वीजनिर्मितीसाठी वापरता येते. या अणुभट्ट्यांना 'बॉईल्ड वॉटर रिॲक्टर्स' म्हणतात. ('उकळत्या पाण्याच्या भट्ट्या'). भारताने १९६० साली सायरस भट्टी संशोधनासाठी उभारली होती. ती ४० मेगावॅट क्षमतेची होती. यातही साध्या पाण्याचा वापर केला जात होता. तारापूर येथील दोन अणुभट्ट्या (टी.ए.पी. - १ व टी.ए.पी. - २) उकळत्या पाण्याच्या प्रकारच्या (बॉईल्ड वॉटर रिॲक्टर्स) असून त्यांची क्षमता प्रत्येकी १६० मेगावॅट आहे.

सायरस अणुभट्टीमध्ये भारतीय वैज्ञानिकांनी शामक म्हणून जड पाणी वापरण्याचे प्रयोग केलेले होते. या

भट्टीत शीतक म्हणून साधेच पाणी असले तरी शामक म्हणून जड पाणी वापरलेले होते. झर्लिना भट्टीसाठी १९६१ साली जड पाण्याचा उपयोग शामक म्हणून केला होता. साधे पाणी किंवा जड पाणी शीतक म्हणून वापरताना ते उकळून त्याची वाफ होऊन जाऊ नये अशी दक्षता घ्यावी लागते. हे पाणी जेव्हा दाबाखाली ठेवले जाते, तेव्हा त्याचे वाफेत रूपांतर होत नाही, पण तपमान ३०० अंश सेल्सिअस पर्यंत वाढते. अशा भट्ट्यांना 'प्रेशराईज्ड वॉटर रिॲक्टर्स' किंवा प्रभारित अणुभट्ट्या म्हणतात. यात जड पाणी वापरलेले असेल तर त्यांना 'प्रेशराईज्ड हेवी वॉटर रिॲक्टर' (P.H.W.R.) किंवा मराठीत 'प्रभारित जड पाण्याच्या अणुभट्ट्या' म्हणतात.

शीतक आणि शामक (कूलंट / मॉडिरेटर)

उष्णता शोषून घेणाऱ्या पदार्थाला 'शीतक' म्हणतात. अणुभट्टीमध्ये जेव्हा युरेनियमचे किरणोत्सर्जन होत असते तेव्हा उष्णतेच्या स्वरूपात ऊर्जा बाहेर पडते. ही उष्णता ग्रहण करून वीजनिर्मिती करणाऱ्या जनित्रापर्यंत पोहोचवण्यासाठी शीतक उपयोगी पडते. शीतक जेव्हा उष्णता शोषून घेते तेव्हा तेथील यंत्रणेचे तपमान काहीसे कमी होते, त्यामुळे उष्णता नियंत्रित राहते, त्याचप्रमाणे शोषून घेतलेली उष्णता शीतक यंत्रणेच्या बाहेर नेली जाते आणि ती उष्णता पाण्याच्या वाफेमध्ये रूपांतर करण्यासाठी वापरली जाते. या वाफेच्या जोरावर विद्युतजनित्रे गोल फिरून वीजनिर्मिती सुरू होते. कार्बन-डायऑक्साईड, हेलियम वायू, साधे किंवा जड पाणी, वितळलेला सोडियम (द्रवरूप) याचा उपयोग शीतक (coolant) म्हणून होतो. अशा प्रकारे वीजनिर्मिती करणाऱ्या अणुभट्टीला 'लाईट वॉटर रिॲक्टर' म्हणतात; कारण याठिकाणी 'शीतक' आणि उष्णतेचे वाहक म्हणून साध्या पाण्याचा वापर केला जातो.

'जड' पाण्याचा वापरही शीतक म्हणून आणि 'नियंत्रक' (मॉडिरेटर Moderater) म्हणून केला जातो. जड पाणी वेगवान न्यूट्रॉनचा वेग (आणि संख्या) नियंत्रणामध्ये ठेवते; एवढेच नव्हे तर संपूर्ण तप्त अशा रिॲक्टरचे तपमान कमी ठेवण्याचेही कार्य करते. भारतातील बहुतेक सर्व रिॲक्टर्समध्ये जड पाण्याचा वापर केला गेला आहे. तथापि, तारापूर येथील रिॲक्टर मात्र साधे पाणी वापरून चालवला जातो.

जड पाणी (हेवी वॉटर)

पाणी हा आपल्या दैनंदिन जीवनातला एक महत्त्वपूर्ण पदार्थ आहे. दोन हायड्रोजनचे अणू आणि एक ऑक्सिजनचा अणू एकत्र येऊन 'एच टू ओ' (H_2O) हा पदार्थ बनतो. हायड्रोजनचा अणू हा एक प्रोटॉन आणि एक इलेक्ट्रॉन याने बनलेला असतो. हायड्रोजन अणूच्या केंद्रातील प्रोटॉनसमवेत एक न्यूट्रॉन जर आला तर हायड्रोजनचा अणुक्रमांक एकच राहील, कारण प्रोटॉन फक्त एकच राहिला आहे. अणुभार मात्र (१ प्रोटॉन + १ न्यूट्रॉन मुळे) दोन होईल. अशा हायड्रोजनच्या अणूला 'ड्युटेरियम' म्हणतात. दोन ड्युटेरियम आणि एक ऑक्सिजन जर प्रक्रिया पावून एकत्र आले तर त्या पाण्याचा रासायनिक फॉर्म्युला D_2O असा मांडला जाईल. या पाण्याची घनता नेहमीच्या पाण्यापेक्षा जास्त असते. यासाठीच या पाण्याला 'जड पाणी' म्हणतात. साध्या पाण्याची घनता १.० असते. 'जड पाण्या'ची घनता १.१०४४ असते. याचा अर्थ जड पाण्याचे वस्तुमान व घनता सामान्य पाण्यापेक्षा १० टक्क्यांनी जास्त आहे. जड पाण्याचा गोठणबिंदू ३.८२ अंश से. आहे, तर साध्या पाण्याचा शून्य अंश से. आहे. जड पाण्याचा उत्कलन बिंदू १०१.४ अंश से. आहे, तर पी.एच. ७.४३ आहे.

हायड्रोजनच्या अणु केंद्रात एका प्रोटॉनच्या समवेत एक ऐवजी दोन न्यूट्रॉन्स् आले तरीही अशा हायड्रोजनचा अणुक्रमांक (एकच प्रोटॉन व एकच इलेक्ट्रॉन असल्यामुळे) एकच राहील. तथापि, अणुभार (१ प्रोटॉन + २ न्यूट्रॉन्स्) तीन होईल; याला ट्रिटियम म्हणतात. दोन ट्रिटियम्स् व एक ऑक्सिजन एकत्र आले तर T2O तयार होईल. हेही पाणीच आहे. ड्युटेरियम आणि ट्रिटियम हे दोन हायड्रोजनचे समस्थानिक (आयसोटोप्स्) आहेत.

द्रवरूप सोडियमचा वापर वेगवान (जलदगती) इंधनजनक अणुभट्ट्यांमध्ये (अथवा फास्ट ब्रीडर रिॲक्टरमध्ये) केला जातो. नेहमीच्या तपमानात सोडियम हा धातू (मूलद्रव्य) घनरूपामध्ये असतो. हे मूलद्रव्य ८८२ अंश तपमानाला उकळते. सर्वसाधारण दाबाखाली असताना सोडियमचा उत्कलन बिंदू खूप जास्त असल्यामुळे त्याचा उपयोग करणे फायदेशीर ठरते, त्यामुळे जेथे प्रत्यक्ष 'इंधन' असते, तेथील (अणुभट्टीची) यंत्रणा अधिक दाबाखाली ठेवली नाही तरी चालते. सोडियममुळे अणुभट्टीमध्ये उपयोगात आणलेल्या इतर धातूंच्या भागाचे संरक्षण होऊन ते जास्त काळ टिकू शकते. तथापि, सोडियम धातूचा संपर्क पाण्याशी येता कामा नये; कारण तो पाण्याबरोबर फारच क्रियाशील आहे; त्याचप्रमाणे २०० अंश सेल्सिअस तपमानाला तो जळतो. अशा प्रकारच्या प्रक्रियांमध्ये हायड्रोजन वायूची निर्मिती होऊन धोका अधिकच वाढतो. भारतामध्ये कल्पक्कम येथे 'इंदिरा गांधी अणुसंशोधन केंद्र' आहे. याठिकाणी द्रवरूप सोडियम वापरण्यात आले आहे. अशा प्रकारच्या अणुभट्टीमध्ये द्रवरूप सोडियमची पाहणी सतत करावी लागते. कल्पक्कम येथील पहिल्या जलदगती इंधनजनक चाचणी अणुभट्टीमध्ये द्रवरूप सोडियम तंत्रज्ञान यशस्वीपणे वापरण्यात आले आहे.

शामक म्हणजे 'मॉडिरेटर' (नियंत्रक). जेव्हा युरेनियम - २३५ चे विघटन करायचे असते, तेव्हा त्याच्या केंद्रस्थानी न्यूट्रॉन जाऊन आदळायला हवा. तथापि, वेगवान न्यूट्रॉन केंद्राच्या आरपार जातात. विशिष्ट वेग असेल तेव्हाच ते अणुकेंद्रावर आपटून प्रोटॉन / न्यूट्रॉनची विभागणी करून ऊर्जानिर्मिती होऊ शकते. अणुविघटन व्हावे म्हणून न्यूट्रॉनचा वेग कमी करण्यासाठी शामक वापरावा लागतो, अन्यथा इंधनगजांमधील पुरेसे युरेनियम - २३५ विघटन न होता तसेच राहते, साधे पाणी हे एक चांगले शामक आहे. परंतु, त्यामुळे न्यूट्रॉनचा वेग जरी कमी झाला असला तरी त्यांची संख्या खूप कमी होते; कारण साध्या पाण्यात न्यूट्रॉन शोषले जातात. साहजिक तंत्रज्ञांनी अनेक पर्यायी 'मॉडिरेटर' (नियंत्रक / शामक) शोधून काढले आहेत. त्यापैकी ग्राफाईट हे एक उत्तम मॉडिरेटर म्हणून उपयुक्त ठरलं आहे. ग्राफाईट हे कार्बन या मूलद्रव्याचे एक वेगळे रूप आहे. जड पाणी देखील यासाठी अत्यंत उपयुक्त आहे. काही अणुभट्ट्यांमध्ये बेरिलियम ऑक्साईड या पदार्थाचा शामक म्हणून उपयोग केलेला आहे. अणुविघटनामध्ये जे न्यूट्रॉन्स् तयार होतात ते ग्राफाईट किंवा जड पाण्यातील अणुकेंद्रावर आदळतात, यामुळे त्यांची गतिज ऊर्जा, म्हणजे 'कायनेटिक एनर्जी' कमी होते. परिणामी त्याचा वेगही कमी होतो आणि युरेनियम - २३५ चे विघटन सुलभपणे सातत्याने चालूच राहते. अणुभट्टीतील 'साखळी प्रक्रिया' सतत चालू ठेवणे हे 'शामका'चे मुख्य कार्य असते.

जड पाण्याची निर्मिती करण्यात भारत जगात अग्रगण्य

नानगल येथे १९५४ साली डॉ. होमी भाभा यांच्या नेतृत्वाखाली जड पाण्याचा एक प्लँट उभारण्यात आला होता. यासाठी मोठ्या प्रमाणात विद्युत ऊर्जेची गरज पडते. जलविद्युत स्वस्त मिळाल्यामुळे ९ ऑगस्ट १९६२ पासून तेथे जड पाणी तयार होऊ लागले.

नंतर खतं तयार करण्याच्या उद्योगातून बायप्रॉडक्ट म्हणून तयार झालेला हायड्रोजन स्वस्त दरात मिळू लागला. त्यापासून ड्युटेरियम ('जड' हायड्रोजन) मिळू लागले. ऊर्ध्वपातन, हायड्रोजन सल्फाईड - पाणी - अमोनिया आदींचा उपयोग करून रासायनिक प्रक्रियेद्वारा जड पाणी तयार होऊ लागले.

भारताच्या 'हेवी वॉटर बोर्ड' ने कोटा (राजस्थान), तुतीकोरीन (तमिळनाडू), थल्चर (ओरिसा), हाझिरा (सुरतजवळ), बडोदा (गुजरात), थळ-वायशेट (रायगड जिल्हा), मनुगुरु (आंध्र प्रदेश) येथे जड पाणी निर्मितीचे प्लँट्स उभारले. हे उत्पादन फायदेशीर व्हावे यासाठी भारतीय संशोधकांनी खूप मेहनतीने संशोधन केले, त्यामुळे मुख्य खर्च, जो ऊर्जेसाठी असतो, त्यात ३६ टक्के बचत झाली. औष्णिक पद्धतीने ऊर्जानिर्मिती करताना सतत

कोळसा जाळावा लागतो, त्यामुळे फ्लाय अॅश नामक राख निर्माण होते, ती अत्यंत उपद्रवी ठरते. ही राख वापरून मानगुरू येथील प्लँटमध्येही 'पर्यावरण अनुकूल' जड पाणी तयार होऊ लागलं आहे. एकेकाळी भारतात मिळेल तेथून जड पाणी मिळवण्यासाठी धडपड केली जात असे. आता मात्र आण्वीय ऊर्जा-निर्मिती करण्यासाठी भारतातून जड पाण्याची निर्यात यू. एस. ए., चीन, दक्षिण कोरिया, इराण आदी देशांकडे सुरू झाली आहे. भारत निदान २०० टन जड पाणी निर्यात करतो. सध्या जड पाण्याच्या उत्पादनात भारत हा आघाडीवरील देश आहे. मुख्य म्हणजे या उच्च, गुंतागुंतीच्या तंत्रज्ञानासाठी भारताने पूर्णत: देशी तंत्रज्ञान वापरले आहे.

भारतात अणुभट्टींची उभारणी

ऊर्जानिर्मिती आणि संशोधनासाठी अणुभट्टी : अणुभट्टीसाठी वेगवेगळ्या प्रकारचे घटक महत्त्वपूर्ण ठरतात. त्यासाठी कोणत्या प्रकारचे इंधन वापरले जाईल, शीतक आणि शामल म्हणून कोणती योजना करायची, विद्युत जनित्र कार्यान्वित करण्यासाठी कोणती यंत्रणा उपयुक्त ठरेल, या संबंधीचे आराखडे तयार करावे लागतात.

अणूचे विखंडन (किंवा भंजन) करण्यासाठी न्यूट्रॉनचा भडिमार करावा लागतो, त्यासाठी जोरदार भडिमार करणं उपयुक्त ठरत नाही. जोरात येणारे न्यूट्रॉन्स् विखरून वाया जातात. न्यूट्रॉनंनी अणूचे केंद्र फोडण्यासाठी विशिष्ट वेगातच भेदावे लागते. मुख्य म्हणजे न्यूट्रॉनचा मारा हा युरेनियमच्या केंद्रावर जाऊन भिडणे गरजेचे ठरते. यासाठी न्यूट्रॉनचा वेग जड पाण्याच्या साहाय्याने किंवा ग्राफाईटच्या साहाय्याने कमी करून नियंत्रणात आणावा लागतो. असे न्यूट्रॉन्स् युरेनियम - २३५ चे अणूकेंद्र भेदून फोडू शकतात आणि त्यायोगे औष्णिक ऊर्जा मुक्त होते. अशा अणुभट्ट्यांना मंदगती अणुभट्ट्या म्हणतात. त्यांना औष्णिक अणुभट्ट्या (थर्मल रिअॅक्टर) असेही नाव आहे. अणु वैज्ञानिकांनी युरेनियमच्या ऐवजी प्लुटोनियमच्या अणुकेंद्राचे भंजन करण्याचे प्रयोग केले आहेत.

जगातील विविध देशांमध्ये अणुभट्ट्यांची उभारणी करण्यात आली आहे. त्यांचे डिझाईन, बांधणी आणि ऊर्जानिर्मितीची क्षमता वेगवेगळी आहे. 'एनरिच्ड' युरेनियम ज्या देशांकडे पुरेसे आहे, अशा देशांनी शुद्ध साधे पाणी हेच शामक (मॉडिरेटर / नियंत्रक) असलेल्या अणुभट्ट्या उभारलेल्या आहेत. उदाहरणार्थ, अमेरिकेत आणि रशियात अशा अणुभट्ट्या आहेत. इंग्लंड, कॅनडा आणि भारतामध्ये 'समृद्ध' युरेनियमची कमतरता असल्यामुळे 'नैसर्गिक' युरेनियम वापरता येईल, अशा अणुभट्ट्या आहेत. 'जड पाणी - नैसर्गिक युरेनियम' जिथे वापरले जाते, तिथे त्याचे दोन मुख्य प्रकार आहेत.

१) प्रेशर व्हेसल रिअॅक्टर (दाबपात्र भट्टी)

२) प्रेशर ट्यूब रिअॅक्टर (दाबनलिकाभट्टी)

कॅनडा आणि भारतात प्रेशर ट्यूब रिअॅक्टरचा बहुतांशी वापर केला जातो.

भट्टीतील उष्णतेपासून मिळणाऱ्या विद्युतऊर्जेचे प्रमाण शीतकाच्या तपमानावर अवलंबून असते. तपमान जेवढे अधिक तेवढे जड पाण्याचे तपमान राखले जाते. जड पाण्याचा उत्कलनबिंदू हा साध्या पाण्यापेक्षा जास्त असतो. याचा अर्थ तपमान १०० अंश सेल्सिअस पर्यंत वाढले तरी लगेच जड पाण्याची वाफ होत नाही. यामुळे भट्टीत उत्पन्न झालेल्या उष्णतेचे वहन सहज सुलभतेने होते. हे शक्य व्हावे यासाठी दाबपात्राचा उपयोग केला जातो, यामुळे शीतक आणि शामक म्हणून वापरण्यात येणारे सर्व पाणी दाबाखाली ठेवण्याची व्यवस्था केली जाते. हे तांत्रिकदृष्ट्या कठीण असते. हे लक्षात घेऊन फक्त शीतक जास्त तपमानात आणि जास्त दाबाखाली ठेवले जाते. अर्थात यासाठी शीतक आणि शामक वेगळे ठेवावे लागतात, त्यामुळे मुख्य टाकी जाड पत्र्याची नसली तरी चालते. फक्त दाबनलिका वापरून या अडचणीतून मार्ग काढता येतो.

राणाप्रताप सागर येथील 'प्रेशर ट्यूब रिॲक्टर' -

कॅनडामध्ये कॅनडू नामक ठिकाणी एक अणुभट्टी आहे. या रचनेवर आधारित राणाप्रताप सागर (राजस्थान) येथे दोन अणुभट्ट्यांची उभारणी करण्यात आली आहे. येथील प्रत्येक अणुभट्टीतून २ लाख किलोवॅट वीजनिर्मिती होईल. जड पाणी शामक म्हणून वापरण्याकरिता या दोन्ही भट्ट्यांच्या अंतस्थ भागात ५.६ मीटर व्यास असलेली एक टाकी आहे. या टाकीच्या मधून १०६ दाबनलिका गेल्या असून त्या प्रत्येक नलिकेत इंधनाची योजना करण्यात आली आहे. या भट्टीत उष्णता तयार होते. ती वाहून नेण्यासाठी जड पाणी आत नेलेले असते. यामध्ये युरेनियम डाय-ऑक्साईड हे इंधन वापरतात. ते झिरकोनियमच्या मिश्रधातूच्या आवरणात असते. युरेनियम डाय-ऑक्साईड हे 'वडी' च्या स्वरूपात असते. प्रत्येक दाबनळीत इंधनाच्या सहा जुड्या ठेवलेल्या असतात. दाबनलिकेतून शीतक म्हणून जड पाणी खेळवले जाते. ते शामक म्हणून कार्य करते. यात तयार झालेल्या पाण्याची वाफ वापरून नेहमीच्याच पद्धतीने विद्युतनिर्मिती केली जाते. जड पाणी थंड झाल्यावर त्याचा पुनर्वापर केला जातो. या भट्टीमध्ये ५५ टन इंधन आणि २०० टन जड पाणी असते. इंधन बदलण्यासाठी दोन बाजूंना विशेष यंत्रांची योजना केलेली असते. भट्टी चालू असतानाही इंधन बदलता येते. मोठ्या प्रमाणात विद्युतनिर्मिती होत असताना त्यामुळे कोणताही अडथळा येत नाही, कारण भट्टी सतत चालू राहते. उद्योगधंद्यांना विजेचा अखंडपणे प्रवाह मिळणे आवश्यक असते, त्यासाठी एक राखीव विद्युतकेंद्र ठेवावे लागते. मात्र, येथील प्रकल्पात इंधन बदलण्याची सोय असल्यामुळे अनेक समस्या सुटलेल्या आहेत.

साधे पाणी - समृद्ध (एनरिच्ड) युरेनियम रिॲक्टर

या अणुभट्टीमधील युरेनियम इंधन हे 'लो-एनरिच्ड युरेनियम' इंधन असते. यातील इंधनात युरेनियम - २३५ चे प्रमाण केवळ २ ते ३ टक्के असते. ते डाय-ऑक्साईडच्या स्वरूपात असते. या अणुभट्टीत साधे पाणी (म्हणजे 'जड पाणी' नाही.) हे नेहमीचे पाणी असले तरी ते अत्यंत शुद्ध स्वरूपात लागते; कारण त्याचा उपयोग कुलंट (शीतक) आणि मॉडिरेटर (शामक) म्हणून केला जातो. प्रत्यक्षात त्याचे दोन प्रकार आहेत -

१) पी. डब्ल्यू. आर. (प्रेशराईज्ड वॉटर रिॲक्टर) प्रभारित जलभट्टी

२) बी. डब्ल्यू. आर. (बॉयलिंग वॉटर रिॲक्टर) उकळत्या पाण्याची अणुभट्टी

प्रभारित जलभट्टी (पी. डब्ल्यू. आर.) मध्ये पाण्यावर प्रचंड मोठा दाब असतो. तो प्रतिचौरस सेंटिमीटरवर सुमारे १५० किलोग्रॅम असतो, त्यामुळे पाण्याचे तपमान २५० ते २९० अंश सेल्सिअस पर्यंत वाढलं तरी ते प्रत्यक्षात द्रवरूप राहते. ('बाष्पीभवन - ऊर्ध्वपातन' होत नाही). बी. डब्ल्यू. आर. मध्ये पाण्यावरचा दाब कमी असतो, त्यामुळे भट्टीत शीतकाची काही प्रमाणात वाफ होते. पहिल्या प्रकारच्या भट्टीत (पी. डब्ल्यू. आर. मध्ये) प्राथमिक शीतकातील उष्णता ही बाहेरील पाण्याच्या प्रवाहाबरोबर संक्रमित केली जाते. याला 'हीट एक्सचेंज' म्हणतात. त्या पाण्याची वाफ विद्युतनिर्मितीकरिता वापरता येते. जगातील निम्म्याहून अधिक अणुभट्ट्या पी. डब्ल्यू. आर. पद्धतीच्या आहेत. दुसऱ्या प्रकारच्या भट्टीत (बी.डब्ल्यू.आर. मध्ये) जी वाफ तयार होते, ती सरळ टर्बाईन जनरेटरवर सोडून विद्युतनिर्मितीसाठी वापरता येते.

फास्ट ब्रीडर रिॲक्टर (द्रुत प्रभंजक अणुभट्टी)

भारतात थोरियम हा मूलद्रव्याच्या खनिजाचा साठा तीन लाख साठ हजार टन आहे. त्याच्या वापरासाठी 'त्रिस्तरीय' योजना आणून अणुशक्ती मिळवण्याचे महत्त्वाकांक्षी धोरण भारताने स्वीकारले आहे. युरेनियम - २३८ जरी वीजनिर्मितीच्या दृष्टीनं उपयुक्त नसले तरी तो एखादा न्यूट्रॉन शोषून घेतो. त्यानंतर जे किरणोत्सर्जन होते;

त्यापासून प्लुटोनियम तयार होते. हे मूलद्रव्य मात्र अणुभट्टीमध्ये इंधन म्हणून वापरता येतं. अशा भट्टीला 'फास्ट ब्रीडर रिॲक्टर' म्हणतात. याचा अर्थ - 'द्रुत प्रभंजक अणुभट्टी' (किंवा 'द्रुतगती इंधनजनक अणुभट्टी') 'प्रेशराईज्ड हेवी वॉटर रिॲक्टर' साठी नैसर्गिक युरेनियम डाय-ऑक्साईड वापरले जाईल. त्यातून प्लुटोनियम मिळेल. दुसऱ्या टप्प्यात प्लुटोनियम / थोरियमचा वापर करून 'फास्ट ब्रीडर रिॲक्टर' कार्यान्वित होईल. त्यातून युरेनियम - २३३ मिळेल. ते तिसऱ्या टप्प्यात ऊर्जानिर्मितीसाठी वापरता येईल. १९५०-६० च्या दरम्यान फास्ट ब्रीडर रिॲक्टरची कल्पना पुढं आली आणि त्यातून अणुभट्टी विकसित झाली. १९५८ मध्ये तयार करून सुरू केलेला एफ. बी. आर. २००९ मध्येही कार्यशील होता. या अणुभट्टीत वापरल्या जाणाऱ्या अणुइंधनाइतकेच किंवा त्याहून जास्त अणुइंधन तयार होते. यासाठी त्याला 'ब्रीडर' रिॲक्टर म्हणतात. या भट्टीचा वेग 'प्रेशराईज्ड हेवी वॉटर रिॲक्टर' (पी.एच.डब्ल्यू.आर.) पेक्षा साठ पटीने जास्त आहे. या अणुभट्टीत पाण्याऐवजी लिक्वीड मेटल सोडिअमचा वापर केला जातो, त्यामुळे भट्टीतील पाईप तापले जातात. त्यानंतर पाण्याची वाफ करून ती विद्युतनिर्मितीसाठी टर्बाईनवर सोडतात.

द्रुतगती इंधनजनक अणुभट्टीतील प्रक्रिया (फास्ट ब्रीडर रिॲक्टर, एफ. बी.आर.)

निसर्गामध्ये युरेनियमचे २३८ अणुभाराचे समस्थानिक ९९ टक्क्यांपेक्षाही जास्त असते. अणुऊर्जा निमिर्तीसाठी युरेनियम - २३५ हे समस्थानिक आवश्यक असते; कारण या अणूचे विखंडन होऊन ऊर्जा निर्माण होते. प्लुटोनियम २३९ देखील न्यूट्रॉन्सूचा मारा झाल्यावर 'फुटते' आणि ऊर्जा बाहेर पडते. १००० प्लुटोनियम - २३९ अणूंपैकी ७०० फुटतात. 'द्रुतगती इंधनजनक अणुभट्टी' मध्ये या गुणधर्माचा उपयोग करून घेतला आहे. अणुभट्टीत जोरात फिरणारा न्यूट्रॉन युरेनियम - २३८ वर आदळल्यावर तो शोषला जातो. त्यामुळे युरेनियम - २३९ तयार होते. ते अत्यंत अस्थिर असते. त्यातून एक बीटा कण बाहेर पडतो आणि नेपच्युनियम तयार होते. ते देखील अस्थिर असल्यामुळे त्यातूनही एक बीटा कण बाहेर पडतो. परिणामी प्लुटोनियम - २३९ तयार होते. या कृत्रिम रीतीने तयार झालेल्या समस्थानिकाचे विखंडन होऊन ऊर्जा मिळू शकते. त्यामुळे युरेनियम - २३८ हे एरवी निरुपयोगी असणारे समस्थानिक ऊर्जा निर्मितीसाठी उपयोगी पडते. अखेरीस अणुभट्टीत सुरुवातीला जेवढे प्लुटोनियम - २३९ असते, त्याहून जास्त प्लुटोनियम तयार होत राहते. त्याचा अणुबॉम्बनिर्मितीमध्ये उपयोग होतो.

$$ {}_{92}U^{238} + {}_{0}n^{1} \longrightarrow {}_{92}U^{239} \xrightarrow[\beta]{} {}_{93}Np^{239} \xrightarrow[\beta]{} {}_{94}Pu^{239} $$

युरेनियम - २३८ पासून ज्या प्रक्रिया 'एफ. बी. आर.' मध्ये होत राहतात त्यामुळे नवीन इंधनाची निर्मिती होते, असे लक्षात येते. नवीन इंधन तयार होते म्हणजे त्याचे 'ब्रीडिंग' प्रजनन होते. यामुळे या अणुभट्टीला द्रुतगती इंधनजनक अणुभट्टी म्हणतात.

$$ {}_{90}Th^{232} + {}_{0}n^{1} \longrightarrow {}_{90}Th^{233} \xrightarrow[\beta]{} {}_{91}Pa^{233} \xrightarrow[\beta]{} {}_{92}U^{233} $$

थोरियम - २३२ या मूलद्रव्यापासून प्रोटोॲक्टिनियम - २३३ तयार होते. हे मानवनिर्मित मूलद्रव्य आहे. त्याच्यापासून अखेर युरेनियम - २३३ तयार होते. ते उत्तम विघटनशील मूलद्रव्य आहे. अणुऊर्जा कार्यक्रमात युरेनियम - २३३ एक महत्त्वाचे मूलद्रव्य समजले जाते.

थोरियमचा उपयोग करून ऊर्जा निर्मितीची क्षमता भारताने प्राप्त केली आहे. १८ ऑक्टोबर १९८५ रोजी भारताचा फास्ट ब्रीडर रिॲक्टर कार्य करून ४० मेगॅवॉट ऊर्जानिर्मिती करू लागला. हे यश मिळवणारा ६ वा देश म्हणजे भारत. या आधी जगात यू.एस., इंग्लंड, फ्रान्स, जपान आणि रशिया या देशांना 'एफ. बी. आर.' तंत्र अवगत झाले होते. प्लुटोनियम - युरेनियम मिश्र कार्बाईड हे इंधन त्यात असते. 'इंदिरा गांधी सेंटर फॉर ॲटॉमिक रिसर्च' या संस्थेत 'एफ.बी.आर.' चे संशोधन चालू असते.

चिरंतन-अक्षय विकासाचे ध्येय धोरण भारताने स्वीकारले आहे. अणुऊर्जेची निर्मिती होत असताना कार्बन डाय-ऑक्साईड हा वायू वातावरणात सोडला जात नाही. यामुळे 'हरित गृह परिणाम' (ग्रीन हाऊस इफेक्ट) अथवा ओझोनचे छत्र फाटणे - असे विघातक परिणाम होत नाहीत. हे लक्षात घेऊनच अणुऊर्जेला सतत विकासाचा एक पर्याय म्हणून अनेक देशांनी मान्यता दिली आहे. बऱ्याच देशांनी आपल्याला लागणाऱ्या एकूण ऊर्जेपैकी थोडी ऊर्जा अणूभंजन प्रक्रियेतून मिळवली आहे.

जगातील थोरियमचे साठे (२०१३)
(आर्थिकदृष्ट्या उत्खनन शक्य असलेले)

देश	साठे (टनांमध्ये)
ऑस्ट्रेलिया	३,००,०००
भारत	२,९०,०००
नॉर्वे	१,७०,०००
अमेरिका (यू.एस.ए.)	१,६०,०००
कॅनडा	१,००,०००
दक्षिण आफ्रिका	३५,०००

भारतातील अणुऊर्जानिर्मिती केंद्रे
(एकूण आण्वीय विद्युतनिर्मिती ४७८० मेगावॉट)

प्लँट / प्रकल्प	युनिट	ऊर्जानिर्मिती (मेगावॉट)	सुरुवात
तारापूर ॲटॉमिक पॉवर स्टेशन (महाराष्ट्र)	१(बी.डब्ल्यू.आर.)	१६०	२८-१०-१९६९
	२(बी.डब्ल्यू.आर.)	१६०	२८-१०-१९६९
	३(पी.एच.डब्ल्यू.आर.)	५४०	१८-८-२००६
	४(पी.एच.डब्ल्यू.आर.)	५४०	१२-९-२००५
राजस्थान ॲटॉमिक पॉवर स्टेशन (राजस्थान, रावळभाटा)	१(पी.एच.डब्ल्यू.आर.)	१००	१६-१२-१९७३
	२(पी.एच.डब्ल्यू.आर.)	२००	१-४-१९८१
	३(पी.एच.डब्ल्यू.आर.)	२२०	१-६-२०००

प्लँट / प्रकल्प	युनिट	ऊर्जानिर्मिती (मेगावॉट)	सुरुवात
	४(पी.एच.डब्ल्यू.आर.) ५(पी.एच.डब्ल्यू.आर.) ६(पी.एच.डब्ल्यू.आर.)	२२० २२० २२०	२३-१२-२००० ४-२-२०१० ३१-३-२०१०
मद्रास ॲटॉमिक पॉवर स्टेशन (तमिळनाडू, कल्पक्कम)	१ (पी.एच.डब्ल्यू.आर.) २(पी.एच.डब्ल्यू.आर.)	२२० २२०	२७-१-१९८४ २१-३-१९८६
कैपगा जनरेटिंग स्टेशन (कर्नाटक, कैगा)	१ (पी.एच.डब्ल्यू.आर.) २ (पी.एच.डब्ल्यू.आर.) ३ (पी.एच.डब्ल्यू.आर.) ४ (पी.एच.डब्ल्यू.आर.)	२२० २२० २२० २२०	१६-११-२००० १६-३-२००० ६-५-२००७ २०-१-२०११
नरोरा ॲटॉमिक पॉवर स्टेशन (उत्तर प्रदेश, नरोरा)	१ (पी.एच.डब्ल्यू.आर.) २ (पी.एच.डब्ल्यू.आर.)	२२० २२०	१-१-१९९१ १-७-१९९२
काक्रापार ॲटॉमिक पॉवर स्टेशन (गुजरात, काक्रापार)	१ (पी.एच.डब्ल्यू.आर.) २ (पी.एच.डब्ल्यू.आर.)	२२० २२०	६-५-१९९३ १-९-१९९५

भारतामध्ये सध्या २० अणुविद्युत यंत्रणा चालू स्थितीमध्ये आहेत. भावी काळात भारत १८ अणुविद्युत यंत्रणांची उभारणी करणार आहे. सध्या सुमारे ४८०० मेगावॅट विद्युतनिर्मिती आहे. पुढील ८ वर्षात, २०२० पर्यंत भारताची अणुविद्युत निर्मिती २०,००० मेगावॅट इतपत होईल. सुमारे २२० मेगावॅट क्षमतेचे प्रकल्प भारतीय तंत्रज्ञांनी संपूर्ण स्वदेशी तंत्रज्ञान वापरून यशस्वीपणे उभारलेले आहेत. कैगा - १, कैगा - २, तसेच रावतभाटा ३ आणि ४ या भट्ट्यांची उभारणी तर १९९९-२००० एवढ्या कमी अवधीत झालेली आहे. यापुढे भारतीय वैज्ञानिक / तंत्रज्ञ ५०० मेगावॅट अणुभट्टीचं तंत्रज्ञान पूर्णत्वास सहज नेऊ शकतील. तमिळनाडूमध्ये कुंदुकलम येथे साध्या पाण्याचा वापर करून कार्यान्वित होणारे संच उभारले गेले आहेत. तेथे सुमारे एक हजार मेगावॅट विद्युतनिर्मिती होईल. रावतभाटा येथे २२० मेगावॅटच्या चार अणुभट्ट्या आता विकसित होत आहेत.

भारतातील औष्णिक वीजनिर्मिती

अणुविभाजन करून उष्णता आणि विद्युतनिर्मिती जगातील अनेक देशांनी केली आहे. जगामध्ये एकूण वीजनिर्मितीच्या सुमारे १३ टक्के वीज आणि ५.७ टक्के उष्णतेची निर्मिती ही अणुऊर्जेमार्फत होत असते. आ.ए.इ.ए. यांच्या अभ्यासानुसार २०१३ सालापर्यंत ४३७ आण्विय ऊर्जा केंद्रे जगभराच्या ३१ देशांमध्ये कार्यरत असतील; जगातील सुमारे १५० लढाऊ बोटी, जहाजे अणुऊर्जेवर चालतात.

भारताने अणुऊर्जेचा शांततामय उपयोग करून मानवी जीवनात क्रांतिकारक बदल आणण्याचे ठरवले आहे. अणुविद्युतनिर्मिती आणि अणुऊर्जेचे भिन्न-भिन्न उपयोग करणे असे भारताचे धोरण आहे. भारताने अणुविद्युत कार्यक्रम सुरू केल्यानंतर आता दीर्घकाळाने साडेचार हजार मेगावॅट विद्युतनिर्मितीचा पल्ला गाठला गेला आहे. जलविद्युतशक्तीच्या निर्मितीने ७२,००० मेगावॅटचा पल्ला केव्हाच गाठलेला होता. साहजिक एकूण विद्युतनिर्मितीच्या केवळ २ ते ३ टक्के निर्मिती अणुऊर्जेमार्फत होत आहे. २०१३ सालापर्यंत अणुभट्ट्यांमधून होणारी विद्युत ऊर्जा

४७८० मेगावॅट एवढी होईल. हे प्रमाण एकूण वीजनिर्मितीच्या ३.७% आहे. जगात हे प्रमाण १२ ते १३ टक्के असल्यामुळे भारताने अणुऊर्जेवर विद्युतनिर्मितीचे प्रयत्न जोराने करणे गरजेचे आहे. उदाहरणार्थ, फ्रान्सला जेवढी वीज दरवर्षी लागते त्यापैकी ७७.७% वीज त्या देशात केवळ अणुऊर्जेतून मिळत आहे. प्रगत देशांमध्ये अणुविद्युत निर्मितीचे प्रमाण लक्षणीय आहे. स्लोव्हाकिया, बेल्झियम, युक्रेन, हंगेरी, स्लोव्हेनिया, स्वित्झर्लंड, स्वीडन हे देश त्यांच्या देशातील एकूण वीज निर्मितीच्या ४० ते ५०% हिस्सा अणुऊर्जेमार्फत मिळवतात. रशिया, जर्मनी, यू.एस.ए., जपान या देशांत हे प्रमाण सुमारे २०% च्या जवळपास आहे. यू.एस.ए. आणि फ्रान्समध्ये सर्वात जास्त अणुऊर्जेपासून वीजनिर्मिती होते. ती सुमारे ६०,००० ते १ लाख मेगावॅट आहे. अणु विद्युतनिर्मितीमध्ये कार्बन-डाय-ऑक्साईड वायू वातावरणात सोडला जात नाही हे तर वैशिष्ट्यपूर्ण आहेच, पण तो भावीकाळात अक्षय ऊर्जास्रोत बनू शकतो. पुढील तक्त्यात कोणत्या देशात किती अणु विद्युतनिर्मिती होते ते दाखवले आहे.

राष्ट्र	(२०१२-१३) एकूण ऊर्जानिर्मिती (मेगावॅट)	(२०१३) यात अणुविद्युत ऊर्जा किती ? (%)
बेल्झियम	५९२७	५४
बल्गेरिया	१९६६	३३
फ्रान्स	६,३१३०	७७
हंगेरी	१८८९	४३
जपान	४४२१५	१८
जर्मनी	१२००३	१८
यू.एस.ए.	१०१४०९	१९
स्लोव्हाकिया	६८८	४२
रशिया	२३६४३	१८
भारत	४७८०	४
जग	३७०४६१	बदलता

जगातील अणुभट्ट्यांची वाढती संख्या

अणुविद्युतनिर्मितीचे अनेक फायदे आहेत. यातील अणुइंधन हे थोड्याशा प्रक्रियांनंतर पुन्हा वापरता येणं शक्य असते. अर्थात, जगात सध्यातरी अणुविभाजन प्रक्रियेतून (बहुतांशी समृद्ध युरेनियममार्फत) अणुऊर्जा प्रकल्प चालवले जात आहेत, त्यामुळे थोरियमच्या वापराला अजून मोठ्या प्रमाणात सुरुवात झालेली नाही. सध्या जगात अणुभट्ट्यांची संख्या साडेचारशेपर्यंत पोहचत आहे. सर्वात जास्त अणुभट्ट्या यू.एस.ए., फ्रान्स आणि रशियात आहेत. इंटरनॅशनल ॲटॉमिक एनर्जी एजन्सीतर्फे २०१२ सालातील आकडेवारी पुढीलप्रमाणे आहे.

अणुभट्ट्यांची संख्या (२०११-१२)			
देश	प्रत्यक्ष चालू स्थितीत	रचना / बांधणी चालू	आगामी संकल्प
चीन	१५	२५	५१
कॅनडा	१७	३	२
फ्रान्स	५८	१	१
रशिया	३३	७	१८
भारत	२०	७	१८
यू.एस.ए.	१०४	१	११
इंग्लंड	१६	०	४
युक्रेन	१५	०	२
स्वीडन	१०	०	०
स्वित्झर्लंड	५	०	०
दक्षिण कोरिया	२३	४	५
सौदी अरेबिया	०	०	६
जग	४३३	६५	१५८

भारतातील संशोधन अणुभट्ट्या :

१) अप्सरा - (ट्रॉम्बे, मुंबई, स्थापना २०-१-१९५७) ही स्विमिंग पूल टाईप अणुभट्टी असून तिची क्षमता एक मेगावॅट आहे. यात समृद्ध युरेनियम ॲलॉय इंधन म्हणून वापरलं आहे. ही अणुभट्टी बांधायला ३ लाख रुपये खर्च आला. भारताची ही पहिली अणुभट्टी आहे.

२) सायरस (ट्रॉम्बे, मुंबई, स्थापना १०-७-१९६०) भारताची ही दुसरी अणुभट्टी आहे. हिला सी.आय.आर. (कॅनडा-इंडिया-रिॲक्टर) नाव दिले होते. नंतर जड पाण्याचा पुरवठा अमेरिकेने दिला होता. त्यामुळे नाव बदलून 'सायरस' झाले. याची क्षमता ४० मेगावॅट असून यात नैसर्गिक युरेनियम इंधन म्हणून वापरले आहे. रेडिओ आयसोटोप बनवण्याचे काम या ठिकाणी चालते.

३) झरलिना (झिरो एनर्जी रिॲक्टर फॉर लॅटाईस इन्व्हेस्टिगेशन्स ॲंड न्यू असेंब्लीज) (ट्रॉम्बे, स्थापना मे १९६१) भारताची तिसरी अणुभट्टी. या भट्टीची रचना भारतीय शास्त्रज्ञ आणि तंत्रज्ञांनी केली आहे. ही नॅचरल युरेनियम इंधनावर कार्यान्वित झाली. नियंत्रक म्हणून जड पाण्याची योजना करण्यात आली. याला झिरो एनर्जी रिॲक्टर म्हणतात. (१९८४ साली झरलिना भट्टी बंद करण्यात आली.)

४) पूर्णिमा १ ते ३ (प्लुटोनियम रिॲक्टर फॉर न्यूट्रॉन इन्व्हेस्टिगेशन्स इन मल्टिपल असेंब्लीज) (कल्पक्कम, तमिळनाडू, स्थापना २२ मे १९७२) याला फास्ट ब्रीडर रिॲक्टर म्हणतात. इंधन म्हणून प्लुटेनियम / युरेनियम

वापरले आहे. भारताची ही चौथी अणुभट्टी असून तिची क्षमता २४० मेगावॅट आहे.

५) ध्रुव (ट्रॉम्बे, मुंबई, स्थापना १९८५) भारताची ही पाचवी अणुभट्टी आहे. तिची क्षमता १०० मेगावॅट आहे. हिचे कार्य नैसर्गिक युरेनियमवर चालते.

६) कामिनी (ट्रॉम्बे) : थोरियमपासून युरेनियम - २३३ हे समस्थानिक बनते. त्याचा उपयोग इंधन म्हणून या भट्टीत केला आहे. या भट्टीची क्षमता ३० मेगावॅट आहे.

७) एफ.बी.टी.आर. (कल्पक्कम येथे तमिळनाडूत) या अणुभट्टीमध्ये इंधन म्हणून युरेनियम - प्लुटोनियम कार्बाईड वापरले जाते. या अणुभट्टीची क्षमता ४० मेगावॅट आहे.

पोखरण येथील भारताची पहिली अणुचाचणी (१८ मे १९७४)

पोखरण येथे भारताने पहिली अणुचाचणी १८ मे १९७४ रोजी सकाळी ८ वाजून ५ मिनिटांनी घेतली होती. या चाचणीसंबंधीचा निर्णय बहुधा १९७२ च्या सुमारास झाला असावा; कारण तत्कालीन पंतप्रधान श्रीमती इंदिरा गांधी यांनी १९७२ साली लोकसभेतील एका प्रश्नाला उत्तर देताना त्याचा उल्लेख दुरान्वयाने केला होता. त्यांनी म्हटलं होतं- ''भारत शांततामय अणुचाचणीच्या संदर्भात संशोधन करीत आहे.'' याचा अर्थ अणुविज्ञानाचा उपयोग भारत शांततेसाठी करेल, युद्धासाठी नाही. 'पोखरण येथील चाचणी यशस्वी झाल्यानंतर भारताने कोणत्याही आंतरराष्ट्रीय कराराचे उल्लंघन केलेले नाही.' असं स्पष्ट करण्यात आलं होतं.

कॅनडानं भारताच्याकडून 'सायरस' च्या कराराचा भंग झाल्याची भूमिका घेतली; कारण अणुचाचणी घेण्यासाठी 'सायरस' अणुभट्टीतून तयार झालेलं सहा किलोग्रॅम प्लुटोनियम वापरण्यात आलं होतं. सायरस (CIRUS) अणुभट्टी उभारण्यासाठी कॅनडाने भारताला मदत केली होती. कॅनडाने भारताला आण्विक सहकार्य करण्याचं त्यामुळं बंद केलं. भारत हे आण्विक क्षमता असलेले राष्ट्र असले तरी ते शांततामय सहजीवनाचा पुरस्कार करणारे राष्ट्र आहे - असे भारताने दाखवून दिले आहे.

पाकिस्तानचा आण्विक कार्यक्रम हा भारताच्या अणुचाचणीच्या बराच आधी सुरू झाला होता. पोखरण येथील चाचणीमुळे त्याला विशेष जोर आला. पाकिस्तानची या क्षेत्रातली प्रगती भारताच्या सुरक्षिततेला धोका उत्पन्न करणारी आहे. शुद्ध युरेनियम बनवण्याचे तंत्रज्ञान पाकिस्तानकडे आहे. तथापि, त्यांच्याकडे युरेनियमचा साठा नाही, त्यामुळे पाकिस्तानचे या संदर्भातील धोरण हे भारतासारखेच आहे. जर काही कारणाने पाकिस्तानने आपल्या आण्विक क्षमतेचं प्रदर्शन केलंच तर भारत काय भूमिका घेईल ?

पोखरण - १ या अणुचाचणीसाठी भारताने सांकेतिक शब्द योजले होते - 'हसरा बुद्ध' (आनंदी बुद्ध, ऑपरेशन स्मायलिंग बुद्ध) या अणुचाचणीसंबंधीचा तपशील भारताने संयुक्त राष्ट्रसंघाच्या सुरक्षा मंडळातील पाच सदस्यांना दिला. त्या बॉम्बची क्षमता सुरुवातीला २० केटी (kt) टी.एन.टी. सांगण्यात आली. नंतर २ केटी ते २० केटीच्या दरम्यान क्षमता सांगण्यात आली. आता ती तज्ज्ञांच्या मतानुसार ८ केटी (33T) (किलोटन टी.एन.टी.) आहे. टी.एन.टी. म्हणजे ट्रायनायट्रो टोल्यून. हा अत्यंत स्फोटक पदार्थ आहे. टी.एन.टी. हे एक ऊर्जेचं परिमाण आहे. सुरुवातीला पोखरण - १ या चाचणीची माहिती फक्त त्यावेळच्या पंतप्रधान (कै.) इंदिरा गांधी, त्यांचे दोन सचिव (श्री. परमेश्वर एन. हक्सर आणि श्री. दुर्गा प्रसाद धर) यांना माहिती होती. त्यानंतर लष्करातील ज्येष्ठ सेनानींना सांगण्यात आली होती. या भूमिगत अणुचाचणीसाठी ७५ तरुण संशोधक सतत संशोधन आणि तंत्रज्ञानाशी संबंधित कामात गर्क होते. 'हसरा बुद्ध' - ही मोहीम तरीही पूर्ण गुप्त राहिली. या मोहिमेत अणुविकास गटाचे प्रमुख राजा रामण्णा, प्रो. पी. के. अय्यंगार, राजगोपाल चिदंबरन्, सांबशिवा व्यंकटेसन आणि डॉ. वामन दत्तात्रय पटवर्धन हे गुप्तपणे सहभागी होते. होमी सेठना यांच्या नेतृत्वाखाली सर्वांनी आपआपले काम पार पाडले होते.

पोखरण - १ ही अणुचाचणी जमिनीच्या आत १०७ मीटर खोलीवर केली होती. यासाठी खणलेलं भुयार इंग्रजी एल अक्षराच्या आकाराचे होते. या स्फोटामध्ये जमिनीच्या आत १० मीटर खोलीचे आणि ४७ मीटर त्रिज्येचे विवर तयार झाले. या स्फोटामुळे वातावरणात थोडेसेही किरणोत्सर्जन झाले नाही. या अणुबॉम्ब चाचणीसाठी प्लुटोनियमचा 'इंधन' म्हणून उपयोग करण्यात आला. 'मार्शल' मधील अणुवैज्ञानिकांनी १९७९ साली केलेल्या परीक्षणात पोखरण अणुचाचणी १२ किलो टन शक्तीची होती हे सिद्ध झाले. पोखरण - १ अणुचाचणीमुळे तयार केलेला आराखडा, त्याची रचना योग्य आहे, असे संकेत अणुसंशोधकांना मिळाले. प्लुटोनियम वापरून अणूंची साखळी प्रक्रिया सुरू करण्यासाठी सैद्धांतिक आराखड्यांची गरज होती. यासाठी आवश्यक ती गणितात्मक आणि रचनात्मक माहिती 'पूर्णिमा' या संशोधन अणुभट्टीकडून मिळाली होती. या अणुचाचणीनंतर एक शोधनिबंध प्रो. आर. चिदंबरन् आणि प्रो. राजा रामण्णा यांनी प्रकाशित केला. त्यात या अणुचाचणीची शक्ती १२ किलोटन (केटी) असल्याचे नमूद केले होते.

भारताच्या अणुचाचणीला जगातील अनेक देशांनी विरोध केला, तर काही देशांनी निषेध व्यक्त केला. यू.एस.ए. आणि कॅनडा या देशांनी भारताच्या अणुऊर्जा प्रकल्पांना मदत होऊ शकेल अशा सर्व गोष्टींवर निर्बंध आणले. भारताने यानंतर अनेकदा स्पष्ट केले आहे की भारताकडे अण्वस्त्रे बनवण्याची क्षमता असली, तरी भारत अण्वस्त्रे बनवणार नाही. पाकिस्तानचे तत्कालीन पंतप्रधान झुल्फिकार अलि भुट्टो यांनी खूप वादळ उठवण्याचा प्रयत्न केला. त्यांनी शांततेसाठी असलेल्या भारताच्या अणुशक्तीला 'न्यूक्लिअर ब्लॅकमेल' नाव दिले. चीन आणि रशियाने या संदर्भात कोणतीही प्रतिक्रिया दिली नाही.

पोखरण येथील भारताची दुसरी अणुचाचणी

(११ मे १९९८, दुपारी ३ वाजून ४३ मिनिटांनी आणि १३ मे १९९८, दुपारी १२ वाजून २१ मिनिटांनी)

भारताने पहिली अणुचाचणी १८ मे १९७४ रोजी घेतली होती. त्यानंतर तब्बल २४ वर्षांनी मे महिन्यातच १९९८ साली भारताने ५ अणुस्फोटांच्या भूगर्भात चाचण्या घेतल्या. पोखरणच्या वाळवंटावर अमेरिकेच्या टेहळणी उपग्रहांचं लक्ष असूनही त्या अफाट मोकळ्या जागेतील हालचाली गुप्त राहिल्या. अखेरीस अचानक भारताने दुसरी अणुचाचणी यशस्वीपणे घेऊन दाखवली.

पोखरणच्या वाळवंटात ११ मे १९९८ रोजी दुपारी ३-४३ ला तीन अणुस्फोट एकाचवेळी करण्यात आले. तिन्ही स्फोट भूगर्भात केले होते. त्या फ्युजन डिव्हाईस, कमी क्षमतेची डिव्हाईस आणि थर्मोन्युक्लिअर डिव्हाईस प्रकारे घेण्यात आल्या होत्या; ११ मे आणि १३ मे १९९८ या दिवशी केलेल्या चाचण्याचा तपशील, पुढे दिलेला आहे :-

१) शक्ती १ : थर्मोन्युक्लिअर डिव्हाईस - हायड्रोजन बॉम्ब (क्षमता ४० केटी)

२) शक्ती २ : प्लुटोनियम स्फोट (१५ केटी), अण्वस्त्र

३) शक्ती ३ : प्रायोगिक बूस्टर (अणुविभाजन) - प्लुटोनियम वापरले.

४) शक्ती ४ : ०.५ केटी (प्रायोगिक), कमी क्षमतेचा प्लुटोनियमचा वापर

५) शक्ती ५ : ०.२ केटी (कमी क्षमतेचा, प्रायोगिक) युरेनियमचा वापर

यापैकी पहिल्या ३ प्रकारच्या अणुस्फोटांची नोंद भूकंपमापन यंत्रावर (सिसमोग्राफ) झाली. मात्र, कमी क्षमतेच्या शक्ती - ४ आणि शक्ती - ५ या स्फोटांची नोंद भूकंपमापन यंत्रावर झाली नाही. तत्कालीन पंतप्रधान श्री. अटलबिहारी वाजपेयी यांनी या अणुस्फोट चाचणीची माहिती दिल्यावर पुन्हा स्फोट केले जाणार नाहीत, असे जाहीर केले. तसेच या स्फोटांमुळे कुठेही किरणोत्सर्गाचा प्रादुर्भाव झाला नाही, हे स्पष्ट केले.

या अणुस्फोटाच्या चाचणीचे मुख्य को-ऑर्डिनेटर डॉ. अब्दुल कलाम होते. त्यावेळी ते पंतप्रधानांचे विज्ञान विषयक सल्लागार आणि डि.आर.डि.ओ.चे संचालक होते. या खेरीज डॉ. आर. चिदंबरन् (अणुशक्ती आयोग, अध्यक्ष) आणि प्रो. के. संथानम् आणि प्रो. अनिल काकोडकर (संचालक, बी.ए.आर.सी.) वरिष्ठ वैज्ञानिक म्हणून कार्यरत होते. या संपूर्ण मोहिमेसाठी सांकेतिक शब्द होते 'ऑपरेशन शक्ती'.

या अणुस्फोटांपैकी पहिला स्फोट ४३ किलोटन क्षमतेचा होता. तो अणुऔष्णिक साधनाने घडवलेला होता. याचे तत्त्व म्हणजे 'अणुसंमीलन' किंवा न्युक्लिअर फ्युजन आहे. याकरिता सूर्याच्या पृष्ठभागाएवढं उच्च तपमान गाठावं लागतं. याला 'थर्मोन्युक्लिअर डिव्हाईस' म्हणतात. वेगळ्या भाषेत याला 'हायड्रोजन बॉम्ब' म्हणतात. या अणुचाचण्यांचे वैज्ञानिक वर्तुळात आणि राजकीय वर्तुळात बरेच पडसाद उमटले. १३ मे १९९८ रोजी केलेल्या दोन कमी क्षमतेच्या, म्हणजे १ किलोटनपेक्षा कमी क्षमतेच्या अणुस्फोटांमुळे भारतीय अणुवैज्ञानिकांना भरपूर माहिती उपलब्ध झाली, त्यामुळे पुढील काळात प्रत्यक्ष चाचणी न घेताच केवळ संगणकाच्या मदतीनं चाचणी घेणं शक्य होणार आहे. याला 'सिम्युलेशन' (अनुकार) म्हणतात. छोट्या अणुसाधनांच्या यशस्वी स्फोटांमुळे सुटसुटीत अणुबाँबची रचना परिपूर्ण झाली, असं म्हणता येईल. भारतीय अणुवैज्ञानिकांनी खूप अगोदरच अण्वस्त्र तयार करण्याची क्षमता प्राप्त केलेली आहे, याची पाच बड्या अण्वस्त्रधारी राष्ट्रांना कल्पना होती. तथापि, भारतीय अण्वस्त्र कार्यक्रमाने प्रत्यक्ष वापराएवढी सज्जता मिळवलेली आहे, हे या अणुचाचण्यांमुळे सिद्ध झालेलं आहे. संयुक्त राष्ट्रसंघाने या अणुस्फोटांबद्दल निराशाजनक प्रतिक्रिया स्पष्ट केली. अमेरिकेनेही तीव्र नाराजी व्यक्त केली. भारताने अण्वस्त्र प्रसार बंदीवर स्वाक्षरी करण्यास इतर राष्ट्रांनी दबाब आणावा, असे चीनने प्रतिपादन केले. अमेरिकेने भारताला मिळणाऱ्या मदतीमध्ये कपात केली. जपानने भारतावर आर्थिक निर्बंध आणले. रशिया आणि फ्रान्सने कोणतेही मतप्रदर्शन केले नाही. इस्रालयने मात्र भारताच्या यशाची प्रशंसा केली. पाकिस्तानच्या पंतप्रधानांनी (नवाझ शरीफ यांनी) भारताला प्रत्युत्तर मिळेल, असे स्पष्ट करून भारत अणुशस्त्र स्पर्धेत उतरत असल्याचे म्हटले. १९७४ साली भारताने अणुस्फोट घडवून आणल्यानंतर सतत २४ वर्षे अण्वस्त्रविरोधी भूमिका कायम ठेवली होती. आपण अण्वस्त्रे बनवू शकतो, पण बनवणार नाही. असे सर्व व्यासपीठांवरून आवर्जून सांगितले, परंतु १९९८ च्या अणुस्फोट चाचण्या पूर्ण झाल्यानंतर आपण अण्वस्त्रधारी राष्ट्र असल्याचे मान्य केले. तथापि, यापुढे अणुस्फोट चाचण्या करणार नसल्याचे भारताने स्पष्ट केले आहे. त्याचबरोबर पुन्हा एकदा भारताने सर्व अण्वस्त्रधारी राष्ट्रांना अण्वस्त्रे कमी करावीत किंवा नष्ट करावीत असे प्रतिपादन केले आहे.

आण्विक कचऱ्याची समस्या

आण्विक कचरा म्हणजे अणुभंजनातून निर्माण झालेला टाकाऊ माल! या कचऱ्यामध्ये कमी-अधिक प्रमाणात किरणोत्सारी अणु-रेणू असतात. याच्या प्रादुर्भावामुळे आरोग्यविषयक समस्या उद्‌भवू शकतात. आण्वीय भट्टीमध्ये बहुतांशी युरेनियमचा वापर केलेला असतो. अणुभट्टीचे कार्य सुरू झाल्यावर त्यातील इंधनामध्ये खूप मोठ्या प्रमाणात किरणोत्सारी भंजनोत्तर पदार्थ तयार होत असतात. हे पदार्थ युरेनियम इंधन व त्यावरील धातूच्या अतिसुरक्षित कवचात बंदिस्त असतात, त्यामुळे सुरक्षित असतात. हे भंजनोत्तर पदार्थ म्हणजे 'फिशन प्रॉडक्ट्स'; हे अणु कचऱ्याच्या स्वरूपात केवळ इंधन फेरप्रक्रियेनंतरच अस्तित्वात येतात. अणुभट्टी चालू असताना अशा पदार्थांची गळती झाल्यास त्या अणु कचऱ्याची विल्हेवाट लावणे आवश्यक ठरते. याव्यतिरिक्त न्यूट्रॉनच्या प्रहारामुळे तयार होणारा किरणोत्सारी पदार्थ अणुकचऱ्याच्या स्वरूपात तयार होतो. हा कचरा समुद्रतळाशी शिशाच्या पेट्यांमध्ये ठेवला जातो. हा कचरा अंतराळात सोडण्याच्या कल्पनाही पुढे आल्या आहेत. रेडिओ उत्सर्जन हे पोटाद्वारे, श्वासाद्वारे शोषल्यामुळे किंवा टोचल्यामुळे एखाद्याच्या शरीरात प्रविष्ट झाल्यास त्या व्यक्तीला इजा होण्याची शक्यता असते.

अणुभंजनाप्रमाणेच अणुसंमीलन या अणुप्रक्रियेमधूनही ऊर्जा बाहेर पडते आणि त्यावेळी काही इतर मूलद्रव्ये तयार होतात. विद्युतनिर्मिती करणाऱ्या अणुभट्टीत अणुविभाजन प्रक्रिया उपयुक्त ठरते, कारण त्यावर नियंत्रण ठेवता येते. यासाठी अणुभट्टीमध्ये नैसर्गिक युरेनियम थोडेसे समृद्ध करून (म्हणजे त्यातील युरेनियम - २३८ चे काही प्रमाणात युरेनियम - २३५ मध्ये रूपांतर करून) वापरले जाते. या इंधनात अल्पप्रमाणात प्लुटोनियम हे मूलद्रव्य असते. सुरुवातीला हे इंधन कमी प्रमाणात किरणोत्सर्जन करते. नंतर मात्र ते तीव्र किरणोत्सारी होते, कारण त्या इंधनात अल्प प्रमाणात नेपच्युनियम, प्लुटोनियम, अमेरिसियम, क्युरियम ही मूलद्रव्ये असतात. त्यातील काही लगेच विनाश पावणारी असतात, तर काही ३०-४० वर्षे विनाश न पावणारी असतात. काही तर खूप वर्षे किरणोत्सर्जन करतात. या 'वापरलेल्या इंधना' त प्लुटोनियम - २४० असते. याचे अर्धे आयुष्य साडेसहाशे वर्षांचे आहे. तसेच प्लुटोनियम - २३९ चे अर्धे आयुष्य २४०० वर्षांचे आहे. त्यातून प्रदीर्घकाळ किरणोत्सर्जन झाल्यामुळे ते इंधन घातक ठरते. आरोग्यासाठी त्यातून धोका निर्माण होऊ शकतो. अणु प्रकल्पांमधून अशाप्रकारे घातक कचरा निर्माण होऊ शकतो. अणुकचऱ्याची हानिकारकता मोजण्यासाठी त्यातील मूलद्रव्यांच्या अर्ध्या आयुष्याचा विचार केला जातो. उदाहरणार्थ, प्लुटोनियम - २३९ मधून जेवढे किरणोत्सर्जन होते, त्याच्या निम्मे किरणोत्सर्जन होण्यासाठीचा काळ २४०० वर्षांचा असतो.

अणुकचरा कसा तयार होतो ?

अणुऊर्जा निगडित अणुकचरा निर्माण होण्याचे चार प्रमुख मार्ग आहेत. ते सर्व अणुइंधन चक्राशी निगडित आहेत.

१) युरेनियम खनिजाचे उत्पादन व शुद्धीकरण टाकाऊ पदार्थातून रेडियम व तत्सम मूलद्रव्ये
२) इंधन सळ्यांची निर्मिती करताना सौम्य अणुउत्सर्जन करणारा अणुकचरा तयार होतो.
३) अणुभट्टी चालवणे - सौम्य किंवा मध्यम अणुउत्सर्जन करणारा कचरा बाहेर पडतो. युरेनियमच्या भट्टीतून निघणारे पदार्थ सूक्ष्म प्रमाणात अणुउत्सर्जक असतात.
४) इंधन फेरप्रक्रिया - तीव्र उत्सर्जन करणारा कचरा त्यातून निर्माण होतो. अणुभंजन झाल्यावर उर्वरित पदार्थ किरणोत्सर्जन करणारे असतात.

प्लुटोनियम मिळवण्यासाठी केलेल्या फेर प्रक्रियेतून मात्र दीर्घकालीन व तीव्र स्वरूपाच्या अणुकचऱ्याची निर्मिती होत असते. अणुकचऱ्याचे वर्गीकरण सामान्यत: तीन प्रकारात करतात. ते त्यांच्या उत्सर्जनाच्या कमी-अधिक तीव्रतेवर अवलंबून असते. (१) सौम्य अणुकचरा (२) मध्यम क्षमतेचा अणुकचरा. (३) तीव्र / प्रखर उत्सर्जन करणारा अणुकचरा. हे तीन स्रोत घन, द्रव किंवा वायू रूपात असू शकतात. त्याची विल्हेवाट अतिशय सुरक्षित पद्धतीने केली जाते.

अर्थातच त्यामुळं कोणताही अपाय होणार नाही अशी काळजी घेतली जाते.

अणुकचरा हा सर्वसाधारणत: दोन भागांत विभागला जातो - १) सौम्य हानिकारक कचरा २) तीव्र हानिकारक कचरा

सौम्य हानिकारक अणुकचरा : काही किरणोत्सारी मूलद्रव्यांचे अर्धे आयुष्य खूप कमी असते. उदाहरणार्थ, १४० अणुभाराचे बेरियम (१३ दिवस), १०३ अणुभाराचे रूथेनियम (४० दिवस), ८९ अणुभाराचे स्ट्रोन्शियम (५४ दिवस) वगैरे, प्रयोगशाळांमध्ये किंवा अणुभट्टीमध्ये कमी अर्धे आयुष्य असणाऱ्या मूलद्रव्याचे प्रमाण जास्त असते. अशा अणुकचऱ्याला धोकारेषेच्या आत येण्यासाठी १० ते ५० वर्षे लागतात. या दरम्यान अणुकचरा

साठवताना शास्त्रोक्त पद्धतीने तो सुरक्षित ठेवला जातो. कालांतराने त्यातील किरणोत्सर्ग कमी होतो. अशा कचऱ्यातील किरणोत्सारी मूलद्रव्यांमधील तीव्रता खूप कमी होते. नंतर ऱ्हास झालेल्या किरणोत्सारी मूलद्रव्यांचा निचरा किंवा विल्हेवाट नेहमीच्या कचऱ्याप्रमाणेच, पण काळजीपूर्वक करण्यात येते.

तीव्र हानिकारक अणुकचरा – जो अणुकचरा प्रदीर्घकाळ किरणोत्सर्जन करत राहतो, तो जास्त हानिकारक असतो. अणुभट्टीतील अंतर्गत भागात अशा प्रकारचा कचरा तयार होतो. अल्फा, बीटा आणि गॅमा अशा तिन्ही प्रकारच्या किरणोत्सर्गामुळे दीर्घकाळ झाल्यावर काही मूलद्रव्ये स्थिर अवस्थेत पोहोचतात. हा कालावधी सुमारे एक हजार वर्षांएवढा असू शकतो. काही प्रकारच्या अणुप्रकल्पांत बऱ्याच घातक मूलद्रव्यांची निर्मिती होते. ही मूलद्रव्ये युरेनियम (अणुक्रमांक ९२) नंतरची 'जड मूलद्रव्ये' असतात त्यांना 'ट्रान्सयुरेनिक' मूलद्रव्ये म्हणतात.

अतिप्रखर किंवा घातक अणुकचरा

संपूर्ण इंधन चक्रातील बहुतांशी सर्व किरणोत्सारी मात्रा 'अतिप्रखर' म्हणून वर्गीकृत केली जाते. किरणोत्सारी तीव्रता १००० क्युरी प्रतिलिटरच्या आसपास असते.

अशा तऱ्हेच्या अणुकचऱ्याची योग्य विल्हेवाट लावण्यासाठी त्यावर काचसदृश पदार्थाची प्रक्रिया करणे हा उपाय केला जातो. अणुकचरा बोरोसिलिकेट काचेच्या साच्यात बंदिस्त केला जातो. हा अतिशय घट्ट व रासायनिक दृष्ट्या टिकाऊ पदार्थ बनतो. अशा स्वरूपातील तीव्र अणुकचरा स्टेनलेस स्टीलच्या हवाबंद पिंपामध्ये साठवला जातो. पहिली २५ वर्षे तो भूमिगत साठवणीच्या व्यवस्थेखाली व देखरेखीखाली ठेवला जातो. त्यानंतर तो भूगर्भातील खडकांच्या आत साठवला जातो.

हा अणुकचरा जास्त धोकादायक असतो, त्यामधून जी उष्णता बाहेर फेकली जाते ती २०० वर्षे टिकू शकते. त्यातील काही समस्थानिके (अणुभार वेगळी असलेली मूलद्रव्ये) किरणोत्सर्जन होऊन स्थिर होण्यासाठी ५० हजार ते एक लाख वर्षेदेखील लागतात. अशा अणुकचऱ्याचा बंदोबस्त अर्थातच तांत्रिकदृष्ट्या उत्तम पद्धतीने करणे गरजेचे आहे, यात शंका नाही. त्याचं कारण असं की, ५० वर्षांपूर्वीच्या अणुभट्ट्यांचं कार्य आता हळूहळू संपत आलं आहे. यामधील विविध उपकरणांची योग्य पद्धतीनं विल्हेवाट लावणे गरजेचं आहे.

अणुकचऱ्याची विल्हेवाट लावण्याचं तंत्र -

या कामासाठी अतिशय दर्जेदार यंत्रणा आणि त्याचबरोबर कुशल कामगारांची गरज असते. हे काम तज्ज्ञांच्या देखरेखी खाली करणं अत्यावश्यक आहे. यासाठी बरीच आर्थिक तरतूद करावी लागते. आंतरराष्ट्रीय अणुऊर्जा संस्थेने या कामासाठी काही मूलभूत मार्गदर्शक तत्त्वे सांगितली आहेत.

१) प्रदूषण टाळून पर्यावरणाचे संरक्षण करणे

२) मानवी आरोग्य सांभाळणे

३) अणुकचऱ्याचा बंदोबस्त करताना आंतरराष्ट्रीय सीमांच्या पलीकडे उपद्रव होणार नाही, याची काळजी घेणे

४) भावी पिढ्यांना अणुकचऱ्याचा धोका पोहोचणार नाही, या संबंधी काळजी घेणे. त्या पिढ्यांवर अणु उत्सर्जनासाठीच्या बंदोबस्ताची जबाबदारी न टाकणे

अणुकचऱ्याचा बंदोबस्त करण्यासाठी काही उपाययोजना

१) जमिनीत पुरणे : जमिनीच्या आत खोलवर छिद्रे पाडली जातात आणि त्यात प्रदीर्घकाळ किरणोत्सर्जन करणारी अणुराख पुरली जाते. सुमारे पन्नास वर्षांनी किरणोत्सर्जनाची तीव्रता कमी झालेली असते. या भागातील धोका कमी झाल्यावर जुन्या वापरात नसलेल्या खाणीत त्याची विल्हेवाट लावली जाते.

२) सागरामध्ये सोडणे अथवा पुरणे : अमेरिका, फ्रान्स, ब्रिटन या देशांनी त्यांचा अणुकचरा अॅटलांटिक आणि पॅसिफिक महासागरात सोडून दिला आहे. हा पर्याय किमान खर्चाचा आहे. हा कचरा अतिशय सुरक्षित अशा आवरणामधून सोडला असल्यामुळे अद्याप तरी त्याचा धोका पर्यावरणात पसरलेला नाही. सागरी जीवनाला कोणताही अपाय या पद्धतीत झालेला नाही. समुद्राच्या तळाच्या आत एखाद्या क्षेपणास्त्राप्रमाणे घुसणाऱ्या साधनाचा वापर करण्याची एक योजना आहे. अणुकचरा भरलेली मोठी कुपी (नळकांडी) निदान ६० ते ८० मीटर पर्यंत रुतून बसवण्याचे हे तंत्र आहे. सागराच्या तळाशी शेकडो मीटर उंच गाळ आहे. या गाळात वाळू आणि माती आहे. त्यात खोलवर छिद्रे पाडून सागराच्या तळाशी अणुकचरा गाडावा, अशी एक योजना आहे.

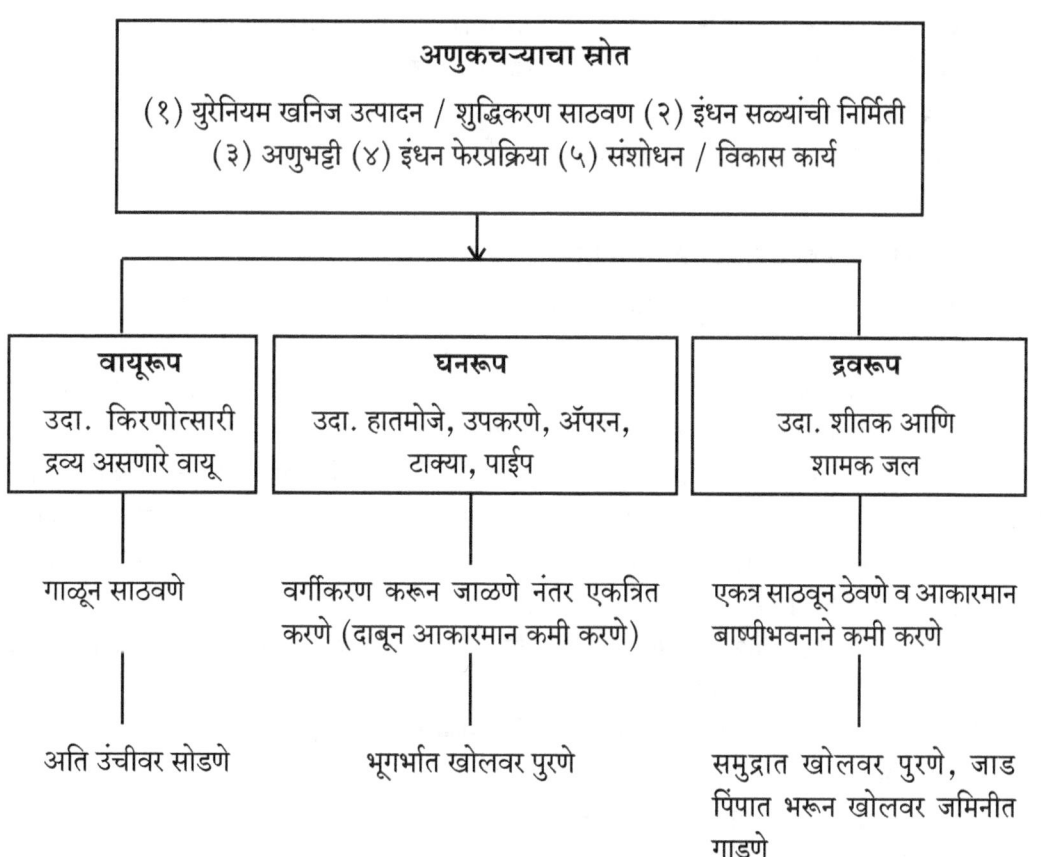

अणुकचऱ्याचे व्यवस्थापन (बंदोबस्त)
एक दृष्टिक्षेप

३) सिमेंट क्रॉंकिटचा वापर करून अणुकचरा गाडणे - सौम्य व घनरूप अणुकचरा (हातमोजे / कपडे) वगैरे सुरक्षितपणे सिमेंट कॉंक्रिटच्या चरातून साठवले जातात. मध्यम स्वरूपाचा कचरा हा साधारणत: द्रवरूप असतो. याची तीव्रता प्रतिलीटर एक मिलीक्युरी एवढी असते. हा द्रव कमी करण्याचा एक उपाय म्हणजे त्याचे बाष्पीभवन करणे व नंतर तो बिटुमेन, सिमेंट किंवा तशाच एखाद्या पदार्थात मिसळणे. नंतर बंदिस्त साच्यामध्ये (मॅट्रिक्स) तो सिमेंटच्या चरामध्ये पुरणे / गाडणे

४) धोकादायक उत्सर्जनाचे सौम्य उत्सर्जनात रूपांतर - जो अणुकचरा खूप धोकादायक असतो, त्याचे रूपांतर स्थिर किंवा कमी धोकादायक मूलद्रव्यात केले जाते. कण-गतिवर्धकाच्या साहाय्यानं उच्चगतीच्या न्यूट्रॉन्सूचा मारा त्यावर केला जातो. त्यातून त्याची तीव्रता कमी करण्याची कल्पना आहे. तथापि, या पद्धतीचा वापर अद्याप केलेला नाही.

५) पृथ्वीच्या भूगर्भातील सरकत्या प्लेटचा उपयोग - पृथ्वीच्या भूगर्भात अनेक प्रस्थरांचे (प्लेट्सचे) भ्रंश आहेत; ते सतत सरकत असतात. या प्लेट्स, पृथ्वीच्या पोटातच हालचाल करतात. त्यात अणुकचरा ठेवला तर तो पृथ्वीच्या पोटातच राहील, अशी कल्पना आहे. या प्रक्रियेला 'सबडक्शन' म्हणतात.

किरणोत्सर्जन करणारा अणुकचरा काचेमध्ये बंदिस्त करून त्याची तीव्रता काही प्रमाणात कमी करता येते. याला ग्लास मॅट्रिक्स म्हणतात; तसेच या मालाची विल्हेवाट लावणे सुलभ होते. यासाठी आवश्यक असणारी 'इम्मोबिलायझेशन' यंत्रणा तारापूर आणि ट्रॉम्बे येथे उभारली आहे. किरणोत्सारी टाकाऊ पदार्थांचे सिमेंट मॅट्रिक्समध्ये इम्मोबिलायझेशन करता येते. यासाठीचा प्लॅंट कल्पक्कम येथे आहे. तारापूर येथे अशाच कार्यासाठीची 'ॲडव्हान्स्ड व्हिट्रिफिकेशन सिस्टीम' विकसित केली आहे. याला ज्यूल मेल्टर टेक्नॉलॉजी म्हणतात. ही पद्धत 'ज्यूल हिटेट सिरॅमिक मॅट्रिक्स' नावाने ओळखतात. ती जगात फक्त सहा राष्ट्रांमध्ये असून, भारत त्यापैकी एक राष्ट्र आहे. अशा पद्धतीने काचेत बंदिस्त झालेला अणुकचरा ३० वर्षांपर्यंत सुरक्षितपणे साठवला जातो. नंतर भूगर्भात तो खूप खोल पुरला जातो.

किरणोत्सारी समस्थानिके (रेडिओ आयसोटोप्स्)

एखाद्या मूलद्रव्यामध्ये वेगवेगळ्या वस्तुमानांचे काही प्रकार आढळतात. उदाहरणार्थ, हायड्रोजनचे दोन प्रकार आहेत - ड्युटेरियम आणि ट्रिटियम. ड्युटेरियम आणि ट्रिटियममध्ये अनुक्रमे एक आणि दोन न्यूट्रॉन्स् हायड्रोजनच्या केंद्रस्थानी असतात. साहजिकच त्यांचे वस्तुमान वाढते. तथापि, ती हायड्रोजनचीच दोन रूपे आहेत. त्यांना समस्थानिक म्हणतात. युरेनियम निसर्गात २३८ अणुभाराचे सुमारे ९९% सापडते. तथापि, युरेनियम - २३५ आणि युरेनियम - २३३ अस्तित्वात आहेत. अशी समस्थानिके निसर्गात आढळतात; पण काही समस्थानिके प्रयोगशाळेत कृत्रिम रीतीने तयार करता येतात. त्यासाठी एखाद्या मूलद्रव्यावर फोटोन / न्यूट्रॉनचा भडिमार करावा लागतो. समस्थानिकांचे कृषी, आरोग्य आणि उद्योगधंद्यांमध्ये विविध प्रकारचे उपयोग संभवतात, हे लक्षात घेऊन बी. ए. आर. सी. (ट्रॉम्बे) या ठिकाणी समस्थानिकांची निर्मिती केली जाते. त्यांच्यापैकी काही वैद्यकशास्त्रामध्ये वापरली जातात.

उदाहरणार्थ, केंद्रकीय औषधे - रोगाचे निदान (चिकित्सा) आणि उपचार करण्यासाठी काही समस्थानिके वापरली जातात, ती पुढीलप्रमाणे आहेत -

१) थॅलियम २०१ - हृदयातून रक्तप्रवाहाचा मार्ग शोधण्यासाठी उपयुक्त
२) आर्सेनिक ७४ - शरीरातील गाठी शोधण्यासाठी
३) होल्मियम १६६ - संधिवाताच्या उपचारासाठी
४) समारीयम १५३ - संधिवाताच्या उपचारासाठी

५) आयोडिन १३१ - हे समस्थानिक वैद्यकशास्त्रामध्ये चिकित्सा करण्यासाठी किंवा उपचारपद्धतींसाठी वापरले जाते. उदाहरणार्थ, कंठातील थायरॉईड ग्रंथीमधून थायरॉक्झिन हार्मोन किती प्रमाणात असतात ते पाहाणे.

६) इरिडियम १९२ आणि आयोडिन १३१ कर्करोगावरील उपचारासाठी

७) केसियम १३७ कर्करोगावरील उपचारासाठी

८) आयोडिन १२५ - डोळ्याच्या कर्करोगावरील उपचारासाठी

कृषीक्षेत्रात (रेडिओ ॲक्टिव्ह आयसोटोप्स्) समस्थानिकांचा उपयोग - वनस्पतींमध्ये जनुकीय उत्परिवर्तन (जेनेटिक म्युटेशन) घडवून आणण्यासाठी उपयुक्त. त्यामुळे रोगप्रतिकारक बियाणे घडवता येतात; तसेच जास्त उत्पन्न देणारे वाण मिळवता येते. बी.ए.आर.सी. ने कृषीविद्यापीठांच्या मदतीने शेंगदाण्याचे १०, कडधान्यांचे १०, मोहरी / सोयाबीनचे प्रत्येकी २, ज्यूट व तांदूळाचे प्रत्येकी १ असे अनेक प्रकार तयार केले आहेत. समस्थानिकांचा उपयोग जमीन - पीक - खते यांची कार्यक्षमता किती आहे याचा अभ्यास करण्यासाठीही होतो.

खाद्यान्न प्रक्रियेत उपयोग - किरणोत्साराचा उपयोग अन्न, वस्त्र, धान्य, फळे, भाज्या इत्यादींवर केला जातो. याला 'इर्रॅडिएशन' प्रक्रिया म्हणतात. त्यामुळे पुढील क्रिया साधता येतात -

१) त्यांच्यातील रासायनिक विघटनाची प्रक्रिया मंदावते.

२) घातक जिवाणू / सूक्ष्मजीव क्रियाहीन बनतात.

३) त्यांची साठवणूकक्षमता वाढून (शेल्फ लाईफ) टिकाऊपणा वाढतो.

४) अन्न किरणोत्सारी स्रोताच्या प्रत्यक्षात संपर्कात येत नाही, म्हणून संसर्ग होत नाही.

५) ती एक शीत-प्रक्रिया आहे, त्यामुळे अन्नपदार्थाचे तापमान वाढत नाही.

६) आधीच पॅक बंद केलेल्या अन्नाचे बाहेरून इर्रॅडिएशन करता येते, कारण किरणोत्सर्जनाचा स्रोत आरपार जातो.

अन्नप्रक्रियांसाठी जगभर कोबाल्ट - ६० आणि केसियम - १३७ यापासून निघालेल्या गॅमा किरणांचा वापर केला जातो.

औद्योगिक क्षेत्रात समस्थानिकांचा वापर -औद्योगिक क्षेत्रामध्ये गियरची झीज किती झाली आहे, इंजिनाचा दट्ट्या किती घासला गेला आहे हे लक्षात घेणं खूप महत्त्वाचं आहे. विविध वंगणांचं संशोधन केलं तर त्यातील योग्य वंगण कोणतं आहे, त्याची निवड करण्यासाठी समस्थानिकांचा उपयोग होतो. योग्य गियरसाठी योग्य वंगणच हवे, त्यामुळे औद्योगिक क्षेत्रातील विविध यंत्रणांची कमीतकमी झीज होते.

जल व्यवस्थापनात समस्थानिकांचा वापर -

१) भूजलाचं कृत्रिम पुनर्भरण करण्यासाठी

२) बंदरामध्ये गाळाच्या हालचालींचा अभ्यास करण्यासाठी

३) नदीतील वाहत्या पाण्याच्या मोजमापासाठी

४) धरणातील पाणी आजूबाजूच्या भागात झिरपते, त्यांचं मोजमापन करण्यासाठी

५) सागरी पाणी शुद्ध करून त्याचे पेयजलात रूपांतर करताना समस्थानिकांचा वापर होतो

किरणोत्सारी समस्थानिकांचा उपयोग कालमापनासाठी कसा होतो.

कार्बन - १४ हे समस्थानिक प्राचीन काळापासून जीवसृष्टीत विशिष्ट प्रमाणातच आढळते. कार्बन - १२ आणि कार्बन - १४ यांचं प्रमाण प्राचीन हाडे, लाकूड, बिया, शिंगं, शंख-शिंपले, वस्त्रं, नखं, मोती आदींमध्ये

किती आहे, हे कळलं की ते किती वर्षांपूर्वीचे आहे, ते कळते. जेव्हा प्राणी किंवा वनस्पती मृत होतात, तेव्हा त्यांचे कार्बन ग्रहण करणे थांबते. त्या क्षणापासून त्यांच्या शरीरातून किरणोत्सारी कार्बन - १४ चा ऱ्हास होऊ लागतो, मात्र कार्बन - १२ किरणोत्सारी नसल्याने त्याचे प्रमाण तेवढेच राहते. याचा अर्थ जिवंत असताना नेहमी स्थिर असणारे कार्बन - १४ आणि कार्बन - १२ चे प्रमाण मृत पावल्यानंतर सतत बदलत राहते. यावरून जीवाश्म किंवा मृत वनस्पती / प्राण्याच्या शरीरातील कार्बन - १४ ची सक्रियता आणि कार्बन - १४ शी कार्बन - १२ चे गुणोत्तर मोजल्यास त्यांचा मृत झाल्यानंतरचा काळ काढता येतो. यालाच रेडिओकार्बन वयमापन असे म्हणतात.

युरेनियम समस्थानिकांचा कालमापनासाठी उपयोग - युरेनियमची दोन समस्थानिके युरेनियम - २३८ आणि युरेनियम - २३४ चा तुलनात्मक अभ्यास करून कालमापन करता येते. या पद्धतीमध्ये १०,००० ते २० लाख वर्षांपूर्वीच्या कालखंडातील जीवसृष्टीतील वस्तू / खडक यांचे 'वय' किती असू शकेल ते काढता येते.

युरेनियम आणि थोरियम समस्थानिकाचा उपयोग - युरेनियम - २३८ आणि थोरियम - २३० या दोन समस्थानिकांचा किरणोत्सर्जनामुळे 'ऱ्हास' होतो. याला 'रेडिओ ॲक्टिव्ह डीके' म्हणतात. त्यामुळे ५ लाख वर्षांपूर्वीच्या वस्तूंचे अचूक मोजमाप करता येते. या पद्धतीचा वापर प्रवाळांच्या कार्बोनेटयुक्त खडकांच्या वयाचे मोजमाप करताना होतो.

युरेनियम आणि शिसे यांचा कालमापनासाठी उपयोग - युरेनियम - २३८ ते लेड - २०६ (शिसे) ही एक 'ऱ्हास साखळी' ('ऱ्हास शृंखला') आहे. याच्या साहाय्याने १० लाख ते ४५० कोटी वर्षांपूर्वीच्या कालखंडातील वस्तू / खडक यांचा काळ कोणता ते ओळखता येते. सौरमाला / पृथ्वीचे वय काढताना ही पद्धत वापरली गेली.

अणुऊर्जा (ऊर्जेचा एक महत्त्वाचा स्रोत)

अणूचे केंद्रक हे त्याच्या केंद्रकीय ऊर्जेमुळे स्थिर असते. परंतु, अणूच्या केंद्रकाच्या विखंडनामुळे (Fission) किंवा संमीलनामुळे प्रचंड ऊर्जा निर्माण होते. केंद्रकाच्या विखंडनामुळे निर्माण होणारी ऊर्जा कॅडमियम किंवा ग्रॅफाईटचे रॉड वापरून नियंत्रित केली तर तिचा विधायक ऊर्जा म्हणून उपयोग करता येतो.

अणुशक्ती निर्मितीत प्रामुख्याने युरेनियम (नैसर्गिक युरेनियम U-235) चा उपयोग केला जातो. १ कि. ग्रॅ. युरेनियममध्ये सर्व अणूंचे विखंडन झाल्यास ३ हजार टन कोळसा जाळल्याने जेवढी ऊर्जा निर्माण होते तेवढी ऊर्जा निर्माण होते. निसर्गामध्ये युरेनियम २३५ चे प्रमाण कमी असून युरेनियम २३८ चे प्रमाण जास्त आहे. यासाठी युरेनियम २३८ चे संवर्धीकरण करणे आवश्यक असते. यासाठी अणुभट्ट्यांमध्ये जड पाण्याचा मंदवाहक म्हणून उपयोग करता येतो.

थोरियम या मूलद्रव्यात ज्यावेळी किरणोत्सारिता विकसित केली जाते. त्यावेळी त्याचे युरेनियम - २३३ या इंधनात रूपांतर होते. भारतात मलबारच्या किनारपट्टीवर थोरियमचा प्रचंड साठा आहे. या थोरियमच्या साहाय्याने ऊर्जानिर्मिती करण्याचा भारतीय अणुऊर्जा विकास प्रकल्पाचा तिसरा टप्पा सुरळीतपणे सुरू आहे. आपल्या देशात थोरियमचे खूप मोठे साठे असल्याने व ते अतिशय कमी खर्चात उपलब्ध होण्याची शक्यता असल्याने थोरियम हे इंधन वापरणाऱ्या अणुभट्ट्या विकसित करणे हा या तिसऱ्या टप्प्याचा महत्त्वपूर्ण उद्देश आहे.

जागतिक दृष्टिकोनातून अणुऊर्जा उत्पादनाचा विचार केला; तर अमेरिकेच्या संयुक्त संस्थानांमध्ये अणुऊर्जेच्या एकूण जागतिक उत्पादनापैकी ३५ टक्के उत्पादन होते. कॅनडामध्ये एकूण जागतिक उत्पादनाच्या २५ टक्के उत्पादन होते. फ्रान्सच्या एकूण वीजनिर्मितीपैकी ७० टक्क्यांपेक्षा जास्त उत्पादन अणुऊर्जेच्या साहाय्याने होते. अणुऊर्जा

उत्पादनाच्या दृष्टिकोनातून भारताचा जगात सध्या ९ वा क्रम लागतो. थोडक्यात, असे म्हणता येईल की कोळसा व ऊर्जेचे इतर पारंपरिक मार्ग यावर मर्यादा आहेत. ऊर्जेच्या अपारंपरिक स्रोतांचा (वायू, सौर, जैववस्तूमान इ.) विचार केला तर या स्रोतांद्वारे मोठ्या प्रमाणावर वीज निर्माण करण्यासाठीची भांडवली गुंतवणूक खूप मोठी असते. यामुळेच अणुऊर्जा हा भारतासाठी एक प्रमुख ऊर्जा स्रोत आहे.

भारतीय दृष्टिकोनातून अणुऊर्जेचे महत्त्व

भारताची ऊर्जेची गरज दिवसेंदिवस वाढत असून विजेची उपलब्धता आणि मागणी यांच्यात मोठी तफावत आहे. ही तफावत वेगाने वाढत आहे. भारताचा ग्रामीण क्षेत्रातील दरडोई विजवापर ११० युनिट्स (Kwh) असून शहरी क्षेत्रातील दरडोई विजवापर ३०० युनिट्सच्या आसपास आहे. दरडोई विजवापराची जागतिक सरासरी ३००० युनिट्स इतकी आहे. विजउपभोगाच्या दृष्टिकोनातून भारताचा जगात अमेरिका, चीन व रशिया नंतर चौथा क्रमांक लागतो.

सन २००६ च्या पूर्वी जवळजवळ २५ वर्षांच्या कालावधीत भारताच्या विजनिर्मितीची वाढ ही वार्षिक ५.९% एवढी होती. सध्या भारताच्या अर्थव्यवस्थेच्या वाढीचा वेग ८ ते ९% एवढा आहे आणि यासाठीच विजनिर्मितीच्या वाढीचा वेग हा ६ ते ७% प्रतिवर्ष असणे अत्यावश्यक आहे. सध्या भारताच्या विजनिर्मितीमध्ये सर्वात मोठा वाटा हा औष्णिक विजनिर्मितीचा आहे. परंतु, हा स्रोत शाश्वत नसल्याने तसेच प्रदूषणाच्या मोठ्या समस्येमुळे साहजिकच अन्य स्रोतांचा गांभीर्याने विचार करणे अत्यावश्यक बनले आहे. वीजनिर्मितीच्या मोठ्या प्रकल्पांसाठी अणुऊर्जा याला सध्यातरी दुसरा पर्याय नाही. तसे बघितले तर पवन ऊर्जा व सौर ऊर्जा या क्षेत्रांत भारतास मोठा वाव आहे परंतु सद्य:स्थितीत तरी हे मोठे जिकिरीचे काम आहे.

सद्य:स्थितीतील अणूऊर्जेचे महत्त्व खालीलप्रमाणे मांडता येईल :

१) आण्विक भट्ट्यांद्वारे जागतिक तापमानवाढीस जबाबदार असणाऱ्या हरितगृहवायूंचे खूप कमी प्रमाणात उत्सर्जन होते.

२) आण्विक भट्ट्यांच्या उभारणीसाठी मोठ्या भांडवलाची गरज असली तरी नवीन संशोधनामुळे या भांडवलात कपात करणे शक्य झाले असून कार्यक्षमतेतही मोठी वाढ झाली आहे.

३) आण्विक भट्ट्यांच्या नवीन तंत्रज्ञानामुळे या भट्ट्यांचा अधिक कालावधीसाठी वापर करणे शक्य आहे.

४) आण्विक भट्ट्यांच्या सुरक्षिततेबाबत जरी प्रश्नचिन्ह उपस्थित केले जात असले तरी अत्याधुनिक तंत्रज्ञानामुळे या भट्ट्या अधिक सुरक्षित अशा बनविणे शक्य आहे.

५) नवीन तंत्रज्ञानामुळे आण्विक कचऱ्याची विल्हेवाट लावणेही सुलभ झाले आहे.

६) खनिज तेलाच्या किमती दिवसेंदिवस वाढत असून आण्विक ऊर्जेची आर्थिक व्यवहार्यता अजून वाढली आहे.

७) भारतामध्ये मलबारच्या किनारपट्टीवर थोरियम या मूलद्रव्याचे मुबलक साठे असून त्याचा अणूऊर्जानिर्मितीसाठी उपयोग करण्यात भारताजवळ स्वदेशी तंत्रज्ञान आहे.

८) भारत-अमेरिका आण्विक सहकार्य करारामुळे भारतास अणुइंधनाच्या संदर्भात कोणतीही समस्या असणार नाही.

९) भारत-अमेरिका अणुकरार प्रत्यक्षात आल्यानंतर १० ते १५ वर्षांत अणुऊर्जा क्षेत्रात ४० अब्ज डॉलरची गुंतवणूक होणार असल्याने भारतीय उद्योगक्षेत्राला ते एक वरदान ठरणार आहे.

आंतरराष्ट्रीय अणु-औष्णिक प्रायोगिक क्रियाधानी

International Thermonuclear Experimental Reactor (ITER Project)

फ्रान्समधील 'कोडार्च' या ठिकाणी 'टॉकमॅक' या केंद्रकीय संमीलना (Nuclear Fussion) द्वारे अणू ऊर्जेची निर्मिती करणाऱ्या प्रकल्पाची शास्त्रीय आणि तंत्रज्ञानदृष्ट्या व्यवहार्यता पडताळून पाहण्यासाठी 'ITER' हा प्रकल्प उभारला जात आहे. हा प्रकल्प पूर्ण होण्यासाठी अंदाजे ३० वर्षांचा कालावधी अपेक्षित असून या प्रकल्पाची बांधणी २००८ पासून सुरू झाली आहे.

या प्रकल्पाची प्रमुख वैशिष्ट्ये खालीलप्रमाणे :

१) सहभागी देश - अमेरिका, चीन, जपान, दक्षिण कोरिया, भारत व युरोपिअन संघ
२) अपेक्षित खर्च - पाच अब्ज युरो
३) अणुकेंद्राच्या एकत्रीकरणाच्या प्रक्रियांचा (सूर्यात होणाऱ्या प्रक्रियेचा) आविष्कार पृथ्वीवर घडवून आणणे हे या प्रकल्पाचे आव्हानात्मक उद्दिष्ट आहे.
४) हा प्रकल्प यशस्वी झाल्यास मानवाचा ऊर्जेचा प्रश्न कायमस्वरूपी निकालात निघेल.
५) या प्रकल्पातून पर्यावरणाला धोका पोहचणार नाही.
६) या प्रकल्पासाठी लागणारे 'ड्युटेरियम' हे समुद्राच्या पाण्यापासून मिळविता येणे शक्य आहे. तसेच ट्रिशिअमची कृत्रिमरीत्या निर्मिती करणे शक्य आहे.

भारतातील अणुऊर्जेची सद्य:स्थिती व लक्ष्य

सन २०१०-११ मध्ये भारतातील अणुऊर्जेद्वारा विजनिर्मिती २६,४७३ दशलक्ष युनिट्स इतकी होती तर सन २०११-१२ मध्ये ३२,४५५ दशलक्ष युनिट्स इतकी होती. सन २०१२ मध्ये भारतातील अणुऊर्जा निर्मिती क्षमता ४७८० मेगावॅट इतकी होती, ती २०१७ पर्यंत १५,९०० मेगावॅट पर्यंत वाढविली जाणार आहे. २०२० पर्यंत ही क्षमता २० हजार मेगावॅटपर्यंत वाढविली जाणार आहे. २०५० पर्यंत भारतातील अणुऊर्जेद्वारे उत्पादित विजेचे प्रमाण २५ टक्क्यांपर्यंत नेण्याचे उद्दिष्ट आहे. भारतातील आगामी अणुऊर्जा प्रकल्प खालीलप्रमाणे आहेत :

१) जैतापूर अणुऊर्जा प्रकल्प : रत्नागिरी जिल्ह्यातील राजापूर तालुक्यात माडबन येथे ९९०० मेगावॅट क्षमतेचा प्रकल्प उभारला जात आहे. प्रत्येकी १६५० मेगावॅट क्षमतेचे युरोपियन प्रेशराइज्ड रिॲक्टर्सवर (EDR) आधारित असलेले सहा संच 'भारत - फ्रान्स नागरी अणुसहकार्या' च्या माध्यमातून पुढील १२ ते १५ वर्षांत कार्यान्वित होणार आहे. या प्रकल्पातील अणुभट्ट्या 'अरेव्हा' या फ्रेंच कंपनीच्या असून हा प्रकल्प आशियातील सर्वात मोठा प्रकल्प असणार आहे.

२) कुडनकुलम् अणुऊर्जा प्रकल्प : तमिळनाडूतील तिरुनवेल्ली जिल्ह्यात २००० मेगावॅट्सचा प्रकल्प दोन टप्प्यांमध्ये (१०००+१०००) उभारले जाणार आहेत. २० मार्च २०१२ रोजी याचा पहिला टप्पा सुरू झाला. हा प्रकल्प भारत-रशिया यांच्या संयुक्त सहकार्याने साकारला जात असून यात ॲडव्हान्स्ड प्रेशराईज्ड वॉटर रिॲक्टर्सचा उपयोग केला जाणार आहे. सध्या जगातील ४३४ अणुप्रकल्पांपैकी २६९ प्रकल्पांमध्ये याच प्रकारच्या अणुभट्ट्यांचा उपयोग केला जातो.

३) रावतभाटा अणुऊर्जा प्रकल्प : भारताच्या २५ व्या अणुऊर्जा प्रकल्पाचे उभारणी कार्य १९ जुलै २०११ रोजी सुरू झाले. राजस्थानमधील कोटापासून ६५ कि. मी. वरील रावतभाटा येथे स्वदेशी तंत्रज्ञानावर आधारित ७०० मेगावॅट क्षमतेचा हा प्रकल्प असेल.

४) बासवाडा (राजस्थान) अणुऊर्जा प्रकल्प : 'NPCIL' चा ५०० मेगावॉटचा प्रकल्प

५) हरिपूर (पश्चिम बंगाल), मिठी विर्दी (गुजरात) व कोआड (आंध्रप्रदेश) या किनारपट्टीच्या प्रदेशात १ हजार मेगावॅट किंवा त्यापेक्षा जास्त क्षमतेचे १० लाइट वॉटर रिॲक्टर्सचे प्रकल्प सुरू आहेत.

अण्वस्त्र प्रसारबंदी करार (१९६८) (नॉन प्रोलिफेरेशन ट्रिएटी - एन.पी.टी.)

विध्वंसक अण्वस्त्रांची वाढ थांबवण्यासाठी जगातील बहुतांशी देशांनी मान्य केलेला करार म्हणजे 'अण्वस्त्र प्रसारबंदी करार' (एन.पी.टी.) १ जुलै १९६८ रोजी आयर्लंड व फिनलंड या देशांनी हा करार जगापुढं मांडला. अमेरिका, रशिया, इंग्लंड, फ्रान्स व चीन या अण्वस्त्रधारी राष्ट्रांसह १९० देशांनी आतापर्यंत या करारावर संमतीदर्शक स्वाक्षऱ्या केल्या आहेत. भारत, पाकिस्तान, उत्तर कोरिया व इस्रायल या चार अण्वस्त्रधारी राष्ट्रांनी मात्र हा करार नाकारला आहे. अण्वस्त्र प्रसारबंदी कराराचे एकूण तीन स्तंभ वर्णन केले गेले आहेत.

१) प्रसारबंदी २) नि:शस्त्रीकरण ३) अणुऊर्जेचा शांततापूर्वक वापर

या कराराचे मुख्य उद्देश पुढीलप्रमाणे -

१) अण्वस्त्रधारी राष्ट्रांनी अण्वस्त्रविरहित राष्ट्रांना अण्वस्त्रे किंवा अण्वस्त्रनिर्मिती यांचे तंत्रज्ञान पुरवू नये.

२) अण्वस्त्र विरहित राष्ट्रांनी अणुऊर्जेचा वापर फक्त शांततामय कामासाठी करायचा आहे. अण्वस्त्रे मात्र बनवू नयेत.

हे उद्देश साध्य झाले तर १९६८ पूर्वीच्या अण्वस्त्रविरहित राष्ट्रांकडे अण्वस्त्रे निर्माण न होता ती फक्त १९६८ पूर्वीच्या अण्वस्त्रसज्ज राष्ट्रांकडेच मर्यादित राहतील. अण्वस्त्रांचा प्रसार अनेक देशांत होणार नाही, यामुळे अणुयुद्धाचा भविष्यकालीन धोका टळेल.

एन.पी.टी. (नॉन - प्रोलिफरेशन ट्रिटी काही तरतुदी) -

१) अण्वस्त्रविरहित देशांना अण्वस्त्रधारी राष्ट्रांनी अण्वस्त्रांसंबंधीचे तंत्रज्ञान देऊ नये.

२) अण्वस्त्रविरहित राष्ट्रांवर अण्वस्त्रसज्ज राष्ट्राने हल्ला केला किंवा हल्ल्याची धमकी दिली तर इतर अण्वस्त्रसज्ज राष्ट्रे त्या अण्वस्त्र विरहित राष्ट्राला वेळीच मदत करतील.

३) अण्वस्त्रविरहित राष्ट्रांनी या करारास मान्यता द्यावी. असे केल्यासच त्या राष्ट्राला अणुशक्तीचा वापर शांततामय कामासाठी करण्यासाठी अण्वस्त्रधारी राष्ट्रांनी तंत्रज्ञान / सामग्री आदी अग्रक्रमानी द्यावे.

४) आंतरराष्ट्रीय अणुऊर्जा प्राधिकरणाने सुरक्षितताविषयक काही नियम केले आहेत. अण्वस्त्र विरहित राष्ट्रांनी अणुऊर्जेचा वापर अण्वस्त्रांसाठी न करता शांततामय कार्यासाठीच करावा.

५) भावी काळात व्यापक स्वरूपात आण्विक शस्त्रास्त्र नियंत्रणाची आणि नि:शस्त्रीकरणाची तयारी साध्य करावी लागते. त्यादृष्टीनं तयारी करणे आणि त्यासाठी या कराराच्या अंमलबजावणीचा कार्यक्रम हाती घेणे

एन.पी.टी. संबंधीचे हे उद्देश जर प्रत्यक्षात खरे झाले तर १९६८ पूर्वी ज्या राष्ट्रांकडे अण्वस्त्रं तयार झाली ते अण्वस्त्रसज्ज राहतील, याउलट ज्या राष्ट्रांकडे अण्वस्त्रे नव्हती, त्यांच्याकडे ती निर्माण होणार नाहीत.

भारत आणि एन.पी.टी.

जगातील अनेक देशांनी एन.पी.टी. करार मान्य केलेला आहे. भारताला हा करार मान्य नाही. त्याची कारणे पुढीलप्रमाणे आहेत -

१) भेदभावजनक करार - हा करार पक्षपाती आहे. अण्वस्त्र नसलेल्या राष्ट्रांनी अण्वस्त्रे करू नयेत किंवा

कोणाकडून मिळवू नयेत, असा दंडक यात आहे. अण्वस्त्रधारी देश मात्र अण्वस्त्र बाळगू शकतात.

२) मक्तेदारी - अण्वस्त्रधारी देश अण्वस्त्रे नव्याने तयार करू शकतात. ते भेदक क्षेपणास्त्राची आधुनिक मालिका घडवू शकतात. पोखरण - १ (१९७४) नंतर भारताला अणुइंधन पुरवठा मिळवणे कठीण गेले. पोखरण - २ (१९९८) नंतर भारताला आर्थिक निर्बंधांचा सामना करावा लागला.

३) अण्वस्त्र विरहित देशांच्या अणुकेंद्राची तपासणी - आंतरराष्ट्रीय अणुशक्ती प्राधिकरण ही संघटना अण्वस्त्रविरहित देशांच्या अणुशक्ती केंद्राची पाहणी किंवा तपासणी करू शकतात. अणुशक्तीचा उपयोग अण्वस्त्रांसाठी करायचा नाही; फक्त अणुऊर्जानिर्मितीसाठी आणि विधायक शांततामय कार्यासाठीच करायचा असा दंडक अण्वस्त्र विरहित देशांवर आहे. ही अट फक्त त्यांनाच आहे. अण्वस्त्रधारी राष्ट्रांना ही अट लागू नाही.

४) अन्य देशांत अण्वस्त्रतळ स्थापन करण्याचा अधिकार - अण्वस्त्रधारी राष्ट्रे जगातील मित्रराष्ट्रांत किंवा विशिष्ट गटांच्या राष्ट्रांतील भूमीवर अण्वस्त्रतळ उभारू शकतात. मात्र 'मित्र राष्ट्र' अण्वस्त्राचा वापर करू शकणार आहे. फक्त अण्वस्त्रसज्ज राष्ट्रच त्याचा वापर करू शकणार आहे. याला भारताचा विरोध आहे. या तरतुदीनुसार चीन, म्यानमार किंवा पाकिस्तानमध्ये एखादा अण्वस्त्रतळ उभारू शकतो. भारताची सुरक्षा त्यामुळे धोक्यात येते.

५) अण्वस्त्र कपातीला वेळापत्रक नाही - अण्वस्त्रविरहित राष्ट्रांवर हे बंधन आहे, त्यामुळे अण्वस्त्रप्रसार होणार नाही. तथापि, अण्वस्त्रधारी देशांकडील अण्वस्त्रांच्या निकामी करण्याविषयी कोणतीही तरतूद करारात नाही.

जग हे अण्वस्त्रमुक्त असावे, हे भारताचे उद्दिष्ट आहे. मात्र त्या दृष्टीने या करारामध्ये तरतूद नाही.

व्यापक अणुचाचणी बंदी करार (१९९६), सी.टी.बी.टी.

आतापर्यंत जगातील विविध देशांनी ठिकठिकाणी २००० पेक्षा जास्त अण्वस्त्रांच्या चाचण्या घेतल्या आहेत. अनेक अणुचाचण्या केवळ अण्वस्त्रांच्या चढाओढीमुळे किंवा जगात वर्चस्व गाजवायला मिळावे या हेतूने झाल्या होत्या, यामुळे घातक किरणोत्सर्जन होणे, दहशतवाद्यांच्या हाती प्राण / वित्तहानिकारक अस्त्रे येणे अशा अनेक समस्या उद्भवतात. सर्वांत जास्त (१०३२) अणुचाचण्या अमेरिकेने घेतल्या. त्यानंतर रशिया ७१५, फ्रान्स २१०, ब्रिटन ४५, चीन ४५ असे क्रमांक लागतात. मानवी मनावर अशा घातक अस्त्रांचा विपरीत परिणाम होतो. असे अनेक मुद्दे लक्षात घेऊन युनोने (संयुक्त राष्ट्र संघाने) सर्व प्रकारच्या अण्वस्त्रांना बंदी घालण्याच्या हेतूने न्यूयॉर्क येथे १० सप्टेंबर १९९६ रोजी एक मसुदा तयार केला. यामध्ये अणुस्फोटाची कुठेही चाचणी घेण्यासाठी मनाई करण्यात आली आहे. तो स्फोट युद्ध - कारणासाठी असो अथवा शांततामय कारणांसाठी असो - त्यावर बंदी आहे, याचा अर्थ ही बंदी सर्वसमावेशक अशी आहे. याला इंग्रजीत संक्षिप्त स्वरूपात 'सी.टी.बी.टी.' म्हणतात. 'कॉम्प्रेहेन्सिव्ह टेस्ट बॅनड्‌ ट्रीएटी' २४ सप्टेंबर १९९६ रोजी मसुदा पूर्ण होऊन तो जगातील राष्ट्रांपुढं स्वाक्षऱ्यांसाठी खुला करण्यात आला. पुढील काळात सर्व प्रकारच्या अणुचाचण्या आणि अण्वस्त्रांचे उत्पादन थांबविण्याच्या उद्देशानं करण्यात आलेल्या या करारातील तरतुदी पुढीलप्रमाणे आहेत -

१) या करारावर स्वाक्षरी करणाऱ्या देशांवर अणुचाचणी किंवा अण्वस्त्रे बनवायला बंदी / मनाई आहे. पूर्वी भूमिगत अणुस्फोट चाचणी करण्यासाठी बंदी नव्हती. आता कोणत्याच प्रकारच्या अणुबॉम्बला (अणुचाचणीला) अनुमती नाही.

२) अण्वस्त्रे - विरहित राष्ट्रांना अण्वस्त्र निर्मितीचे बंधन होते. (१९६८ चा करार). तथापि, अण्वस्त्रधारी राष्ट्रे अद्ययावत अस्त्रे निर्माण करू शकत होते, परंतु 'सी.टी.बी.टी.' (१९९६) च्या करारानुसार त्या राष्ट्रांना नवीन अण्वस्त्रे बनवता येणार नाहीत.

३) या करारावर स्वाक्षरी करणाऱ्या कोणत्याही देशाच्या अणुकेंद्राची तपासणी करण्याचा अधिकार संयुक्त राष्ट्र संघाच्या 'आंतरराष्ट्रीय अणुऊर्जा आयोगा'ला आहे.

४) अण्वस्त्रधारी देश आणि अण्वस्त्र विरहित देश (पण अण्वस्त्रे बनवू शकतील असे देश), असे दोन भाग या करारामुळे पडतात.

यू.एस.ए., रशिया, इंग्लंड, फ्रान्स आणि चीन या देशांकडे १९६७ सालापूर्वीच अण्वस्त्रे होती. अण्वस्त्रे तयार करू शकतील अशा देशांची संख्या ४४ आहे; हा दुसरा गट झाला. या दोन्ही गटांतील सर्व राष्ट्रांनी हा करार मान्य केल्याशिवाय तो अमलात येणार नाही, अशी एक तरतूद करण्यात आली आहे.

मार्च २०१३ पर्यंत या मसुद्यावर १५९ राष्ट्रांनी स्वाक्षऱ्या केल्या आहेत. त्यांना सर्व तरतुदी मान्य आहेत. २४ राष्ट्रांनी स्वाक्षऱ्या केल्या आहेत, पण त्यांना आहे त्या स्थितीतला मसुदा मान्य नाही. यू.एस.ए., चीन, इजिप्त, इराण, इस्रायल यांनी स्वाक्षरी केली आहे; पण अनुमोदन किंवा सहमती दर्शवलेली नाही. भारत, पाकिस्तान आणि उत्तर कोरिया यांनी या मसुद्यावर स्वाक्षरी केलेली नाही.

अमेरिका, फ्रान्स, चीन, ब्रिटन, रशिया या पाच राष्ट्रांनी भारतावर दबाव आणला होता, तसेच काही आमिषे दाखवली तरीही भारताने अजून स्वाक्षरी केलेली नाही.

व्यापक अणुचाचणी बंदी करारावरील भारताची भूमिका

अण्वस्त्रधारी देशांकडे खूप मोठ्या प्रमाणात नानाविध प्रकारची अण्वस्त्रे आहेत. ज्या देशाला अणुचाचणी घ्यायची आहे, त्या देशांना अण्वस्त्रधारी राष्ट्रांची प्रथम अनुमती घ्यावी लागेल; अशी पाच राष्ट्रे आहेत. या राष्ट्रांकडची अण्वस्त्रे हिरोशिमा - नागासकीवर टाकलेल्या बॉम्बच्या कित्येक पटीने जास्त प्राणघातक आहेत. त्यांची संख्या पन्नास हजार आहे. जगाला अण्वस्त्रांच्या धोक्याखाली वावरावं लागत आहे.

अण्वस्त्रे नष्ट करण्यासाठी कालबद्ध कार्यक्रम हवा

घातक अण्वस्त्रांची संख्या कमी करण्यासाठी अण्वस्त्रधारी देशांनी निश्चित कार्यक्रम आखावा, असं भारताला वाटत आहे. हा एकूणच करार समान तत्त्वावर आधारलेला नाही. या असमान तत्त्वावर आधारलेल्या करारामध्ये योग्य तरतुदी असाव्यात. उदाहरणार्थ, अण्वस्त्रधारी देशांनी अण्वस्त्रे शास्त्रोक्त पद्धतीने नामशेष करण्यासाठी कालबद्ध कार्यक्रम आखावा.

सी.टी.बी.टी. सर्वसमावेशक नाही - अणुस्फोट हा जमिनीवर किंवा जमिनीच्या आत करून त्याची चाचणी घेता येते. या दोन्ही प्रकारच्या **चाचण्यांना** बंदी आहे. तथापि, प्रयोगशाळेत किंवा संगणकाच्या प्रणालीवर आधारित अणुस्फोटाचा अभ्यास / संशोधन करता येते. त्यावर मात्र या करारात बंदी नाही. कदाचित सर्व प्रकारच्या अणुस्फोटांचं आधीच परिपूर्ण संशोधन झाल्यामुळेच अण्वस्त्रधारी देश आता त्यांना अनुकूल असणारा मसुदा सी.टी.बी.टी.मध्ये आणत आहेत, असे भारताला वाटत आहे. याचा अर्थ हा करार पुरेसा 'व्यापक' किंवा सर्वसमावेशक नाही. यात भेदभाव केलेला आहे. अण्वस्त्रधारी देशांनी अणुचाचणीवर मनाई आणण्याचं मान्य केलं आहे, पण अण्वस्त्रांचा विनाश करण्याचं मात्र त्यांना मान्य नाही.

भारत - अमेरिका अणुकरार, २००९ (इंडो-यू. एस. न्यूक्लिअर ट्रिटी, २००९)

अमेरिकन काँग्रेसने १ ऑक्टोबर २००८ रोजी भारत आणि अमेरिकेच्या दरम्यान अणुतंत्रज्ञानासंबंधीचे सहकार्य करण्यास संमती दिली होती. त्याचे कारण म्हणजे भारताने पोखरण येथे अणुबॉम्बची चाचणी घेतली. ती इ.स. १९७४ ला घेण्यात आली होती. तेव्हा भारतावर बरेच निर्बंध लादलेले होते. ते निर्बंध सुमारे ३० वर्षे चालूच होते. हे लक्षात घेऊन १८ जुलै २००५ रोजी तत्कालीन अमेरिकेचे अध्यक्ष जॉर्ज डब्ल्यू. बुश आणि भारतीय पंतप्रधान मनमोहन सिंग यांनी एक संयुक्त पत्रक काढले होते. त्यात भारतावरील अणुशक्तीच्या संदर्भातील निर्बंध उठवण्याबाबत आणि भारत-अमेरिकेच्या दरम्यान अणुतंत्रज्ञानाबाबत व अवकाश तंत्रज्ञानाच्या सहकार्याबाबत सकारात्मक मजकूर होता. ३ मार्च २००६ रोजी अमेरिकन अध्यक्ष भारतभेटीवर आले. ३ ऑगस्ट २००७ रोजी अणुसहकार्य करार १-२-३ चा मसुदा तयार होऊन प्रसिद्ध झाला. भारतीय पंतप्रधानांनी ही माहिती संसदेमध्ये जाहीर केली. डाव्या पक्षातील सदस्यांनी त्यासाठी विरोध केला आणि सरकारचा पाठिंबा काढून घेतला. २२ जुलै २००८ रोजी सरकारने अविश्वास ठराव जिंकला. त्यानंतर दोन्ही देशांमधील चर्चेमध्ये खालील बाबींची नोंद घेतली गेली.

१) भारताने भविष्यात अणुचाचणी घेतली तर अमेरिका १-२-३ करार रद्द करील.
२) अखंडपणे अणुइंधनाचा पुरवठा करण्याची हमी अमेरिका घेत नाही.
३) भारताबरोबरच्या अणुसहकार्याच्या संदर्भात १-२-३ करार हा एकमेव महत्त्वाचा दस्तऐवज आहे, असे अमेरिका बिलकूल मानत नाही.

जगात अणुइंधन पुरवठा करणारे ४५ देश आहेत. तीन दिवसांची बैठक घेऊन त्यांनी अखेर भारत-अमेरिका नागरी अणुसहकार्य कराराला बिनशर्त मंजुरी दिली आहे. एन.एस.जी.मध्ये जे ४५ देश आहेत, त्यातील ४२ देश या कराराच्या बाजूने उभे राहिले आहेत. अद्याप भारताने अण्वस्त्र प्रसार बंदी करारावर स्वाक्षरी केलेली नाही. असं असूनही 'एन.एस.जी.' ने भारताला सवलत दिली आहे. ही सवलत अन्य कोणत्याही राष्ट्राला मिळालेली नाही. १-२-३ हा करार यू.एस.ए. ला आणि भारतालाही लाभदायक आहे. अणुऊर्जेचा ओघ वाहता राहण्यासाठी भारताला युरेनियमची गरज आहे, त्यामुळे भारतापुढील ऊर्जासमस्या सुटण्याची अपेक्षा आहे. भारत आवश्यक वाटल्यास अणुचाचणी देखील घेऊ शकतो. तथापि, 'शांततेसाठीच अणुशक्ती' हे भारताचे धोरण असल्यामुळे भारत अणुशस्त्र स्पर्धेत उतरणार नाही. भारताकडून अण्वस्त्रांचा प्रथम वापर केला जाणार नाही, असे स्पष्ट करण्यात आले आहेच. तथापि अण्वस्त्राचा सामना करण्याची तयारी भारत करणार आहे. त्याचप्रमाणे अण्वस्त्रांच्या नियंत्रणा संदर्भात भारत जगाबरोबरच राहील. या प्रस्तावामधील काही अटी जाचक आहेत, तरीही त्यात काही गोष्टी भारतासाठी लाभदायक आहेत. उदाहरणार्थ, जून २००९ च्या भारत - अमेरिकेच्या करारानुसार भारताचे पुढील ३ महत्त्वाचे फायदे आहेत -

१) भारताला उच्च दर्जाचे अणुतंत्रज्ञान मिळू शकेल.
२) सुरक्षिततेच्या दृष्टीने भारताचा लाभ होईल.
३) भारताचे आण्विक धोरण स्वतंत्र राहील व अणुचाचणी बंदी कराराला कोणताही धोका पोहोचणार नाही. भारत लष्करासाठी स्वतंत्र धोरण आखू शकतो आणि उच्च आण्विक तंत्रज्ञान मिळवू शकतो. गेल्या ३० वर्षांत भारताला उच्च दर्जाच्या तंत्रज्ञानापासून वंचित राहावे लागत होते. उदाहरणार्थ, युरेनियम खनिजापासून समृद्ध युरेनियम कसे तयार करायचे, हे तंत्र भारतीय वैज्ञानिकांना आत्मसात करता येईल. त्यासाठी आवश्यक ती उपकरणे भारताला मिळतील. त्या दृष्टिकोनातून हा करार महत्त्वाचा आहे.

भारताच्या आण्विक तंत्रज्ञानाची गुप्तता राहणार नाही, अशी भीती व्यक्त केली जात असली तरी ती निराधार आहे. भारताला अणुचाचणी घेण्यास बंदी आहे, हा विषय मात्र चर्चिला जात आहे. अणुशक्ती हा प्रतिष्ठेचा भाग नसून उपयोगितेचा मुद्दा आहे, ही बाब आता लक्षात आली आहे.

या करारात काही अनुचित वाटणाऱ्या गोष्टी आहेत. त्या समस्या निर्माण करू शकतात. उदाहरणार्थ, करार संपूनही पुढील ४० वर्षे अमेरिका भारतीय अणुभट्ट्यांची पाहणी करू शकणार आहे, त्याचप्रमाणे या करारानुसार भारताला दरवर्षी अमेरिकेच्या अध्यक्षांना आण्विक कार्याचा अहवाल सादर करावा लागेल. याशिवाय दुसऱ्या एखाद्या देशात अणुअपघात झाला तरी त्याची जबाबदारीसुद्धा संबंधित देश म्हणून भारताकडे येऊ शकते.

प्रश्न

१. भारतातील पहिली अणुभट्टी (ॲटॉमिक रिॲक्टर) कोणती ?

(अ) झर्लिना
(ब) ध्रुव
(क) पौर्णिमा
(ड) अप्सरा

२. भारत सरकारने स्वतंत्र अणुऊर्जा खात्याची स्थापना केली ते वर्ष कोणते ?

(अ) १९४७
(ब) १९२०
(क) १९५४
(ड) १९६०

३. अणुऊर्जेसाठी नैसर्गिक युरेनियम (२३५) सारख्या अणूचे भंजन करावे लागते. तथापि, अणुविद्युत निर्मितीसाठी त्याची समृद्धी किमान किती टक्क्यांनी वाढवणे गरजेचे असते ?

(अ) १२ ते १४
(ब) ३ ते ५
(क) १० ते १२
(ड) ८ ते १०

४. अण्वस्त्र निर्मितीसाठी नैसर्गिक युरेनियमचा वापर करायचा असेल तर त्याची समृद्धी किती टक्क्यांनी वाढवणे गरजेचे असते ?

(अ) ८० पेक्षा जास्त
(ब) ६० पेक्षा जास्त
(क) २५ पेक्षा जास्त
(ड) १० पेक्षा जास्त

५. ऑटो हॉन यांनी कोणता शोध लावला ?

(अ) पहिली अणूचाचणी केली.
(ब) पहिली अणुभट्टी उभारली.
(क) किरणोत्सर्जनाचा शोध
(ड) अणूच्या केंद्रकीय विखंडनाचा शोध

६. एन्रीकोफर्मी यांनी कोणता शोध लावला ?

(अ) केंद्रकीय विखंडनाचा शोध
(ब) पहिली अणुचाचणी केली
(क) पहिली अणुभट्टी उभारली
(ड) किरणोत्सर्जनाचा शोध

७. ओपनहायमर यांचं नाव कशाशी संबंधित आहे ?

(अ) समृद्ध युरेनियम
(ब) अणुभट्टी
(क) अणुबॉम्ब चाचणी
(ड) हायड्रोजन बॉम्ब चाचणी

८. खालीलपैकी कोणत्या बाबी केंद्रकीय संमीलनावर (न्यूक्लिअर फ्युजनवर) आधारित आहेत ?

(१) विद्युत निर्मिती
(२) अणुबॉम्ब
(३) सूर्यप्रकाश
(४) हायड्रोजनबॉम्ब

(अ) १ आणि २ बरोबर
(ब) ३ आणि ४ बरोबर
(क) २ आणि ४ बरोबर
(ड) सर्व १, २, ३, ४ बरोबर

९. नरवापहार, भातिन आणि जादुगुडा येथे कशाच्या खाणी आहेत ?

(अ) युरेनियम   (ब) प्लुटोनियम   (क) थोरियम   (ड) रेडियम

१०. भारतात कार्यरत असलेल्या अणुभट्ट्या या बहुतांशी कोणत्या प्रकारच्या आहेत ?

(अ) बॉइलिंग वॉटर रिॲक्टर्स   (ब) प्रेशराईज्ड हेवीवॉटर रिॲक्टर्स

(क) प्रेशराईज्ड वॉटर रिॲक्टर्स   (ड) फास्ट ब्रीडर रिॲक्टर

११. युरेनियम - २३५ चा अणुभेद करण्यासाठी त्यावर कोणत्या अणुकणांचा मारा केला जातो ?

(अ) इलेक्ट्रॉन्स   (ब) प्रोटॉन्स   (क) न्यूट्रॉन्स   (ड) बीटा पार्टिकल्स

१२. अणुशक्ती रिॲक्टरमध्ये कोणत्या समस्थानिकाचे (आयसोटोपचे) विभाजन करून ऊर्जा मिळवली जाते ?

(अ) युरेनियम २३८   (ब) थोरियम २३२   (क) रेडियम २२६   (ड) युरेनियम २३५

१३. 'भारतीय अणुशक्ती'चे संस्थापक कोण ?

(अ) डॉ. कस्तुरीरंजन   (ब) डॉ. राजा रामण्णा

(क) डॉ. होमी भाभा   (ड) डॉ. विक्रम साराभाई

१४. भारतातील पहिले अणुविद्युत केंद्र कोठे आहे ?

(अ) तारापूर (महाराष्ट्र)   (ब) कल्पक्कम (तमिळनाडू)

(क) नरोरा (उत्तर प्रदेश)   (ड) जादूगोडा (झारखंड)

१५. कोणत्या प्रकारच्या किरणोत्सर्गाचा वापर कडधान्यास निद्रिस्त अवस्थेत घालविण्यासाठी केला जातो ?

(अ) कॅथोड किरण   (ब) गॅमा किरण   (क) सूर्यकिरण   (ड) बीटा किरण

१६. कोबाल्ट - ६०, हे साधारणत: विकिरण चिकित्सेमध्ये उपयुक्त ठरते; कारण कोबाल्ट ६० पासून .... किरण बाहेर पडतात.

(अ) अल्फा किरण   (ब) क्ष-किरण   (क) बीटा किरण   (ड) गॅमा किरण

१७. अणुभट्टीमध्ये (ॲटॉमिक रिॲक्टरमध्ये) जी साखळी प्रक्रिया (चेन रिॲक्शन) सुरू होते, ती नियंत्रित करण्यासाठी कशाचा उपयोग करून घेतला आहे ?

(अ) युरेनियम रॉड   (ब) कॉपर रॉड   (क) ग्रॅफाईट रॉड   (ड) कॅडमियम रॉड

१८. इलेक्ट्रॉन व्होल्ट (electron volt) हे परिमाण (एकक) कशाचे आहे ?

(अ) ऊर्जेचे   (ब) विभवांतराचे   (क) विद्युत प्रवाहाचे   (ड) उष्णतेचे

१९. खालीलपैकी कोणती एक पद्धत अपारंपरिक विजनिर्मितीची आहे ?

(अ) औष्णिक निर्मित वीज   (ब) पवन निर्मित वीज

(क) आण्विक वीज   (ड) जलविद्युत

२०. जगातील सर्वात जास्त युरेनियमचे उत्पादन करणारे देश कोणते ?

(अ) जपान आणि रशिया   (ब) भारत आणि चीन

(क) कॅनडा आणि ऑस्ट्रेलिया   (ड) जर्मनी आणि दक्षिण कोरिया

२१. जगातील आर्थिक दृष्ट्या उत्खनन शक्य असलेले थोरियमचे सर्वात जास्त साठे असलेले देश कोणते ?

(अ) दक्षिण आफ्रिका-कॅनडा   (ब) चीन आणि दक्षिण कोरिया

(क) नॉर्वे आणि यू.एस.ए.   (ड) ऑस्ट्रेलिया आणि भारत

२२. जगामध्ये एकूण विजनिर्मितीमध्ये आण्विक विजनिर्मितीचा वाटा (टक्केवारी) जास्त असणारे देश कोणते ?
(अ) फ्रान्स आणि लिथुऑनिया (ब) युक्रेन आणि दक्षिण कोरिया
(क) बेल्झियम आणि स्लोव्हाकिया (ड) दक्षिण आफ्रिका आणि नामिबीया

२३. जगामध्ये सर्वात जास्त अणुऊर्जा प्रकल्प असणारे देश कोणते ?
(अ) दक्षिण कोरिया आणि जर्मनी (ब) युक्रेन आणि उत्तर कोरिया
(क) जपान आणि रशिया (ड) अमेरिका आणि फ्रान्स

२४. जड पाण्याचा उपयोग कोठे होतो ?
(अ) पी.एच.डब्ल्यू.आर. मध्ये कूलंट (शीतक) म्हणून
(ब) पी.एच.डब्ल्यू.आर. मध्ये मॉडरेटर (नियंत्रक) म्हणून
(क) पोलिओ-विरोधी लस साठवून ठेवण्याकरिता
(ड) वरील १ ते ३ सर्व बरोबर

२५. कोम्प्रेहेन्सिव्ह टेस्ट बॅन ट्रिटी (सी.टी.बी.टी. करार १९६८) म्हणजे काय ?
(अ) ज्या राष्ट्रांनी यावर सह्या केल्या आहेत; त्यांना आण्विक चाचण्या घेण्यावर प्रतिबंध करणारा करार
(ब) ज्या राष्ट्रांनी यावर सह्या केल्या आहेत; फक्त त्यांनाच आण्विक चाचण्या घ्यायची अनुमती देणारा करार
(क) फक्त १ बरोबर
(ड) फक्त २ बरोबर

२६. भारतातील रेडिओ आयसोटोप (समस्थानिके) निर्मिती केंद्रे कोठे आहेत ?
(अ) ट्रॉम्बे येथील रिसर्च रिॲक्टर
(ब) कोलकातामधील व्ही.ई.सी.सी. मध्ये
(क) न्यूक्लिअर पॉवर कॉर्पोरेशन ऑफ इंडियाच्या अणुऊर्जा प्रकल्पात
(ड) वरील सर्व ठिकाणी

२७. आदित्य टोकामाक (इन्स्टिट्यूट ऑफ प्लाझमा रिसर्च, अहमदाबाद) येथे कोणते संशोधन चालते ?
(अ) अतिशीत तपमानाला एखाद्या पदार्थांचे चुंबकीय दृष्ट्या प्लाझमा अवस्थेत रूपांतर करणे
(ब) अतिउच्च तपमानाला एखाद्या पदार्थाचे चुंबकीय दृष्ट्या प्लाझमात स्थित्यंतर करणे
(क) दोन्ही उत्तरे बरोबर
(ड) दोन्ही उत्तरे चूक

२८. भारताची पहिली न्यूट्रॉन अणुभट्टी 'कामिनी' कोठे आहे ?
(अ) भाभा परमाणू अनुसंधान केंद्र (ट्रॉम्बे) (ब) कल्पक्कम
(क) राजस्थान (ड) तारापूर

२९. ॲटॉमिक रिॲक्टरमध्ये उष्णता काढून तपमान कमी करण्यासाठी कोणता घटक वापरला जातो ?
(अ) लिक्विड सोडियम धातू (ब) कार्बन-डाय-ऑक्साईड
(क) जड / साधे पाणी (ड) १ ते ३ सर्व बरोबर

३०. अतिसमृद्ध ('हायली एन्रीच्ड') युरेनियममध्ये युरेनियम - २३५ चे प्रमाण किती असते ?
(अ) ३ ते ८ टक्के (ब) १०० टक्के
(क) २० ते ९० टक्के (ड) ९०% पेक्षा जास्त

३१. विजनिर्मितीसाठी 'लाईट वॉटर रिॲक्टर' मध्ये 'लो एन्रीच्ड' युरेनियम वापरले जाते. त्यात युरेनियम - २३५ चे प्रमाण किती असते ?
(अ) ३ ते ५ टक्के (ब) २५ टक्के (क) ०.९५% (ड) किमान ३५ टक्के

३२. अण्वस्त्रांमध्ये युरेनियम - २३८ चे प्रमाण जास्त असेल तर ....
(अ) अण्वस्त्रामधील साखळी प्रक्रिया (चेन रिॲक्शन) तत्काळ - सुलभ सुरू राहते.
(ब) अण्वस्त्रामधील साखळी प्रक्रिया सुरू होण्यास अडथळे येतात.
(क) अण्वस्त्र पूर्णत: नियंत्रणात ठेवता येते.
(ड) अण्वस्त्र नियंत्रणात ठेवता येत नाही.

३३. इंटरनॅशनल थर्मोन्यूक्लिअर एक्सपिरिमेंटल रिॲक्टर (आय.टी.इ.आर.) मध्ये सूर्याइतक्या तपमानात आण्विक संशोधन प्रकल्प चालवले जातात. याचा अर्थ येथे ....
(अ) अणु विखंडनाचे (अणु भंजनाचे) प्रयोग चालतात.
(ब) अणुसंमीलन (संघटन) विषयक प्रयोग चालतात.
(क) वरीलपैकी फक्त २ बरोबर
(ड) १ आणि २ दोन्ही बरोबर

३४. न्यूक्लिअर नॉन प्रोलिफरेशन ट्रीटी (एन.पी.टी.) हा करार १९६८ साली सुरू केला असून, त्यावर ...
(अ) भारत, पाकिस्तान, इस्रायल आणि उत्तर कोरियाने सह्या केल्या आहेत.
(ब) नमूद केलेल्या या सर्व देशांनी सह्या केल्या नाहीत.
(क) फक्त भारताने आणि पाकिस्तानने सही केली नाही.
(ड) फक्त इस्रायल आणि उत्तर कोरियाने सही केली नाही.

३५. १९७४ मधील पोखरण अणुचाचणीसाठी कोणते मूलद्रव्य वापरलेले होते ?
(अ) युरेनियम - २३८ (ब) युरेनियम - २३५
(क) प्लुटोनियम (ड) रेडियम

३६. प्लुटोनियम वापरून अणुबॉम्ब बनवण्याच्या तंत्रज्ञानासाठी कोणत्या अणुभट्टीतील अनुभव / संशोधन उपयुक्त पडले ?
(अ) सायरस (ब) अप्सरा
(क) पूर्णिमा (ड) झरलिना

३७. अण्वस्त्रबंदी करार मान्य करण्याचा फायदा (फायदे) म्हणजे -
(अ) दक्षिण आशियात शांतता नांदेल (ब) आंतरराष्ट्रीय मदत व तंत्रज्ञानाचा पुरवठा
(क) पाठिंबा देण्यासाठी पाकवर दडपण
(अ) क बरोबर (ब) अ बरोबर
(क) अ आणि ब बरोबर (ड) अ, ब आणि क तिन्ही बरोबर

३८. अण्वस्त्र बंदी करार मान्य केला नाही तर त्याचा तोटा (तोटे) म्हणजे
(१) पाकच्या अण्वस्त्रनिर्मितीचा निश्चित अंदाज नाही.
(२) आंतरराष्ट्रीय दबावास बळी पडल्याचा सरकारवर आरोप.
(३) चीनच्या अणुसज्जतेबाबत हमी नाही.

(अ) सर्व १, २, ३ बरोबर | (ब) १ आणि ३ बरोबर
(क) २ आणि ३ बरोबर | (ड) फक्त १ आणि २ बरोबर

३९. २ मार्च २००६ रोजी झालेल्या भारत-अमेरिका अणुकराराचा उद्देश काय आहे?
(अ) भारताला अणुबॉम्बचे अत्याधुनिक तंत्रज्ञान पुरवणे
(ब) भारताला अणुइंधन पुरवणे
(क) भारतीय अणुशास्त्रज्ञांना अमेरिकेत नोकरी देणे
(ड) भारताला अधिक संख्येने अणुबॉम्ब बनवण्यास परवानगी देणे

४०. भारताला 'फास्ट ब्रीडर रिॲक्टर' (एफ.बी.आर.) जास्त उपयुक्त ठरतील, कारण ....
(१) यात थोरियम चक्रातील इंधन वापरता येईल.
(२) भारतात थोरियम विपुल प्रमाणात उपलब्ध आहे.
(३) युरेनियम - २३३ हे आण्वीय विखंडन होऊ शकणारे इंधन थोरियमपासून मिळू शकेल.
(४) दीर्घकालीन ऊर्जा समस्येवर 'एफ. बी. आर.' तोडगा म्हणून उत्तम आहे.
(अ) सर्व कारणे बरोबर | (ब) सर्व कारणे चूक
(क) वरीलपैकी १ व ४ बरोबर | (ड) वरील पैकी २ व ३ बरोबर

४१. फास्ट ब्रीडिंग रिॲक्टर (द्रुत प्रभंजक अणूभट्टी) (एफ. बी. आर.) मधील दोष काय आहेत?
(१) शीतक म्हणून सोडियमसारखे रसायन वापरावे लागते.
(२) एफ. बी. आर. ची यंत्रणा गुंतागुंतीची व महाग
(३) यात तयार होणारे प्लुटोनियम दहशतवाद्यांच्या हाती पडणे शक्य
(अ) १, २, ३ योग्य उत्तर | (ब) फक्त १ आणि २ बरोबर
(क) फक्त ३ बरोबर | (ड) फक्त २ बरोबर

४२. आण्वीय संमीलन (न्यूक्लियर फ्युजन) ही प्रक्रिया साधण्याकरिता उच्च तपमानाला संशोधन करावे लागते. त्यासाठी आदित्य टोकोमाक वापरले जाते. ही यंत्रणा कोणत्या संस्थेत स्थापन केली आहे?
(अ) व्हेरिएबल एनर्जी सायक्लोट्रॉन सेंटर (कोलकाता)
(ब) पेलेट्रॉन ॲक्सिलरेशन फॅसिलिटी (मुंबई)
(क) इन्स्टिट्यूट ऑफ प्लाझ्मा रिसर्च (गांधीनगर, अहमदाबाद)
(ड) इंटरनॅशनल थर्मोन्यूक्लिअर एक्सपिरीमेंटल रिॲक्टर (फ्रान्स)

४३. भारताच्या कोणत्या संशोधन अणुभट्टीमध्ये थोरियमपासून बनवलेल्या युरेनियम २३३ चा इंधन म्हणून वापर केला आहे?
(अ) ध्रुव | (ब) कामिनी | (क) अप्सरा | (ड) झर्लिना

४४. जलदगती प्रजनक चाचणी अणुभट्टी (फास्ट ब्रीडर टेस्ट रिॲक्टर) साठी कल्पक्कम येथे कोणते अणुइंधन वापरले जाते?
(अ) रेडियम | (ब) थोरियम
(क) प्रोटोॲक्टिनियम | (ड) युरेनियम - प्लुटोनियम कार्बाईड

४५. भारतात युरेनियमचे खनिज कोणत्या राज्यांमध्ये सर्वात जास्त मिळते ?
(अ) उत्तर प्रदेश आणि महाराष्ट्र (ब) हिमाचल प्रदेश आणि छत्तीसगड
(क) आंध्र प्रदेश आणि झारखंड (ड) गोवा आणि राजस्थान

४६. भारतातील सर्वात मोठी युरेनियम खनिजाची खाण कोठे आहे ?
(अ) कर्नाटक (यादगीर जिल्हा) (ब) आंध्र प्रदेश (तुम्मलापल्ले) जि. कडाप्पा
(क) मेघालय (पश्चिम खासी) (ड) झारखंड (मोहुलदिह)

४७. किरणोत्सर्गी समस्थानिकांची निर्मिती करण्यासाठी निवडक मूलद्रव्याच्या संयुगावर न्यूट्रॉनचा भडिमार करावा लागतो. ही निर्मिती कोणत्या अणुभट्टीत केली जाते ?
(अ) सायरस (कॅनडा-इंडिया-यू.एस.) (ब) ध्रुव
(क) अप्सरा (ड) १ ते ३ सर्व बरोबर

४८. एखाद्या मूलद्रव्याचा अणुभार म्हणजे -
(अ) त्या मूलद्रव्यातील प्रोटॉन्स् आणि इलेक्ट्रॉन्स्‌ची बेरीज
(ब) त्या मूलद्रव्यातील न्यूट्रॉन्स् आणि इलेक्ट्रॉन्स्‌ची बेरीज
(क) त्या मूलद्रव्यातील न्यूट्रॉन्स् आणि प्रोटॉन्स्‌ची बेरीज
(ड) त्या मूलद्रव्यातील न्यूट्रॉन्स्, इलेक्ट्रॉन्स् आणि प्रोटॉन्स्‌ची बेरीज

४९. युरेनियमच्या मूलद्रव्यामध्ये ९२ इलेक्ट्रॉन्स् आहेत; जर युरेनियम - २३८ चा विचार केला तर त्यामध्ये किती न्यूट्रॉन्स् असतील ?
(अ) फक्त ९२ (ब) २३८ (क) १४६ (ड) २३५

५०. सूर्यावर अणुकेंद्र संमीलनातून (न्यूक्लियर फ्युजनमार्फत) ऊर्जानिर्मिती होत असते, त्यासाठी कोणत्या मूलद्रव्याचा प्रचंड पुरवठा सूर्यावर आहे ?
(अ) हेलियम (ब) युरेनियम (क) थोरियम (ड) हायड्रोजन

५१. भारतात एकूण विद्युतनिर्मितीच्या किती टक्के अणुविद्युतनिर्मिती होते ?
(अ) ३.७% (ब) सुमारे १०% (क) फक्त १% (ड) ७.५%

५२. पोखरण - १ या १८ मे १९७४ च्या अणुचाचणीसाठी सांकेतिक नाव होते -
(अ) बुद्ध पौर्णिमा (ब) हसरा बुद्ध (क) शक्ती (ड) बुद्ध

५३. ११ आणि १३ मे १९९८ रोजी पोखरण येथे घेतलेल्या अणुस्फोटाच्या चाचणीसाठी कोणते सांकेतिक नाव योजण्यात आले होते ?
(अ) आनंदी बुद्ध (ब) ऑपरेशन शक्ती
(क) हसरा बुद्ध (ड) पॉवर ९८

५४. १८ मे १९७४ रोजी पोखरण येथे घेण्यात आलेल्या अणुचाचणी स्फोटाची कमाल क्षमता किती होती ?
(अ) २५ केटी (ब) ५० केटी (क) ८ केटी (ड) ५८ केटी

५५. ११ आणि १३ मे १९९८ रोजी पोखरण येथे घेतलेल्या अणुस्फोटाच्या चाचणीसाठीची कमाल क्षमता किती किलोटन (केटी) होती ?
(अ) ०.५ केटी (ब) ०.२ केटी (क) ८ केटी (ड) ५८ केटी

५६. पोखरण येथे दुसरी अणुस्फोट चाचणी १९९८ साली घेण्यात आली होती. त्याचं वर्णन कसे करता येईल ?
(अ) अणुऔष्णिक साधनाचा वापर (ब) हायड्रोजन बॉम्ब
(क) थर्मोन्युक्लिअर डिव्हाईस (ड) १ ते ३, सर्व बरोबर

५७. भारताच्या अणुऊर्जा कार्यक्रमाची मुख्य उद्दिष्टे म्हणजे -
(अ) हा कार्यक्रम तीन टप्प्यांचा असून पहिल्या टप्प्यात प्रेशराईज्ड हेवी वॉटर रिॲक्टर्स स्थापन करण्यात येतील.
(ब) दुसरा टप्पा फास्ट ब्रीडर रिॲक्टर स्थापन करण्यासंबंधी आहे.
(क) तिसरा टप्पा थोरियमवर आधारित रिॲक्टर स्थापन करण्यासंबंधी आहे.
(अ) अ आणि क बरोबर (ब) अ आणि ब बरोबर
(क) अ, ब, क सर्व बरोबर (ड) फक्त अ बरोबर

५८. थोरियमवर आधारित अणुभट्टीमध्ये इंधन म्हणून कशाचा वापर होईल ?
(अ) थोरियम - २३२ (ब) युरेनियम - २३२
(क) युरेनियम - २३३ (ड) प्लुटोनियम - २३९

५९. देशातील पहिले वैश्विक आण्विक ऊर्जा केंद्र कुठे उभारले जात आहे ?
(अ) जैतापूर (ब) बहादूरगढ (क) तारापूर (ड) कल्पक्कम

६०. अणुशक्तीचा शांततामय उपयोग म्हणजे काय ?
(१) अणुविद्युतनिर्मिती आणि अन्य उपयोग
(२) अणुभट्टीत वैद्यक, औद्योगिक, अन्य शास्त्रांत उपयुक्त ठरणारे समस्थानिक बनवणे
(३) खनिजांचा शोध, कालवे-बंदरे बांधणे
(अ) १ आणि ३ बरोबर (ब) १ आणि २ बरोबर
(क) १, २ आणि ३ बरोबर (ड) फक्त १ बरोबर

६१. भारत-अमेरिका आण्विक ऊर्जा करार (१-२-३) कोणत्या वर्षी झाला ?
(अ) २००१ (ब) २००६ (क) २०११ (ड) २००७

६२. सर्वसमावेशक अणुचाचणी बंदी करारावर (सी.टी.बी.टी.वर) भारताने अद्याप स्वाक्षरी का केली नाही ?
(१) करारातील तत्त्वे असमान आहेत.
(२) हा करार पुरेसा सर्वसमावेशक नाही.
(३) स्वसंरक्षणासाठी भारताला अण्वस्त्रे बनवता येणार नाहीत.
(४) अण्वस्त्रधारी देशांनी त्यांच्याकडील अतिविनाशकारी शस्त्रे प्रथम वेळापत्रक आखून नष्ट करावीत, असं भारताला वाटतं.
(अ) १ आणि ४ बरोबर (ब) फक्त ४ बरोबर
(क) फक्त १, २, ३ बरोबर (ड) सर्व १, २, ३, ४ बरोबर

६३. अन्न, वस्त्र, धान्ये इत्यादींचा टिकाऊपणा वाढून साठवणूकक्षमता वाढवण्याची एक पद्धत म्हणजे 'इरॅडिशन'. यासाठी गॅमा किरणांचा वापर केला जातो. त्यासाठी योग्य समस्थानिके कोणती ?
(१) केसियम - १३७ (२) कोबाल्ट - ६०
(३) युरेनियम - २३५ (४) थोरियम - २३०

(अ) १ बरोबर (ब) २ बरोबर
(क) फक्त ३ आणि ४ बरोबर (ड) १ आणि २ बरोबर

६४. अण्वस्त्र प्रसारबंदी करार (१९६८) भारताला मान्य नाही, कारण -
(१) पक्षपाती, मक्तेदारी करणारा करार
(२) आंतरराष्ट्रीय संघटनेला अणुकेंद्र तापसण्याचा अधिकार
(३) मित्रराष्ट्रांत अण्वस्त्र तळ उभारण्यास मुभा
(४) अण्वस्त्र कपातीचा कालबद्ध कार्यक्रम नाही.
(अ) १, २, ३ बरोबर (ब) १, ३, ४ बरोबर
(क) १, २, ४ बरोबर (ड) १, २, ३, ४ सर्व बरोबर

६५. इंदिरा गांधी अणुसंशोधन केंद्राने (कल्पक्कम) विद्युत उत्पादन वाढवण्यासाठी कोणत्या प्रकारची अणुभट्टी (रिॲक्टर) उभारली आहे ?
(अ) प्रेशराईज्ड हेवी वॉटर रिॲक्टर (ब) सोडियम कूल्ड फास्ट ब्रीडर रिॲक्टर
(क) हेवी वॉटर रिॲक्टर (ड) थोरियम आधारित रिॲक्टर

६६. भारताने हायड्रोजन बॉम्ब, फिशन बॉम्ब (अणुविखंडन) लो-यील्ड बॉम्बच्या चाचण्या केव्हा घेतल्या ?
(अ) १८ मे १९९८ (ब) १८ मे १९७४ (क) ११ मे १९९८ (ड) १५ जुलै १९९९

६७. भारताने पोखरण - १ (१९७४) आणि पोखरण - २ (१९९८) येथे एकूण किती अणुचाचण्या घेतल्या आहेत ?
(अ) नऊ (ब) दोन (क) सात (ड) सहा

६८. एक हजार टन 'ट्रायनायट्रो टोल्यून' (टी.एन.टी.) चा स्फोट केल्यानंतर त्यातून जेवढी ऊर्जा बाहेर पडते; तेवढ्या शक्तीचा अणुबॉम्ब म्हणजे .... क्षमता.
(अ) एक किलोटन (ब) एक हजार किलोटन
(क) एक हजार मेगाटन (ड) एक लाख किलोटन

६९. अण्वस्त्र प्रसारबंदी कराराचा (नॉन प्रोलिफरेशन ट्रिटी) प्रमुख उद्देश काय ?
(अ) अण्वस्त्रांचा कालबद्धपणे विनाश. (ब) देशोदेशी अण्वस्त्रांचा प्रसार टाळणे.
(क) अण्वस्त्रधारी राष्ट्रांवर बंधने घालणे. (ड) जगातून अण्वस्त्रे समूळ नष्ट करणे.

७०. २०२० सालापर्यंत भारतीय अणुशक्ती आयोगाने अणुऊर्जेमार्फत किती वीजनिर्मिती करण्याचे उद्दिष्ट ठेवलंय ?
(अ) ३०,००० मेगावॅट (ब) एक लाख मेगावॅट
(क) २०,००० मेगावॅट (ड) ५०,००० मेगावॅट

७१. खालीलपैकी .... हे अणुइंधन नाही.
(अ) थोरियम (ब) बेरिलियम
(क) लिथियम (ड) प्लॅटिनम

७२. अणुशक्तीसाठी ...... अणुभार असलेला प्लुटोनियम सर्वात जास्त उपयुक्त आहे.
(अ) २१० (ब) २१४ (क) २३८ (ड) २३९

७३. खालीलपैकी …….. हे अणुऊर्जे संदर्भातील जागतिक व्यासपीठ नाही.

(अ) एन.एस.जी. (ब) ऑस्ट्रेलिया ग्रुप

(क) वेस्नर अँरेंजमेंट (ड) ब्रिक्स

७४. खालीलपैकी ……. या देशाने सर्वंकर्ष चाचणी बंदी करारा (CTBT) वर सही केलेली नाही.

(अ) भारत (ब) पाकिस्तान

(क) उत्तर कोरिया (ड) दिलेले सर्व

७५. सन २००९ मध्ये भारत व अमेरिका यांच्यामधील आण्विक कराराला …….. करार म्हणून ओळखले जाते.

(अ) १२० करार (ब) १२१ करार (क) १२२ करार (ड) १२३ करार

७६. खालील विधानांवर विचार करा.

(१) भारतात युरेनियमचे साठे मर्यादित आहेत.

(२) भारतात थोरिअमचे साठे मलबारच्या किनारपट्टीवर मुबलक आहेत.

(३) थोरिअम पासून युरेनिअम - २३३ बनवता येते.

(४) भारतात कामिनी या अणुभट्टीत थोरिअम पासून युरेनियम - २३३ वेगळे करण्यात यश प्राप्त झाले आहे.

वरीलपैकी बरोबर विधान / विधाने आहेत.

(अ) ३ व ४ (ब) फक्त १

(क) २ व ४ (ड) दिलेली सर्व

७७. भारतात सर्वात जास्त (६) अणुभट्ट्या ……. या प्रकल्पात आहेत.

(अ) कैगा (कर्नाटक) (ब) रावतभाटा (राजस्थान)

(क) नरोरा (उत्तर प्रदेश) (ड) काक्रापार (गुजरात)

७८. तुर्भे येथील …….. या अणुभट्टीमध्ये रेडिओसमस्थानिकांचे उत्पादन केले जाते.

(अ) अप्सरा (ब) सायरस (क) ध्रुव (ड) झर्लिना

७९. भारतात …. ठिकाणी जड पाणी प्रकल्प आहेत.

(अ) ५ (ब) ६ (क) ७ (ड) ८

८०. सध्या भारतातील …….. अणुभट्ट्या आंतरराष्ट्रीय अणु ऊर्जा अभिकरणा (IAEA) च्या सुरक्षा मानकानुसार चालतात.

(अ) १२ (ब) १३ (क) १४ (ड) १७

८१. सन २०१२ मध्ये दुसरी अण्वस्त्र सुरक्षा शिखर परिषद …… येथे पार पडली.

(अ) सेऊल (ब) वॉशिंग्टन (क) होकायडो (ड) पॅरिस

८२. खाली दिलेल्या अणुकरार संदर्भातील जोड्यांना योग्य क्रम द्या.

वर्ष	अणुकरार
१) १९९३	अ) अणुचाचणी मर्यादा बंदी करार.
२) १९६८	ब) सर्वंकष अणुचाचणी बंदी करार.
३) १९९६	क) मर्यादित अणुचाचणी बंदी करार.
४) १९७४	ड) अणवस्त्रप्रसार बंदी करार.

(अ) १ - ब, २ - क, ३ - ड, ४ - अ (ब) १ - क, २ - ड, ३ - ब, ४ - अ

(क) १ - ड, २ - ब, ३ - अ, ४ - क (ड) १ - क, २ - ब, ३ - अ, ४ - ड

८३. भारताने आत्तापर्यंत केलेल्या अणुचाचण्यांच्या संदर्भात खालीलपैकी .... हे विधान चूक आहे.

(अ) भारताने केलेल्या पहिल्या अणुचाचणीत प्लुटोनिअम वापरले होते.

(ब) ११ मे १९९८ रोजी केलेल्या चाचणीत भारताने अणुऔष्णिक साधनांचा (हायड्रोजन बॉम्ब) समावेश केला.

(क) १९९८ मध्ये केलेल्या चाचण्यांना 'ऑपरेशन शक्ती' हे नाव दिले होते.

(ड) 'अस्त्र' हे पहिल्या अणुचाचणीचे सांकेतिक नाव होते.

८४. ११ मे व १३ मे १९९८ या दिवशी भारताने एकूण ...... अणुचाचण्या केल्या.

(अ) २ (ब) ३ (क) ४ (ड) ५

८५. भारतातील कामिनी ही अणुभट्टी .... हे वैशिष्ट्य असलेली जगातील पहिली अणुभट्टी आहे.

(अ) सोडियमचा शीतकारक म्हणून वापर करणारी भट्टी.

(ब) 'थोरिअम-युरेनियम २३३' या इंधनचक्राचा वापर करणारी भट्टी.

(क) फास्ट ब्रीडर टेस्ट रिॲक्टर.

(ड) जल नियंत्रक भट्टी.

८६. अणुऊर्जा प्रकल्पामध्ये तयार होणाऱ्या समस्थानिकां (Radio - isotopes) चा उपयोग खालीलपैकी .... क्षेत्रात होतो.

(१) रोगनिदान करण्यासाठी.

(२) खाद्यपदार्थ दीर्घकाळ सुरक्षित ठेवण्यासाठी.

(३) वैद्यकीय क्षेत्रामध्ये.

(४) पिकांच्या संकरित व सुधारित जातींच्या निर्मितीसाठी.

(अ) १, २ व ३ (ब) २, ३ व ४ (क) १ व ३ (ड) दिलेले सर्व.

८७. अणुभट्टीचे सर्वसाधारण आयुष्य .... वर्षे इतके असते.

(अ) १० (ब) २० (क) ३० (ड) ४०

८८. युक्रेनच्या चेर्नोबिल अणुप्रकल्पातील दुर्घटना ..... रोजी झाली.

(अ) २६ एप्रिल १९८६ (ब) १५ मे १९८८

(क) ३ जानेवारी १९९० (ड) ८ ऑगस्ट १९९१

८९. सर्वंकष चाचणी बंदी करारा (CTBT) वर सध्या किती देशांनी सह्या केल्या आहेत.

(अ) १७८ (ब) १८१ (क) १९० (ड) १९१

९०. अणुपुरवठादार देशांच्या गटा (NSG) मध्ये एकूण ...... देशांचा समावेश आहे.

(अ) ८ (ब) १५ (क) २० (ड) ४५

९१. अणुपुरवठादार देशांच्या गटा (NSG) चा अध्यक्ष देश ...... हा आहे.

(अ) अमेरिका (ब) इंग्लंड (क) जर्मनी (ड) फ्रान्स

९२. भारत-अमेरिका दरम्यानचा '१२३ करार' ...... रोजी अस्तित्वात आला.

(अ) ११ ऑक्टोबर, २००८ (ब) १ ऑगस्ट, २००८

(क) १२ सप्टेंबर २००९ (ड) १५ जानेवारी २०१०

९३. भारतात अण्वस्त्र हल्ल्याबाबतचा अंतिम निर्णय घेण्याचा अधिकार .... यांना आहे.

(अ) राष्ट्रपती (ब) पंतप्रधान

(क) लष्कर प्रमुख (ड) केंद्रीय गृह मंत्री

९४. जलद प्रजननक क्रियाधानी (Fast Breeder Reactor) संदर्भातील खालीलपैकी कोणते विधान चूक आहे.

(अ) यामध्ये युरेनिअम - २३८ चे प्लुटोनिअम - २३९ मध्ये रूपांतरण करण्यात येते.

(ब) यात न्यूट्रॉन्सचा वेग कमी होत नाही.

(क) हे तंत्रज्ञान 'रॅपसोडाय' या फ्रेंच तंत्रज्ञानावर आधारित आहे.

(ड) यात केंद्रकीय संमीलन प्रकियेचा समावेश होतो.

९५. भारतातील अणुऊर्जा निर्मितीचा वाटा सन २०२० पर्यंत .... पर्यंत वाढविण्याचे भारताचे धोरण आहे.

(अ) २५% (ब) २२% (क) १९% (ड) १६%

९६. तिसरी अण्वस्त्र सुरक्षा परिषद सन २०१४ मध्ये ...... या देशात होणार आहे.

(अ) अमेरिका (ब) जपान

(क) नेदरलँड्स (ड) ऑस्ट्रेलिया

९७. सन १९६३ मध्ये झालेल्या मर्यादित चाचणी बंदी करारा (LTBT) मध्ये खालीलपैकी .... हा देश सहभागी नव्हता.

(अ) अमेरिका (ब) रशिया (क) इंग्लंड (ड) फ्रान्स

९८. अण्वस्त्रप्रसार बंदी करारा (NPT) बाबत खालीलपैकी ...... हे विधान चूक आहे.

(अ) हा करार सह्या करण्यासाठी १९६८ मध्ये खुला झाला व १९७० सालापासून तो अंमलात आला.

(ब) १९९५ मध्ये हा करार अनिश्चित काळासाठी वाढविण्यात आला.

(क) आत्तापर्यंत १९० देशांनी त्यावर सह्या केल्या आहेत.

(ड) भारताने २०१२ मध्ये त्यावर सही केली.

९९. सन १९५३ मध्ये 'शांततेसाठी अणू' ही कल्पना ..... यांनी मांडली.

(अ) पंडित जवाहरलाल नेहरू (ब) आयसेनहॉवर

(क) डॉ. होमी भाभा (ड) जॉर्ज थॉमसन

१००. अणुचाचण्या करताना पर्यावरणाचे नुकसान होऊ नये म्हणून .... हा करार करण्यात आला.

(अ) अणुचाचणी मर्यादा बंदी करार.

(ब) मर्यादित अणुचाचणी बंदी करार.

(क) सर्वंकष अणुचाचणी बंदी करार.

(ड) अणवस्त्रप्रसार बंदी करार.

उत्तरे

१. ड	२. क	३. ब	४. अ	५. ड	६. क	७. क
८. ब	९. अ	१०. ब	११. क	१२. ड	१३. क	१४. अ
१५. ब	१६. क	१७. ड	१८. अ	१९. ब	२०. क	२१. ड
२२. अ	२३. ड	२४. ड	२५. क	२६. ड	२७. अ	२८. ब
२९. ड	३०. क	३१. अ	३२. ब	३३. क	३४. ब	३५. क
३६. क	३७. ड	३८. अ	३९. ब	४०. अ	४१. अ	४२. क
४३. ब	४४. ड	४५. क	४६. ब	४७. ड	४८. क	४९. क
५०. ड	५१. अ	५२. ब	५३. ब	५४. क	५५. ड	५६. ड
५७. क	५८. क	५९. ब	६०. क	६१. ड	६२. ड	६३. ड
६४. ड	६५. ब	६६. क	६७. ड	६८. अ	६९. ब	७०. क
७१. ड	७२. ड	७३. ड	७४. ड	७५. ड	७६. ड	७७. ब
७८. क	७९. ड	८०. क	८१. अ	८२. ब	८३. ड	८४. ड
८५. ब	८६. ड	८७. ड	८८. अ	८९. अ	९०. ड	९१. क
९२. अ	९३. ब	९४. ड	९५. ड	९६. क	९७. ड	९८. ड
९९. ब	१००. ब					

६

आपत्ती व्यवस्थापन

Disaster Management

आपत्ती कारणे, परिणाम व वैशिष्ट्ये

सर्वसाधारण दृष्टिकोन : या जगामध्ये भीषण आपत्ती या पूर्वीपासूनच घडत आहेत आणि भविष्यातही त्या घडत राहणारच. खरे तर सगळीकडे होणाऱ्या अनियंत्रित प्रगतीमुळे ही समस्या अधिकच जटिल बनली आहे. प्रगती करण्यासाठी मानवाने निसर्गाच्या व्यवस्थेत जी ढवळाढवळ केली आहे, त्याचाच हा परिणाम आहे.

आपत्ती : आपत्ती म्हणजे अशी घटना की ज्यामुळे अगदी आकस्मिकपणे प्रचंड जीवितहानी व अन्य प्रकारची हानी संभवते. हे जरुरीचे नाही की, प्रत्येक आपत्ती ही अचानकपणे उद्‌भवेल. आजच्या तंत्रज्ञानाने अशी बरीच साधने विकसित केली आहेत की, ज्याने संभवणाऱ्या आपत्तींचे पूर्वानुमान लावणे शक्य होते. असे असले तरी अजूनही काही नैसर्गिक, तसेच जवळजवळ सर्व मानवनिर्मित आपत्तींचे अचूक अंदाज वर्तविणे शक्य झालेले नाही. यामुळे बऱ्याच आपत्ती या अचानकपणेच उद्‌भवतात. आपत्तींबाबत पूर्वसूचना असली तरी तिचे अचूक स्थान, व्याप्ती तसेच तीव्रता याबाबत पूर्वानुमान काढणे शक्य नसते आणि म्हणूनच प्रचंड हानी होते. आपल्या समाजामध्ये असलेल्या जनजागृतीच्या अभावामुळे विकास आणि आपत्ती यांचा असणारा परस्परसंबंध लोकांना माहीत नसतो. येथे ही वस्तुस्थिती जाणून घेणे गरजेचे आहे. जेव्हा कधी पर्यावरणाचे महत्त्व डावलून विकास कामे करण्याचे प्रयत्न केले जातात तेव्हा आपत्तीही विक्राळ रूप घेऊनच आपल्यापुढे उभी राहते.

भूकंपाचे परिणाम

भूकंपाचे परिणाम ज्या अनेक घटकांवर अवलंबून असतात. त्यामध्ये (अ) भूकंपाची तीव्रता (ब) भूकंप केंद्रापासूनचे अंतर (क) भूकंप केंद्राची भूपृष्ठापासून खोली व (ड) पृष्ठीय लहरींचे स्वरूप व तरंगउंची (Amplitude) या प्रमुख घटकांचा समावेश होतो. त्याशिवाय भूकंपाची वेळ, घरांच्या बांधकामाचे स्वरूप या घटकांचाही परिणाम होतो.

दाट वस्तीच्या प्रदेशात, मध्यरात्रीनंतर होणारे भूकंप अधिक हानिकारक असतात. घरबांधणी कच्ची व दगड-माती वापरून केली असेल तर घरे कोसळून प्राणहानी मोठ्या प्रमाणावर होते. दि. ३० सप्टेंबर १९९३ चा किल्लारी लातूर भागातील भूकंप उथळ केंद्र, मध्यरात्रीनंतरची वेळ, वस्तीजवळच भूकंप केंद्र व कच्ची घरे यामुळे विनाशकारी ठरला.

आपत्तीमुळे होणारे दुष्परिणाम खालीलप्रमाणे :

१. जीवितहानी : कुठल्याही आपत्तीत जीवितहानी ही ठरलेलीच असते. केवळ आपत्तीनुसार तिचे स्वरूप भिन्न असू शकते.

२. बांधकामे उद्ध्वस्त होणे : पुरासारख्या तसेच भूकंपासारख्या आपत्तीमुळे इमारती व बांधकामे कोसळून नुकसान होते.

३. धरणांना तडे जाऊन धरणे फुटतात व पुराचे नवे संकट निर्माण होते.

४. रासायनिक गळती व किरणोत्सर्जनामुळे मानवी जीवनाची प्रचंड हानी होते. दीर्घकालीन दुष्परिणाम घडतात.

५. साधन सामग्री, पायाभूत सुविधा तसेच आर्थिक बाबींची मोठ्या प्रमाणात हानी होते.

६. व्यापार तसेच उद्योग धंद्यावर विपरीत परिणाम होतो व त्यामुळे देशाच्या अर्थव्यवस्थेवरही परिणाम होतो.

७. मोठ्या प्रमाणावर जीवित वा वित्तहानी झाल्याने सामाजिक समस्या जन्म घेतात.

८. दीर्घकाळ परिणाम करणाऱ्या स्वास्थ्य समस्या जन्म घेतात. उदा. अपंगत्व, आंधळेपण.

आपत्तीचे वरदान : आपत्तीमुळे होणारे काही चांगले परिणाम खालीलप्रमाणे आहेत.

१. भूस्तरीय रचनेवर परिणाम झाल्यामुळे जमिनीचा कस वाढतो व त्यामुळे जमीन सुपीक बनते.

२. पुनर्निर्माणाच्या कार्यामुळे आणि तसेच या कार्यात प्रगत तंत्रज्ञानाचा वापर केल्यामुळे भक्कम बांधकामाची निर्मिती होते. तसेच गावे किंवा शहरे ही नियोजनबद्ध रितीने वसवली गेल्यामुळे त्यांना एक नवे रूप प्राप्त होते.

३. आपत्ती निवारणाच्या कार्यातील झालेल्या चुकांपासून बोध घेऊन त्यांना एक नवे स्वरूप मिळते व त्यामुळे भावी आपत्तींना तोंड देण्याची क्षमता वाढते.

४. पुनर्निर्माणाच्या कार्यात अवलंबिलेल्या प्रगत तंत्रज्ञानामुळे व नियोजनामुळे एका आदर्श अशा गावाची वा शहराची निर्मिती होते व त्या गावाचा किंवा शहराचा चेहरामोहराच बदलून जातो.

५. आपत्ती निवारणाच्या कार्यात सर्व लोक आपापसातील भेदभाव विसरून, माणुसकीला जागतात आणि यामुळेच एकीची भावना वाढीस लागते.

खालील आकृतीत विकास आणि आपत्ती यांमधील संबंध दर्शविला आहे.

आपत्ती आणि प्रगती यांचा संबंध

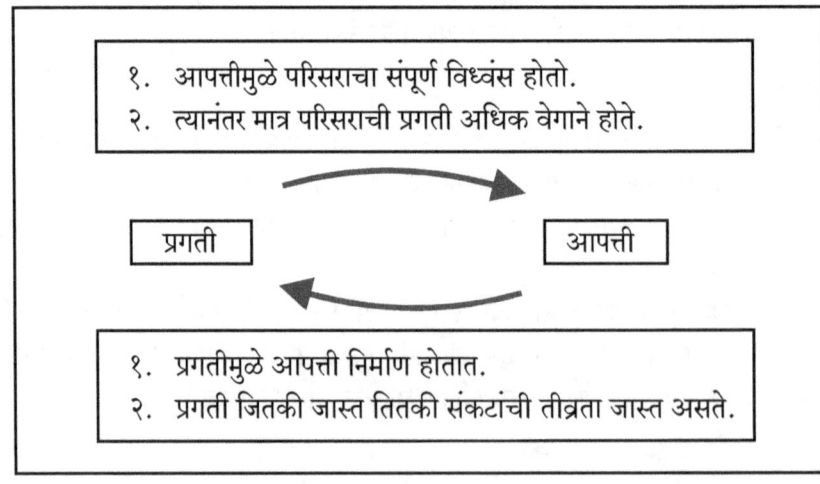

आपत्तीचे प्रकार (Types of Disaster)

आपत्ती प्रामुख्याने निसर्गाच्या कोपामुळे निर्माण झालेल्या, म्हणजे 'निसर्गनिर्मित' तसेच मानवी चुकांमुळे निर्माण झालेल्या म्हणजे 'मानवनिर्मित' असतात. त्यांचे वर्गीकरण खालीलप्रमाणे आहे.

आपत्तीचे प्रकार

अ) निसर्गनिर्मित आपत्ती	ब) मानवनिर्मित आपत्ती
१) पूर	वायुगळती
२) भूकंप	दहशतवादी कृत्ये
३) चक्रीवादळ	कारखान्यातील अपघात (यंत्रे मोडणे, आग लागणे, इमारत कोसळणे)
४) त्सुनामी	वाहनांचे अपघात (मोटार, रेल्वे, विमान, जहाज अपघात)
५) हिमवादळे	युद्धे
६) ज्वालामुखी	दंगली
७) दरडी कोसळणे	जैविक संहार
८) उल्कापात	किरणोत्सर्ग
९) जंगलातील वणवे	विजेचे शॉर्टसर्किट
१०) दुष्काळ / साथीचे रोग	धरणे फुटणे

नैसर्गिक आपत्ती

१) भूकंप : भूगर्भाची रचना ही अनेक स्तरांची मिळून झालेली आहे. त्यात वरचे दोन स्तर हे खडकांचे असतात. हे दोन स्तर हलत असतात त्यायोगे जमीन आणि समुद्रांत ठिकठिकाणी पापुद्र्यांना घड्या पडतात. या घड्यांना स्वत:ची अशी गती आहे. ती वर्षाला २ सें. मी. ते १० सें. मी. इतकी असते. या गतीमधून भूगर्भात प्रचंड शक्ती निर्माण होऊन भूपृष्ठाला हादरे बसतात. या भूपृष्ठांना बसणाऱ्या हादऱ्यांनाच 'भूकंप' असे म्हणतात. यामुळे पृथ्वीच्या आवरणाखाली दडलेली ऊर्जा ८०० कि. मी. ते ९०० कि. मी. प्रतिसेकंद या प्रचंड वेगाने बाहेर पडते. पृथ्वीच्या आवरणाखाली जेथून ही ऊर्जा बाहेर पडते, त्याला भूकंपाचा **केंद्रबिंदू** (फोकस) म्हणतात आणि केंद्रबिंदूच्या सरळवर भूपृष्ठावरील बिंदूला (एपि-सेंटर) Epi-Center असे म्हणतात. भूकंपामुळे भूपृष्ठांवर वेगवेगळ्या प्रकारची हानी होते. या भूकंपाचे सामर्थ्य आणि त्यायोगे होणाऱ्या हानीचे प्रमाण हे भूकंपाच्या केंद्रबिंदूपासून प्रदेशाचे असलेले अंतर आणि भूपृष्ठाचा कमकुवतपणा यांना अनुसरून ठरते.

भूकंपामुळे पृथ्वीच्या पृष्ठभागाचे स्वरूप बदलून मानवनिर्मित बांधकामे उद्ध्वस्त होतात. जीवित तसेच मालमत्तेची प्रचंड हानी होते. याबरोबरच भूस्खलन, नद्यांच्या प्रवाहाच्या पात्रात बदल होणे, पठारे निर्माण होणे, भूपृष्ठावर भेगा पडणे इ. दुष्परिणाम होतात. हे सर्व दुष्परिणाम प्राथमिक स्वरूपाचे आहेत. भूकंपाच्या वेळी पृथ्वीच्या आवरणाखालील ऊर्जा एकदम तडकाफडकी बाहेर पडत नाही. त्या आधीही भूपृष्ठाला लहान मोठे हादरे टप्प्या-टप्प्याने बसतात. मोठा भूकंप होण्याआधी कोठे ना कोठे लहान-लहान भूकंप होत असतात. भूगर्भशास्त्रज्ञ विहिरीतील पाण्याची पातळी, त्या पाण्याच्या रासायनिक गुणधर्मात झालेले बदल, भूपृष्ठावरील घडामोडी यांसारख्या भूकंपाआधी जाणवणाऱ्या लक्षणांचा अभ्यास करून भूकंपाच्या संभाव्यतेविषयी भाकीत करू शकतात.

भूकंपांची कारणे व प्रकार

अ) भ्रंशमूलक भूकंप : भू-कवचात बदल घडवून आणणाऱ्या अंतर्गत स्वरूपाच्या विवर्तनी शक्तींमुळे (Tectonic forces) भूकवचाला तडे जातात. काही ठिकाणी दाब निर्माण होऊन घड्या पडतात तर काही ठिकाणी प्रस्तरभंग निर्माण होतात. त्यामुळे भूकवचातील खडकांचे संतुलन बिघडते व भूकंप निर्माण होतात. अशाप्रकारच्या भूकंपांना भ्रंशमूलक अथवा विवर्तनी भूकंप असे म्हणतात.

ब) ज्वालामुखीय भूकंप : ज्वालामुखींच्या काही उद्रेकांच्या वेळी मोठे स्फोट होतात. शंकुच्या मुखामध्ये घट्ट होऊन राहिलेल्या शिलारसाचे कठीण खडकात रूपांतर झाल्यामुळे ज्वालामुखीय नळीचे तोंड बंद झालेले असते. अशा परिस्थितीत नव्या उद्रेकांच्या वेळी नळीतील खडक व शंकुचा बराच भाग स्फोटामुळे तुटून दूर फेकला जातो. आतील लाव्हा, घनरूप व वायुरूप पदार्थ बाहेर फेकले जातात. या धक्क्यामुळे आसपासच्या भागाला हादरे बसतात व भूकंप होतात. त्यांना ज्वालामुखीय भूकंप (Volcanic Earthquake) असे म्हणतात.

क) पातालिक भूकंप : भूपृष्ठाखाली पृथ्वीच्या अंतरंगात सुमारे २५० ते ७०० कि. मी. खोलीवर भूस्तरात हालचाली होऊन स्फोट होतात. तेथील प्रावरण (Mantle) या थरांमध्ये होणाऱ्या रासायनिक व औष्णिक बदलांमुळे हे स्फोट घडून येतात. त्यामुळे भूकंप होतात. त्यांचा परिणाम विस्तृत प्रदेशावर जाणवतो. परंतु, तो जास्त विध्वंसक नसतो. या भूकंपांना पातालिक भूकंप (Plutonic Earthquake) असे म्हणतात. त्यांचे प्रमाण फारच अल्प असते.

ड) असमस्थायित्वजन्य भूकंप : भूपृष्ठाची सर्वसाधारण स्थिती संतुलनाची असते. पृथ्वीवरील पर्वत, पठारे, मैदाने व सागर ही सर्व भूरूपे संतुलित असतात. त्याला समस्थायित्वजन्य संतुलन (Isostatic balance) असे म्हणतात. हा सिद्धान्त अमेरिकन वैज्ञानिक डटन याने इ. स. १८८९ मध्ये मांडला. भूपृष्ठावरील बाह्यकारकांच्या कार्यामुळे उंच ठिकाणी झीज होते. तर सखल प्रदेशात भर अथवा संचयन होते. त्यामुळे भूपृष्ठाचे संतुलन बिघडते. ज्या प्रदेशात झीज होते, तेथील भार घटतो व संचयन झालेल्या प्रदेशातील भार वाढतो. याचा परिणाम म्हणून भूपृष्ठाखाली हालचाली घडून येतात व भूपृष्ठांचे संतुलन पुन्हा प्रस्थापित करण्यासाठी पर्वतीय भाग वर उचलला जातो तर सखल भाग खाली खचतो. संतुलनाची पुन:र्स्थापना करण्यासाठी होणाऱ्या हालचालींचा परिणाम म्हणून भूकंप होतात. या भूकंपांना असमस्थायित्वजन्य (Isostatic) अथवा असंतुलनजन्य भूकंप असे म्हणतात.

ई) स्थितीस्थापकत्वजन्य भूकंप : भूकवचाखालील भूस्तरांचे खाली-वर सरकणे हे स्थितिस्थापकत्वामुळे घडते. त्याचा परिणाम म्हणून भूकंप होतात असा सिद्धान्त (Elastic Rebound Theory) डॉ. रीड यांनी मांडला. भूपृष्ठावर एखाद्या ठिकाणी खूप मोठ्या प्रमाणावर गाळ साठल्यामुळे अथवा पाण्याचा प्रचंड साठा झाल्यामुळे तेथील भार वाढतो. या थराचा दाब भूकवचाखालील भूस्तरावर पडतो. त्यामुळे ते वाकतात किंवा विखंडित होऊन खाली सरकतात. वाकणारे अथवा खाली सरकणारे भूस्तर स्थितीस्थापकत्वामुळे व खालच्या थरांच्या अवरोधामुळे पुन्हा मूळ जागी फेकले जातात. याला लवचिकतेमुळे उसळून मागे येणे असे म्हणतात. या क्रियेमुळे होणाऱ्या भूकंपांना स्थितीस्थापकत्वजन्य भूकंप असे म्हणतात.

इ) अभिसरण प्रवाहजन्य भूकंप : आर्थर होम्स यांच्या अभिसरण प्रवाह सिद्धान्तानुसार (Convectional

Current Theory) भूकवचातील अध:स्तराखाली असलेल्या किरणोत्सारी द्रव्यांतून होणारा किरणोत्सर्ग मोठ्या प्रमाणावर उष्णता निर्माण करतो. त्यामुळे भूपृष्ठाखाली अभिसरण प्रवाह निर्माण होतात. या प्रवाहांच्या आकर्षण अथवा अपसरणामुळे दाबजन्य अथवा ताणजन्य हालचाली घडून येतात. या हालचालींमुळे भूपृष्ठावर भूकंप होतात. वास्तविक पाहता हे भूकंप भूविवर्तनी स्वरूपाचे असतात. केवळ त्यामागील कारण अभिसरण प्रवाह हे असते.

उ) भूमंच विवर्तनी भूकंप : भूकंप व अन्य भूहालचाली या विषयीचा भूमंच विवर्तनी (Plate Tectonics) हा अगदी अलीकडचा सिद्धान्त आहे. मॉर्गन व लिपिचॅन यांच्या या सिद्धान्तानुसार भूकवच हे सलग अथवा अखंड नाही. ते एकसंध नसून त्याला अनेक वेडेवाकडे तडे गेले आहेत. त्यामुळे भूकवचाची विभागणी अनेक लहान-मोठ्या भूकवचखंडांत झाली आहे. त्यांना भूमंच (Plates) असे म्हणतात. अशाप्रकारचे भूकवच हे अनेक भूमंचांचे बनले आहे. या भूमंचांची संख्या नेमकी किती यावर एकमत नाही. सामान्यपणे ७ मोठ्या व ८ लहान भूमंचांची यादी दिली जाते. (काही शास्त्रज्ञांनी ही संख्या अनुक्रमे ६ + १३ = १९ तर काहींनी ६ + २० = २६ अशी दिली आहे.) यापैकी मोठे भूमंच - युरोशियन, इंडो - ऑस्ट्रेलियन, अंटार्क्टिक, पॅसिफिक, उत्तर अमेरिकन, दक्षिण अमेरिकन व आफ्रिकन असे आहेत. लहान भूमंच - फिलिपाईन्स, कॉकस, कॅरिबियन, नझाका, हेलॉनिक, टर्किश, इराणी व अरेबियन असे आहेत.

भूमंच विवर्तन सिद्धान्ताप्रमाणे हे भूमंच सतत अस्थिर असतात व आंदोलन करतात. पाण्यात शेजारी तरंगणारे लाकडाचे दोन तराफे सतत दोलायमान स्थितीत असतात व केव्हा परस्परांना धक्के देतात, तर केव्हा आपटून एमकेकांपासून दूर जातात तशीच स्थिती या भूमंचांची असते. ते परस्परांवर आपटतात. परस्परांपासून थोडे दूर जातात, अशाप्रकारे लगतच्या दोन भूमंचांच्या सीमेवर अस्थिरता असते त्याचे परिणाम पुढील प्रमाणे होतात -

अ) दोन भूमंच समोरासमोर धडकतात तेव्हा त्यांच्या कडांचे वलीकरण होऊन वलीपर्वत निर्माण होतात.

ब) भूखंड मंच (Continental Plate) व सागरीमंच (Oceanic Plate) परस्परांना थडकल्यास तुलनात्मकरीत्या मृदू असा सागरीमंच भूखंडमंचाच्या खाली नमतो (Subduction) व महासागरी गर्ता निर्माण होतात.

क) सागरी मंचाची कड प्रावरात दाबली गेल्याने तेथील उष्णतेने ती वितळते व लाव्हा निर्माण होतो. तो उसळून भूपृष्ठांकडे येतो त्यामुळे ज्वालामुखी होतात.

ड) भूमंचांची टक्कर अथवा परस्परांना थडकणे, नमणे, लाव्हाची निर्मिती या सर्व क्रियांमध्ये भूपृष्ठाला हादरे बसून भूकंप निर्माण होतात.

भूमंचांच्या अंतर्गत क्षेत्रातही भूकंप होतात. त्यांना आंतरमंच भूकंप म्हणतात. महाराष्ट्रातील भूकंप या प्रकारचे आहेत.

खोलीनुसार भूकंपांचे प्रकार

भूकंपाच्या केंद्र बिंदूच्या खोलीनुसार भूकंपाचे गटेनबर्ग व रिश्टर यांनी तीन प्रकार केले आहेत.

अ) साधारण खोलीवरील भूकंप : या भूकंपांचे केंद्र भूपृष्ठाखाली ५० कि. मी. पेक्षा कमी खोलीवर असते. त्यातील बहुतेक भूकंपांचे केंद्र ७ कि. मी. खोलीवर असते. या भूकंपांना साधारण (Normal)

भूकंप म्हणतात. त्यांच्यामुळे होणारा विनाश कमी क्षेत्रात असला तरी फार विध्वंसकारी असतो.

ब) मध्यम खोलीवरील भूकंप : भूकंपांचे केंद्र भूपृष्ठाखाली ५० ते २५० कि. मी. खोलीवर असते. त्यांना मध्यम भूकंप (Intermediate Earthquake) असे म्हणतात. ते मध्यम विनाशकारी असतात.

क) अतिखोलीवरील भूकंप : काही भूकंपांचे केंद्र भूपृष्ठाखाली २५० ते ७०० कि. मी. खोलीपर्यंत असते. त्यांना अतिखोल भूकंप (Deep Earthquake) असे म्हणतात. त्यांचा परिणाम विस्तृत प्रदेशात जाणवतो. परंतु, त्यांची तीव्रता कमी असते व त्यामुळे विध्वंसाचे प्रमाण सुद्धा कमी असते.

भूकंपाचे मापन

भूकंपामुळे प्राथमिक 'P' (Primary), दुय्यम 'S' (Secondary) व भूपृष्ठीय 'L' (Low Surface Waves) लहरी अशा तीन प्रकारच्या लहरी निर्माण होतात. त्यांची नोंद भूकंपआलेखी (Seismograph) या यंत्रावर केली जाते. या यंत्रावर सर्वप्रथम प्राथमिक, नंतर दुय्यम व सर्वात शेवटी भूपृष्ठीय लहरींची नोंद होऊन भूकंपलहरींचा आलेख मिळतो. ज्या ठिकाणी एकाच वेळी भूकंपधक्के जाणवतात, ती ठिकाणे जोडून नकाशावर होमोसिस्मल रेषा (Homoseismal Lines) व भूकंपांची समान तीव्रता असलेली स्थळे जोडून आयसोसिस्मल रेषा (Isoseismal Lines) तयार करतात. त्यांच्या आधारे भूकंपाचे केंद्र (Focus) व बाह्यकेंद्रे (Epicentre) निश्चित केली जातात.

भूकंपाची तीव्रता (Intensity) व महत्ता (Magnitude) या दोन भिन्न संज्ञा आहेत. तीव्रता ही भूकंपाचे परिणाम व अनुभूती यांचे मापन करणारी संज्ञा आहे. घरांना भेगा पडणे, घरे कोसळणे, पूल कोसळणे यासारखे भूकंपाचे दृश्य परिणाम, तीव्रता या संज्ञेने स्पष्ट होतात. परंतु, 'महत्ता' या संज्ञेने भूकंपाच्या वेळी किती ऊर्जा बाहेर पडली ते स्पष्ट केले जाते. भूकंपाच्या तीव्रतेचे मापन व महत्तेचे मापन या पूर्णपणे भिन्न संकल्पना आहेत. भूकंपमापन ही ढोबळ संज्ञा आहे. त्यामध्ये तीव्रता अथवा महत्ता या संज्ञा आवश्यक आहेत.

मरकॅली स्केल

भूकंपाची तीव्रता मोजण्यासाठी अनेक श्रेणी (Scales) उपलब्ध आहेत. त्यापैकी मरकॅली स्केलचा वापर अधिक प्रमाणात केला जातो. भूकंपांच्या अनुभूतींचे प्रमाणीकरण करून समान अनुभवांना एका अंकाने व्यक्त करण्याची ही पद्धती आहे. अनुभूती विचारात घेऊन तीव्रतेची श्रेणी निश्चित करण्यात येते. हे कार्य ढोबळ स्वरूपाचे असते. मूळ मरकॅली स्केलमध्ये सुधारणा (Modifications) करून नवी सुधारित मरकॅली श्रेणी एम. एम. स्केल (Modified Mercalli Scale) म्हणून वापरले जाते. या स्केलच्या १२ श्रेणी आहेत. कमीत कमी तीव्रतेपासून कमाल तीव्रतेपर्यंत त्यांना वाढत्या क्रमाने १ ते १२ आकडे दिले आहेत. ते रोमन पद्धतीने I, II, III, ... XII असे लिहिले जातात. त्यांची तीव्रता अथवा परिणाम पुढील सारिणीत दिले आहेत.

एम. एम. स्केल (भूकंप तीव्रतामापन)

क्र.	एम एम स्केल	तीव्रतेचा परिणाम (अनुभूती)
१)	I	फक्त भूकंपमापन यंत्रावर नोंद
२)	II	वरच्या मजल्यावर झुंबरे हालतात.
३)	III	वरच्या मजल्यावरील थोड्या लोकांना जाणवतो.
४)	IV	खिडक्या-दारे यांच्या तावदानांचाच आवाज, उभी भांडी हालतात.
५)	V	भिंतीच्या प्लास्टरला तडे जातात. लंबकाची घड्याळे बंद पडतात, सुट्या वस्तू पडतात, खांब पडतात.
६)	VI	भिंतीचे प्लास्टर पडते, जड वस्तू हालतात, धुराडी पडतात, माणसे घराबाहेर पळतात.
७)	VII	कच्ची घरे पडतात. चालत्या मोटारीत हादरा जाणवतो.
८)	VIII	सर्वसामान्य कच्ची व पक्की घरे कोसळतात. जमिनीला भेगा पडतात, रस्त्यावर वाहन चालविणे अशक्य होते. उंच खांब व इमारती पडतात.
९)	IX	भक्कम बांधणीची घरे कोसळतात. जमिनीला भेगा पडून त्यातून माती बाहेर पडते. नळ तुटतात.
१०)	X	खांब, तुळया तसेच काँक्रीटची घरे कोसळतात. रेल्वे रूळ वाकतात. टेकड्या कोसळतात. भूस्खलन होते.
११)	XI	काही थोडीच पक्की घरे शिल्लक राहतात, पूल कोसळतात, रेल्वेचे रूळ वाकतात. पर्वतीय प्रदेशात फार मोठे भूस्खलन होते.
१२)	XII	संपूर्ण विध्वंस, भूपृष्ठावर मानवनिर्मित सर्व बांधकामे व इतर घटक कोसळतात. फेकले जातात. जमिनीवरून मोठ्या लाटा जाताना दिसतात. गावे गडप होतात.

रिश्टर स्केल (Richter Scale)

भूकंपाची महत्ता (Magnitude) मोजण्यासाठी रिश्टर स्केलचा वापर करतात. भूकंपाच्या वेळी किती ऊर्जा बाहेर पडते यावर हे स्केल आधारित आहे. संयुक्त संस्थानातील कॅलिफोर्निया इन्स्टिट्यूट ऑफ टेक्नॉलॉजी या संस्थेतील प्रसिद्ध भूकंपशास्त्रज्ञ चार्ल्स् एफ. रिश्टर यांनी हे स्केल विकसित केले. भूकंपऊर्जा उत्पत्तीचा रिश्टर यांचा मापक्रम वैज्ञानिकदृष्ट्या अधिक योग्य असून जगभर सर्वत्र रिश्टर स्केलचाच वापर भूकंपाची महत्ता मोजण्यासाठी करतात. भूकंपकेंद्रापाशी ऊर्जेचे प्रमाण सर्वात जास्त असते. तेथून जसे दूर जावे त्या प्रमाणात लहरींचा प्रसर कमी होत जातो. रिश्टर यांनी गणिती सूत्राच्या साहाय्याने हे प्रमाण विकसित केले. त्यासाठी त्यांनी घातांक श्रेणी वापरली. त्यामुळे लगतच्या दोन अंकांनी व्यक्त होणारी ऊर्जा विचारात घेतल्यास मागील अंकापेक्षा पुढील अंकाचे ऊर्जा मूल्य ३० पटींनी जास्त असते.

रिश्टर स्केल (भूकंप ऊर्जा मापन)

अ.क्र.	रिश्टर स्केल	TNT स्फोट तुलना	ऊर्जेचे परिणाम (स्फोट)
१.	O (R)	६०० ग्रॅम	वृक्ष उखडण्यासाठी पुरेसा
२.	1 (R)	२० कि. ग्रॅम	घराचा पाया खणण्यास पुरेसा
३.	2 (R)	६०० कि. ग्रॅम	दगडांच्या खाणीतील स्फोट
४.	3 (R)	२० टन	खाणीतील मोठा स्फोट
५.	4 (R)	६०० टन	लहान अणुबाँब स्फोट
६.	5 (R)	२० हजार टन	मध्यम शक्तीचा अणुबाँब स्फोट
७.	6 (R)	६ लाख टन	हायड्रोजन बाँबस्फोट
८.	7 (R)	२ कोटी टन	३० हायड्रोजन बाँबचा एकत्रित स्फोट
९.	8 (R)	६० कोटी टन	१००० हायड्रोजन बाँबचा एकत्र स्फोट
१०.	9 (R)	२००० कोटी टन	३० हजार हायड्रोजन बाँबचा एकत्र स्फोट

रिश्टर स्केलच्या बाबतीत प्रत्येक वरच्या टप्प्यात भूकंप महत्ता ३० पट जास्त असते. हे ध्यानात ठेवणे आवश्यक आहे. त्यामुळे ४ रिश्टर स्केलच्या भूकंपातून जितकी ऊर्जा बाहेर पडते, तिच्या जवळ जवळ १० लाख पट ऊर्जा ८ रिश्टर स्केलच्या भूकंपाच्या वेळी बाहेर पडते. अत्यंत सौम्य म्हणजे एक वृक्ष मुळातून उखडून पाडण्यासाठी लागणाऱ्या स्फोटाइतकी ऊर्जा असणाऱ्या भूकंपाला शून्य (R) स्केलचा भूकंप मानून सर्वात जास्त महत्तेच्या भूकंपाला (CR) स्केल देण्यात आले आहे. त्यापेक्षा जास्त महत्तेचे भूकंप होत नाहीत. सामान्यपणे ५ ते ६ (२) स्केलच्या भूकंप केंद्रापासून दोन हजार कि. मी. अंतरापर्यंत अनुभवास येतो. ६ ते ६.५ (R) पर्यंतचे भूकंप केंद्रापासून १० हजार कि. मी. पर्यंत अनुभवास येतात. त्यापुढील भूकंप जगभर सर्वत्र अनुभवास येतात.

भूकंपाचे पूर्वानुमान

भूकंप ही अपरिहार्य स्वरूपाची पर्यावरणीय आपत्ती आहे. दाट वस्तीच्या भागात होणाऱ्या भूकंपामुळे प्राणहानी व वित्तहानीचे प्रमाण जास्त असते. कच्च्या दगडमातीची बांधकामे कोसळून हानीचे प्रमाण वाढते, म्हणून नव्या भूकंप प्रतिरोध तंत्राने बांधकामे केली जातात. भूकंपाचे वेळी अत्यंत अल्पकाळात, वेगाने आत्मरक्षणासाठी प्रयत्न करावे लागतात. तथापि, त्यासाठी भूकंपाची संभाव्यता सांगणे अथवा पूर्वानुमान करणे शक्य झाल्यास हानीचे प्रमाण कमी होईल. म्हणूनच जगातील अनेक राष्ट्रांत भूकंप पूर्वानुमानाचे तंत्र विकसित करण्याचे प्रयत्न केले जात आहेत.

सामान्यपणे भूकंप पूर्वानुमानात तीन घटकांविषयीच्या माहितीची अपेक्षा केली जाते. (अ) भूकंपाच्या बाह्य केंद्राची (Epicentre) जागा सांगणे, (ब) भूकंपाची निश्चित वेळ सांगता येणे व (क) भूकंपाच्या तीव्रतेचा आधीच अंदाज सांगणे. या तीन घटकांच्या पूर्वानुमानासाठी जगभरचे भूकंप वैज्ञानिक (Seismologists) संशोधनात गुंतले आहेत. संयुक्त संस्थाने, रशिया, चीन व जपान या देशांत भूकंप पूर्वानुमानाविषयीचे संशोधन मोठ्या प्रमाणावर सुरू आहे.

भूकंप पूर्वानुमानासाठी भूपृष्ठावर व भूपृष्ठाखाली होणारे सूक्ष्म बदल अभ्यासावे लागतात. हे अध्ययन कार्य

सातत्याने व सतर्कतेने करावे लागते. त्यामध्ये खाली नमूद केलेल्या घटकांचा व कार्यपद्धतींचा समावेश होतो.

१) विशिष्ट कालांतराने भूपृष्ठाचे भूरूपकीय सर्वेक्षण करणे.

२) लेसर किरण सर्वेक्षणतंत्राने भूरूपकीय परिवर्तनाची नोंद घेणे.

३) विचलमापकाच्या साहाय्याने भूपृष्ठाची कलने (Tilts) मोजणे.

४) भारतात भूकंपविज्ञानाचे अध्ययन व संशोधन करणाऱ्या प्रमुख १४ संस्था आहेत. भारतीय वातावरण विज्ञान विभाग, भारतीय भूवैज्ञानिक सर्वेक्षण विभाग, केंद्रीय जल व विद्युत अनुसंधान विभाग पुणे, भूकंप अभियांत्रिकी विभाग रूडकी, राष्ट्रीय भूकंप संशोधन संस्था, हैदराबाद, इंडियन इन्स्टिट्यूट ऑफ टेक्नॉलॉजी, खरगपूर इत्यादी संस्थांचे या क्षेत्रातील संशोधन महत्त्वपूर्ण आहे.

५) हैदराबाद येथे डीप सिस्मिक साऊंडिंग (Deep Seismic Sounding) तंत्राचा वापर करून भूकवचातील खोलवर भ्रंशरेषांचा शोध घेतला जातो.

२) त्सुनामी

समुद्रासारख्या विस्तीर्ण जलाशयाच्या तळाशी असलेल्या भूगर्भात भूकंप झाल्याने ज्या पर्वतप्राय लाटा उसळतात, त्यांना 'त्सुनामी' असे संबोधले जाते. अशा भूकंपांच्या केंद्रबिंदूच्या नजीकचा पृष्ठभाग हा सागराच्या तळाशी असतो. त्यायोगे पाण्यात प्रचंड खळबळ निर्माण होऊन तयार होणारी ऊर्जा पाण्याला वरच्या दिशेने ढकलत असल्याने या लाटा निर्माण होऊन त्या किनारपट्टीलगतच्या प्रदेशात आपटतात. भूकंपामुळे निर्माण झालेली ऊर्जा प्रतिसेकंदास ८०० ते ९०० किलोमीटर वेगाने बाहेर पडते. तथापि, तिचा पाण्यामध्ये बऱ्याच प्रमाणात लय होऊन वेग दर तासाला ८०० ते ९०० कि. मी. इतका होतो व या लाटा किनारपट्टीवर आदळल्या की ऊर्जेचा पूर्णतया विलय होतो.

परिणाम

त्सुनामीचे प्रारंभिक आणि त्यानंतरचे असे दुहेरी परिणाम होतात.

१) किनारपट्टीपासून १ ते २ कि. मी. अंतरावर जवळजवळ ३० मीटर उंचीच्या लाटा उसळतात व त्या किनारपट्टीच्या दिशेने प्रचंड वेगाने येतात. काही सेकंदातच लाटांमुळे किनारपट्टीचा प्रदेश जलमय होतो. लाटा किनाऱ्यावर वेगाने आदळल्यानंतर परत पाणी समुद्राच्या दिशेने वेगाने खेचले जाते. पाणी समुद्रात परतताना आपल्याबरोबर जमिनीचा भर व त्यावरील सर्व संपदा वेगाने वाहून नेते.

२) लाटांची ताकद इतकी असते की, त्यामुळे किनारपट्टी लगतच्या १ कि. मी. परिसरातल्या बहुतांशी इमारती, बांधकामे उद्ध्वस्त होतात. २६ डिसेंबर २००४ या दिवशी ज्या त्सुनामी लाटा उसळल्या त्याची सर्वाधिक झळ इंडोनेशियाला पोचली. १ कि. मी. पर्यंतच्या किनाऱ्यालगतच्या भूप्रदेशात जीवित आणि मालमत्ता यांची प्रचंड हानी झाली, तर २ कि. मी. पर्यंतच्या प्रदेशात त्याची झळ थोडी कमी पोहोचली. भारतातही किनारपट्टीपासून ५०० मीटर परिसरातली घरे, त्यातील लोक यांचे नामोनिशाणही उरले नाही, तर १ कि. मी. च्या परिसरात त्याचे दुष्परिणाम जाणवले.

३) काही मिनिटांच्या अंतराने एका पाठोपाठ अशा त्सुनामी लाटा किनारपट्टीवर आदळतच राहतात. सामर्थ्यशाली अशा पहिल्या लाटेमुळे किनाऱ्यालगतच्या प्रदेशाचे सर्वाधिक नुकसान होते. त्यानंतर येणाऱ्या लाटांनी उरले - सुरलेही धुऊन जाते. लाट किनाऱ्यावर फुटल्यानंतर, लाटेच्या ओसरत्या पाण्याचा जोर सुद्धा प्रचंड असतो

व त्यामुळे उद्ध्वस्त झालेल्या गोष्टी समुद्रात वाहून जातात. 'मागे खेचणाऱ्या लाटा' असे त्यांचे वर्णन केले जाते. पहिल्या लाटेच्या एकवटल्या गेलेल्या सामर्थ्यामुळे प्रदेशाचे प्रचंड नुकसान होते. मात्र, जर काही कारणांनी ही लाट दुभंगली गेली तर मात्र नुकसानीचे प्रमाण तुलनेने कमी असते. त्सुनामीमुळे झालेल्या हानीच्या अभ्यासात ज्या पक्क्या घरांच्या कुंपणांच्या भिंती ४ फुटांपेक्षा अधिक उंच आहेत अशी घरे, तसेच ज्या घरांच्या भिंती या लाटांच्या दिशेला कोन करतात, अशी घरे बऱ्याच अंशी सुरक्षित राहिल्याचे आढळून आले आहे. तर लाटांना आडव्या येणाऱ्या भिंती क्षणात कोसळल्याचे आढळून आले आहे; कारण कुंपणांच्या भिंतीमुळे व लाटांच्या दिशेने बांधलेल्या भिंतीमुळे लाटा दुभंगल्या जाऊन हानी कमी होते.

४) किनारपट्टीलगतचा प्रदेश हा मुख्यत: वालुकामय असतो. जी बांधकामे भुसभुशीत वाळूवर केली जातात. त्यांचा पाया कमकुवत असल्याने ती पूर्णतया वाहून जातात, तर ज्या बांधकामांचा पाया अधिक खोदाई करून 'पाईल फाउंडेशन' पद्धतीने बांधला जातो, ती बांधकामे टिकून राहतात.

५) किनारपट्टीपासून दूर खोल समुद्रात गेलेल्या होड्या, बोटी, जहाजे यांचे कोणतेही नुकसान होत नाही. कारण खोल समुद्रात लाटा पसरट असतात व किनाऱ्याकडे जाताना त्यांची उंची वाढते. किनाऱ्याजवळच्या होड्या व जहाजांची हानी जास्त होते.

६) मुळापासून उन्मळून पडणारी झाडे आणि पाण्यात गुदमरल्याने झालेली जीवितहानी हे त्सुनामीचे दुय्यम स्वरूपाचे परिणाम आहेत. मात्र, मुळे खोलवर गेलेली आहेत असे मोठे वृक्ष त्सुनामीच्या लाटा भेदण्यासाठी उपयुक्त ठरतात. त्यामुळे हानीचे प्रमाण कमी होते.

त्सुनामीची लक्षणे व विचारार्थ मुद्दे

१) त्सुनामी लाटा निर्माण होण्यासाठी सागराच्या तळाशीच भूकंप व्हायला हवा. तसेच त्याच्या धक्क्याची तीव्रता ७ रिश्टरपेक्षा अधिक हवी, तरच त्यायोगे समुद्रात उंच लाटा उसळू शकतात. अपवादात्मक परिस्थितीत यापेक्षा कमी तीव्रता असूनही त्सुनामी लाटा निर्माण झाल्याचे आढळून आलेले आहे. ही पर्वतप्राय लाट येण्याच्या अगोदर अचानक समुद्राचे पाणी आटून खूप आत गेल्याचे अनुभव कित्येकांनी सांगितले आहेत. पाणी ज्या शीघ्रतेने आटते, त्याच शीघ्रतेने या त्सुनामीच्या लाटा किनाऱ्याकडे झेपावतात.

२) पाण्याखालील भूगर्भात भूकंप झाल्यानंतर केंद्रबिंदूपासून सर्वच दिशांना ऊर्जा पसरत जाते. ती सागराच्या तळाशी पोचली की त्यानंतर ऊर्ध्व आणि समांतर अशा दोन प्रकारे पाण्यात पसरते. ऊर्ध्व दिशेला जाणाऱ्या ऊर्जालहरींमुळे उंच लाटा ('एस्' लहरी) निर्माण होतात, तर समांतर दिशेकडे जाणाऱ्या ऊर्जेतून पसरट लाटा ('पी' लहरी) निर्माण होतात. या लहरी जोपर्यंत भूपृष्ठापासून दूर खोलवर समुद्रात असतात, तोपर्यंत ऊर्जा सर्व दिशेला पाण्यात पसरल्याने लहरींची उंची जास्त नसते. मात्र, त्या जसजशा किनाऱ्याकडे येतात, तसतशा कमी खोल भूपृष्ठामुळे पाणी पसरण्यास अडथळा आल्याने लहरींची उंची वाढत जाते. खोल समुद्रात पी लहरी शेकडो मीटर पाण्यात दूरवर जातात तर एस् लहरींची उंची जेमतेम काही मीटर असते. किनाऱ्यापट्टीकडे येताना भूपृष्ठाच्या अडथळ्यामुळे 'एस्' लहरींची उंची प्रचंड प्रमाणात वाढते.

३) पाण्याखालील भूकंपामुळे त्सुनामी लाट निर्माण झाल्यावर तत्काळ तिचा अंदाज घेऊन नोंद करणे भूगर्भशास्त्रज्ञांना शक्य होते. त्यायोगे किनारपट्टी लगतच्या प्रदेशातील लोकांना सावध करून जीवितहानी तरी टाळणे शक्य होते. त्यासाठी सुयोग्य प्रकारची कार्यक्षम व तत्काळ कार्य करणारी यंत्रणा निर्माण करणे गरजेचे असते.

३) महापूर

महापूर ही संपूर्ण जगात, नद्यांच्या खोऱ्यातील प्रदेशात वारंवार उद्‌भवणारी आपत्ती आहे. भारताच्या उत्तरेकडील सर्व राज्यांत, गंगेच्या खोऱ्यात प्रतिवर्षी महापूर येतो. बांगलादेशात तर ८३% प्रदेशाला महापुराची झळ पोहोचते. जेव्हा नद्यांच्या पात्रातून समुद्रात वाहून जाणाऱ्या पाण्यापेक्षा पाऊस, नाले, ओढे, उपनद्यांद्वारे जमा होणाऱ्या पाण्याचे प्रमाण अधिक असते; तेव्हा पुराचे संकट निर्माण होते. त्या वेळी अत्यल्प काळात आणि प्रचंड प्रमाणात पाणी पात्राबाहेर नजीकच्या प्रदेशातून वाहू लागते. यापैकी काही पाणी परिसरातील जमिनीत मुरते. अन्य वेळी सामान्यत: डोंगराळ प्रदेश संपून नद्या ज्या ठिकाणी सपाट प्रदेशात येतात, तेथे मात्र अतिवृष्टीनंतर अचानक महापूर येतो. त्याबाबत तेथील लोकांना पूर्वसूचना देणे शक्य नसते. तसेच सावधगिरीचे उपायही अवलंबता येत नाहीत. त्याठिकाणी पाण्याची पातळी जरी फारशी वाढली नाही, तरी प्रवाहाचा वेग प्रचंड असतो. भारतामध्ये हिमाचल, उत्तरांचल, उत्तरप्रदेशाचा काही भाग आणि बिहार या सारख्या राज्यात ही परिस्थिती दरवर्षी उद्‌भवते.

परिणाम : पुराच्या पाण्याच्या लोंढ्याची ताकद इतकी असते की, त्यायोगे परिसरातील कमकुवत इमारती व बांधकामे उद्‌ध्वस्त होतात. परिसरातील शेतजमिनीत लावलेल्या पिकांचे अमाप नुकसान होते. परिसरातील लोकांचा इतर भागांशी येणारा संपर्क काही काळ तुटतो, त्यामुळे जनतेचे हाल होतात. महापुराच्या दुय्यम स्वरूपाच्या परिणामांमध्ये वीज पुरवठा करणाऱ्या वाहिन्या तुटल्यामुळे वीज पुरवठा खंडित होऊन अंधाराचे साम्राज्य पसरते. तसेच या तारा पाण्यात पडल्या तर त्यातून वीज पुरवठा चालू राहिल्याने अपघात होतात. तसेच पूर ओसरल्यानंतर आजार व रोगराई यामुळे लोकांचे आरोग्यमान खालावते.

४) ज्वालामुखीचा उद्रेक : पृथ्वीच्या आवरणाखाली असलेला द्रव 'मॅग्मा' याच्यावरील दाब जेव्हा वाढतो तेव्हा पृथ्वीच्या आवरणाला असलेल्या भेगांतून हा द्रव बाहेर पडू लागतो. याला 'लाव्हारस' किंवा 'ज्वालामुखी' असे म्हणतात.

या लाव्हारसाबरोबरच सल्फर-डाय-ऑक्साईड, नायट्रोजन आणि पाण्याची वाफ बाहेर पडते. या लाव्हारसाचे घन स्वरूपात रूपांतर होऊन या ज्वालामुखीचे पर्वत बनतात. प्रत्येक ज्वालामुखीच्या खाली धगधगणारा लाव्हा जागृत स्वरूपात असतो आणि यामुळेच तेथे हा ज्वालामुखीचा उद्रेक पुन्हा पुन्हा उद्‌भवतो. अलीकडेच अंदमान बेटावर एक डॉरमन्ट (निवळलेला) ज्वालामुखी जागृत झाला होता. ज्वालामुखीच्या उद्रेकाचे त्याच्या सभोवतालच्या परिसरावर मोठे दुष्परिणाम होतात. परिसर जळणे, सर्व परिसरात उपद्रवी राखेचे साम्राज्य होणे इत्यादी. छोट्या-छोट्या ज्वालामुखीच्या उद्रेकावरून मोठ्या ज्वालामुखीची पूर्वकल्पना येऊ शकते आणि लोकांना त्या परिसरातून वेळीच हालविणे शक्य होते.

५) वादळे (कारणे, परिणाम आणि वैशिष्ट्ये) : हवेमध्ये निर्माण होणारे कमी-अधिक दाबांचे पट्टे आणि त्यायोगे वारंवार हवामानात होणारे बदल यांमुळे वादळे निर्माण होतात. विविध प्रकारच्या वादळांची कारणे व त्यायोगे होणारे परिणाम या संदर्भात वेगवेगळे सिद्धान्त मांडले गेले आहेत. सिद्धान्तामागील मूलतत्त्वे ठराविकच असतात. हवेतील उष्मा आणि दाब यांमध्ये वारंवार बदल झाल्याने हवेच्या हालचाली वाढतात. उभ्या (ऊर्ध्व) आणि आडव्या चारी मुख्य दिशांना या हालचाली होतात. त्यांचा वेग हळूहळू वाढत जाऊन हवेचे चक्राकार आवर्त निर्माण होतात. पृथ्वीचा चार पंचमांश हिस्सा हा पाण्यानेच व्यापलेला असल्याने वादळे ही बहुतांशी सागरातच निर्माण होतात. ती समुद्रकिनाऱ्यांच्या दिशेने सरकताना वाऱ्याचा वेग हा वाढत जातो. चक्रावर्ताच्या मध्यभागी असलेल्या कमी दाबाच्या पट्ट्याला 'भोवरा' असे संबोधले जाते. (EYE) सभोवतीचे अधिक दाबाचे पट्टे एकाच वेळी त्या कमी दाबाच्या पट्ट्यांमध्ये घुसतात व त्या भागात असलेला

पालापाचोळा, कचरा हा गोलाकार फिरून वरच्या दिशेने जातो. वाहणाऱ्या वाऱ्याच्या या प्रचंड वेगामुळे वादळे निर्माण होतात.

जेव्हा विभिन्न गुणधर्म असलेले हवेचे दोन झोत एका ठिकाणी येतात, तेव्हा ते सहजासहजी एक दुसऱ्यात मिसळत नाहीत. प्रत्येक हवेच्या झोताला एक सीमावर्ती भाग असतो, ज्याला 'दर्शनी' भाग म्हणतात. या दर्शनी भागावर हे हवेचे झोत भिन्न स्वरूपाचे दबाव निर्माण करतात. हवेच्या झोतातील तपमान, आर्द्रता तसेच दाबांमधील फरक या घटकांमुळे कमी अथवा उच्च दाबाचा पट्टा तयार होतो आणि याभोवती हवेचा झोत फिरू लागतो. या उच्च किंवा कमी दाबाच्या पट्ट्याला भोवरा असे संबोधिले जाते. इंग्रजीत याला 'EYE' असे म्हणतात. यामध्ये हवा घड्याळाच्या दिशेने किंवा घड्याळाच्या विपरीत दिशेने फिरू लागते. पृथ्वीच्या उत्तर गोलार्धामध्ये कमी दाबाचे भोवरे वादळे निर्माण करतात आणि ही वादळे घड्याळाच्या विपरीत दिशेने फिरतात तर दक्षिण गोलार्धामध्ये ही वादळे घड्याळाच्या दिशेने फिरतात.

उच्च दाबाच्या भोवऱ्यामुळे होणाऱ्या वादळाला 'प्रवर्त' असे म्हणतात आणि हा उत्तरी गोलार्धामध्ये घड्याळाच्या दिशेने तर दक्षिणी गोलार्धामध्ये घड्याळाच्या विपरीत दिशेने फिरतो. आवर्त किंवा प्रवर्त यांचा वेग खूप प्रचंड असतो.

सामान्यत: जेव्हा हा वेग दर तासाला ११९ किलोमीटरपेक्षा अधिक होतो, त्या वेळी त्या वादळासाठी झंझावात / तुफान (Storm) असा शब्द वापरला जातो. या झंझावाताच्या वेगामुळे जसे किनारपट्टीच्या प्रदेशांचे नुकसान होते. तसेच झंझावातामुळे निर्माण होणाऱ्या अधिक उंचीच्या सागरी लाटांमुळेही प्रचंड नुकसान होते. अशा रीतीने त्या प्रदेशाला दुहेरी फटका बसतो व जीवित आणि मालमत्ता यांची अपरिमित हानी होते. भूकंप, महापूर यांच्या सारखीच झंझावात ही भीषण आपत्ती आहे. फरक इतकाच की, आधीच्या आपत्तीत हे दुष्परिणाम एका पाठोपाठ एक असे होतात. तर झंझावातात ते एकाच वेळी होतात. त्यानंतर जी शांतता निर्माण होते तिला 'स्मशान शांतता' असेच संबोधता येईल.

वादळांची क्रमवारी : सॅफीर आणि सिंप्सन या हवामान शास्त्रज्ञांनी वादळाच्या तीव्रतेनुसार चढत्या श्रेणीत सौम्यपासून अतीतीव्रपर्यंत ५ प्रकारांत वादळांची क्रमवारी केलेली आहे. पाचव्या श्रेणीचे वादळ हे सर्वात भीषण असते. ताशी २५० कि. मी. पेक्षा जास्त वेगाने हे वादळ वाहते.

सॅफीर व सिंप्सन प्रणीत वादळांचा तक्ता

श्रेणी	वाऱ्याचा वेग			हवेचा किमान दाब
	मैल (प्रतितास)	किलोमीटर (प्रतितास)	नॉटस (प्रतितासी) सागरी क्षेत्र	
प्रथम	७४ ते ९५	११९ ते १५३	६४ ते ८२	९८०+
द्वितीय	९६ ते ११०	१५४ ते १७७	८३ ते ९५	९७९ ते ९६५
तृतीय	१११ ते १३०	१७८ ते २०९	९६ ते ११३	९६४ ते ९४५
चतुर्थ	१३१ ते १५५	२१० ते २४९	११४ ते १३५	९४४ ते ९२०
पंचम	१५६ +	२५०+	१३६+	९१९

हरिकेन

हरिकेन हा मुख्यत: उष्णकटिबंधीय आवर्ताचा (ट्रॉपिकल सायक्लोन) प्रकार आहे. कर्क व मकर वृत्तांच्या दरम्यान अशी आवर्ते म्हणजे लघुभार (लो प्रेशर) प्रदेशांची बंदिस्त प्रणाली असते. ६५० किलोमीटर इतक्या उच्चतम व्यासाची ही आवर्ते म्हणजे, उत्तर गोलार्धात अपसव्य व दक्षिण गोलार्धात सव्य दिशेने वाहणाऱ्या वाऱ्यांचे प्रचंड भोवरेच असतात.

पृथ्वीवरती सर्वात प्रबळ व विध्वंसक वादळे म्हणून उष्ण कटिबंधातली वादळे ओळखली जातात. जगात ही वादळे निरनिराळ्या नावांनी ओळखली जातात. उत्तर अटलांटिक महासागरात विशेषत: कॅरेबियन समुद्र व आग्नेय अमेरिकेत यांना 'हरिकेन' म्हटले जाते. उत्तर पॅसिफिकमध्ये चिनी समुद्र, जपान, फिलिपिन्स, आग्नेय आशियात यांना 'टायफून्स' म्हणून ओळखले जाते. भारताच्या पूर्व किनाऱ्यावर आणि बांगला देशात यांना 'आवर्त' म्हणतात, तर ऑस्ट्रेलियात यांना 'विली विली' म्हटले जाते.

काही विशिष्ट गुणधर्मामुळेच ही वादळे एवढी विध्वंसक असतात. यातील वाऱ्याचा वेग ताशी १८० ते ४०० किलोमीटर असतो. या वादळांबरोबरच भरतीच्या महाकाय लाटा तयार होतात व भरपूर पर्जन्यवृष्टी होते. यातील अतिशय कमी वायुभारामुळे समुद्राची पातळी उंचावते. ही वादळे अनेक दिवस किंवा अनेक आठवडेही टिकून राहू शकतात.

कुठलीही दोन उष्णकटिबंधीय आवर्ते एकासारखी नसतात. आकार, विस्तार, वाऱ्याचा वेग, पर्जन्यमान टिकून राहण्याचा कालखंड या सर्वच बाबतीत या वादळांत भरपूर विविधता आढळून येते. हरिकेन वादळांचा सरासरी वेग दर तासाला १८० किलोमीटर तरी असतोच. समुद्रावर त्यांचा वेग व तीव्रता नेहमीच जास्त असते. मात्र, किनारा ओलांडून जमिनीच्या दिशेने येताना ही वादळे दुर्बल व क्षीण होत जातात. यामुळेच किनारी प्रदेशात ती नेहमीच संहारक ठरतात.

या आवर्तांचा केंद्रबिंदू हा अतिशय कमी वायुभाराचा प्रदेश असतो. ही वादळे नेहमीच अस्थिर असतात असे नाही. काही वेळा ती एखाद्या प्रदेशावर जास्तच काळ स्थिर राहतात. त्यामुळे अशा प्रदेशात अतिवृष्टी, पूर यांसारख्या गंभीर समस्या निर्माण होऊन लागतात.

विशिष्ट वातावरणीय परिस्थितीतच ही वादळे निर्माण होतात. वातावरणात उष्ण व आर्द्र हवेचा पुरेसा व सततचा पुरवठा हे त्यांच्या निर्मितीमागचे मुख्य कारण आहे. म्हणूनच जिथे ६० ते ७० मीटर खोलीपर्यंत २७ अंश सेल्सियस एवढे तापमान असतेच, अशा उष्णकटिबंधीय, उबदार समुद्रपृष्ठावर त्यांचा जन्म होतो. कोरिऑलिस प्रेरणा जेवढी जास्त तेवढी त्यांच्या निर्मितीची शक्यता जास्त असते. विषुववृत्ताच्या दोन्ही बाजूस ५ अंशांपर्यंतच्या पट्ट्यांत कोरिऑलिस प्रेरणा न्यूनतम असल्यामुळे या पट्ट्यांत अशी वादळे तयार होत नाहीत.

महासागराच्या पश्चिम बाजूस ५ अंश ते २० अंश अक्षवृत्त प्रदेशात तयार होणारी ही वादळे आवर्ती अभिसरणामुळे तीव्र होत जातात. समुद्रपृष्ठाच्या वर ९००० ते १५,००० मीटर उंचीवर प्रत्यावर्ती अभिसरण *(अँटि सायक्लॉनिक सर्क्युलेशन)* असेल तर हरिकेन तयार होण्याची प्रक्रिया सुकर होते. प्रत्यावर्ती अभिसरणाच्या दिशेने सागरपृष्ठावरची हवा वर खेचली जाते आणि आवर्ती अभिसरण तीव्र बनते. आंतरआयनिक अभिबिंदुता प्रदेशात *(इंटर ट्रॉपिकल कन्व्हर्जन्स झोन)* तयार होणारे असंख्य आवर्ती भोवरे यांचाही या वादळनिर्मितीत मोठा सहभाग असतो.

या वादळांच्या रचनेत काही महत्त्वाचे वर्तुळाकृती पट्टे आढळतात. सगळ्यांत मध्यभागी मंद वाऱ्यांचा, उच्च तपमानाचा, लघुतम वायुभाराचा प्रदेश असतो. यास आवर्तनाचा डोळा *(आय ऑफ द सायक्लोन)* म्हटले जाते.

याच्याभोवती क्युम्युलेनिंबस ढगांचा १० ते २० कि. मी. रुंदीचा पट्टा असतो. वेगवान वारे, तीव्र ऊर्ध्वगामी हालचाली, भरपूर पर्जन्य असे याचे स्वरूप असते. याच्या बाहेर क्रमश: कमी होत जाणारे ढगांचे प्रमाण, क्षीण होणारी ऊर्ध्वगामी हालचाल, अत्यल्प पर्जन्य अशी परिस्थिती असते.

जगभरात आपला प्रभाव दाखविणाऱ्या व विध्वंसक वादळांची भरपूर माहिती आज उपलब्ध आहे. तरीही आग्नेय आशिया व आशियातील देशात यांच्या पूर्वसूचनेची यंत्रणा परिणामकारकरीत्या कार्य करीत नसल्यामुळे या भागात या वादळापासून मोठे नुकसान होते. अमेरिकेसारख्या देशात जीवितहानीचे प्रमाण आटोक्यात असले तरी आर्थिक हानी मोठ्या प्रमाणावर अजूनही होतेच.

अटलांटिकच्या किनाऱ्यावर हरिकेन हे तर एक दीर्घस्थानी संकटच *(क्रॉनिक डिझास्टर)* आहे. बेट्सी *(१९६५)*, कॅमिली (१९६९), एजिन्स (१९७२), ह्यूगो (१९८९), अँड्र्यू (१९९२) व फ्लॉईड (१९९९) या अटलांटिक महासागरातल्या प्रलयंकारी हरिकेननंतर कॅटरिना नावाचे वादळही पुन्हा एकदा या दीर्घस्थायी संकटाची बोचरी जाणीव करून देणारे व माणसाची असाहाय्यता पुन्हा एकदा सिद्ध करणारे अस्मानी संकट होते.

६) दरडी कोसळणे (भूस्खलन) : भूस्खलन हे अगदी मर्यादित क्षेत्रात उद्‌भवणारे संकट आहे. त्याची तीव्रता ही मातीचा प्रकार, डोंगराचा उतार, व्याप्ती आणि खडकांची रचना यांवर अवलंबून असते. माती ही खडकांना घट्ट जोडून ठेवते. तथापि, तांबडी माती ही भुसभुशीत असते, ती वाहून गेल्यानंतर खडक वेगळे होतात. मातीप्रमाणेच वृक्षांची जमिनीत खोलवर घुसलेली मुळेही खडकांना आधार देतात. तथापि, माती वाहून गेल्यामुळे दरडी कोसळतात व त्यालगतचे वृक्षही उन्मळून पडतात. उतारावर असलेली बांधकामे या भूस्खलनात कोसळतात व हे सर्व दगड, मातीचे ढिगारे, वृक्ष खाली सपाट क्षेत्रात पडतात व त्या क्षेत्रातील रहिवाशांचाही त्यात बळी जातो.

७) अतिवृष्टी : पर्यावरणीय बदलामुळे अतिवृष्टीची परिस्थिती उद्‌भवते. प्रशांत महासागरात उत्पन्न होणाऱ्या 'एल निनो'च्या (प्रशांत महासागरात वाहणारा एक प्रवाह) प्रभावामुळे सुद्धा अतिवृष्टी होते असा शास्त्रज्ञांचा अंदाज आहे. यामुळे एकापाठोपाठ एक असे अनेक हवामानीय बदल घडतात. पृथ्वीवरील तपमानात सातत्याने होणारी वाढसुद्धा एक चिंतेची बाब आहे. यामुळे हवामानीय बदल घडत असतात. अतिवृष्टीचे कारण कोणतेही असले, तरी अतिवृष्टीमुळे मोठा हाहाकार माजतो ही वस्तुस्थिती नाकारता येत नाही. उपग्रहाद्वारे याबाबत पूर्वसूचना मिळवता येत असली तरी अतिवृष्टीचा अचूक अंदाज बांधणे कठीण आहे. अतिवृष्टीमुळे भूस्खलन, स्थानिक पातळीवर पूर येणे, लोकवस्तीला चहुबाजूंनी पाण्याने वेढणे, इमारती कोसळणे. तसेच वीजपुरवठ्यात मोठा बिघाड होणे इत्यादी संकटे ओढवतात.

८) रोगराई : प्रगतिशील तसेच अप्रगत राष्ट्रातील लोकांच्या राहणीमानाचा दर्जा इतका खालावलेला असतो की, त्यामुळे सर्वत्र अस्वच्छतेचे साम्राज्य पसरलेले असते आणि अस्वच्छता रोगराईला आमंत्रण देते. मलेरिया, इन्फ्ल्युएंझा, कॉलरा आणि हिपॅटायटिस या सारखे अनेक रोग या देशात आढळून येतात.

मानवनिर्मित आपत्ती : आपत्ती ही बहुतांशी मानवाच्या चुकांमुळे उद्‌भवते. या आपत्तीची व्याप्ती, तिचे स्वरूप तसेच प्रमाण हे दिवसेंदिवस वाढत चालले आहे; ही चिंतेची बाब आहे. याला कारणीभूत मानवाने केलेली प्रगती आणि तो राहात असलेल्या समाजाची घडण ही त्या समाजाची सामाजिक व राजनैतिक रचना आहे.

मानवनिर्मित आपत्ती खालीलप्रमाणे आहेत -

१) वाहतूक व्यवस्थेतील अपघात : भारतामध्ये दरवर्षी साधारणत: ८५,००० ते १ लाख लोक विभिन्न अपघातात बळी पडतात आणि याद्वारे होणारे नुकसान हे ५५ हजार कोटी रुपयांपर्यंत होते. याच्यासोबत रेल्वे, हवाई

तसेच समुद्रीवाहतुकीमुळे होणाऱ्या अपघातांची भर पडते ती वेगळी. बरेचसे अपघात हे मानवी चुकांमुळे किंवा यंत्रणेतील बिघाडामुळे घडतात.

२) अग्निप्रलय / वणवा : अग्निकांडामुळे प्रचंड नुकसान होते. याला मानवाच्या चुका तसेच यंत्रणेतील बिघाड कारणीभूत असतात. आगीने होणारी दुर्घटना ही वारंवार घडणारी असली, तरी ती टाळणे शक्य नाही. ती पूर्णपणे टाळणे जरी शक्य नसले, तरी त्यामुळे होणाऱ्या नुकसानीचे प्रमाण कमी करता येते. यासाठी हवी जागरूकता आणि पूर्वतयारी.

३) स्फोट : जगात दहशतवादाचे संकट जसजसे वाढत गेले, तसतशा बाँबस्फोटाच्या घटना ठिकठिकाणी घडू लागल्या. दहशतवादी संघटना या प्रस्फोटकांचा वापर करून विविध वस्तू, खेळणी वगैरेंचा छुपे बाँब बनवण्यासाठी वापर करतात व दाट वस्तीच्या गजबजलेल्या, गर्दीच्या ठिकाणी त्यांचा स्फोट घडवतात. प्रचंड विध्वंस घडवण्याचा व लोकांत घबराट माजवण्याचा त्यांचा हेतू असतो. त्यासाठी लागणारी रसायने व अन्य पदार्थ बाजारात सहजासहजी मिळू शकतात. स्फोटक हे वेगवान, प्रज्वलन घडवणारे व त्यात वापरलेली रसायने तापून प्रचंड ताकद निर्माण करणारे असे साधन आहे. ही ताकद सर्व दिशांना उसळून त्यात वापरलेल्या पदार्थांमुळे परिसराचा विध्वंस तसेच जीवितहानी घडवते. स्फोटकांमुळे होणारी हानी ही तीन घटकांमुळे होते - एक - अति तीव्र वेगाने पसरणाऱ्या स्फोटक लहरी ज्या प्रचंड शक्तीचा दाब निर्माण करतात. दोन - स्फोटक असलेल्या आवरणाचे तुकडे आजूबाजूच्या पदार्थांत छेद करतात व तीन - उष्णतेमुळे आग लागते. या सर्व परिणामांची झळ सभोवतीच्या प्रदेशाला पोहचते. अतितीव्र स्फोटक, कमी तीव्रतेचे स्फोटक आणि धूर व आनुषंगिक असे विषारीवायू पसवणारे असे स्फोटकांचे तीन प्रकार आहेत. स्फोटकांची ताकद त्यातील द्रव्यांच्या गतिमानतेवर अवलंबून असते. सामान्यत: प्रतिसेकंदाला २ कि. मी. पासून ९ कि. मी. पर्यंत हा वेग असतो. त्यामुळेच क्षणार्धात त्याचे परिणाम परिसरात जाणवतात. स्फोटातून निर्माण झालेल्या विध्वंसक लाटा सर्व दिशांनी सरकतात व विध्वंस घडवतात. ट्रिनायट्रोटोल्यूइन नायट्रोग्लिसरीन (टी. एन. टी.) रिसर्च व डेव्हलपमेंट एक्सप्लोझिव (आर. डी. एक्स.), अॅमेटॉल, बॅरॅटोल, गन पावडर, गन कॉटन नायट्रोसेल्यूलोझ यांसारख्या प्रस्फोटकांची ताकद प्रचंड असते. स्फोटकांचे कार्य व्हावे यासाठी सल्फ्यूरिक अॅसिड, शिसे, अँटिमनी संयुगे, फॉस्फरस संयुगे, पारा संयुगे यांचा वापर केला जातो. काळ्या, तपकिरी, फिकट पिवळ्या, पांढऱ्या इ. विविध रंगाचे हे पदार्थ असतात. तसेच ते घट्ट, अर्धप्रवाही, जेलीप्रमाणे किंवा वायुरूप असे विविध प्रकारचे असतात. त्यांचा वापर कोणत्या हेतूसाठी करायचा त्यावर कोणते रसायन वापरायचे ते ठरते.

४) आण्विक, जैविक व रासायनिक आपत्ती :

अणुऊर्जेशी संबंधित समस्या : आपल्याला ज्ञात असणाऱ्या ऊर्जेमध्ये अणुऊर्जा ही सर्वात सामर्थ्यशाली आहे. एका किंवा अधिक अणूंच्या विभाजनाद्वारे ती निर्माण केली जाते. तसेच त्या अणूंच्या संयोगातून किंवा दोन्ही प्रकारांनी ती निर्माण होते. ही ऊर्जा बाहेर पडली की अनेक पटीने वाढत असते. त्यासाठीच अणुभट्टीत अणुस्फोट घडवताना सर्वतोपरी खबरदारी घेतली जाते. शांततेच्या परिस्थितीत विधायक कारणांसाठी होणारा अणुऊर्जेचा वापर स्वागतार्ह व किफायतशीर ठरतो. परंतु, युद्धामध्ये मात्र तिचे स्वरूप सर्वसंहारक ठरते.

अण्वस्त्राची कार्यपद्धती :

अधिक उंचावरून किंवा भूपृष्ठालगत थोड्या उंचीवर या बाँबचा स्फोट केला जातो. त्याचप्रमाणे भूगर्भात किंवा सागरात पाण्याच्या पातळीखालीही स्फोट घडवता येतो. ज्या जागी स्फोट होतो त्या बिंदूच्या बरोबर खाली किंवा वरती असलेल्या भूपृष्ठावरील बिंदूला 'शून्य भूपृष्ठ बिंदू' (Ground zero) असे म्हटले जाते. दाट मानवी

वस्तीच्या ठिकाणी असा स्फोट घडवला की, बाहेर पडणारी ऊर्जा वेगवेगळ्या प्रकारचे परिणाम घडवते, डोळे दिपवून टाकणाऱ्या प्रकाशामुळे नेत्रपटलांना धोका पोहचून कायमचे अंधत्व येते. उष्णतेत वाढ होऊन त्या परिसरातील सर्व गोष्टी, प्राणी करपून, वितळून जातात. त्या परिसरापासून साधारण १ कि. मी. अंतरापर्यंत असणाऱ्या प्रदेशात स्फोटक लहरींमुळे आग लागून किंवा किरणोत्सर्जनामुळे सुमारे ९०% गोष्टींचा विध्वंस होतो. तितक्याच प्रमाणात लोकही मृत्युमुखी पडतात. बॉंबची संहारक्षमता, भूपृष्ठावर पोहोचेपर्यंतचे अंतर अशा विविध घटकांवर संहाराचे प्रमाण अवलंबून असते.

स्फोटांच्या लाटांचे परिणाम : स्फोटानंतर निर्माण झालेल्या लाटांमुळे तत्काळ व सर्वाधिक नुकसान होते. स्फोटाच्या ताकदीमुळे परिसरातील इमारती कोसळतात किंवा त्यांची मोडतोड होते. स्फोटांच्या ठिकाणी निर्वात प्रदेश निर्माण होतो व इतर भागातून त्या भागात वेगात वारा घुसतो, या वाऱ्याच्या वेगामुळेही अधिक नुकसान होते. केंद्रोत्सारी लाटांतून वाचलेल्या इमारती नंतरच्या केंद्राकर्षी लाटांमुळे उद्‌ध्वस्त होतील.

किरणोत्सर्जनांचे परिणाम : अणुस्फोटानंतर अल्फा, बीटा आणि गॅमा असे तीन प्रकारचे किरण वारंवार बाहेर पडतात. हेलियम धातूच्या अणूंपासून अल्फा किरण फेकले जातात. ते धनभारित असतात. त्याच्या कक्षेवरील इलेक्ट्रॉन्समुळे बीटा किरण बाहेर पडतात, ते ऋणभारित असतात. तर गॅमा हे किरण 'क्ष' किरणांप्रमाणे विद्युत चुंबकीय स्वरूपाचे असतात. यापैकी अल्फा व बीटा या किरणांच्या संसर्गामुळे वेदना उद्‌भवत नाहीत व केवळ कागद व पातळ धातूचा पत्रा समोर ठेवून ते अडवता येऊ शकतात. परंतु, गॅमा हे किरण मात्र अत्यंत वेदनादायक असतात. सुमारे १ मीटर जाडीची भिंत, लाकूड अथवा कॉंक्रीटच्या बांधकामातूनही ते आरपार जाऊ शकतात. त्यामुळे सर्व प्राण्यांच्या अंगावरील त्वचा करपून जाते. ६० रॅड प्रति तासाला या मापनात हे किरण शरीरावर आदळले की, त्याचे दुष्परिणाम दीर्घकाळापर्यंत होतात; तर ६०० रॅड पेक्षा प्रमाण अधिक झाल्यास ते जीवघेणे ठरतात.

१ रॅड - शरीराशी संसर्गात येणाऱ्या ऊर्जेच्या प्रतिग्रॅमला १०० (अर्ग ताकदीची) मात्रा.

रोएंटजेन - हे किरणोत्सर्जनाच्या मापनाचे परिमाण आहे. प्रति तासाला (ROENTGEN) होणाऱ्या उत्सर्जनासाठी 'आर' या परिमाणाचा मापनासाठी वापर केला जातो.

रेम (REM) - किरणोत्सर्जनाचा प्राण्यांवरील दुष्परिणाम रेमद्वारे मोजला आहे.

टीप - रॅड शरीराशी किरणांचा येणारा संसर्ग रॅडद्वारे मोजला जातो.

अपघातजन्य किरणोत्सर्जन : रशियातील चेर्नोबिल येथील अणुभट्टीत ही घटना १९८६ मध्ये घडली. गळती होऊन किरणोत्सर्जन झाले व संपूर्ण रशियात हाहाकार माजला. भारतातही डिसेंबर २००४ मध्ये कल्पक्कम येथील अणुभट्टीत त्सुनामीच्या संकटांमुळे थोडेबहुत तडे गेल्याची भीती व्यक्त करण्यात येत होती, पण सुदैवाने तसे झाले नाही, अन्यथा बिकट परिस्थिती निर्माण झाली असती. अणुभट्ट्यांसाठी जागा निवडताना हा घटकही विचारात घ्यायला हवा.

जैविक अस्त्रांचे दुष्परिणाम : अण्वस्त्रांप्रमाणेच जैविक अस्त्रेही भयानक आहेत. वैज्ञानिक प्रगतीमुळे ती बनविण्याचे तंत्रज्ञानही अनेक देशांना अवगत झालेले आहे. प्रत्येक दिवशी या अस्त्रांची निर्मिती वाढण्याचा असलेला धोका विचारात घेऊन जगातील अनेक राष्ट्रांनी त्यांची निर्मिती न करण्याच्या आंतरराष्ट्रीय करारावर स्वाक्षऱ्या केलेल्या आहेत. भारत हा त्यापैकीच एक देश आहे. या अस्त्रांची वाहतूक करणे व ती हाताळणे सोपे असते व ती अतिशय कमी वजनाची असतात. अण्वस्त्रांपेक्षा ती अधिक विस्तीर्ण प्रदेशात वापरली जाऊ शकतात.

खालील तक्त्यात या अस्त्रांतील घटक व त्यांचे परिणाम दर्शवले आहेत.

घटक	परिणाम	मात्रा
ॲथ्रॅक्स	हा एक प्रकारचा जंतू आहे. तो शरीरात श्वासावाटे गेला की प्रचंड ताप येतो, झटके येतात. श्वसनयंत्रणेत अडथळे उद्‌भवतात व २४ ते ७२ तासांमध्ये संसर्ग झालेल्या व्यक्तीचा मृत्यू होतो.	१ ते २ मि. ग्रॅ.
बोटुलिनम टॉक्सिन	याद्वारे दृष्टी अंधुक होते. अस्पष्ट दिसते. घशात त्रास होऊन काहीही गिळता येत नाही. शरीर लुळे पडते. श्वसनयंत्रणेत अडथळे येऊन मनुष्य २४ तासांत मरतो.	१ मि. ग्रॅ. पेक्षा कमी
ॲफलेटॉक्सिन	रक्तवाहिन्या फुटतात, झटके येऊन मनुष्य कोमात जातो. यकृतात कॅन्सर होतो. काही दिवसानंतर किंवा महिन्यानंतर मनुष्य मृत्युमुखी पडतो.	

रासायनिक घटकांचे दुष्परिणाम : १९८४ मध्ये भोपाळ या शहरात गॅसगळतीमुळे झालेली दुर्घटना ही या प्रकारच्या आपत्तीमध्ये सर्वात भीषण म्हणावी लागेल. 'सायनाईड' या विषारी द्रव्यामुळे निर्माण झालेल्या वायू गळतीमुळे व तो परिसरात पसरल्यामुळे हजारो लोक मेले, तितक्याच लोकांना कायमचे अंधत्व आले किंवा श्वसन यंत्रणेत कायमचा बिघाड होऊन जन्माचे दुखणे ओढवले. दुसऱ्या महायुद्धापासूनच रासायनिक अस्त्रांचा वापर झाल्याचे आढळते. हिटलरने गॅस चेंबरमध्ये लक्षावधी ज्यू लोकांना मारले. सद्दाम हुसेन या इराकच्या पूर्वीच्या हुकूमशहानेही इराण विरुद्धच्या तसेच कुर्दवांशिकांबरोबर झालेल्या युद्धात रासायनिक अस्त्रांचा वापर केल्याचे बोलले जाते. भारतासह अनेक राष्ट्रांनी रासायनिक अस्त्रे निर्माण न करण्याचा निर्णय घेतलेला आहे. तथापि, औद्योगिक क्षेत्रांत वेळोवेळी होणाऱ्या गॅस व रासायनिक गळतीमुळे हे संकट कायमच उद्‌भवते. ही विघातक रसायने व त्यांचे परिणाम खालील तक्त्यात दर्शविले आहेत.

घटक	परिणाम
व्ही. एक्स. नर्व्ह गॅस	मज्जासंस्था निष्क्रिय बनवते. अपस्माराचे झटके.
सॅरिन	श्वसन संस्थेत बिघाड, अर्धांगवायू व मृत्यू ओढवतो. मज्जासंस्थेत बिघाड घडवतो व काही मिनिटांतच मृत्यू होतो.
मस्टर्ड गॅस	त्वचा व डोळ्यांची जळजळ होते, अंगावर फोड येतात, फुप्फुसात दोष निर्माण होतो, कॅन्सर होऊनही मनुष्य मरतो.

आपत्ती व्यवस्थापन (Disaster Management)

सामान्यपणे भविष्यात येणारी संकटे म्हणजे आपत्ती होय. ही आपत्ती निसर्गनिर्मित किंवा मानवनिर्मित असू शकते. आपत्ती कोणत्याही प्रकारची असली तरी तिला धैर्याने तोंड द्यावे लागते. म्हणजे आपत्ती निर्माण झाल्यास तिची तीव्रता कमी करण्याच्या दृष्टीने प्रयत्न करावे लागतात. त्यामुळे आपत्ती निर्माण होऊन नये अथवा आपत्ती

निर्माण झाल्यावर तिला समर्थपणे तोंड देता यावे यासाठी जी उपाययोजना केली जाते, तिला 'आपत्ती व्यवस्थापन' असे म्हणतात. आपत्ती व्यवस्थापनाची व्याख्या **संयुक्त राष्ट्रसंघाने** खालीलप्रमाणे दिलेली आहे.

'आपत्ती म्हणजे अशी घटना की ज्यामुळे अगदी आकस्मिकपणे प्रचंड जीवितहानी व इतर प्रकारची हानी होते.' आपत्ती अचानकपणे येते. तिचा पूर्वअंदाज करता येत नाही. आपत्ती आल्यानंतर ती मोठ्या प्रमाणावर जीवित व इतर हानीस कारणीभूत ठरते. उदाहरणार्थ, गुजरात व मराठवाड्यातील भूकंप, भोपाळ गॅस दुर्घटना, त्सुनामीचा तडाखा, दहशतवाद्यांनी अमेरिकेतील वर्ल्ड ट्रेड सेंटरवर केलेला विमानहल्ला इ. वरील सर्व प्रकारच्या घटना म्हणजे 'आपत्ती' होय. या आपत्तींमुळे मोठ्या प्रमाणावर जीवित व वित्तहानी झाल्याचे आपणास निदर्शनास आले आहे.

आपत्ती व्यवस्थापनाची व्याख्या

१. 'आपत्तीचे पूर्वानुमान, नियोजन व संघटन करणे व आपत्ती काळात विविध घटकांत समन्वय साधून आपत्तीवर नियंत्रण ठेवणे म्हणजे आपत्ती व्यवस्थापन होय. - **हेन्री फेयॉल**

२. 'आपत्तीच्या परिणामांवर मात करण्यासाठी व्यक्ती व सामग्रीचा उपयोग करून नियोजन करणे, संघटन करणे, प्रोत्साहन देणे तसेच समूहाच्या कार्यावर नियंत्रण ठेवणे इत्यादी क्रियांचा समावेश असलेली आपत्ती व्यवस्थापन ही एक वेगळी अशी सर्वसमावेशक प्रक्रिया आहे.' - **जॉर्ज टेरी**

थोडक्यात, आपत्तीवर मात करण्यासाठी ज्या वेळी व्यवस्थापनाच्या विविध कार्यांची मदत घेतली जाते. त्याला आपत्ती व्यवस्थापन असे म्हणतात.

आपत्ती निवारणाचे व्यवस्थापन

आपत्तीची सहसा कोणासही पूर्वकल्पना नसते; त्यामुळे ती टाळता येणे शक्य नसते. परंतु, आपत्तीची तीव्रता योग्य व्यवस्थापनामुळे कमी करता येते. उदाहरणार्थ, महाराष्ट्र व गुजरातमधील भूकंपानंतर भूकंपग्रस्तांना मदत करण्यासाठी घरे बांधून देण्यात आली आहेत. एखादी दुर्घटना घडल्यानंतर सामाजिक बांधिलकी म्हणून त्या भागातील लोक आपद्ग्रस्तांना त्वरेने मदत करतात. तसेच शासनयंत्रणा व सामाजिक संस्था जास्तीत जास्त मदत करण्याचा प्रयत्न करतात; थोडक्यात, आपत्तीनंतर आपद्ग्रस्तांना दिलासा देण्यासाठी विविध प्रकारचे प्रयत्न केले जातात. हे प्रयत्न म्हणजे 'आपत्ती व्यवस्थापन' होय. आपत्ती व्यवस्थापनात सर्वप्रथम आपत्तीबाबत अंदाजे पूर्वतयारी करून आपत्ती निवारण्यासाठी नियोजन करण्यात येते. हे नियोजन प्रामुख्याने तीन टप्प्यांमध्ये विभागता येते - (अ) आपत्तीपूर्व नियोजन, (ब) आपत्तीकाळात मदत, (क) आपत्तीनंतर केली जाणारी कायमस्वरूपी मदत इ.

आपत्तीचे व्यवस्थापन करताना प्रामुख्याने खालील प्रक्रिया किंवा टप्प्यांचा विचार केला जातो.

१) आपत्तीचे पूर्वानुमान करणे : व्यवसाय सुरू करताना भविष्यात येऊ शकणाऱ्या संभाव्य अडचणी किंवा आपत्तीचे पूर्वानुमान करण्यात येते. व्यवसायाला नैसर्गिक आपत्तीपासून तसेच मानवनिर्मित आपत्तीपासून कोणते धोके आहेत याचा अंदाज या टप्प्यात घेतला जातो. संभाव्य संकटांची तीव्रता कमी करण्यासाठी कोणती उपाययोजना करता येईल याचा विचार केला जातो. अनेकदा धोक्यांची पूर्वकल्पना यावी म्हणून शास्त्रशुद्ध पद्धतीने अंदाज केले जातात. उदाहरणार्थ, समुद्रातील वादळ कोणत्या दिशेने व ताशी किती वेगाने जाईल याचा पूर्वअंदाज करता येतो.

२) धोक्यावर मात करण्यासाठी नियोजन करणे : धोके किंवा आपत्ती अचानक उद्भवते. त्यामुळे तिच्या निवारणार्थ नियोजन आपत्ती निर्माण झाल्याबरोबर अत्यंत थोड्या वेळात करावे लागते. हे नियोजन परिस्थितीनुसार केले जाते. उदाहरणार्थ, रेल्वे अपघात झाल्यास प्रथम डब्यातील लोकांचे प्राण वाचविण्याचे नियोजन केले जाते. त्यानंतर रेल्वे रूळ दुरुस्ती किंवा इतर कामकाजाचे नियोजन करावे लागते. थोडक्यात, नियोजनातही

कोणत्या क्रियांना प्रथम प्राधान्य द्यावयाचे याचा विचार करावा लागतो.

३) योजनांची अंमलबजावणी करणारी यंत्रणा : आपत्ती व्यवस्थापनाचे नियोजन करून आपत्ती निवारण्यासाठी एखादा स्वतंत्र विभाग निर्माण केला जातो. या विभागामार्फत आपत्ती निवारणासाठी यंत्रणा उभी केली जाते. उदाहरणार्थ, एखाद्या कारखान्यात आग लागल्यास कारखान्यातील सर्व कर्मचाऱ्यांना समजण्यासाठी सायरन किंवा घंटी वाजविणे, अग्निशामक दलाच्या गाड्यांना त्वरित बोलावणे, आग विझविण्यासाठी कारखान्यातील पाणीपुरवठ्याचा पुरवठा नियमित करणे अगर वाढविणे, अपघातग्रस्त कर्मचाऱ्यांसाठी प्रथमोपचार यंत्रणा उभी करणे, आवश्यकता भासल्यास त्यांना लगेच दवाखान्यात पोहोचविणे इ. थोडक्यात आपत्ती व्यवस्थापनात नियोजनाची यंत्रणा उभारण्याच्या दृष्टीने प्रयत्न केले जातात.

४) योजनेची अंमलबजावणी करणे : धोक्याच्या नियोजनाबाबत यंत्रणा उभी केल्यानंतर यंत्रणेची अंमलबजावणी केली जाते. यात प्रत्येक विभाग किंवा कर्मचाऱ्याने कोणते काम केव्हा करावे, कोणते साहित्य तयार ठेवावे; ते कोणी, कसे व केव्हा वापरावे इत्यादी बाबी ठरविल्या जातात. आपत्ती निवारणार्थ सरकारी व बाह्य यंत्रणा कोणती मदत करणार आहे याचाही विचार केला जातो. थोडक्यात, गोंधळाची परिस्थिती होऊ न देता प्रत्येक बाबीची सोय, योग्य पद्धतीने अंमलबजावणी होईल याची काळजी घेतली जाते.

५) योजनांचे मूल्यमापन : संकटकालीन परिस्थितीवर मात करण्यासाठी तयार केलेल्या योजना व त्यांची अंमलबजावणी केल्यानंतर तयार केलेल्या योजनांचे मूल्यमापन करण्यात येते. कोणत्या योजना कोणत्या परिस्थितीत उपयुक्त आहेत, त्यांच्यात कशाप्रकारे सुधारणा केल्या पाहिजेत याचे मूल्यमापन करून त्यानुसार योजना आखल्या जातात.

६) चुका शोधणे व दुरुस्ती करणे : नियोजन व त्याची अंमलबजावणी यामध्ये काही चुका होतात. त्या त्रुटी कोणत्या प्रकारच्या आहेत हे लक्षात घेऊन त्या भविष्यात कशा दूर करता येतील याचा अभ्यास शेवटच्या टप्प्यात केला जातो. काही त्रुटी कायमस्वरूपी सुधारता येतील काय याचाही विचार केला जातो.

आपत्ती व्यवस्थापनाचे महत्त्व

मानवाने वैद्यकीय शास्त्र, इंजिनिअरिंग, जैविक तंत्रज्ञान, माहिती तंत्रज्ञान, संगणक, ग्रहांवरील शोध इत्यादी विविध क्षेत्रांत प्रगती केली असली तरी अद्यापही पृथ्वीची तंतोतंत माहिती कुणालाही नाही. ते एक मोठे कोडे आहे. नैसर्गिक शक्तीपुढे मानवी शक्ती अत्यंत तोकडी व मर्यादित आहे. वरील सर्व बाबींचा आढावा घेतल्यास मानवाला विविध प्रकारच्या आपत्तींवर मात करण्याची तयारी करावीच लागते. नैसर्गिक आपत्तीपेक्षा मानवनिर्मित आपत्तीला तोंड देणे सोपे आहे. एखादी आपत्ती निर्माण झाल्यास ती किती वेळ टिकेल याचाही अंदाज घेता येत नाही. त्यामुळे तर आपत्ती व्यवस्थापनाला अतिशय महत्त्व प्राप्त झाले आहे. आपत्तीचे निवारण करण्यासाठी आपत्तीचा संशोधनात्मक दृष्टीने अभ्यास करणे उचित ठरते. आपत्तीचे व्यवस्थापन करताना आपत्तीच्या व्यवस्थापनाची योग्य संघटन योजना तयार करून आपत्तीपूर्वी, आपत्तीच्या वेळी, आपत्तीनंतर कोणत्या उपाययोजना केल्या पाहिजेत, याचा विचार करणेही आवश्यक आहे. आपत्ती व्यवस्थापनाचे महत्त्व व फायदे पुढील मुद्द्यांच्या आधारे स्पष्ट होण्यास मदत होईल.

१) मानवी जीविताचे रक्षण : आपत्ती अटळ आहेत, त्यामुळे जीवितहानी होते, तरीपण त्यांची तीव्रता कमी करण्यासाठी उपाययोजना केल्यास जीवितहानी काही प्रमाणावर टाळता येते. अलीकडे प्रत्येक आपत्तीचा वैज्ञानिक व संशोधनात्मक दृष्टीने अभ्यास करून तिची पूर्वसूचना कशी मिळेल याचा अभ्यास केला जातो. त्यामुळे काही प्रमाणावर जीवितहानी टाळता येते.

२) सामाजिक जबाबदारीची भावना निर्माण करणे : आपत्ती कोणावरही येऊ शकते. त्यामुळे आपत्तीबद्दल वेळोवेळी प्रबोधन करण्यात आले तर नागरिकांमध्ये जबाबदारीची भावना निर्माण होऊन आपत्तीला समर्थपणे तोंड देण्याचा विश्वास निर्माण होतो. उदाहरणार्थ, पूर परिस्थितीत किंवा भूकंपानंतरच्या परिस्थितीवर मात करण्यासाठी अनेक स्वयंसेवी संघटना आपली पथके पाठवून मदत करीत असतात. त्यामुळे आपद्ग्रस्त लोकांना दिलासा मिळतो. वरील कामे केवळ जबाबदारीच्या जाणिवेमुळेच केली जातात.

३) सुरक्षा व विश्वासाची भावना निर्माण करणे : आपत्ती व्यवस्थापनाचा उद्देश मानवी व नैसर्गिक संपत्तीची सुरक्षा करणे हा आहे. आपत्ती निर्माण झाल्यास तिच्या निवारणासाठी लोकांमध्ये विश्वासाचे नातेही निर्माण करण्याचा प्रयत्न केला जातो व विश्वास आपोआप दृढ होत असतो. उदाहरणार्थ, अपघातानंतर सुज्ञ नागरिक दुर्घटनाग्रस्त लोकांना अत्यंत विश्वासाने मदत करतात. त्यांना सुरक्षित स्थळी हलविण्याचा प्रयत्न करतात, हे आपण पाहात असतो.

४) आपद्ग्रस्तांना दिलासा : आपत्ती आल्यानंतर तिची तीव्रता कमी करण्यासाठी आपोआप विविध स्तरांवर प्रयत्न केले जातात. उदाहरणार्थ, पूरग्रस्तांना किंवा भूकंपग्रस्तांना मदत करण्याचे उद्देशाने अनेक संस्था व स्वयंसेवी संघटना आर्थिक व इतर स्वरूपाची मदत गोळा करून आपद्ग्रस्तांना पाठवितात. हे सर्व कार्य उत्स्फूर्तपणे व स्वयंप्रेरित असते. त्यामुळे आपद्ग्रस्तांना दिलासा नक्कीच मिळतो.

आपत्ती व्यवस्थापनाची प्रक्रिया

आपत्ती व्यवस्थापनाची उद्दिष्ट्ये

आपत्ती व्यवस्थापनाची विविध उद्दिष्ट्ये आहेत. त्यामध्ये पुढील उद्दिष्ट्ये महत्त्वाची मानली जातात.

१) आपत्तीपूर्व व्यवस्थापनाद्वारे आपत्ती उद्भवल्यास होणाऱ्या नुकसानीचे प्रमाण कमी करता येऊ शकते.

२) आपत्तीग्रस्त प्रदेशातील लोकांचे जीवन पूर्वस्थितीत आणण्यासाठी सर्वतोपरी प्रयत्न करणे.

३) आपत्तीमुळे होणारी प्राणहानी टाळणे.

४) आपत्तीतून लोकांची सुटका करणे.

५) सामाजिक व मानवी हिताच्या दृष्टिने सर्व घटकांना समान न्याय मिळवून देणे.

६) आपत्ती निर्माण झालेल्या प्रदेशात लोकांना जीवनावश्यक वस्तूंचा योग्य पद्धतीने पुरवठा करणे.

आपत्ती व्यवस्थापनाच्या पायऱ्या

योग्य व नियोजनबद्ध व्यवस्थापनाद्वारे नैसर्गिक आपत्तींचे नियंत्रण करणे शक्य होते. त्यासाठी आपत्ती व्यवस्थापनाच्या पुढील पाच पायऱ्या महत्त्वाच्या मानल्या जातात.

१) **आपत्तीचे पूर्वानुमान :** ऐतिहासिक घटनांचा अभ्यास करून नैसर्गिक आपत्तींचे पूर्वानुमान करता येते. हवामानातील बदलांचा सतत अभ्यास केल्यास पर्यावरणीय संकटांचा अंदाज घेता येतो. असे अंदाज घेऊन संबंधित प्रदेशात पूर्वसूचना देऊन मदत यंत्रणा आधीच सज्ज ठेवता येते.

२) **आपत्तीविषयक संशोधन :** प्रगत तंत्रज्ञानामुळे आपत्तीजन्य प्रदेश निश्चित करून त्या प्रदेशाचे सर्व बाजूंनी संशोधन करण्यात यावे.

३) **आपत्तीग्रस्तांना तत्काळ मदत करणे :** आपत्तीग्रस्त प्रदेशातील पीडित लोकांना, सर्व प्रदेशातील पीडित लोकांना सर्व प्रकारची मदत तत्काळ पोहोचविणे गरजेचे असते. या संदर्भात दाट लोकसंख्येच्या प्रदेशाला प्राधान्य दिले जाते. तसेच सर्व प्रकारची यंत्रणा आपत्तीग्रस्त प्रदेशात कार्यरत असावी.

४) **आपत्तीविषयक प्रशिक्षण :** आपत्तीजन्य प्रदेशातील नागरिकांना उद्भवू शकणाऱ्या आपत्तींची माहिती देणे, तसेच आपत्ती पूर्व व आपत्तीनंतर कोणत्या प्रकारची खबरदारी घ्यावी याविषयीचे प्रशिक्षण लोकांना देण्यात यावे.

५) **भौगोलिक माहिती प्रणाली (GIS) :** नैसर्गिक आपत्तीची तीव्रता कमी करण्यासाठी व नियोजनासाठी चांगला उपयोग होऊ शकतो. अशाप्रकारे आपत्तीची तीव्रता कमी करण्यात आली.

आपत्तीचे पूर्वानुमान काढण्याच्या दृष्टिकोनातून वरील पाच आपत्ती व्यवस्थापनाच्या पायऱ्या वैशिष्ट्यपूर्ण मानल्या जातात.

आपत्ती निवारण व्यवस्थापनातील टप्पे

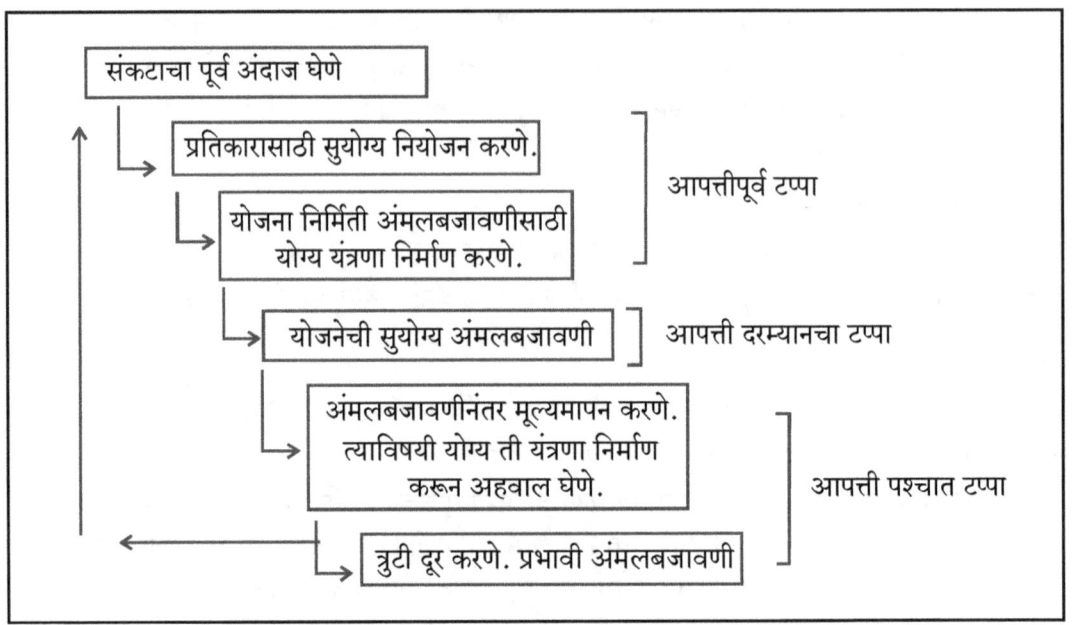

आपत्ती व्यवस्थापनामध्ये कार्यरत असणाऱ्या संघटना

राष्ट्रीय स्तरावर आपत्ती व्यवस्थापनाचे काम पहाणे ही जबाबदारी गृहमंत्रालयाची असते. शासनाच्या वतीने आपत्ती व्यवस्थापनाची संरचना बनविणे तसेच या संबंधित कायद्याचा मसुदा संसदेत मांडणे ही जबाबदारीसुद्धा गृहमंत्रालयाची असते.

निर्माण व्यवस्था करणे, साधनसामग्रीची जमवाजमव करणे, निर्देशन करणे, आपत्तीग्रस्तांच्या विविध कार्यासाठी मंजुरी देणे, मिळविणे व इतर मंत्र्यांशी तसेच राज्यशासनांशी समन्वय साधणे या जबाबदाऱ्यासुद्धा गृहमंत्रालयाच्या कार्यालयालाच पार पाडाव्या लागतात. इतर देशांकडून तसेच आंतरराष्ट्रीय संघटनांकडून मिळालेले साहाय्य स्वीकारणे व वाटप करणे ही जबाबादारीसुद्धा गृहमंत्रालयाची असते. आपत्तीच्या वेळी शासनाला आपत्तीविषयक धोरण ठरवून त्याच्या अंमलबजावणीच्या सल्ल्यासाठी व उपाययोजना अंमलात आणण्यासाठी 'राष्ट्रीय आपत्ती व्यवस्थापन प्राधिकरणा' (N.D.M.A.) ची स्थापना करण्यात आली. नोव्हेंबर २००५ मध्ये राष्ट्रीय आपत्ती व्यवस्थापनेचा मसुदा संसदेने मंजूर केला आणि याद्वारे राष्ट्रीय आपत्ती व्यवस्थापन प्राधिकरणाला कायद्याने धोरण ठरविण्याचे व मूलभूत संरचना आणि आपत्ती व्यवस्थापनेबाबत कायदे प्रमाणित करण्याचे अधिकार दिले गेले.

१) राष्ट्रीय आपत्ती व्यवस्थापन प्राधिकरण (N.D.M.A.) : ही एक सल्ला देणारी कौशल्यपूर्ण संस्था आहे. जी संपूर्ण देशामध्ये आपत्ती व्यवस्थापनाच्या विविध बाबींवर नियंत्रण ठेवते. ही संस्था केवळ सल्ला देणारी संस्था नसून योग्य त्या धोरणांचा पाठपुरावा करणे, निरीक्षण व देखरेख करणे तसेच केंद्र आणि राज्यशासनाच्या पातळीवर योग्य तो हस्तक्षेप करणे या जबाबदाऱ्यासुद्धा या संघटनेला पार पाडाव्या लागतात.

प्रधानमंत्री या प्राधिकरणाचे अध्यक्ष आहेत आणि संबंधित क्षेत्रातला दीर्घ अनुभव असलेल्या व्यक्तींची सदस्य म्हणून नियुक्ती केली आहे. राष्ट्रीय आपत्ती व्यवस्थापन प्राधिकरणाने राष्ट्रीय स्तरावर तसेच राज्य पातळीवर आपत्ती संदर्भात संरचना व मापदंड स्पष्ट आणि प्रमाणित केले आहेत आणि यासाठी योग्य तो निधी उपलब्ध केला जातो.

२) राज्य आपत्ती निवारण प्राधिकरण (S.D.M.A.) : हे प्राधिकरण N.D.M.A. चा राज्य पातळीवरील उपविभाग आहे. तसेच यासारख्या संघटना राज्यपातळीवर उभारण्याचे काम प्रगतिपथावर आहे. राज्याचे मुख्यमंत्री याचे अध्यक्ष असतात आणि राज्याचा प्रमुख सचिव उपाध्यक्ष असतो. सदस्य आणि सल्लागाराची नियुक्ती ही अध्यक्षामार्फत केली जाते. N.D.M.A. जे कार्य राष्ट्रीय पातळीवर करते ती सर्व कार्ये S.D.M.A. द्वारा राज्य पातळीवर केली जातात.

३) जिल्हा आपत्ती निवारण प्राधिकरण (D.D.M.A.) : जिल्हाधिकारी याचे अध्यक्ष असतात. हे प्राधिकरण आपत्ती व्यवस्थापनाचे प्रत्यक्ष कार्य करणारी प्रमुख शासकीय संस्था असते. या पातळीवरच प्रत्यक्ष मदतकार्य, बचावकार्य, नियोजन व निरीक्षण अपेक्षित असते. परिस्थितीचा पूर्ण आढावा घेणे तसेच विकासाचे सर्व तपशील जमवून तो याच संघटनेमार्फत पुढे पाठविला जातो. राष्ट्रीय पातळीवरील आपत्तीग्रस्तांसाठीची मोहीम यशस्वी होण्यासाठी या संघटनेच्या कार्याला मोठे महत्त्व असते.

४) सुटका आणि मदत कार्यात सहभागी असणाऱ्या इतर शासकीय संघटना : मागणी आणि उपलब्धतेनुसार शासनातर्फे खालील संघटना तैनात केल्या जातात.

अ) पोलीस : पोलीस दलाचा उपयोग प्रामुख्याने बिनतारी संदेशवहनाद्वारे धोक्याचा इशारा देण्यासाठी तसेच आपत्ती संदर्भात आदेश देण्यासाठी व नियंत्रण करण्यासाठी केला जातो. खरे पाहता या कामासाठी एक स्वतंत्र आणि समर्पित संदेश यंत्रणा असणे अधिक योग्य ठरते. आपत्तीग्रस्त भागातील मालमत्तेच्या सुरक्षेसाठीसुद्धा या संघटनेचा उपयोग होतो. आपत्तीमध्ये दगावलेल्या व्यक्तींची ओळख पटवून, योग्य ती कागदपत्रे तयार करून त्यांचे मृतदेह व साधनसामग्री त्यांच्या आप्तजनांना देणे हे काम सुद्धा पोलिसांच्या अखत्यारीत येते. योग्य ते प्रशिक्षण घेतलेले व सुसज्ज असलेले हे दल सर्वांत प्रथम कार्यरत होते.

ब) सुरक्षा रक्षक (होम गार्ड) : जिल्हा पातळीवर जिल्हा अधिकारी सुरक्षारक्षकांचे नियंत्रण करतो. सुरक्षा रक्षकांचा उपयोग पोलीस दलाला सहकार्य करून अधिक सक्षम बनविण्यासाठी केला जातो. प्रशिक्षणप्राप्त सुरक्षारक्षकांचा उपयोग मदतकार्यात व सुटका कार्यात, तसेच राडारोडा हलवून रस्ते पूर्ववत करण्यासाठी सुद्धा केला जातो.

क) केंद्रीय राखीव पोलीसदल (CRPF) व केंद्रीय औद्योगिक सुरक्षा दल (CISF) : या दोन्हीही दलांचे नियंत्रण गृह मंत्रालयाकडून केले जाते. तत्काळ मदतकार्य, सुटका, तसेच खोदकामासाठी हे दल खूप प्रभावी ठरते. ही खेदाची बाब आहे की, अजूनपर्यंत या दलाकडे विशेष अशी सामग्री नाही. असे असूनही त्यांनी प्रशिक्षण व शिस्त यांच्या जोरावर आपली उपयुक्तता सिद्ध केली आहे.

ड) सीमा सुरक्षा दल (B.S.F.) : या दलाचे नियंत्रणसुद्धा गृहमंत्रालयाकडून केले जाते. या दलाचा उपयोग प्रामुख्याने सीमावर्ती भागात ओढवलेल्या आपत्तीमध्ये केला जातो. तसेच मोठ्या बचाव कार्यासाठी व किरकोळ मदत कार्यासाठी सुद्धा याचा उपयोग केला जातो.

इ) सशस्त्र दल : सशस्त्र दलांचा उपयोग विशेषत: मोठ्या व कठीण कार्यामध्ये स्थलांतर करण्यासाठी तसेच शोध मोहिमेसाठी केला जातो. यासाठी हवाई यंत्रणेचा तसेच पाणबुड्यांचा उपयोग सुद्धा केला जातो. हवाईदलाचा उपयोग खाद्य तसेच इतर सामुग्रीचे हवाई वाटप यासाठी सुद्धा होतो. पुनर्वसनाच्या प्रारंभिक कामासाठी तसेच मोठ्या व्याप्तीच्या विशेष बचाव कार्यासाठी सेनादल हा एक योग्य पर्याय आहे. सेनादलाचे नियंत्रण संरक्षण मंत्रालयाकडून केले जाते. राज्यशासनाच्या शिफारशीवरून त्यांना तैनात केले जाते. सेनादलाची कायमस्वरूपी अशी सुनियोजित यंत्रणा पूर्ण देशभर विस्तारलेली असते. सेनादलाच्या देशभर विस्तारलेल्या या रचनेत कृतिदल आणि शांतिदल यांची सुनियोजित कार्य विभागणी झालेली असते आणि स्थानिक प्रशासनाच्या सहकार्याने सेनादल हे आपत्ती

विश्लेषण, साधन सामग्रीचे नियोजन आणि कृती योजना यांच्या वारंवार समीक्षा घेत असते. याच कारणासाठी आपत्तीच्यावेळी हे दल खूप संघटित असते. त्याचप्रमाणे त्यांच्याकडील साधनसामग्रीची उपलब्धता व त्याचा दर्जा तसेच उत्कृष्ट प्रतीचे प्रशिक्षण आणि अतिशय उत्कृष्ट व्यवस्था यामुळे यांचे कार्य अतिशय प्रभावी ठरते.

५) बचाव कार्यात कार्यरत असणारे बिगर सरकारी संघटन (N.G.O.) : नोंदणी झालेल्या व आपत्तीग्रस्तांसाठी कार्य करणाऱ्या खूप कमी संघटना आहेत. या संस्था सरकारी यंत्रणेशी पूरक राहून कार्य करतात. जरी या संघटना सशस्त्र दलासारख्या सुसज्ज नसल्या तरीही सरकारी यंत्रणेबरोबर बचाव कार्यातील त्यांचे योगदान मोलाचे असते. यातील काही संघटना, याप्रमाणे पुणे व नाशिकमधील आपत्ती निवारण आणि संशोधन संस्था (DiMaRF), भारतीय जैन संघटना आणि इतर संघटना इत्यादी.

६) आंतरराष्ट्रीय संघटना : बऱ्याच आंतरराष्ट्रीय संघटना मोठ्या आपत्तीच्या वेळी पुढे सरसावतात. उदा. रेडक्रॉस, OXFAM इत्यादी. औषधांचा पुरवठा करणे, मदत कार्यासाठी साहित्य पुरविणे तसेच विशेष बचाव कार्यासाठी या संघटना कार्यरत आहेत. या संघटनांचे प्रयत्न केंद्र सरकारच्या सहकार्याने चालतात.

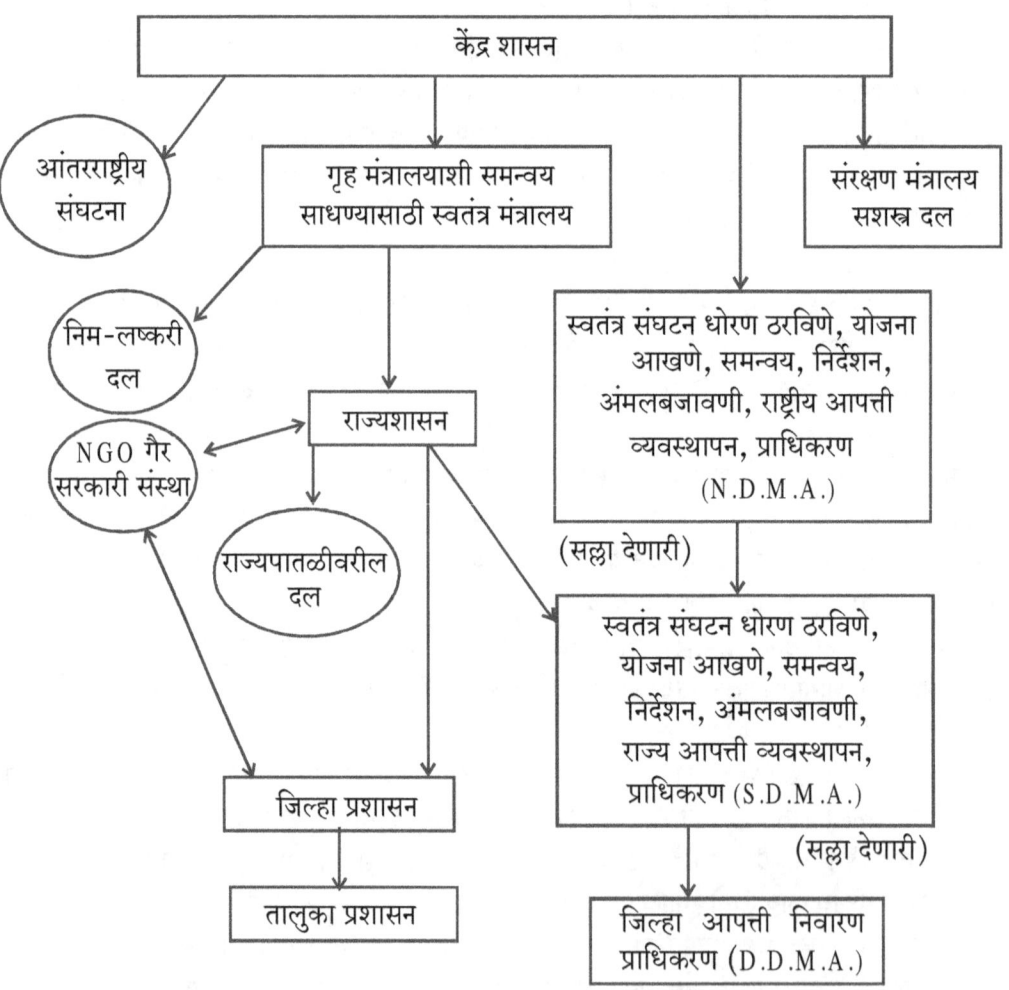

आपत्ती व्यवस्थापनामध्ये कार्यरत असणाऱ्या संघटनांचा सहसंबंध

पुनर्वसन आणि पुनर्बांधणी :

पुनर्वसन आणि पुनर्बांधणीची बरीचशी कार्ये शासनातर्फे केली जातात. बांधकाम करणे व विस्थापित लोकांना घरे देणे ही शासनाची जबाबदारी असते.

जलसिंचन खाते, सार्वजनिक बांधकाम खाते आणि इतर शासकीय विभाग यांच्यामार्फतसुद्धा पुनर्बांधणीचे काम केले जाते. आपद्ग्रस्त भागातील पुनर्रचनेचे कार्य हे सर्वंकष योजनेचाच एक भाग असतो.

भारतीय आपत्ती व्यवस्थापनेतील संपूर्ण अधिकार, व्यवस्थापनाचे नियंत्रण आणि प्रशासकीय कार्य यांचा आलेख खाली दर्शविला आहे.

आपत्ती व्यवस्थापनातील शासकीय संरचना

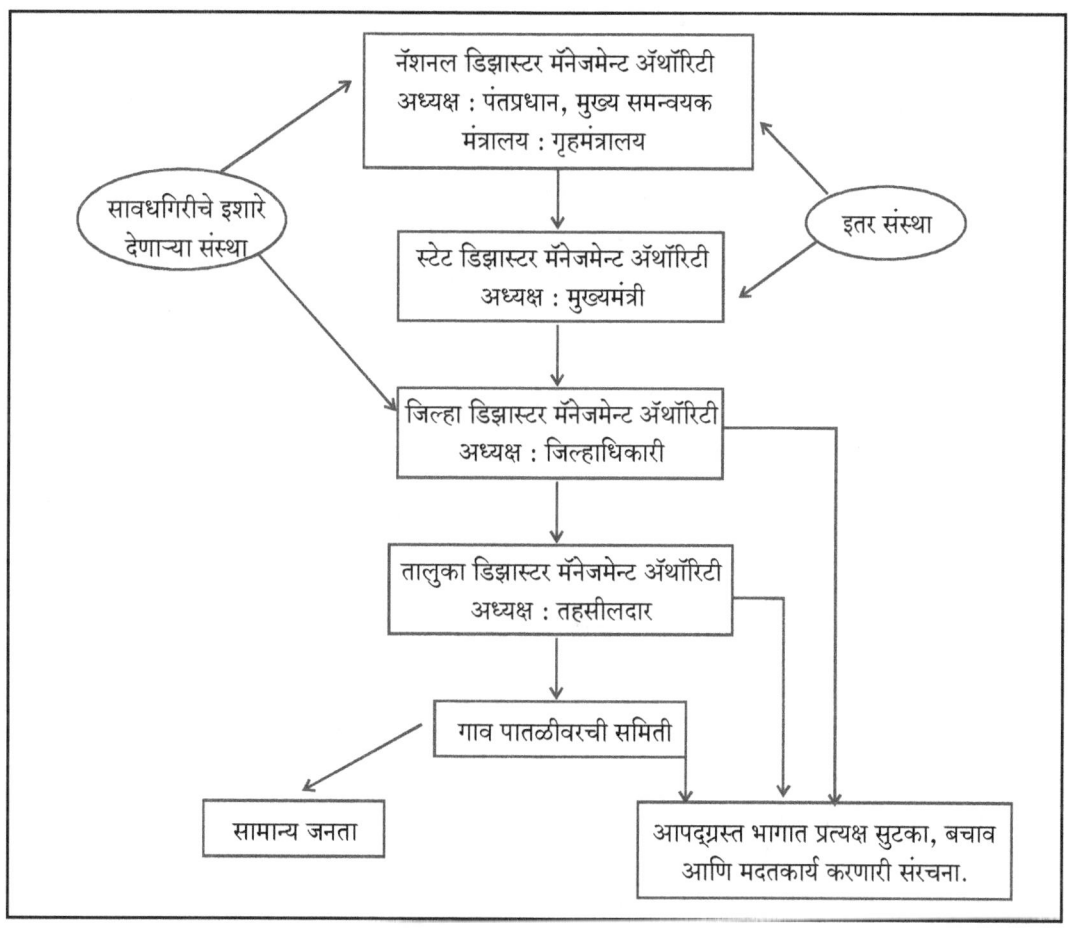

काही निवडक आपत्तींचे विवेचन

घटना १ : डिसेंबर २००४ मधील त्सुनामी

२६ डिसेंबर २००४ रोजी सकाळी ६ वाजून २९ मिनिटांनी हिंदी महासागरात इंडोनेशियाच्या किनारपट्टीजवळ ९.१ रिश्टर स्केल क्षमतेचा भूकंप झाला आणि काही मिनिटांतच या परिसरात महाकाय लाटा निर्माण झाल्या. या

लाटांची उंची सुमारे १२ मीटर इतकी होती. या लाटा सुमारे ८०० कि. मी. प्रतितास वेगाने इंडोनेशिया तसेच अंदमान व निकोबार बेटांवरील किनारपट्टीवर काही मिनिटांतच येऊन आदळल्या. भारत सरकारला याबाबत लगेच माहिती मिळाली आणि पूर्ण देशभर ही वार्ता पसरली. सकाळी साडेआठ वाजता तमिळनाडूच्या किनारपट्टीवर तर दुपारी साडेबारा वाजता केरळच्या किनारपट्टीवर या लाटांनी हाहाकार माजवला. या लाटांनी किनारपट्टीपासून जवळ जवळ एक किलोमीटर अंतरापर्यंत बरेच काही उद्ध्वस्त केले तसेच बऱ्याच लोकांना गिळंकृत केले. हजारो लोक बळी पडले तसेच कित्येक बेघर झाले. विशेष असा परिणाम या लाटा येण्यापूर्वी दिसून आला. या लाटा येण्यापूर्वी समुद्राच्या पाण्याची पातळी ५०० मी. ते १००० मी. पर्यंत आत गेली होती. हे जरी लोकांनी अनुभवले तरी त्यांना त्याची जाणीव होऊ शकली नाही की, हे मागे गेलेले पाणी येणाऱ्या महाकाय लाटांची चाहूल आहे. या दोन्ही परिस्थितीमधील वेळेचे अंतर हे १० ते १५ मिनिटे एवढे होते. जर लोकांना याबाबत कल्पना असती तर कदाचित ते आपला जीव वाचवू शकले असते व ही दुर्घटना घडली नसती.

निष्कर्ष : भूकंप आणि त्सुनामी टाळणे आपल्या हातात नसले तरी सावधगिरीचा इशारा देणारी कुशल यंत्रणा बसवून आपण बऱ्याच प्रमाणात जीवितहानी टाळू शकलो असतो. जगामध्ये उपग्रहांद्वारे असा संदेश देणाऱ्या अनेक यंत्रणा आहेत. तसेच इलेक्ट्रॉनिक्स माध्यमांद्वारेही धोक्याची सूचना देणारी यंत्रणा आहे.

त्याचबरोबर खालील बाबींचे अध्ययन आवश्यक आहे.

१. राष्ट्रीय तसेच राज्य पातळीवर धोक्याची सूचना देणारी प्रभावी यंत्रणा बसविणे गरजेचे आहे.

२. लोकांना धोक्याचा इशारा वेळेवर मिळण्यासाठी स्थानिक पातळीवर या यंत्रणेचे जाळे पसरायला हवे. तसेच ती यंत्रणा सतत कार्यरत असावी व वेळोवेळी त्याचा सराव करणे आवश्यक समजावे.

या यंत्रणांचे जाळे हे पोलिसांच्या बिनतारी संदेशवाहिन्या व ग्रामपंचायतींच्या द्वारे पसरायला हवे.

लोकांना केवळ धोक्याचा इशारा देणेच पुरेसे नाही तर सुरक्षा उपाययोजनांच्या बाबतचे परीक्षण त्यांना देणे गरजेचे आहे. धोक्याच्या इशाऱ्याबरोबरच सुटकेच्या कार्याची तत्काळ कृतीपण अत्यावश्यक आहे.

पुरेशा ज्ञानाच्या अभावामुळेच लोक महाकाय लाटा आदळण्यापूर्वी सुरक्षित जागेवर पोहोचू शकले नाहीत.

आपल्या देशामध्ये किनारी भागातील बांधकामाबाबत व विकासाबाबत योग्य ते निकष व दर्जा पाळला जात नाही ही चिंतेची बाब आहे. किनारी भागातील बांधकामांसाठी विशेष असे निकष पाळणे अत्यावश्यक आहे, जेणेकरून ही बांधकामे त्सुनामी, वादळे, महापूर यांसारख्या आपत्तीला समर्थपणे तोंड देऊ शकतील.

घटना २ : गुजरातेत भुज येथे झालेला भूकंप

मानवाने निसर्ग व्यवस्थेत केलेली ढवळाढवळ ही आपत्तीची तीव्रता वाढवण्यास कशी कारणीभूत ठरते याचे बोलके उदाहरण म्हणजे २६ जानेवारी २००१ साली गुजरातमधील भुज या परिसरात झालेला भूकंप हे होय.

भूकंपासारखी आपत्ती ही कोणीही टाळू शकत नाही. परंतु, विकासाचे मूलभूत तत्त्व प्रामाणिकपणे अवलंबून आपत्तीची तीव्रता निश्चितच कमी करता येते.

याबाबत काही बाबींचा खालील उताऱ्यामध्ये विचार केला आहे.

नियोजनबद्ध बांधकामातील त्रुटी -

१) ज्या रस्त्यावरून आणि बोळातून शालेय विद्यार्थ्यांची प्रजासत्ताक दिनाची मिरवणूक जात होती, ते रस्ते व बोळ अतिशय अरुंद होते आणि जेव्हा इमारती कोसळल्या तेव्हा अनेक शालेय विद्यार्थ्यांना आपला जीव गमवावा लागला.

२) आपत्तीग्रस्त भागातील बांधकामाबाबत धोक्याचे विश्लेषण करून योग्य ते निकष बाळगले गेले नाहीत. येथे बांधकामाचा दर्जा भूकंप प्रतिरोधक स्वरूपाचा असायला हवा होता.

३) बांधकाम व्यावसायिकांनी उपयोगात आणलेल्या कमी दर्जाच्या बांधकाम साहित्यामुळे व इमारतींच्या सदोष रचनेमुळे इमारतींचे अतोनात नुकसान झाले.

४) या विध्वंसाचे स्वरूप आणि व्याप्ती एवढी मोठी होती की पहिल्या २४ तासांत शासकीय यंत्रणा ही सुटका तसेच मदत कार्य करण्यास असमर्थ ठरली.

५) आपत्ती व्यवस्थापनेतील नियोजन आणि समन्वयाचा अभाव स्पष्टपणे दिसून आला. परिसरातील तसेच राज्यातील शासकीय यंत्रणा, वैद्यकीय पथक आणि मदत कार्य करणाऱ्या संस्था या तोकड्या पडल्या. समन्वयाच्या अभावामुळे पहिल्या ७२ तासांत केवळ गोंधळाचेच चित्र बघावयास मिळाले. त्यानंतरच शासकीय यंत्रणेने तसेच बाहेरच्या काही संस्थांनी परिस्थितीवर नियंत्रण मिळवण्यास सुरुवात केली.

निष्कर्ष -

१) समाजामध्ये जागरूकतेची मोहीम राबवून लोकांना आपत्तीचा योग्यप्रकारे सामना करण्याचे शिक्षण दिले पाहिजे; तसेच लोकांचे गट बनवून तत्काळ सुटकेचे कार्य करण्याचे प्रशिक्षण दिले पाहिजे.

वरील परिस्थितीमध्ये बऱ्याच लोकांनी सुटकाकार्यात उत्स्फूर्तपणे भाग घेतला पण विशेष प्रशिक्षणाच्या अभावामुळे त्यांचे हे प्रयत्न प्रभावी ठरले नाहीत.

२) आपत्ती निवारणाचे कार्य यशस्वी होण्यासाठी शासकीय यंत्रणा व गैरशासकीय सेवासंस्था यांच्यामध्ये उचित समन्वय असणे अत्यंत गरजेचे आहे. याबरोबरच आपत्तीच्या पूर्व टप्प्यामध्ये साधनसामग्रीची उचित नियोजनपूर्ती आवश्यक आहे. हे जर घडले असते तर हानीचे प्रमाण बरेच कमी झाले असते.

३) महानगरपालिका, नगरपालिका तसेच ग्रामपंचायत यांनी बांधकामासाठी असलेल्या निकषात कुठलीही सूट न देता प्रामाणिकपणाने पालन करणे आवश्यक होते. त्यामुळे अनेक इमारती कोसळण्यापासून वाचल्या असत्या.

घटना ३ : जुलै २००५ मध्ये मुंबईमध्ये आलेला पूर

२६ जुलै २००५ रोजी मुंबई शहरात २४ तासांत ९४४ मि. मी. इतका 'न भूतो न भविष्यति' असा पाऊस पडला. मर्यादित क्षेत्रात पडलेल्या या पावसाने साऱ्या शहराला जायबंदी करून टाकले, अनेक लोकांना आपले प्राण गमवावे लागले. बरीच मालमत्ता पाण्यात वाहून गेली, बऱ्याच उद्योग धंद्यांवर मोठा विपरीत परिणाम झाला. या आपत्तीचे दुय्यम स्वरूपाचे परिणाम काही दिवसांतच दिसून आले. ते म्हणजे भूस्खलन, इमारती कोसळणे, लेप्टोस्पायरोसिस सारख्या रोगांचे थैमान, एकंदरीत करोडो रुपयांचे नुकसान झाले.

निष्कर्ष :

१) मोठ्या प्रमाणात साचलेल्या पावसाच्या पाण्याचा सुरळीतपणे / निचरा गटारांमधून झाला नाही. तसेच मीठी नदीमध्ये अनावश्यक कचरा अडकल्यामुळे नदी तुंबली. याचबरोबर समुद्राच्या भरतीमुळे पाण्याचा प्रवाह विरुद्ध दिशेने गटारांमध्ये शिरला यामुळे नदी तसेच गटारे तुंबून पुराची परिस्थिती निर्माण झाली.

२) तुंबलेले पाणी रस्त्यावर व घरात आल्यामुळे या पाण्याबरोबर आलेल्या घाणीच्या साम्राज्यामुळे लेप्टोस्पायरोसिससारखे रोग पसरले व स्थानिक प्रशासन या विचित्र अशा परिस्थितीचा समर्थपणे सामना करण्यास अपयशी ठरले.

३) साकी नाका येथे ३ नं. खाडीच्या उतारावर असलेल्या अनधिकृत झोपडपट्ट्या या भूस्खलनामुळे गाडल्या गेल्या. जवळजवळ १४० झोपडपट्ट्या गाडल्या गेल्या व ९० नागरिकांनी आपले प्राण गमावले.

४) ज्या इमारती कोसळल्या त्या अतिशय कमकुवत झालेल्या होत्या आणि धोक्याची सूचना देऊनही त्या इमारतीतील भाडेकरू त्या रिकाम्या करीत नव्हते.

काही इमारतीच्या बाबतीत तर कुठल्याही प्रकारचे निरीक्षण वा दुरुस्ती करण्यात आली नव्हती.

५) पुराच्या परिस्थितीत पावसाच्या पाण्याच्या पातळीचे निरीक्षण करण्याची अत्यंत गरज आहे. विशिष्ट सीमेबाहेर गेलेल्या या पातळीबाबत निकष लावणेसुद्धा गरजेचे आहे.

घटना ४ : कुंभकोणम येथे शालेय इमारतीला आग

तमिळनाडूतल्या कुंभकोणम येथील शालेय इमारतीला लागलेली आग ही शाळेच्या उपहारगृहामध्ये कर्मचारीवर्ग स्वयंपाक करत असताना लागली व लगेचच ती पसरली. या आगीमुळे शिक्षकांची व विद्यार्थ्यांची भीतीने चेंगराचेंगरी झाली. याचे पर्यवसान ३८ विद्यार्थ्यांच्या तसेच काही शिक्षकांच्या मृत्यूत झाले.

निष्कर्ष -

१) शालेय इमारतीचा बाहेर पडण्याचा मार्ग हा प्रतिबंधित स्वरूपाचा होता.

२) शिक्षकांवर तसेच विद्यार्थ्यांवर भीतीचे सावट पसरले व यामुळे कोणीही समजूतदारपणे योग्य ती कृती करू शकले नाही. शिक्षकांना परिस्थितीवर नियंत्रण मिळवता आले नाही आणि सुरक्षित अशा सुटकेचे प्रयत्न झाले नाहीत.

३) बाहेरून होणारी मदत अत्यंत तोकड्या स्वरूपाची होती आणि खिडक्या फोडून सुटका करून घेण्याबाबतची कल्पना दुर्दैवाने कोणाला सुचली नाही.

४) शालेय इमारतीचे बांधकाम हे सुरक्षा व संरक्षण याबाबत असणाऱ्या नियमानुसार झालेले नव्हते.

५) कुठल्याही इमारतीला आपत्कालीन बाहेर पडण्याचा मार्ग जो असायलाच हवा, तो मार्ग येथे नव्हता.

६) आपत्तीचीच परिस्थिती कुशलतेने हाताळण्याचे प्रशिक्षण शिक्षकांना दिलेले नव्हते.

घटना ५ : शालेय कार्यक्रमात लागलेली आग

हरियाणातल्या मंडी डबवली येथे एक शालेय कार्यक्रम आयोजित केला होता. कार्यक्रम साजरा करण्यासाठी कायमस्वरूपी व्यवस्था नसल्याने शाळेने हा कार्यक्रम मैदानावर उभारलेल्या एका तात्पुरत्या स्वरूपाच्या मंडपातच आयोजित केला होता. या मंडपाला केवळ एकच प्रवेशद्वार होते. तात्पुरत्या स्वरूपाची वीज जोडणीची कामे केली होती व विजेच्या भाराचे योग्य ते मूल्यमापन केले गेले नव्हते.

या कार्यक्रमाला विद्यार्थी, शिक्षक तसेच पालकांची मोठी उपस्थिती होती. कार्यक्रम चालू असतानाच विजेची ठिणगी उडाली व बघता बघता सर्व मंडपाला आगीने विळखा घातला. मंडपामध्ये असलेली गर्दी, केवळ एकच असलेल्या प्रवेशद्वाराकडे जीवाच्या आकांताने धावू लागली. या धावपळीत खुर्च्यांचा एक मोठा अडथळा होता. जळणारा मंडप हा धूर ओकू लागला तसेच काही प्लॅस्टिकच्या खुर्च्यांनासुद्धा आग लागली. या अग्निकांडामध्ये ४५० जण मृत्युमुखी पडले. ज्यामध्ये अधिकतर विद्यार्थी होते. मृतांची संख्या वाढण्यास आगीपेक्षा गुदमरून टाकणारा धूर हाच कारणीभूत होता.

निष्कर्ष -

१) तात्पुरत्या स्वरूपाचे मंडप हे आगीच्या बाबतीत अतिशय धोकादायक असतात आणि जेव्हा वीजजोडणीची कामे केली जातात. त्या वेळी त्यामध्ये कुठल्याही प्रकारचा निष्काळजीपणा वा त्रुटी राहता कामा नये, तसेच विजेचा भार हा योग्य मूल्यमापन करून जोडला गेला पाहिजे.

२) कापडांच्या मंडपामध्ये आपत्तीच्या परिस्थितीत भिंतीच्या रूपाने असलेले कापड तत्काळ कापून बाहेर पडण्यासाठी मार्ग मोकळा करणे शहाणपणाचे असते, यामुळे धूर बाहेर जाण्याससुद्धा मदत होते.

३) चेंगराचेंगरी होऊ नये यासाठी कुशल नियंत्रणाची गरज असते. जितकी गर्दी जास्त तितका चेंगराचेंगरीचा धोका जास्त. यासाठी गर्दीवर नियंत्रण ठेवणे अत्यावश्यक आहे.

४) समाजामध्ये जागृती होणे आवश्यक आहे.

५) धूर हा आगीइतकाच धोकादायक असतो. अशा वेळी रुमालाने शक्य असल्यास ओल्या रुमालाने नाक झाकणे उपयुक्त ठरते. यामुळे कमीत कमी १० मिनिटे तरी गुदमरण्यापासून बचाव करता येतो.

६) ज्या वेळी मोठी गर्दी एका ठिकाणी जमा झालेली असेल, अशा वेळी अग्निशमनाची उचित उपाययोजना करणे अत्यावश्यक आहे.

घटना ६ : मांढरदेवी देवळाच्या परिसरात लागलेली आग व झालेली चेंगराचेंगरी

२००५ साली, महाराष्ट्रातील सातारा जिल्ह्यात मांढरदेवी परिसरात असलेल्या टेकड्यांवरील 'काळूबाई' देवीची जत्रा भरली होती. जत्रेच्या दिवशी गर्दीचे प्रमाण हे दररोजच्या गर्दीपेक्षा खूप अधिक होते. मंदिराकडे जाणारा एक अरुंद रस्ता हे एकमेव प्रवेशाचे ठिकाण. तसेच जसजसा हा रस्ता मंदिरापर्यंत गेला तसतसा रस्त्यांवरच थाटलेल्या तात्पुरत्या स्वरूपाच्या दुकानांमुळे तो अधिकच अरुंद अशा स्वरूपाचा होता. देवीच्या मंदिरामध्ये एक दीपमाळ होती. ज्यामध्ये भाविकांनी तेल ओतले होते. गाभाऱ्याजवळच नारळ फोडून देवीला अर्पण केले जात होते आणि सांडलेल्या तेलामुळे व नारळाच्या पाण्यामुळे फरशी निसरडी झाली होती.

२५ जानेवारी २००५ हा उत्सवाचा शेवटचा दिवस होता. या दिवशी देवीच्या मूर्तीची लाकडी पाळण्यातून मिरवणूक काढली जात होती. एक भाविक स्त्री हा छोटा पाळणा घेऊन चालली होती. जमीन घसरडी झाल्यामुळे ती पडली व तिच्या हातून देवीचापाळणा पडला. अनपेक्षितपणे घडलेल्या या प्रसंगामुळे धावपळ सुरू झाली व जो तो भाविक देवीचापाळणा उचलायचा प्रयत्न करू लागला व अपुऱ्या जागेमुळे बरेच भाविक बाहेरच थाटलेल्या दुकांनावर एकमेकांस रेटू लागले. या सर्व गोंधळामध्ये आतल्या तेलाने पेट घेतला व सर्व लोक सैरावैरा धावू लागले. काही क्षणांतच या आगीने जवळच थाटलेल्या दुकानांनाही आपले लक्ष्य बनविले. स्थानिक आयोजकांना सैरावैरा झालेल्या जनसमूहाला नियंत्रित करता आले नाही. याचवेळी दूरवरून आलेल्या भाविकांचा स्थानिक प्रशासनाशी वाद सुरू झाला. काही मिनिटांतच संपूर्ण देवालयाचा परिसर आगीने वेढला गेला व सर्वत्र हाहाकार माजला. या परिस्थितीत अग्निशमनाची व्यवस्था अपुरी पडली.

निष्कर्ष -

१) धार्मिक उत्सवाच्या वेळी जेव्हा अपुऱ्या जागेत मोठा समूह जमा होतो; तेव्हा जनसमूहाच्या हालचालींवर अत्यंत काटेकारपणे नियंत्रण असणे अत्यावश्यक आहे.

२) धार्मिक उत्सव आणि अंधश्रद्धेने युक्त अशा रूढीपरंपरांबाबत जनमानसामध्ये असलेले अज्ञान दूर करण्याचा योग्य दिशेने प्रयत्न झाला पाहिजे.

३) तात्पुरत्या स्वरूपाच्या बांधकामावर संपूर्ण बंदी असायला पाहिजे आणि हे शक्य नसेल तर अग्निशमनाची उचित व्यवस्था केली पाहिजे.

४) वैद्यकीय पथक, अग्निशमन दल, पोलीस दल यांच्या उपस्थितीचा अशा परिस्थितीत खूप उपयोग होतो.

५) सर्व रस्त्यांचे आपत्तीच्या दृष्टिकोनातून पुनरावलोकन करणे महत्त्वाचे आहे.

६) देवालयाच्या प्रशासनाने तसेच विश्वस्तांनी उत्सवाचे पूर्वनियोजन करून त्याची काटेकोर अंमलबजावणी करणे गरजेचे आहे.

भारतातील प्रमुख भूकंप

तारीख	स्थान	तीव्रता (रिश्टर स्केल)
१५ जुलै १७८७	कोलकाता	८.५
१६ जून १८१९	कच्छ	८.२
६ जून १८२८	श्रीनगर	६
५ जुलै १८४०	हिमालयीन प्रदेश	६.२
३१ डिसेंबर १८८१	निकोबार बेट	७.९
१२ जून १८९७	शिलाँग पठार	८.१
४ एप्रिल १९०५	कांगडा (हिमाचल प्रदेश)	८.५
८ जुलै १९१८	आसाम	७.६
२ जुलै १९३०	आसाम	७.१
१५ जानेवारी १९३४	बिहार-नेपाळ सीमा	८.७
२६ जून १९४१	अंदमान बेट	८.१
१० जुलै १९४७	जम्मू	६
१५ ऑगस्ट १९५०	अरुणाचल प्रदेश - चीन सीमा	८.५
२१ जुलै १९५६	अंजार (गुजरात)	७
२७ जून १९६६	बिहार-नेपाळ सीमा	६.१
११ डिसेंबर १९६७	कोयनानगर	७.५
२३ मार्च १९७०	भडोच (गुजरात)	६
१९ जानेवारी १९७५	किन्नोर (हिमाचल प्रदेश)	-
२९ जुलै १९८०	बिहार-नेपाळ सीमा	६.१

तारीख	स्थान	तीव्रता (रिश्टर स्केल)
२० जून १९८२	निकोबार बेट	६.१
२० ऑगस्ट	बिहार	८.५
२० ऑक्टोबर १९९१	उत्तरकाशी (उत्तराखंड)	६.८
३० सप्टेंबर १९९३	किल्लारी (लातूर)	६.२
२६ जानेवारी २००१	कच्छ (गुजरात)	७.७
८ ऑक्टोबर २००५	जम्मू-काश्मीर व हिमाचल प्रदेश	७.६
१८ सप्टेंबर २०११	सिक्कीम	६.९
५ मार्च २०१२	दिल्ली	४.९
१४ एप्रिल २०१२	कोयनानगर	४.९

भारतातील दहशतवादी घटना

क्र.	तारीख	स्थान	स्वरूप	प्राणहानी
१.	१२ मार्च, १९९३	मुंबई	बाँबस्फोट	२५७ ठार, ७१३ जखमी
२.	१४ फेब्रुवारी १९९८	कोईम्बतूर	अकरा ठिकाणी तेरा बाँबस्फोट	४६ ठार, २०० जखमी
३.	१ ऑक्टोबर २००१	श्रीनगर	विधानसभेवर हल्ला	३५ ठार
४.	१३ डिसेंबर, २००१	दिल्ली	संसदेवर हल्ला	९ ठार
५.	२४ सप्टेंबर, २००२	अहमदाबाद	अक्षरधाम मंदिरात हल्ला	३१ ठार
६.	२५ ऑगस्ट २००३	मुंबई	बाँबस्फोट मालिका	५५ ठार
७.	२८ जुलै, २००५	जोनपूर (उत्तर प्रदेश)	श्रमजीवि एक्स्प्रेसमध्ये बाँबस्फोट	१४ ठार, ७९ जखमी
८.	२९ ऑक्टोबर २००५	दिल्ली	तीन बाँबस्फोट	५९ ठार
९.	७ मे २००६	वाराणसी	बाँबस्फोट मालिका	२० ठार, १०० जखमी
१०.	१४ एप्रिल २००६	दिल्ली	दोन बाँबस्फोट	१३ जखमी
११.	११ जुलै, २००६	मुंबई	उपनगरी रेल्वेत सात बाँबस्फोटांची मालिका	१५० ठार, ३०० जखमी
१२.	८ सप्टेंबर, २००६	मालेगाव	बाँबस्फोट मालिका	३८ ठार, १०० जखमी

क्र.	तारीख	स्थान	स्वरूप	प्राणहानी
१३.	१८ फेब्रुवारी, २००७	-	नवी दिल्ली-लाहोर समझोता एक्स्प्रेसमध्ये बाँबस्फोट	६८ ठार, १२५ जखमी
१४.	१८ मे, २००७	हैदराबाद	बाँबस्फोट	१६ ठार, ५० जखमी
१५.	२५ ऑगस्ट, २००७	हैदराबाद	बाँबस्फोट	४२ ठार, ५० जखमी
१६.	११ ऑक्टोबर २००७	अजमेर	ख्वाजा मोईनुद्दिन चिश्तींच्या दर्ग्यात बाँबस्फोट	२ ठार, १७ जखमी
१७.	१५ ऑक्टोबर २००७	लुधियाना	बाँबस्फोट	७ ठार, १७ जखमी
१८.	१९ नोव्हेंबर २००७	वाराणसी, लखनौ, फैजाबाद	बाँबस्फोट	१३ ठार, ४० जखमी
१९.	१ जानेवारी २००८	रामपूर (उत्तर प्रदेश)	सी.आर.पी.एफ. केंद्रावर हल्ला	८ ठार
२०.	१३ मे, २००८	जयपूर	९ बाँबस्फोटांची मालिका	६४ ठार, १४० जखमी
२१.	२५ जुलै, २००८	बंगळुरू	८ बाँबस्फोटांची मालिका	१ ठार, ८ जखमी
२२.	२६ जुलै, २००८	अहमदाबाद	१६ बाँबस्फोटांची मालिका	५६ ठार, २५८ जखमी
२३.	१३ सप्टेंबर, २००८	दिल्ली	५ बाँबस्फोटांची मालिका	३० ठार, १०० जखमी
२४.	२७ सप्टेंबर, २००८	दिल्ली	बाँबस्फोट	२ ठार, १७ जखमी
२५.	२९ सप्टेंबर, २००८	मालेगाव (महाराष्ट्र), मोडासा (गुजरात)	बाँबस्फोट	६ ठार
२६.	३० ऑक्टोबर, २००८	आसाम	बाँबस्फोटांची मालिका	९० ठार, ३०० जखमी
२७.	२६ नोव्हेंबर, २००८	मुंबई	दहशतवादी हल्ला	१६६ ठार, ३०० जखमी
२८.	१३ फेब्रुवारी, २०१०	पुणे	जर्मन बेकरीत बाँबस्फोट	१७ ठार, ६० जखमी
२९.	१७ एप्रिल, २०१०	बंगळुरू	दोन बाँबस्फोट (चिन्नास्वामी स्टेडियममध्ये)	८ जखमी
३०.	१९ सप्टेंबर, २०१०	दिल्ली	बाँबस्फोट	२ जखमी
३१.	१३ जुलै, २०११	मुंबई	३ बाँबस्फोट	२६ ठार, १३० जखमी
३२.	७ सप्टेंबर, २०११	दिल्ली	दिल्ली हायकोर्टाच्या बाहेर बाँबस्फोट	१२ ठार, ७६ जखमी

क्र.	तारीख	स्थान	स्वरूप	प्राणहानी
३३.	१३ फेब्रुवारी, २०१२	दिल्ली	बॉंबस्फोट	४ जखमी
३४.	१३ जुलै, २०१२	मुंबई	बॉंबस्फोट	२७ ठार, ५० जखमी
३५.	१ ऑगस्ट, २०१२	पुणे	बॉंबस्फोट	१ जखमी
३६.	२१ फेब्रुवारी, २०१३	हैदराबाद	तीन बॉंबस्फोट	२० ठार, ८० जखमी

प्रश्न

१. खालीलपैकी ...... हा भूकंपतरंगाचा प्रकार नाही.
(अ) प्राथमिक तरंग (ब) द्वितीयक तरंग
(क) तृतीयक तरंग (ड) पृष्ठ तरंग

२. भारतात आत्तापर्यंत झालेल्या भूकंपांपैकी आठ भूकंप हे ८ किंवा त्यापेक्षा जास्त रिश्टर प्रमाणाचे होते. खालीलपैकी ...... हा भूकंप यातील नाही.
(अ) कोलकाता, १५ जुलै १७८५ (ब) आसाम, १५ ऑगस्ट १९५०
(क) किल्लारी ३० सप्टेंबर १९९३ (ड) बिहार, २० ऑगस्ट १९८८

३. त्सुनामीच्या संदर्भात खाली दिलेल्या विधानांपैकी ..... हे विधान चूक आहे.
(अ) समुद्रतळाशी झालेल्या भूकंपामुळे त्सुनामी निर्माण होतात.
(ब) त्सुनामी केवळ भरतीच्या वेळेस येते.
(क) समुद्रकिनाऱ्याकडे येताना त्सुनामीचा वेग कमी होतो.
(ड) प्रशांत महासागराच्या सीमावर्ती प्रदेशात सर्वाधिक त्सुनामी येतात.

४. किल्लारी भूकंपासंदर्भात खालीलपैकी ..... हे विधान चूक आहे.
(अ) किल्लारी (मराठवाडा) हे क्षेत्र भारतातील भूकंपप्रवण क्षेत्राच्या बाहेर आहे.
(ब) किल्लारी येथील घर बांधणीच्या पद्धतीमुळे मृतांची संख्या मोठी झाली.
(क) किल्लारी भूकंप हा इंट्राप्लेट प्रकारचा होता.
(ड) किल्लारी भूकंपामुळे प्राकृतिक रचनेवर मोठा फरक पडला.

५. भूकंपाची तीव्रता मोजण्यासाठी खालीलपैकी .... ही भूकंपश्रेणी नाही.
(अ) वूड न्यूमन (ब) मर्काली (क) रिश्टर (ड) गुटेनबर्ग

६. जगात भूकंपाचे .... प्रमुख पट्टे आहेत.
(अ) २ (ब) ४ (क) ५ (ड) ७

७. मुंबई महानगर विकास प्राधिकरणाची स्थापना .... साली करण्यात आली.
(अ) १९७५ (ब) १९८३ (क) १९९० (ड) १९९३

८. मुंबई महानगर विकास प्राधिकरणाच्या प्रमुखपदी राज्याचे .... हे असतात.
(अ) बांधकाम मंत्री (ब) नगर विकास मंत्री
(क) महानगरपालिका आयुक्त (ड) मुख्यमंत्री

९. किनारी प्रदेशांच्या संरक्षणासंबंधीचा 'किनारी नियंत्रण विभाग' (C.R.Z.) हा अधिनियम .... पासून भारताच्या दोन्ही किनाऱ्यांसाठी लागू करण्यात आला.
(अ) १९ फेब्रुवारी १९९१ (ब) २१ मे २००२
(क) ५ मे २००५ (ड) ४ जून २००६

१०. भारतात दरवर्षी ढगफुटीची आपत्ती .... या प्रदेशात ओढवते.
(अ) हिमालयीन प्रदेश (ब) आंध्रप्रदेशाची किनारपट्टी
(क) सह्याद्री पर्वतरांगा (ड) केरळची किनारपट्टी

११. शहर आपत्ती व्यवस्थापन समितीच्या प्रमुखपदी त्या शहराचे ..... हे असतात.
(अ) महापालिका आयुक्त (ब) जिल्ह्याचे पालक मंत्री
(क) पोलीस महासंचालक (ड) महापौर

१२. महाराष्ट्रात एकूण ...... प्रादेशिक आपत्ती व्यवस्थापन केंद्रे आहेत.
(अ) ८ (ब) १० (क) १३ (ड) १५

१३. खालीलपैकी .... ठिकाणी प्रादेशिक आपत्ती व्यवस्थापन केंद्र नाही.
(अ) सांगली (ब) कोल्हापूर (क) सोलापूर (ड) पुणे

१४. आपत्ती व्यवस्थापनेच्या प्रशासकीय यंत्रणेमध्ये सर्वांत महत्त्वाचा स्तर म्हणजे .... हा होय.
(अ) जिल्हा स्तर (ब) तालुका स्तर
(क) राज्यस्तर (ड) स्थानिक स्तर

१५.

ही आकृती .... दर्शविते.
(अ) चक्रवात (ब) प्रतिचक्रवात
(क) वायुराशी (ड) गडगडाटी वादळे

१६. खालीलपैकी .... हे नाव हरिकेन प्रकारच्या वादळाचे नाही.
(अ) विली विली (ब) टायफून (क) चक्रवात (ड) बर्ग

१७. भूमंच विवर्तनी (Plate Tectonics) चा सिद्धान्त .... यांनी मांडला.
(अ) अल्फ्रेड लूथर वेज्नर (ब) जॉन ट्रुजो विल्सन
(क) हैरी हेमंड हेस (ड) चार्ल्स रिश्टर

१८. भारतात सर्वांत जास्त पूर .... या क्षेत्रात येतात.
(अ) ब्रह्मपुत्रा खोरे (ब) गंगा खोरे (क) दामोदर खोरे (ड) चंबळ खोरे

१९. मुंबई शहराच्या लोकसंख्येपैकी सर्वांत जास्त लोकसंख्या .... या भागात केंद्रित झाली आहे.
(अ) दक्षिण मुंबई (ब) पश्चिम उपनगरे
(क) पूर्व उपनगरे (ड) उत्तर मुंबई

२०. .... च्या आतंकवादी हल्ल्यानंतर भारतात एन. एस. जी. कमांडोचे दिल्लीशिवाय इतर शहरांतून विस्तारीकरण करण्याचे ठरले.

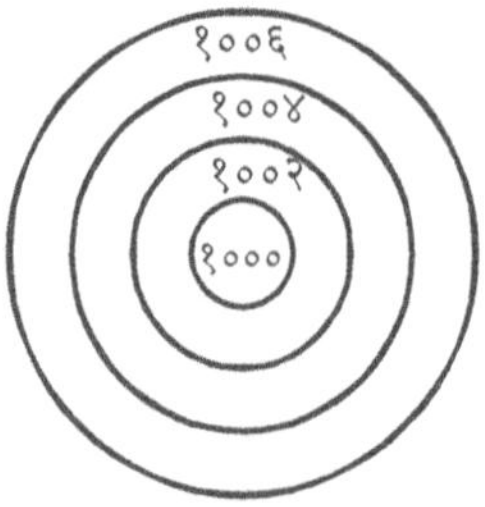

(अ) २६ नोव्हेंबर २००८ चा मुंबईवरील हल्ला.
(ब) ११ जुलै २००६ चा मुंबईवरील हल्ला.
(क) १२ मार्च १९९३ ची मुंबई बॉम्बस्फोट मालिका.
(ड) १३ जुलै २०११ चे मुंबई बॉम्बस्फोट.

२१. २६ नोव्हेंबर २००८ च्या मुंबईवरील दहशतवादी हल्ल्यानंतर खालीलपैकी .... हा परिणाम झाला नाही.
(अ) दहशतवाद विरोधासाठी नवीन केंद्रीय संस्थेची स्थापना करण्याची घोषणा.
(ब) एन.एस.जी.चे विस्तारीकरण.
(क) केंद्रीय गृहमंत्र्यांचा राजीनामा.
(ड) पाकिस्तानने पकडून ठेवलेल्या ३३६ कोळ्यांना सोडून दिले.

२२. सन २००४ मध्ये हिंदी महासागरात झालेल्या भूकंपासंदर्भातील खालीलपैकी ...... हे विधान चूक आहे.
(अ) या भूकंपामुळे महाकाय त्सुनामीची निर्मिती झाली.
(ब) या भूकंपामुळे सर्वात जास्त नुकसान इंडोनेशियाचे झाले.
(क) हा भूकंप सुमात्राच्या पश्चिम किनाऱ्याजवळ झाला.
(ड) या भूकंपाचा भारतावर फार मोठा परिणाम झाला नाही.

२३. भारतातील भूकंपप्रवण क्षेत्र ..... विभागांमध्ये विभागले गेले आहे.
(अ) ४ (ब) ५ (क) ६ (ड) ७

२४. भारतातील .... हा विभाग सर्वात जास्त भूकंपप्रवण क्षेत्रामध्ये मोडतो.
(अ) झोन ५ (ब) झोन ३ (क) झोन २ (ड) झोन १

२५. भारतातील सर्वात जास्त भूकंपप्रवण क्षेत्र असलेल्या विभागात खालीलपैकी .... चा समावेश होत नाही.
(अ) पश्चिम आणि मध्य हिमालय (ब) उत्तर-पूर्व भारत
(क) कच्छचे रण (ड) गंगेचे मैदान

२६. महाराष्ट्रात कोयनानगर परिसरात होणारे भूकंप हे ...... स्वरूपाचे आहेत.
(अ) भ्रंशमूलक (Tectonic) (ब) पातालिक (Plutonic)
(क) स्थितीस्थापकत्वजन्य (Elastic Rebound) (ड) भूमंच विवर्तनी (Plate Tectonic)

२७. इ. स. २००५ मध्ये मुंबईतील महापुरासंदर्भातील खालील कारणांवर विचार करा.
(अ) मुंबईत पडलेला विक्रमी पाऊस.
(ब) मीठी, बोईसर व पोयसर या नद्यांवरील आक्रमणे.
(क) पावसाचे पाणी व सांडपाणी वाहून नेणारी अकार्यक्षम यंत्रणा.
(ड) प्लॅस्टिकचा अतिरेकी वापर.
वरीलपैकी ...... हे कारण / कारणे बरोबर आहेत.
(अ) सर्व (ब) १, ३ व ४ (क) १, २, ३ (ड) २ व ३

२८. सन २००८ च्या मुंबई दहशतवादी हल्ल्याच्या वेळेस मुंबई दहशतवादी विरोधी पथकाचे मुख्याधिकारी असलेले .... हे हुतात्मा झाले.
(अ) विजय साळसकर (ब) तुकाराम ओंबाळे
(क) हेमंत करकरे (ड) मेजर संदीप उन्नीकृष्णन

२९. मुंबईला हादरवून सोडणारी पहिली आणि सर्वात भीषण बॉम्बस्फोट मालिका .... रोजी घडली.
(अ) १८ जानेवारी १९९३ (ब) १२ मार्च १९९३
(क) १३ मार्च २००३ (ड) २५ ऑगस्ट २००३

३०. आर.डी.एक्स. हे विस्फोटक म्हणजे .... हे रसायन.
(अ) सायक्लोनाईट (ब) सायनामाईड (क) सायक्लोटेट्रॉन (ड) सायक्लोटोन

३१. २६ नोव्हेंबर २००८ च्या मुंबईवरील दहशतवादी हल्ल्यांमध्ये .... दहशतवाद्यांचा समावेश होता.
(अ) ७ (ब) ८ (क) ९ (ड) १०

३२. इंडियन मुजाहिदीन हे ...... या संघटनेचे नवे रूप आहे.
(अ) सीमी (ब) हरकत उल मुजाहिद्दीन
(क) जैश-ए-मोहम्मद (ड) हुजी

३३. ...... हे बाँबस्फोट करण्याचे आधुनिक तंत्र आहे.
(अ) आर. डी. एक्स. तंत्र (ब) इम्प्रोव्हाइज्ड एक्सप्लोजिव्ह डिव्हाईस
(क) टाईम कंट्रोल्ड डिव्हाईस (ड) इलेक्ट्रॉनिक टायमिंग डिव्हाईस

३४. इ. स. १९९३ च्या मुंबईतील बाँबस्फोट मालिकेत एकूण .... ठिकाणी बाँबस्फोट केले गेले.
(अ) ७ (ब) ९ (क) ११ (ड) १३

३५. खालीलपैकी .... ही भारताची गुप्तचर संघटना नाही.
(अ) सेंट्रल ब्युरो ऑफ इन्व्हेस्टिगेशन (ब) रिसर्च अ‍ॅण्ड अ‍ॅनालिसिस विंग
(क) इंटेलिजन्स ब्यूरो (ड) फेडरल ब्यूरो ऑफ इन्व्हेस्टिगेशन

३६. भारतात राज्यघटनेतील कलम ..... नुसार केंद्र शासनाला सिक्युरिटी सर्व्हिसेस अ‍ॅक्ट बनविण्याचा अधिकार आहे.
(अ) २४३ (ब) २४४ (क) २४५ (ड) २४६

३७. आर. डी. एक्स. या स्फोटकाचा शोध ...... यांनी लावला.
(अ) आल्फ्रेड नोबेल (ब) हेनिंग (क) जे. विल्सन (ड) पॉल न्यूवूड

३८. भारतातील 'सीमी' (SIMI) या संघटनेवर ...... साली बंदी घालण्यात आली.
(अ) १९९९ (ब) २००१ (क) २००२ (ड) २००३

३९. पाकव्याप्त काश्मीरमध्ये सर्वात जास्त दहशतवादी प्रशिक्षण केंद्रे ...... या दहशतवादी संघटनेची आहेत.
(अ) लष्करे तय्यबा (ब) हरकत उल मुजाहिद्दीन
(क) जैश-ए-मोहम्मद (ड) इंडियन मुजाहिद्दीन

४०. मुंबईची दुरवस्था खालीलपैकी ...... या कारणामुळे झालेली नाही.
(अ) रिक्लेमेशन (ब) भूखंडांचे आरक्षण उठविणे.
(क) खारफुटी जंगलांचा ऱ्हास (ड) भौगोलिक स्वरूप

४१. मुंबईतील सर्वात मोठे बांधकामविरहित क्षेत्र .... हे आहे.
(अ) आरे कॉलनी (ब) गोदरेज खारफुटी
(क) महालक्ष्मी रेसकोर्स (ड) संजय गांधी राष्ट्रीय उद्यान

४२. सन २००१ मधील गुजरात भूकंपामध्ये ..... या शहराला कमी तडाखा बसला.
(अ) भूज (ब) अंजार (क) बच्छाव (ड) राजकोट

४३. भारतात केंद्रीय आपत्ती निवारण यंत्रणा पूर्वी ...... या मंत्रालयाच्या अखत्यारीत होती.

(अ) कृषी   (ब) संरक्षण   (क) नगर विकास   (ड) मानव संसाधन

४४. कृत्रिम श्वासोच्छ्वासाच्या पद्धती संदर्भात खालील जोड्यांचा योग्य क्रम .... आहे.

पद्धत	उपयोग
(१) शेफर	(अ) धुरातून बाहेर काढलेल्या व्यक्तिसाठी.
(२) होल्गर-नेल्सन	(ब) लहान मुलांसाठी.
(३) सिल्वेस्टर	(क) पाण्यात बुडालेल्या व्यक्तीला बाहेर काढल्यानंतर.
(४) सी-सॉ पद्धत	(ड) मानसिक धक्का बसलेल्या व्यक्तीसाठी

(अ) १ - अ, २ - क, ३ - ब, ४ - ड   (ब) १ - ड, २ - ब, ३ - क, ४ - अ

(क) १ - ब, २ - ड, ३ - क, ४ - अ   (ड) १ - क, २ - अ, ३ - ड, ४ - ब

४५. खाली दिलेल्या आपत्तींच्या पातळींचा योग्य क्रम ..... हा आहे.

आपत्ती - भूकंप, चेंगरा-चेंगरी, दंगल, रस्त्यावरील अपघात.

(अ) L1, L0, L2, L3   (ब) L3, L1, L2, L0

(क) L0, L2, L1, L3   (ड) L2, L1, L3, L0

उत्तरे

१. क	२. क	३. ब	४. ड	५. ड	६. अ	७. अ
८. ड	९. अ	१०. अ	११. अ	१२. ब	१३. ब	१४. ड
१५. अ	१६. ड	१७. ब	१८. ब	१९. ब	२०. अ	२१. ड
२२. ड	२३. अ	२४. अ	२५. ड	२६. क	२७. अ	२८. क
२९. ब	३०. अ	३१. ड	३२. अ	३३. ब	३४. ड	३५. ड
३६. अ	३७. ब	३८. ब	३९. अ	४०. ड	४१. अ	४२. ड
४३. अ	४४. ड	४५. ब				

राज्यसेवा मुख्य परीक्षा - २०१२ मध्ये विज्ञान-तंत्रज्ञान व विकास या घटकावरती आलेले प्रश्न

१. विविध संपदेच्या जसे की, शेतीविषय, वनशास्त्र, भूशास्त्र, जल, महासागर इत्यादींच्या .... ला बाह्यप्रक्षेपित संवेदनाने समर्थ केले आहे.

(अ) मानचित्रण   (ब) अध्ययन   (क) बोधक / नियंत्रण   (ड) व्यवस्थापन

योग्य पर्याय निवडा.

(अ) अ, ब, क आणि ड (सर्व)   (ब) अ, ब आणि क फक्त

(क) अ, ब आणि ड फक्त   (ड) अ आणि ब फक्त

२. भारताने अवकाश मोहीम २०२५ मध्ये खूप महत्त्वाकांक्षी योजना आखल्या आहेत त्या कोणत्या ?

(अ) टी.व्ही., फोन, मोबाईल, बँकिंग, सुरक्षा या बाबी उपग्रहामार्फत गावोगावी उपलब्ध होतील.

(ब) खूप अधिक वजन अवकाशात नेणारा अग्निबाण बनवणार.

(क) अवकाशात भारतीय अंतराळवीर पाठवणार.

(ड) पुन:पुन्हा वापरता येणारे अवकाशयान बनवणार.

(इ) चंद्रावर चाकांची गाडी असणारे यान उतरवणार.

फ) आपत्कालीन परिस्थिती, हवामान, नैसर्गिक साधन संपत्तीच्या योग्य निरीक्षणासाठी अधिक क्षमतेने फोटो घेण्याचे तंत्रज्ञान बनवणार.

योग्य पर्याय निवडा.

(अ) अ, ब, क, ड (ब) फ, इ, ड, क

(क) अ, ब, इ, फ (ड) वरील सर्वच

३. भारतातील चार महत्त्वाचे अणु वीजनिर्मिती प्रकल्प खाली दिले आहेत. वीजनिर्मितीच्या क्षमतेनुसार त्याचा उतरता क्रम लावा.

(अ) KAPS, काक्रापार, गुजरात (ब) RAPS, रावतभाटा, कोटा, राजस्थान

(क) KAPS, कैगा, कर्नाटक (ड) TAPS, तारापूर, ठाणे, महाराष्ट्र

योग्य पर्याय निवडा

(अ) अ, ब, क, ड (ब) ड, ब, क, अ (क) अ, क, ब, ड (ड) क, ड, अ, ब

४. जलशुद्धीकरणासाठी सौरऊर्जा चलित पोर्टेबल डोमोस्टिक ब्रॅकिश वॉटर रिवर्स ओस्मोसिस (BWRO) तंत्रज्ञान बी.ए.आर.सी. (BARC) ने विकसित केलेले आहे. हे तंत्रज्ञान कशावर आधारित आहे ?

(अ) सोलार फोटोवोल्टाइक (ब) सोलार फ्लॅअरस्

(क) सोलार कॉरोनाल मास इन्जेक्शन (ड) सोलार ओस्मोसिस

५. अवकाश संशोधन मंडळाची (COSPAR) उद्दिष्टे

(अ) अवकाशातील वैज्ञानिक संशोधनाला बढती देणे.

(ब) परिणाम, माहिती आणि अभिप्राय यांची देवाणघेवाण.

(क) जाहीर चर्चा करणाऱ्या साधनांची तरतूद करणे.

(ड) वैज्ञानिक अवकाश संशोधनावर परिणाम करणाऱ्या अडचणीवर चर्चा करणे.

योग्य पर्याय निवडा.

(अ) फक्त अ आणि ब (ब) फक्त अ, ब आणि ड

(क) फक्त अ, क आणि ड (ड) अ, ब, क आणि ड (सर्व)

६. महाराष्ट्रातील महाबळेश्वर येथे उघडण्यात येणाऱ्या हाय लॅटिट्युड क्लाउड फिजिक्स लॅबॉरेटरीत (high latitude cloud physics laboratory) खालीलपैकी कोणत्या क्षेत्रांचा अभ्यास केला जाईल ?

(अ) ढगांची घडण आणि त्यांची प्रतिकृती

(ब) खगोलशास्त्र

(क) अंतरिक्षातून पृथ्वीकडे येणाऱ्या शक्तिशाली किरणांचा अभ्यास (वैश्विक किरणांचा अभ्यास)

७. चांद्रयान - १ चे शोध आंतरराष्ट्रीय दैनिकांत प्रकाशित झालेले आहेत. कोणते अभ्यास चांद्रयान - १ कडून झाले आहेत ?

(अ) चंद्राचे रासायनिक मानचित्रण (मॅपिंग)

(ब) चंद्राचे खनिजशास्त्रीय मानचित्रण (मॅपिंग)

(क) चंद्राचे फोटोजिओलॉजिकल (चित्र-भूशास्त्रीय) मानचित्रण

(ड) चंद्राचे जीवशास्त्रविषयक मानचित्रण (मॅपिंग)

योग्य पर्याय निवडा.

(अ) अ, ब, क आणि ड (सर्व)   (ब) फक्त अ आणि ब

(क) फक्त अ आणि क   (ड) फक्त अ, ब आणि क

८. आपत्कालीन व्यवस्थापनासाठी उदा. पूर, भूकंप, वणवे, वादळे यांची माहिती मिळण्याकरिता उपग्रहांचा चांगला उपयोग होतो. यास खास 'पृथ्वीचे निरीक्षण' करण्यासाठी पाठवलेल्या उपग्रहांना 'रिमोट सेन्सिंग सॅटेलाईट' म्हणतात. भारताकडे सध्या कार्यरत असणारे असे एकूण उपग्रह.

(अ) इतर कोणत्याही देशांपेक्षा संख्येने अधिक आहेत.

(ब) यू.एस.ए. पेक्षा कमी पण इतरांपेक्षा जास्त आहेत.

(क) चीनपेक्षा जास्त पण रशियापेक्षा कमी आहेत.

(ड) इतर कोणत्याही देशांपेक्षा कमी आहेत.

९. अण्वस्त्र प्रसारबंदी करार कोणत्या देशांनी नाकारला आहे ?

(अ) भारत   (ब) चीन   (क) इस्राईल   (ड) पाकिस्तान

योग्य पर्याय निवडा.

(अ) अ आणि ब   (ब) अ आणि ड   (क) अ, क आणि ड   (ड) अ, ब, क आणि ड

१०. खालील देशांपैकी २८ मार्च २०१२ पर्यंत भारत सरकार बरोबर अणु इंधन पुरवठा करार कोणी केला ?

(अ) अमेरिका (यू.एस.ए.)   (ब) फ्रान्स

(क) रशियन फेडरेशन   (ड) कझाकिस्तान

योग्य पर्याय निवडा.

(अ) ब आणि क फक्त   (ब) अ, ब आणि क फक्त

(क) ब, क आणि ड फक्त   (ड) अ, ब, क आणि ड फक्त (सर्व)

योग्य पर्याय निवडा.

(अ) अ आणि क फक्त   (ब) अ, क आणि ड फक्त

(क) अ, ब, क आणि ड (सर्व)   (ड) अ आणि ड फक्त

११. अणुशक्ती केंद्रामधून तयार होणाऱ्या इंधनकचऱ्याची विल्हेवाट कशी लावतात ?

(अ) गटारे, नाले, नद्यांमध्ये पाण्यासोबत सोडून देतात.

(ब) वस्तीपासून दूर उघड्यावर फेकून देतात.

(क) स्टेनलेस स्टीलच्या डब्यात कायमचे बंद करून तळघरातच साठवतात.

(ड) समुद्राच्या तळाशी डबाबंद केलेला कचरा नेऊन टाकतात.

योग्य पर्याय निवडा.

(अ) अ, ब   (ब) ब, क   (क) क   (ड) अ, ड

१२. डॉ. होमी भाभा यांनी तयार केलेला भारताचा ३ टप्पा अणुऊर्जा प्रकल्प पूर्ण होण्यासाठी प्रत्येक टप्प्यात वापरात येणाऱ्या विक्रीयकांचा योग्य अनुक्रम निवडा.

(अ) थोरियम इंधन म्हणून वापरणारा जडपाणी विक्रीयक.

(ब) प्लुटोनियम इंधन म्हणून वापरणारा द्रुतगती प्रजनक विक्रीयक.

(क) थोरियम इंधन म्हणून वापरणारा प्रगत अणुऊर्जा तंत्र विक्रीयक.

(ड) युरेनियम इंधन म्हणून वापरणारा जडपाणी, विक्रीयक.

योग्य पर्याय निवडा.

(अ) पहिला अ, दुसरा ब आणि तिसरा क (ब) पहिला ड, दुसरा ब आणि तिसरा क

(क) पहिला ड, दुसरा अ आणि तिसरा क (ड) पहिला ड, दुसरा अ आणि तिसरा ब

१३. पुढीलपैकी कोणती विधाने बरोबर आहेत?

(अ) गॅमा किरणोत्सार साध्या ॲल्युमिनिअम फॉईलने अडवता येतात.

(ब) अल्फा किरणोत्सार कातडीने अडतो पण बीटा किरणोत्सार मात्र हाडांपर्यंत पोहोचू शकतो.

(क) बीटा किरणोत्सार २० इंच जाडीच्या काँक्रीटच्या भिंतीतून आरपार जाऊ शकतो.

(ड) गॅमा किरणोत्सार शिशाची भिंत, स्टेनलेस स्टीलची भिंत आणि काँक्रीटची भिंत अडवू शकते.

(अ) अ आणि क (ब) ब आणि ड

(क) ड आणि क (ड) क आणि ब

१४. भारतात वापरल्या जाणाऱ्या खालील ऊर्जास्रोतांचा योग्य उतरता क्रम नमूद करा.

(अ) दगडी कोळसा ऊर्जा (ब) खनिज तेल ऊर्जा

(क) जल ऊर्जा (ड) नैसर्गिक वायू ऊर्जा

योग्य पर्याय निवडा.

(अ) अ, ब, क आणि ड (ब) अ, क, ब आणि ड

(क) अ, ब, ड आणि क (ड) अ, क, ड आणि ब

१५. पृथ्वीभोवती फिरणाऱ्या उपग्रहांचे प्रक्षेपण आणि त्यांच्या कक्षीय भ्रमणाकडे लक्ष ठेवण्यासाठी भारतात 'उपग्रह नियंत्रक केंद्र' (ISTRAC) विविध ठिकाणी आहेत. त्या जागा कोणत्या?

(अ) बंगळुरू, चेन्नई, कोलकाता, दिल्ली, मुंबई, चंडीगड

(ब) बंगळुरू, लखनौ, श्रीहरीकोटा, पोर्ट ब्लेअर, तिरूअनंतपुरम, हैदराबाद

(क) बंगळुरू, लक्षद्वीप, अहमदाबाद, अगरताला, लडाख, हसन

(ड) बंगळुरू, आर्वी, अहमदाबाद, मनाली, गंगटोक, कोडाई

१६. 'IPv4' प्रमाणे प्रत्येक संगणकाला ओळखणारा क्रमांक देणारी यंत्रणा सन २०११ मध्ये कमी पडू लागली. म्हणून 'IPv6' ही प्रणाली आता वापरात आणली जात आहे. IPv6 पद्धतीने एकूण किती संगणकांना ओळख क्रमांक देता येतील?

(अ) २×२^{३२} (ब) २×२^{६१} (क) २×२^{i२७} (ड) २×२^{२५५}

१७. इंटरनेटवरून माहितीची देवाण-घेवाण करण्यात येणाऱ्या विविध प्रणाली खाली दिल्या आहेत. सर्वसाधारणपणे कोणत्या प्रणालींमधून माहितीचे वहन सर्वांत जलद होते?

(अ) HTTP (ब) TCP (क) FTP (ड) DHCP

(इ) UDP (फ) NNTP (ग) IMAP (ह) RSVP

(अ) अ, ब, ह, ग (ब) ब, क, इ, अ (क) क, ग, ह, फ (ड) ड, फ, ग, ह

१८. इंटरनॅशनल मोबाईल टेक्नॉलॉजी २००० च्या अनुसार '3G' प्रणालीमध्ये माहितीची वहन क्षमता निदान पुढील वेगाने होण्याची तरतूद असायला हवी.

(अ) १०० किलोबाईट्स / सेकंद

(ब) २०० किलोबाईट्स / सेकंद

(क) २ मेगाबाईट्स / सेकंद

(ड) २.५ मेगाबाईट्स / सेकंद

१९. भारतीय IT कायदा २००८ च्या सुधारित कायद्यानुसार परवानगीशिवाय दुसऱ्या कोणाचे छायाचित्र, जे अश्लील प्रकारात असेल तर ते रेकॉर्ड करणे, घेणे, इंटरनेट किंवा मोबाईलमधून प्रसिद्ध करणे किंवा कोणास पाठवणे यासाठी पुढील कमाल शिक्षा होऊ शकते.

(अ) ३ आठवडे तुरुंगवास किंवा ३० हजार रुपये दंड किंवा दोन्ही.

(ब) ३ महिने तुरुंगवास किंवा ३० हजार रुपये दंड किंवा दोन्ही.

(क) ३ वर्षे तुरुंगवास किंवा २ लाख रुपये दंड किंवा दोन्ही.

(ड) ३ वर्षे तुरुंगवास किंवा ३ लाख रुपये दंड किंवा दोन्ही.

२०. घरगुती वापराच्या संगणकीय वायरलेस लोकल एरिया नेटवर्क (WLAN) साठी खालीलपैकी कोणती रेडिओ फ्रिक्वेन्सी (RF) वापरतात ?

(अ) IEEE 801.22/2.1 GHz

(ब) IEEE 802.11/2.4 GHz

(क) IEEE 802. 15/5.6 GHz

(ड) IEEE 801.24/3.4 GHz

२१. मानवी पेशी विषाणूंचा तात्कालिक प्रादुर्भाव रोखण्यासाठी आणि अनैसर्गिक बदल झालेल्या पेशींची संख्यावाढ रोखण्यासाठी ..... तयार करतात.

(अ) इन्टरफेरॉन

(ब) इन्सुलिन

(क) सोमॅटोस्टॅटिन

(ड) β - एन्डोटॉक्झिन

२२. ऊती संवर्धन पद्धतीत अल्पांश प्रमाणात लागणारे व पेशीतील विकर सिस्टमला उत्प्रेरित करणारे पदार्थ ...... होत.

(अ) सुक्रोज व ग्लुकोज

(ब) अमिनो आम्ले

(क) व्हिटॅमीन्स

(ड) अगार आणि जिलेटिन

२३. ब्रेड तयार करताना किण्वन क्रियेसाठी ..... या सूक्ष्मजीवाचा उपयोग करतात.

(अ) स्ट्रेप्टोकोकस फीकॅलिस

(ब) स्टॅफिलोकोकस ऑरियस

(क) एस्चरिशिया कोलाय

(ड) सॅकरोमायसीस सेरेविसिये

२४. ताईपेई तांदुळामध्ये तीन जनुकांचा समावेश करून ..... असलेल्या गोल्डन राईसची निर्मिती केली जाते.

(अ) प्रोव्हिटॅमिन ए

(ब) प्रोव्हिटॅमिन बी

(क) प्रोव्हिटॅमिन डी

(ड) प्रोव्हिटॅमिन सी

२५. बीअर तयार करताना बार्ली, माल्ट आणि स्टार्च यांचे आंबवण्याचे कार्य .... मार्फत केले जाते.

(अ) क्लेबसिएला न्यूमोनीए

(ब) सॅकरोमायसीस सेरेव्हिसिए

(क) एन्डोमायसेटीस प्रजाती

(ड) म्यूकर प्रजाती

२६. ...... हा जीवाणू लेग्युम वनस्पतींच्या मुळाशी सहजीवन पद्धतीने जोडलेला असतो आणि नायट्रोजन स्थिरीकरण करतो.

(अ) रायझोबियम   (ब) इश्चेरिचिया   (क) बॅसिलस   (ड) टायफस्

२७. एड्स हा एक .... रोग आहे.

(अ) प्रदेशनिष्ठ (ब) व्यापक (क) सार्वदेशिक (ड) आनुवंशिक

२८. कीटकांच्या आक्रमणाला प्रभावीपणे तोंड देणारी बीटी कॉटन ही एक .... प्रकारची कपाशीची जात आहे.

(अ) नैसर्गिक (ब) जनुकीय बदल केलेली

(क) कृत्रिम (ड) इनब्रेड

२९. प्राणी ऊतीसंवर्धन प्रक्रियेमध्ये ट्रिप्सिनचा उपयोग ...... यासाठी करतात.

(अ) ऊती रीॲग्रिगेशन (ब) ऊती प्रॉलिफरेशन

(क) ऊती डिसॲग्रिगेशन (ड) ऊती डिफरन्सिएशन

३०. स्त्रियांमध्ये स्त्रीबीज आणि फॉलिकल तयार होण्याच्या प्रक्रियेचा अंतिम टप्पा ...... रसायनाने नियंत्रित केला जातो.

(अ) मानवी कॉरीऑनिक गोनॅडोट्रॉपिन (ब) ॲड्रिनलीन

(क) ऑक्सीटोसिन (ड) थायरॉक्झिन

३१. ...... हा एक निसर्गाच्या साखळीतून अस्तंगत झालेला पक्षी आहे.

(अ) गिधाड (ब) डोडो

(क) चिमणी (ड) वरीलपैकी कोणताही नाही.

३२. जनुकीय अभियांत्रिकीमधील क्लोनिंग तंत्रज्ञानाने जन्माला घातलेला .... हा पहिला सस्तन प्राणी होय.

(अ) डॉली मेंढी (ब) डॉली मांजर

(क) डॉली घोडा (ड) डॉली मासा

३३. डी.एन.ए. रेणू वेगळे करण्यासाठी अगारोज जेल्स वापरतात कारण अगारोज -

(अ) धनभारयुक्त असते. (ब) खूप सच्छिद्र द्रव्य आहे.

(क) हायड्रोफोबिक आहे. (ड) डी. एन. ए.ला बांधून ठेवते.

३४. टॅक पॉलिमरेज हे 'पी.सी.आर.' मधील महत्त्वाचे विकर आहे. कारण .....

(अ) ते डी. एन. ए. ला युनिक सीक्वेन्समध्ये कापते.

(ब) ते उच्च तापमानालाही कार्यरत असते.

(क) ते डी. एन. ए. चे कॉम्प्लिमेंटरी धागे बनवते.

(ड) ते डी. एन. ए. - आर. एन.ए. ला डीनेचर करते.

३५. पुढीलपैकी जैवतंत्रज्ञानाच्या वापराचे / ची उदाहरण / उदाहरणे कोणती / ते ?

(अ) दुधाचे दही बनणे.

(ब) बेकर यीस्ट घालून भात आंबवणे.

(क) विषाणुच्या जनुकाचे जीवाणूत रोपण करणे.

(ड) रोगाचा इलाज करण्यासाठी माणसात निरोगी जनुकाचे रोपण.

(अ) फक्त क आणि ड (ब) फक्त ड

(क) फक्त अ, ब आणि ड (ड) वरील सर्व

३६. योग्य जोड्या लावा.

यादी I	यादी II
भूकंपाचे ठिकाण	तारीख व वर्ष
अ) लातूर, उस्मानाबाद	I) २६ जानेवारी २००१
ब) चांबोली	II) २० ऑक्टोबर १९९१
क) भुज	III) ३० सप्टेंबर १९९३
ड) उत्तरकाशी	IV) २९ मार्च १९९९

	अ	ब	क	ड
(अ)	III	IV	I	II
(ब)	II	I	IV	III
(क)	III	II	I	IV
(ड)	I	II	IV	III

३७. उष्ण कटिबंधीय आवर्तांच्या खालील नमूद वैशिष्ट्यांमधून योग्य पर्याय निवडा.

(अ) उष्ण कटिबंधीय आवर्ताच्या केंद्रस्थानी उबदार हवा असते.

(ब) उष्ण कटिबंधीय आवर्ताच्या केंद्रस्थानी ढग नसतात.

(क) उष्ण कटिबंधीय आवर्तात दाबाचा उतार सौम्य असतो.

(ड) उष्ण कटिबंधीय आवर्तात सरासरी ५० ते १०० सें.मी. पाऊस पडतो.

योग्य पर्याय निवडा.

(अ) अ, ब आणि क   (ब) ब, क आणि ड

(क) अ, ब आणि ड   (ड) क आणि ड

३८. जोड्या जुळवा.

यादी I	यादी II
अ) मुंबई-आग (मंत्रालय)	I) ऑगस्ट, २००५
ब) पुणे-बॉम्बस्फोट	II) सप्टेंबर, १९९३
क) गुजरात-महापूर	III) जून, २०१२
ड) किल्लारी-भूकंप	IV) फेब्रुवारी २०११

	अ	ब	क	ड
(अ)	III	IV	II	I
(ब)	III	IV	I	II
(क)	III	I	IV	II
(ड)	IV	III	I	II

३९. खालीलपैकी राष्ट्रीय आपत्ती प्राधिकरणाचे प्रमुख कोण आहेत ?

(अ) भारताचे राष्ट्रपती   (ब) भारताचे पंतप्रधान

(क) राष्ट्रीय योजना आयोगाचे अध्यक्ष   (ड) भारताचे गृहमंत्री

४०. २००४ मध्ये हिंदी महासागरात आलेल्या प्रलंयकारी त्सुनामी लाटांमुळे खालीलपैकी कोणत्या प्रदेशात फार मोठ्या प्रमाणात जीवित व वित्तहानी झाली ?

(अ) अंदमान निकोबार बेटे

(ब) तमिळनाडू व केरळ राज्यातील किनारपट्टी

(क) लक्षद्वीप आणि मालदीव बेटे

(ड) महाराष्ट्राची पश्चिम किनारपट्टी

उत्तरे

१. अ	२. ड	३. ब	४. अ	५. ड	६. ड	७. क
८. ब	९. ब	१०. ड	११. अ	१२. क	१३. क	१४. क
१५. ब	१६. क	१७. ब	१८. ब	१९. क	२०. ब	२१. अ
२२. क	२३. ड	२४. अ	२५. ब	२६. अ	२७. क	२८. ब
२९. क	३०. अ	३१. ब	३२. अ	३३. ब	३४. ब	३५. ड
३६. अ	३७. क	३८. ब	३९. ब	४०. अ		

सराव प्रश्नसंच - १

१. कोळशावर आधारित .... या औष्णिक विद्युत प्रकल्पातून होणाऱ्या कार्बन-डाय-ऑक्साईडच्या उत्सर्जनावर पूर्णपणे बंधन घातले जाते.
(अ) अल्ट्रा पॉवर (ब) सुपर थर्मल
(क) फ्युचरजेन (ड) अल्ट्रा सुपर थर्मल

२. पहिली हायपरमीडिया व्हिडिओडिस्क .... ही होती.
(अ) ग्लोबल हायपर टेक्स्ट लायब्ररी (ब) ॲस्पेन मूव्ही मॅप
(क) मॅकिन्टॉश (ड) नॉर्थ कॅरोलिना

३. गरजेनुसार आवश्यक व महत्त्वपूर्ण वेबसाइटबद्दल निर्देशन करण्यासाठी ...... याचा उपयोग होतो.
(अ) स्ट्रीमिंग मीडिया (ब) टॅगिंग (क) सोशल बुकमार्किंग (ड) ब्लॉगिंग

४. .... हा संगणक विषाणू विशिष्ट तारखेलाच कार्यरत होतो.
(अ) पॅच-क्रॉम (ब) जेरूसलेम-बी (क) रेनड्रॉप (ड) कॅसकेड

५. .... ही कंपनी भारतीय सॉफ्टवेअर क्षेत्रातील पहिली महत्त्वाची भारतीय कंपनी होय.
(अ) इन्फोसिस (ब) पटणी
(क) विप्रो (ड) टाटा कन्सल्टन्सी सर्व्हिसेस

६. माहिती तंत्रज्ञान क्षेत्रातील इ-धन्वंतरी योजना .... सरकारची आहे.
(अ) कर्नाटक (ब) आंध्र प्रदेश (क) तमिळनाडू (ड) केरळ

७. इ. स. १९८८ मध्ये डॉ. वसंत गोवारीकर यांनी दीर्घ मुदतीच्या हवामानाचा अंदाज करण्यासाठी १६ घटकांचे (कारकांचे) ...... हे प्रारूप तयार केले.
(अ) रीग्रेशन (ब) पॉवर रीग्रेशन (क) आकार (ड) मान्सून

८. जी.पी.एस. तंत्रज्ञान कार्यरत होण्यासाठी किमान एकाच प्रकारचे ..... उपग्रह आवश्यक असतात.
(अ) २ (ब) ३ (क) ४ (ड) ५

९. खालीलपैकी कोणता उपग्रह भारताच्या इन्सॅट उपग्रह प्रणालीतील नाही.
(अ) INSAT 2E (ब) INSAT 1D (क) INSAT 3E (ड) INSAT 4CR

१०. भारतातील प्रादेशिक सुदूर संवेदनी केंद्र खालीलपैकी .... येथे नाही.
(अ) बंगळुरू (ब) डेहराडून (क) जोधपूर (ड) अहमदाबाद

११. खालील विधानांवर विचार करा.
१) भारतीय अवकाश कार्यक्रमाच्या प्रगतीचा आणि त्यामुळे निर्माण झालेल्या उपग्रहाधिष्ठित सेवांचा पुरेसा फायदा घेण्यात आलेला नाही.
२) भारतीय टेलिग्राफ ॲक्टच्या अंतर्गत दूरसंचार आणि प्रसारणविषयक बाबींवर सरकारचे कठोर नियंत्रण आहे.
(अ) दोन्ही विधाने बरोबर आहेत व दुसरे पहिल्या विधानाचे कारण आहे.
(ब) दोन्ही विधाने बरोबर आहेत.
(क) केवळ पहिले विधान बरोबर आहेत.
(ड) केवळ दुसरे विधान बरोबर आहेत.

१२. हवामान, वातावरण व पर्यावरणाच्या अभ्यासासाठी अमेरिकेत .... या पद्धतीचा मोठ्या प्रमाणावर वापर केला जातो.

(अ) जी.पी.एस. (ब) कॉस्मिक (क) जी.आय.एस. (ड) सुदूरसंवेदन

१३. खालील जोड्यांचा योग्य क्रम ..... आहे.

केंद्र	**शहर**
१) नॅशनल रिमोट सेन्सिंग सेंटर	अ) नागपूर
२) सायन्स ॲप्लिकेशन सेंटर	ब) हैदराबाद
३) नॅशनल सेंटर फॉर मेडियम रेंज फोरकास्टिंग	क) अहमदाबाद
४) रिजनल रिमोट सेन्सिंग सेंटर	ड) नोएडा

(अ) १ - क, २ - ब, ३ - अ, ४ - ड (ब) १ - ब, २ - क, ३ - ड, ४ - अ

(क) १ - ड, २ - ब, ३ - क, ४ - अ (ड) १ - अ, २ - ड, ३ - क, ४ - ब

१४. मानवी जिनोम प्रकल्पाची सुरुवात .... मध्ये झाली.

(अ) १९८८ (ब) १९९० (क) १९९३ (ड) १९९४

१५. इ-कोलाय मध्ये ...... गुणसूत्रे असतात.

(अ) ५००० (ब) ६००० (क) १०,००० (ड) १४,०००

१६. जिनोमिक्स या संज्ञेचा सर्वप्रथम उपयोग ..... यांनी केला.

(अ) विंकलर (ब) रॉड्रिक

(क) एन.सी.बी.आय. (ड) यापैकी नाही.

१७. भारतातील नॅशनल बायोफ्युअल कोऑर्डिनेशन कमिटी (NBCC) चे अध्यक्ष ...... हे आहेत.

(अ) ऊर्जा मंत्री (ब) उद्योग मंत्री

(क) पंतप्रधान (ड) नवीकरण योग्य ऊर्जा खात्याचा मंत्री

१८. ..... च्या निदानासाठी पी.सी.आर. (पॉलीमरेझ चेन रिॲक्शन) पद्धतीने केलेली डी.एन.ए.ची तपासणी ही सर्वांत आधी रोगाचे निदान करणारी तपासणी आहे.

(अ) कर्करोग (ब) टी.बी.

(क) आनुवंशिक आजार (ड) एच.आय.व्ही.

१९. खालीलपैकी .... हा स्टेम सेल्स (मूळ पेशी) चा प्रकार नाही.

(अ) ॲडल्ट (ब) एंब्रियॉनिक (क) कॉर्डब्लड (ड) मल्टिपल

२०. भारतात ..... या मूळ पेशीवरील संशोधनास व वापरास बंदी आहे.

(अ) ॲडल्ट (ब) एंब्रियॉनिक (क) कॉर्डब्लड (ड) मल्टिपल

२१. आनुवंशिक व्याधी निर्माण न होण्यासाठी .... या तंत्रज्ञानाचा वापर केला जातो.

(अ) ह्यूमन जिनोम (ब) जर्मलाईन जीन थेरपी

(क) सोमॅटिक जीन थेरपी (ड) क्लोनिंग

२२. दिल्लीतील 'पुसा' या संस्थेने कोरडवाहू तसेच रोगांना बळी न पडणारी ..... ही मोहरीची जात विकसित केली आहे.

(अ) गोल्डन पुसा (ब) जयकिसान (क) सुरभी (ड) चंपा

२३. रिकॉम्बिनन्ट डी.एन.ए. तंत्रज्ञानाद्वारे बटाट्यात खालीलपैकी ...... बदल केला जात नाही.
(अ) हर्बिसाइड सहनशक्ती वाढवणे. (ब) स्वादिष्टपणा वाढविणे.
(क) पिष्टमय पदार्थ वाढवणे. (ड) रोगजंतू प्रतिकार वाढवणे.

२४. डायकोमम हा भारतीय शास्त्रज्ञांनी विकसित केलेला जी.एम. (जेनेटिकली मॉडिफाईड) ...... आहे.
(अ) गहू (ब) मका (क) वांगे (ड) सोयाबीन

२५. खालीलपैकी .... हे जैविक अस्त्र म्हणून वापरले जाणारे रोगजंतू नाहीत.
(अ) सालमोनेला (ब) एबोला
(क) येरसिनिया पेस्टीस (ड) सुडोमोनास

२६. सन १८१८ मध्ये ...... या शास्त्रज्ञाने टिश्यू कल्चर या तंत्राची मुहूर्तमेढ रोवली.
(अ) हॅरिसन (ब) बरोज (क) हॅबरलँड (ड) जॉली

२७. खाली काही प्राणी व त्यांचे क्लोन यांच्या जोड्या दिलेल्या आहेत.

प्राणी	**क्लोन**
१) घोडा	अ) डॉली
२) गाय	ब) क्रोमाटी
३) मेंढी	क) स्पॉटी
४) हरिण	ड) पंपा

वरील जोड्यांची योग्य रचना ...... ही आहे.
(अ) १ - ब, २ - ड, ३ - अ, ४ - क
(ब) १ - ड, २ - क, ३ - अ, ४ - ब
(क) १ - ब, २ - ड, ३ - अ, ४ - क
(ड) १ - अ, २ - क, ३ - ब, ४ - ड

२८. रेशीम किड्याच्या संशोधनासाठी स्थापन केलेले 'सेंट्रल सेरीकल्चरल जर्मप्लाझम रिसोर्सेस सेंटर' .... या राज्यात आहे.
(अ) महाराष्ट्र (ब) कर्नाटक (क) केरळ (ड) तमिळनाडू

२९. अधिक उत्पन्न व रोगांना बळी न पडणाऱ्या वनस्पतींच्या जातींच्या निर्मितीसाठी .... या जिवाणूंचा वापर केला जातो.
(अ) इ. कोलाय (ब) बॅसिलस थूरीनजेन्सीस
(क) ट्रायकोडर्मा (ड) रायझोबियम मेलीलोटी

३०. बी.टी. वांग्याच्या लागवडीला असणाऱ्या विरोधासंदर्भात खालीलपैकी .... विधान / विधाने सत्य आहेत.
(अ) कार्टाजेना प्रोटोकॉलचे पालन झालेले नाही.
(ब) देशातील खाद्य सुरक्षेवर बी.टी. जनुकांचा प्रभाव पडू शकतो.
(क) या बियाणांचे उत्पादन आंतरराष्ट्रीय मक्तेदारी असलेल्या कंपन्यांद्वारे होते.
(ड) या वांग्याचा मानवावर अनिष्ट परिणाम होण्याची शक्यता आहे.
(अ) १, २ व ३ (ब) ३ व ४ (क) २, ३ व ४ (ड) सर्व

३१. शक्तिमान १ व २ या भारतीय कृषी संशोधन संस्थेने तयार केलेल्या .... या पिकाच्या जाती आहेत.
(अ) वांगे (ब) ऊस (क) सोयाबीन (ड) मका

३२. जनुकीय पिकांचे सर्वात जास्त उत्पादन .... या देशात होते.
(अ) संयुक्त राज्य अमेरिका (ब) ब्राझील
(क) भारत (ड) अर्जेंटिना

३३. भारतात सन २००२ मध्ये सर्वप्रथम ..... या जनुकीय पिकाची लागवड करण्यात आली.
(अ) टॅमॅटो (ब) सोयाबीन (क) मका (ड) कापूस

३४. न्यूक्लिअर सप्लाय ग्रुप (NSG) ही संघटना पूर्वीच्या .... या संघटनेचेच आधुनिक रूप आहे.
(अ) न्यूयॉर्क सप्लायर क्लब (ब) बर्लिन सप्लाय क्लब
(क) लंडन सप्लायर क्लब (ड) पॅरिस सप्लायर क्लब

३५. सध्या न्यूक्लिअर सप्लाय ग्रुपच्या ४५ सदस्य राष्ट्रांपैकी भारताने .... राष्ट्रांशी अणुऊर्जा करार केला आहे.
(अ) ८ (ब) १० (क) १४ (ड) १७

३६. भारताचे ...... अणुप्रकल्प आंतरराष्ट्रीय आण्विक ऊर्जा अभिकरणा (IAEA) च्या निगराणीखाली आहेत.
(अ) २० (ब) १६ (क) १४ (ड) ८

३७. खालीलपैकी .... या राष्ट्राशी भारताने अणुऊर्जा करार केला नाही.
(अ) कॅनडा (ब) दक्षिण कोरिया (क) कझाकिस्तान (ड) जपान

३८. कॉम्प्रिहेन्सिव्ह टेस्ट बॅन ट्रीटी (CTBT) च्या ...... व्या कलमातील तरतूद संबंधित देशाच्या सार्वभौमत्वावर बंधन आणणारी आहे.
(अ) ९ व्या (ब) १३ व्या (क) १४ व्या (ड) १५ व्या

३९. जगामध्ये दरवर्षी होणाऱ्या भूकंपामध्ये ...... हे रिश्टर प्रमाण असलेल्या भूकंपांची वार्षिक सरासरी जास्त आहे.
(अ) १ ते २ (ब) २ ते ३ (क) ३ ते ३.९ (ड) ५ ते ५.९

४०. भूकंपामुळे इमारतींना होणारे नुकसान हे प्रामुख्याने ...... या तरंगामुळे होते.
(अ) रेले तरंग (ब) लव तरंग
(क) प्राथमिक तरंग (ड) द्वितीयक तरंग

उत्तरे

१. क	२. ब	३. क	४. ब	५. ड	६. ड	७. अ
८. क	९. क	१०. ड	११. अ	१२. ब	१३. ब	१४. ब
१५. अ	१६. ब	१७. क	१८. ड	१९. ड	२०. ब	२१. ब
२२. ब	२३. ब	२४. अ	२५. ड	२६. क	२७. अ	२८. ड
२९. ब	३०. ड	३१. ड	३२. अ	३३. ड	३४. क	३५. ब
३६. क	३७. ड	३८. क	३९. क	४०. क		

सराव प्रश्नसंच - २

१. खालीलपैकी .... ही सेवा क्लाऊड कॉम्प्युटिंगच्या संदर्भातील नाही.
(अ) गुगल ड्राईव्ह (ब) स्काय ड्राईव्ह
(क) आय क्लाऊड (ड) डिजिक्लाऊड

२. 'नेक्सस ७' (Nexus 7) हा टॅब्लेट सन २०१२ मध्ये .... या कंपनीने सादर केला.
(अ) ॲपल (ब) गुगल (क) अमेझॉन (ड) सॅमसंग

३. ग्यानदूत या इंटरनेटवर आधारित गव्हर्नमेंट टू सिटीझन (G2C) या सेवा पोर्टलची सुरुवात .... या राज्यात झाली.
(अ) मध्य प्रदेश (ब) गुजरात (क) हरियाणा (ड) उत्तराखंड

४. भारतात ग्राम पंचायतीमध्ये 'ई-गव्हर्नन्स' सुरू करणारा पहिला प्रकल्प .... या राज्यात सुरू झाला.
(अ) महाराष्ट्र (ब) कर्नाटक (क) राजस्थान (ड) गुजरात

५. १२७.०.०.१ या आय.पी.ॲड्रेसला ..... म्हणतात.
(अ) मल्टिकास्ट आय.पी.ॲड्रेस (ब) लूप बँक आय.पी.ॲड्रेस
(क) डायरेक्ट आय.पी.ॲड्रेस (ड) लिमिटेड आय.पी.ॲड्रेस

६. संगणक क्षेत्रात 'UTE-8' ही ...... आहे.
(अ) कोडिंग पद्धत (ब) संगणकीय भाषा
(क) ॲसिक चिप (ड) संगणकीय व्हायरस

७. सन १९९४ मध्ये जगातील पहिले जी.एम. (Genetically Modified) पीक .... हे होते.
(अ) टॅमॅटो (ब) वांगे (क) केळी (ड) अननस

८. .... या शास्त्रज्ञाने 'गोल्डन राईस' नावाच्या नवीन संशोधित तांदळाच्या जातीमध्ये प्रथिन घटकांचे प्रत्यारोपण केले.
(अ) थॉमस मॉर्गन (ब) एच. जे. मुलर
(क) डब्ल्यू. ए. सटन (ड) पीटर बेअर

९. ..... या शास्त्रज्ञाने १९०७ मध्ये टिश्यू कल्चरच्या क्षेत्रात केलेले संशोधन हे मूलभूत संशोधन मानले जाते.
(अ) बरोज (ब) जॉली (क) हॅरिसन (ड) हॅबरलॅण्ड

१०. भारताच्या इन्सॅट प्रणालीतील ...... उपग्रह सध्या कार्यरत आहे.
(अ) २१ (ब) १७ (क) ११ (ड) ९

११. अग्निबाणाशी संबंधित सर्व प्रणाली आणि उपप्रणाली यांचा विकास आणि प्रत्यक्ष अग्निबाण प्रक्षेपित करणे ही कार्ये .... या केंद्रांमार्फत केली जातात.
(अ) अवकाश उपयोजन केंद्र (SAC) (ब) सतीश धवन अवकाश केंद्र (SHAR)
(क) इस्रो उपग्रह केंद्र. (ड) विक्रम साराभाई अवकाश केंद्र

१२. इन्मरसॅट (International Maritime Satel lite organisation) या संस्थेतर्फे जगाच्या पाठीवर विविध ठिकाणी एकूण ३७ स्थायी भूकेंद्रे उभारली आहेत.
भारतात यापैकी एक केंद्र ..... हे आहे.

(अ) तिरूवनंतपुरम (ब) बंगळुरू
(क) आर्वी (पुण्याजवळ) (ड) चेन्नई

१३. भारतात टेलिमेडिसीन क्षेत्राच्या विकासासाठी .... या उपग्रह योजनेचे कार्य पूर्णत्वास आलेले आहे.
(अ) टेलीसॅट (ब) मेडिसॅट (क) हेल्थसॅट (ड) एज्युसॅट

१४. भारताची चांद्रयान १ मोहीम ही जगातील ... वी चांद्रमोहीम होती.
(अ) ५५ (ब) ६१ (क) ६८ (ड) ७०

१५. भारताच्या चांद्रयान मोहिमेत खालीलपैकी .... या उपकरणाचा समावेश नव्हता.
(अ) मून इम्पॅक्ट प्रोब (ब) मिनिएचर सिंथेटिक ॲपर्चर रडार
(क) मून मिनरॉलॉजी मॅपर (ड) मून वेदर मॅपर

१६. खालीलपैकी ..... या उपग्रह प्रक्षेपक यंत्रणेमध्ये क्रायोजेनिक इंधनाचा वापर केला जातो.
(अ) SLV (ब) PSLV (क) ASLV (ड) GSLV

१७. खालीलपैकी .... या देशाकडे क्रायोजेनिक इंजिन तंत्रज्ञान नाही.
(अ) चीन (ब) फ्रान्स (क) जपान (ड) जर्मनी

१८. भारताच्या क्रायोजेनिक तंत्रज्ञान निर्मितीमध्ये पहिले मोठे आव्हान ..... हे आहे.
(अ) द्रवरूपी हायड्रोजनची निर्मिती व साठवण.
(ब) द्रवरूपी हेलियमची निर्मिती व साठवण.
(क) घन व द्रवरूपी इंधन मिश्र करणे.
(ड) घनरूपी हायड्रोजनची निर्मिती.

१९. जगातील उच्च वियोजन प्रतिमेचा (High Resolution Image) पहिला उपग्रह .... हा आहे.
(अ) सेटमॅट (ब) ओशनसॅट
(क) आयकोनॉस (ड) आय. आर. एस. वन - डी.

२०. जी.पी.एस. यंत्रणेत .... व ..... या कूट संकेता (code) मार्फत कार्य केले जाते.
(अ) पी आणि सी/ए (ब) एन आणि जी.पी.
(क) के आणि व्ही/एस (ड) एल आणि टी/पी.

२१. खालील जोड्यांचा योग्य क्रम ...... हा आहे.

देश	**जी.पी.एस. प्रणाली**
१) भारत	अ) COMPASS
२) अमेरिका	ब) IRNSS
३) चीन	क) GLONASS
४) रशिया	ड) NAVSTAR
५) युरोप	इ) Galileo Positioning system

(अ) १ - ब, २ - ड, ३ - अ, ४ - क, ५ - इ
(ब) १ - अ, २ - क, ३ - ब, ४ - ड, ५ - इ
(क) १ - ड, २ - ब, ३ - क, ४ - इ, ५ - अ
(ड) १ - इ, २ - ब, ३ - ड, ४ - अ, ५ - क

२२. ..... या उपग्रह वाहकामध्ये सर्वांत जास्त टप्पे असतात.
(अ) SLV (ब) ASLV (क) PSLV (ड) GSLV

२३. महाराष्ट्रातील पहिल्या 'डी.एन.ए. फिंगरप्रिंटिंग व हायब्रिडीटी परीक्षण प्रयोगशाळेची' स्थापना ...... येथे २० ऑगस्ट २०१० रोजी झाली.
(अ) मुंबई (ब) पुणे (क) नाशिक (ड) नागपूर

२४. ब्रेड जास्त काळ टिकविण्यासाठी ..... हे विकर वापरतात.
(अ) माल्टोस एनिलेस (ब) रेन्नेट
(क) एलइए प्रोटीन (ड) डीहायड्रीन एच.एस. प्रोटीन

२५. जैव इन्शुलिन तयार करणारी भारतातील पहिली कंपनी ...... ही आहे.
(अ) वोकार्ट (ब) डॉ. रेड्डीज लॅबोरेटरी
(क) बायोव्हॅक (ड) वायसोलीन

२६. इ. स. १९०३ मध्ये गुणसूत्र सिद्धान्त .... यांनी मांडला.
(अ) विल्यम बिट्सन (ब) थॉमस मॉर्गन (क) डब्ल्यू. ए. सटन (ड) केरी म्युलिस

२७. खालील जोड्यांचा योग्य क्रम ...... हा आहे.

वैद्यकीय अनुवंशशास्त्र	**उपयोग**
१) सायटोजेनेटिक्स	अ) प्रसूतिपूर्व निदान
२) मॉलिक्यूलर जेनेटिक्स	ब) रंगसूत्रांचा अभ्यास
३) मेटाबोलिक जेनेटिक्स	क) डी.एन.ए. तील बदलांचा अभ्यास
४) प्री-नेटल जेनेटिक्स	ड) चयापचय प्रक्रियांचा अभ्यास

(अ) १ - ब, २ - क, ३ - ड, ४ - अ
(ब) १ - क, २ - ब, ३ - अ, ४ - ड
(क) १ - ड, २ - अ, ३ - क, ४ - ब
(ड) १ - अ, २ - क, ३ - ब, ४ - ड

२८. भारतात ह्यूमन जेनेटिक्स संदर्भातील प्रशिक्षण ..... या ठिकाणी दिले जात नाही.
(अ) ख्रिश्चन मेडिकल कॉलेज, वेल्लोर (तमिळनाडू)
(ब) ऑल इंडिया इन्स्टिट्यूट ऑफ मेडिकल सायन्स, दिल्ली
(क) आय.आय.टी., मुंबई
(ड) आय.आय.टी., कानपूर

२९. दुर्मिळ अथवा नष्ट होत असलेल्या वनस्पती अथवा प्राण्यांचे संवर्धन करण्यासाठी ..... हे जैवतंत्रज्ञान उपयोगी आहे.
(अ) टिश्यू कल्चर (ब) ग्रीन बायोटेक्नॉलॉजी
(क) क्लोनिंग (ड) डी.एन.ए.तंत्रज्ञान

३०. सन १९८० मध्ये सर्वात प्रथम निर्मिती केलेला डि.एन.ए. रेणू ..... हा होता.
(अ) ह्यूमुलिन (ब) रायबोझियम (क) कॉसमिड (ड) मेटालोएन्झायम

३१. जेनेटिकली एकसारख्या असणाऱ्या अनेक पेशींच्या समूहाला ...... म्हणतात.
(अ) म्यूटनी (ब) क्लोन (क) म्यूटन्स (ड) टेम्प्लेट

३२. एन्झाइमना प्रतिरोध करणाऱ्या संशोधनासाठी १९८९ मध्ये ...... यांना नोबेल पुरस्काराने सन्मानित करण्यात आले.
(अ) सँगर, मूलर, जोहान्सन (ब) बिट्सन, मेंडल, सटन
(क) म्युलिस, गर्डन, ॲलमेन्स (ड) आर्बर, स्मिथ, नाथन

३३. डि.एन.ए. फिंगरप्रिंटिंग हे ...... या तंत्रज्ञानावर आधारित आहे.
(अ) आर.एफ.एल.पी. (ब) ओ.के.टी. - ३
(क) पी.सी.आर. (ड) बी.डब्ल्यू.एस.

३४. भारतीय अणुऊर्जा कार्यक्रमाचा तिसरा टप्पा .... यावर आधारित आहे.
(अ) प्रेशराइज्ड हेवी वॉटर रिॲक्टर (ब) फास्ट ब्रीडर रिॲक्टर
(क) थोरियम बेस्ड रिॲक्टर (ड) ॲडव्हान्स्ड हेवी वॉटर रिॲक्टर

३५. भारतीय अणुऊर्जा कार्यक्रमाचा तिसरा टप्पा ...... येथे प्रगतिपथावर आहे.
(अ) कल्पक्कम (ब) कैगा (क) नरोरा (ड) तारापूर

३६. धुरामधून बाहेर काढलेल्या व्यक्तीवर .... प्रथमोपचार पद्धतीचा उपयोग करतात.
(अ) चुंबन पद्धत (ब) सी-सॉ पद्धत
(क) सिल्वेस्टर पद्धत (ड) होल्गर नेल्सन पद्धत

३७. आपत्ती व्यवस्थापन कायदा - २००५ यांत समाविष्ट मूलभूत विषयांची संख्या ...... आहे.
(अ) ११ (ब) १५ (क) १७ (ड) १९

३८. राष्ट्रीय आवर्त धोका निवारण प्रकल्पातंर्गत देशातील ..... जिल्ह्यांचा समावेश केला आहे.
(अ) २० (ब) १७ (क) १५ (ड) ११

३९. प्रशांत महासागराच्या सीमावर्ती भागात असलेले जगातील सर्वात जास्त भूकंपप्रवण क्षेत्र .... या नावाने ओळखले जाते.
(अ) अर्थक्वेक बेल्ट (ब) रिंग ऑफ फायर
(क) सेस्मिक रिंग (ड) पॅसिफिक रिंग

४०. खालीलपैकी .... हा देश जगातील सर्वात जास्त अशा भूकंपप्रवण क्षेत्रात येत नाही.
(अ) जपान (ब) इंडोनेशिया (क) फिलिपाईन्स (ड) चीन

उत्तरे

१. ड	२. ब	३. अ	४. ब	५. ब	६. अ	७. अ
८. ड	९. क	१०. क	११. ब	१२. क	१३. क	१४. क
१५. ड	१६. ड	१७. ड	१८. अ	१९. क	२०. अ	२१. अ
२२. ब	२३. ब	२४. अ	२५. अ	२६. क	२७. अ	२८. ड
२९. अ	३०. अ	३१. ब	३२. ड	३३. अ	३४. क	३५. अ
३६. ड	३७. अ	३८. क	३९. ब	४०. ड		

www.ingramcontent.com/pod-product-compliance
Lightning Source LLC
Chambersburg PA
CBHW080953020726
47505CB00009B/2180